கடலின் நீண்ட இதழ்

கடலின் நீண்ட இதழ்
இசபெல் அயேந்தே (பி.1942)

இசபெல் அயேந்தே, உணர்ச்சிகரமான கதைசொல்லும் திறனுக்காகவும் மாய யதார்த்தத்திற்காகவும் அறியப்பட்ட புகழ்பெற்ற சிலி எழுத்தாளர். பெரும்பாலும் தனிமனித, வரலாற்று நிகழ்வுகளால் ஈர்க்கப்பட்ட அவரது படைப்புகள் காதல், மானுடத்தின் போராட்டம், புலம்பெயர்தல், நினைவாற்றலின் சக்தி ஆகியவற்றை ஆராய்கின்றன. பல தலைமுறைகளின் செறிந்த கதைகளின் மூலம் அரசியலைத் தனிமனித அனுபவத்துடன் இணைப்பவர். 'தி ஹவுஸ் ஆஃப் தி ஸ்பிரிட்ஸ்', 'ஈவா லூனா' போன்ற நாவல்கள் அவரது இலக்கிய மதிப்பை உறுதிப்படுத்துவன. அயேந்தே, தனது எழுத்தின் மூலம் வலுவான பெண் கதாபாத்திரங்களுக்குக் குரல் கொடுப்பதோடு, லத்தீன் அமெரிக்க வரலாறு, அடையாளம் ஆகியவற்றின் சிக்கல்களையும் ஆராய்கிறார். இவரின் படைப்புகள் சர்வதேச மொழிகளில் மொழிபெயர்க்கப்பட்டுள்ளன.

சுபஸ்ரீ பீமன்
மொழிபெயர்ப்பாளர்

ஸ்பானிஷ், பிரஞ்சு, ஆங்கிலம் ஆகிய மொழிகளிலிருந்து தமிழாக்கம் செய்பவர். மொழியாக்கத்தில் முதுகலைப் பட்டம் பெற்றவர். 2024ஆம் ஆண்டு ஆங்கில மொழி பெயர்ப்பிற்கான பென்–ஹேய்ம் மொழியாக்க நல்கை பெற்றுள்ளார். இவர் ஸ்பானிய மொழியிலிருந்து மொழியாக்கம் செய்த முதல் நாவல் 'கடலின் நீண்ட இதழ்.'

இணையதளம்: subhashree-translator.com

இசபெல் அயேந்தே

கடலின் நீண்ட இதழ்

ஸ்பானிஷிலிருந்து தமிழில்
சுபஸ்ரீ பீமன்

காலச்சுவடு பதிப்பகம்

அன்பார்ந்த வாசகருக்கு,

வணக்கம்.

காலச்சுவடு நூலை வாங்கியமைக்கு நன்றி.

நூலின் உள்ளடக்கம், உருவாக்கம், அட்டைப்படம் இன்ன பிற அம்சங்கள் பற்றிய உங்கள் கருத்துகளையும் ஆலோசனைகளையும் காலச்சுவடு வரவேற்கிறது. தகவல், எழுத்து, வாக்கியப் பிழைகள் தென்பட்டால் அவசியம் தெரிவித்து உதவுங்கள். நூல் தயாரிப்பில் கடும் குறைபாடு இருப்பின் மாற்றுப் பிரதி உங்களுக்குக் கிடைக்கக் காலச்சுவடு ஏற்பாடு செய்யும்.

மின்னஞ்சல்: **publisher@kalachuvadu.com**

காலச்சுவடு நாகர்கோவில் அலுவலகத்துக்குக் கடிதம் அனுப்பலாம்.

தங்கள்
எஸ்.ஆர். சுந்தரம் (கண்ணன்)
பதிப்பாளர் – நிர்வாக இயக்குநர்

A LONG PETAL OF THE SEA BY ISABEL ALLENDE
© 2019, Isabel Allende

கடலின் நீண்ட இதழ் ❖ நாவல் ❖ ஆசிரியர்: இசபெல் அயேந்தே ❖ ஸ்பானிஷிலிருந்து தமிழில்: சுபஸ்ரீ பீமன் ❖ மொழிபெயர்ப்புரிமை: சுபஸ்ரீ பீமன் ❖ முதல் பதிப்பு: மே 2025 ❖ வெளியீடு: காலச்சுவடு பப்ளிகேஷன்ஸ் (பி) லிட்., 669, கே.பி. சாலை, நாகர்கோவில் 629001

காலச்சுவடு பதிப்பக வெளியீடு: 1332

kaTalin niiNTa itaz ❖ Novel ❖ Author: Isabel Allende ❖ Translated from Spanish by: Subhashree Beeman ❖ Translation © Subhashree Beeman ❖ Language: Tamil ❖ First Edition: May 2025 ❖ Size: Demy 1 x 8 ❖ Paper: 18.6 kg maplitho ❖ Page: 392

Published by Kalachuvadu Publications Pvt. Ltd., 669, K.P. Road, Nagercoil 629001, India ❖ Phone: 91-4652-278525 ❖ e-mail: publications @kalachuvadu.com ❖ Printed at Mani Offset, Chennai 600077

ISBN: 978-93-6110-557-9

05/2025/S.No. 1332, kcp 5706, 18.6 (1) 9ss

என் தம்பி
ஹுவானுக்கும்
விக்டர் பேவுக்கும்
நம்பிக்கையைத் தேடிச் சென்ற கடற்பயணிகளுக்கும்

மொழிபெயர்ப்பாளர் குறிப்பு

இசபெல் அயேந்தேவின் 'லார்கோ பெட்டலோ தே மார்' என்ற ஸ்பானிய நாவல் 1930களின் பிற்பகுதியில் ஸ்பானிஷ் உள்நாட்டுப் போரிலிருந்து 1970களில் சிலியில் ஏற்பட்ட அரசியல் எழுச்சிகள் வரையிலான குறிப்பிடத்தக்க வரலாற்று நிகழ்வுகளுடன் தனிமனிதக் கதைகளைப் பின்னிப் பிணைக்கும் விரிவான கதை. 'கடலின் நீண்ட இதழ்' என்னும் தலைப்பு, கவிஞர் பாப்லோ நெரூடா தனது தாயகத்தை விவரிக்க உருவாக்கிய அழகான சொற்றொடர்.

இந்த நாவலின் தோற்றம் அயேந்தேவின் சொந்தக் கதைகளிலும் வரலாற்று ஆர்வங்களிலும் ஆழமாக வேரூன்றியுள்ளது. 1939ஆம் ஆண்டு ஸ்பானிஷ் அகதிகளை சிலிக்குக் கொண்டு செல்வதற்காக பாப்லோ நெரூடாவால் வாடகைக்கு எடுக்கப்பட்ட ஒரு கப்பலின் பெயர் வின்னிபெக். வெனிசுலாவிற்கு நாடு கடத்தப்பட்டபோது அயேந்தே, வின்னிபெக் கப்பலில் பயணித்த விக்டர் பே காசாடோவுடன் நட்புக் கொண்டார். விக்டர் பே சிலிக்கு மேற்கொண்ட பயணமும் அதைத் தொடர்ந்து அங்கு அவர் வாழ்ந்த வாழ்க்கைபற்றிய நினைவுகளும் அயேந்தே மீது நீடித்த தாக்கத்தை ஏற்படுத்தின. அவர்களின் உரையாடல்களைப் பற்றி அயேந்தே இவ்வாறு குறிப்பிட்டார்: "இந்த மனிதர் தனது கதையை என்னிடம் ஒப்படைத்தார், அதை நான் 40 ஆண்டுகளாக என் நினைவிலும் இதயத்திலும் பத்திரமாக வைத்திருந்தேன்."

உண்மையில் வின்னிபெக் ஒரு சரக்குக் கப்பல். ஸ்பானிஷ் உள்நாட்டுப் போருக்குப் பிறகு, தப்பி ஓடிய ஸ்பானிஷ் அகதிகளில் 2,000க்கும் மேற்பட்டோரை ஏற்றிச் செல்வதற்காக மீண்டும் குத்தகைக்கு எடுக்கப்பட்டது. ஸ்பானிஷ் குடியேற்றத்திற்கான சிலியின் சிறப்புத் தூதராக நியமிக்கப்பட்ட நெரூடா, பிரான்சிஸ்கோ பிராங்கோவின் ஆட்சியால் துன்புறுத்தப்பட்டவர்களுக்கு அடைக்கலம் அளிக்க இந்தப் பணியைத் திட்டமிட்டார். வால்பரைசோவில் அகதிகளின் வருகை சிலி மக்களிடையே உற்சாகத்தையும் ஒற்றுமையையும் ஏற்படுத்தியது. அந்தத் தருணத்தை நினைவுகூர்ந்த அயேந்தே, "கப்பல் வந்தபோது, திரளாக சிலிய மக்கள் காத்திருந்தனர்... ஸ்பெயினின் பதாகைகள், கொடிகள், இசை, ஏன் உணவுகூடக் கொண்டுவந்து வரவேற்றனர்."

இந்த நாவலில் ஸ்பெயின், சிலி ஆகியவற்றின் அரசியல் நிலப்பரப்புகளுக்கு இடையிலான ஒற்றுமையையும் நாவலாசிரியர் சுட்டிக்காட்டுகிறார். இந்த இரண்டு நாடுகளிலும் ஜனநாயகரீதி யாகத் தேர்ந்தெடுக்கப்பட்ட இடதுசாரி அரசாங்கங்களை இராணுவம் தூக்கியெறிந்து, நீண்டகாலச் சர்வாதிகாரக் காலத்திற்கு வழிவகுத்தன. "சிலியில் நடந்தது ஸ்பெயினில் உள்நாட்டுப் போரில் நடந்ததைப்போலவே இருந்தது" என்று அயேந்தே குறிப்பிடுகிறார்.

வின்னிபெக் கப்பலின் பயணிகள் வரலாற்று முக்கியத்துவம் கொண்டவர்கள். சிலி சமூகத்துடன் அவர்கள் ஒன்றிணைந்து நாட்டின் கலாச்சாரத்தையும் அறிவுசார் கட்டமைப்பையும் வளப்படுத்தினார்கள். 2019ஆம் ஆண்டில், வின்னிபெக் பயணத்தின் 80ஆவது ஆண்டு நிறைவு நாள் கொண்டாடப்பட்டது. அதில் வந்திறங்கிய அகதிகள், அவர்களின் சந்ததியினர் ஆகியோரின் நீடித்த தாக்கத்தை இந்த விழா எடுத்துக்காட்டுகிறது. "அந்த மக்கள் நமது கலாச்சாரத்திற்கும் சமூகத்திற்கும் பெரிதும் பங்களித்தனர்" என்று அயேந்தே கூறுகிறார்.

'கடலின் நீண்ட இதழ்' வரலாற்று நிகழ்வுகளுக்கான சான்றாக மட்டுமல்லாமல், இடப்பெயர்வு, புகலிடம் தொடர்பான சமகாலப் பிரச்சினைகள் குறித்த பிரதிபலிப்பாகவும் செயல்படுகிறது. புலம்பெயர்ந்தவராகவும் முன்னாள் அகதியாகவும் அயேந்தே தனது சொந்த அனுபவங்களிலிருந்தும், இடம்பெயர்ந்தவர்களின் பார்வையிலிருந்தும் கதைக்கு நம்பகத்தன்மையைக் கொண்டு வருகிறார். "புலம்பெயர்ந்தோர், அகதிகள், இடம்பெயர்ந்த மக்கள் ஆகிய தலைப்புகள் சமகாலத்தில் எல்லா நாடுகளையும்

பாதித்துள்ளன. அவை என் இதயத்திற்கு மிகவும் நெருக்க மானவை” என்றும் குறிப்பிடுகிறார்.

நுணுக்கமான ஆராய்ச்சியுடன் எழுதிய இந்த இதயப் பூர்வமான நாவலின் மூலம், வரலாற்றின் அறியப்படாத ஒரு அத்தியாயத்தின் மேல் அயேந்தே வெளிச்சம் பாய்ச்சுகிறார். அரசியல் கொந்தளிப்பின் சுழற்சித் தன்மையையும் நீடித்த மனித உணர்வையும் வாசகர்களுக்கு நினைவூட்டுகிறார். வரலாற்றின் கசையடிகளுக்கு மத்தியில் காதல், இழப்பு, வீட்டையும் சுய அடையாளத்தையும் தேடுவது போன்றவை குறித்த துடிப்பான ஆய்வாக விளங்குகிறது ‘கடலின் நீண்ட இதழ்’.

சென்னை, **சுபஸ்ரீ பீமன்**

02.04.2025

...வெளிநாட்டவர்களே! இதோ,
இது என் தாய்நாடு,
இங்கே நான் பிறந்தேன், என் கனவுகள்
இங்கே வாழ்கின்றன.

பாப்லோ நெருடா,

"பயணங்களும் வீடுதிரும்புதலும்"
வீடுதிரும்புதல்

பாகம் 1
போரும் வெளியேற்றமும்

1

1938

புறப்படுங்கள், சிறுவர்களே,
இன்னொரு முறை கொல்வதற்கு, மறுபடி சாவதற்கு,
இரத்தத்தைப் பூக்களால் அலங்கரிப்பதற்கு.

பாப்லோ நெருடா

"மனிதனின் பூமி முழுவதும் இரத்த ஆறு"
கடலும் மணிகளும்

பதின்வயதினரை இராணுவத்தில் சேர்க்கும் "பால் புட்டி கட்டாய இராணுவச் சேர்ப்பு" பிரிவில் போரில் சண்டையிட வந்தவன் அந்த இளம் சிப்பாய். சரக்கு ரயிலிலிருந்து கொண்டுவரப்பட்ட காயமடைந்தவர்களுடன் அவனை விக்டர் தல்மாவ் கண்டான். எஸ்தாசியோன் தெல் நோர்தேயின் கல்தரையில் பாய்களின் மேல் காயமடைந்தவர்களைக் கிடத்தியிருந்தார்கள். அங்கிருந்து பிற மருத்துவமனைகளுக்கு அழைத்துச் செல்ல மற்ற வாகனங்களுக்காக அவர்கள் காத்திருக்க வேண்டியிருந்தது. தேவதைகளின் ஆசிபெற்று அச்சத்தைத் துறந்த ஒருவனின் அமைதியான தோற்றத்துடன் அந்தச் சிறுவன் அசையாமல் கிடந்தான். இந்தக் குறிப்பிட்ட ரயிலில் கேட்டலோனியாவை அடைவதற்கு எத்தனை நாட்கள் ஆயிற்று? எத்தனை முறை ஒரு ஸ்ட்ரெச்சரிலிருந்து இன்னொரு ஸ்ட்ரெச்சருக்கும், ஒரு கள மருத்துவமனையிலிருந்து மற்றொரு மருத்துவமனைக்கும், ஒரு ஆம்புலன்ஸிலிருந்து இன்னொன்றிற்கும் மாற்றப்பட்டான்? இவை யெல்லாம் கணிக்க இயலாத விஷயங்கள்.

ஸ்டேஷனில் டாக்டர்கள், துணை மருத்துவர்கள், செவிலியர்கள் ஆகியோர் வீரர்களைப் பரிசோதித்து, உடனடியாகச் சிகிச்சை தேவைப்படுபவர்களை மருத்துவ மனைக்கு அனுப்புவார்கள். மற்றவர்களைக் காயமடைந்த உடலின் பகுதிக்கு ஏற்பப் பலவகைகளில் (குழு 1: கைகள் குழு 2: கால்கள் குழு 3: தலை...) பிரிப்பார்கள். பின்னர் அவர்கள் கழுத்தில் லேபிள்களை மாட்டிக் காயமடைந்த உடல்பகுதியைச் சார்ந்த மையத்திற்கு அனுப்புவார்கள். காயமடைந்தவர்கள் நூற்றுக்கணக்கானவர்கள் வந்தனர். சில நிமிடங்களுக்குள் காயத்தை ஆராய்ந்து முடிவெடுக்க வேண்டியிருக்கும். அங்கிருந்த குழப்பமும் களேபரமும் நிலைமையைக் கட்டுக்குள் கொண்டுவர ஏதுவாக இல்லை. ஆனாலும் அங்கிருந்த மருத்துவர்கள் எல்லோரையும் விதிவிலக்கின்றிப் பரிசோதித்தார்கள். அறுவைச் சிகிச்சை தேவைப்படுபவர்களை மன்ரேசாவில் இருந்த பழைய சன் ஆண்ட்ரூ கட்டிடத்திற்கு அனுப்புவார்கள்; சிகிச்சை தேவைப்படுபவர்களை வேறு மையங்களுக்கு அனுப்புவார்கள்; மீதமுள்ளவர்களைக் காப்பாற்ற எதுவும் செய்ய முடியாதென்றால் இருந்த இடத்திலேயே விட்டு விடுவார்கள். தன்னார்வத் தொண்டு நிறுவனங்களைச் சேர்ந்த பெண்கள், வேறு எங்காவது மற்றொரு பெண்ணின் கையில் தனது மகனோ, சகோதரனோ ஆறுதல் அடைவான் என்ற நம்பிக்கையில், சாகக் கிடப்பவர்களின் உதடுகளை ஈரத்துணியால் நனைத்து, தங்கள் சொந்தக் குழந்தைகளுக்கு மெல்லிய குரலில் ஆறுதல் சொல்வதைப் போல கவனித்துக் கொள்வார்கள். பின்னர், ஸ்ட்ரெச்சர் தூக்குபவர்கள் அவர்களைப் பிணவறைக்கு எடுத்துச் செல்வார்கள்.

இளம் சிப்பாயின் மார்பில் ஒரு காயம் இருந்தது. மருத்துவர் செய்த விரைவான பரிசோதனையின்போது அவரால் நாடித்துடிப்பைக் கண்டறிய முடியவில்லை. சிறுவன் உதவிசெய்தும் தேறக்கூடிய நிலையைக் கடந்துவிட்டான், அதனால் மருந்தோ ஆறுதலோ அவனுக்கு உபயோகமில்லை என மருத்துவர் முடிவு செய்தார். போர்க்களத்தில் காயத்தின் மீது ஒரு தகரத் தகடைப் பாதுகாப்பிற்காகத் தலைகீழாக வைத்து அவனது மார்பில் கட்டியிருந்தார்கள், ஆனால் அது எத்தனை மணிநேரத்திற்கு முன்பு, எத்தனை நாட்களுக்கு முன்பு, எத்தனை ரயில்களுக்கு முன்பு கட்டியது என்பது தெரியவில்லை.

விக்டர் அங்கே மருத்துவர்களுக்கு உதவியாளராக இருந்தான். ஒருவன் பிழைக்க மாட்டான் என மருத்துவர் கூறினால் அவனை விட்டுவிட்டு அடிபட்ட அடுத்த வீரனைக்

கவனிப்பது அவனது கடமை. ஆனால் அந்தச் சிறுவன் அதிர்ச்சியிலும் ரத்தக் கசிவுடனும் மேற்கொண்ட பயணத்தை எண்ணி, வாழ வேண்டும் என்ற அவனது வைராக்கியத்தைக் கண்ட விக்டர், மரணத்தின் கைகளில் அவனை ஒப்படைப்பது அவமானகரமான செயல் என்று எண்ணினான். காயத்தின் மீதிருக்கும் கட்டுகளைக் கவனமாக அகற்றியபோது, யாரோ நெஞ்சின் மேல் காயத்தை வரைந்ததைப் போல அது இன்னும் திறந்திருப்பதையும் சுத்தமாக இருப்பதையும், ஆச்சரியத்துடன் பார்த்தான். விலா எலும்புகளும் மார்பெலும்பின் பகுதியும் புல்லெட்டால் சிதைந்திருந்தாலும், இதயம் எப்படிச் சிதையாமல் தப்பித்தது என்று விக்டருக்கு வியப்பு. ஸ்பெயினின் உள்நாட்டுப் போரில் குடியரசுக் கட்சியில் – முதலில் மாட்ரிட் பின்னர் தெருயல் – பணியாற்றினான் விக்டர். அதன்பின் மன்ரேசாவில் உள்ள எவாகுவேஷன் மருத்துவமனையில். ஏறக்குறைய மூன்று ஆண்டுகள். எவ்வளவு கொடூரங்களைப் பார்க்க முடியுமோ அவ்வளவையும் பார்த்தாகிவிட்டது என்று நினைத்தான். மற்றவர்களின் துன்பம் தன்னைப் பாதிக்காது என்று நம்பினான். ஆனால் துடிக்கும் இதயத்தை அவன் அன்றுவரை பார்த்ததில்லை.

ஆச்சரியத்துடன் அவன் பார்த்துக்கொண்டிருக்கும்போதே அந்தச் சிறுவனின் நாடித்துடிப்பு மெதுவாகி, துடிப்பின் இடைவெளி குறைந்து, இறுதியாக ஒரு பெருமூச்சுக்கூட இல்லாமல் முற்றிலுமாக நின்றது. விக்டர், சிறிது நேரம் இதயத் துடிப்பு நின்றுபோன சிவப்புத் துளையை வெறித்துப் பார்த்துக் கொண்டே நின்றான். பதினைந்து அல்லது பதினாறு வயதுச் சிறுவன். குழந்தைத்தனம் மாறாத முகம். போரினாலும் உலர்ந்த இரத்தத்தாலும் அழுக்கான உடம்பு. ஸ்ட்ரெச்சரில் கேட்பாரற்றுக் கிடந்த இதயம். போரைப் பற்றிய விக்டரின் நினைவுகளில் இந்த நொடி அழிக்க முடியாத, நிரந்தர நினைவாகத் இருக்கும்.

தான் வலது கையின் மூன்று விரல்களை எதற்காக காயத்தின் இடைவெளியில் செருகினோம், அந்த உறுப்பை எதற்காக மெதுவாகப் பிடித்தோம், பலமுறை எதற்காக இடைவெளி விட்டு அழுத்தினோம் என அவனுக்கே தெரியாது. இதயத்தை அழுத்தும்போது எப்படி அமைதியாகவும் இயல்பாகவும் இருக்க முடிந்தது என்றும் தெரியவில்லை. எவ்வளவு நேரம் அழுத்தினான் என்றும் நினைவில்லை. முப்பது வினாடிகளா? முடிவற்ற காலமா? தெரியவில்லை. திடீரென்று அவனது விரல்களுக்கிடையில் இதயம் மீண்டும் உயிர்

பெறுவதை உணர்ந்தான். முதலில் என்ன நடக்கிறது என்று புரியாத நடுக்கத்துடன் இதயம் துடிக்க ஆரம்பித்து, விரைவில் வலுவான, வழக்கமான துடிப்புடன் இயங்கியது.

"நான் என் கண்ணால் பார்க்கவில்லை என்றால், ஒருபோதும் நம்பியிருக்க மாட்டேன்" என்று விக்டர் கவனிக்காத போது அணுகிய மருத்துவர்களில் ஒருவர் கூறினார்.

மருத்துவர் ஸ்ட்ரெச்சர் தூக்குபவர்கள் இருவரை அழைத்தார். காயமடைந்த சிறுவனை மருத்துவமனைக்கு விரைந்து எடுத்துச்செல்ல உத்தரவிட்டார் – இது ஒரு அசாதாரணமான நிகழ்வு.

"இந்தச் சிகிச்சைமுறையை எங்கே கற்றுக்கொண்டாய்?" இளம் சிப்பாயை ஸ்ட்ரெச்சரில் தூக்கிச் சென்றவுடன் அவர் விக்டரிடம் கேட்டார். சிறுவனின் முகம் மேலும் நீலம் பாய்ச்சியிருந்தாலும், இதயம் துடித்துக்கொண்டிருந்தது.

அதிகம் பேசிப் பழக்கமில்லாத விக்டர், பார்சிலோனாவில் மூன்று வருட மருத்துவப் படிப்பை முடித்ததாக மருத்துவரிடம் கூறினான்.

"ஆனால் அந்த நுட்பத்தை எங்கே கற்றுக்கொண்டாய்?" மருத்துவர் விடாமல் கேட்டார்.

"எங்கேயும் கற்றுக்கொள்ளவில்லை. இழப்பதற்கு வேறென்ன இருக்கிறதென்று தோன்றியது..."

"ஏன் நொண்டுகிறாய்?"

"தெருயலில் இடது தொடையெலும்பில் அடிபட்டு, இப்பொழுது பரவாயில்லை."

"நல்லது. இன்றிலிருந்து நீ என்னுடன் வேலை செய்! உன் பெயர்?"

"விக்டர் தல்மாவ், காம்ரேட்."

"நான் உன் காம்ரேட் இல்லை. டாக்டர் என்று கூப்பிடு. புரிந்ததா?"

"புரிந்தது. நீங்களும் என்னை ஸென்யோர் தல்மாவ் என்று கூப்பிடலாம். இது மற்ற காம்ரேட்களுக்கு நிச்சயமாகப் பிடிக்கப்போவதில்லை."

டாக்டர் தனக்குத்தானே சிரித்துக்கொண்டார். மறு நாளிலிருந்து, தன் வாழ்க்கையை நிர்ணயிக்கப்போகும் பணியில் விக்டர் பயில ஆரம்பித்தான்.

அந்தச் சிறுவனைக் காப்பாற்ற, மருத்துவர்கள் பதினாறு மணிநேரம் அறுவைச் சிகிச்சை செய்தார்களென்று சன் ஆன்ட்ருவிலும் இதர மருத்துவமனைகளிலும் பேசிக்கொண்டது விக்டர் காதிலும் விழுந்தது. பலர் இதை அதிசயம் என்றார்கள். கடவுளையும் புனிதர்களையும் கைவிட்டவர்கள் அறிவியல் முன்னேற்றமென்றும் சிறுவனுக்கு இளங்காளையின் பலம் இருந்ததென்றும் கூறினார்கள். சிறுவனை எந்த மருத்துவ மனைக்கு மாற்றினாலும் அங்கு போய்ப் பார்ப்பதென்று விக்டர் முடிவுசெய்தான். ஆனால் அதற்குப் பிறகு வந்த நாட்கள் மிகுந்த குழப்பத்தில் கழிந்ததால், யார் உயிரோடிருக்கிறார்கள், யார் காணாமல் போனார்கள், யார் இறந்தார்கள் என்று கணக்கு வைத்துக்கொள்ள முடியாத நிலையில் அவனால் போய்ப் பார்க்க முடியவில்லை. தன் கையில் பிடித்திருந்த இதயத்தைத் தான் மறந்துவிட்டதாக அவனுக்குத் தோன்றியது. ஆனால் பல ஆண்டுகளுக்குப் பிறகும், உலகின் மறுமூலையில் வசிக்கும்போதுகூட, அந்தச் சிப்பாய் அவனின் கெட்ட கனவுகளில் ஒரு தட்டில் இதயத்தை ஏந்தி, வெளிர் ஆவியாக, சோகமாகத் தோன்றினான். விக்டருக்குச் சிப்பாயின் பெயர் நினைவில்லை; இல்லை, அவனது உண்மையான பெயரை விக்டர் தெரிந்துகொள்ளவேயில்லை, ஆனால் இறப்பின் வாசலைத் தொட்டு உயிரோடு வந்ததால் அந்தச் சிறுவனுக்கு லாசரஸ் என தன் மனதிற்குள் பெயர் சூட்டினான். அந்த இளம் சிப்பாய் அவனது உயிரைக் காப்பாற்றிய விக்டரை ஒரு நாளும் மறக்கவில்லை. எழுந்து உட்கார்ந்து தண்ணீர் குடிக்கும் அளவிற்குக் குணமடைந்ததும், எஸ்தாசியோன் தெல் நோர்தேயில் நடந்த அதிசயத்தைப் பற்றியும் அவனை மரணத்தின் பிடியிலிருந்து மீட்ட துணை அதிகாரியைப் பற்றியும் அவனிடம் கூறினார்கள். மேலும் அவனை ஏராளமான கேள்விகள் கேட்டார்கள்: சொர்க்கத்தையும் நரகத்தையும் உண்மையில் பார்த்தாயா? அவை நிஜமா? அல்லது, மக்களிடையே அச்சத்தை ஏற்படுத்த பிஷப்புகளால் கண்டுபிடிக்கப்பட்ட கட்டுக்கதையா? போர் முடிவதற்குள் சிறுவன் குணமடைந்தான், இரண்டு ஆண்டுகளுக்குப் பிறகு, மார்சேய் நகரத்தில் குண்டடிப்பட்ட வடுவின் கீழ் விக்டர் தல்மாவின் பெயரைப் பச்சை குத்திக்கொண்டான்.

ஏறக்குறைய எல்லா இளைஞர்களையும் போலவே, விக்டரும் 1936ஆம் ஆண்டு குடியரசுக் கட்சியின் இராணுவத்தில் சேர்ந்தான், ஃபிராங்கோவின் தேசியவாதப் படைகள் என்று பெயரிட்டுக்கொண்டு, அரசாங்கத்திற்கு எதிராக எழுந்த

துருப்புக்களால் ஆக்கிரமிக்கப்பட்ட மாட்ரிட்டைக் காக்கத் தனது படைப்பிரிவுடன் விக்டர் சென்றான். அவனது மருத்துவப் படிப்பு அகழிகளில் துப்பாக்கியைத் தோளில் தூக்கிப்பிடிப்பதைவிட மிகவும் பயனுள்ளதாக இருந்தது. காயமடைந்தவர்களை மீட்கும் பணியில் ஈடுபட்டான். பின்னர் மற்ற போர்முனைகளுக்கு அவனை அனுப்பினார்கள்.

1937ஆம் ஆண்டு, டிசம்பர் மாதத்தின் கடுமையான குளிரில் தெருயெல் போரின்போது காயமடைந்தவர்களுக்கு முதலுதவி அளிக்கும் ஆம்புலன்சில் விக்டர் தல்மாவ் நியமிக்கப் பட்டான். ஆம்புலன்சை ஓட்டுவதற்கு பாஸ்க் நாட்டைச் சேர்ந்த டிரைவர் எய்ட்டர் இபார்ராவை நியமித்திருந்தார்கள். அவன் பாட்டுப் பாடி, சத்தமாகச் சிரித்து, மரணத்தைத் தினம் கேலிசெய்து, உடைந்துபோயிருந்த சாலைகளில் வாகனத்தைச் செலுத்தினான். தன்னுடைய டிரைவரின் அதிர்ஷ்டத்தினால்தான் அபாயகரமான ஆயிரம் விபத்துகளி லிருந்து தப்பிக்க முடிந்தது என்று விக்டர் நம்பினான். வெடிகுண்டு தாக்காமல் இருக்க, அவர்கள் இரவில் அதிகம் பயணம் செய்தார்கள். நிலா வெளிச்சம் இல்லாத நாட்களில், ஒருவன் ஆம்புலன்சுக்கு முன்னால் சாலையில் டார்ச் விளக்கைக் காட்டியபடி நடப்பான். காயமடைந்தவர்களை மற்றொரு டார்ச் விளக்கின் வெளிச்சத்தில் தன்னிடம் இருந்த குறைந்த மருத்துவப் பொருட்களைக் கொண்டு வாகனத்தில் வைத்து விக்டர் சிகிச்சையளிப்பான். அதிகமான பனிப்பொழிவிலும் ஆபத்தான நிலப்பரப்பிலும், மெதுவாக ஊர்ந்து சென்றார்கள். பனியில் மூழ்கி, சரிவுகளிலிருந்தும் பள்ளங்களிலிருந்தும் வெடிகுண்டால் பள்ளமாக்கப்பட்ட கிரேடர்களிலிருந்தும் ஆம்புலன்சைத் தள்ளினார்கள். முறுக்கப்பட்ட இரும்புக் கம்பிகளிலிலும் உறைந்தபோன உடல்களிலும் மாட்டாமல், தேசியவாத மெஷின் துப்பாக்கிகளிலிருந்தும் ஜெர்மன் காண்டோர் லெஜியன் விமானங்களிலிருந்து விழும் குண்டுகளிலிருந்தும் தப்பித்தார்கள். பயங்கரமான சூழ்நிலையிலும் தங்கள் கடமையை நிறைவேற்றினார்கள். கண்முன்னே ரத்தம் கசிந்து ஒரு சிப்பாய் இறந்துகொண்டிருந்தாலும் விக்டர் தன் பாதுகாப்பில் இருப்பவனை எப்படியாவது உயிருடன் வைத்திருக்க வேண்டும் என்ற உறுதியிலிருந்து எப்போதும் திசை திரும்பியதில்லை. எய்டர் இபார்ராவின் அசைக்க முடியாத கடமையுணர்ச்சி விக்டரைச் சமநிலையுடன் செயல்படவைத்தது. எய்டர் எப்போதும் எந்த விதமான மன அழுத்தமுமில்லாமல் ஆம்புலன்சை ஓட்டினான். எல்லாச் சந்தர்ப்பங்களிலும் நகைச்சுவையாகப் பேசினான்.

ஆம்புலன்ஸ் வேலையிலிருந்து தெருயெலிலிருந்த கள மருத்துவமனைக்கு விக்டர் அனுப்பப்பட்டான். இந்தக் கள மருத்துவமனை வெடிகுண்டுத் தாக்குதல்களால் பாதிக்காத வகையில் பாதுகாப்பாகக் குகைகளுக்குள்ளே அமைக்கப் பட்டிருந்தது. குகைக்குள் வெளிச்சம் இல்லாத காரணத்தால் ஊழியர்கள் மெழுகுவர்த்தியை ஏற்றி, இஞ்சின் ஆயில், மண்ணெண்ணெய் ஆகியவற்றில் நனைத்த கந்தல் துணியை எரித்து அந்த வெளிச்சத்தில் வேலைசெய்தார்கள். உறைந்த கருவிகள் தங்கள் கைகளுடன் ஒட்டாமலிருக்கச் சிறிய கரி ஹீட்டரை அறுவைச் சிகிச்சை மேஜைக்குக் கீழே வைத்துக் குளிரிலிருந்து தப்ப முயற்சிசெய்து தோற்றார்கள். வழியில் பலர் இறந்துவிடுவார்கள் என நன்கு அறிந்த மருத்துவர்கள் தங்களால் முடிந்தவரை விரைவாக அறுவைச் சிகிச்சை செய்து காயமுற்ற சிப்பாய்களை மருத்துவமனை மையங்களுக்கு அனுப்பினார்கள். எந்த மருத்துவ உதவியாலும் காப்பாற்ற முடியாத நிலையில் இருந்தவர்கள் வலியில்லாமல் இறப்பதற்காக மார்ஃபின் கொடுக்க முடிந்தால் கொடுத்தார்கள், ஆனால் மார்ஃபின் எப்போதும் பற்றாக்குறையில் இருந்தது. ஈதரும் பற்றாக்குறையில் இருந்தது. கொடூரமாகக் காயம்பட்டு வலியால் அலறும் மனிதர்களுக்கு நிவாரணம் அளிக்க வேறு எந்த மருந்தும் இல்லையென்றால், விக்டர் அவர்களுக்கு ஆஸ்பிரின் கொடுத்து இது சக்திவாய்ந்த அமெரிக்க மருந்து என்று கூறுவான். உபயோகித்த துணிக்கட்டுகளை உருகிய பனியில் கழுவி மீண்டும் பயன்படுத்தினார்கள். துண்டிக்கப்பட்ட கால்களும் கைகளும் குவியல்களாகக் கிடக்கும். அவற்றை அப்புறப்படுத்தும் வேலை யாருக்கும் பிடிக்காது. எரியும் சதையின் நாற்றதிற்கு விக்டரால் பழகிக்கொள்ளவே முடியவில்லை.

தெருயெலில் இரண்டாவது முறை விக்டர் எலிசபெத் ஐடன்பென்ஸைப் பார்த்தான். முதல் சந்திப்பு மாட்ரிட் போரின்போது நடந்தது; போரின் தாக்கத்தினால் அவதிப்படும் குழந்தைகளுக்கு உதவும் சங்கத்துடன் தன்னார்வலராக வந்திருந்தாள். இத்தாலிய ஓவியங்களை அலங்கரிக்கும் மறுமலர்ச்சிக் காலத்தைச் சேர்ந்த கன்னிகளுக்குரிய முகம். போர் வீரனின் மன உறுதி. இருபத்தி நான்கு வயது சுவிஸ் செவிலி. விக்டர், மாட்ரிட்டில் அவளிடம் பாதி மனதைப் பறிகொடுத்திருந்தான். அவள் அவனுக்குச் சிறிதளவு ஊக்கம் கொடுத்திருந்தால் முழு மனமும் அவள் வசமாகியிருக்கும். ஆனால் குழந்தைகளின் துன்பங்களைக் குறைக்கப் பாடுபட்டுக் கொண்டிருக்கும் பணியிலிருந்து அவளைத் திசைதிருப்ப முடியவில்லை.

விக்டர் அவளை முதன்முதலில் சந்தித்தபோது அவள் முகத்தில் தெரிந்த அப்பாவித்தனம் சில மாதங்களில் மறைந்து விட்டது. இராணுவ அதிகாரத்துவத்தாலும் ஆண்களின் முட்டாள்தனத்தாலும் அவள் எதிர்கொண்ட போராட்டங்கள் அவளது குணத்தை உறுதியாக்கின. அவள் தன் பாதுகாப்பி லிருந்த பெண்களின் மீதும் குழந்தைகளின் மீதும் அன்பும் கருணையும் கொண்டிருந்தாள். இரண்டு எதிரித் தாக்குதல்களுக்கு இடையே கிடைத்த அமைதியான ஒரு தருணத்தில், உணவு விநியோக டிரக்கொன்றின் அருகே விக்டர் அவளை யதேச்சையாகச் சந்தித்தான். "என்னை நினைவிருக்கிறதா?", எலிசபெத் ஜெர்மன் உச்சரிப்புடன் ஸ்பானிய மொழியில் கேட்டாள். அவளை எப்படி விக்டரால் மறக்க முடியும்? ஆனால் அவளைப் பார்த்ததும் அவனுக்குப் பேச்சே வரவில்லை. அவள் முன்னைவிடப் பெண்மை யடைந்தும் அழகாகவும் இருந்தாள். இருவரும் உடைந்த கான்கிரீட் மேல் அமர்ந்தார்கள்; அவன் புகைபிடிக்க ஆரம்பித்தான், அவள் ஒரு பிளாஸ்கிலிருந்து தேநீர் அருந்தினாள்.

"எய்டர் எப்படி இருக்கிறார்?", என்று கேட்டாள்.

"குண்டு மழைக்கு நடுவே ஒரு கீறல்கூட விழாமல் நன்றாக இருக்கிறான்."

"எதைக் கண்டும் பயப்படாத ஆள். நான் நலம் விசாரித்ததாகச் சொல்லுங்கள்."

"இந்தப் போர் முடிவடைந்ததும் என்ன செய்யப் போகிறாய்?", விக்டர் கேட்டான்.

"இன்னொரு போரைத் தேடிச் செல்வேன். உலகில் போருக்கா பஞ்சம். நீங்கள்?"

"நீ விரும்பினால், நாம் திருமணம் செய்துகொள்ளலாம்", என்றான் கூச்சத்துடன்.

அவள் சிரித்தாள், ஒரு கணம் அந்தச் சிரிப்பில் மீண்டும் மறுமலர்ச்சிக் கால அழகி தென்பட்டாள்.

"இந்த ஜென்மத்தில் அது நடக்காது. நான் யாரையும் திருமணம் செய்துகொள்ளப் போவதில்லை. எனக்குக் காதலிக்க நேரமில்லை."

"ஒருவேளை மனம் மாறலாம். நாம் மீண்டும் சந்திப்போம் எனத் தோன்றுகிறதா?"

"உயிரோடிருந்தால் கண்டிப்பாகச் சந்திப்போம். நீங்கள் என்னை நம்பலாம், விக்டர், என் உதவி உங்களுக்குத் தேவைப்பட்டால். . ."

"உனக்கும் ஏதாவது உதவி தேவையென்றால். . .", என்றவன், "ஒரே ஒரு முத்தம் தரலாமா?" என்றான்.

"நோ சான்ஸ்!"

எந்தப் பல்கலைக்கழகமும் கொடுத்திராத மருத்துவ அறிவை தெருயெல் குகைகளில் விக்டர் பெற்றிருந்தான். அதோடு எதையும் தாங்கும் இரும்பு இதயமும் கூடுதலாகக் கிடைத்தது. இரத்தம் (எவ்வளவு இரத்தம்!), மயக்க மருந்தற்ற அறுவைச் சிகிச்சை, தசையழுகும் துர்நாற்றம், அழுக்கு, காயம்பட்ட வீரர்கள், சில சமயங்களில் பெண்களும் குழந்தைகளும் வந்துபோகும் முடிவில்லா அணிவகுப்பு. . . கிட்டத்தட்ட எந்தச் சூழ்நிலையும் காலப்போக்கில் பழகிவிடும் என்பதை விக்டர் கற்றுக்கொண்டான். இவை போதாதென்று உள்ளத்தை ஆட்கொள்ளும் ஒரு விதமான கையாலாகாத சோர்வு. கூடவே இத்தனை தியாகமும் வீணாகிவிடுமோ என்ற விஷத்தனமான சந்தேகம். ஒருநாள், குண்டுவெடிப்பின் இடிபாடுகளிலிருந்து இறந்தவர்களையும் காயமடைந்தவர்களையும் அப்புறப்படுத்தும் போது, இடிந்திருந்த சுவர் ஒன்று தாமதமாக விழுந்து அவனது இடது காலை உடைத்தது. சர்வதேசப் படையணியைச் சேர்ந்த ஒரு ஆங்கில மருத்துவர் சிகிச்சையளித்தார். இதே இடத்தில் வேறு ஒரு மருத்துவர் இருந்திருந்தால், காலை வெட்டுவதே சரியான முடிவென்று கூறியிருப்பார். ஆனால் அந்த ஆங்கிலேயர் சில மணிநேர ஓய்விற்குப் பின் தனது ஷிஃப்டை அப்போதுதான் தொடங்கியிருந்தார். அவர் அங்கிருந்த நர்ஸிடம் தூக்கம் கலையாத நிலையில் ஒரு உத்தரவைத் தடுமாற்றத்துடன் கூற, எலும்பு முறிவைச் சரிசெய்யத் தயாரானார்கள். "தம்பி, நீ அதிர்ஷ்டசாலி. ரெட் க்ராஸ் நேற்றுதான் சிகிச்சைப் பொருட்களை அனுப்பினார்கள். அதனால் நீ இப்போது தூங்கப்போகிறாய்" என்று நர்ஸ் ஈதர் முகமூடியை முகத்தின் மேல் பொருத்தினாள்.

எய்டர் இபர்ராவின் அதிர்ஷ்டம் தன் அருகில் இல்லாததே விபத்துக்குக் காரணம் என விக்டர் நினைத்துக்கொண்டான். பிறகு, வலென்சியாவுக்குப் போக உத்தரவு வந்தபோது, விக்டரை

எய்டர் ரயிலில் டஜன் கணக்கான காயமடைந்தவர்களுடன் ஏற்றிவிட்டான். விக்டரின் காலை மரக்கட்டையுடன் அசையாமல் வைத்து பேண்டேஜுகளால் கட்டியிருந்தார்கள். சதையில் காயங்கள் இருந்ததால் பிளாஸ்டர் கட்டுப் போட முடியவில்லை. காலை வெறும் போர்வையால் போர்த்தி அனுப்பினார்கள். குளிரிலும் காய்ச்சலிலும் நடுங்கியபடி பயணித்தான். ரயிலின் ஒவ்வொரு அசைவும் இம்சையாக இருந்தது. ரயில் தரையில் தன்னுடன் படுத்திருந்த மற்றவர்களை விடத் தன்னுடைய நிலை பரவாயில்லை என நினைத்தான். தனது கடைசி சிகரெட்டையும் மார்ஃபின் டோஸையும் விக்டரிடம் கொடுப்பதற்கு முன் கடுமையான அவசர காலத்தில் மட்டுமே அவற்றைப் பயன்படுத்த வேண்டும் என்று சத்தியம் வாங்கிக்கொண்டான் எய்டர், ஏனெனில் இனிமேல் அதெல்லாம் கிடைக்காது. வலென்சியாவில் உள்ள மருத்துவமனையில் ஆங்கில மருத்துவர் செய்த சிகிச்சைக்காக அவரை வாழ்த்தினார்கள். சிக்கல் எதுவும் தோன்றாவிட்டால், விக்டரின் கால் புதியதுபோல் இருக்கும், ஆனால் இன்னொரு காலைவிடச் சற்றுக் குட்டையாக இருக்குமென்று சொன்னார்கள்.

காயங்கள் குணமடையத் தொடங்கியதும், ஊன்றுகோலால் நிற்க முடிந்தது, காலுக்கு பிளாஸ்திரி கட்டுப் போட்டு பார்சிலோனாவுக்கு விக்டரை அனுப்பினார்கள். தன் பெற்றோரின் வீட்டில் தங்கி உடல்நிலையைச் சரிசெய்து கொண்டும் தனது தந்தையுடன் செஸ் விளையாடிக்கொண்டும் பொழுதைப் போக்கினான். ஊன்றுகோலின் உதவியின்றி நடக்க ஆரம்பித்ததும் மீண்டும் உள்ளூர் மருத்துவமனையில் வேலைக்குச் சென்றான். அங்கு பொதுமக்களுக்கு மருத்துவ உதவிசெய்தான். போர்முனையில் அனுபவித்ததை ஒப்பிட்டுப் பார்த்தால், மருத்துவமனை தூய்மையான சொர்க்கம்போல இருந்தது; மருத்துவமனை வேலை விடுமுறையில் இருப்பதுபோல் இருந்தது. அடுத்த மார்ச்வரை அங்கேயே வேலை செய்தான். பின்பு, மன்ரேசாவில் இருந்த சன் ஆண்ட்ரூவுக்குச் செல்லும்படி உத்தரவு வந்தது. தனது குடும்பத்துடன் தங்கி இசை பயிலும் ரோஸர் ப்ரூகுவேராவிடமும் தனது பெற்றோரிடமும் விடைபெற்றான். பெற்றோர் வீட்டில் தங்கியிருந்த சில வாரங்களில், விக்டர் ரோஸரைத் தன் குடும்பத்தில் ஒருத்தியாகக் கருத ஆரம்பித்திருந்தான். பியானோ பயிற்சியில் மணிக் கணக்காக ஈடுபட்ட அடக்கமான, அன்பான பெண் அவள். மார்செல், கார்மே லூயிஸ் இணையரின் சொந்தப் பிள்ளைகள் வீட்டை விட்டுச் சென்றதிலிருந்து அவளின் துணை அவர்களுக்குத் தேவைப்பட்டது.

ஒருநாள், ஒரு பெண் போராளி கொண்டுவந்து கொடுத்த காகிதத்தைப் பிரித்து, தன்னுடைய அம்மா கார்மேயிடமிருந்து வந்திருந்த செய்தியைப் படித்தான் விக்டர் தல்மாவ். பார்சிலோனாவிலிருந்து அறுபத்தைந்தே கிலோமீட்டர் தொலைவில் அவன் பணிசெய்யும் மருத்துவமனை இருந்த போதிலும் ஏழு வாரங்களாக அவளைப் போய்ப் பார்க்க வில்லை. பஸ்ஸில் சென்று பார்த்துவர அவனுக்கு ஒரு நாள்கூட விடுமுறை கிடைக்கவில்லை. வாரம் ஒருமுறை, ஞாயிற்றுக்கிழமையன்று சொல்லிவைத்த அதே நேரத்தில், அவள் விக்டரைத் தொலைபேசியில் கூப்பிடுவாள், வாரம் ஒருமுறை பரிசாக ஏதோ ஒன்றை அனுப்புவாள். சர்வதேசப் படைப்பிரிவு உறுப்பினர்களிடம் வாங்கிய ஒரு சாக்லேட், கறுப்புச் சந்தையில் வாங்கிய தொத்திறைச்சி அல்லது சோப்பு, சில சமயங்களில் அவள் பொக்கிஷமாகக் கருதிய சிகரெட்; நிகோடின் இல்லாமல் அவளால் வாழ முடியாது. இவை யெல்லாம் அவளுக்கு எங்கிருந்து எப்படிக் கிடைத்தன என்று விக்டர் யோசித்தான். முக்கியமாக புகையிலை மிகவும் விலையுயர்ந்தது, எதிரி விமானங்கள் அதை ரொட்டிகளுடன் வானத்திலிருந்து தூக்கி எறிந்து, குடியரசுக் கட்சியினரின் பசியைக் கேலிசெய்து, தேசியவாதிகளிடையே நிலவிய பணப்புழக்கத்தைக் காட்டுவார்கள்.

வியாழன் அன்று அம்மாவிடமிருந்து தொலைபேசி அழைப்பு வந்தால் அவசரநிலை என்று மட்டுமே அர்த்தம். "நான் டெலிபோன் எக்ஸ்சேஞ்சில் இருப்பேன். ஃபோன் செய்." செய்தியைப் பெறுவதற்கு முன்பு அறுவைச் சிகிச்சை அரங்கில் பிஸியாக இருந்ததால் அவள் கிட்டத்தட்ட இரண்டு மணிநேரம் காத்திருந்திருக்க வேண்டும் என்று கணக்கிட்டான். அடித்தளத்தில் உள்ள அலுவலகத்திற்குச் சென்று, பார்சிலோனா எக்ஸ்சேஞ்சில் தன்னை இணைக்குமாறு ஆபரேட்டர் ஒருவரிடம் கேட்டான்.

கார்மே தல்மாவ் லைனில் வந்து, கொடிய இருமலுக்கு இடையில், அவன் வீட்டிற்கு வர வேண்டும் என்றும், அவனது தந்தை வாழ இன்னும் சிறிது காலம் மட்டுமே உள்ளது என்றும் சொன்னாள்.

"என்ன ஆச்சு அவருக்கு? நான் கடைசியாகப் பார்த்தபோது அவர் நன்றாகவும் ஆரோக்கியமாகவும் இருந்தாரே!" விக்டரால் குரலில் அதிர்ச்சியை மறைக்க முடியவில்லை.

"அவரது இதயம் கைவிட்டுவிட்டது. உன் தம்பிக்கும் தகவல் அனுப்பு! விடைபெறவரச் சொல்! இல்லையென்றால் நாம் கண் மூடித் திறப்பதற்குள் அவர் இறந்துவிடுவார்."

மாட்ரிட் முகப்பில் கிய்யேமைக் கண்டுபிடிக்க அவனுக்கு முப்பது மணிநேரம் ஆனது. கடைசியில் வானொலி மூலம் தொடர்புகொள்ள முடிந்ததும், நிலையான மற்றும் யுத்தத்தின் அலறல்களுக்கு மத்தியில், அவன் தம்பி பார்சிலோனா செல்ல அனுமதி பெறுவது சாத்தியமற்றது என்று விளக்கினான். அவனது குரல் மிகவும் தொலைவில் இருந்து சோர்வாக கேட்டது. விக்டருக்கு தனக்கு அறிமுகமே இல்லாத ஒருவருடன் பேசுவதைப் போல் தோன்றியது.

“துப்பாக்கியால் சுடும் திறன் கொண்ட ஆண் யாராக இருந்தாலும் போரில் சேர வேண்டியது அவசியம். விக்டர், இது உனக்கே நன்றாகத் தெரியும். துருப்புகளின் எண்ணிக்கை யிலும் ஆயுதங்களின் பலத்திலும் பாசிஸ்டுகள் நம்மை மிஞ்சி இருக்கிறார்கள். ஆனால் நாம் அவர்களை வெற்றிபெற விட மாட்டோம்.” கிய்யேம் கூறியதைக் கேட்ட விக்டருக்கு தேசியவாதம் ததும்பும் பாடல்களைப் பாடும் தோலோரெஸ் இபாருர்ரி என்றப் பாடகி நினைவிற்கு வந்தாள்.

கிளர்ச்சியாளர் இராணுவம் ஸ்பெயினின் பெரும்பகுதியை ஆக்கிரமித்திருந்தது, ஆனால் ஃப்ராங்கோவால் மாட்ரிட்டைக் கைப்பற்ற முடியவில்லை, ஒவ்வொரு தெருவிலும் ஒவ்வொரு வீட்டிலும் போரின் அடையாளமாக மாட்ரிட்டின் தற்காப்பு விளங்கியது. ஃபாசிஸ்டுகள் மொராக்கோவின் பயமுறுத்தும் மூர்ஸ் காலனித்துவத் துருப்புக்கள், கூடவே முசோலினி, ஹிட்லர் ஆகியோரின் வலிமையான உதவியைக் கொண்டிருந்தனர். ஆனால் குடியரசுக் கட்சியினரின் எதிர்ப்பு அவர்களைத் தலைநகரை ஆக்கிரமிக்கவிடாமல் தடுத்தது. போரின் தொடக்கத்தில், கிய்யேம் தல்மாவ் மாட்ரிட்டில் டுருத்தி வரிசையில் சண்டையிட்டான். அப்போது இரு படைகளும் நகரத்தின் பல்கலைக்கழகத்தில் எவ்வளவு நேருக்கு நேர் மோதின என்றால், சில இடங்களில் அவை தெருவின் அகலத்தால் மட்டுமே பிரிந்திருந்தன; ஒருவரையொருவர் முகத்தைப் பார்த்து அதிகக் கூச்சலிடாமல் திட்டிக்கொள்ளலாம். அந்தக் காலக்கட்டத்தில் பல்கலைக்கழகக் கட்டிடம் ஒன்றில் கிய்யேம் தனது படைவீரர்களுடன் பதுங்கியிருந்தான். ஷெல் தாக்குதல்களால், தத்துவம், இலக்கியம், மருத்துவம் ஆகிய துறைகளிலும் வெலாஸ்குவெஸ் மாளிகையின் சுவர்களிலும் துளை விழுந்திருப்பதாக விக்டரிடம் கூறியிருக்கிறான்; எறிகணைகளிலிருந்து தங்களைத் தற்காத்துக்கொள்ள வழி இல்லை, ஆனால் மூன்று தத்துவத் தொகுதிகளை ஒன்றாகப் பிடித்துக்கொண்டு தோட்டாக்களைத் தடுத்து நிறுத்த முடியும்

என்று அவர்கள் கணக்கிட்டனர். அரகோன் பிராந்தியத்தில் தனது புரட்சியைப் பிரச்சாரம் செய்து பலப்படுத்திய பின்னர் டுருத்தியின் படைப்பிரிவு ஒரு பகுதியுடன் மாட்ரிட்டில் சண்டையிட வந்திருந்த புகழ்பெற்ற அராஜகவாதியான பியூனவென்டுரா டுருத்தி என்பவர் இறக்கும் தருணத்தில் கிய்யேம் அவரின் அருகில் இருந்தான். அவர் மர்மமான சூழலில், மார்பில் துப்பாக்கியால் சுடப்பட்டு இறந்தார். அவரது புரட்சிப் படைப்பிரிவு அழிக்கப்பட்டது. ஆயிரத்துக்கும் மேற்பட்ட போராளிகள் இறந்தனர்; உயிர் பிழைத்தவர்களில், காயமடையாத சிலரில் கிய்யேமும் ஒருவன். இரண்டு ஆண்டுகள் மற்ற போர்முனைகளில் சண்டையிட்ட பிறகு அவன் மீண்டும் மாட்ரிட்டில் சண்டையிட நியமிக்கப்பட்டான்.

– உன்னால் வர முடியவில்லை என்றால் அப்பா புரிந்து கொள்வார், கிய்யேம். வீட்டில் நாங்கள் உனக்காகக் காத்திருக்கிறோம். முடிந்தால் வா. உயிருடன் இருக்கும் அப்பாவைப் பார்க்காவிட்டாலும், உன்னைப் பார்த்தால் அம்மாவுக்கு மிகவும் ஆறுதலாக இருக்கும்.

– ரோஸர் அவர்களுடன் இருக்கிறாளல்லவா?

– ஆம்.

– அவளுக்கு என் நன்றியைச் சொல். அவளுடைய கடிதங்கள் எனக்குத் துணையாக இருப்பதாகவும் சொல். அடிக்கடி பதில் அனுப்பாததற்கு என்னை மன்னிக்கச் சொல்.

– உனக்காகக் காத்திருப்போம், கிய்யேம். மிகவும் ஜாக்கிரதையாக இரு.

அவர்கள் சுருக்கமாக விடைபெற்றனர். ஆனால் விக்டரின் வயிற்றில் யாரோ முட்டியை வைத்து அழுத்துவது போல் பயம் குடிகொண்டது – தந்தை இன்னும் சிறிது காலம் வாழ வேண்டும், தம்பி பத்திரமாக வீட்டிற்குத் திரும்ப வேண்டும், போர் முடிவுக்கு வந்து குடியரசு காப்பாற்றப்பட வேண்டும் என்று அவரது மனது அடித்துக்கொண்டது.

விக்டர், கிய்யேம் ஆகியோரின் தந்தை பேராசிரியர் மார்செல் லூயிஸ் தல்மாவ், ஐம்பது ஆண்டுகள் இசை கற்பித்து, பார்சிலோனா இளைஞர் சிம்பொனி ஆர்கெஸ்ட்ராவை ஆர்வத்துடன் நடத்தி, டஜன் கணக்கில் பியானோ இசைக் கச்சேரிகளை இயற்றினார். போர் தொடங்கியதிலிருந்து யாரும் அவற்றை நிகழ்த்தவில்லை என்றாலும் போராளிகள் மத்தியில் அவரது பாடல்கள் மிகவும் பிரபலம். அவர் தனது மனைவி

கார்மேவைச் சந்திக்கும்போது அவள் சீருடை அணிந்த பதினைந்து வயதுப் பெண். அவள் பள்ளியில் அவர் இளம் இசை ஆசிரியர். அவளைவிடப் பன்னிரண்டு வயது மூத்தவர். கார்மே ஒரு கப்பல்துறை போர்ட்டரின் மகள், கன்னியாஸ்திரீகளின் தொண்டு மாணவி. குழந்தைப் பருவத்திலிருந்தே தன்னைப் புதுப்பித்தலுக்காகத் தயார்ப்படுத்திக்கொண்டுவந்தவள். உருப்படாத நாத்திகன், திருமணத்தின் புனித பந்தத்தைக் கேலி செய்யும் அராஜகவாதி, ஒருவேளை ஃப்ரீமேசனாக்கூட இருக்கக் கூடிய ஒருவனுடன் பாவத்தில் வாழ கான்வென்ட்டை விட்டு வெளியேறியதற்காக ஒருபோதும் அவளை வளர்த்த கன்னியாஸ்திரிகள் மன்னிக்கவில்லை. அவர்களின் முதல் குழந்தை விக்டர் பிறக்கும்வரை மார்செல் லூயிஸும் கார்மேயும் பல ஆண்டுகள் பாவத்தில் வாழ்ந்தனர்; தகப்பன் பெயர் தெரியாதவன் என்ற களங்கம் குழந்தையின் மீது படிவதைத் தவிர்ப்பதற்காகத் திருமணம் செய்துகொண்டனர். அந்தக் காலத்தில் திருமண வாழ்விற்கு வெளியே பிறந்த குழந்தைகளின் வாழ்க்கை கடுமையானதாக இருந்தது. “நாங்கள் இப்போது குழந்தைகளைப் பெற்றிருந்தால், திருமணம் செய்து கொண்டிருக்க மாட்டோம், இப்போது குடியரசில் யாரும் தகப்பன் பெயர் தெரியாதவர் இல்லை”, என்று போரின் தொடக்கத்தில் ஒரு நாள் மார்செல் லூயிஸ் தல்மாவ் கூறினார். “அதுவரை பொறுத்திருந்தால், வயதான காலத்தில் நான் கர்ப்பமாக இருந்திருப்பேன், உங்கள் குழந்தைகள் இன்னும் டயப்பரில் இருந்திருப்பார்கள்” என்று கார்மே பதிலளித்தாள்.

விக்டரும் கிய்யேம் தல்மாவும் மதச்சார்பற்ற பள்ளியில் படித்தார்கள்; ரவாலில் ஒரு சிறிய, நடுத்தர வர்க்க வீட்டில் வளர்ந்தார்கள்; அவர்களின் தந்தையின் இசையும் தாயின் புத்தகங்களும் பிள்ளைகளின் மதமாக மாறின. மார்செல் லூயிஸ் தல்மாவ் எந்த அரசியல் கட்சிக்கும் தன் ஆதரவைத் தரவில்லை, ஆனால் அதிகாரத்தின் மீதும் எல்லா வகையான அரசாங்கத்தின் மீதும் இருந்த அவநம்பிக்கை அவரை அராஜகவாதத்துடன் இணைத்தது. பல்வேறு வடிவங்களிலான இசைப் பயிற்சியுடன் மார்செல் லூயிஸ் தனது குழந்தைகளுக்கு அறிவியலிலும் சமூக நீதியிலும் ஆர்வத்தை ஏற்படுத்தினார். முதல் ஆர்வம் விக்டரை மருத்துவம் படிக்கத் தூண்டியது. இரண்டாவது கிய்யேமின் அசைக்க முடியாத இலட்சியமாக மாறியது. கிய்யேம் குழந்தைப் பருவத்திலிருந்தே உலகின் மீது கோபமாக இருந்தான். நில உரிமையாளர்கள், வணிகர்கள், தொழிலதிபர்கள், பிரபுக்கள், பாதிரியார்கள், குறிப்பாகப் பாதிரியார்களுக்கு எதிராக – நியாயமான வாதங்களுக்குப் பதிலாக ஒரு விடுதலைப் போர் வீரனின் தீவிரத்துடன் குரல்

கொடுத்தான். ஆரவாரமான குணமுடைய கிய்யேம், சிரித்த முகம் கொண்டவன்; தைரியமானவன். திடீர் உணர்ச்சிகளுக்கு ஆட்படக்கூடியவன். பெரிய ஆர்வம் கொண்டவன். இந்த அம்சங்களால் கவரப்பட்ட இளம்பெண்கள் அவனை மயக்க முயற்சித்துத் தோற்றனர். பெண்கள்மீது தான் ஏற்படுத்திய தாக்கத்தைப் பற்றி அவன் சிறிதும் கவலைப்படவில்லை; உடலையும் மனதையும் விளையாட்டிலும், மதுவிடுதிகளிலும் நண்பர்களுக்காகவும் அர்ப்பணித்தான்.

தனது பெற்றோரை மீறி, பத்தொன்பதாம் வயதில், ஃபாசிசக் கிளர்ச்சியாளர்களுக்கு எதிராகக் குடியரசு அரசாங்கத்தைப் பாதுகாப்பதற்காக ஒழுங்கமைக்கப்பட்ட முதல் தொழிலாளர் போராளிகளுடன் சேர்ந்தான். சிப்பாயாக இருப்பதைத் தொழிலாகக் கொண்டிருந்தான். ஆயுதங்களை ஏந்தவும் தன்னைவிட மனஉறுதி குறைந்தவர்களைக் கட்டளையிட்டு வழிநடத்தவும் பிறந்தவன் கிய்யேம். அவனது அண்ணன் விக்டரோ ஒரு கவிஞனைப் போலத் தோற்றமளித்தான்; நீளமான கை கால்கள், கட்டுப்பாடற்ற தலைமுடி, யோசனையில் ஆழ்ந்திருக்கும் முகம். எப்போதும் கைகளில் புத்தகத்துடன் அமைதியாக இருந்தான். பள்ளியில் மற்ற சிறுவர்களிடமிருந்து இடைவிடாத தொல்லைகளை அனுபவித்தான், "நீ பேசாமல் கன்னியாஸ்திரியின் உடையை மாட்டிக்கொள்! அது தான் உனக்கு சரி, ஃபாகட்"; என்று துன்புறுத்துவார்கள். ஆனால் விக்டருக்குத் துணை அவனைவிட மூன்று வயது இளையவனான கிய்யேம். வலிமையான கிய்யேம். நியாயத்திற்காகச் சண்டையிட எப்போதும் தயாராக இருந்த கிய்யேம். கிய்யேம் புரட்சியை மணமகளைத் தழுவுவதைப் போல் தழுவினான்; தனது உயிரைக் கொடுக்கத் தகுதியான காரணத்தைக் கண்டுபிடித்து அதைக் கெட்டியாகப் பற்றிக் கொண்டான்.

பணம் முதலீடு செய்து, அபோகாலிப்டிக் பிரசங்கத்தை ஆற்றிய கத்தோலிக்கத் திருச்சபையும், கன்சர்வேடிவ்களும் 1936 பொதுத் தேர்தலில் இடதுசாரிக் கட்சிகளின் கூட்டணியான பாப்புலர் ஃப்ரண்ட்டிடம் தோற்றுப்போனார்கள். ஐந்து ஆண்டுகளுக்கு முன்பு குடியரசுக் கட்சி வெற்றி பெற்றதில் ஆட்டம் கண்டுவிட்டிருந்த ஸ்பெயின், கோடாரியால் வெட்டியதைப் போல் பாப்புலர் ஃப்ரண்ட்டின் வெற்றியால் இரண்டாகப் பிளவுபட்டது.

குழப்பமான சூழ்நிலையை ஒழுங்கு செய்கிறேன் என்று சொன்னாலும், சொன்னதற்கு நேர்மாறாக இடதுசாரிகள், சோசலிஸ்டுகள், கம்யூனிஸ்டுகள், தொழிற்சங்கவாதிகள்,

கூலியாட்கள், விவசாயிகள், தொழிலாளர்கள், பெரும்பான்மை யான மாணவர்கள், அறிஞர்கள் ஆகியோரின் ஒருமித்த ஆதரவுடன் அமைந்த கூட்டணியான சட்டப்பூர்வமான அரசாங்கத்தைத் தூக்கி எறிய வலதுசாரிக் கட்சி இராணுவத் துடன் இணைந்து உடனடியாகச் சதி செய்ய தொடங்கியது.

உயர்நிலைப் பள்ளியை மிகுந்த பிரயத்தனத்துடன் முடித்த கிய்யேம், உருவகங்களில் பேசும் அவன் தந்தையின் வார்த்தை களில் சொல்லப்போனால், உடலமைப்பில் விளையாட்டு வீரன், தைரியத்தில் ஜல்லிக்கட்டுக் காளை, ஆனால் மூளை விஷயத்தில் அடம்பிடிக்கும் எட்டு வயதுப் பையன். கிய்யேமுக்கு அரசியல் சூழல் உகந்ததாக இருந்தது. எதிரிகளைத் தன் முஷ்டிகளால் எதிர்த்துப் போராடுவதற்கான எல்லா வாய்ப்புகளையும் பயன்படுத்திக்கொண்டான். இருப்பினும், இந்தச் சூழலில் தனது வாழ்க்கைச் சித்தாந்தத்தை வார்த்தைகளில் வெளிப்படுத்துவது அவனுக்குக் கடினமாக இருந்தது. இந்தப் பிரச்சினை போராட்டச் சூழலுக்குள் நுழையும்வரை மட்டுமே. அங்கே ஆயுதங்கள் எவ்வளவு முக்கியமோ அதே அளவு அரசியல் பிரச்சாரமும் போதனையும் அவசியம். பார்சிலோனா நகரம் இரண்டாகப் பிளவுபட்டிருந்தது, இடதுசாரி மக்களும் வலதுசாரி மக்களும் ஒருவரையொருவர் தாக்க மட்டுமே ஒன்றாக வந்தார்கள். இடதுசாரிகளின் மதுவிடுதிகள், நடனங்கள், விளையாட்டுகள், கொண்டாட்டங்கள் ஆகியவை ஒரு பக்கம்; இன்னொரு பக்கம் வலதுசாரிகள். போராளியாக மாறுவதற்கு முன்பே கிய்யேம் சண்டையிலும் போராட்டத்திலும் கலந்துகொண்டிருக்கிறான். பள்ளியில் திமிர்பிடித்த பணக்கார மாணவர்களுடன் சண்டைபோட்டு, உடலில் ரத்தகாயமும் முகத்தில் மகிழ்ச்சியுமாகப் பலமுறை வீடு திரும்பியிருக்கிறான். பண்ணையார்களின் பயிர்களை எரித்ததோ, விலங்குகளைத் திருடியதோ, போராட்டமென்ற பெயரில் அடித்ததோ, தீவைத்ததோ, பொருட்களை அழித்ததோ அவனுடைய செயலாக இருக்கும் என்று பெற்றோர்கள் சந்தேகிக்கவில்லை. இந்த நம்பிக்கை எல்லாம் வெள்ளி மெழுகுவர்த்தி ஸ்டாண்டுடன் ஒரு நாள் வீட்டிற்கு வரும்வரைதான். கார்மே அதை அவன் கையிலிருந்து பிடுங்கி அதாலேயே அடித்தாள்; அவனுடைய மண்டையை உடைத்திருப்பாள். அவனளவு அவள் உயரமாக இல்லாததால் மெழுகுவர்த்தி ஸ்டாண்ட் கிய்யேமின் முதுகின் நடுவில் தாக்கியது. எல்லோருக்கும் தெரிந்திருந்த அவனது தீயசெயல்களை அந்த நொடிவரை பார்க்கத் தவறியிருந்த கார்மே, அவனது எல்லாத் தவறுகளையும் அன்று தன் முன் பாவமன்னிப்புக் கேட்பதுபோல ஒப்புக்கொள்ளச்செய்தாள்.

மற்ற வன்முறைச் சீற்றங்கள் மட்டுமல்லாமல், தன் மகன் தேவாலயங்களை இழிவுபடுத்தியதையும், பாதிரியார்களையும் கன்னியாஸ்திரிகளையும் தாக்கியதையும் தெரிந்துகொண்டாள். அதாவது, தேசியவாதிகள் தங்களது பிரச்சாரத்தில் தாராள வாதிகள் மீது என்ன குற்றம் சாட்டுகிறார்களோ அதையே தன் மகன் செய்கிறானென்று தெரிந்துகொண்டாள். "இன்றைக்கு இலை அறுத்தவன் நாளைக்குக் குலை அறுப்பான்! அவமானத்தால் என்னைக் கொல்லப்போகிறாய், கிய்யேம்! இப்போதே போய்த் திருப்பிக் கொடு, காதில் விழுந்ததா?" என்று கத்தினாள். தலை குனிந்தபடி, செய்தித்தாளில் மெழுகுவர்த்தி ஸ்டாண்டைச் சுற்றி எடுத்துக்கொண்டு கிய்யேம் தெருவில் இறங்கி நடந்தான்.

1936ஆம் ஆண்டு ஜூலை மாதம் ஜனநாயக அரசாங்கத்திற்கு எதிராக இராணுவ எழுச்சி நடந்தது. வெகு விரைவில் அந்த எழுச்சி ஜெனரல் ஃப்ரான்சிஸ்கோ ஃப்ராங்கோவின் வழிநடத்தலின் கீழ் வந்தது. ஃப்ராங்கோ பழிவாங்கும் மனோபாவம் கொண்ட கொடுங்கோலன். ஏகாதிபத்தியப் பேரரசின் பழங்காலத்துப் பெருமையை ஸ்பெயினுக்குத் திரும்பப் பெற்றுத் தருவதைத் தனது லட்சியமாகக் கொண்டிருந்தான். ஆயுதப்படையும் கத்தோலிக்கத் திருச்சபையும் தங்கள் இரும்புக் கரங்களை இணைத்து ஆட்சிசெய்தால் தனது லட்சியத்தை அடைந்துவிட முடியும் என்று நம்பினான். ஜனநாயகமும் அதனால் விளைந்த சீர்கேடும் தனது குறிக்கோளுக்கு எதிராக வேலை செய்வதாகக் கருதினான். ஃப்ராங்கோவின் கிளர்ச்சியாளர்கள் ஒரு வாரத்திற்குள் நாட்டை ஆக்கிரமிக்கத் திட்டமிட்டிருந்தார்கள். ஆனால் இந்தத் திட்டத்தில் மண் விழுந்தது. குடியரசின் ஆட்சியால் தாங்கள் புரட்சிசெய்து வென்ற உரிமைகளைப் பாதுகாக்கும் விதமாகத் தொழிலாளர்கள் போராளிகளாக மாறிப் பெரும் எதிர்ப்பை உண்டாக்கினார்கள். இதன் எதிர்வினையாக எழும்பிய வெறுப்பும் பயங்கரவாதமும் பிற்காலத்தில் ஒரு மில்லியன் ஸ்பெயின் மக்களின் உயிரைப் பறிக்கும் சகாப்தமாக மாறியது. ஃபிராங்கோவின் கட்டளைக்குக் கீழ்படிந்தவர்கள் தோற்கடிக்கப்பட்ட மக்களின் எதிர்ப்பை ஒழிப்பதற்கு என்னென்ன உத்திகள் உண்டோ அனைத்தையும் கையாண்டனர். முக்கியமாக அளவுகடந்த இரத்தத்தைச் சிந்தவும் பயத்தை விதைக்கவும் செய்தனர். அந்தக் காலக்கட்டத்தில் கிய்யேம் தல்மாவ் உள்நாட்டுப் போரில் பங்கேற்க முழுமையாகத் தயாராக இருந்தான். திருடிய குத்துவிளக்கைக் கீழே வைத்துவிட்டுத் துப்பாக்கியைக் கையில் எடுக்கவேண்டிய நேரம் வந்தது.

முன்பு தவறான செயல்களைச் செய்வதற்குச் சாக்குகளைத் தேடிக்கொண்டிருந்த கிய்யேமிற்கு சிவில் போர் ஒரு கதவை அகலமாகத் திறந்துவைத்தது. அவன் வீட்டில் புகுத்தப்பட்ட கொள்கைகளின் விளைவாக அட்டூழியம் செய்வதைத் தவிர்த்தான். ஆனால் தன் தோழர்கள் அப்பாவிகளைக் கொடுமைப்படுத்தும்போது, அவர்களைக் காப்பாற்ற முற்பட வில்லை. குறிப்பாக, ஆயிரக்கணக்கான பாதிரியார்களும் கன்னியாஸ்திரிகளும் கொல்லப்பட்டார்கள். பத்திரிகைகள் கிய்யேம் போன்றவர்களைச் சிவப்பு கும்பல் என்று அழைக்க ஆரம்பித்தது. வலதுசாரி மக்கள் பலர் சிவப்புக் கும்பலிலிருந்து தப்பிக்க பிரான்சில் தஞ்சம் புகுந்தனர். இந்த வன்முறைச் செயல்களைப் புரட்சிகர இலட்சியத்திற்கு முரணானதாகக் கருதிய குடியரசு, அரசியல் கட்சிகள் வன்முறையை நிறுத்த வேண்டுமென்று உத்தரவிட்டது. ஆனால் வன்முறை என்னவோ தொடர்ந்துகொண்டேதான் இருந்தது. குடியரசின் கட்டளைக்கு மாறாக ஃபிராங்கோ தனது வீரர்களைத் தீயாலும் இரத்தத்தாலும் ஆதிக்கம் செய்யத் தூண்டினான்.

இதற்கிடையில் விக்டர் படிப்பில் மூழ்கியிருந்தான். குடியரசுக் கட்சியின் இராணுவத்தில் ஆட்சேர்ப்பு நடக்கும் வரை, கிட்டத்தட்ட இருபத்தி மூன்று ஆண்டுகள், தனது பெற்றோரின் வீட்டில் வாழ்ந்தான். வீட்டு வேலைகளில் அவனது ஒரே பங்களிப்பு விடியற்காலையில் எழுந்து பல்கலைக்கழகத்திற்குச் செல்வதற்கு முன்பு எல்லோருக்கும் காலை உணவைத் தயார் செய்வது; வீட்டிற்குத் திரும்பியதும் தன் தாய் சமையலறையில் என்ன வைத்திருந்தாளோ – ரொட்டி, மீன், தக்காளி, காபி ஆகியவற்றில் எதையோ சாப்பிட்டுவிட்டுப் படிப்பைத் தொடர்ந்தான். தனது பெற்றோரின் அரசியல் பேச்சிலிருந்தும் சகோதரனின் போர் வெறியிலிருந்தும் விலகியே இருந்தான். “நாங்கள் வரலாறு படைக்கிறோம். பல நூற்றாண்டுகளின் நிலப்பிரபுத்துவத்திலிருந்து ஸ்பெயினை மீட்கப்போகிறோம், ஐரோப்பாவிற்கு ஒரு உதாரணமாக ஸ்பெயின் மாறும். ஹிட்லர், முசோலினியின் ஃபாசிசத்திற்கு இதுவே சரியான பதில்” என்று மார்செல் லூயிஸ் தல்மாவ் தனது பிள்ளைகளுக்கும் நண்பர்களுக்கும் ரோசினாண்டே என்னும் மதுவிடுதியில் போதனை செய்வார். டோமினோ விளையாடுவதற்கும் கொடூரமான மது அருந்துவதற்கும் தினசரி ஒருசிலர் மட்டுமே கூடும் அந்த மதுவிடுதி தோற்றத்தில் இருண்ட உணவகமாக இருந்தாலும் அங்கே வரும் சொற்ப வாடிக்கையாளர்களின் வாழ்க்கையில் சிறிதளவில் வெளிச்சத்தைக் கூட்டியது.

"பிரபுத்துவ தன்னலக் குழுவின் ஆட்சி, கத்தோலிக்க தேவாலயம், நில உரிமையாளர்கள், மக்களைச் சுரண்டுபவர்கள் ஆகியோரின் சலுகைகளுக்கு முற்றுப்புள்ளி வைக்கப் போகிறோம். ஜனநாயகத்தைப் பாதுகாக்க வேண்டும் நண்பர்களே; அரசியலே எல்லாம் என்று நினைக்காதீர்கள். அறிவியல், தொழில், தொழில்நுட்பம் ஆகியவை இல்லாமல் எந்த முன்னேற்றமும் சாத்தியமில்லை! அதேபோல இசையும் கலையும் இல்லாமல் ஆன்மா தழைக்க வாய்ப்பில்லை" என்று அவர் கூறுவார். கொள்கையளவில் விக்டர் தனது தந்தையுடன் உடன்பட்டாலும் தினமும் ஆற்றும் இந்தச் சொற்பொழிவு ஒரே மாதிரியாக இருந்ததால் அவரது நெடிய பேச்சிலிருந்து தப்பிக்க முயன்றான். தனது தாயுடனும் அரசியலைப் பற்றிப் பேசமாட்டான். ஒரு மதுபான ஆலையின் அடித்தளத்தில் போராளிகளுக்குப் படிக்கவும் எழுதவும் கற்பிப்பதில் தாயும் மகனும் தங்களை ஈடுபடுத்திக்கொண்டனர். கார்மே, பல ஆண்டுகளாக உயர்நிலைப் பள்ளி ஆசிரியராக இருந்தவள். உணவு எவ்வளவு முக்கியமோ அந்தளவு கல்வியும் முக்கிய மானது என்றும், படிக்கவும் எழுதவும் தெரிந்த எவருக்கும் மற்றவர்களுக்குக் கற்பிக்க வேண்டிய கடமை உள்ளது என்றும் நம்பினாள். அவளைப் பொறுத்தவரை போராளிகளுக்குச் சொல்லிக்கொடுக்கும் வகுப்புகள் வழக்கமானவை. ஆனால் விக்டருக்குச் சோதனையாக இருந்தது. இரண்டு மணிநேரம் அ என்ற எழுத்தில் செலவழித்த பிறகு "இவர்கள் கழுதைகள்!" என்று விரக்தியில் பொருமுவான். "அப்படிச் சொல்லாதே! இவர்கள் வாழ்க்கையில் படிப்பு வாசனையே கண்டதில்லை. ஒரு கலப்பையைத் தூக்கி நீ எப்படி வேலை செய்கிறாய் என்று பார்க்கலாமா?" என்று கார்மே பதிலளிப்பாள்.

சிறுவயதிலிருந்தே விக்டர் தனியாகவே இருந்துவிடுவானோ என்று பயந்த கார்மே, மற்ற மனிதர்களுடன் இணைந்து வாழ வேண்டியதன் அவசியத்தை விக்டருக்குப் புரியவைக்க முயன்றாள். கூடவே, அவளின் உந்துதலால், பிரபலமான பாடல்களை கித்தாரில் வாசிக்கக் கற்றுக்கொண்டான். அவனது கூச்ச சுபாவத்திற்கும் உடலமைப்பிற்கும் நேர்மாறாக, அவனது குரல் வசீகரமாக இருந்தது. கித்தாரைக் கையில் பிடித்துத் தனது கூச்சத்தை அதன் பின்னால் மறைத்துக்கொள்ளப் பழகிக்கொண்டான். அவனை எரிச்சலூட்டும் தினசரி உரையாடல்களிலிருந்து கித்தார் வாசிப்பு காப்பாற்றி, குழுவில் பங்கேற்பது போன்ற தோற்றத்தை அளித்தது. பாட ஆரம்பிக்கும்வரை அவனைக் கண்டுகொள்ளாத பெண்கள், விக்டர் கித்தார் வாசித்துக்கொண்டே பாட ஆரம்பித்ததும்

அவனைச் சூழ்ந்துக்கொண்டு கூடவே பாடுவார்கள். பின்னர், மூத்த தல்மாவ் மிகவும் வசீகரமாக இருக்கிறான், ஆனால் அவனையும் அவனது தம்பி கிய்யேமையும் ஒப்பிடுவதில் ஒரு பலனுமில்லை, ஏனென்றால், தங்களின் தேர்வு கிய்யேமென்று கிசுகிசுவென்று பேசிக்கொள்வார்கள்.

பேராசிரியர் தல்மாவின் பியானோ மாணவர்களிலே மிகச் சிறந்த மாணவி, சான்டா ஃபே நகரத்தைச் சேர்ந்த ரோஸர் ப்ருகுவேரா என்ற இளம் பெண். சாண்டியாகோ குஸ்மனின் பெருந்தன்மை இருந்திருக்காவிட்டால் ஆடு மேய்ப்பவளாகவே இருந்திருப்பாள். டான் சாண்டியாகோ குஸ்மன் மிக வசதியான குடும்பத்தைச் சேர்ந்தவர். அதிர்ஷ்டத்தையும் நிலத்தையும் வீணடித்த தலைமுறையில் பிறந்ததால், தனது கடைசி ஆண்டுகளை உபயோகமில்லாத பண்ணையில், குன்றுகளுக்கும் கற்களுக்கும் நடுவில் வறுமையில் வாழ்ந்தார். மன்னர் பன்னிரண்டாம் அல்போன்சோ ஆண்ட காலத்தில், டான் சாண்டியாகோ மத்தியப் பல்கலைக்கழகத்தில் வரலாற்றுப் பேராசிரியராக இருந்ததார். சுறுசுறுப்பாக வளையவந்த வயோதிகர். கடுமையான ஆகஸ்ட் வெய்யில், கொடுமையான ஜனவரி பனிக்காற்று என்று பாரபட்சம் பார்க்காமல் அவர் தினமும் தோல் தொப்பி அணிந்துகொண்டு வேட்டை நாய் பக்கத்தில் ஓடிவர, கரடுமுரடான நிலத்தில் ஊன்றுகோலின் உதவியுடன் மணிக்கணக்கில் நடப்பார்.

அவரது மனைவிக்கு வயோதிகத்தால் ஏற்பட்ட மறதி நோய். காகிதத்தில் வண்ணமயமான ராட்சசர்களை உருவாக்குவாள், வீட்டிலேயே அடைந்து கிடப்பாள். ஊரில் அவளை ஊமைப் பைத்தியம் என்று அழைத்தனர், உண்மையில் அவளுக்கு இரண்டே பிரச்சினைகள்தான். ஒன்று, நேரான கோட்டில் சீராக நடக்க வராது; இரண்டாவது, தனது மலத்தால் சுவர்களுக்கு வண்ணம் தீட்டுவாள்.

ரோஸரின் பிறந்த தேதி யாருக்கும் நினைவில் இல்லை, ஏறக்குறைய ஏழு வயது இருக்கும்போது டான் சாண்டியாகோ ஒருநாள் தனது நடைப்பயணத்தில் அவள் சில நோஞ்சான் ஆடுகளை மேய்ப்பதைக் கண்டார். சிறிது நேர உரையாடலில் அவள் ஆர்வமிகுந்த புத்திசாலியான குழந்தை என்பதைப் புரிந்துகொண்ட பேராசிரியர் அவளுக்குக் கலாச்சாரப் பாடங்களைக் கற்பிக்க ஆரம்பித்தார். இந்தப் பாடங்களின் அடிப்படையில் பண்ணையாரான பேராசிரியருக்கும் ஆடுமேய்க்கும் சிறுமிக்குமிடையே நட்பு ஏற்பட்டது.

ஒரு குளிர்கால நாளன்று, மூன்று ஆடுகளுடன் அவள் ஒரு பள்ளத்தில் குனிந்து, நடுங்கி, மழையில் நனைந்து, காய்ச்சலில் சிவந்திருப்பதைக் கண்ட டான் சாண்டியாகோ, ஆடுகளைக் கட்டிப்போட்டு, மெலிந்த குழந்தையைத் தோளில் சாக்குப்பையைப் போலத் தூக்கிக்கொண்டு, பெரும் முயற்சி யுடன் சிறிது தூரம் நடந்து, மேல்மூச்சு கீழ்மூச்சு வாங்கி, இதயமே வெடித்துவிடும் என்னும் நிலையில் அவளை அங்கேயே விட்டுவிட்டு, தனது வேலையாள் ஒருவனை அழைத்துவந்து, அவன் உதவியுடன் அவளை வீட்டிற்கு அழைத்து வந்தார். தனது சமையல்காரியைச் சிறுமிக்கு உணவளிக்கச் சொல்லி, பணிப்பெண்ணைக் குளியலையும் படுக்கையையும் தயார் செய்யுமாறு கூறி, தனது குதிரை லாடத்தில் வேலை செய்த பையனை சாண்டா ஃபேவுக்குச் சென்று மருத்துவரை அழைத்து வர உத்தரவிட்டு, பின்னர் ஆடுகளைத் தேடக் கட்டளையிட்டார்.

சிறுமிக்குக் காய்ச்சல் இருப்பதையும், தீவிர ஊட்டச்சத்துக் குறைபாடு உள்ளதையும் மருத்துவர் அறிவித்தார். சிரங்கு, பேன் போன்ற பிரச்சினைகளும் இருந்தன. பல நாட்கள் டான் சாண்டியாகோவின் பண்ணைக்கு யாரும் அவளைத் தேடி வராததால், அவள் ஒரு அனாதை என்று எல்லோரும் நினைத்தார்கள். சிலநாள் கழித்து அவளைக் கேட்டதில் மலையின் மறுபுறத்தில் தனக்குக் குடும்பம் இருப்பதாகக் கூறினாள். எலும்பும் தோலுமாக இருந்தபோதிலும், தன் தோற்றத்தை விடவும் தான் வலிமையானவள் என்று நிரூபிக்கும் விதமாகச் சிறுமி விரைவாகக் குணமடைந்தாள். பேன் தொல்லையிலிருந்து விடுபடத் தலையை மொட்டையடிக்க அனுமதித்தாள். சிரங்கு நோய்க்கான சல்பர் (கந்தக) சிகிச்சையைச் சகித்துக்கொண்டாள். நிறைய சாப்பிட்டாள். அவளது சோகமான வாழ்க்கைக்கு மாறாக சாதுவான மனநிலையுடன் வளையவந்தாள். அந்த வீட்டில் அவள் வாழ்ந்த நாட்களில், பைத்தியக்கார மனைவி முதல் வேலைக்காரன் வரை அனைவரும் அவளை நேசித்தனர். காட்டுப் பூனைகளும் பழங்காலத்து நினைவுகளில் உலவிய பேய்களும் மட்டுமே வாழும் அந்த இருண்ட கல் மாளிகையில் எந்தப் பெண் குழந்தையும் வசித்ததில்லை. எல்லோரையும்விட பேராசிரியருக்கு ரோஸர்மீது பாசம் அதிகமாக இருந்தது. காரணம் முன்னொரு காலத்தில் அவர் பேராசிரியராக இருந்ததால் ஆர்வமுள்ள மனதிற்குக் கற்பிக்கும் பாக்கியம் எப்படிபட்டதென்று தெளிவாக அறிவார். ஆனால் ரோஸரால் காலவரையின்றி அங்கேயே தங்கிவிட முடியாதே! மலையின் மறுபக்கத்திற்குச் சென்று அவளின் அலட்சியமான

பெற்றோருக்குச் சில அறிவுரைகள் கூறுவதற்கு முன் அவள் முழுமையாகக் குணமடைந்து சற்று சதைபோடட்டும் என்று டான் சாண்டியாகோ காத்திருந்தார். தனது மனைவியின் அழுகையைப் புறக்கணித்து, சிறுமிக்கு நல்ல உடையுடுத்தி, அவளைத் தனது குதிரை வண்டியில் ஏற்றி அவளின் வீட்டிற்கு அழைத்துச்சென்றார்.

ஊருக்கு ஒதுக்குப்புறத்தில் மற்ற வீடுகளைப் போலவே பரிதாபமாக இருந்த ஒரு சமதள மண் வீட்டின் முன் வண்டியை நிறுத்தினார். அங்கு வசித்த விவசாயிகள் அடிமட்ட தினக்கூலி வருமானத்தில் வாழ்ந்தனர். சர்ச்சின் நிலத்தில் கூலியாட்க ளாகவோ நிலப்பிரபுக்களின் அடிமைகளாகவோ வேலை செய்தனர். பேராசிரியர் வீட்டின் வெளியே நின்று கூப்பிட்டார். உள்ளிருந்து பல குழந்தைகள் பயத்தில் வாசலுக்கு ஓடிவந்தனர், பின்னால் கருப்பு உடையணிந்து சூனியக்காரியைப் போலத் தோற்றமளித்த ஒரு கிழவி வந்தாள். குஸ்மன் நினைத்ததைப் போல் அவள் ரோஸரின் பெரிய பாட்டி இல்லை, அவளின் தாய். அந்த மக்கள் அதுவரை பளபளப்பான குதிரைகள் கொண்ட காரேஜைப் பார்த்ததில்லை. ரோஸர் ஒரு பணக்காரப் பிரபுவின் வாகனத்தைவிட்டு இறங்கியதும் குழப்பமடைந்தனர். “இந்தப் பெண்ணைப் பற்றி உங்களிடம் பேச வந்தேன்” என்று டான் சாண்டியாகோ அதிகாரமான தொனியில் அறிவித்தார், அந்தக் குரல் பல்கலைக்கழகத்தில் அவரது மாணவர்களை நடுங்க வைத்த குரல். அவர் மேலே பேசுவதற்கு முன் அந்தப் பெண் ரோஸரின் தலைமுடியைப் பிடித்து, ஆடுகளைத் தப்பிக்க விட்டதற்காக அவளை அறைந்து கோபமாகத் திட்டினாள். வாழ்க்கையில் நொந்துபோயிருந்த அந்த அம்மாவைப் பழிப்பதால் தனக்கு ஒன்றும் கிடைக்கப்போவதில்லை என்று உணர்ந்த பேராசிரியர், ரோஸரின் அதிர்ஷ்டத்தை மாற்றக்கூடிய திட்டத்தை உடனடியாக அந்தத் தருணத்தில் வகுத்தார்.

அதிகாரப்பூர்வமாகத் தத்தெடுக்கப்பட்டு தோன்யா சாண்டியாகோவின் தனிப்பட்ட வேலையாளாகவும் முதலாளியின் மாணவியாகவும் அவர்களின் மாளிகையில் தனது எஞ்சிய குழந்தைப் பருவத்தை ரோஸர் கழித்தாள். பணிப்பெண்களுக்கு உதவுவதற்கும் ஊமைப் பைத்தியத்திற்குத் துணையாக இருப்பதற்கும் ஈடாக, அவளுக்குத் தங்குமிடமும் கல்வியும் அளிக்கப்பட்டன. வரலாற்றாசிரியர் தனது நூலகத்தின் ஒரு பெரிய பகுதியை அவளுடன் பகிர்ந்துகொண்டார். பள்ளியில் கற்றுக்கொள்ளக்கூடியதைவிட அதிகமாக அவளுக்குக் கற்பித்தார். தனது மனைவியின் கிராண்ட் பியானோவில் எவ்வளவு நேரம் வேண்டுமானாலும் பழக

அனுமதித்தார். புனித ஜான் இரவன்று குடிபோதையில் அக்கார்டியனை வாசித்த ஊர் மக்களின் இசையை மட்டுமே கேட்டு வளர்ந்த ரோஸர், அசாதாரணமான இசையறிவுடைய வளாக இருந்தாள். வீட்டில் ஒரு சிலிண்டர் ஃபோனோகிராஃப் இருந்தது. ஒருமுறை கேட்ட டியூனை அவரது மாணவி அப்படியே பியானோவில் வாசிக்கிறாளென்று அறிந்த டான் சாண்டியாகோ, மாட்ரிட்டிலிருந்து நவீன கிராமஃபோனையும் இசைத் தட்டுகளின் தொகுப்பையும் ஆர்டர் செய்தார். குறுகிய காலத்திற்குள் ரோஸர் ப்ருகுவேரா, பாதங்கள் பெடல்களை எட்டாத நிலையிலும், பதிவுகளிலிருந்த இசையைத் தூக்கத்தில்கூட பியானோவில் வாசிக்கும் அளவிற்குத் தேறினாள். மகிழ்ச்சியடைந்த பேராசிரியர், சாண்டா ஃபேயில் பியானோ ஆசிரியரிடம் அவளை வாரம் மூன்றுமுறை வகுப்புகளுக்கு அனுப்பினார். அவளது பயிற்சிகளில் தனிப்பட்ட கவனமும் செலுத்தினார். எதையும் மனப்பாடமாக வாசிக்கும் திறன்கொண்ட ரோஸருக்கு, இசையை ஏன் படிக்க வேண்டும், மணிக்கணக்கில் எதற்காகப் பயிற்சிசெய்ய வேண்டும் என்று புரியவில்லை. ஆனால் தனது வழிகாட்டி சொன்ன வார்த்தைக்கு மரியாதை செலுத்தி அவர் சொன்ன பயிற்சிகளையெல்லாம் எடுத்துக்கொண்டாள்.

பதினான்கு வயது ரோஸர் பியானோ ஆசிரியரை விஞ்சினாள், பதினைந்தாவது வயதில், டான் சாண்டியாகோ அவளை பார்சிலோனாவில் உள்ள கத்தோலிக்கப் பெண்களுக்கான போர்டிங் ஹவுஸில் இசையை முறையாகப் படிப்பதற்காகச் சேர்த்துவிட்டார். அவளைத் தன் பக்கத்தில் வைத்திருக்க விரும்பினாலும், ஆசானான அவரின் கடமை யுணர்வு தந்தைப் பாசத்தை வென்றது. ரோஸருக்குக் கடவுள் அருளிய திறமையை மேலும் வளர்க்க உதவுவதே அவரின் வாழ்க்கையின் குறிக்கோளென்று நினைத்தார். அதே சமயம் ஊமைப் பைத்தியத்தின் உடல் நலம் குன்றி, சத்தமின்றி ஒருநாள் இறந்துபோனாள். சாண்டியாகோ குஸ்மன், கோலுடன் வெளியில் நடப்பதை நிறுத்திவிட்டு, தனது மாளிகையில் சிம்னி நெருப்பிற்கு எதிரில் அமர்ந்து தனிமையில் தனது புத்தகங்களைப் படித்தபடி நேரத்தைக் கழிக்கலானார். வேட்டை நாயும் இறந்துவிட்டதால், அதற்குப் பதிலாக இன்னொரு நாயை வளர்த்தால், எங்கே அது உயிரோடிருந்து தான் இறந்துபோய் அது எஜமானன் இல்லாமல் அவதிப்படுமோ என்று தனியாகவே இருக்க முடிவுசெய்தார்.

1931ஆம் ஆண்டு இரண்டாம் குடியரசின் வருகை முதியவருக்கு வெறுப்பைத் தந்தது. தேர்தல் முடிவுகள்

இடதுசாரிகளுக்குச் சாதகமாக வெளிவந்தவுடன், மன்னன் பதின்மூன்றாம் அல்போன்சோ பிரான்சுக்கு நாடுகடத்தப் பட்டார். தனது உலகம் தன் கண்முன்னே வீழ்ச்சியடைவதைக் கண்டார். தீவிர பழமைவாதியான டான் சாண்டியாகோ, கத்தோலிக்கரும்கூட. அவரால் ஒருபோதும் சிவப்புகளைப் பொறுத்துக்கொள்ள முடிந்ததில்லை. அவரைப் பொருத்தவரை இடதுசாரிக் கட்சியினர் சோவியத்தின் அடியாட்கள், தேவாலயங்களை எரித்துப் பாதிரியார்களைச் சுட்டுக் கொல்லப்போகும் இதயமற்ற மிருகங்கள். அவர்களின் மோசமான தன்மைக்கு ஏற்றவாறு தன்னைச் சத்தியமாக மாற்றிக்கொள்ளப்போவதில்லை என்று உறுதியாக இருந்தார். மேலும் அவரின் நம்பிக்கையின்படி நாம் அனைவரும் சமம் என்னும் கருத்தைத் தத்துவார்த்தமாகப் பார்ப்பதுகூட முட்டாள்தனம்தான், நடைமுறையில் அது ஒரு பிறழ்வாகவே இருக்கும். கடவுளுக்கு முன் நாம் சமமானவர்கள் அல்ல. ஏனென்றால் மனிதர்களிடையே சமூக வேறுபாடுகளை உண்டுசெய்தவரே கடவுள்தான். அதிக மதிப்பில்லாவிட்டாலும் அவரது குடும்பத்திற்குச் சொந்தமான நிலத்தை விவசாயச் சீர்திருத்தம் அபகரித்தது. நாளாக நாளாக விவசாயிகள் தங்கள் தொப்பிகளைக் கழற்றாமல், கண்களைத் தாழ்த்தாமல் அவரிடம் பேசினார்கள். இழந்த நிலத்தைவிடத் தாழ்ந்தவர்களின் ஆணவம் அவரை அதிகமாகப் பாதித்தது, ஏனென்றால், இந்த உலகில் தான் பிறப்பினால் பெற்ற பதவிக்கும் கண்ணியத்திற்கும் எதிராக நடக்கும் இந்த மாற்றங்கள் தன்னை நேரடியாக அவமானப்படுத்துவதாகக் கருதினார். தனது கூரையின் கீழ் பல தலைமுறைகளாக வாழ்ந்த ஊழியர்களைப் பணிநீக்கம் செய்தார். தனது நூலகம், கலைப் பொருட்கள், தனது சேகரிப்புகள் நினைவுகள் ஆகியவற்றையெல்லாம் மூட்டை கட்டி, மாளிகையின் கதவுகளை இறுக்கமாக மூடினார். அவரது சாமான்கள் மூன்று டிரக்குகளை நிரப்பின. ஆனால் மாட்ரிட்டில் இருந்த அவரது புதிய குடியிருப்புக்குள் மிகப் பெரிய அறைக்கலன்களையும் பியானோவையும் வைக்க இடமில்லை. சில மாதங்களுக்குப் பிறகு அனாதை இல்லம் அமைப்பதற்காக குஸ்மனின் மாளிகையை சாண்டா ஃபேயின் குடியரசுக் கட்சி மேயர் பறிமுதல்செய்தார்.

அந்த ஆண்டுகளில் டான் சாண்டியாகோ அனுபவித்த கடுமையான ஏமாற்றங்கள் ஏராளம். ஆனால் அவரின் கோபத்திற்கான பல காரணங்களில் அவரது வளர்ப்பு மகளின் மனமாற்றம் மிக முக்கியமான ஒன்று. பல்கலைக்கழகப் புரட்சி யாளர்களின் தப்பான சகவாசத்தினால், குறிப்பாக – மார்செல்

லூயிஸ் தல்மாவ் – அவர் கம்யூனிஸ்டா? சோசலிஸ்டா? அல்லது அனார்கிஸ்டா? எதுவாக இருந்தாலும் அது ஒரு பொருட்டல்ல, அவர் ஒரு மூர்க்கமான போல்ஷெவிக் – என்ற ஒரு பேராசிரியரின் பேச்சைக்கேட்டு ரோஸர் சிவப்புக் கட்சிக்கு மாறினாள். நல்ல நடத்தை கொண்ட பெண்கள் தங்கும் வீட்டை விட்டு வெளியேறி, சிப்பாய்களைப் போல உடையணிந்து காதல் விஷயத்தில் தாராளப்போக்குக் கொண்ட பெண்களுடன், அதாவது அவரைப் பொருத்தவரை அநாகரீகமான விபச்சாரிகளுடன், வசிக்கலானாள். ரோஸர் தன்னை ஒருபோதும் அவமதித்ததில்லை என்று அவர் மனதிற்குத் தெரியும். ஆனால் அவள் அவரது எச்சரிக்கைகளைப் புறக்கணித்ததால், தான் செய்துவந்த பணவுதவியை நிறுத்தினார். ஒரு கடிதம் மூலம் அவர் தனக்காகச் செய்த அனைத்திற்கும் முழுமனதுடன் அவருக்கு நன்றி தெரிவித்த ரோஸர், தனது கொள்கைகளின்படி எப்போதும் சரியான பாதையில் செல்ல முயற்சிப்பதாக அவருக்கு உறுதியளித்தாள். ஒரு பேக்கரியில் இரவில் வேலை செய்வதாகவும் பகலில் இசைப் படிப்பைத் தொடர்வதாகவும் விளக்கினாள்.

டான் சாண்டியாகோ குஸ்மன், மாட்ரிட்டில் உள்ள தனது ஆடம்பரமாக அலங்கரிக்கப்பட்ட அடுக்குமாடிக் குடியிருப்பில், காளையின் இரத்த நிறத்தில் கனமான பட்டுத் திரைகளால் தெருவின் இரைச்சலிருந்தும் சாதாரணத்தன்மையிலிருந்தும் தன்னைத்தானே விலக்கிக்கொண்டார். ஏராளமான மரச்சாமான்களுக்கும் பிற பொருள்களுக்கும் மத்தியில் நகர இடமில்லாத குடியிருப்பில், அதீத கர்வத்துடன் சமூகரீதியாகத் தன்னைத் தனிமைப்படுத்திக்கொண்டார். பல நூற்றாண்டு களாகத் தன் நாட்டில் ஊறிக்கொண்டிருந்த கொடூரமான வெறுப்பு எப்படிச் சிலருடைய துயரத்தையும், சிலருடைய ஆணவத்தையும் வெளிப்படுத்தியது என்பதை அவர் உணர வில்லை. அவரின் காது கேட்காமல் போனது. ஃப்ராங்கோவின் துருப்புக்களின் எழுச்சிக்கு நான்கு மாதங்களுக்கு முன்பு, சலமங்கா பகுதியிலிருந்த தனது குடியிருப்பில் தனியாக, மனம் முழுவதும் சினத்துடன் இறந்தார். கடைசிக் கணம்வரை சுயநினைவுடன் இருந்தார். அறியாதவர்கள் அவரைப் பற்றிப் பொய்யான தகவல்களை வெளியிடுவதை அவர் விரும்பாததால் தனது இரங்கலைத் தானே எழுதிவைத்தார். அவர் யாரிடமும் விடைபெறவில்லை. அவருக்கு நெருக்கமான யாரும் உயிருடன் இல்லையோ என்னவோ. ஆனால் சாவதற்கு முன் ரோஸர் ப்ருகுவேராவை நினைவுகூர்ந்தார், அவளுடன் சமாதானமாகும் நோக்கத்தில் தனது பெரிய பியானோவை

கடலின் நீண்ட இதழ்

அவளுக்கு விட்டுச்சென்றார், அது சாண்டா ஃபேயிலிருந்த புதிய அனாதை இல்லத்தின் ஒரு அறையை நிரப்பியிருந்தது.

ரோஸர் மற்ற மாணவர்களிலிருந்து வித்தியாசமானவள் என்பதைப் பேராசிரியர் மார்செல் லூயிஸ் தல்மாவ் மிக விரைவில் அறிந்துகொண்டார். இசையிலும் வாழ்க்கை பற்றியும் தனக்குத் தெரிந்த எல்லாவற்றையும் மாணவர்களுக்குக் கற்பிக்க வேண்டும் என்ற அவரது நம்பிக்கை அரசியல், தத்துவக் கருத்துக்களை மாணவர்களுக்குக் கற்பிக்க உந்தியது. அவர் பகிர்ந்துக்கொண்ட கருத்துகள் மாணவர்களை அவர் நினைத்ததைவிட அதிகமாகப் பாதித்தன. ஒரு விஷயத்தில் சாண்டியாகோ குஸ்மன் சொன்னது சரிதான். மிக எளிதாக இசை கற்கும் மாணவர்களை நம்ப முடியாது என்பது தல்மாவின் அனுபவம். ஏனென்றால், அவர் அடிக்கடி சொல்வதுபோல், ஒரு புதிய மொஸார்டை அவரது மாணவர்களில் அவர் கண்டதில்லை. ரோஸர் போன்ற மாணவர்கள், அதாவது எந்த இசைக்கருவியையும் டக்கென்று எடுத்து நன்றாக வாசிக்கும் திறனுள்ள இளைஞர்கள், படிப்போ பயிற்சியோ இல்லாமல் தங்களின் முன்னேற்றதிற்கு அந்த ஒரு திறனே போதுமென்று நம்பிச் சோம்பேறிகளாக மாறுவதை தல்மாவ் பார்த்திருக்கிறார். அவரின் மாணவர்களில் பலர் பிரபலமான இசை பாண்டுகளில் சேர்ந்து விருந்துகள், ஹோட்டல்கள், உணவகங்கள் போன்ற பொது இடங்களில் வாசிக்கும் 'மலிவுவிலை இசைக் கலைஞர்களாக' மாறியதைப் பார்த்திருக்கிறார். அந்த மாதிரி யான வாழ்க்கையிலிருந்து ரோஸர் ப்ருகுவேராவைக் காப்பாற்ற அவர் அவளைத் தனது கவனிப்பில் இருத்திக்கொள்ளும் முயற்சியில், பார்சிலோனாவில் அவள் தனியாக இருப்பதை அறிந்ததும், தன் வீட்டுக் கதவுகளை அவளுக்குத் திறந்தார். பின்னர், அவள் ஒரு பியானோவைப் பெற்றிருக்கிறாள் என்பதையும், அதை வைக்க எங்கும் இடமில்லை என்பதையும் அறிந்தவர், தன் வீட்டில் அவளுக்கென்று ஒதுக்கப்பட்ட அறையில் அறைகலன்களை அகற்றி, பியானோவை வைக்க இடம் செய்து கொடுத்து, அவள் எவ்வளவு நேரம் பயில்கிறாளோ பயிலட்டுமென்று வசதியும் செய்துகொடுத்தார். விடியற்காலை பேக்கரிக்குச் செல்வதற்கு முன் சில மணிநேரம் தூங்கட்டு மென்று அவரது மனைவி ரோஸருக்கு போருக்குச் சென்ற கிய்யேமின் படுக்கையைக் கொடுத்தாள். தல்மாவின் இளைய மகனின் தலையணையில் படுத்துறங்கிய நாளிலிருந்து, அந்த இளைஞனின் வாசனையின் சுவடுகளை மூச்சிழுத்து, தொலைவு, காலம், போர் ஆகிய எந்த தடையையும் பொருட்படுத்தாமல் ரோஸர் அவனைக் காதலித்தாள்.

தல்மாவ் குடும்பத்தில் அவர்கள் பெற்றெடுக்க விரும்பிய மகளாகவே ரோஸரை நினைத்து அவளைச் சொந்த ரத்தம் போல் கருதினார்கள். தல்மாவ் இணையர் சுமாரான வீட்டில் வாழ்ந்தனர். வீடு கொஞ்சம் இருண்டிருக்கும். பராமரிப்பு இல்லாமல் பல ஆண்டுகள் பயன்படுத்தியதால் சற்று சீரழிந்திருக்கும். ஆனால் விசாலமாக இருக்கும். இரண்டு மகன்களும் போருக்குச் சென்ற பின், ரோஸரை மார்செல் லூயிஸ் தங்களுடனே இருந்துவிடச் சொன்னார். ரோஸரின் செலவுகளும் குறையும், சில மணிநேரம் வேலை செய்துவிட்டுத் தான் விரும்பும் போதெல்லாம் பியானோ பயிற்சி செய்யலாம், கூடவே வீட்டு வேலைகளில் கார்மேவுக்கு உதவியாக இருக்குமென்று கூறியது அவளுக்கும் சரியென்றுபட்டது. மார்செல் லூயிஸ் தன் மனைவியைவிட வயதானவர். உயிர்ப்போடும் சக்தியோடும் இருந்தார். ஆனால் கார்மே வயதான தோற்றத்துடன் மூச்சுத் திணறல், இருமல் போன்ற உபாதைகளுடையவள். "போராளிகளுக்கு எழுதவும் படிக்கவும் கற்றுக்கொடுக்கவே எனக்குப் போதுமான பலம் இல்லை, இனி நான் கற்றுக்கொடுக்கத் தேவையில்லை என்றாகிவிட்டால், இறப்பை எதிர்நோக்கி இருக்க வேண்டியதுதான்" என்று கார்மே பெருமூச்சு விடுவாள். மருத்துவப் பள்ளியின் முதல் ஆண்டில் விக்டர் படித்துக்கொண்டிருக்கையில் கார்மேயின் நுரையீரல்கள் காலிஃபிளவர்களைப் போலிருப்பதைக் கண்டறிந்தான். "டேமிட் கார்மே, உனக்குச் சாவென்றால் அது புகைபிடிப்பதால்தான்" என்று அவள் இருமலைக் கேட்ட மார்செல் லூயிஸ், என்னமோ தான் மிகக் குறைவாகப் புகைப்பிடிப்பதைப் போலவும் தான் முதலில் இறப்பதற்கு வாய்ப்பேயில்லாத மாதிரியும் அவளைக் கடிந்துகொள்வார்.

தல்மாவ் குடும்பத்துடன் நெருங்கியிருந்த ரோஸர் ப்ருகுவேரா, பேராசிரியருக்கு மாரடைப்பு ஏற்பட்ட சமயத்தில் அவர் பக்கத்திலிருந்தாள். வகுப்புகளுக்குச் செல்வதை நிறுத்தி விட்டு, சில மணிநேரம் மட்டுமே பேக்கரியில் வேலைக்குச் சென்று, வீட்டிலிருக்கும் நேரம் முழுவதும் தல்மாவின் தேவைகளைப் பூர்த்திசெய்ய கார்மேவிற்கு உதவியாக இருந்தாள். ஓய்வாக இருந்த நேரத்தில் பியானோ வாசித்து, வீட்டை இசையால் நிரப்பி, இறக்கும் மனிதருக்கு அமைதி தந்து மகிழ்வித்தாள். அவர் தனது மூத்த மகனுக்குக் கடைசி நொடிகளில் அறிவுரை கூறும்போதும் கூடவே இருந்தாள்.

"விக்டர், நான் இறந்த பிறகு, உன் தாயும் ரோஸரும் உன் பொறுப்பு, கிய்யேம் சண்டையிட்டு இறக்கப்போகிறான். போரில்

தோற்றுவிட்டோம் மகனே" என்று அவர் மூச்சு வாங்கியபடி வேதனையுடன் கூறினார்.

"அப்படிச் சொல்லாதீர்கள் அப்பா."

"மார்ச் மாதம் பார்சிலோனாமீது குண்டு விழுந்த போதே அவை இத்தாலி, ஜெர்மன் விமானங்கள் என்று தெரிந்துவிட்டது. நம் பக்கம் நியாயம் இருக்கிறது, ஆனால் அது தோல்வியைத் தடுக்க உதவாது. நம்மைக் கைவிட்டுவிட்டார்கள், விக்டர்."

"பிரான்ஸ், இங்கிலாந்து, அமெரிக்கா ஆகிய நாடுகள் தலையிட்டால் எல்லாம் மாறிவிடும்."

"அமெரிக்காவை மறந்துவிடு, நமக்கு உதவப் போவதில்லை. எலினோர் ரூஸ்வெல்ட் தனது கணவரிடம் நமக்குச் சாதகமாகத் தலையிடப் பரிந்துரைத்தாலும் பொதுமக்களின் கருத்து ஜனாதிபதியின் கருத்திற்கு எதிரானது."

"எல்லோரும் ஒரே மாதிரி இருப்பார்கள் என்று நினைக்காதீர்கள், அப்பா. உங்களுக்கே தெரியும், லிங்கன் ப்ரிகேடிலிருந்து நம்முடன் இறக்கத் தயாராக எத்தனை சிப்பாய்கள் வந்திருந்தார்கள்!"

"அவர்கள் இலட்சியவாதிகள், விக்டர். உலகில் அப்படிப் பட்டவர்கள் மிகக் குறைவு. மார்ச் மாதத்தில் நம்மீது விழுந்த பல குண்டுகள் அமெரிக்கர்கள் போட்டவை."

"அப்பா, ஹிட்லர், முசோலினியின் ஃபாசிசத்தை இங்கே ஸ்பெயினில் நிறுத்தாவிட்டால் ஐரோப்பா முழுவதும் பரவி விடும். நாம் போரில் தோற்க முடியாது; மக்கள் இதுவரை வென்ற எல்லாவற்றிற்கும் அதுவே ஒரு முடிவாகி விடும், அப்புறம் நாம் கடந்த காலத்திற்குத் திரும்பத் தள்ளப்படுவோம். பல நூற்றாண்டுகளாக நாம் அனுபவித்த நிலப்பிரபுத்துவ அவலத்திற்குத் திரும்புவதை நாம் அனுமதிக்கக் கூடாது."

"யாரும் நம் உதவிக்கு வர மாட்டார்கள் மகனே. சோவியத் யூனியன்கூட நம்மை கைவிட்டுவிட்டது. ஸ்டாலினுக்கு ஸ்பெயின் மீது ஆர்வம் இல்லை. குடியரசு வீழ்ந்தால் அடக்குமுறை பயங்கரமாக இருக்கும். ஃப்ராங்கோ தனது சுத்திகரிப்பு வேலையை ஆரம்பித்துவிட்டான். அதிகபட்ச பயங்கரவாதம், முடிவில்லா வெறுப்பு, ரத்தத்திற்கு ரத்தம் என்று பழிவாங்கும் நடவடிக்கையில் அவனது போர்வெறி கொடூரமாக இருக்கும். அவன் பேரம் பேச மாட்டான், மன்னிக்கவும் மாட்டான். அவனது படைகள் சொல்ல முடியாத கொடுமைகளைச் செய்கின்றன..."

“நாம் மட்டும் என்ன, ரொம்ப நல்லவர்களில்லை, அப்பா,” என்று நிறைய வன்முறையைப் பார்த்த விக்டர் பதிலளித்தான்.

“இரண்டையும் ஒப்பிடுவதற்கு உனக்கு எவ்வளவு தைரியம்! கேட்டலோனியாவில் ரத்த வெள்ளம் பெருகும். அதைப் பார்க்க நான் உயிரோடிருக்க மாட்டேன் மகனே. ஆனால் நான் நிம்மதியாக இறக்க விரும்புகிறேன். நீ உன் அம்மாவையும் ரோஸரையும் வெளிநாட்டிற்கு அழைத்துச் செல்வதாக உறுதியளிக்க வேண்டும். படைவீரர்களுக்கு எழுத்தறிவு கொடுப்பதால் ஃபாசிஸ்டுகள் கார்மேவைத் தாக்குவார்கள்; சிறிய சிறிய காரணங்களுக்கெல்லாம் சுடுகிறார்கள். நீ இராணுவ மருத்துவமனையில் பணிபுரிவதால் உன்னைப் பழிவாங்கு வார்கள். இளம் பெண்ணாக இருப்பதற்காக ரோஸரைப் பழிவாங்குவார்கள். அவர்கள் பெண்களை என்ன செய்கிறார்கள் தெரியுமா? மூர்ஸிடம் கொடுத்துவிடுகிறார்கள். நான் எல்லா வற்றையும் திட்டமிட்டுவிட்டேன். நிலைமை சீராகும் வரை நீங்கள் எல்லோரும் பிரான்ஸில் தஞ்சமடையுங்கள். எனது மேசை டிராயரில் ஒரு வரைபடமும் நான் சேமித்த பணத்தையும் வைத்திருக்கிறேன். நான் சொல்வதைச் செய்வாயென்று எனக்குச் சத்தியம் செய்.”

“நான் உங்களுக்கு உறுதியளிக்கிறேன், அப்பா.” விக்டர் பொய்யாக வாக்களித்தான்.

“புரிந்துகொள், விக்டர், இப்படிச் செய்வதால் நாம் கோழைகள் இல்லை. உயிர் முக்கியம்.”

மார்செல் லூயிஸ் தல்மாவ் மட்டும் குடியரசின் எதிர்காலத்தைச் சந்தேகிக்கவில்லை, அவரைப் போல் எவருக்கும் தங்கள் சந்தேகத்தை வெளிப்படுத்தும் துணிவில்லை. ஏனென்றால், ஏற்கெனவே மிகவும் பாதிக்கப்பட்டுச் சோர்ந்து போயிருக்கும் மக்களிடையே பீதியைக் கிளப்பி விரக்தியைத் தூண்டுவது மோசமான துரோகம். மறுநாள், அவர்கள் பேராசிரியர் மார்செல் லூயிஸ் தல்மாவை அடக்கம் செய்தனர். துக்கம் அனுசரிக்க அது சரியான நேரமில்லை என்று நினைத்த தல்மாவ் குடும்பத்தினர், யாருக்கும் அவர் இறந்த விஷயத்தைக் கூறவில்லை. ஆனால் விஷயம் வெளியே தெரிந்துவிட, ரோஸினான்டே பாரிலிருந்து பேராசிரியரின் நண்பர்களும், அவரது பல்கலைக்கழக நண்பர்களும், போரில் சேர முடியாத பழைய நடுத்தர வயது மாணவர்களும் (வாலிப மாணவர்கள் போரில் சண்டைபோட்டுக் கொண்டிருந்தார்கள் அல்லது போரில் இறந்துபோயிருந்தார்கள்), மோன்ட்ஜுயிக் கல்லறையில்

கூடினார்கள். கார்மே, ஜூன் மாத வெப்பத்தைப் பொருட் படுத்தாமல், முக்காடு முதல் காலுறைகள் வரை துக்கம் அனுசரிக்கும் கறுப்பு உடையணிந்திருந்தாள். விக்டரும் ரோஸரும் உதவிசெய்ய, தனது வாழ்க்கையின் ஆதாரமாக இருந்த மனிதனின் சவப்பெட்டிக்குப் பின்னால் நடந்தாள். பிரார்த்தனைகளோ உரைகளோ கண்ணீரோ இல்லை. அவரது மாணவர்கள் ஷூபர்ட்டின் ஸ்ட்ரிங் கின்டெட்டின் இரண்டாவது காம்பஸிஷனை வாசித்த பின்பு பேராசிரியர் இயற்றிய போராளிகளின் பாடல்களில் ஒன்றைப் பாடி அவருக்கு விடைகொடுத்தனுப்பினார்கள்.

2

1938

வெற்றியால் கூட முடியாது,
ரத்தத்தின் கோரமான ஊற்றை அழிப்பதற்கு.

பாப்லோ நெருடா

"பாதிக்கப்பட்ட நிலங்கள்",
"இதயத்தில் எஸ்பானியா",
மூன்றாவது இல்லம்

ரோஸர் ப்ருகுவேரா முதல்முறை காதலில் விழுந்தது பேராசிரியர் தல்மாவ் வீட்டில். ரோஸரின் படிப்பிற்கு உதவும் எண்ணத்தில் அவளைத் தனது வீட்டிற்கு பேராசிரியர் தல்மாவ் அழைத்தபோது, அவர் செய்வது உதவி, தொண்டு என்று இருவருக்கும் தெரியும். தனக்குப் பிடித்த மான மாணவி சாப்பிடப் பணமில்லாமல், குடும்பத்தின் அரவணைப்பில்லாமல் அவதிப் படுகிறாளோவென்று தல்மாவ் சந்தேகித்தார். கார்மேயும் தனிமையாக உணர்ந்தாள், அவளது இரண்டு மகன்களும் தாய்ப்பாசத்தின் அக்கறையும் வெளிப்பாடும் தேவைப்படும் வயதைக் கடந்து விட்டார்கள். கன்னியாஸ்திரீகளுடன் தங்கியிருந்த விடுதியில் நிலவிய கெடுபிடியால் விரக்தி யடைந்த ரோஸர், மீன்பிடிக்கும் இடமான பார்சிலோனெட்டாவில், மலிவு விலையில் கிடைத்த சிறிய அறையில் மூன்று பெண்களுடன் வசிக்கச் சென்ற ஆண்டு அது. அந்த மூன்று பெண்களும் பிரபலமான போராளிகள். ரோஸருக்குப் பத்தொன்பது வயது, அறையில்

இருந்த மற்ற பெண்களுக்கு அவளைவிட நான்கைந்து வயது அதிகமிருக்கும், ஆனால் அனுபவத்திலும் மனநிலையிலும் அவளைவிட இருபது வருடங்கள் மூத்தவர்கள் போல நடந்து கொண்டனர். ரோஸர் வளர்ந்த உலகத்திலிருந்து மிகவும் வித்தியாசமான உலகில் வாழும் போராளிகள் அவர்கள். அவளுக்கு "வெள்ளந்தி" என்று செல்லப்பெயர் சூட்டினார்கள். பெரும்பாலான நேரங்களில் அவளை முற்றிலும் புறக்கணித்தனர். அறையில் தூங்குவதற்கு பங்க் படுக்கைகள் (ரோஸருக்கு மேல் பங்க்கைக் கொடுத்திருந்தனர்), ஒரே ஒரு நாற்காலி, முகம் கைகால் கழுவ ஒரு பீங்கான் தொட்டி, ஒரு குவளை, ஒரு சிறுநீர்க்கலம், ஒரு மண்ணெண்ணெய் அடுப்பு, துணிகளைத் தொங்கவிடுவதற்குச் சுவரில் சில ஆணிகள், முப்பது வாடகைக்காரர்களுக்கும் பொதுவான ஒரு குளியலறை. கொந்தளிப்புக்குள்ளான காலகட்டத்திலும் மகிழ்ச்சியாகவும் தைரியமாகவும் இருந்தனர்; இராணுவச் சீருடை, பூட்ஸ், பெரட் தொப்பி அணிந்து, உதடுகளில் லிப்ஸ்டிக் பூசி, கரி அடுப்பில் சூடாக்கிய இரும்புக் கம்பியினால் தங்கள் தலைமுடியைச் சுருளாக்கிக்கொண்டு தங்கள் சுதந்திரத்தை முழுமையாக அனுபவித்தனர். சோவியத், மெக்சிகன் ஆயுதங்களைப் பெண்களிடம் கொடுத்து வீணாக்க வேண்டாம், ஆண் சிப்பாய்களுக்கு ஆயுதப் பற்றாக்குறை ஏற்பட வாய்ப்புள்ளதென்று நினைத்த ராணுவம் பெண் சிப்பாய்களுக்குப் போக்குவரத்து, விநியோகம், சமையல், நர்சிங் ஆகிய பணிகளை ஒதுக்கிவைத்திருந்தது. எதிரிகளுடன் நேருக்கு நேர் போரிடக் கறுவிக்கொண்டிருந்த பெண் போராளிகள், குச்சிகள், கடனாகப் பெற்ற துப்பாக்கிகள் என்று எது கிடைத்ததோ அதை வைத்துப் பயிற்சி மேற்கொண்டனர்.

சில மாதங்களுக்குப் பிறகு, தேசியப்படை ஸ்பெயினின் மூன்றில் இரண்டு பகுதியை ஆக்கிரமித்துத் தொடர்ந்து முன்னேறியபோது, முன்னணியில் போரிட வேண்டும் என்ற தங்கள் விருப்பத்தை நிறைவேற்றிக்கொண்டனர். மொரோக்கோ படைகளின் தாக்குதலில் இருவர் பாலியல் பலாத்காரம் செய்யப்பட்டுக் கழுத்து அறுக்கப்பட்டுக் கொல்லப்பட்டனர். மூன்றாமவள் உள்நாட்டுப் போரின் மூன்று ஆண்டுகள், பின்னர் இரண்டாம் உலகப் போரின் ஆறு ஆண்டுகள், மொத்தம் ஒன்பது ஆண்டுகள் ஐரோப்பாவில் ஒரு இடத்திலிருந்து இன்னொரு இடத்திற்குத் தலைமறைவாக அலைந்து தப்பிப் பிழைத்தாள். 1950ஆம் ஆண்டு அவளால் அமெரிக்காவிற்குக் குடிபெயர முடிந்தது. அங்கே நியூயார்க்கில் லிங்கன் படைப்பிரிவில் சண்டையிட்ட ஒரு யூத அறிவுஜீவியைத் திருமணம்செய்து கொண்டது வேறு கதை.

கிய்யேம், ரோஸரைவிட ஒரு வயது மூத்தவன். அவள் நாகரீகமான உடைகள் அணிவதையும் எல்லோருடன் சகஜமாகப் பேசிப் பழகுவதையும் தவிர்த்தாள், வெள்ளந்தி என்ற பெயருக்கு ஏற்றவாறு வாழ்ந்தாள். ஆனால் கிய்யேம் தற்பெருமையடித்துக்கொண்டு, உலகமே தனக்காக மட்டுமே இயங்குவதைப் போல நடந்துகொள்பவன். அவனது இதயத்தில் ஒளிந்திருந்த குழந்தைத்தனம், குழப்பம், காதல் ஆகியவற்றை வெளியுலகத்திலிருந்து மறைப்பதற்கான ஒரு மாயத்திரைதான் அவனது விட்டேற்றியான தோற்றம் என்று ரோஸர் அவனுடனான இரண்டாவது சந்திப்பில் அறிந்துகொண்டாள். ஒவ்வொரு முறை பார்சிலோனாவுக்குத் திரும்பி வரும்போதும் கிய்யேமின் முகம் முன்பைவிட இறுக்கமாக இருக்கும்; குத்துவிளக்குகளைத் திருடிய சிறுவன் காணாமல்போய், போரினால் முதிர்ந்து, புருவங்கள் சுருங்கி, அளவில்லா வன்முறையைச் சுமந்து, சிறிய சீண்டல்கூடச் சீற்றத்தில் வெடிக்கச்செய்யும் வீரனாக மாறி விட்டிருந்தான். சிப்பாய்கள் தங்குமிடத்தில் இரவில் தூங்கினான். ஆனால் ரோஸரைச் சந்திப்பதற்கான சந்தர்ப்பத்தை எதிர்ப்பார்த்துத் தனது பெற்றோரின் வீட்டிற்கு மாதத்தில் இரண்டொரு முறை வருவான். தங்கள் காதலியையும் குடும்பத்தையும் விட்டுப் பிரிந்து மன உளைச்சலுக்குள்ளான வீரர்களைப் போலத் தானில்லை என்று தன்னைத் தானே முதுகில் தட்டிக்கொள்வான். போர் அவனை முழுவதுமாக உள்வாங்கியது. அவனும் எந்தக் கவனச்சிதறலையும் அனுமதிக்கவில்லை. ஆனால் தன் தந்தையின் மாணவியை நினைக்காமல் இருக்க முடியவில்லை. அவளால் தன் சுதந்திரத்திற்கு ஒரு ஆபத்தும் இல்லை, வெறும் விளையாட்டாக அவள்மேல் ஒரு ஈர்ப்பு என்று தன்னைத் தானே சமாதானப்படுத்திக்கொண்டான். நிற்கும் கோணத்தையும், ஒளியையும் பொறுத்து ரோஸர் சில சமயங்களில் கவர்ச்சியாகத் தெரிவாளே ஒழியத் தான் கவர்ச்சியாகத் தோன்ற வேண்டுமென்று ஒருநாளும் அவள் மெனக்கெட்டதில்லை. அந்த எளிமை கிய்யேமின் மனதை ஈர்த்தது.

பொதுவாகத் தன்னுடன் பேசும்போது பெண்கள் வெட்கப்பட்டு நெளிவதைப் பார்த்திருக்கிறான், ரோஸருக்கும் தன்னைப் பிடிக்கும், ஆனால் அவள் அதை வெளிப்படுத்த இயலாமல் அவதிபடுகிறாளென்று நினைத்தான். "அந்தப் பெண் என்னைக் காதலிக்கிறாள், காதலிக்காமல் எப்படி! பாவம் பியானோ, பேக்கரி தவிர அவள் வாழ்க்கையில் வேறு என்ன சுகத்தைக் கண்டாள், எல்லாம் சரியாகிவிடும்" என்று நினைத்தான். "கிய்யேம், ஜாக்கிரதை! இந்தப் பெண் என்

பொக்கிஷம், நீ அவளை அவமரியாதை செய்தாயோ. . . அவ்வளவுதான்!” என்று அவனுடைய அப்பா எச்சரித்திருந்தார். “நீங்கள் எப்படி அப்படிச் சொல்லலாம், அப்பா? எனக்கு ரோஸர் தங்கை மாதிரி” என்று பதில் சொல்வான். நல்லவேளை நிஜமான தங்கை இல்லை. அவளது பெற்றோர் அவளை வளர்த்த விதத்தைப் பார்த்தால், ஸ்பெயினின் குடியரசுக் கட்சியிலிருந்த வெகுசில கன்னிப் பெண்களில் அவளும் ஒருத்தியாக இருக்கக்கூடும் என்று நினைத்துக்கொள்வான். மென்மையாக மேசைக்கு அடியில் அவள் முட்டியைத் தொடுவது, சினிமா பார்க்க அழைத்துப்போய்த் திரைப்படத்தைப் பார்த்து அவள் அழும்போது இருட்டில் ஆதரவாக அணைப்பது என்று கிய்யேம் சில முயற்சிகள் எடுத்தான். அவளுடன் அதிக நெருக்கமாக இருக்க நினைப்பது தவறு என்று அவனது மூளைக்கு உறைத்தாலும் அவளை அன்பாக நடத்தாமல் இருக்க முடியவில்லை. அவனது மற்ற தேவைகளுக்கு, அதற்கான மனநிலையும் அனுபவமும் கொண்ட சுதந்திரமான போராளித் தோழிகள் இருந்தனர்.

பார்சிலோனாவில் அவன் கழிக்கும் ஒவ்வொரு சிறு விடுமுறைக்குப் பிறகும் உயிர் பிழைப்பதிலும் வெற்றி பெறுவதிலும் மட்டுமே கவனம் இருக்க வேண்டும் என்ற நோக்கத்துடன் கிய்யேம் போர்முனைக்குத் திரும்புவான். ஆனால் ரோஸரின் கவலையான முகத்தையும் தெளிவான தோற்றத்தையும் மறப்பது அவனுக்குக் கடினமாக இருந்தது. அவளுடைய கடிதங்களும் மிட்டாய்ப் பொட்டலங்களும் அவனுக்காக அவள் பின்னிய காலுறைகளும் ஸ்கார்ஃபுகளும் அவனுக்கு எவ்வளவு தேவை, எவ்வளவு நிம்மதி அளித்தன என்பதை ஒருபோதும் அவன் உரக்கச் சொன்னதில்லை. அவனது பர்ஸில் அவளது புகைப்படம் மட்டுமே இருந்தது. ஏதோ ஒரு இசை நிகழ்ச்சியில் எடுத்த படம், அடர்ந்த நிறத்தில் உடை, வழக்கத்தைவிட நீளமான ஸ்கர்ட், குட்டைக் கை, லேஸ் காலர். இந்த அபத்தமான பள்ளி மாணவிச் சீருடை அவளது உடலழகை மறைக்க, ரோஸர் ஒரு பியானோவின் அருகில் நின்றிருப்பாள். அந்தக் கறுப்பு வெள்ளைப் புகைப்படத்தில் ரோஸர் தொலைவில் மங்கலாக, உணர்ச்சியற்ற, வயதற்ற ஒரு பெண்; அவளுடைய தங்க நிறக் கண்களும் கருமையான கூந்தலும் நிற வேறுபாடின்றி புகைப்படத்தில் தோன்றியது. அவளுடைய கூரான மூக்கு, வெளிப்படையான புருவங்கள், நீண்ட காதுகள், நீண்ட விரல்கள், அவளுடைய சோப்பு வாசனை இவையெல்லாம் கிய்யேமைப் பாடாய்ப்படுத்திய விவரங்கள். இந்த விவரங்கள் திடீரென்று அவனை முழுவதுமாக விழுங்கும், தூங்கிக்கொண்டிருக்கும்போது தாக்கும்;

கவனச்சிதறலால் அவனது உயிரைக்கூடப் பறிக்கக்கூடியவை இவ்விவரங்கள்.

தன் தந்தையின் இறுதிச் சடங்கிற்கு வர இயலாத கிய்யேம், ஒன்பது நாட்கள் கழித்து ஒரு ஞாயிற்றுக்கிழமை மதியம் இராணுவ வாகனத்தில் முன்னறிவிப்பின்றி வீட்டிற்கு வந்தான். வண்டியின் சத்தம் கேட்டுச் சமையலறைத் துண்டில் கைகளைத் துடைத்துக்கொண்டே வெளியே வந்த ரோஸருக்கு, இரண்டு போராளிப் பெண்கள் தாங்கிப் பிடித்திருந்த மெலிந்த மனிதனை ஒரு கணம் அடையாளம் தெரியவில்லை. அவனை நான்கு மாதங்கள் பார்க்காமல் அவன் அனுப்பிய ஓரிரு வரிகளில் அவளின் நம்பிக்கை வளர்ந்தது; அவன் அனுப்பிய செய்திகளில் அன்பாக ஒரு வார்த்தை இல்லை; மாட்ரிடில் நடக்கும் போரைப் பற்றிய விவரங்களைப் பள்ளிக்கூட அறிக்கைகள்போல நோட்டுப் புத்தகத்திலிருந்து கிழித்த தாள்களில் பள்ளி மாணவனின் கையெழுத்தில் அவன் பகிர்ந்துகொண்டிருந்தான்.

> இங்கே அதே நிலைதான். நாங்கள் நகரத்தை எவ்வாறு பாதுகாக்கிறோம் என்பதை நீ கேள்விப்பட்டிருப்பாய். துப்பாக்கிச் சூட்டினால் சுவரெல்லாம் சல்லடைபோல் ஓட்டை, எல்லா பக்கமும் இடிந்த கட்டிடங்கள்.
>
> ஃபாசிஸ்டுகளிடம் இத்தாலிய, ஜெர்மன் வெடிமருந்துகள் உள்ளன, அவர்கள் நாங்கள் இருக்குமிடத்திற்கு மிகவும் அருகிலிருப்பதால் ஒவ்வொரு சமயம் அந்தப் படுபாவிகள் புகைக்கும் சிகரெட்டின் வாசனையை எங்களால் நுகர முடிகிறது.
>
> அவர்கள் பேசுவதை எங்களால் கேட்க முடிகிறது. எங்கள் காதுகளில் விழும்படி கத்திப் பேசி எங்களைத் தூண்டிவிடப்பார்க்கிறார்கள். அவர்கள் பயத்தில் நடுங்கிக் கொண்டிருக்கிறார்கள் என்று எங்களுக்குத் தெரியும்.
>
> எல்லோரையும்விட மோசமானவர்கள் மூர்ஸுகள். எதற்கும் அஞ்சாத கழுதைப்புலியைப் போன்றவர்கள், அவர்கள் துப்பாக்கிகளைவிடக் கத்தியால் சண்டையிடுவதை விரும்புகிறார்கள். கைக்குக் கை. அவர்களுக்கு இரத்தத்தின் சுவை வேண்டும்.
>
> தேசியவாதிகளுக்குத் தினமும் உணவும் உதவியும் வருகின்றன. ஆனால் அவர்களால் ஒரு மீட்டர்கூட முன்னேற முடியவில்லை.

இங்கே எங்களுக்குக் குடிநீரில்லை, மின்சாரம் இல்லை, உணவுப் பற்றாக்குறை. ஆனால் நாங்கள் எங்கள் எல்லையைப் பாதுக்காத்துக்கொண்டிருக்கிறோம்.

நான் நலமாக உள்ளேன்.

பாதிக் கட்டிடங்கள் உடைந்துபோய் தரையில் விழுந்து கிடக்கின்றன, இறந்தவர்களின் உடல்களை அப்புறப்படுத்த வசதியில்லை, மறுநாள் பிணக்கிடங்கிலிருந்து ஆட்கள் வரும்வரை இறந்தவர்கள் அதே இடத்திலேயே கிடக்கிறார்கள்.

எல்லாக் குழந்தைகளையும் எங்களால் வெளியேற்ற முடியவில்லை. அம்மாக்கள் தங்கள் பிள்ளைகளை விட்டு நகரவோ பிரியவோ பிடிவாதமாக மறுத்து எங்களை எவ்வளவு பாடாய்ப் படுத்துகிறார்கள் என்று நீ நேரில் பார்த்தால்தான் நம்புவாய்.

உன்னுடைய பியானோ பயிற்சி எப்படி இருக்கிறது? என் பெற்றோர் எப்படி இருக்கிறார்கள்? என்னைப் பற்றிக் கவலைப்பட வேண்டாம் என்று அம்மாவிடம் சொல்.

"ஜீசஸ்! கிய்யேம், என்ன நடந்தது?" ரோஸர் ஒரு நொடி தனது கத்தோலிக்க வளர்ப்பின்படி வாசலில் அதிர்ச்சியைக் காட்டினாள்.

கிய்யேம் பதிலளிக்கவில்லை. அவனது தலை தொங்கி யிருந்தது, அவனது கால்கள் அவனைத் தாங்கிப் பிடிக்கவில்லை. சமையலறையிலிருந்து வந்த கார்மே, அவனைக் கண்டு அலறியதில் தொண்டையை அடைத்துக்கொண்டு வந்த இருமல் இரட்டிப்பாகியது.

"அமைதியாக இருங்கள், காம்ரேட்ஸ். காயம் இல்லை. உடல்நிலை சரியில்லாமல் இருக்கிறார்" போராளிகளில் ஒரு பெண் கண்டிப்பான குரலில் கூறினாள்.

"வீட்டினுள் அழைத்துப் போகலாம், வாருங்கள்" ரோஸர் தான் தூங்கும் அறைக்கு அவர்களை அழைத்துச் சென்றாள். அது கிய்யேமின் முன்னாள் அறை. இரண்டு பெண்களும் அவனைப் படுக்கையில் கிடத்திவிட்டு வெளியேறி, ஒரு நிமிடம் கழித்து கிய்யேமின் பை, போர்வை, துப்பாக்கியுடன் திரும்பினார்கள். உடனே விடைபெற்றுக்கொண்டு புறப்பட்டார்கள். கார்மே கடுமையாக இருமிக்கொண்டே இருந்தாள். துர்நாற்றத்தால் ஏற்பட்ட குமட்டலைக் கட்டுப்படுத்திக்கொண்டு, ரோஸர் கிய்யேமின் அழுக்கான காலுறைகளையும் காலணிகளையும் கழற்றினாள். அவனை மருத்துவமனைக்கு அழைத்துச்

இசபெல் அயேந்தே

செல்லலாமென்றால் அங்கே போரில் காயமடைந்தவர்களின் எண்ணிக்கை அதிகமாக இருந்தது, அவர்களுக்குத் தொற்றுப் பரவும் வாய்ப்பைக் குறைப்பதற்காக அவனுக்கு வீட்டிலேயே சிகிச்சையளிக்க முடிவு செய்தார்கள். மேலும் இந்நிலையில் மருத்துவமனைக்குச் சென்றாலும் மருத்துவர் அவனுக்குச் சிகிச்சை அளிப்பாரா என்றும் தெரியவில்லை.

"கிய்யேமைக் குளிக்கவைக்க வேண்டும், கார்மே, அழுக்காக இருக்கிறான். அவனுக்குக் குடிக்கத் தண்ணீர் கொடுக்க முயற்சி செய்யுங்கள். நான் விக்டரிடம் விஷயத்தைக் கூறிவிட்டு வருகிறேன்" மலமும் சிறுநீரும் உடலில் அப்பிக் காய்ந்து போயிருந்த கிய்யேமை நிர்வாணமாகப் பார்க்க விரும்பாத ரோஸர் அங்கிருந்து விலகினாள்.

விக்டரிடம் தொலைபேசியில், மிக அதிகமான காய்ச்சல், சுவாசிப்பதில் சிரமம், வயிற்றுப்போக்கு என்று கிய்யேமின் நிலையை ரோஸர் விளக்கினாள்.

"தொட்டால் அரற்றுகிறான். வயிற்றில் வலி இருக்கும் என்று நினைக்கிறேன், ஆனால் அவனது உடலின் மற்ற பகுதிகளில் வலியில்லை என்று உனக்கு ஏற்கெனவே தெரியும் அல்லவா?"

"டைஃபஸ், ரோஸர். போராளிகள் மத்தியில் பரவும் தொற்றுநோய்; இது பேன், உண்ணி, அசுத்தமான நீர், அழுக்கு மூலம் பரவுகிறது. நான் நாளை முடிந்தால் அவனைப் பார்க்க வருகிறேன். ஆனால் வருவது மிகவும் கடினம். மருத்துவமனை நிரம்பி வழிகிறது. ஒவ்வொரு நாளும் டஜன் கணக்கில் காயமடைந்தவர்கள் வந்துகொண்டே இருக்கிறார்கள். இப்போதைக்கு முதலுதவியாக கிய்யேமின் காய்ச்சலைக் குறைக்க வேண்டும். கொதிக்கவைத்த நீரில் சிறிது சர்க்கரையும் உப்பும் சேர்த்துக் குடிக்கக் கொடு. குளிர்ந்த நீரில் நனைத்த துணியால் அவனைப் போர்த்திவை."

கிய்யேம் தல்மாவ் இரண்டு வாரங்கள் அவனது தாய், ரோஸர் ஆகியோரின் பராமரிப்பிலும் மன்ரேசாவிலிருந்து அவன் சகோதரனின் கண்காணிப்பிலும் இருந்தான். ரோஸர் தினமும் விக்டரிடம் கிய்யேமின் நிலைமையைத் தெரிவித்தாள், அவளும் கார்மேயும் நோய்த் தொற்றைத் தவிர்ப்பதற்கான வழிமுறைகளை விக்டர் விளக்கியிருந்தான். கிய்யேமின் ஆடைகளிலிருந்து பேன்களை அகற்ற முடியவில்லை, அவன் கொண்டுவந்திருந்த எல்லா ஆடைகளையும் எரித்தார்கள், அவன் அணியும் ஆடைகளைக் கிருமி நாசினிகளைப் பயன்படுத்தித் துவைத்தார்கள், அவன் உபயோகிக்கத் தனித் தட்டு, முள்கரண்டி கொடுத்தார்கள். அவனுக்குத் தேவையானதைச் செய்து

முடித்த பிறகு ஒவ்வொரு முறையும் சோப்பால் கைகளைக் கழுவினார்கள். முதல் மூன்று நாட்கள் மிகவும் ஜாக்கிரதையாக இருக்க வேண்டியிருந்தது. கிய்யேமின் காய்ச்சல் நூற்றியைந்து டிகிரியைத் தொட்டது. மயக்கமடைந்தான். தலைவலியாலும் குமட்டலாலும் துடித்தான். வறட்டு இருமலால் அவதிப்பட்டான். நான்காவது நாள் அவனது காய்ச்சல் தணிந்தது. ஆனால் அவர்களால் அவனை எழுப்ப முடியவில்லை. 'அவனைத் தண்ணீர் குடிக்க மட்டும் எழுப்புங்கள். மற்ற நேரம் தூங்கட்டும். ஓய்வெடுத்தால் குணமடைவான்' என்று விக்டர் தைரியம் கூறினான்.

வயதின் காரணமாக கார்மேயால் கிய்யேமைக் கவனித்துக்கொள்ள முடியவில்லை, அவளின் நுரையீரலும் ஆரோக்கியமான நிலையில் இல்லை, தொற்று ஏற்படக்கூடிய சாத்தியமிருந்ததால் கிய்யேமைக் கவனிக்கும் முழுப் பொறுப்பும் ரோஸரின் மேல் விழுந்தது. கிய்யேமின் அருகில் அமர்ந்து உரக்கப் படித்தும் ஸ்கார்ஃப் பின்னியும் ரோஸர் கழித்த காலைப் பொழுதுகளில் கார்மே அவளின் மாணவர்களுக்கு எழுத்துக் கற்பிக்கப் போனாள். அதற்குப்பின் வரிசையில் நின்று அன்றைக்குக் கடைகளில் என்ன கிடைக்கிறதென்று பார்த்து வாங்கிவந்தாள். ரோஸர் இரவில் பேக்கரியில் வேலை செய்தாள். பணத்திற்குப் பதிலாக ரொட்டி கொடுத்தார்கள். கடைகளில் சாமான்களின் எண்ணிக்கையும் அளவும் குறைந்துகொண்டேபோனது. தினசரி ஒரு நபருக்கு அரை கப் பருப்பு மட்டுமே விற்கப்பட்டது. சூப் செய்வதற்கு பூனையோ புறாவோகூடக் கிடைக்காத காலம். ரோஸர் சம்பாதித்த ரொட்டி பார்ப்பதற்குக் கருத்த செங்கல்போலவும் சுவையில் சக்கைபோலவும் இருக்கும். எண்ணெய் ஒரு ஆடம்பரப் பொருள். கொஞ்சம் எண்ணையை நீண்ட நாள் உபயோகிக்க அதில் மோட்டார் எண்ணையைக் கலக்கிச் சமையல் செய்தார்கள். மக்கள் குளியல் தொட்டிகளிலும் பால்கனிகளிலும் காய்கறிகளை வளர்த்தார்கள், குடும்பச் சொத்துக்களையும் நகைகளையும் அடகுவைத்து உருளைக்கிழங்கும் அரிசியும் வாங்கினார்கள்.

ரோஸர் தனது குடும்பத்தைப் பார்க்காவிட்டாலும் அந்தப் பகுதியில் உள்ள சில விவசாயிகளுடன் தொடர்பில் இருந்தாள். அவர்களின் மூலமாகக் காய்கறிகள், ஆட்டுப்பாலில் செய்த துண்டு சீஸ் ஆகியவை அவளுக்கு அவ்வப்போது கிடைத்தன. சில அரிதான சந்தர்ப்பங்களில் அவர்கள் ஒரு பன்றியைக் கொன்றால், தொத்திறைச்சியை[1] அவளுக்குக் கொடுத்தார்கள். கார்மேவின் பட்ஜெட் கருப்புச் சந்தைக்குப் போதுமானதாக இல்லை. அங்கே சிகரெட்டும் சோப்பும் ஏராளம், ஆனால்

1. காயவைத்த பன்றி மாமிசம்

உணவுப் பொருட்களோ மிகக் குறைவு. எலும்புக்கூட்டைப் போலத் தோற்றமளித்த கிய்யேமை ஆரோக்கியமாக்க வேண்டிய நிலையில், தன் கணவன் விட்டுச் சென்ற சொற்பச் சேமிப்பைச் செலவழித்து, ரோஸரை சான்டா ஃபேக்கு அனுப்பி, சூப் செய்ய எது கிடைத்தாலும் வாங்கிவரச் சொன்னாள். அந்தப் பணத்தின் உதவியுடன் ஸ்பெயினிலிருந்து குடும்பத்துடன் புலம்பெயருவோம் என்று மார்செல் லூயிஸிற்கு அவர்கள் வாக்குக் கொடுத்திருந்தாலும் உண்மையில் அவர்களில் ஒருவர்கூடப் புலம்பெயர்வதைப் பற்றித் தீவிரமாகச் சிந்திக்கவில்லை. பிரான்சிலோ வேறு நாட்டிலோ குடிபெயர்ந்து என்ன செய்வது? வீடு, ஊர், மொழி, உறவினர்கள், நண்பர்கள் எல்லோரையும் விட்டு எப்படி வாழ முடியும்? போரில் வெற்றி பெறுவதற்கான சாத்தியக்கூறுகள் குறைந்துகொண்டேவந்தன. பேச்சுவார்த்தைக்கு வாய்ப்பே இல்லாத நிலையில் ஃபாசிஸ்டுகளின் அடக்குமுறையைத் தாங்கிக்கொண்டனர். ஆனால் நாட்டைவிட்டு வெளியேறுவதைவிட வன்முறையும் அடக்குமுறையும் எவ்வளவோ மேல் என்று அங்கேயே தங்கி விட்டனர். ஃபிராங்கோ எவ்வளவுதான் இரக்கமற்றவனாக இருந்தாலும், அவனால் கேட்டலான் மக்கள் அனைவரையும் தூக்கிலிட முடியாதல்லவா? அதனால், ரோஸர் அந்தப் பணத்தை வைத்து இரண்டு உயிருள்ள கோழிகளை வாங்கி, ஒரு பையில் மறைத்து, பையை அவள் ஆடைக்குள்ளே வைத்து வயிற்றில் கட்டி, பார்சிலோனாவிற்குத் திரும்பினாள். அவளது வயிறை முடிந்தவரை மூடி, கோழிகள் பறக்காமல் இருக்க வேண்டுமே என்று பிரார்த்தனை செய்தபடி பயணித்தாள். அவள் கர்ப்பமாக இருப்பதாக நம்பி, அவளுக்குப் பேருந்தில் இருக்கை கொடுத்தார்கள்.

செய்தித்தாள்கள் விரித்த ஒரு அறையில் கார்மே கோழிகளை விடுவித்தாள். ரோசினான்டே பாரிலிருந்து சேகரித்த உணவுத் துண்டுகள், காய்கறிகளின் தோல்கள், ரோஸர் பேக்கரியின் தரையில் விழும் பார்லி, கம்பு தானியம் ஆகியவற்றைக் கோழிகளுக்கு உணவாக அளித்தனர். கோழிகள் பையின் அதிர்ச்சியிலிருந்து மீண்டு விரைவில் கிய்யேமிற்குக் காலை உணவாக ஒன்றிரண்டு முட்டைகளைக் கொடுக்க ஆரம்பித்தன.

சில நாட்களில் குணமடைந்த நோயாளி மீண்டும் கண்களைத் திறந்து பார்த்தான். ஆனால் படுக்கையில் உட்காரவும் அறையில் இருந்து ரோஸர் பியானோ வாசிப்பதைக் கேட்கவும் அவள் சத்தமாகப் படிக்கும் துப்பறியும் நாவல்களைப் போதுமான ஆற்றலோடு கவனிக்கவும் முடியவில்லை. அவனுக்குப் புத்தகம் வாசிப்பதென்பது எப்போதுமே

விளக்கெண்ணெய் குடிப்பதுபோல். சிறுவயதில் அவனது வீட்டுப்பாடத்தை கார்மேயின் மேற்பார்வையில் முடிப்பான், அல்லது விக்டர் எழுதிக்கொடுப்பான். ரோஸர் கதைகளைப் படிக்கும்போது களைப்படைந்து எடுத்துக்கொள்ளும் இடைவேளையில் தனது ராணுவ வாழ்க்கையைப் பற்றிப் பேசுவான். தங்களுடைய போராக இல்லாவிட்டாலும் போராடி மடிவதற்கென்றே ஐம்பதுக்கும் மேற்பட்ட நாடுகளிலிருந்து வந்த தன்னார்வத் தொண்டர்களைப் பற்றிக் கதைகள் சொல்லுவான். அமெரிக்க லிங்கன் படையில் எப்போதும் முன்னணியில் போரிட்டு மடியும் அமெரிக்கப் போர்வீரர்களைப் பற்றிப் பேசுவான். மாட்ரிட் போர்முனையில் எதுவும் நடக்காமல் சலிப்புடன் காத்திருக்கும் போது ரோஸர் இப்படிக் கதை படித்திருந்தால் எவ்வளவு நன்றாக இருந்திருக்கும்! அங்கே நிறைய புத்தகங்கள் இருந்தன, ஆனால் புத்தகத்தைப் பிரித்தால் எழுத்துகள் அவன் கண்முன்னே நடனமாடின. "அமைதியான நேரங்களில் நாங்கள் கற்பிக்கிறோம், கற்றுக்கொள்கிறோம். போர்முனையிலிருக்கும் எழுதப் படிக்கத் தெரியாத வீரர்களுக்குப் படிக்கவும் எழுதவும் கற்றுக் கொடுக்கச் சொன்னால் அம்மா மிகவும் மகிழ்ச்சியடைவாள்! பலர் மழைக்குக்கூடப் பள்ளியில் ஒதுங்கியதில்லை" என்பான். "ஃபாசிசத்திற்கு எதிராக ஸ்பெயினுடன் நின்று போரிட முப்பத்தைந்தாயிரம் ஆண்களும் பல நூறு பெண்களும் மற்ற நாடுகளிலிருந்து வந்திருக்கிறார்கள் என்று கூறுகிறார்கள், இந்தப் போர் அவ்வளவு முக்கியமானது, ரோஸர்." தண்ணீர், மின்சாரம், மலசலகூடம் இல்லாத படைமுகாம்கள் எப்படி இடிபாடுகள், குப்பைகள், தூசிகள், உடைந்த கண்ணாடிகளால் நிறைந்திருந்தன என்பதை விவரிப்பான். நிறைய விஷயங்களை அவனால் அவளிடம் பகிர்ந்துகொள்ள முடியவில்லை. எலி, பேன், மலம், சிறுநீர், இரத்தம், ஸ்ட்ரெச்சர் தாங்குபவர்கள் வரும்வரை காயமடைந்த தோழர்கள் பல மணிநேரம் இரத்தம் சிந்தியது, பசி குடலைப் பிடுங்கித் தின்றாலும் சாப்பிட இயலாத வேகாத மொச்சையினாலான உணவு, குடிக்கவே முடியாத அளவிற்கு ஜில்லென்றிருந்த காபி, சிலரின் கண்மூடித்தனமான தைரியம், அலட்சியத்தின் விளைவாகத் தோட்டாக்களுக்குப் பலியானவர்கள், மற்றவர்களின் பயம், குறிப்பாக இளையவர்கள், புதியவர்கள், பால் புட்டிப் படையினரின் பயம் – இவற்றைப் பற்றி ரோஸரிடம் அவனால் பகிர்ந்துகொள்ள முடியவில்லை. நல்லவேளை அவனது படையின் பிரிவில் இந்தச் சிறுவர்களில்லை, இருந்திருந்தால் அவர்கள்மேல் பரிதாபப்பட்டே இறந்திருப்பான். அவனால் அவளிடம் சொல்வதற்கு முடியாத இன்னொரு விஷயம் அவனின் காம்ரேடுகள் நடத்திய எண்ணற்ற கொலைகள். எதிரிப்

படைக் கைதிகளை இரண்டிரண்டு பேராகக் கட்டி, டிரக்குகளில் எங்கோ தொலைதூரத்திலிருந்த திறந்தவெளிக்கு அழைத்துச் சென்று, நின்ற இடத்தில் துப்பாகியால் சுட்டுக் கொன்று, அதோடு நிறுத்தாமல் அங்கேயே புதைகுழிகளில் புதைத்ததைப் பற்றி ரோஸரிடம் மற்ற கஷ்டங்களைப் பகிர்ந்துகொண்டது போல் சாதாரணமாக ஒப்புக்கொள்ள முடியவில்லை. மாட்ரிட்டில் மட்டுமே கொலைகளின் எண்ணிக்கை இரண்டாயிரத்திற்கும் மேல்.

கோடைக்காலம் ஆரம்பித்திருந்தது. மாலை வெகு நேரம் கழித்து இருட்ட ஆரம்பித்தது, வெக்கையான நாட்கள் மெத்தனமாக நகர்ந்தன. இந்நிலையில் கிய்யேமும் ரோஸரும் ஒன்றாகச் செலவிட்ட அதிக நேரங்கள் ஒருவரையொருவர் நன்கு அறிந்துகொள்ள உதவியது. அவர்கள் எவ்வளவு படித்தாலும் அரட்டையடித்தாலும் இடைப்பட்ட நீண்ட மௌனங்களில் நெருக்கத்தின் இனிமையை உணர்ந்தார்கள். இரவு உணவுக்குப் பிறகு ரோஸர் கார்மேயின் அறையில் அவளுடன் தூங்கி, அதிகாலை மூன்று மணிக்கு எழுந்து, ஒவ்வொருவருக்கும் இவ்வளவு என விற்கப்படும் ரொட்டியைத் தயாரிக்கும் பேக்கரிக்குச் செல்வாள். தெருக்களில் வானொலி, செய்தித்தாள்கள், ஒலிபெருக்கிகள் நம்பிக்கையூட்டும் செய்திகளைப் பகிர்ந்தன. போராளிகளின் பாடல்களும், லா பாசியோனாரியாவின் 'மண்டியிட்டு வாழ்வதைவிடச் சண்டையிட்டு மாள்வதே மேல்' போன்ற உக்கிரமான பேச்சுகளும் வீதிகளில் ஒலித்தன. எதிரிகள் முன்னேறுவதைப் பற்றிய செய்திகள் வெளிவரவில்லை, ஸ்பெயினின் சறுக்கல்களைத் திட்டமிட்ட பின்வாங்கல் என்றார்கள். உணவுமுதல் மருந்து வரை கிட்டத்தட்ட எல்லாவற்றிலும் எதிர்கொண்ட பற்றாக் குறையையும் இல்லாமையையும் யாரும் குறிப்பிடவில்லை. விக்டர் தல்மாவ் தனது குடும்பத்தினருக்கு ஒலிபெருக்கிளில் வரும் செய்திகளைக் காட்டிலும் யதார்த்தமான நடப்பைக் கொடுத்தான். விக்டரின் மருத்துவமனையில் அதிகரித்து வந்த காயமடைந்தவர்கள், இறந்தவர்களின் எண்ணிக்கையை வைத்துப் போரின் சோகமாக நிலைமையை அவனால் ஊகிக்க முடிந்தது. "நான் மீண்டும் போர்முனைக்குச் செல்ல வேண்டும்," என்று கிய்யேம் அடிக்கடி கூறுவான், ஆனால் பூட்ஸை அணியக்கூடத் திராணியில்லாமல் படுக்கையில் சோர்வுடன் சரிந்து விழுவான்.

டைஃபஸ் ஜுரத்தினால் அவதிப்படும் கிய்யேமிற்குத் தினசரி பணிவிடைகள் செய்த ரோஸரின் மனதில் அவள்

நேசிக்கக்கூடிய ஒரே மனிதன் அவன்தான் என்ற நம்பிக்கை உறுதியானது. வேறொருவனை நினைத்துப் பார்க்கக்கூட முடியாதென்பதில் உறுதியாக இருந்தாள். பஞ்சால் அவன் உடலைச் சுத்தம் செய்வது, சிறுநீர்க்கலத்தைக் காலி செய்வது, குழந்தைகளுக்கான முட்கரண்டியால் உணவை ஊட்டுவது, தூக்கத்தைக் கண்காணிப்பது என அவள் அவனைக் கவனித்துக்கொண்டாள். அடுத்த நாள் திரும்பவும் செய்ய வேண்டிய முடிவில்லாத அன்றாடப் பணிவிடைகளைக் கவலையுடனும் அன்புடனும் செய்தாள்.

ஒன்பதாவது நாளன்று கிய்யேமின் முன்னேற்றத்தைக் கண்ட ரோஸர், படுக்கையில் ஓய்வெடுத்துக் குணமடைவதற்கு இனி அவசியமில்லை, விரைவில் அவன் போர்முனைக்குத் திரும்ப வேண்டும் என்று புரிந்துகொண்டாள். கடந்த ஆண்டில் எவ்வளவு உயிரிழப்புகள் ஏற்பட்டதென்றால், குடியரசுக் கட்சியின் இராணுவம் பதின்வயதினரையும் முதியவர்களையும் தங்கள் படையில் நியமித்தது. கடுமையாகத் தோற்றமளித்த கைதிகளிடம் போர்முனைக்குச் செல்கிறீர்களா அல்லது சிறையில் அழுகத் தயாரா என்று கேட்டுப் போருக்குச் செல்ல விரும்பிய கைதிகளைத் தங்கள் படையில் சேர்த்துக்கொண்டது. கிய்யேமை எழுந்திருக்கச் சொல்லி, சமையலறையில் இருந்த மிகப்பெரிய பாத்திரத்தில் தண்ணீரைச் சூடாக்கி, துணி துவைக்கும் தொட்டியில் அவனை உட்காரவைத்து, தலைமுதல் கால்வரை சோப்புப் போட்டு, அவன் சிவப்பாகவும் பளபளப்பாகவும் ஆகும்வரை குளிப்பாட்டினாள். அவனுக்கு இவ்வளவு காலம் பணிவிடை செய்து கவனித்துக்கொண்டதால், அவனது நிர்வாணம் அவளுக்குப் புதிதாகவோ வித்தியாச மாகவோத் தெரியவில்லை. அவனும் அவளிடம் தனது சங்கோஜத்தை இழந்திருந்தான்; ரோஸரின் கைகளில் தான் குழந்தைப் பருவத்திற்குத் திரும்பியதைப் போல் உணர்ந்தான்.

அன்றுவரை திருமணம் செய்துகொண்டு குடும்பஸ்தன் ஆவதைப் பற்றி நினைத்துப்பார்க்காதவன், போர் முடிந்ததும் இவளைத் திருமணம் செய்துகொள்ளப்போகிறேன் என்று ஆழ்ந்த நன்றியுணர்ச்சியில் முடிவு செய்தான். எதிர்காலத்தைத் திட்டமிடுவதற்குப் போர் அனுமதிக்கவில்லை. எனவே தான் சமாதானமான உலகில் வாழ்வதற்காகப் பிறக்கவில்லை, தொழிற்சாலையில் வேலை செய்வதைவிடச் சிப்பாயாக இருப்பதே மேல், படிப்பும் இல்லாமல் தன்னுடைய காட்டுத்தனமான குணத்தால் தன்னால் வேறு என்ன செய்ய முடியும் என்று நினைத்தான். ஆனால் ரோஸரின் புத்துணர்வு, அப்பாவித்தனம், கண்டிப்பான கருணை, இதெல்லாம் அவனுடைய இதயத்தில் அழிக்க முடியாத

காதலாகப் பதிந்தது; அகழிகளில் இருக்கும்போது அவன் கண்களில் அவளது உருவமும் கூடவே வந்தது. அவளைப் பற்றி நினைக்க நினைக்க அவள் அதிகமாகத் தேவைப்பட்டாள். இன்னும் அழகாகத் தெரிந்தாள். அவனுக்கு அவளுடைய கவர்ச்சி அவளைப் போலவே அடக்கமானதாகத் தோன்றியது. டைஃபஸ் என்னும் புதைகுழியில் அவன் வலியிலும் பயத்திலும் மூழ்கும்போது, ரோஸரை ஒரு தோணிப் போலக் கெட்டியாகப் பிடித்துக்கொண்டான். அவனைக் குழப்பத்திலிருந்து தெளிவிற்குக் கூட்டிவந்த ஒரே திசைகாட்டி அவளது அன்பான முகம்; ஒரே நங்கூரம் அவளது கவலையால் மருண்டு பின்பு சிரித்துச் சாந்தமான கண்கள்.

சலவைத் தொட்டிக் குளியலின் மூலம் கிய்யேம் சாவின் வாசற்படியில் வியர்த்து விறுவிறுத்து நிற்காமல் உயிர்ப்புடன் இவ்வுலகத்திற்குத் திரும்பினான். சோப்புத் துணியின் சொரசொரப்பு, தலைமுடியில் நுரை, பல வாளிகள் வெதுவெதுப்பான நீர், உடல் மேல் ரோஸரின் கைகள், வலிமையான, மென்மையான, துல்லியமான பியானோ வாசிக்கும் ஆகியவை அவனை உயிர்த்தெழச் செய்தன. அவன் நன்றியுடன் முழுமையாகச் சரணடைந்தான். ஈரத்தைத் துடைத்து, தனது தந்தையின் பைஜாமாவை மாட்டி, முகச்சவரம் செய்து, தலைமுடியையும் கழுகு நகம்போல் வளர்ந்திருந்த நகங்களையும் வெட்டினாள். கிய்யேமின் கன்னங்கள் இடுங்கியும் கண்கள் சிவப்பாகவும் இருந்தன, ஆனால் வீட்டிற்கு வரும்போது பார்த்த எலும்புக்கூடுபோல இப்போது அவன் இருக்க வில்லை. காலை உணவுடன் பருகிய காபியின் மிச்சத்தைச் சூடாக்கிய ரோஸர், தனக்குத் தைரியத்தை அளிப்பதற்காக அதில் சிறிது விஸ்கியை ஊற்றிக்கொண்டாள்.

"நான் விருந்துக்குத் தயாராக இருக்கிறேன்," கண்ணாடியில் தன் முகத்தைப் பார்த்து கிய்யேம் சிரித்தான்.

"நீ படுக்கைக்குச் செல்ல தயாராக இருக்கிறாய்" ரோஸர் இன்னொரு கோப்பையை அவனிடம் நீட்டி, "என்னுடன்" என்று முடித்தாள்.

"என்ன சொல்கிறாய்?"

"உன் காதில் என்ன விழுந்ததோ அதைத்தான் சொல்கிறேன்."

"உன்னுடன் நான்..."

"அதையே தான் நானும் சொல்கிறேன்," என்று தன்னுடைய ஆடையைத் தலைக்கு மேலே கழற்றிக்கொண்டே பதிலளித்தாள்.

"பெண்ணே, என்ன செய்கிறாய்? அம்மா எப்போது வேண்டுமானாலும் வீட்டிற்குத் திரும்பலாம்."

"இன்று ஞாயிற்றுக்கிழமை. கார்மே தன் நண்பர்களுடன் சர்தானா நடனம் ஆடிய பின்னர் விக்டருடன் பேச டெலிஃபோன் எக்ஸ்சேஞ்சில் வரிசையில் நின்று கொண்டிருப்பார்."

"நான் உனக்குத் தொற்றைக் கொடுத்துவிட்டால். . ."

"நீ ஏற்கெனவே எனக்குத் தொற்றைக் கொடுக்கவில்லை என்றால், இனிமேல் நடக்காது. சாக்குகள் போதும். வா, கிய்யேம்," என்று கட்டளையிட்ட ரோஸர், தன் உள்ளாடை களைக் கழற்றி அவனைத் தன் படுக்கையில் தள்ளினாள்.

அவள் ஒரு ஆணின் முன் நிர்வாணமாக இருந்ததில்லை, ஆனால் அந்த நேரத்தில் அவள் வெட்கத்தை ஒதுக்கி வைத்து எதுவுமே நிச்சயமில்லாத வாழ்க்கையை ஒரு நிமிடம் ருசிக்கத் தயாரானாள். ரேஷன் செய்யப்பட்ட உணவு, நிரந்தர எச்சரிக்கை, அண்டை வீட்டாரையும் நண்பர்களையும்கூடச் சந்தேகிக்க வேண்டிய நிலை என எப்போதும் மரண தேவதையுடன் வாழ்ந்தாள். கன்னியாஸ்திரீகளின் பள்ளியில் மிகவும் மதிக்கப்பட்ட கன்னித்தன்மை, இருபது வயதில் ஒரு குறைபாடுபோல அவளுக்குத் தோன்றியது. எதுவும் நிச்சயமில்லை, எதிர்காலம் இல்லை, போர் வாழ்க்கையின் மிச்சத்தையும் சொச்சத்தையும் பறிப்பதற்கு முன்பு இந்த ஒரு தருணம் மட்டுமே அவர்களிடம் இருந்தது.

1938ஆம் ஆண்டு ஜூலை மாதம் தொடங்கிய எப்ரோ நதிப் போரில் ஸ்பெயினின் தோல்வி முன்பே முடிவு செய்யப் பட்டிருந்தது; இந்தப் போர் நான்கு மாதங்கள் நீடிக்கும், தோற்றவர்கள் நாட்டை விட்டு வெளியேறுவதற்கு முன்பு, முப்பதாயிரம் வீரர்கள் இறப்பார்கள். அதில் கிய்யேம் தல்மாவும் ஒருவனாக இருப்பான்.

குடியரசுக் கட்சியினரின் நிலைமை மோசமாக இருந்தது; பிரான்சும் இங்கிலாந்தும் தங்கள் சார்பாகத் தலையிடும் என்ற நம்பிக்கையில் மக்கள் இருந்தாலும், அது நடப்பதற்கான எந்த அறிகுறியும் இல்லாமல் நாட்கள் கடந்தன. கையிலிருந்து நழுவும் வெற்றியைத் திரும்பக் கட்டுக்குள் கொண்டுவருவதற்காக ஸ்பெயின் தனது முயற்சிகளையும் சிப்பாய்களையும் எப்ரோ நதியை நோக்கி அனுப்பியது. நதியைக் கடந்து, எதிரியின் எல்லைக்குள் ஊடுருவி, எல்லையை ஆக்கிரமித்து, அவர்களின் பொருட்களைக் கைப்பற்றி, தாங்கள் போரில் இன்னும் தோல்வியடையவில்லை என்பதை உலகிற்கு நிரூபிப்பதில்

குறியாய் இருந்த ஸ்பெயின், தேவைப்பட்டால் மற்ற நாடுகளின் உதவியுடன், ஃபாசிசத்திற்கு எதிராக வெற்றியடைய முடியும் என்றும் நம்பியது. தங்களை விட எண்ணிக்கையிலும் ஆயுதங்களிலும் மிக வலிமையான எதிரிப் படைகளை எதிர் கொள்ள எண்பதாயிரம் பேர் ஆற்றின் கிழக்குக் கரைக்கு நடுஇரவில் திருட்டுத்தனமாகச் சென்றனர். இங்கிலாந்து, அமெரிக்கா, கனடா ஆகிய நாடுகளைச் சேர்ந்த தன்னார்வலர்கள், முன்னோக்கி நகரும் படையினர், திடீர் தாக்குதல் புரியும் படையினர் ஆகியோருடன் 45ஆவது சர்வதேசக் கலப்புப் படைப்பிரிவில் கிய்யேம் இருந்தான். இந்தப் படைக்கு மனித பீரங்கி என்று பெயர் வைத்திருந்தனர். அவர்கள் கோடைகாலத்தின் சுட்டெரிக்கும் வெய்யிலையும் கரடுமுரடான நிலப்பரப்பையும் பொருட்படுத்தாமல், முன்னால் எதிரிகள், பின்னால் காட்டாறு, மேலே ஜெர்மனிய, இத்தாலிய விமானங்கள் என்று எல்லாப் பக்கமும் ஆபத்தால் சூழப்பட்டுச் சண்டையிட்டனர்.

திடீரென்று தாக்குதல் நடத்திய குடியரசுக் கட்சியினருக்கு ஆரம்பத்தில் சில ஆதாயங்கள் இருந்தன. போராளிகள் போர்முனையை அடைந்தபோது உடனடியாகக் கையில் கிடைத்த பொருட்களை வைத்து படகுகளை அமைத்து, ஆற்றைக் கடந்து, பயத்தில் நடுங்கிக்கொண்டிருந்த கழுதை களையும் இழுத்துச்சென்றனர். பொறியாளர்கள் மிதக்கும் பாலங்களைக் கட்டினார்கள். அவை பகலில் விழுந்த குண்டு வீச்சில் சிதைந்தாலும் இரவில் மீண்டும் கட்டப்பட்டன. ஆனால் நாட்கள் போகப்போக அவர்களால் எதிரியின் வீச்சிற்கு ஈடு கொடுக்க முடியவில்லை. முன்னணிப் படையில் உதவிப் பொருட்கள் வராத வேளைகளில், கிய்யேம் பல நாட்கள் உணவும் தண்ணீரும் இல்லாமல் பல வாரங்கள் குளிக்காமல், பாறைகள் மேல் படுத்துறங்கி, தனிமையினாலும் வயிற்றுப் போக்கினாலும் அவதிப்பட்டான். எதிரியின் குண்டு எப்போது வேண்டுமானாலும் மேலே விழலாம் என்ற கவலையில் கொசுக்கடியையும் எலிக்கடியையும் பொருட்படுத்தாமல், அவை இறந்தவர்களையும் அடிபட்டவர்களையும் தின்பதைப் பார்த்துக்கொண்டு நாட்களைக் கழித்தான். பசி, தாகம், வயிற்றுப் பிடிப்பு, சோர்வு ஆகியவற்றைக் கோடையின் கொடுமையான வெக்கை இன்னும் மோசமாக்கியது. கடுமையான நீரிழப்பினால் அவனது உடலில் வியர்வை உற்பத்தி நின்றது, அவனது தோல் சுட்டெரிந்து, வெடிப்பு ஏற்பட்டு, முதலையின் தோல்போலக் கருத்தது. சில நேரங்களில் கையில் துப்பாக்கியுடன் ஒளிந்திருக்கும்போது, தாவாக்கட்டை இறுகி, உடலின் ஒவ்வொரு நரம்பிலும் பதற்றம் ஆறாக ஓடும். மணிக்கணக்கில்

ஒரே இடத்தில் மரணத்திற்காகக் காத்திருப்பதாக அவனுக்குத் தோன்றும். ஆனால் தேவைப்படும் நேரத்தில் கால்கள் உணர்ச்சியற்றுப்போகும்.

டைஃபஸ் தன்னை மிகவும் பலவீனப்படுத்திவிட்ட தாகவும், முன்புபோல இப்போது தான் இல்லை என்றும் கருதினான். தன் கூட்டாளிகள் விபரீதமான வேகத்தில் இறந்துகொண்டிருந்ததைப் பார்த்து, தனது முறை எப்போது வரும் என்று யோசிப்பான். எதிரியின் விமானத் தாக்குதலைத் தவிர்ப்பதற்காக, காயமுற்றவர்கள் விளக்குகள் இல்லாத வாகனங்களில் இரவு நேரத்தில் போர்முனையிலிருந்து வெளியேற்றப்பட்டனர்; எதிரியின் கைகளில் உயிருடன் மாட்டினால் அது ஆயிரம் இறப்புகளைவிட மோசமானதாக இருக்குமென்பதால் மிகவும் மோசமாகக் காயமடைந்த சிலர் தங்களைக் கொன்றுவிடுமாறு கெஞ்சினர். இரக்கமற்ற சூரியனின் கீழ் துர்நாற்றம் வீசத் தொடங்குவதற்கு முன்பு அகற்ற முடியாத சடலங்களை, சிமென்ட் போன்ற கடினமான மண்ணில் கல்லறைகளைத் தோண்ட முடியாமல் குதிரைகள், கழுதைகளைப் போலக் கற்களால் மறைத்து எரித்தார்கள். இறந்தவர்களின் உடல்களைத் தேடிக் கண்டுபிடித்து, அடையாளம் கண்டு, அவர்களது குடும்பங்களுக்கு இறந்தவர்களின் உடைமை எதையாவது மீட்டெடுத்து அனுப்ப கிய்யேம் மேற்கொண்ட ஆபத்தான முயற்சிகள் ஏராளம்.

எப்ரோ நதிக்கரையிலிருந்த போராளிகளுக்கு ஃப்ராங்கோவின் எல்லைக்குள் ஊடுருவிச் சண்டையிடும் போர் யுக்தி புரியவில்லை, தங்கள் நிலையைத் தக்கவைத்துக் கொள்ளக் குடியரசுக் கட்சிச் சிப்பாய்களின் உயிர்மேல் மதிப்பின்றி ஃப்ராங்கோவின் கையில் கொடுப்பதாகக் கருதினார்கள். அதே சமயம் இந்த அதிருப்தியை வெளிப்படுத்தியவர்களைக் குடியரசுக் கட்சி கோழைகளாகவும் துரோகிகளாகவும் பார்த்தது.

பார்சிலோனா இராணுவத்தில் சோஷலிச இலட்சியத்தின் சமத்துவவாதம் உச்சத்தில் இருந்தபோது முதல் கட்டத் தன்னார்வப் போராளிகளில் ஒருவனாக கிய்யேம் சேர்ந்தான். புரட்சி இந்த இலட்சியத்தைச் சமூகத்தின் எல்லா மனிதர்களிடமும் பரப்பியது. இராணுவத்திலும்கூட யாரும் மற்றவரைவிட உயர்ந்தவர் இல்லை என்றது; அதிகாரிகள் எந்தச் சலுகையும் இல்லாமல் மற்ற வீரர்களுடன் வாழ்ந்தனர், வீரர்கள் என்ன சாப்பிட்டார்களோ அதையே அதிகாரிகளும் சாப்பிட்டனர், எல்லோரும் ஒரே மாதிரியான சீருடைகளை அணிந்தனர், படிநிலைகள் இல்லை, இராணுவத்தின்

வரைமுறைகள் இல்லை, அட்டேன்ஷனில் நிற்கத் தேவையில்லை. மற்ற நாடுகளின் படைகளைப் போலவும் ஃப்ரான்கோவின் படையைப் போலவும் அதிகாரிகளுக்குப் பிரத்யேகமான கூடாரங்களோ, ஆயுதங்களோ, வாகனங்களோ இல்லை, பளபளப்பான பூட்ஸ் இல்லை, உதவியாளர்களோ சமையல்காரர்களோ இல்லை. போரின் முதல் ஆண்டில் புரட்சியின் உற்சாகம் பெருமளவில் தணிந்த பின்பு, இந்த நிலை தலைகீழாக மாறியது. மெதுவாக பூர்ஷ்வாத்தனம் திரும்பி வருவதை கிய்யேம் தன் கண் முன்னால் வெறுத்துப்போய்ப் பார்த்தான். சமூக வர்க்கங்கள், சிலரின் ஆணவம், சிலரின் அடிமைத்தனம், லஞ்சம், விபச்சாரம் எல்லாம் தலையெடுத்தன. எல்லா வசதிகளும் அனுபவித்த பணக்காரர்களுக்குத் தனிச் சலுகைகள் கிடைத்தன, தேவைக்கு மேலே உணவு, சிகரெட்டுகள், நாகரீகமான உடைகள் கிடைக்கப் பெற்றன. எதுவுமே இல்லாத மக்களுக்குப் பற்றாக்குறையும் ரேஷன் செய்யப்பட்ட பொருட்களும் மட்டுமே கிடைத்தன. கிய்யேம் இராணுவத்தினரிடையேயும் மாற்றங்களைக் கண்டான். கட்டாய இராணுவ சேர்ப்பு மூலம் உருவாக்கப்பட்ட பாப்புலர் ஆர்மி, தன்னார்வப் போராளிகளைத் தங்களுடன் சேர்த்துக்கொண்டு, அவர்களின் மேல் இராணுவத்தின் பாரம்பரியப் படிநிலைகளையும் ஒழுக்கத்தையும் திணித்தது.

கலிபோர்னியாவில் பல்கலைக்கழக மாணவராக இருந்து சிங்கத்தின் தைரியத்துடன் லிங்கன் படைப்பிரிவில் சேர்ந்த ஒரு அமெரிக்க அதிகாரியின் கீழ் கிய்யேம் சண்டையிட்டான். இராணுவ அனுபவம் இல்லாவிட்டாலும் இந்த அதிகாரி போருக்காகவே உருவாக்கப்பட்டவன்; சிப்பாயாக இருப்பதற்கே பிறந்தவன்; கட்டளையிடத் தெரிந்தவன்; அவனுடைய படைவீரர்களின் மதிப்பையும் மரியாதையையும் பெற்றவன். அமெரிக்க அதிகாரி சோஷலிசம் வெற்றிபெறும் என்று நம்பிக்கை வைத்திருந்தான்; அவனைப் பொருத்தவரை சமத்துவம் என்பது தவிர்க்க முடியாத வாழ்க்கைமுறை, அதை ஒரு மதம்போலக் கடைப்பிடித்தான். அவனது கட்டளையின் கீழ் இருந்தவர்கள் அவனை ஒரு தோழனாக கருதினர். அதே சமயம் அவனது கட்டளைகளை ஒருபோதும் கேள்வி கேட்டதில்லை. எப்ரோ பிரச்சாரம் பற்றி அவனது வீரர்களுக்கு விளக்குவதற்காகத் தேவையான அளவு ஸ்பானிஷ் மொழியைக் கற்றுக்கொண்டான். அவர்களின் நோக்கம் வலென்சியாவைப் பாதுகாத்து, கட்டலோனியாவுடன் தொடர்பை மீட்டெடுப்பதாகும். இரு பிராந்தியங்களுக்கும் நடுவே இருந்த பரந்த பகுதிகளைக் குடியரசுக் கட்சியிடமிருந்து தேசியவாதிகள் கைப்பற்றியிருந்தார்கள். கிய்யேம் அமெரிக்க அதிகாரியை

மதித்தான், அதனால் எங்கு கூப்பிட்டாலும் கேள்வி கேட்காமல் பின்தொடர்ந்திருப்பான்.

செப்டம்பர் மாதத்தின் மத்தியில், அந்த அமெரிக்கன் முதுகில் இயந்திரத் துப்பாக்கியால் சுடப்பட்டு, ஒரு சிணுங்கல் இல்லாமல் கிய்யேமுக்கு அருகில் விழுந்தான். சுயநினைவை இழக்கும்வரை தரையில் விழுந்த இடத்திலிருந்து தனது ஆட்களை ஊக்கப்படுத்தினான். கிய்யேமும் மற்றொரு சிப்பாயும் அவனைச் சுமந்து சென்று இடிபாடுகளின் குவியல்களுக்குப் பின்னால் கிடத்தி, இரவில் ஸ்ட்ரெச்சர் தாங்குபவர்கள் வரும்வரை அவனைப் பாதுகாப்பாக வைத்திருந்து முதலுதவி நிலையத்திற்கு அனுப்பிவைத்தனர். சில நாட்களுக்குப் பிறகு, அதிகாரியின் உயிரைக் காப்பாற்றி னாலும், அவன் ஊனமுற்றவனாக இருக்க நேரிடும் என்று கிய்யேம் கேள்விப்பட்டான். அதிகாரி விரைவில் மரணமடைய கிய்யேம் முழு மனதுடன் வாழ்த்தினான்.

குடியரசுக் கட்சி அரசாங்கம் ஸ்பெயினிலிருந்து வெளிநாட்டுத் தன்னார்வப் போராளிகளை அவரவர்கள் நாட்டுக்கே திருப்பி அனுப்புவதாக அறிவித்தது. ஃப்ராங்கோவும் ஜெர்மன், இத்தாலியப் படைகளைத் திருப்பி அனுப்பிவிடுவான் என்று குடியரசுக் கட்சி நம்பியது. ஆனால் ஃப்ரான்கோவிட மிருந்து அப்படி எந்த அறிவிப்பும் வரவில்லை. அமெரிக்க அதிகாரி இந்த அறிவிப்பிற்கு ஒரு வாரம் முன் இறந்தான். குறியிடப்படாத கல்லறையில் அவனை விரைவாகப் புதைத்தார்கள்.

பெரிய அளவிலான வழியனுப்பும் விழாவில் பார்சிலோனாவின் தெருக்களில் தன்னார்வத் தோழர்கள் அணிவகுத்துச் சென்றனர். நன்றியுணர்ச்சியுடைய மக்கள் அவர்களை உற்சாகப்படுத்தி வழியனுப்பிவைத்தனர்; அவர்கள் ஒவ்வொருவரின் வாழ்விலும் மறக்க முடியாத நாளாக அது நினைவிலிருக்கும். லா பாசியோனாரியா உற்சாகம் ததும்பும் தன் சொற்பொழிவுகள் மூலம் குடியரசுக் கட்சியினரின் நம்பிக்கையைத் தக்கவைத்துக்கொண்டதுபோல அவள் தன்னார்வலர்களுக்கு விடைகொடுத்த பேச்சும் உற்சாகத்துடன் ஒளிர்ந்தது. அவள் அவர்களின் போரைச் சுதந்திரப்போர் என்றழைத்தாள். வீரம், இலட்சியம், துணிச்சல் ஒழுக்கம் ஆகியவற்றில் மேலானவர்கள் தன்னார்வலர்கள் என்று புகழ்ந்தாள். தங்கள் நாடுகளையும் வீடுகளையும் விட்டு, தங்கள் சுகங்கள் எல்லாவற்றையும் துறந்து, ஸ்பெயினுக்காக இறக்கும் மரியாதையை மட்டுமே கேட்டார்கள் என்று கூறினாள். இந்தச் சுதந்திரப்போரில் ஒன்பதாயிரம் பேர் ஸ்பானிஷ் மண்ணில் புதைக்கப்பட்டனர். வெற்றி பெற்ற பின் தன்னார்வலர்கள்

திரும்ப ஸ்பெயினுக்கு வந்து தங்களின் நண்பர்களைக் காண வேண்டும் என்று கோரிக்கை விடுத்துத் தன் பேச்சை முடித்தாள்.

ஃபிராங்கோவின் பிரச்சாரம் ஒலிபெருக்கியாலும் விமானத்திலிருந்து வீசப்பட்ட துண்டுப்பிரசுரங்களின் மூலமாகவும் ஸ்பெயின் மக்களைச் சரணடைய சொல்லி வற்புறுத்தியது. ரொட்டி, நீதி, சுதந்திரத்தை வழங்குவதாகப் பொய் சத்தியங்கள் செய்தது. ஆனால் ஃப்ரான்கோவின் பேச்சை நம்பிச் சரணடைந்தால் சிறையில் அடைக்கப்படுவார்கள், அல்லது தங்களைப் புதைப்பதற்குத் தாங்களே குழி தோண்ட வேண்டிய நிலை வரும் என்று அனைவரும் ஏற்கெனவே அறிந்திருந்தனர். ஃப்ராங்கோ ஆக்கிரமித்த நகரங்களில், கொல்லப்பட்டவர்களின் விதவைகளும் குடும்பங்களும் தோட்டாக்களுக்குப் பணம் செலுத்த வேண்டிய கட்டாயம் ஏற்பட்டது என்று அவர்கள் கேள்விப்பட்டிருக்கிறார்கள். அவர்களில் பல்லாயிரக்கணக்கானோர் சுடப்பட்டனர்; இரத்தம் ஆறாக ஓடியது என்றும், அடுத்த வருடம் வெங்காயத்தைப் பூமியிலிருந்து சாகுபடி செய்தபோது அவை சிவப்பு நிறமாக வெளிவந்ததாகவும், உருளைக்கிழங்கிற்குள் மனிதப் பற்களைக் கண்டெடுத்ததாகவும் விவசாயிகள் கூறினர். ஆயினும், ஒரு ரொட்டித் துண்டிற்காக எதிரியிடம் சரணடைய இளம் சிப்பாய்கள் பலர் துணிந்தனர். ஒரு சந்தர்ப்பத்தில் வலென்சியாவைச் சேர்ந்த ஒரு சிறுவனை கிய்யேம் வலுக்கட்டாயமாகப் பிடித்து, இடத்தை விட்டு நகர்ந்தால் அவனைக் கொன்றுவிடுவேன் என்று நெற்றியில் துப்பாக்கியை வைத்துப் பயமுறுத்த வேண்டியதாயிற்று. யார் கவனத்தையும் ஈர்க்காமல் சிறுவனை அமைதிப்படுத்த கிய்யேமிற்கு இரண்டு மணிநேரம் ஆனது. முப்பது மணிநேரம் கழித்து அந்தச் சிறுவன் போரில் இறந்துவிட்டான்.

மிக அடிப்படையான வசதிகளைக்கூட எதிர்பார்க்க முடியாத நரகத்தின் மத்தியில், ஒரு ஆம்புலன்ஸ் அஞ்சல் பையுடன் அவ்வப்போது தவறாமல் தோன்றும். போராளிகளின் மன உறுதியைத் தக்கவைப்பதற்காக எய்டர் இபர்ரா தானே அமைத்துக்கொண்ட பணி இது. எப்ரோ படையணியில் போராளிகள் தங்கள் குடும்பத்துடன் கடிதப் பரிமாற்றம் செய்யும் நிலையில் இல்லை; வெளிநாட்டுப் படையணி உறுப்பினர்கள் தங்கள் குடும்பத்திலிருந்து வெகுதொலைவில் இருந்ததால் அவர்களுக்குக் கடிதங்கள் வராது; ஸ்பெயினைச் சேர்ந்த பலர், குறிப்பாகத் தெற்கிலிருந்து வந்தவர்கள் கல்வியறிவற்றவர்களாக இருந்ததால் அவர்களுக்கும் கடிதங்கள் வராது; ஆனால் கிய்யேம் தல்மாவிற்குக் கடிதம் எழுதுவதற்கு மூன்று பேர் இருந்தார்கள். ஒரே ஒரு பெறுநருக்குக் கடிதங்களைக்

கொடுப்பதற்காகத் தனது உயிரைப் பணயம் வைத்ததாக இபார்ரா கேலிசெய்வான். சில சமயம் கயிற்றால் கட்டிய பல கடிதங்கள் அடங்கிய தடிமனான மூட்டையைக் கொடுப்பான். அவனின் தாய், சகோதரனிடமிருந்து எப்போதும் ஒன்றிரண்டு கடிதங்கள் அவனுக்கு வரும். பெரும்பாலான கடிதங்கள் ரோஸர் எழுதியதாக இருக்கும்; தினமும் அவள் ஒன்றிரண்டு பத்திகளை எழுதி, இரண்டு பக்கங்கள் ஆனதும் அதை ஒரு உறையில் போட்டு இராணுவத் தபால் நிலையத்திற்கு எடுத்துச் செல்வாள். போராளிகளின் மத்தியில் மிகவும் பிரபலமான பாடலைப் ("நீங்கள் எனக்கு எழுத விரும்பினால், நான் இருக்கும் இடம் உங்களுக்கு ஏற்கெனவே தெரியும்: / மூன்றாம் கலப்புப் படை, / எதிரியை எதிர்க்கும் முதல் வரிசையில்") பாடியபடி இபார்ரா கிய்யேமிடம் கடிதங்களைக் கொடுப்பான். பாஸ்க் நாட்டவனான இபார்ரா தனது பாடல்கள் பயத்தைப் பயமுறுத்தும், அதிர்ஷ்ட தேவதையை மயக்கும் என்று நம்பினான், அதனால் தனது கனவில்கூடப் பாடினான்.

நாட்டின் பெரும்பகுதியைக் கைப்பற்றிய பிறகும், ஃப்ராங்கோவின் படைகள் நிற்காமல் முன்னேறியதைப் பார்த்தால் கேட்டலோனியாவும் வீழ்ச்சியடையும் என்பது தெளிவாகத் தெரிந்தது. பயங்கரவாதம் நகரத்தை உலுக்கியது, மக்கள் தப்பி ஓடத் தயாராக இருந்தனர், பலர் ஏற்கெனவே தப்பிச் சென்றனர்.

1939ஆம் ஆண்டு ஜனவரியில் பலத்த காயமடைந்த இருபத்தொரு பேரை ஒரு பாழடைந்த டிரக்கில் ஏற்றிக்கொண்டு எய்டர் இபார்ரா மன்ரேசா மருத்துவமனையை நோக்கி வரும் போது வழியில் இருவர் இறந்தனர். அவர்களின் உடல்களைச் சாலை ஓரத்தில் கிடத்திவிட்டு, பத்தொன்பது பேரை மருத்துவமனைக்கு அழைத்துவந்தான். பல டாக்டர்கள் தங்கள் பதவிகளைக் கைவிட்டதால், எஞ்சியிருந்தவர்கள் நோயாளிகள் மத்தியில் பீதியைத் தவிர்ப்பதில் மும்முரமாக இருந்தனர். குடியரசு அரசாங்கத்தின் உறுப்பினர்களும் பாரிஸ் நகரத்திலிருந்து தொடர்ந்து ஆட்சி செய்யும் எண்ணத்துடன் நாட்டை விட்டு வெளியேற, பொதுமக்களின் நம்பிக்கை பலத்த அடி வாங்கியது. இதெல்லாம் நடக்கும்போது, தேசியவாதிகள் பார்சிலோனாவிலிருந்து இருபத்தைந்து கிலோமீட்டரை விடவும் குறைவான தூரத்தில் இருந்தனர்.

இபார்ரா ஐம்பது மணி நேரம் தூங்காமல் மருத்துவமனைக்கும் போர்முனைக்கும் வண்டியை ஓட்டிக் கொண்டிருந்தான். அவனைப் பார்க்க வெளியே வந்த விக்டர் தல்மாவிடம் காயம்பட்டவர்களைப் பரிதாபமாக

ஒப்படைத்துவிட்டுத் தன் நண்பனின் கைகளில் தள்ளாடி விழுந்தான். மருத்துவமனைக்குப் பயணிக்கும் நேரத்தைச் சேமிக்க ஆபரேஷன் தியேட்டரின் பக்கத்து அறையில் ஒரு முகாம் கட்டில், மண்ணெண்ணெய் விளக்கு, சிறுநீர்க் கலம் ஆகியவை இருந்த சிறிய அறையில் விக்டர் ஓய்வு நேரத்தைக் கழித்தான். விக்டர் தனது அறையில் நண்பனை ஓய்வெடுக்க வைத்துவிட்டு வேலையைப் பார்க்கச் சென்றான். சில மணிநேரம் கழித்து, வேலை சற்றுக் குறைந்ததும் தனது நண்பனுக்கு ஒரு கிண்ணத்தில் பருப்பு சூப், அந்த வாரம் அவனது அம்மா அனுப்பிய உலர்ந்த தொத்திறைச்சி, கூடவே ஒரு குவளை சிக்கரி காபியையும் கொண்டுபோய் கொடுத்தான்.

இபார்ரா மயக்கத்திலிருந்து சோர்வுடன் எழுந்து, தன் நண்பன் கொண்டுவந்த உணவை அவசர அவசரமாகச் சாப்பிட்டுவிட்டு, எப்ரோ போரைப் பற்றி விக்டரிடம் விரிவாகக் கூறத் தொடங்கினான். கடந்த மாதங்களில் காயமடைந்தவர்கள் விக்டரிடம் இந்தப் போரைப் பற்றியும் குடியரசுக் கட்சியின் இராணுவம் அழிக்கப்படுவதைப் பற்றியும் ஏற்கெனவே சொல்லியிருந்தார்கள். இபார்ராவின் கூற்றுப்படி, இறுதித் தோல்விக்குத் தயாராக இருப்பது மட்டுமே எஞ்சியிருந்தது. "நூற்றுப் பதின்மூன்று நாட்கள் நடந்த போரில், பத்தாயிரத்திற்கும் மேற்பட்ட நம் ஆட்கள் உயிரிழந்தனர். எத்தனை ஆயிரம் பேர் சிறைபிடிக்கப்பட்டார்கள் என்று தெரியவில்லை. குண்டு வெடித்த நகரங்களில் எத்தனை பொதுமக்கள் கொல்லப்பட்டனர் என்றும் தெரியவில்லை. இதில் எதிரிகளின் கணக்கு எவ்வளவு என்று தெரியவில்லை" என்று இபார்ரா கூறினான். பேராசிரியர் மார்செல் லூயிஸ் தல்மாவ் இறப்பதற்கு முன் கணித்ததைப் போலவே, போர் தோல்வியடைந்தது. குடியரசுக் கட்சித் தலைமை திட்டமிட்டது போலப் பேச்சுவார்த்தையோ சமாதானமோ நடக்க வாய்ப்பில்லை; முழுமையாகச் சரணடைவதை மட்டுமே ஃப்ராங்கோ ஏற்றுக்கொள்வான். "ஃப்ராங்கோயிஸ்ட் பிரச்சாரத்தை நம்பாதே, கருணையோ நீதியோ கிடைக்காது. நாட்டின் மற்ற பகுதிகளில் நடந்ததுபோல் இரத்த ஆறு இங்கேயும் ஓடும். இனி நம்மை யாராலும் காப்பாற்ற முடியாது."

விக்டர் ஏராளமான சோகங்களை இபார்ராவுடன் பகிர்ந்துகொண்டிருந்தாலும் அவன் தனது முரட்டுத்தனமான புன்னகையையும், பாடல்களையும், நகைச்சுவையையும் கைவிடாமல் இருந்ததால் அத்தருணங்களை இருவராலும் கடக்க முடிந்தது. ஆனால் இப்போது இபார்ராவின் முகத்தில் இருந்த சோகம் அவனது வார்த்தைகளைவிட விக்டரை மிகவும் பாதித்தது. இபார்ரா தன் பையிலிருந்து ஒரு சிறிய குடுவை

மதுவை எடுத்து, அதை நீர்த்த காபியில் ஊற்றி, விக்டரிடம் கொடுத்தான். "இதைக் குடி! உனக்குத் தேவைப்படும்" என்றான். விக்டரிடம் அவனது சகோதரனைப் பற்றிய துயரச் செய்தியைச் எப்படி சொல்வதென்று வெகுநேரம் யோசித்தும் விடைகிடைக்காமல், "நவம்பர் 8ஆம் தேதி கிய்யேம் இறந்து விட்டான்" என்று கூறினான்.

"என்ன?" என்று மட்டுமே விக்டரால் கேட்க முடிந்தது.

"அகழியில் ஒரு குண்டு. மன்னித்துவிடு விக்டர், நான் உனக்கு எல்லா விவரங்களையும் தர விரும்புகிறேன்."

"என்ன ஆயிற்று சொல்!" என்று விக்டர் மீண்டும் சொன்னான்.

"வெடிகுண்டு வெடித்துப் பலர் துண்டுதுண்டானார்கள். உடல் பகுதிகளைச் சேகரிக்கக்கூட நேரம் இல்லை. நாங்கள் துண்டுகளைப் புதைத்துவிட்டோம்."

"அவர்களை அடையாளம்காண முடியவில்லையா?"

"யாரையும் துல்லியமாக அடையாளம் காண முடியவில்லை, விக்டர். ஆனால் அகழியில் யார் யார் இருந்தார்கள் என்று தெரியும். கிய்யேமும் அவர்களில் ஒருவன்."

"இருந்தாலும் உறுதியாகச் சொல்ல முடியாது, இல்லையா?"

"இல்லை, விக்டர். சொல்ல முடியும் " என்று இபார்ரா தனது பையிலிருந்து பாதி எரிந்த பர்ஸை எடுத்தான்.

விக்டர் கவனமாக அதைத் திறந்தான், கந்தலான நிலையிலிருந்த அந்த பர்ஸினுள்ளிருந்து கிய்யேமின் இராணுவ அடையாள அட்டையையும் ஒரு புகைப்படத்தையும் எடுத்தான். ஒரு பெரிய பியானோவுக்கு அருகில் ஒரு பெண்ணின் உருவம். விக்டர் பல நிமிடங்களுக்கு ஒரு வார்த்தையும் பேசாமல் முகாம் கட்டிலின் அருகே தரையில் தனது நண்பனுக்கு அருகில் அமர்ந்திருந்தான். இபார்ராவிற்கு அவனைக் கட்டியணைத்து ஆறுதல் சொல்லத் துணிவில்லை, அதனால் அவன் பக்கத்தில் அசையாமல் அமைதியாகக் காத்திருந்தான்.

"அது அவனது காதலி ரோஸர் ப்ருகுவேரா. அவர்கள் போருக்குப் பிறகு திருமணம் செய்துகொள்ளப்போவதாக இருந்தது" என்று விக்டர் இறுதியாக மெல்லிய குரலில் சொன்னான்.

"நான் உனக்காக வருந்துகிறேன் விக்டர். நீ அவளிடம் சொல்ல வேண்டும்."

“அவள் கர்ப்பமாக இருக்கிறாள், ஆறு அல்லது ஏழு மாதங்கள் என்று நினைக்கிறேன். கிய்யேம் இறந்துவிட்டான் என்று உறுதியாகத் தெரியாமல் என்னால் அவளிடம் சொல்ல முடியாது.”

“இன்னும் என்ன ஆதாரம் வேண்டும், விக்டர்? அந்தக் குழியிலிருந்து யாரும் உயிருடன் வெளியே வரவில்லை.”

“அவன் அங்கு இல்லாதிருக்கலாம்.”

“அவன் தனது பர்ஸைத் தனது சட்டைப் பையில்தானே வைத்திருப்பான். அவன் எங்காவது உயிருடன் இருக்கிறானென்றால், எங்களுக்கு ஏற்கெனவே தெரிந்திருக்கும். இரண்டு மாதங்கள் கடந்துவிட்டன. பர்ஸ் போதுமான ஆதாரம் என்று உனக்குத் தோன்றவில்லையா?”

அந்த வார இறுதியில் விக்டர் பார்சிலோனாவிற்குத் தன் தாயின் வீட்டிற்குச் சென்றான். அவள் கருப்புச்சந்தையில் வாங்கிய ஒரு கப் அரிசி, ஒரு சில பூண்டுத் துண்டுகள் ஆகியவற்றுடன், துறைமுகத்தில் தனது கணவரின் கடிகாரத்தை விற்று வாங்கிய ஒரு ஆக்டோபஸைச் சமைத்து அவனுக்காகக் காத்திருந்தாள். துறைமுகத்தில் மீன்களைச் சிப்பாய்களுக்கென்று எடுத்துவைத்தார்கள். பொதுமக்களுக்கென்று ஒதுக்கப்பட்ட மீன்களை மருத்துவமனைகளுக்கும் குழந்தைகள் மையங்களுக்கும் அனுப்பிவைத்தார்கள். அரசியல்வாதிகளின் சாப்பாட்டு மேஜைகளிலும் உணவகங்களிலும் இந்தப் பற்றாக்குறை இல்லை என்பது அனைவரும் அறிந்ததே. அவனது தாயார் மிகவும் மெலிந்து ஒடுங்கிப்போய், துக்கத்தாலும் கவலையாலும் வயதானவளாகத் தெரிந்தாள். ரோஸர் வளர்ந்த வயிற்றுடன் கர்ப்பிணிப் பெண்ணின் வாளிப்புடன் பிரகாசித்தாள். அவர்கள் இன்னும் மார்செல் லூயிஸின் துக்கத்திலிருந்தே முழுவதுமாக வெளிவராத நிலையில் விக்டருக்கு கிய்யேமின் மரணத்தை எப்படி அறிவிப்பதென்று தெரியவியல்லை.

அவன் பலமுறை சொல்ல முயன்றான். ஆனால் வார்த்தைகள் அவனது மார்பில் உறைந்தன. அதனால் ரோஸர் பிரசவிக்கும்வரையோ போர் முடிவடையும்வரையோ காத்திருக்க முடிவுசெய்தான். குழந்தை பிறந்து அதன் வளர்ப்பில் கவனம் இருக்கும்போது மகனை இழந்த கார்மேயின் வலியும், காதலை இழந்த ரோஸரின் வலியும் ஓரளவு தாங்கக்கூடியதாக இருக்கும் என்று அவன் நினைத்தான்.

3

1939

ஒரு நூற்றாண்டும் பல மணிநேரங்களும் கடந்தன
நீங்கள் நாட்டைவிட்டு வெளியேறி...

பாப்லோ நெருடா,

"ஆர்டிகாஸ்", பொது பாடல்

ஜனவரி மாத இறுதியில், பார்சிலோனாவிலிருந்து நாட்டை விட்டு வெளியேற்றம் தொடங்கியபோது விடியற்காலை குளிரினால் குழாய்களில் தண்ணீர் உறைந்தது. விலங்குகளும் வாகனங்களும் பனியில் சிக்கிக்கொண்டன. வானம் கருமேகங்களுடன் ஆழ்ந்த துயரத்தில் மூடியிருந்தது. மக்களின் நினைவில் இது மிகக் கடுமையான குளிர்காலங்களில் ஒன்றாகும். ஃப்ராங்கோவின் துருப்புக்கள் திபிடாபோ வழியாக இறங்கின. மக்களைப் பீதி ஆக்கிரமித்தது. குடியரசுக் கட்சி தேசியவாத இராணுவத்தைச் சேர்ந்த நூற்றுக்கணக்கான கைதிகளை இழுத்துச் சென்று கடைசி நிமிடத்தில் தூக்கிலிட்டது. அதே சமயம் குடியரசுக் கட்சிக் காகப் போராடிய வீரர்கள், பலர் காயமடைந்த நிலையில், பல்லாயிரம் மைல் தொலைவில் இருந்த பிரான்சின் எல்லையை நோக்கி நடக்கலானார்கள். அவர்களைப் பின்தொடர்ந்து ஆயிரக்கணக்கான பொதுமக்கள், தாத்தா, பாட்டி, தாய்மார்கள், குழந்தைகள், கைக்குழந்தைகள் ஆகியோரைக் கொண்ட முழுக் குடும்பங்கள் – ஒவ்வொருவரும் தங்களால் முடிந்த மட்டும் பொருட்களைச்

சேகரித்து, சிலர் பேருந்துகளிலும் சிலர் டிரக்குகளிலும் தங்கள் நாட்டை விட்டுச் செல்ல அணிவகுத்தனர். வாகனங்களில் செல்ல வசதியில்லாதவர்கள் மிதிவண்டி, குதிரைகள், கழுதைகள் ஆகியவற்றின் மேலேறிச் சென்றனர். அதுவும் முடியாதவர்கள் சாக்குகளில் தங்கள் பொருட்களைப் போட்டுக்கட்டிக் காலால் இழுத்துச்சென்றனர். இது நம்பிக்கை இழந்த மக்களின் பரிதாபமான ஊர்வலம். அவர்கள் மூடிய வீடுகளில் அவர்களுக்குப் பிரியமான பொருட்கள் அவர்களுக்காகக் காத்துக் கிடந்தன. செல்லப் பிராணிகள் தங்கள் எஜமானர்களைச் சிறிது தூரம் பின்தொடர்ந்தன, ஆனால் வெளியேற்றத்தின் களேபரத்தில் விரைவில் அவை தொலைந்துபோயின.

விக்டர் தல்மாவ் தனக்குக் கிடைத்த வாகனங்கள், ட்ரக்குகள், இரயில்களில் காயமடைந்தவர்களை நாட்டை விட்டு வெளியேற்ற இரவு முழுவதும் உழைத்தான். காலை எட்டு மணியளவில் தந்தையின் கட்டளைக்கேற்பத் தாயையும் ரோஸரையும் காப்பாற்ற வேண்டும் என்று நினைவிற்கு வந்தாலும், அவனால் நோயாளிகளை விட்டு நகர முடிய வில்லை. அவன் எய்டர் இபார்ராவைக் கண்டுபிடித்து இரண்டு பெண்களையும் அழைத்துக்கொண்டு அங்கிருந்து தப்பிச் செல்லும்படி கூறினான். இபார்ராவிடம் ஒரு பழைய ஜெர்மன் சைடு – கார் வைத்த மோட்டார் சைக்கிள் இருந்தது. அது போருக்கு முன் அவனது மிகப்பெரிய பொக்கிஷமாக இருந்தது. ஆனால் எரிபொருள் பற்றாக்குறையால் அதை மூன்று ஆண்டு களாகப் பயன்படுத்தவில்லை. நண்பன் ஒருவனின் வீட்டில் பத்திரமாக வைத்திருந்தான். வயதான பெண்மணியையும் கர்ப்பிணிப் பெண்ணையும் எல்லைக்கு அந்தப் பக்கம் கூட்டிச் செல்ல வேண்டுமென்றால் தீவிர நடவடிக்கைகள் எடுக்க வேண்டும் என்று இபார்ரா மருத்துவமனையிலிருந்து இரண்டு பெட்ரோல் கேன்களைத் திருடினான். சிறந்த டியூடோனிக் தொழில்நுட்பத்தைக் கௌரவிக்கும் விதத்தில் மோட்டார் சைக்கிள் மூன்றாவது முயற்சியில் கிக்ஸ்டார்ட் ஆனது. தெருக்களில் நிரம்பியிருந்த மக்களை இடிக்காமல் வளைந்து வளைந்து ஓட்டிவந்து தல்மாவ் வீட்டின் முன்னால் இடிச் சத்தத்துடன் புகைக்கு மத்தியில் பத்தரை மணிக்கு எய்டர் வண்டியை நிறுத்தினான். விக்டர் கார்மேயிடமும் ரோஸரிடமும் முன்பே பேசி, அவர்கள் என்ன செய்ய வேண்டுமென்று தெளிவாகச் சொல்லியிருந்தான்: எய்டர் இபர்ராவுடன் நாட்டை விட்டு வெளியேறுங்கள், எல்லையைத் தாண்டியதும் மறுபுறத்திலிருக்கும் செஞ்சிலுவைச் சங்கத்தில் நர்ஸ் எலிசபெத் ஐடன்பென்ஸைத் தொடர்புகொள்ளுங்கள். நம்பகமானவர்.

பிரான்சில் எல்லோரும் அவரைத் தொடர்புகொண்டு மீண்டும் சேர்ந்துவிடலாம்.

இருவரும் குளிருக்கு அடக்கமான ஆடைகள், சில பொருட்கள், குடும்பப் புகைப்படங்கள் ஆகியவற்றை எடுத்து வைத்திருந் தார்கள். கடைசி நிமிடம்வரை கார்மேவிற்கு நாட்டையும் வீட்டையும் விட்டு வெளியேற மனமேயில்லை. நிலைமை எவ்வளவு மோசமாக இருந்தாலும் அது நூறு ஆண்டுகளுக்குத் தொடராது. கொஞ்சம் பொறுமையாகக் காத்திருந்தால் நிலைமை மாறும்; தன்னால் வேறு எங்கும் ஒரு புது வாழ்வைத் தொடங்க முடியாது என்று எய்டருடன் வாதாடினாள். ஆனால் ஃபாசிஸ்ட்டுகள் வந்து என்னவெல்லாம் செய்வார்களென்று தெளிவான உதாரணங்களைக் கூறி எய்டர் அவளுக்கு விளக்கினான். முதலாவதாக, எல்லா இடங்களிலும் அவர்களின் கொடிகளை நாட்டுவார்கள், பிறகு நகரத்தின் முக்கியச் சதுக்கத்தில் கத்தோலிக்கத் திருப்பலி நடத்தி அதில் எல்லா மக்களும் கலந்துகொள்ள வேண்டுமென்று கட்டாயப் படுத்துவார்கள். மூன்று ஆண்டுகளாக நகரத்தில் மறைந்திருந்த குடியரசின் எதிரிகள் கூட்டமும் பயத்தால் உந்தப்பட்டு, புரட்சியில் ஒருபோதும் பங்கேற்கவில்லை என்று பொய் சொல்லி, தேசியவாதிகளுடன் சேர முயற்சிசெய்யும். நாங்கள் கடவுளை நம்புகிறோம், ஸ்பெயினை நம்புகிறோம், ஃப்ராங்கோவை நம்புகிறோம். நாங்கள் கடவுளை நேசிக்கிறோம், ஸ்பெயினை நேசிக்கிறோம்,ஜெனரலிசிமோ ஃப்ரான்சிஸ்கோ ஃப்ராங்கோவை நேசிக்கிறோம். பின்னர் சுத்திகரிப்பு தொடங்கும். முதலில், போராளிகளைக் கைது செய்வார்கள். காயமடைந்தவர்களா இல்லையா என்றெல்லாம் பார்க்க மாட்டார்கள், பின்பு ஸ்பெயின் நாட்டிற்கு எதிராகவோ கத்தோலிக்க மதத்திற்கு எதிராகவோ செயல்படுகிறார்களென்று யாரையெல்லாம் சந்தேகப்படுகிறார்களோ, அவர்களையும் கைதுசெய்வார்கள், இந்த வரிசையில் தொழிற்சங்கங்களின் உறுப்பினர்கள், இடதுசாரிக் கட்சிகள், பிற மதங்களைச் சார்ந்தவர்கள், அஞ்ஞானவாதிகள், ஃப்ரீமேசன்கள், பேராசிரியர்கள், ஆசிரியர்கள், விஞ்ஞானிகள், தத்துவவாதிகள், எஸ்பெராண்டோ அறிஞர்கள், வெளிநாட்டவர்கள், யூதர்கள், ஜிப்சிகள் என்று இந்தப் பட்டியல் நீண்டுகொண்டேபோகும்.

“அவர்களின் பழிவாங்கல்கள் மிக கொடுமையானவை, தோன்யா கார்மே. மத நம்பிக்கைக்காகவும் நாட்டின் கோட்பாடுகளைக் கற்பிக்கவும் தாயிடமிருந்து குழந்தைகளைப்

பிரித்துக் கன்னியாஸ்திரீகளின் அனாதை இல்லங்களில் சேர்ப்பது உங்களுக்குத் தெரியுமா?"

"என்னுடைய குழந்தைகளுக்கு மிகவும் வயதாகிவிட்டது."

"இது ஒரு உதாரணம் மட்டுமே. நான் உங்களுக்கு விளக்க விரும்புவது என்னவென்றால், நீங்கள் என்னுடன் வருவதைத் தவிர வேறு வழியில்லை, ஏனென்றால் புரட்சியாளர்களுக்கு எழுதப் படிக்கக் கற்றுக் கொடுத்ததற்காகவும் சர்ச்சில் திருப்பலிக்குப் போகாததற்காகவும் உங்களைச் சுடப் போகிறார்கள்."

"பார், இளைஞனே, எனக்கு ஐம்பத்து நான்கு வயது, எனக்கு எலும்புருக்கி நோய் உள்ளது. நான் அதிக நாள் வாழப்போவதில்லை. அகதியாக எனக்கு என்ன வாழ்க்கை காத்திருக்கிறது, சொல்லு? ஃப்ராங்கோ இருந்தாலும் இல்லா விட்டாலும் எனது சொந்த வீட்டில், எனது நகரத்தில் இறக்க விரும்புகிறேன்."

ரோஸர் தலையிடும்வரை, கார்மேவை எய்டரால் தங்களுடன் வரச் சம்மதிக்கவைக்க முடியவில்லை.

"எங்களுடன் வாருங்கள், தோன்யா கார்மே. எனக்கும் உங்கள் பேரனுக்கும் நீங்கள் தேவை. கொஞ்ச காலம் அங்கே இருந்துவிட்டு ஸ்பெயினில் நிலைமை எப்படி இருக்கிறது என்று பார்த்துக்கொண்டு நீங்கள் விரும்பினால் இங்கே திரும்பி வந்து வாழுங்கள்."

"ரோஸர், நீ என்னைவிட தைரியமானவள். திறமை யானவளும் கூட. நீ தனியாகவே சமாளித்துக்கொள்வாய். அழாதே..."

"நான் எப்படி அழாமல் இருக்க முடியும்? நீங்கள் இல்லாமல் நான் என்ன செய்வேன்?"

"சரி, சரி... உனக்காகவும் குழந்தைக்காகவும் வருகிறேன். என் இஷ்டத்திற்கு விட்டால், துன்பத்தைக் கண்டு சிரித்தபடி இங்கேயே இருந்துவிடுவேன்."

"போதும், நாம் இப்போது இங்கிருந்து செல்ல வேண்டும்." எய்டர் வற்புறுத்தினான்.

"கோழிகளை என்ன செய்வது?"

"அவற்றை விடுங்கள், யாராவது எடுத்துச் செல்வார்கள். வாருங்கள், கிளம்ப வேண்டிய நேரம் வந்துவிட்டது."

ரோஸர், எய்டாரின் மோட்டார் சைக்கிளின் பின்னால் உட்கார்ந்து சவாரி செய்ய விரும்பினாள். ஆனால் இருவரும் அதை அனுமதிக்கவில்லை பக்கவாட்டில் பொருத்தப்பட்ட இருக்கையில் அமர்ந்து போனால் கருக்கலைப்பு ஏற்படாமல் இருக்கும் என்று அவளை ஒத்துக்கொள்ள வைத்தனர். கார்மே பல கம்பளி ஆடைகளை அணிந்து அதன் மேலே கருப்பு நிறத்தில் கனமான காஸ்டிலிய கம்பளியால் ஆன நீர் புகாத மேலங்கியை மாட்டிக்கொண்டு வண்டியின் பின் இருக்கையில் ஏறினாள். மேலங்கி போடாவிட்டால் அவளின் மெலிந்த உடலைக் காற்று தள்ளிவிடும்போல இருந்தாள். வழியில் நடந்துகொண்டிருந்த ஜனத்திரள்மீதும், பிற வாகனங்கள், விலங்குகளின் மேலும் மோதாமல், பனிக்கட்டிச் சாலையில் சறுக்காமல் அவர்கள் மிகவும் மெதுவாக முன்னேறினர்.

பார்சிலோனாவிலிருந்து புறப்பட்டபோது ஆயிரக்கணக் கான மக்கள், உயிரினங்களின் கூட்ட நெரிசல் டான்டேயின் மாபெரும் இடப்பெயர்வுக் காட்சியை நினைவுப்படுத்தியது. மருத்துவமனை நோயாளிகளால் நகர முடிந்ததால் அவர்களை வெளியேற்றத்தில் சேர்த்தனர். மற்றவர்களை இயன்றவரை ரயில்களில் கூட்டிச்சென்றனர், மீதமுள்ளவர்கள் மூர்ஸின் வாள்களாலும் துப்பாக்கிமுனை ஈட்டிகளாலும் இறக்கத் தங்களைத் தயார்ப்படுத்திக்கொண்டனர். விரைவில் நகரத்தை விட்டு வெளியேறித் திறந்த வெளியில் நடக்கலானார்கள். விவசாயிகள் கால்நடையாகவோ தங்களின் பொதிசுமக்கும் கால்நடைகளுடனோ, கிராமங்களிலிருந்து வந்து நகர்ந்து கொண்டிருந்த மாபெரும் இடப்பெயர்வில் சேர்ந்து கொண்டனர். பணத்திற்கு மதிப்பில்லாமல்போனதால் விலைமதிப்பற்ற பொருட்களை வைத்து வாகனங்களில் இடம்பிடித்தனர். கழுதைகளும் குதிரைகளும் வண்டிகளின் எடையில் வளைந்து, மூச்சுத்திணறி விழுந்தன; ஆண்கள் வண்டிக்கயிற்றைத் தங்கள் இடுப்பில் கட்டி இழுத்தனர், பெண்கள் வண்டியைப் பின்னால் நின்று தள்ளினர். யாராலும் எடுத்துச்செல்ல முடியாத பொருட்கள், சூட்கேஸ்கள், ஃபர்னிச்சர்களை வழியோரத்தில் விட்டுவிட்டு நடந்தார்கள். இறந்தவர்களும் காயமடைந்தவர்களும் உதவ யாரும் நிற்காததால் விழுந்த இடத்திலேயே கைவிடப்பட்டார்கள். பரிவுணர்ச்சிக்கும் இரக்கவுணர்ச்சிக்கும் இடமில்லாமல் போனது. எல்லோரும் தன்னையும் தன் குடும்பத்தை மட்டுமே கவனித்துக்கொண்டனர். போர் விமானங்கள் தாழ்வாகப் பறந்து மரணத்தைத் தூவி, சேறுடனும் பனியுடனும் கலந்த இரத்தத் தடத்தை விட்டுச் சென்றன. பலியானவர்களில் பல்லாயிரம் குழந்தைகள். உணவுப் பற்றாக்குறை. மிக எச்சரிக்கையானவர்கள்

சிலர் ஒன்றிரண்டு நாட்களுக்குப் போதுமான உணவுப் பொருட்களைக் கொண்டுவந்தனர். ஏதோ ஒரு விவசாயி உணவு பண்டமாற்று செய்யவில்லையென்றால் மீதமுள்ளவர்களுக்கு உணவு கிடைக்காத நிலை. கோழிகளைவிட்டு வந்ததற்காக எய்டர் தன் முட்டாள்த்தனத்தை நொந்துக்கொண்டான்.

நூறாயிரக்கணக்கான அகதிகள் அச்சத்தில் பிரான்சுக்கு ஓடிக்கொண்டிருந்தனர், ஆனால் அங்கேயும் பயமும் வெறுப்பும் மட்டுமே காத்திருந்தன. தொற்றுநோய்களைப் பரப்பவும் கொள்ளையடிக்கவும் வன்புணர்வில் ஈடுபடவும், கம்யூனிசப் புரட்சியை ஊக்குவிக்கவும் வரப்போகும் – சிவப்புப் படையினர், கேவலமான, அழுக்கு மனிதர்கள், தப்பி யோடியவர்கள், குற்றவாளிகள் என்று பத்திரிகைகள் அழைத்த – வெளிநாட்டினரை யாரும் வரவேற்கவில்லை. போரிலிருந்து தப்பிக்க ஸ்பெயின் நாட்டு மக்கள் மூன்று ஆண்டுகளாகத் தங்கள் நாட்டிற்கு வந்தவண்ணமிருந்தாலும் பிரெஞ்சு மக்கள் அவர்களை அனுதாபத்துடன் நடத்தத் தவறினார்கள். ஸ்பானியர்கள் நாடு முழுவதும் மூலை முடுக்குகளில் கிட்டத்தட்ட யார் கண்ணுக்கும் புலப்படாமல் வாழ்ந்தனர். குடியரசுக் கட்சியின் தோல்வியினால் அகதிகளின் வரவு அதிகரிக்கும்; அகதிகளின் எண்ணிக்கை தெரியாத நிலையில் அதிகபட்சமாகப் பத்து அல்லது பதினைந்தாயிரம் பேர் வரலாம் என்று அதிகாரிகள் எதிர்பார்த்தனர். இது பிரெஞ்சு வலதுசாரிகளைக் கவலையடையச் செய்தது. ஒருசில நாட்களில் கிட்டத்தட்ட ஐந்து லட்சம் ஸ்பானியர்கள் குழப்பமும் பயங்கரமும் கலந்த துயரத்தின் உச்சியில் பிரெஞ்சு எல்லையில் கூட்டம் கூட்டமாக வந்து நிற்பார்கள் என்று யாரும் கற்பனை செய்துகூடப் பார்க்கவில்லை. முதல் எதிர்வினையாக பிரெஞ்சு எல்லையைக் கடக்கும் பாதைகளை மூடியது. அதே நேரத்தில் பிரச்சினையை எவ்வாறு தீர்ப்பது என்று புரியாமல் அதிகாரிகள் குழப்பத்தில் இருந்தனர்.

௸

இரவு விரைவாக வந்தது. சிறிது நேரம் மழை பெய்ததில், துணிகள் நனைந்து, தரை சொதசொதப்பாக மாறி, தட்பவெப்பம் பூஜ்ஜியத்திற்குக் கீழே பல டிகிரிகள் குறைந்தது. எலும்பை உறையவைப்பதுபோலக் குளிர்காற்று வீசத் தொடங்கியது. நடந்து செல்பவர்கள் இருட்டில் தொடர்ந்து நடக்க முடியாமல் நின்றுவிட்டார்கள். தங்களால் இயன்ற இடங்களில் பதுங்கி, ஈரமான போர்வைகளைப் போர்த்திக்கொண்டு. தாய்மார்கள் தங்கள் குழந்தைகளை அணைத்துக்கொள்ள, ஆண்கள் தங்கள்

குடும்பங்களைப் பாதுகாக்க முயற்சிசெய்ய, வயதானவர்கள் பிரார்த்தனை செய்ய, எய்டர் இபார்ரா இரண்டு பெண்களையும் மோட்டார் சைக்கிளின் டிரெய்லரில் தனக்காகக் காத்திருக்கு மாறு அறிவுறுத்திவிட்டு, வண்டி திருட்டுப்போவதைத் தடுக்க என்ஜினிலிருந்து ஒரு கேபிளைப் பிய்த்தெடுத்து, சாலையை விட்டுச் சிறிது தூரம் நடந்தான். போர்முனையில் இருந்த எல்லோரையும் போலவே அவனுக்கும் பல மாதங்களாக வயிற்றுப்போக்கு இருந்தது. அவனது டார்ச் விளக்கு தரையில் உள்ள ஒரு பள்ளத்திலிருந்த அசைவற்ற கழுதையை ஒளிரச் செய்தது; ஒருவேளை அதன் கால்கள் உடைந்திருக்கலாம்; சோர்வு காரணமாக வெறுமனே படுத்திருக்கலாம்; ஆனால் உயிருடன் இருந்தது. துப்பாக்கியை எடுத்து அதன் தலையில் சுட்டான். எதிரியின் துப்பாக்கிச் சூடுபோல் இல்லாமல் வித்தியாசமாகக் கேட்ட சத்தத்தால் சில பார்வையாளர்கள் ஆர்வத்துடன் எட்டிப்பார்த்தார்கள். கட்டளையைப் பெறுவதற்கு மட்டுமே பயிற்றுவிக்கப்பட்ட எய்டர், கட்டளை யிட்டுப் பழகியதில்லை. ஆனால் அந்த நேரத்தில் கட்டளை யிட்டதன் எதிர்பாராத பலனாக அவன் பேச்சைக் கேட்டு ஆண்கள் விலங்கைக் கொன்றனர்.பெண்கள் விமானத்தின் கவனத்தை ஈர்க்காதவாறு சிறிய நெருப்பில் இறைச்சியை வறுத்தனர். இந்த யோசனை கூட்டம் முழுவதும் பரவியது, விரைவில் அங்கும் இங்கும் ஒற்றைத் துப்பாக்கி சுடும் சத்தம் கேட்டது. அவன், கார்மேவுக்கும் ரோஸருக்கும் இரண்டு துண்டு வறுத்த மாமிசத்தையும் நெருப்பின் மீது சூடு செய்யப்பட்ட தண்ணீரையும் இரண்டு குடுவையில் கொண்டுவந்தான். "இது காபி இல்லைதான். ஆனால் இதை காக்டெயில் என்று கற்பனை செய்து குடியுங்கள்," என்று கூறி ஒவ்வொரு கோப்பையிலும் சிறிதளவு விஸ்கியை ஊற்றினான். விபத்துக்குள்ளான இத்தாலிய விமானியின் கண்ணாடிக்குப் பேரம் பேசி வாங்கிய அரை ரொட்டித் துண்டையும் சில இறைச்சித் துண்டுகளையும் குளிர் பதப்படுத்தும் என்று சேமித்துவைத்திருந்தான். அந்தக் கண்ணாடி அவன் கையில் கிடைப்பதற்கு முன் இருபது முறை கை மாறிக் கடத்தப்பட்டதாகச் சொன்னார்கள். அது உடையும்வரை உலகைச் சுற்றிக்கொண்டே இருக்கும் என்பது வேறு கதை.

கார்மே, இறைச்சி ஹவாய் செருப்பைப் போல் கடினமாக இருப்பதால் சாப்பிட முடியவில்லை என்று மறுத்து, தன் பற்கள் உடைந்துவிடும் என்று தனது பங்கை ரோஸருக்குக் கொடுத்தாள். இரவைச் சாதகமாகப் பயன்படுத்திக்கொண்டு அங்கிருந்து போய்விட வேண்டும் என்று அவள் மனதில் தோன்றிய எண்ணம் விஸ்வரூபம் எடுக்க ஆரம்பித்திருந்தது.

குளிரினால் மூச்சுவிடக் கஷ்டப்பட்டாள். ஒவ்வொரு சுவாசமும் அவளுக்கு இருமலை வரவழைத்தது. நெஞ்சு வலித்தது. மூச்சுத் திணறியது. "எனக்கு ஒருமுறை நிமோனியா வந்திருந்தால் நன்றாக இருந்திருக்கும், நிம்மதியாகப் போய்ச் சேர்ந்திருப்பேன்" என்று அவள் முணுமுணுத்தது ரோஸர் காதில் விழுந்தது. "அப்படிச் சொல்லாதீர்கள் கார்மே, உங்கள் பிள்ளைகளைப் பற்றிச் சிந்தியுங்கள்" என்று ரோஸர் பதிலளித்தாள். நிமோனியா வராமல் போனால் என்ன, உறைந்துபோய் இறப்பதுகூட நல்லதுதான் கார்மே தனக்குத்தானே சொல்லிக்கொண்டாள்; வடதுருவத்தில் வயதானவர்கள் இப்படித்தான் தற்கொலை செய்துகொள்கிறார்கள் என்று படித்திருத்திருக்கிறாள். பிறக்கப் போகும் பேரனையோ பேத்தியையோ பார்த்திருந்தால் நன்றாக இருந்திருக்கும். ஆனால் அந்த ஆசை அவள் மனதில் கனவாகக் கரைந்துகொண்டிருந்தது. ரோஸர் பிரான்சுக்குப் பாதுகாப்பாகப்போய் அங்கேயே குழந்தையைப் பிரசவித்து, கிய்யேம் மற்றும் விக்டருடன் மீண்டும் இணைந்தால் போதும், வேறு எதுவும் தனக்கு வேண்டாம் என்று நினைத்துக் கொண்டாள். தன்னைக் கூட்டிச்செல்லும் இளையவர்களுக்குச் சுமையாக இருக்க விரும்பவில்லை. அவளின் வயது அவர்களுக்குத் தடையாக இருந்தது, அப்படிப்பட்ட பாரம் இல்லாமல் அவர்கள் மேலும் வேகமாகச் செல்லக்கூடும். ரோஸர் கார்மேவின் நோக்கத்தை ஊகித்திருக்க வேண்டும்; தன் சோர்வைச் சமாளித்துக்கொண்டு தூக்கம் கண்ணைச் சுழட்டிக்கொண்டு வரும்வரை கார்மேவைக் கவனித்துக்கொண்டிருந்தாள். கார்மே, ஒரு பூனையைப் போலத் திருட்டுத்தனமாக விலகிச் சென்றதைச் சுருண்டு படுத்திருந்த ரோஸர் கவனிக்கவில்லை.

கார்மே இல்லாததை முதலில் கண்டுபிடித்தது எய்டர்; இருட்டில் ரோஸரை எழுப்பாமல், துன்பத்தில் உழலும் மனிதக் கூட்டத்தின் நடுவில் கார்மேவைத் தேடிச்சென்றான். யாரையும் மிதிக்காமல் இருக்க டார்ச் லைட்டைத் தரைமேல் ஒளிர விட்டு மெல்ல நடந்தான். கார்மே எல்லையை நோக்கி சென்றிருக்க வாய்ப்பில்லாததால் அவர்கள் வந்த வழியே அவளால் வெகு தொலைவு போயிருக்க முடியாது என்றும் அவன் கணக்கிட்டான். விடியலின் முதல் வெளிச்சத்தில் ஆட்களுக்கும் அவர்களின் மூட்டைமுடிச்சுகளுக்கும் நடுவே அலைந்து திரிந்தவன் கார்மேவின் பெயரை உரக்க அழைத்துத் தேடினான். ஆனால் அவனைப் போல் மற்றவர்களும் தங்கள் உறவினர்களின் பெயர்களைச் கூச்சலிட்டுத் தேடிக்கொண்டிருந்தனர். சுமார் நான்கு வயதுப் பெண் குழந்தை கரகரப்பான குரலில் அழுதபடி, மழையில் நனைந்து குளிரில் நீலமாக மாறிய உடலுடன் அவன் காலைக் கட்டிக்கொண்டாள். எய்டர் அவள் மூக்கைத்

துடைத்து, அவளுக்குப் போர்த்திவிட அவனிடம் ஒன்றும் இல்லையே என்று வருந்தினான்; யாரேனும் அவளை அடையாளம் காண்பார்களா என்று தோளில் உட்காரவைத்துக் கொண்டான். ஆனால் மற்றவர்களின் வலியை யாரும் கவனிக்கவில்லை. "உன் பெயர் என்ன, செல்லம்?" "நூரியா" என்று சிறுமி முணுமுணுத்தாள். போராளிகளின் பிரபலமான பாடல்களை மெலிதான குரலில் பாடி அவளின் அழுகையைத் திசை திருப்ப முயன்றான். "நூரியா, என்னுடன் நீயும் பாடு, பாடினால் துக்கமெல்லாம் மறைந்துவிடும்." என்று அவளிடம் கூறினான், ஆனால் சிறுமி அழுகையை நிறுத்தவில்லை. நீண்ட நேரம் அவளைத் தோளில் சுமந்து, கார்மேவைக் கூப்பிட்டபடி அவளைத் தேடிக்கொண்டு போகையில், பள்ளத்தில் ஒரு டிரக் நின்றிருந்ததைப் பார்த்தான். அங்கு இரண்டு செவிலியர்கள் குழந்தைகளுக்குப் பாலும் ரொட்டியும் விநியோகித்துக் கொண்டிருந்தார்கள். அந்தச் சிறுமி தன் குடும்பத்தைத் தேடிக்கொண்டிருப்பதை அவர்களிடம் விளக்கினான், அவர்களின் ட்ரக்கிலிருப்பவர்களும் காணாமல் போனவர்கள்தான், அவளைக் குடும்பத்துடன் சேர்த்துவைக்க உதவுவதாகக் கூறி, அவளைத் தங்களிடம் விட்டுவிடச் சொன்னார்கள். ஒரு மணிநேரம் தேடியும் கார்மேவைக் கண்டுபிடிக்க முடியாமல், எய்டர் ரோஸரை விட்டு வந்த இடத்திற்குத் திரும்பத் தொடங்கினான். அப்போது தான் கார்மே காஸ்டிலியன்[1] மேலங்கியை விட்டுச் சென்றதைக் கவனித்தான்.

விடியற்காலையில் புதிய வாழ்க்கையைத் தேடிக் கூட்டம் மிகவும் மெதுவாக நகரத் தொடங்கியது. எல்லையைக் கடக்கும் இடங்களில் அதிக அளவில் மக்கள் கூடிவருவதால் எல்லையை மூடிவிட்டார்கள் என்ற வதந்தி பரவி பீதியை அதிகப்படுத்தியது. பல மணிநேரம் சாப்பிடாமல் இருந்ததால் குழந்தைகள், முதியவர்கள், காயமடைந்தவர்கள் ஆகியோர் பலவீனமடைந்தனர். நூற்றுக்கணக்கான வாகனங்கள், வண்டிகள், டிரக்குகள் சாலையின் இருபுறமும் கைவிடப்பட்டுக் கேட்பாரற்று நின்றிருந்தன; மோட்டார் வண்டிகள் எரிபொருள் பற்றாக்குறையினால் நின்றுவிட்டன; குதிரைகளும் கழுதைகளும் இழுத்துச் சென்ற வாகனங்கள் விலங்குகளின் சோர்வினால் முன்னால் நகர முடியாமல் நின்றுவிட்டன. ஒரே இடத்தில் நின்றுவிட்ட கூட்டத்தால் எய்டர் சாலையை விட்டு வேறு வழியில் போக முடிவு செய்தான். மலைக்கணவாய் வழியாகச் சென்றால் குறைந்த கண்காணிப்பு இருக்கும் என்று மலைகளை

1. காஸ்டிலியன் பகுதியில் அணியப்படும் மேலங்கி, ஸ்வெட்டர்போல் கைகள் இல்லாம போன்சோவைப் போல் இருக்கும், காஸ்டிலியன் பகுதியில் அணிவார்கள்.

நோக்கி நடந்தான். ரோஸர், கார்மே இல்லாமல் அவனுடன் போக மறுத்தாள். கார்மே நிச்சயமாக மற்ற கூட்டத்தினருடன் எல்லையைக் கடப்பாள் என்றும் பிரான்ஸில் அவர்கள் மீண்டும் சந்திப்பார்கள் என்றும் எய்டர் அவளை நம்பவைத்தான். நீண்ட நேர வாக்குவாதத்தில் பொறுமையை இழந்த எய்டர், ரோஸரை அங்கேயே விட்டுவிட்டுப் போகப்போவதாக மிரட்டினான். எய்டரைப் பற்றித் தெரியாத ரோஸர், அவன் சொன்னதை நம்பி அவனுடன் போக ஒப்புக்கொண்டாள். சிறுவயது முதல் எய்டர் தனது தந்தையுடன் மலைகளில் உலவியிருக்கிறான்; இந்த நேரத்தில் அவன் தந்தை தன்னுடன் இருந்தால் எவ்வளவு நன்றாக இருக்கும் என்று நினைத்தான். மலை வழியாக பிரான்ஸை அடையும் யோசனை அவனுக்கு மட்டும் தோன்ற வில்லை என்பதை மலைகளை நோக்கி ஏற்கெனவே போய்க் கொண்டிருந்த குழுக்களைப் பார்த்துத் தெரிந்துகொண்டார்கள். கர்ப்பிணி வயிறு, வீங்கிய கால்கள், முதுகு, இடுப்பு வலி ஆகியவற்றுடன் ரோஸருக்குப் பயணிக்கக் கடினமாக இருந்த மலைப்பகுதியில், குழந்தைகளும் வயதானவர்களும் ஊனமுற்றவரும் இரத்தம் தோய்ந்த கட்டுகளுடன் நடக்கும் போராளிகளும் இன்னும் சிரமத்தோடு பயணித்தார்கள். பாதை இருக்கும்வரை மட்டுமே மோட்டார் சைக்கிளில் அவர்களால் மலைமேல் போக முடியும். ரோஸர் இருக்கும் நிலையில் கால்நடையாகத் தொடர முடியுமா என்ற ஐயம் எய்டருக்கு ஏற்பட்டது.

৶

எய்டர் கணக்கிட்டபடி, அவனது மோட்டார்சைக்கிள் அவர்களை மலைகளை நோக்கி அழைத்துச் சென்று, முக்கி, முனகி, கனைத்து, புகையைக் கக்கி, கடைசியாக ஒரு இடத்தில் நின்றது. அந்த இடத்திலிருந்து அவர்கள் கால் நடையாக ஏறத் தொடங்க வேண்டும். ஒரு நல்ல மனைவியைவிட விசுவாசமான தனது மோட்டார்சைக்கிளின் எஞ்சினை முத்தமிட்டு, திரும்பி வருவேன் என்று அதற்கு உறுதியளித்துவிட்டு எய்டர் அதைப் புதர்களுக்குள் மறைத்துவைத்தான். அவனது முதுகில் கட்டயிருந்த மூட்டைகளை ஒழுங்காகப் பரப்பித் திரும்பக் கட்ட ரோஸர் உதவினாள். அவர்கள் கொண்டுவந்திருந்த சாமான்களில் பெரும்பகுதியை விட்டுவிட்டு அத்தியாவசியப் பொருட்களை மட்டும் எடுத்துச் செல்ல வேண்டியிருந்தது: குளிருக்கு அடக்கமான உடைகள், ஒரு ஜோடி உபரிக் காலணிகள், அவர்கள் எடுத்து வந்த உணவுப் பொருட்கள், விக்டர் முன்னெச்சரிக்கையாக எய்டருக்குக் கொடுத்த பிரெஞ்சுப் பணம். ரோஸர் மீண்டும் பியானோ வாசிக்க

வேண்டுமென்றால் தன் கைகளைப் பாதுகாக்க வேண்டும். அதனால், காஸ்டிலியன் ஆடையை அணிந்து இரண்டு ஜோடிக் கையுறைகளையும் அணிந்துகொண்டாள். மலை ஏற ஆரம்பித்தார்கள். ரோஸர் மெதுவாக நடந்தாள், ஆனால் உறுதியுடன், நிற்காமல் நடந்தாள். எய்டர் சில இடங்களில் அவள் கையை பிடித்து இழுத்து கூட்டிச்செல்ல வேண்டியிருந்தது. அவளை ஊக்கப்படுத்த எய்டர் சுற்றுலா செல்வதுபோல் நகைச்சுவையாகப் பேசியும் பாடியும் அழைத்துச்சென்றான். அவர்களைப் போல அதே வழியைத் தேர்ந்தெடுத்துச் சென்றுகொண்டிருந்த மற்ற பயணிகள் சிறிய வாழ்த்துடன் தங்கள் பயணத்தைத் தொடர்ந்தனர். விரைவில் அவர்கள் தனியாக நடக்கலானார்கள். ஆடுகள் மேயும் குறுகிய பாதை வழுக்கும் பனியில் மறைந்தது. அவர்களின் கால்கள் பனியில் புதைந்தன. பாறைகளையும் விழுந்த மரக்கட்டைகளையும் தவிர்க்கக் குழிகளைத் தாண்டிக் குதித்தனர். ஒரு தவறான அடி எடுத்தால் நூறு மீட்டர் கீழே விழவேண்டிவரும். போரில் வீழ்ந்த எதிரி அதிகாரி ஒருவரின் கண்ணாடியைப் போலவே எய்டரின் பூட்ஸ் தேய்ந்துபோயிருந்தது, ஆனால் அவை ரோஸரின் மெல்லிசான காலணிகளைவிட உறுதியாக இருந்தன. விரைவில் இருவரும் கால்களில் உணர்ச்சியை இழந்தார்கள். மிகப்பெரிய செங்குத்தான பனி படர்ந்த வெண்மையான மலை ஊதா நிற வானத்தின் பின்னணியில் அச்சுறுத்தியது. அவர்கள் தொலைந்துபோய்விட்டார்களோ, இந்த வேகத்தில் நடந்தால் பிரான்சை அடையப் பல நாட்கள் ஆகும், அவர்கள் ஒரு குழுவில் சேராவிட்டால், பிரான்சை அடைவது கடினம் என்பதுபோலப் பல கவலைகள் எய்டரின் மனதில் ஓடிக் கொண்டே இருந்தன. பிரான்சு நாட்டு எல்லைக்குப் போகும் சாலையைக் கைவிட்டதற்காகத் தன்னை மனதிற்குள் சபித்துக் கொண்டான். ஆனால் இந்த நிலப்பரப்பு மனப்பாடமாகத் தெரியும் என்று ரோஸரிடம் உறுதியளித்தவாறு நடந்தான்.

அந்திசாயும் வேளையில் அவர்கள் தூரத்தில் மங்கலான ஒரு பிரகாசத்தைக் கண்டார்கள். ஒரு சிறிய முகாமென்று நினைத்த இடத்தின் திசையை நோக்கிக் கடைசி முயற்சியாக அவர்கள் நடந்தார்கள். தூரத்தில் மனித உருவங்கள் தெரிந்தன. எய்டர் அவர்கள் தேசியவாதிகளாக இருந்தாலும் பரவாயில்லை, பனியில் உயிருடன் உறைந்துபோகாமல் இருக்க அவர்களை அணுக முடிவுசெய்தான். ரோஸரைச் சற்று பின்னால் நிற்கச் சொல்லிவிட்டு, சிறிய கேம்ப்ஃபயர் வெளிச்சத்தில் தெரிந்த நான்கு ஒல்லியான, தாடிவைத்த, கந்தல் உடை அணிந்தவர்களை நெருங்கினான். அவர்களில் ஒருவன் தலையில் காயத்திற்குக் கட்டுப் போட்டிருப்பது தெரிந்தது. அவர்களிடம் குதிரைகள்,

சீருடைகள், பூட்ஸ், கூடாரங்கள் இல்லை. எதிரி வீரர்களைப் போலத் தோற்றமளிக்காத முரடர்களாக இருக்கலாம். கொள்ளைக்காரர்களாகக்கூட இருக்கலாம். எய்டர் தனது அற்புதமான பரிமாற்றங்களில் பல மாதங்களுக்கு முன் பெற்ற பொக்கிஷமான ஜெர்மன் லுகர் கைத்துப்பாக்கியை முன்னெச்சரிக்கையாகத் தனது கோட்டின் உள்ளே மறைத்து வைத்திருந்தான். சமரசத்திற்கான சைகைகளுடன் அவர்களை அணுகினான். ஒரு ஆள் துப்பாக்கி ஏந்தியபடி அவனைச் சந்திக்க வெளியே வந்தான். எய்டரைப் போலவே எச்சரிக்கையுடனும் அவநம்பிக்கையுடனும் ஒரு ஜோடித் துப்பாக்கிகளுடன் மேலும் இருவர் சில அடிகள் பின்னால் தொடர்ந்தனர்.

நான்கு பேரும் ஒரு குறிப்பிட்ட தூரத்தில் நின்று ஒருவரை ஒருவர் கண்களால் அளந்தனர். எய்டருக்கு ஒரு யோசனை தோன்றியது, அதன்படி அவர்களை காடலான் மற்றும் பாஸ்க் மொழிகள் இரண்டிலும் தன் வணக்கத்தைக் கூறினான். “போனா நிட்! காய்ஷொ! காபோன்!” ஒரு நீண்ட மௌனத்திற்குப்பின், அவர்களின் தலைவன்போல் தோன்றியவன் எய்டருக்கு அதே மொழியில் சுருக்கமாகப் பதிலளித்தான் “ஓங்கி ஏடோர்ரி, புர்கிடே!” அவர்கள் தனது பாஸ்க் நாட்டைச்சேர்ந்தவர்கள், நிச்சயமாகத் தப்பி ஓடியவர்கள் என்பதை எய்டர் புரிந்துகொண்டான். அவனை அறியாமல் உள்ளுக்குள் அடக்கி வைத்திருந்த மூச்சு பெருமூச்சாக வெளியேறியது. அவர்கள் அவனை நெருங்கிச் சூழ்ந்துகொண்டு, அவன் ஆபத்தானவன் இல்லை என்று தெரிந்ததும் முதுகில் தட்டி வரவேற்றனர். “நான் எகி, இது இசான், அவனது சகோதரன் ஜூலென்” என்று துப்பாக்கி வைத்திருந்தவன் கூறினான். எய்டர் தன்னை அறிமுகப்படுத்திக் கொண்டு, ஒரு கர்ப்பிணிப் பெண்ணுடன் பயணிப்பதாகக் கூற, எல்லோருமாக ரோஸரைத் தேடிச் சென்றனர். அவளைத் தூக்காத குறையாகத் தங்களது கேன்வாஸ் கூடாரத்திற்கு அழைத்துவந்தனர். நெருப்பின் சூடும் உணவும் இருந்த அந்தப் பரிதாபகரமான கூடாரம் புதிதாக வந்தவர்களுக்கு ஆடம்பரமாகத் தோன்றியது.

எல்லோரும் கேம்ப்ஃபயரைச் சுற்றி அமர்ந்துகொண்டு, கெட்ட செய்திகளைப் பரிமாறிக்கொண்டார்கள். வெந்த கடலை கிரேவியைச் சூடாக்கி அவர்கள் புதிவர்களுடன் பகிர்ந்துகொள்ள, எய்டர் தனது ஃபிளாஸ்க்கில் எஞ்சியிருந்த மதுவை அவர்களுக்குக் கொடுக்க, நேரம் கழிந்தது, எய்டர் கழுதை இறைச்சியையும் தன் பையில் வைத்திருந்த ரொட்டித் துண்டையும் அவர்களுக்கு அளித்தான். “உங்கள் பயணத்திற்காக

அதை வைத்துக்கொள்ளுங்கள், எங்களைவிட உங்களுக்கு அவை தேவைப்படும்” என்று எகி அதை வாங்க மறுத்துவிட்டான். மறுநாள் மலையேறுபவன் ஒருவனுக்காகக் காத்திருப்பதாகவும், அவன் சில உணவுப் பொருட்களைக் கொண்டுவருவான் என்றும் எகி கூறினான். எய்டர் அவர்களின் தாராள விருந்தோம்பலுக்கு நன்றி சொல்லும்வகையில் தனது புகையிலையை அவர்களுக்குக் கொடுத்தான். கடந்த இரண்டு ஆண்டுகளில், பணக்காரர்களும் அரசியல் தலைவர்களும் மட்டுமே கடத்தப்பட்ட சிகரெட்டுகளைப் புகைத்தனர். மீதமுள்ளவர்கள் உலர்ந்த புல்லையும் அதிமதுரத்தையும் கலவையாக்கிச் சுருட்டுபோல் புகைத்தனர். எய்டரின் ஆங்கிலப் புகையிலையை மரியாதையுடன் வாங்கிக்கொண்டார்கள். அதை சிகரெட்டாகச் சுருட்டி, மௌனமாகப் புகைத்து ஆனந்தித்தார்கள். அவர்கள் ரோஸருக்கும் டின் டப்பாவில் விற்கப்பட்ட கடலை கிரேவியை வழங்கினர். கூடாரத்தில் அவளுக்குப் படுக்கையை விரித்து, உறைந்துபோயிருந்த பாதங்களைக் கதகதப்பாக்கிக்கொள்ள வெந்நீர் பாட்டில் கொடுத்தனர். அவள் ஓய்வெடுக்கும்போது பார்சிலோனாவின் வீழ்ச்சி, குடியரசின் உடனடித் தோல்வி, பின்வாங்கல் ஆகியவற்றால் ஏற்பட்ட குழப்பங்களை எய்டர் தனது புது நண்பர்களுக்கு விவரித்தான்.

அந்தத் தகவலை அவர்கள் எதிர்பார்த்ததால், அமைதியாகக் கேட்டுக்கொண்டனர். கிட்டத்தட்ட இரண்டு ஆண்டுகளுக்கு முன்னர் காண்டோர் லெஜியனின் விமானங்களால் குண்டுவீச்சுக்கு ஆட்பட்டுத் தரையோடு தரையாக ஆக்கப்பட்ட வரலாற்றுப் பெருமைமிக்க பாஸ்க் நகரமான குவெர்னிகாவிலிருந்து அவர்கள் மரணத்தையும் அழிவையும் விட்டுத் தப்பிச்சென்றதாகக் கூறினார்கள். அருகிலுள்ள காடுகளில் தஞ்சம் அடைந்தபோது குண்டு வீச்சால் காடுகள் தீப்பற்றி எரிய அங்கிருந்து தப்பினர். பில்பாவ் போரின்போது யூஸ்காடி ராணுவப் படையில் கடைசி நாள்வரை போராடினார்கள். நகரம் எதிரியின் கைகளில் விழுவதற்கு முன்பு, பாஸ்க் உயர் கட்டளை பொதுமக்களை பிரான்சுக்கு வெளியேற்ற ஏற்பாடுசெய்த அதே நேரத்தில் வீரர்கள் வெவ்வேறு பட்டாலியன்களாகப் பிரிக்கப்பட்டுப் போரைத் தொடர்ந்தனர். பில்பாவோவின் தோல்விக்கு ஒரு வருடம் கழித்து, ஃப்ராங்கோவின் சிறைகளில் அடைக்கப்பட்டிருந்த தங்கள் தந்தையும் தம்பியும் சுட்டுக் கொல்லப்பட்டதை இசானும் ஜூலெனும் அறிந்தனர். அவர்கள் இருவரும் பெரிய குடும்பத்தில் பிறந்தவர்கள். அந்தக் குடும்பத்தில் அவர்கள் மட்டுமே எஞ்சினார்கள். எனவே வாய்ப்புக் கிடைத்தபோது அங்கிருந்து தப்பிக்க முடிவு செய்தார்கள். ஜனநாயகம், குடியரசு,

போர் ஆகியவை அர்த்தத்தை இழந்தன, அவர்கள் எதற்காகப் போராடுகிறார்கள் என்பதுகூட மறந்துவிட்டது. பைரனீஸ் மலைத்தொடரை நன்கு அறிந்த ஏகியின் வழிகாட்டுதலின் கீழ், ஒரே இடத்தில் சில நாட்களுக்கு மேல் தங்காமல் காடுகளிலும் செங்குத்தான மலைகளிலும் அலைந்தார்கள்.

சமீபத்திய வாரங்களில் போரின் தவிர்க்க முடியாத தோல்வி நெருங்கியபோது, அவர்கள் தப்பியோடிய பலரைச் சந்தித்தனர். அவர்களுக்கு எங்கேயும் பாதுகாப்பு இல்லை. பிரான்சைப் பொருத்தவரை அவர்கள் தோற்கடிக்கப்பட்ட இராணுவம்; பின்வாங்கும் போராளிகள். அதனால் அவர்களை அகதிகளாகக்கூடக் கருத மாட்டார்கள். கோழைகளாக மட்டுமே பிரான்சு கருதும். அவர்களைக் கைதுசெய்து ஸ்பெயின் நாட்டிற்குத் திருப்பி அனுப்பும். அவர்கள் பிராங்கோவின் கைகளில் வந்து விழுவார்கள்.

எங்கும் செல்ல வழியில்லாமல், சிறு குழுக்களாக அங்குமிங்கும் அலைந்தவர்களில். சிலர் குகைகளிலும் அணுகவே முடியாத தூரத்திலிருந்த நிலங்களிலும் ஒளிந்துகொண்டு நிலைமை சீராகும்வரை தங்களைக் காப்பாற்றிக்கொள்ள நினைத்தார்கள். மற்றவர்கள் தற்கொலைத் தீர்மானத்துடன் கொரில்லாப் படையை உருவாக்கித் தொடர்ந்து போராடுவோம் என்றனர். நிறைய தியாகம் செய்தவர்களால் புரட்சிகர இலட்சியத்தின் தோல்வியை ஏற்க முடியவில்லை, இந்த இலட்சியம் எப்போதும் ஒரு கனவாகவே இருந்துவிடும் என்பதை அவர்களால் ஏற்றுக்கொள்ள முடியவில்லை. ஆனால் மலையில் அலையும் இந்த அண்ணன் தம்பிகள் அப்படிப்பட்டவர்கள் இல்லை. அவர்களுக்கு எதன் மேலும் நம்பிக்கை இல்லாமல் மறுதினம் எப்படி உயிரோடு இருப்பதென்பதைப் பற்றி மட்டுமே யோசிக்கும் நிலையில் இருப்பவர்கள். எகி ஒருநாள் தனது மனைவியுடனும் குழந்தையுடனும் மீண்டும் சேர வேண்டும் என்ற எதிர்பார்ப்புடன் இருந்தான்.

தலையில் கட்டுப்போட்ட வாலிபன் உரையாடலில் பங்கேற்கவில்லை. அவன் அஸ்டூரியாவைச் சேர்ந்தவன். அடிபட்டதில் அவன் செவிடாகிவிட்டானென்றும் மூளை குழம்பிவிட்டதென்றும் எகி விளக்கினான். எகி எய்டரிடம், “அவனே கேட்டாலும் அவனை எங்கள் குழுவிலிருந்து அகற்ற மாட்டோம். அவனின் குறி அற்புதமானது. கண்களை மூடியபடி அவனால் ஒரு முயலைச் சுட முடியும். ஒரு தோட்டாவைக்கூட வீணடித்ததில்லை. அவனால் அவ்வப்போது எங்களுக்கு இறைச்சி சாப்பிட முடிகிறது” என்றான். சொல்லப்போனால், அடுத்த நாள் வரும் மலையேறுபவனுடன் உணவைப்

பரிமாறிக்கொள்ள ஏதுவாக அவர்கள் சில முயல்களைத் தயார் நிலையில் வைத்திருந்தனர். முட்டாள் குழந்தையை எப்படி மென்மையுடன் நடத்துவார்களோ அதைப் போல அஸ்தூரியா நாட்டவனைப் பற்றி அவர்கள் பேசியதை எய்டர் கவனித்தான். எய்டரும் ரோஸரும் கணவன் மனைவி என்று நினைத்து எய்டரை ரோஸரின் அருகில் படுத்துக்கொள்ளும்படி கட்டாயப்படுத்தினர்; கூடாரத்தின் உள்ளே எல்லோரும் தூங்க இடமில்லாததால் மற்றவர்களில் இருவர் திறந்த வெளியில் படுத்துக்கொண்டார்கள். "நாங்கள் மாறிமாறித் தூங்கிக்கொள்கிறோம்" என்று அவர்கள் சொன்னார்கள். எய்டரும் தனது முறை வரும்போது வெளியில் படுப்பதாகக் கூற, அதை ஏற்க மறுத்துவிட்டனர். அது என்ன வகையான விருந்தோம்பலாக இருக்கும் என்று அவர்கள் வாதிட்டனர்.

குளிரிலிருந்து தன் வயிற்றைப் பாதுகாப்பாக வைக்கப் பந்து போல் சுருண்டு படுத்திருந்தாள் ரோஸர். அவன் அவளுக்குப் பின்னால் அரவணைப்பாக அணைத்துப் படுத்துக் கொண்டான். எலும்புகள் வலித்தன. உடலில் உணர்ச்சியின்றி பயத்தை மட்டுமே உணர்ந்தான். தாயாகப் போகிறவளின் பாதுகாப்பு பற்றியும் அவளது வாழ்க்கை பற்றியும் அவனுக்குக் கவலையாக இருந்தது. அவன் விக்டர் தல்மாவுக்கு உறுதியளித்த படி, அவள் அவனின் பொறுப்பு. மலை ஏறும்போது, ரோஸர் தனக்குள்ளே நிறைய வலிமை இருப்பதாகவும், அவளைப் பற்றிக் கவலைப்பட வேண்டாம் என்றும் உறுதியளித்தாள். "குளிர்காலத்திலும் கோடைகாலத்திலும் ஆடுகளைப் பராமரித்து மலைகளுக்கு மத்தியில் நான் வளர்ந்தேன், எய்டர். குளிரும் மழையும் பழகிவிட்டது. நான் எளிதில் சோர்வடைகிறேன் என்று நினைக்காதே." படுத்திருந்தபோது அவள் அவனது பயத்தை உணர்ந்திருக்க வேண்டும். அவன் கையை எடுத்துத் தன் வயிற்றின் மேல் வைத்து, குழந்தையின் அசைவை உணரச்செய்தாள். "கவலைப்படாதே, எய்டர், இந்தக் குழந்தை பாதுகாப்பாகவும் மகிழ்ச்சியாகவும் இருக்கிறது" என்று அவள் இரண்டு கொட்டாவிகளுக்கு இடையில் கூறினாள். அவள் கழுத்திலிருந்து வெளிப்பட்ட நறுமணத்தை என்றுமே அவன் மறக்க மாட்டான். மகிழ்ச்சியையும் தைரியத்தை மட்டுமே வெளிக்காட்டிய எய்டர், இவ்வளவு மரணத்தையும் துன்பத்தையும் வன்முறையையும் தீமையையும் கண்ட அந்த இளம் பெண்ணின் கழுத்தின் பின்புறத்தில் முகத்தை மறைத்துக்கொண்டு ரகசியமாக அழுதான். தான் ஒரு விதவை என்பதை அறியாத ரோஸருக்காக அழுதான், தன் மகனைச் சந்திக்காமல் தன் காதலியை இன்னொரு முறை அணைக்க முடியாத கிய்யேமிற்காக அழுதான், விடைபெறாமல்

வெளியேறிய கார்மேவுக்காக அழுதான். வாழ்க்கையில் மிகவும் சோர்வாக இருக்கும் தன்னை நினைத்து, முதல் முறையாகத் தனது அதிர்ஷ்டத்தைச் சந்தேகித்து, தனக்காகவும் அழுதான்.

※

மறுநாள் அதிகாலையில் அவர்கள் எதிர்பார்த்திருந்த மலையேறுபவன் வயது முதிர்ந்த ஒரு குதிரையில் மெதுவான வேகத்தில் வந்தான். அவன் தன்னை, "நான் அங்கெல், உங்கள் ஆணைக்காகக் காத்திருக்கிறேன்" என்று அறிமுகப்படுத்திக் கொண்டான், பாஸ்க் மொழியில் அவன் பெயரின் அர்த்தம் தேவதை என்றும் நாடு கடத்தப்பட்டவர்களின், நாட்டைவிட்டுத் தப்பியோடியவர்களின் தேவதையாக இருப்பதால், அந்தப் பெயர் தனக்குப் பொருத்தமானது என்றும் கூறினான். எகி குழுவினர் நீண்டகாலமாக எதிர்பார்த்த உணவுகள், துப்பாக்கிகளுக்குச் சில தோட்டாக்கள், ஒரு பாட்டில் பிராந்தி ஆகியவற்றைக் கொண்டு வந்திருந்தான். பிராந்தி சலிப்பைப் போக்கவும் அஸ்தூரியரின் காயத்தை சுத்தம் செய்யவும் உதவும். அவர்கள் கட்டுகளை மாற்றியபோது, அவனுக்கு ஆழமான வெட்டு ஏற்பட்டு மண்டை ஓடு குழிந்திருப்பதை எய்டர் பார்த்தான். கடுமையான குளிர் நோய்த்தொற்றைத் தடுத்திருக்கிறது; அந்த மனிதன் இவ்வளவு அடிபட்டும் உயிருடன் இருக்க வேண்டுமென்றால் இரும்பினால் செய்யப் பட்டிருக்க வேண்டும் என்று நினைத்துக்கொண்டான். இரண்டு நாள்களுக்கு முன்பு பிரான்ஸ் எல்லையை மூடியது என்ற செய்தியை மலையேறுபவன் உறுதிப்படுத்தினான். ஆயுதம் தாங்கிய காவலர்கள் நூறாயிரக்கணக்கான அகதிகளை வழிமறித்து பிரான்சுக்குள்ளே புகவிடாமல் தடுத்தனர், குளிராலும் பசியாலும் பாதிப் பேர் இறந்துவிட்டார்கள் என்று கூறினான்.

ஆடு மேய்ப்பவனைப் போலில்லாமல் தன் தந்தையைப் போலவே, ஒரு கடத்தல்காரன் போன்ற தோற்றம் அவனுக்கு இருந்தது. எய்டருக்கு இது தெளிவுபடுத்தப்பட்டவுடன், மலைமனிதனுக்கு மூத்த இபார்ராவைத் தெரியும் என்று புலனாகியது. அந்தப் பகுதிகளில் இந்தத் தொழிலிலிருந்த அனைவருக்கும் ஒருவரையொருவர் தெரியும் என்றான். மலைப்பாதைகள் குறைவு. பல சிரமங்கள். எல்லையின் இருபுறமும் உள்ள அதிகாரிகளைப் போலவே வானிலையும் அச்சமூட்டுவதாக இருந்தது. இந்தச் சூழ்நிலையில், ஒற்றுமை அவசியம். "நாங்கள் குற்றவாளிகள் அல்ல, உங்கள் தந்தை உங்களுக்கு விளக்கியதைப் போல நாங்கள் தேவையான

கடலின் நீண்ட இதழ்

சேவையை அளிக்கிறோம். தேவையை நிறைவுசெய்யும் சட்டத்தைப் பின்பற்றுகிறோம்" என்று கூறினான். "பிரெஞ்சுக் காரர்கள் எல்லைக் கடப்புகளை வலுப்படுத்தியுள்ளதால் வழிகாட்டி இல்லாமல் பிரான்ஸை அடைவது சாத்தியமில்லை. ஒரு ரகசிய வழியிருக்கிறது. ஆனால் நல்ல வானிலையில்கூட அது ஆபத்தான வழி. குளிர்காலத்தில் அது இன்னும் மோசமாக இருக்கும்" என்றும் தனக்கு அந்த வழி நன்கு தெரியும் என்றும் கூறினான். போரின் தொடக்கத்தில் அவன் ஸ்பெயினுக்குச் சர்வதேசப் படைப்பிரிவுகளை வழிநடத்த அந்த வழியைப் பயன்படுத்தினான். "நான் அழைத்துவந்த வெளிநாட்டினர் நல்ல பிள்ளைகள். ஆனால் பலர் நகரத்தைச் சேர்ந்த இளைஞர்கள், அவர்களில் சிலரால் சமாளிக்க முடியவில்லை. யார் பின்தங்கினாலும் அவர்களை அங்கேயே விட வேண்டியதாகிவிட்டது. அதேபோலக் குன்றின் மீது விழுந்தாலும் அங்கேயே விட்டுவிட்டோம்." அவன் அவர்களை மறுபுறம் அழைத்துச் செல்ல பிரெஞ்சு நாணயத்தில் பணம் வாங்கிகொண்டான். "உங்கள் மனைவி என் குதிரையில் அமர்ந்து வரட்டும், நாம் நடப்போம்" என்று எய்டாரிடம் கூறினான்.

நண்பகலில் காபி என்ற பெயரில் ஒரு பானத்தைக் குடித்த பிறகு எய்டரும் ரோஸரும் எகி குழுவிடம் விடைபெற்றுத் தங்கள் பயணத்தைத் தொடர்ந்தனர். வெளிச்சம் இருக்கும் வரை பயணம் தொடரும் என்றும், தேவையின்றி நிற்காமல் நடந்தால், அவர்கள் இரவைத் தான் தங்குமிடத்தில் கழிக்கலாம் என்றும் அங்கெல் அவர்களிடம் கூறினான். தனிமையான, தெரியாத நிலப்பரப்பில், பணத்தைவிட மதிப்புமிக்க எய்டாரின் கைத்துப்பாக்கி, பேனாக்கத்தி, பூட்ஸ், ரோஸரின் காஸ்டிலியன் மேலங்கி இவற்றைத் திருட அங்கெல் அவர்களைத் தாக்கலாம்; இருவரின் கழுத்தையும் அறுக்கலாம். எய்டர் அவனைக் கண்காணித்தபடி எச்சரிக்கையுடன் நடந்தான். அவர்கள் குளிரில் உறைந்து, சோர்வாக, பனியில் கால்கள் புதைய மணிக்கணக்கில் நடந்தார்கள். ரோஸரும் வயதான குதிரையை மிகவும் கஷ்டப்படுத்த மனமின்றி நீண்ட நேரம் நடந்தாள். வயதான உறவினரைக் கவனித்துக்கொள்வதுபோலக் குதிரையின் உரிமையாளர் அதைக் கவனித்துக்கொண்டான். அவர்கள் ஓய்வெடுக்கவும் உருகிய பனியைக் குடிக்கவும் கழுதை இறைச்சியையும் ரொட்டியின் மிச்சத்தையும் சாப்பிடவும் இரண்டு முறை நின்றனர். இருட்ட ஆரம்பித்ததும், கண் இமைகளில் உறைபனி உருவானது. கண்களைத் திறக்க முடியாத அளவுக்கு வெப்பநிலை குறைந்தபோது, அங்கெல் தொலைவில் உள்ள ஒரு முகடு பகுதியைக் காண்பித்து அது அவர்களின் புகலிடம் என்றான்.

செங்கலுக்கு பதிலாக கற்பலகையால் செய்யப்பட்ட மாடம். கதவு இல்லாததால் ஒரு குறுகிய திறப்பு வழியே குதிரை வெளியே உறைவதைத் தடுக்க அதைக் கட்டயப்படுத்தி மாடத்திற்குள் தள்ளினார்கள். வட்டமான, தாழ்வான கூரை. வெளியிலிருந்து பார்க்கும்போது தோன்றியதைவிட அறை பெரியதாகவும் வெப்பமாகவும் இருந்தது. சில மரக்கட்டைகள், வைக்கோல் குவியல்கள், ஒரு பெரிய வாளி தண்ணீர், ஓரிரு கோடாரிகள், பல சமையல் பாத்திரங்கள்ஆகியவை இருந்தன. அங்கெலின் முயல்களில் ஒன்றைச் சமைக்க எய்டர் நெருப்பை உண்டாக்கினான். அங்கெல் தனது சேணம் பையிலிருந்து தொத்திறைச்சி, ஒரு துண்டு கடினமான சீஸ், உலர்ந்த ரொட்டி ஆகியவற்றைக் கொடுத்தான். ரொட்டி பார்சிலோனா பேக்கரியில் ரோஸர் செய்த போர் ரொட்டியைவிடப் பரவாயில்லையாக இருந்தது. அவர்கள் சாப்பிட்டுவிட்டு குதிரைக்கு உணவளித்த பிறகு, ஒளிரும் நெருப்பின் எதிரில் வைக்கோல் மேல் போர்வைகளைப் போர்த்தியபடி படுத்தனர். "நாளை, நாம் கிளம்பும்போது, இந்த இடம் நாம் வரும்போது எப்படியிருந்ததோ அதே நிலையில் விட்டுச்செல்ல வேண்டும். விறகை வெட்டி உள்ளே வைத்து, வாளியில் பனியை நிரப்ப வேண்டும். இன்னொரு விஷயம், துப்பாக்கி தேவையில்லை. நிம்மதியாகத் தூங்குங்கள். நான் ஒரு கடத்தல்காரன், கொலைகாரன் அல்ல" என்று அங்கெல் கூறினான்.

பிரான்சை நோக்கி பைரனீஸ் மலைச்சாரலைக் கடக்க மூன்று நீண்ட நாள்களும் இரவுகளும் ஆயின. ஆனால் அங்கெல் இருந்ததால் அவர்கள் தொலைந்துபோகவில்லை, திறந்த வெளியில் தூங்க வேண்டிய அவசியம் இருக்கவில்லை. ஒவ்வொரு நாளும் அவர்கள் இரவை ஒரு வெப்பமான இடத்தில் கழிக்க முடிந்தது. மறுநாள் இரவு, இருவரும் கறி விற்பவர்களின் குடிசையில் ஓநாய்போலத் தோற்றமளித்த நாயுடன் தங்கினார்கள். விறகுகளைச் சேகரித்துக் கரியைத் தயாரிப்பதை வாழ்வாதாரமாகக் கொண்ட இந்த மனிதர்கள் முரட்டுத்தனமானவர்களாக இருந்தனர். பணம் கொடுத்தால் இடமளிப்பதாகக் கூறினார்கள். "இவர்களிடம் கவனமாக இருங்கள், அவர்கள் இத்தாலியர்கள்" என அங்கெல் எய்டரைத் தனியாக எச்சரித்தான். அவனது எச்சரிக்கை எய்டருக்குத் தெரிந்த அரை டஜன் இத்தாலியப் பாடல்கள் மூலம் அவர்களுடன் நட்புப் பாராட்டுவதற்கான யோசனையைக் கொடுத்தது. ஆரம்ப சந்தேகம் தீர்ந்தவுடன், அவர்கள் சாப்பிட்டு, குடித்துவிட்டு, சீட்டு விளையாடிக்கொண்டிருந்தனர்.

ரோஸரை யாராலும் தோற்கடிக்க முடியவில்லை, அவள் கன்னியாஸ்திரீகளின் பள்ளியில் டியூட் விளையாடவும் ஏமாற்றவும் கற்றாள் என்ற விஷயம் எல்லோருக்கும் பெரிய நகைச்சுவையாக இருந்தது. இத்தாலியர்கள் அவளிடம் கட்டிய பந்தயத்தில் தோற்றதால் உலர்ந்த சலாமி துண்டுகளைக் கொடுத்தனர்.

ரோஸர் தரையில் சில சாக்குப்பைகளின் மேல் படுத்து, நாயின் கடினமான ரோமங்களில் மூக்கைப் புதைத்து, அதன் அரவணைப்பில் சுருண்டு உறங்கினாள். காலையில் விடைபெறும்போது, இத்தாலியர்களின் கன்னத்தில் மூன்று முறை முத்தமிட்டு, இறகுப் படுக்கையில்கூட அவ்வளவு வசதியாகத் தூங்கியிருக்க மாட்டேன் என்று சொன்னாள். ரோஸரின் கணுக்கால்களைச் சுற்றிக்கொண்டிருந்த நாய் நீண்ட தூரம் அவர்களுடன் சென்றது.

மூன்றாவது நாள் மதியத்திலிருந்து அவர்கள் தனியாகத் தொடர வேண்டும் என்றும் இனிமேல் அவர்கள் பிரான்ஸை அடையக் கீழே மட்டுமே இறங்க வேண்டும், அதனால் பாதுகாப்பாகப் போகலாம் என்றும் அங்கெல் அறிவித்தான். "மலையின் விளிம்பை ஒட்டித் தொடர்ந்து செல்லுங்கள். பாழடைந்த பண்ணை வீட்டைக் காண்பீர்கள். அங்கே தங்கிக்கொள்ளலாம்." அவர்களுக்குச் சிறிது ரொட்டியும் சீஸும் கொடுத்து, அவர்களின் பணத்தைப் பெற்றுக்கொண்டு சுருக்கமான அணைப்புடன் விடைபெற்றான். "உன் மனைவி தங்கம், அவளைக் கவனித்துக்கொள். நான் நூற்றுக்கணக்கான ஆண்களை, கடின வீரர்கள்முதல் குற்றவாளிகள்வரை வழிநடத்தியிருக்கிறேன், ஆனால் இவளைப் போல புகார் சொல்லாமல் சகித்துக்கொண்ட ஒரு பெண்ணைச் சந்தித்த தில்லை. கர்ப்பிணிப் பெண் வேறு."

ஒரு மணிநேரம் கழித்து அவர்கள் பண்ணை வீட்டை நெருங்கும்போது, துப்பாக்கி ஏந்திய ஒரு நபரைத் தூரத்தில் பார்த்தார்கள். ரோஸரைத் தன் பின்னால் நிற்கச் சொல்லி, எய்டர் முதுகில் துப்பாக்கியை மறைத்துக் கொண்டு தயாராக நின்றான். ஒரு சில கணங்களுக்கு அவர்கள் ஒருவரையொருவர் ஐம்பது மீட்டர் இடைவெளியில் கண்களால் அளந்தவண்ணம் நின்றார்கள். ரோஸர் ஒரு படி மேலே சென்று தாங்கள் அகதிகள் என்று பெரிய குரலில் அறிவித்தாள். அது ஒரு பெண் என்பதையும், அவர்கள் தன்னைவிட மிகவும் பயத்திலிருக்கி றார்கள் என்பதையும் புரிந்துகொண்ட அந்த நபர், தனது துப்பாக்கியைக் கீழே இறக்கி, கட்டலோனிய மொழியில்

அவர்களை அழைத்தான்: "வேனியூ, வேனியூ, நோ எல்ஸே ஃபாரே ரெஸ்." இந்தப் பகுதிக்குப் பல அகதிகள் வருகிறார்க ளென்றும், அன்று காலை தனது மகனும் ஃப்ராங்கோவின் ஆட்கள் கைது செய்யக்கூடும் என்ற பயத்தில் பிரான்ஸிற்குத் தப்பி ஓடினான் என்றும் கட்டலோனியன் கூறினான். அவர்களைக் கூரையின் பாதி காணாமல் போன ஒரு அழுக்குக் குடிசைக்கு அழைத்துச்சென்றான், அடுப்பில் சமைத்து வைத்திருந்ததிலிருந்து மிச்ச உணவை அவர்களுக்குக் கொடுத்தான். அவர்கள் உறங்கத் தாழ்வான, சுத்தமான படுக்கையைக் காட்டினான். அங்கு அவன் மகன் தூங்கினா னென்றும் கூறினான். சில மணிநேரங்களுக்குப் பிறகு மூன்று ஸ்பானியர்கள் வந்தனர், அவர்களும் கட்டலோனியனிடம் தங்க இடத்தைத் தேடி வந்ததாகச் சொல்ல, அவர்களுக்கும் குடிசையில் இடமளித்தான். விடியற்காலையில், அவன் எல்லோருக்கும் உருளைக்கிழங்கும் மூலிகைகளும் உப்பு போட்ட சூடான சூப்பும் கொடுத்தான். அது குளிரைத் தாங்க உதவும் என்றும் கூறினான். அவர்கள் செல்ல வேண்டிய பாதையைக் காண்பிக்கும் முன், குழந்தையின் பயணத்தை இனிமையாக்க கட்டலோனியன் தன்னிடம் மிச்சமிருந்த ஐந்து சர்க்கரைக் கட்டிகளை ரோஸருக்கு அன்பளிப்பாகக் கொடுத்தான்.

எய்டர், ரோஸர் ஆகியோரின் தலைமையிலான குழு எல்லையை நோக்கி நடக்க ஆரம்பித்தது. நாள் முழுவதும் நடந்தார்கள், அவர்களுக்கு உறைவிடம் கொடுத்த கட்டலோனியன் சொன்னதுபோலவே, அந்திசாயும் நேரத்தில் அவர்கள் உச்சியை அடைந்தனர். வழக்கத்திற்கு மாறாகச் சில வீடுகளில் விளக்குகள் எரிந்தன. ஸ்பெயினில் விமானத் தாக்குதல்களுக்கு அஞ்சி யாரும் விளக்குகளை எரியவிட மாட்டார்கள். விளக்குகளைப் பார்த்ததும் தாங்கள் பிரான்ஸின் எல்லைக்குள் வந்துவிட்டோமென்று புரிந்தது. அவர்கள் அந்தத் திசையில் இறங்கி ஒரு சாலைக்கு வந்தார்கள், அங்கு கார்து மொபீல் என்று அழைக்கப்படும் பிரெஞ்சு கிராமப்புறக் காவலர்களின் வேன் தோன்றியது. அவர்களிடம் முழுமனதுடன் சரணடைந்தனர். இப்போது அவர்கள் நிற்கும் பிரெஞ்சு நிலம் சுதந்திரம், சமத்துவம், சகோதரத்துவம் என்ற குறிக்கோளுடன் ஆட்சி செய்த சோசலிஸ்ட் தலைமையிலான இடதுசாரி அரசாங்கத்தினுடையது ஆயிற்றே! ஜாந்தார்ம் போலீஸ் அவர்களை முரட்டுத்தனமாகச் சோதனைசெய்து, எய்டரின் துப்பாக்கி, பேனாக் கத்தி ஆகியவற்றுடன் அவனிடம் எஞ்சியிருந்த பணத்தையும் எடுத்துக்கொண்டது. அவனுட னிருந்த மற்ற ஸ்பானியர்கள் ஆயுதங்கள் வைத்திருக்கவில்லை.

நூற்றுக்கணக்கான அகதிகள் தங்குவதற்காக அமைக்கப் பட்ட தானிய ஆலையின் பாதாள அறைக்கு எல்லோரையும் அழைத்துச்சென்றனர். அந்த இடம் பயந்து, பசியில் வாடும் ஆண்கள், பெண்கள், குழந்தைகளால் நிரம்பியிருந்தது. காற்றோட்டம் இல்லாமல் காற்றில் மிதக்கும் தானியத் தூசியால் மூச்சுத் திணறலுடன் மக்கள் காணப்பட்டனர். அவர்களின் தாகத்தைத் தணிக்க, தூசிபடிந்த சில தண்ணீர் டிரம்களை வைத்திருந்தனர். கழிப்பறைகளுக்குப் பதிலாகக் கொட்டகைக்கு வெளியே சில குழிகள் மட்டுமே இருந்தன. அங்கு அவர்கள் குந்தியிருக்கும்போதும் காவலர்கள் கண்காணித்தனர். பெண்கள் அவமானத்தால் அழும்போது காவலர்கள் சிரித்தனர். ரோஸருடன் தான் இருக்க வேண்டுமென்று எய்டர் வற்புறுத்தினான். அவள் தன் வயிற்றை ஆபத்தான முறையில் அசைப்பதைக் கண்டு காவலர்கள் அவனை அனுமதித்தனர். பின்னர், ஒரு மூலையில் ஒடுங்கியிருந்து, கடைசி ரொட்டித் துண்டையும் இத்தாலியர்களின் உலர்ந்த சலாமியையும் எய்டரும் ரோஸரும் பகிர்ந்துகொண்டனர். எய்டர் அவளைக் கூட்ட நெரிசலிலிருந்தும் கைதிகள் மத்தியில் திடீரெனத் தோன்றிய விரக்தியின் வெடிப்புகளிலிருந்தும் பாதுகாக்க முயன்றான். இது தற்காலிக இடம் என்றும், விரைவில் அவர்கள் டிடென்ஷன் மையத்திற்குக் கொண்டுசெல்லப்படுவார்கள் என்றும் தகவல் பரவியது. அதன் அர்த்தம் அவர்களுக்குத் தெரியவில்லை.

மறுநாள் குடும்பங்கள் மத்தியில் நிலவிய பீதியைப் பொருட்படுத்தாமல் ராணுவ லாரிகளில் பெண்களையும் குழந்தைகளையும் அழைத்துச் சென்றனர்; போலீஸ் மக்களை லத்திகளால் அடித்துப் பிரிக்க வேண்டியிருந்தது. ரோஸர் எய்டரை அணைத்து, அவன் தனக்காகச் செய்த எல்லா உதவிகளுக்கும் நன்றி தெரிவித்து, தன்னை நன்றாகப் பார்த்துக் கொள்வதாக உறுதியளித்து, காத்துக்கொண்டிருந்த டிரக் அருகே அமைதியாகச் சென்றாள். "நான் உன்னைத் தேடி வருவேன், ரோஸர், இது சத்தியம்!" என்று எய்டர் முட்டிக்கால் போட்டு விழும் முன் ஆவேசமாகக் கத்தினான்.

✍

பொதுமக்களில் பெரும் பகுதியினர் தங்களால் இயன்றவரை ஸ்பெயினை விட்டு பிரான்ஸின் எல்லையை நோக்கித் தப்பியோடினார்கள். அதைத் தொடர்ந்து தோற்கடிக்கப் பட்ட ராணுவத்தைச் சேர்ந்தவர்களும் நாட்டை விட்டு வெளியேறினர். விக்டர் தல்மாவ், எஞ்சியிருந்த தன்னார்வலர்கள்,

மருத்துவர்களின் உதவியுடன் காயமடைந்தவர்களை மருத்துவமனையிலிருந்து ஆம்புலன்ஸில், லாரிகளில், ரயில்களில் ஏற்றி அனுப்பினான். அவர்கள் செல்லும் வழியில் சூழ்நிலை மிகவும் ஆபத்தானது என்பதால் எந்தெந்த நோயாளிகள் உயிர் பிழைப்பார்களென்ற நம்பிக்கை இருந்ததோ அவர்களுக்கு மட்டும் அந்த வண்டிகளில் இடம் கொடுக்கும் முடிவை மருத்துவமனையின் பொறுப்பாளராக இருந்த இயக்குநர் எடுக்க வேண்டியிருந்தது; உடல் நிலை மோசமாக இருந்த நோயாளிகளை மருத்துவமனையிலேயே வைத்துக்கொள்ள முடிவு செய்தார்கள். கால்நடைகளை ஏற்றிச்செல்லப் பயன்படுத்தும் வண்டிகளிலும் நசுங்கிய வாகனங்களிலும் சமீபத்தில் அறுவைச் சிகிச்சை செய்துகொண்ட போராளிகள், காயமுற்றவர்கள், பார்வையற்றவர்கள், உடல் உறுப்புகள் இழந்தவர்கள், டைபஸ், வயிற்றுப்போக்கு அல்லது குடலிறக்கத் தால் காய்ச்சலால் பாதிக்கப்பட்டவர்கள் ஆகியோரை நெருக்கமாக உட்காரவைத்தும், தரையில் கிடத்தியும் கொண்டு சென்றார்கள். குளிரில் உறைந்து, இடையறாமல் அசைந்துகொண்டு, பசியுடன் வெளியேறினர். மருத்துவ ஊழியர்களிடம் வலியைக் குறைக்க மருந்துகள் இல்லை; தண்ணீர், ஆறுதல் வார்த்தைகள், சில நேரங்களில் இறக்கும் நபர் கேட்டால் பிரார்த்தனைகள் ஆகியவற்றை மட்டுமே வழங்க முடிந்தது.

விக்டர் இரண்டு வருடங்களுக்கும் மேலாக மிகவும் நிபுணத்துவம் வாய்ந்த மருத்துவர்களின் அருகில் பணியாற்றி வந்தான்; அவன் போர் முனையில் நிறைய கற்றுக்கொண்டான், மருத்துவமனையில் இருந்ததைப் போலவே, அவன் தகுதியைப் பற்றி யாரும் அவனிடம் கேட்கவில்லை, அர்ப்பணிப்பு மட்டுமே போதுமானதாக இருந்தது. தான் பட்டம் பெற இன்னும் பல வருடங்கள் உள்ளதை அவனே மறந்து, நோயாளிகளுக்கு நம்பிக்கையூட்ட மருத்துவராகக் காட்டிக்கொள்வான். அவன் கொடூரமான காயங்களைப் பார்த்திருக்கிறான். மயக்க மருந்தில்லாமல் செய்த உடலுறுப்புத் துண்டிப்புகளில் கலந்து கொண்டிருக்கிறான். துரதிர்ஷ்டவசமானவர்கள் பலரது மரணத்திற்கு உதவியிருக்கிறான். துன்பத்தையும் வன்முறையை யும் தாங்கும் முதலையைப் போன்ற தோல் தனக்கு இருப்பதாக நம்பினான். ஆனால் அவனது மேற்பார்வையில் சென்ற வண்டிகளின் சோகமான பயணத்தின் பாதிப்பில் அவனது மனவலிமை சுக்குநூறாகிப்போனது. ரயில்கள் ஜெரோனாவை அடைந்து, மற்ற போக்குவரத்துக்காகக் காத்திருந்தன. முப்பத்தெட்டு மணிநேரம் உண்ணாமல், உறங்காமல், கைகளில் இறந்துகொண்டிருந்த ஒரு பையனுக்குக் குடிக்கத் தண்ணீர்

கொடுக்க முயன்றபோது, விக்டரின் நெஞ்சம் வெடித்தது. "என் இதயம் உடைந்தது" என்று முணுமுணுத்தான். அந்தக் கணத்தில் அச்சொற்றொடரின் ஆழமான பொருளைப் புரிந்து கொண்ட அவன், கண்ணாடி உடையும் சத்தம் கேட்டது போலவும், தன் உள்ளத்தின் சாராம்சம் மொத்தமும் வெளியே கசிவதாகவும், கடந்த கால நினைவுகள் இன்றி, நிகழ்காலத்தைப் பற்றிய விழிப்புணர்வின்றி வெறுமையாக இருப்பதாகவும் உணர்ந்தான். எதிர்காலத்தைப் பற்றிய நம்பிக்கை இல்லாமல். தன்னால் உதவ முடியாத பல மனிதர்களைப் போல இதற்குத் தான் இரத்த இழப்பால் சாவதென்று அர்த்தமா? சகோதரர்களுக்கிடையிலான இந்தப் போரில் வலியும் வெறுப்பும் மட்டுமே மிஞ்சின; தொடர்ந்து கொலை செய்வதைக் காட்டிலும், இறப்பதைக் காட்டிலும் தோல்வியே பரவாயில்லை.

செனகல். அல்ஜீரிய நாடுகளின் ஆயுதமேந்திய வீரர்களும் பயமுறுத்தும் காலனித்துவத் துருப்புக்களும் குதிரையின் மீது தலைப்பாகைகள் அணிந்து, துப்பாக்கிகள், சவுக்கடிகளுடன் எல்லையில் திரண்டிருந்த கூட்டத்தைக் கட்டுக்குள் கொண்டு வர முயல, பிரான்ஸ் திகிலுடன் பார்த்தது. பிரெஞ்சு அரசு ஊடகங்களில் வேண்டாதவர்கள் என்று விவரிக்கப்படும் இந்தக் கும்பலின் பாரிய ஆக்கிரமிப்பால் நாடு மூழ்கியது. மூன்றாவது நாள், சர்வதேச எதிர்ப்புகளுக்கு இணங்கி அரசாங்கம் பெண்கள், குழந்தைகள், முதியவர்களை நாட்டின் உள்ளே வர அனுமதித்தது. மீதியிருந்த பொதுமக்கள் உள்ளே நுழைந்தனர். கடைசிக் கட்டமாகப் பசியிலும் சோர்விலும் வாடினாலும் போராளிகள் தங்கள் முட்டியை உயர்த்திப் பாடிக் கொண்டு அணிவகுத்துச் சென்றனர். சாலையின் இருபுறமும் அவர்கள் வைத்த ஆயுதங்களால் துப்பாக்கி மலைகள் உருவாகின. ஸ்பானியர்களைக் கட்டாய அணிவகுப்பு மூலமாக அவசரமாக உருவாக்கிய முகாம்களுக்கு அழைத்துச்சென்றனர். "அல்லே! அல்லே – ஸீ!" குதிரைக் காவலர்கள் அவர்களை மிரட்டி, அவமானப்படுத்தி, சாட்டையால் அடித்துத் தூண்டி விட்டனர்.

எல்லோரும் தங்களை மறந்துவிட்டார்கள் என்று நினைக்கும் நேரத்தில் உயிருடன் இருந்த காயமடைந்தவர் களையும் பிரான்ஸிற்கு அழைத்து வந்தார்கள். விக்டரும் சில மருத்துவர்களும் செவிலியர்களும் அவர்களுடன் வந்தனர். அகதிகளின் முதல் அலைகளில் இருந்த கெடுபிடி இல்லாமல் இவர்கள் எளிதாக பிரான்சுக்குள் நுழைந்தனர். அதற்காக அவர்கள் சிறந்த வரவேற்பைப் பெற்றார்களென்று நினைக்க வேண்டாம். காயமடைந்தவர்கள் பெரும்பாலும் பள்ளிகள்,

ரயில் நிலையங்கள், ஏன் தெருக்களில்கூட மோசமாக நடத்தப் பட்டனர். உள்ளூர் மருத்துவமனைகளால் அவர்களைச் சமாளிக்க முடியவில்லை, அவர்கள் "விரும்பத்தகாத" மக்களிடையே அதிக தேவையுடையவர்கள், மருத்துவத் தேவை யுடையவர்கள். ஆனாலும் அவர்களை யாரும் ஆதரவாகக் கவனிக்கவில்லை. பல நோயாளிகளுக்கு மருத்துவமனைகளில் போதுமான வசதி, மருந்துகள், மருத்துவப் பணியாளர்கள் இல்லை. விக்டர் தனது பொறுப்பில் இருந்தவர்களுக்கு மருத்துவ கவனிப்பு அளிக்க அனுமதிக்கப்பட்டான்; அவனால் மற்றவர்களைக் காட்டிலும் சுதந்திரமாக இருக்க முடிந்தது.

எய்டர் இபார்ராவிடமிருந்து பிரிந்த பிறகு, ரோஸர் மற்ற பெண்களுடனும் குழந்தைகளுடனும் எல்லையிலிருந்து முப்பத்தைந்து கிலோமீட்டர் தொலைவில் இருந்த ஆர்ஜெலெஸ் – சுர் – மெர் முகாமுக்கு அழைத்துச் செல்லப் பட்டாள். அங்கு ஏற்கெனவே பல்லாயிரக்கணக்கான ஸ்பானியர்கள் இருந்தனர். ஒரு பக்கம் கடல்; மறுபக்கம் ஜாந்தார்ம் காவல் துறையினரும் செனகல் துருப்புக்களும் காவல். மணல், கடல், முட்கம்பிகள். அவர்கள் கைவிடப்பட்ட கைதிகள் என்பதைப் புரிந்துகொண்ட ரோஸர், எப்படிப்பட்ட கொடுமையையும் பொறுத்துக்கொண்டு பிழைத்திருக்க முடிவு செய்தாள். பீரெனீஸ் மலைகளைத் தாண்டத் தனக்கு சக்தி இருந்ததென்றால் தான் சுமக்கும் குழந்தைக்காகவும், தனக்காகவும், கிய்யேமுடன் மீண்டும் இணைவதற்கான வாய்ப்புக்காகவும் எந்தப் பிரச்சினை வந்தாலும் சமாளித்துக் கொள்ள வேண்டும் என்று எண்ணினாள். அகதிகள் குறைந்த பட்ச சுகாதாரம்கூட இல்லாமல் குளிரிலும் மழையிலும் திறந்தவெளியில் இருந்தனர்; அவர்களுக்குக் கழிவறை இல்லை, குடிநீர்கூடக் கிடைக்கவில்லை. அவர்கள் தோண்டிய கிணறுகளில் உப்புக் கலந்த நீர் ஊற்றெடுத்தது. அது கலங்கலாக, மலமும் சிறுநீரும் கலந்திருந்தது. அகற்றப்படாத சடலங்களால் மாசு பட்டிருந்தது. பல ஆண் அகதிகள் தங்களிடமிருந்த எல்லாவற்றையும் இழந்த நிலையில், இனி எந்தக் கண்ணியமும் தேவையில்லை என்று அங்கிருந்த பெண்கள்மீது பாலியல் வன்கொடுமைகள் புரிந்தனர். அவர்களிடமிருந்தும் காவலர்களின் பாலியல் துன்புறுத்தல்களிருந்தும் தங்களைத் தற்காத்துக்கொள்ளப் பெண்கள் இறுக்கமான குழுக்களாகத் திரண்டனர். வடக்குத் திசையிலிருந்து மணலை வீசும் பனிக்காற்றான ட்ரமொன்தானாவிலிருந்து தன்னைப் பாதுகாத்துக்கொள்வதற்கு ரோஸர் கையால் ஒரு குழித் தோண்டி அதில் தூங்கினாள். காற்று வீசியெறிந்த மணல் கண்களில் விழுந்து, தோலை உடைத்துச் சிராய்ப்புகளில் புகுந்து புண்களை

உருவாக்கியது. ஒரு நாளைக்கு ஒருமுறை அவர்களுக்குத் தண்ணீர் கலந்த வெந்த பருப்பைக் கொடுத்தார்கள். சில சமயங்களில் குளிர்ந்த காபி கிடைக்கும். சில சமயங்களில் டிரக்குகளிலிருந்து ரொட்டித் துண்டுகளை வீசுவார்கள். ஆண்கள் அவற்றைப் பிடிக்கப் போராடினார்கள்; யாராவது பரிதாபப்பட்டுத் தங்கள் பங்கைப் பகிர்ந்துகொண்டால் பெண்களுக்கும் குழந்தைகளுக்கும் ஒரு சில உதிரித் துண்டுகள் கிடைக்கும். ஒரு நாளுக்கு முப்பது நாற்பது பேர் இறந்தனர்; முதலில் வயிற்றுப்போக்கால் குழந்தைகள், பின்னர் நிமோனியாவால் வயதானவர்கள். இரவில் யாராவது ஒருவர் விழித்திருந்து, தூங்குபவர்கள் உறைந்து போகாமல் தடுப்பதற்காகப் பத்து, பதினைந்து நிமிடங்களுக்கு ஒருமுறை அவர்களை எழுப்புவார்கள். ஒருநாள் ரோஸருக்குப் பக்கத்தில் குழியிலிருந்து ஒரு பெண் தன் ஐந்து மாத மகளின் சடலத்தைக் கட்டிக்கொண்டு எழுந்தாள். வெப்பநிலை பூஜ்ஜியத்திற்குக் கீழே குறைந்துவிட்டது. மற்ற அகதிகள் சிறுமியின் உடலைச் சிறிது தொலைவில் உள்ள கடற்கரையில் புதைக்க எடுத்துச் சென்றனர். அடிவானத்தில் பார்வையை நிலைநிறுத்திக் கொண்டு கண்ணீரின்றி மௌனமாக இருந்த அந்தத் தாயுடன் அன்றைய நாளை ரோஸர் கழித்தாள். அன்றிரவு அந்தப் பெண் கடற்கரைக்குச் சென்று தொலைந்து போகும்வரை கடலுக்குள் நடந்தாள். வெகு காலத்திற்குப் பிறகே, ரோஸருக்கு இந்த முகாம்களில் எத்தனை பேர் இறந்தனர் என்ற எண்ணிக்கை தெரியவந்தது. கிட்டத்தட்டப் பதினைந்தாயிரம் பேர் அந்த பிரெஞ்சு முகாம்களில் பசி, பட்டினி, கொடுமை, நோய் ஆகியவற்றால் இறந்தனர். பத்தில் ஒன்பது குழந்தைகள் இறந்தனர்.

இறுதியாக அதிகாரிகள் பெண்களையும் குழந்தைகளை யும் கடற்கரையின் மற்றொரு பகுதியில் குடியேற்றினார்கள். இரட்டை வரிசை முள்கம்பி ஆண்களிடமிருந்து அவர்களைப் பிரித்தது. குடிசைகள் கட்டுவதற்கான பொருட்கள் வரத் தொடங்கின. அகதிகள் தாங்களே குடிசைகள் கட்டினார்கள். பெண்களுக்குக் கூரைகள் அமைக்க ஆண்களை அனுப்பி னார்கள். ரோஸர் முகாமின் பொறுப்பாளரிடம் பேசி, தாய்மார்கள் தங்கள் குழந்தைகளுக்குக் கொடுக்க ரொட்டி களுக்காகப் போராடாமல் இருக்கச் சிறிது உணவை விநியோகிக்க ஏற்பாடு செய்ய அவரைச் சம்மதிக்கவைத்தாள். அப்போதுதான் இரண்டு செஞ்சிலுவைச் செவிலியர்கள் தடுப்பூசிகளையும் பால் பவுடரையும் விநியோகிக்க வந்தனர். பாட்டில்களைத் தயாரிப்பதற்கு முன் தண்ணீரைத் துணியால் வடிகட்டிப் பல நிமிடங்கள் கொதிக்கவைக்க அறிவுறுத்தி னார்கள். போர்வைகளையும் குழந்தைகளுக்குக் குளிருக்கு

அடக்கமான ஆடைகளையும் தந்தனர். சில ஸ்பானியர்களை வீட்டு அல்லது குடிசைத் தொழில்களில் வேலைக்கு அமர்த்த விரும்பும் பிரெஞ்சுக் குடும்பங்களின் பெயர்களையும் கொண்டு வந்தனர். இந்தக் குடும்பங்கள் முக்கியமாக விடுத்த ஒரே நிபந்தனை: குழந்தைகள் இல்லாதவர்கள் மட்டுமே வரலாம்.

எலிசபெத் ஈடன்பென்ஸ் பிரான்சில் இருப்பாள் என்று நம்பிக்கையில் ரோஸர் செவிலியர்கள் மூலம் செய்தி அனுப்பினாள். “நான் விக்டர் தல்மாவின் மைத்துனி; நான் கர்ப்பமாக இருக்கிறேன் என்று அவரிடம் சொல்லுங்கள்.”

எலிசபெத் முதலில் போர்வீரர்களுடன் போர்முனைக்குச் சென்றாள். பின்னர் தோல்வி நெருங்கியபோது, தப்பியோடியவர்களுடன் நாட்டை விட்டு வெளியேறினாள். வெள்ளை ஏப்ரன் அணிந்து நீல நிறத் தொப்பியுடன் எல்லையைக் கடந்தவளை யாராலும் நிறுத்த முடியவில்லை. உதவிக்கான நூற்றுக்கணக்கான கோரிக்கைகளில் ரோஸரின் செய்தியைப் பெற்றாள். விக்டர் தல்மாவின் பெயரைக் கூறியிருக்கவில்லையென்றால் ஒருவேளை அதற்கு முன்னுரிமை அளித்திருக்க மாட்டாள். கிட்டார் வாசிக்கும் கூச்ச சுபாவமுள்ள மனிதனாக, தன்னை மணந்துகொள்ள விரும்புகிறவனாக அவள் அவனைச் சற்று மென்மையுடன் நினைவுகூர்ந்தாள். அவனுக்கு என்ன ஆயிற்றோ என்று அவள் அடிக்கடி யோசித்திருக்கிறாள். அவன் உயிருடன் இருக்கக்கூடும் என்ற எண்ணம் சற்று ஆறுதலாக இருந்தது. செய்தி கிடைத்த மறுநாள் அவள் ரோஸர் ப்ருகுவேராவைத் தேடி ஆர்ஜெலெஸ் – சுர் – மெருக்கு வந்தாள். சித்திரவதை முகாம்களில் உள்ள மோசமான நிலைமைகளை அவள் அறிந்திருந்தாலும் தலை கலைந்து அழுக்காக இருந்த அந்த இளம் பெண்ணைப் பார்த்ததும் அதிர்ச்சியுற்றாள். வெளிர் கண்களுக்குக் கீழே ஊதா கருவளையங்கள், மணலால் வீங்கிய கண்கள், அவளுடைய எலும்புக்கூட்டிலிருந்து நேரடியாகத் தோன்றிய மிகவும் மெலிந்த வயிறு. ரோஸர் தனது தோற்றத்தை பற்றிக் கவலைப்படாமல் வழக்கமான கண்ணியத்துடனும் முழுக்குரலுடனும் நிமிர்ந்து நின்றாள். அவள் தனது சூழ்நிலையை முழுக் கட்டுப்பாட்டிற்குள் வைத்திருப்பதைப் போல இருந்தது. வார்த்தைகளில் வேதனையையோ விரக்தியையோ அவள் வெளிப்படுத்தவில்லை,

“விக்டர் உங்கள் பெயரை எங்களுக்குக் கொடுத்தார் மிஸ். உங்கள் மூலம் நாங்கள் திரும்ப ஒன்றாகச் சேர முடியும் என்று கூறினார்.”

“உன்னுடன் யார் இருக்கிறார்கள்?”

"இந்த நேரத்தில் நான் தனியாக இருக்கிறேன், ஆனால் விக்டரும் அவரது சகோதரர் கிய்யேமும் வருவார்கள். கிய்யேம் என் குழந்தையின் தந்தை. எய்டர் இபார்ரா என்ற நண்பர், விக்டர், கிய்யேமின் தாயார் திருமதி தல்மாவ் வந்ததும் நான் எங்கே இருக்கிறேன் என்று சொல்லுங்கள். குழந்தை பிறப்பதற்கு முன்பே அவர்கள் என்னைக் கண்டுபிடிப்பார்கள் என்று நம்புகிறேன்."

"நீ இங்கே இருக்க முடியாது, ரோஸர். கர்ப்பிணிகளுக்கும் இளம்தாய்களுக்கும் உதவ முயற்சிக்கிறேன். இந்த முகாம்களில் பச்சிளம் குழந்தைகள் உயிரோடிருக்க வாய்ப்பில்லை."

வருங்காலத் தாய்மார்கள் தங்கள் உடல்நலத்தைக் கவனித்துக்கொள்ள ஒரு வீட்டைத் திறந்திருப்பதாக எலிசபெத் அவளிடம் கூறினாள், ஆனால் அங்கே தேவை அதிகமாகவும் இடவசதி குறைவாகவும் இருந்ததால், எல்னேவில் கைவிடப் பட்ட ஒரு மாளிகையைப் பார்த்துவைத்திருப்பதாகவும் கூறினாள். அந்த மாளிகையை மகப்பேறு மருத்துவமனையாக்க வேண்டும் என்று அவள் கனவு கண்டாள். தாய்மார்களும், பெண்களும் அவர்களின் குழந்தைகளும் மிகுந்த இன்னல் களுக்கு மத்தியில் இருப்பதாகவும், இந்த இடிபாடுகளிலிருந்து அவர்களைக் கிளப்ப வேண்டும் என்றும் அதற்குப் பல மாதங்கள் ஆகும் என்றும் எலிசபெத் கூறினாள்.

"ஆனால் நீ காத்திருக்க முடியாது ரோஸர். நீ இங்கிருந்து வெளியேற வேண்டும். உடனடியாக."

"எப்படி?"

"நீ என்னுடன் வரப்போகிறாய் என்று இயக்குநருக்குத் தெரியும். உண்மையில் அவர்கள் அகதிகளை அகற்றுவதில் மட்டுமே குறியாக இருக்கிறார்கள். ஸ்பான்சர்ஷிப் அல்லது வேலை பெறும் எவரும் சுதந்திரமாக வெளியே செல்லலாம். வா."

"இங்கு ஏராளமான பெண்களும் குழந்தைகளும் இருக்கிறார்கள். கர்ப்பிணிப் பெண்களும் இருக்கிறார்கள்."

"என்னால் முடிந்ததைச் செய்வேன். உதவியுடன் மீண்டும் வருவேன்."

வெளியே செஞ்சிலுவைச் சங்கச் சின்னத்துடன் ஒரு கார் அவர்களுக்காகக் காத்திருந்தது. எலிசபெத் முதலில் ரோஸருக்குச் சூடான உணவு தேவை என்று முடிவு செய்து, வழியில் முதலில் தென்பட்ட உணவகத்திற்கு அழைத்துச் சென்றாள். அங்கிருந்த வாடிக்கையாளர்கள் நேர்த்தியான

செவிலியருடன் வந்த நாற்றமடிக்கும் பிச்சைக்காரியை வெறுப்புடன் பார்த்தனர். ஸ்டஃப்டு சிக்கன் வருவதற்குள் ரோஸர் டேபிளில் இருந்த ரொட்டியைச் சாப்பிட்டாள்.

அந்த சுவிஸ் இளம் பெண், தனது காரை மற்ற வாகனங்களுக்கு இடையில் வளைத்து வளைத்து நடைபாதைகளில் ஏற்றி, சாலைச் சந்திப்புகளையும் போக்குவரத்துச் சிக்னல்களையும் கர்வத்துடன் புறக்கணித்து, சைக்கிளைப் போல் ஓட்டிச் சென்றாள். இதனால் அவர்கள் மிகக் குறுகிய நேரத்தில் பெர்பிஞானை அடைந்தனர். மகப்பேறு மருத்துவமனையாகச் செயல்படும் வீட்டிற்கு அவள் ரோஸரை அழைத்துச் சென்றாள். அங்கு எட்டு இளம் பெண்கள் இருந்தனர். அவர்களில் சிலர் கர்ப்பத்தின் கடைசி மாதத்தில், மற்றவர்கள் தங்கள் கைகளில் பிறந்த குழந்தையுடன். ஸ்பானிய கலாச்சாரத்தின் உணர்ச்சிகாட்டாத அன்புடன் அவளை வரவேற்று, டவல், சோப்பு, ஷாம்பு கொடுத்துக் குளிக்க அனுப்பிவைத்தனர். ஒரு மணிநேரம் கழித்து, ரோஸர் சுத்தமான, ஈரமான தலைமுடியுடன், கருப்பு ஸ்கர்ட், வயிற்றை மறைக்கும் ஒரு குட்டையான கம்பளி டூனிக், ஹீல் வைத்த ஷூ அணிந்து எலிசபெத்தின் முன் தோன்றினாள். அன்றிரவு எலிசபெத் ரோஸரை, மாட்ரிட் போர்முனையில் தன்னுடன் போரில் பாதிக்கப்பட்ட குழந்தைகளுக்கு உணவு, உடை, பாதுகாப்பை அளித்துச் சேவை செய்த ஆங்கிலேய இணையரான க்வேக்கர்களிடம் அழைத்துச் சென்றாள்.

“ரோஸர், குறைந்தபட்சம் நீ குழந்தையைப் பெற்றெடுக்கும் வரை, இவர்களுடன் இருப்பது அவசியம். தேவைப்படும் வரை இங்கே இரு. பிறகு பார்ப்போம். அவர்கள் மிகவும் நல்ல மனிதர்கள். க்வேக்கர் தம்பதியர் எப்பொழுதும் தங்கள் சேவை தேவைப்படும் இடத்தில் இருக்கிறார்கள். அவர்கள் மனித வடிவில் கடவுள். நான் மதிக்கும் செயின்டுகள்.”

4

1939

புறநகரின் முதலாளித்துவத்தின்
நல்லதையும் கெட்டதையும் நான் வரவேற்கிறேன்...

பாப்லோ நெருடா,

“புறநகர்”, *மஞ்சள் நெஞ்சம்*

ரெய்னா தெல் பசிஃபிகோ (பசிஃபிக் ராணி) மே மாதத் தொடக்கத்தில் சிலியின் வால்பரைசோ துறைமுகத்தை விட்டுக் கிளம்பி இருபத்தேழு நாட்களுக்குப் பிறகு லிவர்பூல் துறைமுகத்திற்கு வந்தது. ஐரோப்பாவில் வசந்த காலம் முடிந்து தவிர்க்க முடியாத போரின் அச்சுறுத்தலுடன் நிலையற்ற கோடை ஆரம்பித்திருந்தது. சில மாதங்களுக்கு முன்னர் ஐரோப்பிய அரசுகள் மியூனிக் ஒப்பந்தத்தில் கையெழுத்திட்டன. அதை ஹிட்லர் மதிக்கப்போவதில்லை. நாஜிக்கள் மற்ற நாடுகளைக் கைப்பற்றும் படலத்தை மேற்கத்திய உலகம் முடங்கிப்போய்ப் பார்த்துக்கொண்டிருந்தது. பசிபிக் ராணி கப்பல் 17702 டன் எடையினாலான மிதக்கும் நகரம். இரண்டு பெருங்கடல்கள் வழியாக அதை இழுத்துச்செல்லும் டீசல் என்ஜின்களின் சத்தத்தில் வரவிருக்கும் மோதலின் எதிரொலிகள் பிரயாணிகளுக்குக் கேட்கவில்லை. எங்கோ வெகுதூரத்தில் போர் நடந்ததால் அவர்களை நெருங்கிக்கொண்டிருக்கும் ஆபத்து விலகியே இருப்பதுபோல் தோன்றியது. கப்பலில் பயணித்த 162 இரண்டாம் வகுப்புப் பயணிகளுக்கும், 446 மூன்றாம் வகுப்புப் பயணிகளுக்கும் இது மிக நீண்ட பயணம். ஆனால் பயணத்தின் சிரமங்கள்

தெரியாமல் இருக்கும் வகையில் வசதியாக இருந்த முதல் வகுப்பில் நாட்கள் பறந்தன. அலைகளின் வேகத்தால் ஆனந்தத்தைக் குறைக்க முடியவில்லை. மேல் தளத்தில் என்ஜின் சத்தம் கேட்பதற்கு பதிலாக ஆடம்பரத்தின் ஆரவாரமற்ற ஒலிகள் மட்டுமே கேட்டன. பின்னணி இசை, 280 பயணிகளின் பல மொழி உரையாடல்கள், மாலுமிகளும் அதிகாரிகளும் தலை முதல் கால்வரை வெள்ளை உடை அணிந்து நடக்கும் பூட்ஸ் ஒலி, தங்கப் பொத்தான்கள் வைத்த சீருடைகளில் பணியாளர்களின் உபசரிப்புகள், நான்கு பெண்களால் ஆன ஆர்கெஸ்ட்ராவின் இசை, படிகக் கண்ணாடியில் குவளைகள், பீங்கான் டின்னர் செட்கள், வெள்ளி முள் கரண்டிகளின் கிளிங் – கிளிங் – இவை மட்டுமே கேட்டது. சமையலறை விடியலுக்கு முன் சில மணிநேரங்கள் மட்டுமே மூடப்பட்டது.

இரண்டு படுக்கையறைகள், இரண்டு குளியலறைகள், ஒரு கூடம், மொட்டை மாடியுடன் கூடிய அவளின் ஆடம்பரமான தங்குமிடத்தில், லோரா தெல் சோலார் எலாஸ்டிக் உள் கச்சையை அணிய முயன்றுகொண்டிருந்தாள். அவளது பால்ரூம் உடை படுக்கை மேல் கிடந்தது. கப்பல் பயணம் முடிவதற்கு முன் முதல் வகுப்புப் பயணிகளைக் கவர்ந்திழுக்கப் பயணத் திட்டத்தில் கடைசி நாளுக்கு முந்தைய இரவை பால்ரூம் நடனத்திற்காக ஒதுக்கி வைத்திருந்தார்கள். முதல் வகுப்புப் பயணிகள் தங்களின் டிரங்குகளிலிருந்த மிக நேர்த்தியான விலையுயர்ந்த ஆடை அணிகலன்களை அணிந்து நடனமாடி மகிழ்வதற்கான ஒரு அவகாசம். ப்யூனஸ் அயர்ஸில் ஆர்டர் செய்த ஷெனேல் வடிவமைத்த நீல நிற சாடின் டிரஸ்ஸிலிருந்து ஏற்கெனவே ஆறு சென்டிமீட்டர்கள் நெகிழ்த்திவிட்டிருந்தாள் லோராவின் சாண்டியாகோ தையல்காரி. ஆனால் பல வாரங்கள் படகில் கழித்ததில் இந்த முக்கியமான இரவுக்கென எடுத்துவைத்திருந்த உடையை அணிய முடியாமல் லோரா திணறிக்கொண்டிருந்தாள். வளைந்த கண்ணாடியில் அவளின் கணவர் இசிட்ரோ தெல் சோலார், தனது டக்ஸீடோவின் வெள்ளை டையைத் திருப்தியுடன் சரிசெய்தார். அவளைவிட உணவு விஷயத்தில் அதிகக் கட்டுப்பாடுடைய இசிட்ரோ, தனது எடையை நன்றாகப் பராமரித்து, ஐம்பத்தொன்பது வயதில் இளமையாகத் தெரிந்தார். அவர்கள் திருமணமான இத்தனை வருடங்களில் அவரின் தோற்றத்தில் சிறு மாறுதல்கூட இல்லை. அவளோ தாய்மையின் பூரிப்பிலும் இனிப்புகளின் மேலிருந்த பிடிப்பிலும் சிக்கி அவருக்கு நேர்மாறாக மாறியிருந்தாள். லோரா கோபெளின்[1] துணியால் அலங்கரிக்கப்பட்ட நாற்காலியில்

1. ஃபிரென்சு அரசக் குடும்பத்திற்கு ஃபர்னிச்சர் செய்யும் கடையின் பெயர். கோபெளின், அவர்கள் உபயோகிக்கும் உயர் ரக துணி கோபெளின் துணி.

தனது தோள்கள் சரியக் கன்னத்தில் கைவைத்தபடி சோகமாய் அமர்ந்தாள்.

"என்ன ஆச்சு, லோரிடா?"

"இன்றைக்கு நான் உன்னுடன் வரவில்லையென்றால் கோபித்துக்கொள்ள மாட்டாயே, இசிட்ரோ? தலை வலிக்கிறது."

எப்போதெல்லாம் அவர் சொன்னது போல் நடக்க வில்லையோ அப்போதெல்லாம் தோன்றும் முக பாவத்துடன் அவள் முன் நின்று...

"மருந்தை எடுத்துக்கொள் லோரிடா. இன்றிரவு கேப்டனைக் கௌரவிக்கும் டின்னர். நமக்கு முக்கியமான டேபிளைக் கொடுத்திருக்கிறார்கள். நான் டைனிங் ஹால் மேனேஜருக்கு லஞ்சம் கொடுத்து வாங்கிய டேபிள். நாம் எட்டே பேர். நீ வராவிட்டால் அது எல்லோர் கண்ணையும் உறுத்தும்."

"என்னால் முடியவில்லை, இசிட்ரோ..."

"முயற்சி செய். எனக்கு இது பிஸினஸ் டின்னர். நமது கம்பனி கம்பளியை வாங்க ஆர்வமுள்ள இரண்டு ஆங்கில வணிகர்களுடனும் செனட்டர் ட்ரூயெபாவுடனும் டேபிளைப் பகிர்ந்துகொள்ளப்போகிறோம். அவர்களைப் பற்றி நான் சொன்னது மறந்துவிட்டதா? ஹாம்பர்க்கில் உள்ள இராணுவச் சீருடைத் தொழிற்சாலையில் நமது வுல்லை விற்க ஏற்கெனவே வாய்ப்பு வந்தது, ஆனால் ஜெர்மனியர்களுடன் பழகுவது கடினம். இந்த வாய்ப்பையும் கைவிட நான் தயாராக இல்லை."

"திருமதி ட்ரூயெபாவும் வர மாட்டாளே!"

"அவள் ஒரு மாதிரி. இறந்தவர்கள்கூடப் பேசுபவள்!"

"எல்லோரும் அவ்வப்போது இறந்தவர்களுடன் பேசுவோம், இசிட்ரோ."

"என்ன உளறுகிறாய், லோரிடா?"

"இந்த ட்ரெஸ் எனக்குப் பத்தவில்லை."

"ஒன்றிரண்டு கிலோவில் என்ன வந்துவிடப்போகிறது? இன்னொன்றை மாட்டிக்கொள். நீ எப்போதுமே அழகுதான்!"

இசிட்ரோ இதே வாக்கியத்தை நூறு முறை சொன்ன அதே தொனியில் திரும்பவும் சொன்னார்.

"நாம் படகில் ஏறியதிலிருந்து வேளாவேளைக்குச் சாப்பிட்டதைத் தவிர வேறு என்ன செய்தேன்? நான் குண்டாகாமல் எப்படி, இசிட்ரோ?"

“கொஞ்சம் உடற்பயிற்சி செய்திருக்கலாம்; நீச்சல் குளத்தில் நீந்தியிருக்கலாம்!”

“நான் எப்படி எல்லார் முன்னிலையில் ஸ்விம் ட்ரெஸ்ஸில் வர முடியும்?”

“என்னால் உன்னை வற்புறுத்த முடியாது, லோரா. ஆனால் திரும்பவும் சொல்கிறேன், நீ இந்த டின்னரில் கலந்து கொள்வது முக்கியம். என்னைத் தனியாக விட்டுவிடாதே! நீ இந்த ட்ரெஸ்ஸைப் போட்டுக்கொள்ள நான் உதவுகிறேன். ஸாஃபையர் நெக்லஸைப் போட்டுக்கொள். பர்ஃபெக்டாக இருக்கும்.”

“மிக ஆடம்பரமாக இருக்கும்!”

“நிச்சயமாக இல்லை, இங்கே எல்லாப் பெண்களும் போடுவதைவிட நேர்த்தியாக இருக்கும்!”

அவள் சொன்னதைப் புறங்கையால் தள்ளிவிட்டு, தன் கோட் பாக்கெட்டில் வைத்திருந்த சாவியை எடுத்து லாக்கரைத் திறந்தார்.

சாண்டியாகோவில் உள்ள தனது வீட்டின் மொட்டை மாடியில் இருக்கும் காமெலியா தோட்டத்தையும் அங்கே லியோனார்டோ விளையாடுவதையும் பார்க்க வேண்டும் போல இருந்தது அவளுக்கு. சூறாவளி வேகத்தில் நடக்கும் அவள் கணவனின் வேலையிலிருந்து ஒதுங்கி, அமைதியாக நிட்டிங் செய்து, பிரார்த்தனை செய்ய லோரா ஏங்கினாள். இசிட்ரோ தெல் சோலார் அவளுக்காக விதிக்கப்பட்டவர், ஆனால் திருமண வாழ்க்கையின் கடமை அவளை மூச்சுத் திணற வைத்தது. தனது தங்கை, அன்பைப் பொழியும் கன்னியாஸ்திரீ யான தெரசாவைப் பொறாமையுடன் லோரா நினைத்துக் கொண்டாள். தியானம், பக்தி, பிராத்தனை, பைபிளைப் படிப்பது, சிலியின் உயர்ந்த சமூகத்தின் மணப்பெண்களின் திருமண ஆடைகளுக்கு எம்ப்ராய்டரி செய்வது என்று கவனச் சிதறல்கள் இல்லாமல் கடவுளுக்கு அர்ப்பணிக்கப்பட்ட வாழ்க்கை. குழந்தைகள் பற்றிக் கவலை இல்லை, பார்ட்டிகளில் நேரத்தை வீணடிக்க வேண்டாம். உறவினர்களின் நாடகங்களில் பங்குபெறத் தேவையில்லை. வீட்டு வேலையாட்களுடன் மல்லுக்கு நிற்க வேண்டாம், தியாகம் செய்து நல்ல மனைவியாகக் கடமைகளை நிறைவேற்ற வேண்டிய அவசியமில்லை.

லோராவின் வாழ்க்கையில் இசிட்ரோ எல்லா இடங்களிலும் வியாபித்திருந்தார். உலகமே அவரைச் சுற்றி வந்தது. அவருடைய ஆசைகளும் தேவைகளும் மட்டுமே

முக்கியமானவையாக இருந்தன. அவருடைய அப்பாவும் தாத்தாவும் அப்படித்தான் இருந்தார்கள்; எல்லா ஆண்களுமே அப்படித்தான் இருந்திருக்கிறார்கள்!

“சிரி பார்க்கலாம், லோரிடா, இந்தப் பயணம் மறக்க முடியாததாக இருக்க வேண்டும். நாம் மகிழ்ச்சியாக நேரத்தைக் கழிக்க வேண்டும் என்று விரும்புகிறேன்” என்று அவள் நகையின் சிறிய கொக்கியை மாட்டியபடி இசிட்ரோ கூறினார்.

மறக்க முடியாத பயணமென்றதும் அவளுக்கு நோர்மண்டி என்ற ஆடம்பரக் கப்பலில் சில ஆண்டுகளுக்கு முன்பு அவர்கள் மேற்கொண்ட பயணம் நினைவிற்கு வந்தது. எழுநூறு விருந்தினர்களுக்கான சாப்பாட்டு அறை, லாலிக் வடிவமைத்த விளக்குகள், தோரண விளக்குகள், ஆர்ட் டெகோ அலங்காரம், அயல்நாட்டுப் பறவைகளின் கூண்டுகள், குளிர்காலத் தோட்டம் எனப் புதிதாக ஆரம்பிக்கப்பட்ட கப்பலில் பயணம். பிரான்சிற்கும் நியூயார்க்கிற்கும் இடையே வெறும் ஐந்தே நாட்களில் தெல் சோலார் குடும்பம் சிலியில் அறியாத ஆடம்பரத்தை அனுபவித்தார்கள். அங்கு நிதானம் ஒரு நல்லொழுக்கமாக இருந்தது. ஒருவரிடம் அதிகப் பணம் இருந்தால், அதை மறைக்க அதிக அக்கறை எடுத்துக் கொண்டார்கள். அரபு நாட்டிலிருந்து புலம்பெயர்ந்து வணிகத்தின் மூலமாகச் செல்வந்தர்களான அரபுகள் மட்டுமே தங்கள் செல்வத்தைப் பறைசாற்றிக்கொண்டார்கள். ஆனால் லோராவுக்கு அப்படி யாரையும் தெரியாது; அவளது வட்டத்தில் அப்படி யாரும் இல்லை. ஐந்து குழந்தைகளை தாத்தா, பாட்டி, ஆங்கிலேய கவெர்னெஸ், வேலையாட்களிடம் வீட்டில் விட்டுவிட்டு, இரண்டாவது தேனிலவுக்குத் தனது கணவருடன் நோர்மண்டிக்குச் சென்றாள். ஆச்சரியமான விளைவாகக் கர்ப்பமானாள். அந்தக் குறுகிய பயணத்தில் தான் தங்கள் அப்பாவியான குழந்தை லியோனார்டோவைக் கருத்தறித்ததாக நம்பினாள். அதுவரை குடும்பத்தின் கடைக்குட்டியாக இருந்த ஓஃபெலியா பிறந்து பல ஆண்டுகள் கழித்து லியோனார்டோ பிறந்தான்.

பசிஃபிக் ராணியால் ஆடம்பரத்தில் நோர்மண்டியுடன் போட்டியிட முடியாவிட்டாலும் இந்தக் கப்பல் அவ்வளவு மோசமாக இல்லை. லோரா படுக்கையில் காலை உணவைச் சாப்பிட்டு, காலை பத்து மணியளவில் திருப்பலிக்கான உடையணிந்து தேவாலயத்திற்குச் சென்று, அதற்குப் பின் பாலத்தின் மீது தனக்காக ஒதுக்கப்பட்ட கடற்கரை நாற்காலியில் காற்று வாங்க உட்காருவாள். அங்கு ஒரு பணியாளர் அவளுக்கு

மாட்டிறைச்சி சூப்பையும் சாண்ட்விச்களையும் பரிமாறுவான். அங்கிருந்து நேராக மதிய உணவு மேசைக்குச் சென்றால் குறைந்தது நான்கு கோர்ஸ் கொண்ட உணவு. பின்னர் பேஸ்ட்ரி ரோல்ஸ், கேக்குகளுடன் தேநீர் நேரம்; காக்டெயிலுடன் பரிமாறிய இரவு உணவிற்குத் தயாராவதற்கு முன் ஒரு குட்டித்தூக்கம் போடுவதற்கும் கொஞ்ச நேரம் கானாஸ்டா விளையாடுவதற்குமே நேரம் இருக்காது. டின்னர் சமயத்தில் அரை மனதுடன் சிரித்து மற்றவர்களின் கருத்துகளைக் கேட்பதுபோல் நடித்த பின்னர், கட்டாயமாகக் கலந்துகொள்ள வேண்டிய நடனம். இசிட்ரோ நல்ல டான்ஸர், கூடவே நல்ல இசை ஞானம் கொண்டவர். ஆனால் அவளோ மணலில் நகரும் நீர்நாயைப் போல் ஆடுவாள். நள்ளிரவு இசைக்குழு எடுத்துக்கொள்ளும் இடைவேளையின்போது, ஃப்வா க்ரா, கேவியர், ஷாம்பெயின், இனிப்புகள் ஆகியவை வழங்கப்படும். முதல் மூன்றைத் தவிர்த்தாலும் அவளால் இனிப்புகளை ஒதுக்க முடியாது. முந்தைய இரவு, அரக்கனைப் போன்ற முகமுடைய பிரெஞ்சு சமையல்காரர், கப்பலில் பல்வேறு வடிவங்களில் சாக்லேட்டைத் தானே செய்து, அதற்கெல்லாம் கிரீடமாக ஒரு கண்ணாடி மீனின் வாயிலிருந்து உருகிய சாக்லேட் நீரூற்றுபோல் வருவதைக் கலையம்சத்துடன் வைத்திருந்தான். அதை எப்படி மறுப்பது?

இந்தப் பயணத்தைக் கணவன் தன் மேல் திணித்த இன்னொரு கடமையாக நினைத்தாள். இதே இது விடுமுறையாக இருந்திருந்தால், சிலியின் தெற்கில் இருக்கும் அவர்களின் பண்ணைக்கோ அல்லது வின்யா தெல் மாரில் இருக்கும் அவர்களின் கடற்கரை இல்லத்திற்கோ சென்றிருப்பார்கள். இளைப்பாறும் விதத்தில் நீண்ட நடைப்பயணங்களை மேற்கொண்டிருப்பார்கள், மரங்களின் நிழலில் தேநீர் அருந்தியும், குழந்தைகளுடனும் வேலையாட்களுடனும் குடும்பமாக ஜெபமாலையுடன் பிராத்தனை செய்திருப்பார்கள். நாட்கள் நிம்மதியாக ஓடியிருக்கும். அவளது கணவருக்கு, ஐரோப்பாவுக்கான இந்தப் பயணம் பிஸினஸ் உறவுகளை வலுப்படுத்தி, புதிய தொழில்களுக்குப் பதியன் போடும் வாய்ப்பாக அமைந்தது. அவர்கள் பயணிக்கப்போகும் ஒவ்வொரு தலைநகரத்திற்கும் ஒரு முழுமையான திட்டத்தைத் தயார்செய்து வந்திருந்தார் இசிட்ரோ. லோராவிற்கு ஒரே ஏமாற்றமாக இருந்தது, இது இசிட்ரோ வாக்களித்ததுபோல் உண்மையில் விடுமுறை அல்ல.

இசிட்ரோ தனக்குத் தகுந்த எதிர்காலத்தைத் தானே வடிவமைக்கும் தொலைநோக்குப் பார்வை கொண்ட மனிதர்.

லோராவின் குடும்பத்தில் வணிக முயற்சிகளில் எளிதாகப் பணம் சம்பாதிப்பவர்களைச் சந்தேகத்துடன் பார்ப்பார்கள், முக்கியமாகப் புதுப்பணக்காரர்களை நம்ப மாட்டார்கள். இசிட்ரோ பரம்பரைப் பணக்காரர் இல்லை என்ற குறையை அவர்கள் பொறுத்துக்கொண்டதற்குக் காரணம் அவர் நல்ல காஸ்டிலியன்-பாஸ்க் பரம்பரையைச் சேர்ந்தவர்; அரபு ரத்தமோ யூத ரத்தமோ அவரது நரம்புகளில் இல்லாதது முக்கியக் காரணம்; அவர் தெல் சோலார் குடும்பத்தைச் சேர்ந்தவர்; அவரது பரம்பரையில் யாருமே குடும்ப கௌரவத்திற்குப் பங்கம் விளைவிக்கும் வகையில் நடந்துகொண்டதில்லை; இசிட்ரோவின் தந்தையைத் தவிர. அவர் தனது வயதான காலத்தில் ஒரு இளம் பள்ளியாசிரியரைக் காதலித்து, இரண்டு குழந்தைகளைப் பெறும்வரை யாருக்கும் தெரியாமல் ரகசியமாக வைத்திருந்தார். அவரது மனைவி, குழந்தைகள், சுற்றம், சொந்தம் என எல்லோரும் எவ்வளவு சொல்லியும் தனது காதலியைவிட மறுத்தவரின் வாழ்க்கையை அவப்பெயர் அழித்தது. அப்போது இசிட்ரோவுக்குப் பதினைந்து வயது. தந்தை அதே நகரத்தில் தொடர்ந்து வாழ்ந்தாலும் இசிட்ரோ அவரை ஒரு முறைகூடப் போய்ப் பார்க்கவில்லை. ஆனால் தந்தையின் சுயநலத்தின் காரணமாக சிலிய சமூக வர்க்கத்தின் கடுமையான படிநிலையில் இரண்டு படிகள் இறங்கியதில் இசிட்ரோ தனது முந்தைய சுற்றத்தையும் நண்பர்களையும் இழந்தார். யாரும் இந்த அவமானத்தைப் பற்றிப் பேசவில்லை என்றாலும் அது ஊரறிந்த விஷயமாக இருந்தது. கைவிடப்பட்ட மனைவியின் சகோதரர்கள் அவளுக்குக் குறைந்தபட்சப் பண உதவிசெய்து குழந்தைகளில் மூத்தவனான இசிட்ரோவை வேலைக்கு அமர்த்தினர். இசிட்ரோ பள்ளியை விட்டுவிட்டு வேலைக்குச் சென்றான். அவன் தனது உறவினர்கள் அனைவரையும்விடப் புத்திசாலி; ஆற்றல் மிக்கவன், சில ஆண்டுகளில் தனது குடும்பப் பெயருக்குரிய பொருளாதார நிலைமையை அடைந்தான். யாருக்கும் எதற்கும் கடன்படவில்லை என்ற பெருமையோடு இருபத்தி ஒன்பது வயதில், லோரா விஸ்காராவை மணமுடிக்க அவள் தந்தையிடம் போய் நின்றான். அவனுடைய நற்பெயராலும் சமூகச் சூழலில் மதிக்கத்தக்க வணிகத்தில் ஈடுபட்டிருந்ததாலும் – படகோனியாவில் ஆடு வளர்ப்பு, ஈக்வடார் மற்றும் பெருவிலிருந்து பழங்காலப் பொருட்களை இறக்குமதி செய்தல், சிறிய லாபம் கொடுத்த கௌரவமான பண்ணை – அவனின் வேண்டுகோளை மணப்பெண்ணின் வீட்டார் உதாசீனப்படுத்தவில்லை. விஸ்காரா குடும்பத்தினர், 16ஆம் நூற்றாண்டில் காலனியின் இடைக்கால ஆளுநராக

இருந்த டான் பெத்ரோ தெ விஸ்காராவின் பரம்பரையில் வந்தவர்கள். கத்தோலிக்கர்கள், படிப்பறிவில்லாதவர்கள், தீவிரமான பழமைவாதிகள். உள்நோக்கியே வாழப் பழகிய குலம். அதன் உறுப்பினர்கள் தங்களுக்குள் வாழ்ந்தனர், தங்களுக்குள் திருமணம் செய்து கொண்டனர், தங்களுக்குள் இறந்தனர். மற்றவர்களுடன் கலக்காமல் தங்கள் குலத்தின் தூய்மையைப் பாதுகாப்பதில் குறியாய் இருந்தனர். நூற்றாண்டின் புதிய யோசனைகளைப் பற்றி அறிய ஆர்வமின்றி அறிவியல், கலை, இலக்கியம் ஆகியவற்றிற்கும் தங்களுக்கும் ஒரு சம்மந்தமும் இல்லை என்று வாழ்ந்தனர். இசிட்ரோவால் அவர்களின் பொது அனுதாபத்தை வெல்ல முடிந்ததோடு மட்டுமல்லாமல் விஸ்காரா குடும்பம் அவன் தாய்வழி உறவு என்றும் நிரூபித்ததால் அவனை ஏற்றுக்கொண்டார்கள்.

∽

பசிஃபிக் ராணி கப்பலில் இசிட்ரோ தெல் சோலார் இருபது சொச்ச நாட்களைத் தனது வணிகத் தொடர்புகளை வளர்த்தும் விளையாடியும் – பிங் பாங் விளையாட்டு, வாள் சண்டை வகுப்புகள் – பொழுதைப் போக்கினார். அவரது நாள் அதிகாலையில் பலமுறை ஜாகிங் செய்வதில் தொடங்கி, நண்பர்களுடனும் தெரிந்தவர்களுடனும் மதுவிடுதியிலோ புகைபிடிக்கும் அறையிலோ, பெண்களுக்கு அனுமதி யில்லாத இடத்தில் நள்ளிரவுக்குப் பின் முடியும். வணிகம் பற்றிப் பேச்சில் அதிக ஆர்வம் காட்டினால் தரக்குறைவாகக் கருதப்படுவார்கள் என்பதால் அங்கிருந்தவர்கள் அதில் போலியான அலட்சியத்தைக் காட்டினார்கள். ஆனால் அரசியல் பேச்சு மிகுந்த வரவேற்பைப் பெற்றது. தினமும் காலையில் தந்தி அலுவலகத்திலிருந்து அச்சிடப்பட்ட இரண்டு தந்தி செய்தித்தாள்கள் பயணிகளுக்கு விநியோகிக்கப் படும். பிற்பகலில் இந்தச் செய்திகள் காலாவதியாகிவிடும்; அவர்களுக்குப் பரிச்சயமான உலகம் மிக வேகமாக தலைகீழாக மாறிக்கொண்டிருந்தது.

ஐரோப்பாவுடன் ஒப்பிடுகையில் சிலி பின்தங்கிய நாடாக இருந்தாலும் தொலைதூர சொர்க்கமாகவும் அமைதிப் பூங்காவாகவும் அவர்களுக்குத் தோன்றியது. அந்தக் கணத்தில் ஜனாதிபதியாக இருந்தவர் ராடிக்கல் கட்சியைச் சேர்ந்தவர். வலதுசாரிகளால் வெறுக்கப்பட்டவர். ஃப்ரீமேசன். அவர் பெயரை "நல்ல குடும்பங்களில்" உச்சரிக்க மாட்டார்கள். சிலியில் இடதுசாரி அரசாங்கம் ஆட்சியிலிருப்பது உண்மை யென்றாலும் அவர்களின் கொச்சையான யதார்த்தவாதமும்

கீழ்மையான அநாகரிகமும் சமூகத்தில் நீடிக்க வாய்ப்பில்லை. அதை சிலியின் உரிமையாளர்கள் கவனித்துக்கொள்வார்கள்.

இசிட்ரோ தனது மனைவியுடன் மதிய நேரத்தில் உணவருந்தி, பிற்பகல் நிகழ்ச்சிகளில் கலந்துகொள்வார். கப்பலில் அவர்களுக்குப் பொழுதுபோக சினிமா, நாடகம், இசை, சர்க்கஸ், வென்ட்ரிலோகிஸ்ட்கள், ஹிப்னாடிஸ்டுகள், உளவியலாளர்களின் நிகழ்ச்சிகள் நடைபெறும். இது பெண்களிடையே கேளிக்கையையும் ஆண்களிடையே கேலியையும் தூண்டியது. உற்சாகமாக, மனம்விட்டுப் பேசும் சுபாவமுடைய இசிட்ரோ ஒரு கையில் சிகாருடனும் மறு கையில் கோப்பையுடனும் எல்லாவற்றையும் மகிழ்ச்சியுடன் கண்டுகளிப்பார். அவர் மனைவியோ இந்தக் கேளிக்கைகளில் தென்பட்ட பொய்யான மகிழ்ச்சியிலும் கத்தோலிக்க நம்பிக்கைக்குப் புறம்பான பாவத்தின் வெளிப்பாட்டிலும் மனம் ஒவ்வாமல், அதே சமயம் கேளிக்கைகளை ஒதுக்கவும் முடியாமல் திண்டாடினாள்.

லோரா கண்களில் நீர் வழியக் கண்ணாடியில் தன்னைப் பார்த்தாள். இதே ஆடை மற்றொரு பெண்ணுக்கு எவ்வளவு அழகாக இருக்கும் என்று நினைத்தாள்; தான் இதற்குத் தகுதியானவள் இல்லை, தன்னிடம் இருந்த எதற்கும் தான் தகுதியானவள் இல்லை என்று அவள் நினைத்தான். தன் சிறப்புரிமை, விஸ்காரா குடும்பத்தில் பிறந்ததன் அதிர்ஷ்டம், இசிட்ரோ தெல் சோலரை மணந்ததன் அதிர்ஷ்டம் எனத் தன் பங்கில் எந்த முயற்சியும் திட்டமிடலும் இல்லாமல் மர்மமான முறையில் பெற்ற பல நன்மைகளைப் பற்றி அவள் உணராமல் இல்லை. அவளுக்கு எப்போதும் யாராவது பாதுகாப்பு அளித்தார்கள். தேவையானவற்றைச் செய்ய வேலையாட்கள் காத்திருந்தார்கள். அவள் ஆறு குழந்தைகளைப் பெற்றெடுத்தாளே தவிர, குழந்தைகளுக்கு டயப்பரைக்கூட மாற்றியதில்லை. பால் புட்டி தயாரித்ததில்லை; குழந்தைகளை வளர்க்க செவிலித்தாய்களும் வேலையாட்களும் இருந்தார்கள். அவர்களை மேற்பார்வையிட ஹுவானா இருந்தாள். இருபத்தி ஒன்பது வயதை எட்டவிருந்த ஃபெலிபே உள்ளிட்ட லோராவின் எல்லாப் பிள்ளைகளையும் ஹுவானாதான் வளர்த்தாள். லோராவுக்கு ஹுவானாவிற்கு என்ன வயது, எவ்வளவு காலமாக வீட்டில் வேலை செய்கிறாள் என்று கேட்கத் தோன்றியதில்லை. அவள் எப்படி அவர்கள் வீட்டிற்கு வந்தாள் என்பதுகூட அவளுக்கு நினைவில் இல்லை.

கடவுள் லோராவுக்கு எல்லா நன்மைகளையும் அதிகமாகக் கொடுத்திருந்தார். ஏன் அவளுக்கு மட்டும்

கொடுக்க வேண்டும்? பதிலுக்கு என்ன கேட்கப்போகிறார்? அவளுக்குத் தெரியவில்லை, தெய்வத்திற்குச் செய்ய வேண்டிய பிரதிபலன் என்னவாக இருக்கும் என்ற யோசனை அவளை வேதனைப்படுத்தியது. நோர்மண்டி கப்பலில் முதல் வகுப்புப் பயணிகள் மற்ற வகுப்பைச் சேர்ந்த பயணிகளுடன் சேரக் கூடாது என்ற அறிவிப்பை மீறி, அவள் மூன்றாம் வகுப்புப் பகுதியில் வாழ்க்கை எப்படி இருக்கிறது என்று பார்க்க ஆர்வமானாள். அவள் வரம்பை மீறியதை அறிந்த கப்பலின் கேப்டன், துரதிர்ஷ்டவசமாகக் காசநோய் அல்லது வேறு தொற்று கப்பலில் ஒருவருக்கு வந்தாலும் கப்பலிலிருக்கும் அனைவரையும் தனிமைப்படுத்த வேண்டியிருக்கும், அதனால் அவள் செய்தது தவறென்று கடிந்துகொண்டார். தொண்டு சாமான்களை விநியோகிக்கக் கத்தோலிக்கப் பெண்களுடன் சான்டியாகோ சேரிகளுக்கு லோரா சென்றபோது அவள் நினைத்தது உறுதியாயிற்று; ஏழை மக்கள் வேறு நிறம், அவர்களின் வாசனை வித்தியாசமானது, அவர்களின் தோல் கருப்பு நிறத்தில் இருந்தது, கூந்தலில் பளபளப்பில்லை, அவர்கள் உடுத்தும் ஆடைகள் நைந்துபோயிருந்தன. மூன்றாம் வகுப்பினர் யார்? சான்டியாகோவின் வீடற்றவர்களைப் போல இவர்கள் பிச்சைக்காரர்களாகவோ நம்பிக்கை இழந்தவர்களாகவோ தெரியவில்லை. ஆனால் அதே சாம்பல் நிறத்திலிருந்தார்கள். லோரா "ஏன் அவர்கள் இப்படி இருக்கிறார்கள், நான் ஏன் அவர்களைப் போல் இல்லை?" என்று ஒரு சந்தர்ப்பத்தில் தன்னைத்தானே கேட்டுக்கொண்ட பின் ஏற்பட்ட நிம்மதியை அவமானத்துடன் நினைவுகூர்ந்தாள்.

பசிஃபிக் ராணியின் வகுப்புப் பிரிவு நார்மண்டியைப் போலவே இருந்தது. ஆனால் இப்போது காலம் மாறிவிட்டது; இந்தக் கப்பல் நோர்மண்டியைப் போல் சொகுசுக் கப்பல் இல்லை, அதனால் வேறுபாடு குறைவாக இருந்தது. கீழ்த் தளங்களில் இருந்தவர்கள் இப்போது சுற்றுலாப் பயணிகள் என்று அழைக்கப்பட்டார்கள். அவர்கள் சிலி, பெரு, உள்ளிட்ட சில பசிஃபிக் துறைமுகங்களிலிருந்து ஐரோப்பாவில் உள்ள தங்கள் குடும்பங்களைப் பார்க்கத் திரும்பிப் போகும் அதிகாரிகள், ஊழியர்கள், மாணவர்கள், சிறு வணிகர்கள், புலம்பெயர்ந்தவர்கள். முதல் வகுப்பில் இருப்பவர்களைக் காட்டிலும் மூன்றாம் வகுப்பினர் ஓய்வாகவும் கலகலப்பாகவும், பாட்டு, நடனம், பீர், போட்டிகள், விளையாட்டுகள் என்று தங்கள் நேரத்தைக் மகிழ்ச்சியாகக் கழிப்பதாக நினைத்தாள். யாரும் மதிய உணவிற்கு ட்வீட் ஜாக்கெட் அணியவில்லை. தேநீருக்குப் பட்டாடைகள் அணியவில்லை. இரவு உணவிற்குக் கறுப்பு டையும் அணியவில்லை.

கடல்வழி பயணத்தின் கடைசி இரவன்று, தனது பால்ரூம் உடையை அணிந்து, நறுமணம் கமழ, தனது தாயின் நெக்லஸை அணிந்து கண்ணாடி முன் நின்ற லோராவின் பார்வையில் வெறுமை தெரிந்தது. சில துளிகள் வலேரியன் மருந்து கலந்த ஷெர்ரியைக் குடித்துவிட்டு கப்பலின் மெத்தையில் தூங்கி, பல மாதங்கள் கழித்து, தனது குழந்தையருகில், தனது வீட்டில், தனது மெத்தையில் விழித்தெழுந்தால் எவ்வளவு நன்றாக இருக்கும் என்று நினைத்தாள். அவளுக்கு பேபியைப் பார்க்க வேண்டும் போலிருந்தது, இவ்வளவு நாள் அவள் தன் பேபியை விட்டு இருந்ததில்லை; ஒருவேளை அவர்கள் வீடு திரும்பியதும் பேபிக்கு அவளை அடையாளம் தெரியவில்லை என்றால்? அவனின் இதயத்தைப் போலவே அவனது ஞாபகசக்தி பலவீனமாக இருந்தது. பேபியின் உடல்நிலை குன்றினால் என்ன செய்வது? அதைப் பற்றியெல்லாம் சிந்திக்காமல் இருப்பதே நல்லது. கடவுள் அவளுக்கு ஐந்து ஆரோக்கியமான குழந்தைகளைக் கொடுத்து, கூடவே அப்பாவியான தூய ஆத்மாவையும் அனுப்பிவைத்தார். வயிற்றில் விரக்தி தகித்து, நெஞ்செரிச்சல் அதிகரிப்பதை உணர்ந்தாள். எப்போதும் நானே விட்டுக்கொடுக்க வேண்டியிருக்கிறது, இசிட்ரோவின் விருப்பம் எப்போதும் நிறைவேறிவிடும். முதலாவது, இரண்டாவது, மூன்றாவது இடம் எல்லாமே அவருக்குத்தான். இதைப் பெரிய ஜோக்போல என்னிடம் திரும்பத் திரும்பச் சொல்கிறார்; நானும் ஏற்றுக்கொள்ள வேண்டிய நிலையில் இருக்கிறேன். விதவைக் கோலமே மேலோ என்று அவள் நினைத்தாள்.

இந்த எண்ணத் தொடரை வெட்டியெறியப் பிரார்த்தனைகள், சடங்குகளில் வெகுநேரம் செலவிட்டாள். இன்னொருவரின் மரணத்தை விரும்புவது மகா பாவம்; இசிட்ரோவுக்குச் சில கெட்ட குணங்கள் இருந்தது என்னவோ உண்மைதான், ஆனால் அவர் சிறந்த கணவன், சிறந்த தந்தை. அதே சமயம் அவர் தனது மனைவியின் விபரீத எண்ணத்திற்குத் தகுதியானவர் அல்லர்; அவர்கள் திருமணம் செய்துகொண்டபோது பலிபீடத்தின் முன் அவருக்கு விசுவாசத்தையும் கீழ்ப்படிதலையும் சத்தியம் செய்த பெண் அவள்; "நான் சரியான பைத்தியம், குண்டான பைத்தியம்" என்று பெருமூச்சுவிட்டாள், திடீரென்று அவளுக்கு வேடிக்கையாக இருந்தது. அவளால் புன்னகைக்காமல் இருக்க முடியவில்லை. அதைப் பார்த்த அவள் கணவர், "நீ இப்படிச் சிரித்த முகத்துடன் இருந்தால்தான் நன்றாகிருக்கிறது, அழகி" என்று கூறிவிட்டுக் குளியலறைக்குச் சென்றார்.

ஒஃபெலியா தன் பெற்றோரின் அறைக்குள் கதவைத் தட்டாமல் நுழைந்தாள். ‘பத்தொன்பது வயதில் இன்னும் சிறுமியைப் போல் நடந்துகொள்கிறாளே, இவள் எப்போது மனமுதிர்ச்சியுடன் உலகை எதிர்கொள்ளப்போகிறாள்?’ என்று அவளுடைய தந்தை அடிக்கடி கவலையில் பெருமூச்செரிவார். அவள் அவருடைய பொக்கிஷம், செல்ல மகள். அவருடைய சந்ததியினரில் அவரைப் போலவே தைரியமும் பிடிவாதமும் உடையவள், அடக்கி வைக்க முடியாத பெண். படிப்பு ஏறவில்லை. கன்னியாஸ்திரீகள் அவளுடன் இன்னொரு வருடம் மல்லுக்கு நிற்பதை விரும்பாத ஒரே காரணத்தால் அவள் பட்டம் பெற்றாள். பன்னிரண்டு வருடப் பள்ளிப் படிப்பில் அவள் பெரிதாக ஒன்றும் கற்றுக்கொள்ளவில்லை. ஆனால் வசீகரத்தாலும் எப்போது அமைதியாக இருக்க வேண்டும் என்ற தெரிந்து வைத்திருந்ததாலும் உன்னிப்பாகக் கவனிக்கும் திறனாலும் தனது அறியாமையை அவளால் மறைக்க முடிந்தது. வரலாற்றுப் பாடத்தை மனப்பாடம் செய்யவோ, பெருக்கல் அட்டவணைகளைக் கற்கவோ அவளுக்கு நினைவாற்றல் போதவில்லை. ஆனால் வானொலியில் ஒலிப்பரப்பாகும் ஒவ்வொரு பாடலுக்கும் வரிகள் நன்றாகத் தெரியும். மறதி அதிகம். ஆண்களுடன் கண்கள் நடனமாடச் சிரித்துப் பேசுவாள். பெரிய அழகியும்கூட. நேர்மையற்ற ஆண்களுக்கு எளிதில் இரையாகிவிடுவாளோ என்று அவள் தந்தை பயந்தார். கப்பல் அதிகாரி முதல் வயதானவர்கள் உட்படப் பயணித்த ஆண் பயணிகள் அனைவரும் அவளைத் தங்கள் பார்வையால் பின்தொடர்ந்தார்கள் என்று இசிட்ரோவுக்கு நன்றாகத் தெரியும். அவள் அட்டையில் வரையும் நீர் வண்ணப் படங்களைக் குறிப்பிட்டு ஒஃபெலியா எவ்வளவு திறமையானவள் என்று அவரிடம் கூறியிருக்கிறார்கள். ஆனால் அவள் இந்த முட்டாள்தனமான ஓவியங்களை வரையும் போது யாரும் பக்கத்தில் நின்று ரசித்ததில்லை. வேறு சில காரணங்களுக்காகவும் இசிட்ரோ அவளின் திருமணத்தை மாடியாஸ் எய்ஸாகிர்ரேவுடன் விரைவில் முடிக்க நினைத்தார். அவள் அவனின் பொறுப்பாகிவிடுவாள், தனக்கும் நிம்மதியாக இருக்கும் என்ற எண்ணம் இருந்தாலும், அவள் சிறியவள், இளவயதில் திருமண வாழ்க்கையின் பாரம் அவளைச் சில ஆண்டுகளில் அவளுடைய சகோதரிகளைப் போலவே கோபமான, விரக்தியான பெண்ணாக மாற்றிவிடும் என்பதால் சிறிது காலம் பொறுத்திருக்க முடிவு செய்திருந்தார்.

அமெரிக்கக் கண்டத்தின் தெற்கு முனையில் உள்ள சிலியிலிருந்து ஐரோப்பாவிற்கு வரும் பயணம் ஒரு சில

குடும்பங்கள் மட்டுமே செய்யக்கூடிய நீண்ட, விலையுயர்ந்த பயணமாக இருந்தது. தெல் சோலார் குடும்பத்தை சிலியின் பரம்பரைப் பணக்காரர்கள் என்று கூற இயலாது. ஒருவேளை இசிட்ரோவின் தந்தை அவர் பரம்பரைச் செல்வத்தை அப்படியே கட்டிக் காப்பாற்றியிருந்தால், தன் குடும்பத்தைத் தூக்கி எறிவதற்கு முன் அனைத்தையும் செலவழிக்காமல் இருந்திருந்தால் அது நடந்திருக்கலாம். ஆனால் அவர்கள் கடந்துவந்த சூழ்நிலை அவர்கள் குடும்பத்தை இன்னும் நெருக்கமாக மாற்றியது. பணபலத்தைவிட சிலியில் பரம்பரையின் பெருமை எப்போதுமே உயர்ந்ததாகச் சமூகத்தில் கருதப்பட்டது. பின்தங்கிய எண்ணங்களைக் கொண்ட பல பணக்காரக் குடும்பங்களைப் போலல்லாமல் உலகைப் பார்ப்பது அவசியம் என்று இசிட்ரோ நம்பினார். சிலியின் வடக்கே பாலைவனம், கிழக்கே ஊடுருவ முடியாத ஆண்டிஸ் மலைத்தொடர், மேற்கில் பசிபிக் பெருங்கடல், தெற்கே உறைந்த கண்டமான அண்டார்டிகா. சிலி மற்ற நாடுகளி லிருந்து இப்படி நிலப்பரப்புகளால் பிரிக்கபட்டிருந்ததால் அதன் எல்லைகளுக்கு அப்பால் 20ஆம் நூற்றாண்டு வேகமாக ஓடுவதைக் கவனிக்காமல் சிலியர்கள் தங்களைப் பற்றி மட்டுமே யோசித்து வாழ்ந்ததில் வியப்பில்லை. அதனால் இசிட்ரோ மற்ற நாடுகளுக்குப் பயணிப்பதை அவசியமான முதலீடாக நினைத்தார். தனது இரண்டு மகன்களும் ஓரளவு வளர்ந்ததும் அவர்களை அமெரிக்காவிற்கும் ஐரோப்பாவிற்கும் அனுப்பினார். அதேபோல் தனது மகள்களையும் அனுப்ப விரும்பினார், ஆனால் அதற்கு நேரம் அமைவதற்கு முன்பே அவர்கள் திருமணம் செய்துகொண்டனர். ஒஃபெலியா விஷயத்தில் அப்படி நடக்காமல் இருக்க அவர் அவளை சாண்டியாகோவில் பொத்திப் பொத்தி வைக்காமல், கடவுளிடமிருந்தும் புனிதமான சூழலிலிருந்தும் வெளியே அழைத்துவந்து அவளுக்குக் கலாச்சாரப் படிப்பை அளிப்பதற்காக இந்தச் சுற்றுப்பயணத்தின் முடிவில் லண்டனில் உள்ள ஒரு பெண்கள் பள்ளியில் அவளைச் சேர்த்துவிடும் ரகசிய யோசனை அவருக்கு இருந்தது. இந்த விஷயம் அவரது மனைவிக்குக்கூடத் தெரியாது. ஓரிரு வருடங்கள் பிரிட்டிஷ் கல்வி அவளுக்கு நல்லது செய்யும். அவரின் எல்லாப் பிள்ளை களும், லியோனார்டோவைத் தவிர, சிறுவயதிலிருந்தே பிரிட்டிஷ் கவர்னெஸிடமும் தனியார் ஆசிரியர்கள் மூலமாகவும் ஆங்கிலம் கற்றார்கள். அவர்களைப் போலவே கற்ற ஆங்கிலத்தை அவளால் லண்டனில் மேம்படுத்திக்கொள்ள முடியும். ஜெர்மனி ஐரோப்பாவைக் கைப்பற்றாவிட்டால், ஆங்கிலம் எதிர்கால மொழியாக மாறும். அரசியல் நிபுணராக ராஜதந்திரத்

துறையில் பணியாற்றித் தன் எதிர்காலத்தை வழிவகுக்க நினைத்த அவளது காதலன் மத்தியாஸ் எய்ஸாகிர்ரேவை மணந்து கொள்வதற்கு முன், ஐரோப்பிய எடிக்கெட் அறிவு தனது மகளுக்குத் தேவைப்பட்டது என்றதால் அவர் எடுத்த முடிவு இது.

ஒஃபெலியா தனது பெற்றோரின் அறையுடன் ஒட்டியிருந்த அறையில் தங்கியிருந்தாள். இரு அறைகளுக்கும் தனித்தனியாக வாசற்கதவு இருந்தாலும், அறைக்குள்ளிருந்த ஒரு கதவு வழியே அவர்களால் மற்றவரின் இடத்துக்கு வந்து போக முடியும். வீட்டிலிருந்தவரை எல்லா நேரமும் மந்திர ஜாலமாக அவளுக்குச் சேவை செய்ய யாராவது தோன்றுவார்கள். கப்பலில் வேலையாட்கள் யாரும் இல்லை. எல்லாவற்றையும் நேர்த்தியாக எப்படி வைக்க வேண்டும் என்று அவளுக்குத் தெரியவில்லை. அவள் அறை களேபரமாக இருந்தது: டிரங்குகள், சூட்கேஸ்கள், பெண்கள் அணியும் ஹேட்டுகளின் பெட்டிகள் திறந்திருந்தன; உடைகள், காலணிகள், அழகு சாதனப் பொருட்கள் சிதறிக் கிடந்தன, டென்னிஸ் ராக்கெட்டுகள், ஃபேஷன் பத்திரிகைகள் தரையில் இருந்தன. அன்றிரவு அவள் அந்தக் கூளத்திலிருந்து மெல்லிசான இறுக்கமான உடை ஒன்றை எடுத்து அணிந்து கொண்டதைப் பார்த்த அவள் தந்தை கோபமடைந்தார்.

“அரையும் குறையுமாக என்ன ஆடை இது?”

“அப்பா, இதுதான் இப்போ ஃபேஷன். தெரெசா சித்தியைப் போல என்னைக் கன்னியாஸ்திரீயாகப் பார்க்க விரும்புகிறீர்களா?”

“பதிலுக்குப் பதில் பேசாதே. உன்னை இப்படிப் பார்த்தால் மத்தியாஸ் என்ன நினைப்பான்!”

“எப்பொழுதும்போல வாயைப் பிளந்து பார்த்துக் கொண்டிருப்பான். அப்பா, நான் அவனைத் திருமணம் செய்து கொள்வேனென்று நீங்கள் கனவு காணாதீர்கள்!”

“அப்படியானால் அவனைக் காக்கவைத்து ஏமாற்றப் போகிறாயா?”

“அவன் சரியான பக்திமான் அப்பா!”

“நாத்திகனாக இருந்தால் பரவாயில்லையா?”

“என்னவாக இருந்தாலும் முடியாது அப்பா.”

“அம்மா, நான் பாட்டியின் நெக்லஸை உன்னிடமிருந்து வாங்க வந்தேன். ஆனால் உனக்கு அது மிகவும் அழகாக இருக்கிறது.”

"நீ போட்டுக்கொள் ஓஃபெலியா என்னைவிட உனக்குப் பொருத்தமாக இருக்கும்."

அவள் அம்மா நகையை அவசரமாகக் கழற்றப்போனாள்.

"லோரா, என்னது இது? இன்றிரவு நீ இதைப் போட வேண்டும் என்றல்லவா நான் சொன்னேன்?"

அவளுடைய கணவர் குறுக்கிட்டார்.

"இதிலென்ன இருக்கிறது, இசிட்ரோ. அவளுக்குப் பொருத்தமாக இருக்கும்."

"சொன்னதைச் செய், லோரா! ஓஃபெலியா, ஒரு சால்வை இல்லையென்றால் ஒரு கார்டிகனை மாட்டிக்கொள், இல்லை யென்றால் வேறு கண்ணியமான ஆடையைப் போட்டுக்கொள்."

கப்பலில் பூமத்திய ரேகைக் கோட்டைக் கடந்ததும் நடத்திய மாஸ்கரேட் விருந்தின் கொண்டாட்டத்தில், ஓஃபெலியா ஒரு அரபு நாட்டு நடனக்காரியைப் போல் முகத்தை மூடி, மெல்லிசான துணியிலான பைஜாமாவை அணிந்து, தொடையிலிருந்து கால்கள் தெரியவந்தபோது அனுபவித்த சங்கடத்தை நினைவுகூர்ந்தார் இசிட்ரோ.

"உங்களுக்கு என்னைத் தெரியாத மாதிரி நடியுங்கள் அப்பா. நல்லவேளை நான் இன்றைக்குக் கிழடுகளுடன் உட்கார வேண்டியதில்லை. அழகான ஆண்களுடன் டேபிள் கிடைத்தால் நன்றாக இருக்கும்."

"வெட்கம்கெட்டத்தனமாகப் பேசாதே!"

அவளுடைய தந்தை கூச்சலிடுவதைப் பற்றிக் கவலைப் படாமல் ஃபிளாமெங்கோ டான்சரைப் போல் கைகளை ஆட்டிக்கொண்டே ஓஃபெலியா அறையை விட்டு வெளியே சென்றாள்.

கேப்டனின் டின்னர் எப்போது முடியும் என்றிருந்தது லோராவுக்கும் ஓஃபெலியாவுக்கும். முத்தாய்ப்பான இனிப்பிற்காக செஃப் செய்திருந்த ஐஸ்கிரீமும் மெரிங்கும் சேர்த்து ஒரு எரிமலையைப் போல் அமைத்து அதன் நடுவில் அழகாய் ஒரு மெழுகுவர்த்தியை ஏற்றி அலங்கரித்திருந்தார்கள். டின்னர் முடிந்ததும் லோரா ஒற்றைத் தலைவலி என்ற சாக்கைச் சொல்லித் தனது அறைக்குத் திரும்பினாள். பெரிதாக ஒலித்துக்கொண்டிருந்த ட்ரம்பெட்டுகளுக்கு நடனமாடித் தன் பெற்றோரை ஓஃபெலியா பழிவாங்க நினைத்து, ஷாம்பெயின்

அதிகமாகக் குடித்து, டெக்கின் ஒரு மூலையில் கேரட் நிற முடியுடைய ஸ்காட்டிஷ் அதிகாரியை முத்தமிட்டாள். அவனது தைரியமான கைகள் அத்துமீறுவதற்கு முன் இசிட்ரோ அவளை அங்கிருந்து காப்பாற்றினார். “கடவுளே! உன்னால் நான் படும் அவமானத்திற்கு ஒரு அளவே இல்லையா! எவ்வளவு கிசுகிசுக்கள் பரவப்போகிறதோ? நாம் லிவர்பூல் துறைமுகத் திற்குப் போவதற்குமுன் இங்கே என்ன நடந்தது என்று மத்தியாஸிற்குத் தெரிந்துவிடப்போகிறது!"

சாண்டியாகோவில் மார் தெல் பிளாட்டா தெருவில் நீண்ட விடுமுறையின் கொண்டாட்டத்தில் மூழ்கியிருந்தது தெல் சோலார் குடும்பத்தின் வீடு. முதலாளிகள் நான்கு வாரங்களாக ஊரில் இல்லை, வீட்டின் நாய்கூட அவர்களைத் தேடவில்லை. வேலையாட்களின் தினசரி வேலையளவு குறைந்தபாடில்லை. ஆனால் எஜமானர்கள் கூப்பிட்ட குரலுக்கு அவசர அவசரமாக ஓட வேண்டிய அவசியமிருக்கவில்லை. அவர்களால் வானொலியில் காதல் நாடகங்களையும் பொலேரோ பாடல்களையும், கால்பந்து வர்ணனைகளையும் கேட்க முடிந்தது, மதியம் சிறிது நேரம் தூங்குவதற்கு நேரம் கிடைத்தது. எப்போதும் தன் அம்மாவையே சுற்றிவரும் குழந்தை லியோனார்டோகூட அம்மாவைப் பற்றிக் கேட்காமல் மகிழ்ச்சியாகத் தோன்றினான். அவன் தன் அம்மாவை விட்டுப் பிரிந்திருப்பது இதுவே முதல்முறை. அதற்காக அழாமல், அவர்களின் மூன்று மாடி மாளிகையின் மூலைமுடுக்குகள், அடித்தளம், வண்டிகள் நிறுத்திடம், பாதாள அறை, மாடி என்று அவனுக்குத் தடைசெய்யப்பட்டிருந்த எல்லா இடங்களையும் மும்முரமாக ஆராய்ந்துகொண்டிருந்தான்.

இசிட்ரோ, லோராவின் மூத்த மகன் ஃபெலிபேவுக்கு வீட்டைப் பார்த்துக்கொள்ளும் பொறுப்பு. ஆனால் அவனுக்குக் குடும்ப நிர்வாகத்தில் ஈடுபாடு இல்லாததால் தன் தம்பியை வீட்டைப் பார்த்துக்கொள்ளும்படி சொல்லிவிட்டுத் தனக்கு சுவாரஸ்யமான வேறு விஷயங்களில் கவனம் செலுத்தினான். ஸ்பெயின் நாட்டு அகதிகள் விவகாரம் சிலிய அரசியல் வட்டாரங்களில் பற்றியெரிந்துகொண்டிருந்த சர்ச்சை. அத்துடன் ஒப்பிடுகையில் இரவு உணவில் சூப் தண்ணீர்போல் இருந்ததா, நண்டு பரிமாறினார்களா, வீட்டு நாய் பேபியின் படுக்கையில் எப்படித் தூங்கியது, வீட்டுக்கணக்குகள் சரியாக இருக்கின்றனவா போன்ற விஷயங்களில் ஃபெலிபேவிற்கு நாட்டம் இல்லை. வேலையாட்கள் அவனிடம் ஏதாவது

கேட்டால் அவர்கள் எப்போதும் என்ன செய்தார்களோ அதையே செய்யம்படி பதிலளித்தான்.

ஹுவானா நான்குச்சயோ, கலப்பு க்ரயோல், தெற்கைச் சேர்ந்த மப்புச்சே பழங்குடியைச் சேர்ந்தவள், உயரம் குறைவு, பழமையான காடுகளில் பார்க்கக்கூடிய பழங்கால மரங்களைப் போல் திடமான உடல்வாகு, வயதை ஊகிக்க முடியாதபடி ஆலிவ் நிறம், நீண்ட பின்னல், நடையில் முரட்டுத்தனம். ஆனால் பழக்கவழக்கத்தில் நேர்மை. இதுதான் ஹுவானா. தெல் சோலார் குடும்பத்தைப் பல ஆண்டுகளாக நிர்வாகம் செய்பவள். அவள் கண்காணிப்பில் பலர் இருந்தனர்: மூன்று வேலைக்காரிகள், சமையல்காரன், சலவைத் தொழிலாளி, தோட்டக்காரன், இதர வேலைகளைச் செய்யும் குள்ளன் (அவன் பெயர் யாருக்கும் தெரியாது. அவன் தரையை மெழுகுவான், விறகு, கரிக்கட்டையைக் கொண்டுவருவான், கோழிகளைப் பராமரிப்பான், கடுமையான வேலைகள் இருந்தால் அதைச் செய்வான்). ஹுவானாவின் கண்காணிப்பிலிருந்து விடுபட்ட ஒரே ஆள் தெல் சோலார் குடும்பத்தின் காரோட்டி. கேரேஜின் மாடியில் வாசம், முதலாளிகளிடம் நேரடிப் பேச்சு. இந்தச் சலுகைகளால் அவன் பல முறைகேடான நடவடிக்கைகளில் ஈடுபடுவதாக ஹுவானா குற்றம்சாட்டுவாள். பலவிதமான பெண்களைத் தனது அறைக்கு அழைத்துவருகிறான் என்று உறுதியாக நம்பினாள். நான் உன்னைக் கண்காணித்துக் கொண்டிருக்கிறேன், நீ நம்பகமானவன் அல்ல என்பதைப் போல் அவனிடம் நடந்துகொள்வாள். இசிட்ரோ தெல் சோலார் ஒரு முறை ஹுவானாவிடம், “இந்த வீட்டில் வேலையாட்கள் அதிகம்” என்று கூறினார். அவள் அவருக்கு அளித்த பதில்: “சரி, யாரை வேலையை விட்டு நீக்க உத்தேசித்திருக்கிறீர்கள், முதலாளி?” “யாரையும் இல்லை, வெறுமனே சொன்னேன்” என்று அவர் உடனடியாகப் பின்வாங்கினார். அவர் சொன்னதென்னவோ உண்மைதான் என்று ஹுவானா மனதிற்குள் நினைத்துக்கொண்டாள். குழந்தைகள் வளர்ந்துவிட்டார்கள். மூடிய அறைகள் நிறைய இருந்தன. இரண்டு மூத்த மகள்களும் திருமணம் செய்து கொண்டு அவர்களுக்கும் குழந்தைகள் பிறந்துவிட்டனர். இரண்டாவது மகன் ‘அதில் படிக்க என்ன இருக்கிறது’ என்று ஹுவானாவின் மனதில் கேள்வியெழும்பும் வகையில் கரீபியத் தீவில் தட்பவெட்ப மாற்றங்களைப் பற்றிப் படித்துக் கொண்டிருந்தான். ஃபெலிபே தன் சொந்த வீட்டில் வாழ்ந்தான். ஒஃபெலியாவும் நல்ல குணமுடைய, பொறுமையான, அவளை மிகவும் அதிகமாகவே நேசிக்கும் ஜென்டில்மேனான

இளம் மத்தியாஸை மணந்துகொண்டு வேறு எந்த ஊரில் வாழப் போகிறாளோ! எஞ்சியிருப்பது பேபி, கடவுளின் பரிசான அவளுடைய செல்லக்குட்டி. வளர்ந்து ஆளாகும் பாக்கியம் அவனுக்கில்லை என்ற வருத்தம் அவனை இன்னும் செல்லமாக வளர்க்கவைத்தது.

லியோனார்டோ பிறப்பதற்கு முன்பும், இசிட்ரோவும் லோராவும் வீட்டின் பொறுப்பையும் அவர்களின் மற்ற சிறிய குழந்தைகளையும் ஹுவானாவிடம் விட்டுவிட்டுப் பல பயணங்களை மேற்கொண்டிருக்கிறார்கள். ஆனால் இம்முறை, முதலாளிகள் அவளைப் பயனற்ற முட்டாள் என்று நினைத்தார்களோ என்னவோ, ஃபெலிபேயின் பொறுப்பில் வீட்டை விட்டுச் சென்றிருக்கிறார்கள். தான் இத்தனை வருடங்கள் இந்தக் குடும்பத்திற்குச் சேவை செய்ததற்குப் பிரதிபலன் இவ்வளவுதானா என்று மனம் நொந்து தனது சாமான்களை எடுத்துக்கொண்டு எங்காவது போய்விடலா மென்று நினைத்தாள். ஆனால் போவதற்கு இடம்தான் இல்லை. லோராவின் தந்தை விசென்தே விஸ்காராவிடம் பெற்ற ஒரு உதவிக்குப் பதிலாக ஹுவானாவின் பெற்றோர்கள் அவளை விசெந்தேவிடம் கொடுத்தபோது அவளுக்கு ஆறு அல்லது ஏழு வயது இருந்திருக்கும். சென்யோர் விஸ்காரா நல்ல மரங்களை விற்கும் வியாபாரத்தில் இருந்த காலம் அது. நல்ல மரங்களைக் கோடாரியாலும் ரம்பத்தாலும் வெட்டி வீழ்த்தியதால் இப்போது மப்புச்சே பகுதியின் மணம் நிறைந்த காடுகளில் எதுவும் எஞ்சியிருக்கவில்லை; ராணுவ வீரர்களைப் போல வரிசையாகச் சாதாரண மரங்கள் காகிதச் சாலைகளுக்கு அனுப்புவதற்காக வளர்க்கப்படுகின்றன. விஸ்காரா குடும்பத்திற்கு வரும்போது ஹுவானாவிற்கு ஸ்பானிய மொழியில் ஒரு சில வார்த்தைகளே தெரியும். தன் தாய்மொழியான மாபுடுங்குன் மொழியை மட்டுமே பேசினாள். வெறுங்காலுடன் வந்த சிறுமி காட்டுப்பிராணியைப் போல் தோற்றமளித்தாலும், விஸ்காரா அவளை ஏற்றுக்கொண்டார். இல்லையென்றால் அவருடைய கடனாளியை இழிவு படுத்தியதைப் போல் இருந்திருக்கும். அவர் அவளை சாண்டியாகோவுக்கு அழைத்துவந்து தனது மனைவியிடம் கொடுத்தார். அவர் மனைவி அவளை வீட்டுப் பணியாளர்களிடம் கொடுத்தாள், அவர்கள் அவளுக்கு அடிப்படைப் பணிகளில் பயிற்சி அளித்தனர். கவனிக்கும் திறனும் கீழ்ப்படியும் விருப்பமும் தவிர வேறு எந்தத் திறனும் அற்ற ஹுவானா மீதியைத் தானே கற்றுக்கொண்டாள். விஸ்காரா குடும்பத்தின் மகள்களில் ஒருத்தியான லோரா, இசிட்ரோ தெல் சோலாரைத் திருமணம்

செய்துகொண்டபோது, மணமகள் சீருடன் ஹுவானாவை அனுப்பிவைத்தனர். ஹுவானா பிறந்தபோது அவளின் பிறப்பை யாரும் சட்டப்பூர்வமாகப் பதிவு செய்யாததால், அவள் அந்நாட்டின் குடிமகளாகக் கருதப்படவில்லை. தெல் சோலார் குடும்பத்திற்குப் பணிசெய்ய வரும்போது அவளுக்குப் பதினெட்டு வயது இருக்கும்.

ஆரம்பத்திலிருந்தே இசிட்ரோ, லோரா தெல் சோலார் வீட்டின் தலைமைப் பணிப்பெண்ணாக அவள் பொறுப்பெடுத்துக் கொண்டாள்; அவர்களும் அவளைக் கண்மூடித்தனமாக நம்பினார்கள். ஒருநாள், தன் முதலாளிகளிடம் தட்டுத் தடுமாறி, “கேட்பதற்கு என்னை மன்னியுங்கள்” என்று ஆரம்பித்து, தனக்குச் சில செலவுகள், சில தேவைகள் இருந்தன என்றும், தனக்குச் சம்பளம்போல் கொஞ்சம் பணம் கொடுக்க முடியுமா என்றும் கேட்டாள்.

“நீ இந்தக் குடும்பத்தில் ஒருத்தி, உனக்கு எப்படி சம்பளம் கொடுப்பது?” என்று அவர்கள் பதில் கூற, “மன்னிக்கவும், நான் உங்கள் குடும்பத்தைச் சேர்ந்தவள் அல்ல, நான் உங்கள் வீட்டுடன் வந்தவள் மட்டுமே.” அன்றிலிருந்து ஹுவானா சம்பளம் பெறத் தொடங்கினாள், அதை அவள் அந்த வீட்டின் குழந்தைகளுக்கு மிட்டாய் வாங்கவும், ஒவ்வொரு ஆண்டும் ஒரு புதிய ஜோடிக் காலணிகள் வாங்கவும் செலவிட்டாள். மீதியைச் சேமித்தாள். வீட்டில் அனைவரின் நம்பிக்கைக்கும் பாத்திரமானாள். தெல் சோலார் குடும்பத்தின் உறுப்பினர் ஒவ்வொருவரையும் நன்கு அறிந்தாள். ஹுவானாவிடம் வலிந்து வந்து அவர்களும் தங்கள் ரகசியங்களைப் பகிர்ந்து கொண்டனர். லியோனார்டோ பிறந்தபோது அவன் மற்ற குழந்தைகளிடமிருந்து வேறுபட்ட குழந்தை என்பது தெளிவாகத் தெரிந்தது, குழந்தையின் இனிமையான நிலவு போன்ற முகத்தைப் பார்த்ததும் ஹுவானா குழந்தை நீண்ட நாள் உயிர் வாழ வேண்டும் என்றும் அவனைக் கடைசி நாள்வரை தான் கவனித்துக்கொள்ள வேண்டும் என்றும் கடவுளிடம் பிராத்தித்துக்கொண்டாள். குழந்தைக்கு இதயத்தில் பிரச்சினைகள் இருந்தன, அவன் நீண்ட காலம் வாழ மாட்டான் என்று மருத்துவர்கள் கூறினார்கள், ஆனால் ஹுவானாவின் உள்ளுணர்வும் பாசமும் அவர்களின் கூற்றை நிராகரித்தன. தானாகச் சாப்பிடவும் கழிப்பறையைப் பயன்படுத்தவும் பொறுமையாகக் கற்றுக்கொடுத்தாள். மற்ற குடும்பங்களில் பிறந்த ஊனமுற்ற குழந்தைகளைக் கடவுளின் தண்டனையைப் போல வெட்கப்பட்டு மறைத்துவைத்தார்கள். ஆனால் ஹுவானாவின் முயற்சியால் அவனை ஒருபோதும் யாரும்

அப்படி நடத்தியதில்லை. அவன் சுத்தமாக இருக்கும் பட்சத்தில், கோபமில்லாமல் அடம்பிடிக்காமல் இருக்கும்போது அவனது பெற்றோர்கள் அவனைத் தங்கள் குழந்தைகளில் ஒருவனாக எல்லோரிடமும் அறிமுகப்படுத்தினார்கள்.

༄

ஹுவானாவின் கண்ணின் மணியாகக் கருதப்பட்டவன் தெல் சோலார் குடும்பத்தின் மூத்த மகனான ஃபெலிபே. ஹுவானா, முதுமையில் தனக்கு உதவும் ஊன்றுகோலாக, ஒரு வழி காட்டியாக இருப்பான் என்று அவன்மேல் நம்பிக்கை வைத்திருந்தாள். லியோனார்டோவின் பிறப்புக்குப் பிறகும் அவன் அவளின் செல்லப்பிள்ளையாகவே இருந்தான். இரண்டு குழந்தைகளும் அவளுக்கு இரண்டு கண்கள். ஃபெலிபே வளர்ந்துவிட்டாலும் எப்போதும் நல்ல பையனாகவே அவளுக்குத் தோன்றினான். வழக்கறிஞனான அவனின் நாட்டம் முழுவதும் அவனது தந்தை சொல்வதுபோல் உலகில் பயனில்லாத விஷயங்களான கலை, உரையாடல்கள், முன்னேற்றத்தை உருவாக்கும் யோசனைகளில் இருந்தது.

சிலியின் பழமைவாய்ந்த முக்கியமான குடும்பங்களில் பிறந்த குழந்தைகள் செல்லும் கத்தோலிக்கப் பள்ளியில் படித்துக்கொண்டே, ஃபெலிபே ஹுவானாவுக்கு எழுத, படிக்க, கூட்டல் கழித்தல் கணக்கு என்று வாழ்க்கைக்குத் தேவையான எழுத்தறிவைக் கற்றுக்கொடுத்தான். அவர்களிடையே இது உறுதியான பந்தத்தை உருவாக்கியது. ஹுவானா அவனது குறும்புகளை அவனது பெற்றோர்களிடமிருந்து மறைப்பாள். ஃபெலிபே அவளுக்கு நாட்டைப் பற்றியும் உலகத்தைப் பற்றியும் தகவல்கள் கொடுப்பான்.

"என்ன படித்துக்கொண்டிருக்கிறாய், தம்பி?"

"நான் புத்தகத்தை முடிக்கும்வரை காத்திரு, முடித்துவிட்டுக் கதை சொல்கிறேன், கடல் கொள்ளையர்களைப் பற்றிய சுவாரசியமான கதை" என்று பதிலளிப்பான். அல்லது, "ஹுவானா, இந்தக் கதை உனக்குப் பிடிக்காது, பல நூற்றாண்டுகளுக்கு முன்பு வாழ்ந்த ஃபீனீசியர்களைப் பற்றிய பாடம். பாதிரியார்கள் ஏன் இப்படிப்பட்ட முட்டாள்தனமான விஷயங்களைப் படிக்கச் சொல்கிறார்கள் என்று தெரியவில்லை" என்று அலுத்துக்கொள்வான்.

ஃபெலிபே வளர்ந்தாலும், தனது வாசிப்புகளையும், உலக விஷயங்களையும் ஹுவானாவிடம் பகிர்வதை நிறுத்தவில்லை.

மென்மையான செயல்களின் மூலம் அவன் ஹுவானாவிற்குத் தனது அக்கறையை வெளிப்படுத்துவான். அவளுடைய அறைக்கு அவள் இல்லாத நேரமாகச் சென்று, தலையணையின் கீழ் பணத்தையோ மிட்டாய்களையோ வைப்பான். அவனது உலக அறிவு வளரவளர, அவளுக்கு யதார்த்தமான பல உதவிகளைச் செய்தான். அவளின் சேமிப்பைப் பங்குச் சந்தையில் இசிட்ரோ தெல் சோலார் வாங்கிய அதே பங்குகள் சிலவற்றில் முதலீடு செய்ய உதவினான். ஃபெலிபே குழந்தைப் பருவதிலிருந்தே சோர்வானவனாக இருந்ததால் அவன் உடல்நிலையில் ஹுவானா அதிக கவனத்துடன் இருப்பாள். அவனுக்கு அடிக்கடி சளி பிடிக்கும். அதிகமாக உணவு உண்டாலோ, பதற்றமாக இருந்தாலோ அஜீரணமாகும். லியோனார்டோவைப் போல, ஹுவானாவின் ஃபெலிபேவும் மற்றவர்களின் பொய்யையும் துரோகத்தையும் கண்டுபிடிக்கத் தெரியாத அப்பாவியாகத்தான் இருந்தான். அவனை ஆதர்சவாதி என்று அழைத்தார்கள். கவனக்குறைவால் அவன் தன் பொருட்களைத் தொலைத்துவிடுவான். அவனுடைய மென்மையான குணத்தைப் பலர் தங்களுக்குச் சாதகமாகப் பயன்படுத்திக்கொண்டனர். பணத்தைத் திருப்பித் தர மாட்டார்களென்று தெரிந்தும் அவர்களுக்குக் கடன் கொடுப்பான். உலகில் தீர்வே இல்லாத விஷயங்களாக ஹுவானா கருதிய காரியங்களுக்குப் பணத்தையும் நேரத்தையும் செலவிட்டான். அவனுக்குத் திருமணம் ஆகாததில் ஆச்சரியம் இல்லை. எந்தப் பெண்ணால் அவனது செயல்களைப் பொறுத்துக்கொள்ள முடியும்? காலண்டரில் தொங்கும் மகான்களுக்கு வேண்டுமானால் இவை பொருந்தும். ஆனால் சராசரி புத்தியுள்ள மனிதனுக்குப் பொருந்தாது என்று ஹுவானா சொல்லுவாள்.

இசிட்ரோ தெல் சோலாரும் தனது மகனின் பெருந்தன்மையைப் பாராட்டாதவர்களில் ஒருவர். ஃபெலிபேயின் தொண்டு மனப்பான்மை அவனது தெளிவான சிந்தனையைப் பாதிக்கிறதென்று அவன் செயல்களைத் திட்டவட்டமாக எதிர்த்தார். "நான் கம்யூனிஸ்ட் ஆகிவிட்டேன் என்ற செய்தியோடு ஒருநாள் வந்து நிற்க போகிறான், பார்த்துக் கொண்டே இரு," என்று பொருமுவார். தந்தைக்கும் மகனுக்கும் இடையே வரும் வாக்குவாதத்தைக் கண்கொட்டாமல் பார்க்கலாம். அவ்வளவு திகிலாக இருக்கும். குடும்பத்துக்குத் தொடர்பில்லாத விஷயங்களில் அவர்கள் போடும் சண்டையின் வெளிப்பாடாகக் கதவுகளை ஓங்கிச் சாத்தி வெளியேறுவதைப் பார்த்தால், நாட்டைப் பற்றியும் உலகத்தைப் பற்றியும் பேசுவதற்கு என்ன இருக்கிறது, அவர்களுக்கும் இந்த

விஷயங்களுக்கும் சம்பந்தமே இல்லையே, எதற்காக இவ்வளவு கோபப்பட வேண்டும் என்று ஹுவானா ஆச்சரியப்படுவாள். இந்த மாதிரியான ஒரு மோதலுக்குப் பின் ஃபெலிபே ஆறு வீடுகள் தள்ளியிருந்த ஒரு வீட்டில் வாடகைக்குக் குடியேறினான். ஹுவானாவிற்கு இது கொஞ்சம்கூடப் பிடிக்க வில்லை. ஒரு நல்ல மகன் தனது தந்தையின் வீட்டை விட்டு வெளியேறுகிறானென்றால் அவனுக்குத் திருமணம் ஆன பிறகாக இருக்க வேண்டுமே தவிர, இப்படிக் கோபித்துக் கொண்டல்ல என்று அவனை அனுப்ப மறுத்தாள். ஆனால் குடும்பத்தில் மற்றவர்கள் பிரச்சினை ஏற்படுத்தாமல் அதை ஏற்றுக்கொண்டது அவளுக்கு அதிர்ச்சியாக இருந்தது. வேறு வீட்டிற்குப் போனானே தவிர ஃபெலிபே அவர்கள் வாழ்க்கையிலிருந்து மறைந்துவிடவில்லை. தினமும் மதிய உணவிற்கு வருவான். தன்னுடைய உணவு தயாராக இருக்க வேண்டும் என்று எதிர்பார்ப்பான். அவனுடைய ஆடைகளை அவன் விரும்பியபடி துவைத்து, இஸ்திரி செய்ய வேண்டும். ஹுவானா அவனது வீட்டிற்குப் போய் அங்கே வேலை செய்யும் இரண்டு வேலையாட்களை மேற்பார்வையிடுவாள். அழுக்கான சோம்பேறிகளான இரண்டு பழங்குடியினப் பெண்கள் அவர்கள். மொத்தத்தில், ஹீவானாவுக்கு அதிக வேலை. ஃபெலிபே பேசாமல் அவன் அறையிலேயே இருந்திருந்தால் நன்றாக இருந்திருக்கும் என்று அவள் முணுமுணுப்பாள். ஃபெலிபேயும் அவனது தந்தையும் சண்டையை நீடித்துக் கொண்டே இருந்தார்கள். லோராவைக் கல்லீரல் நோய் கடுமையாகத் தாக்கியதால் அவர்கள் சமரசம் செய்துகொள்ள வேண்டிய நிலை ஏற்பட்டது.

இரு ஆண்களுக்குமிடையே நடந்த சண்டையின் காரணம் ஹுவானாவிற்கு நன்றாக நினைவிலிருந்தது. நாட்டையே உலுக்கிய அந்தச் சர்ச்சை இன்னும் வானொலியில் பல விவாதங்களை ஏற்படுத்திக்கொண்டிருந்தது. போன வருடம் செப்டம்பர் மாதம் வசந்த காலம், ஜனாதிபதி தேர்தல் நடந்துகொண்டிருந்த நேரம். மூன்று வேட்பாளர்கள் போட்டியிட்டனர். இசிட்ரோ தெல் சோலாரின் விருப்பமான வேட்பாளர் புகழ் பெற்ற ஊக வணிகரான பழமைவாதத்தில் ஊறிய பெரும்பணக்காரர். ஃபெலிபே வாக்களிக்கப் போவதாகச் சொன்ன வேட்பாளரோ ராடிகல் கட்சியைச் சேர்ந்த கல்வியாளர், வழக்கறிஞர், செனட்டராக இருந்தவர். மூன்றாவது வேட்பாளர் நாஜிக் கட்சியின் ஆதரவுடன் நின்ற சர்வாதிகார ஜனாதிபதியாகப் பணியாற்றிய ஒரு ஜெனரல். மூன்றாமவரைக் குடும்பத்தில் யாருக்கும் பிடிக்கவில்லை.

சிறுவனாக இருந்தபோது, பிரஷ்ய இராணுவ வீரர்களின் தகர பொம்மைகளை வைத்து ஃபெலிபே விளையாடுவான். ஹிட்லர் ஆட்சிக்கு வந்த பிறகு அவனுடைய ஆதரவை ஜெர்மனியர்கள் இழந்தார்கள். "சாண்டியாகோவின் முக்கிய வீதிகளில் நாஜிக்கள் பழுப்பு நிறச் சீருடையில் கைகளை உயர்த்தி அணிவகுத்துச் செல்வதைப் பார்த்திருக்கிறாயா, ஹுவானா? பைத்தியக்காரத்தனமாக இருக்கிறது!" ஆம், அவள் பார்த்திருக்கிறாள், ஃபெலிபே மூலமாக ஹிட்லரைப் பற்றி அறிந்திருந்தாள்.

"தான் ஆதரிக்கும் வேட்பாளர் வெற்றி பெறுவார் என்று உனது தந்தை உறுதியாக இருந்தார்."

"ஆம், ஏனென்றால் இங்கே எப்போதும் வலதுசாரிக் கட்சி வெற்றிபெறும். அவர்கள் வெற்றிபெறுவதை ஜெனரலின் ஆதரவாளர்கள் தடுக்க விரும்பினர், ஆட்சியைக் கவிழ்க்க முயன்றனர். ஆனால் அவர்களால் முடியவில்லை."

"நாய்களைச் சுடுவதைப் போலச் சில இளைஞர்களைக் கொன்றதாக வானொலியில் சொன்னார்களே!"

"அவர்கள் நாஜிக்களின் கூட்டாளிகள், ஹுவானா! சிலி பல்கலைக்கழகத்தின் கட்டிடத்தையும் ஜனாதிபதி மாளிகைக்கு முன்னால் இருக்கும் கட்டிடத்தையும் சூழ்ந்தார்கள். இந்தக் கூட்டம் எடுத்தேன் கவிழ்த்தேன் என்ற கலகத்தை உண்டுபண்ண அனுப்பப்பட்டது. போலீசாரும் ராணுவத்தினரும் விரைவாக அவர்களை அடக்கி, ஆயுதங்களைக் கைப்பற்றி, சரணடைய வைத்தனர். ஆனால் யாரையும் உயிருடன் விடக் கூடாது என்ற மேலதிகாரிகளின் கட்டளைப்படி அவர்களைச் சுட்டுக் கொன்றார்கள்."

"அவர்கள் மூளைகெட்டத்தனமாக நடந்துகொண்டதற்கு இது சரியான பாடம் என்று உன் அப்பா கூறினார்."

"கொல்வதில் பாடம் என்ன இருக்கிறது, ஹுவானா. என் அப்பா தனது கருத்துகளைப் பகிர்வதில் மிகவும் கவனமாக இருக்க வேண்டும். சிலியின் பெயரைக் கெடுக்கும் படுகொலை இது. நாடு சீற்றத்தில் உள்ளது. வலதுசாரிக் கட்சியின் தேர்தல் தோல்விக்கு இதுதான் காரணம். பெத்ரோ அகிர்ரே செர்தா வென்றார். ஹுவானா, உனக்குத்தான் தெரியுமே, இப்போது நம் ஜனாதிபதி ராடிகல் கட்சியைச் சேர்ந்தவர் என்று."

"அப்படியென்றால் என்ன?"

"அவர் முற்போக்குச் சிந்தனை கொண்டவர். என் அப்பாவைப் போல் யோசிக்காதவர்களும் முற்போக்குச்

சிந்தனை கொண்டவர்களும் அவரைப் பொருத்தவரை இடதுசாரிகள்."

ஹுவானாவைப் பொறுத்தவரை, இடது வலது என்பதெல்லாம் தெருக்களில் வழியைக் குறிக்கத்தானே தவிர, மக்களைக் குறிப்பதற்கு அல்ல. ஜனாதிபதி பிரபலமான குடும்பத்தைச் சேர்ந்தவரில்லை என்பதால் அவரைப் பற்றி அவளுக்கு அக்கறையில்லை.

"பெத்ரோ அகிர்ரே செர்தா ஸ்பெயினிலும் பிரான்ஸிலும் இருந்ததைப் போலவே, மைய, இடதுசாரிக் கட்சிகளால் உருவாக்கப்பட்ட பாப்புலர் ஃப்ரண்ட் கட்சியைச் சேர்ந்தவர். ஸ்பெயினில் நடந்த உள்நாட்டுப் போரைப் பற்றி நான் உனக்கு விளக்கியது நினைவிருக்கிறதா?"

"அப்படியென்றால் இங்கேயும் உள்நாட்டுப் போர் நடக்க வாய்ப்பிருக்கிறதா?"

"வராது என்று நம்புகிறேன் ஹுவானா. உன்னால் வாக்களிக்க முடிந்தால், நீ அகிர்ரே செர்தாவுக்கு வாக்களித்திருப்பாய். ஒரு நாள் ஜனாதிபதி தேர்தலில் பெண்கள் வாக்களிக்க முடியும் என்ற நம்பிக்கை எனக்கு இருக்கிறது."

"நீ யாருக்கு வாக்களித்தாய், தம்பி?"

"அகிர்ரே செர்தாவுக்கு. இப்போதிருக்கும் வேட்பாளர்களில் சிறந்த வேட்பாளர்."

"உன் அப்பாவுக்கு அந்த மனிதரைப் பிடிக்கவில்லை."

"ஆனால் எனக்குப் பிடிக்கும், அதேபோல் உனக்கும் பிடிக்கும்."

"எனக்கு அதைப் பற்றி எதுவும் தெரியாது."

"உனக்குத் தெரியவில்லை என்றால் சரியில்லை. பாப்புலர் ஃப்ரண்ட் தொழிலாளர்கள், விவசாயிகள், வடக்கில் வேலை செய்யும் சுரங்கத் தொழிலாளர்களின் பிரதிநிதி. உன்னைப் போன்றவர்களின் பிரதிநிதி."

"இந்தக் கூட்டத்தில் நானில்லை, நீயும் இல்லை. நான் வீட்டு வேலை செய்பவள்."

"நீ தொழிலாளி வர்க்கத்தைச் சேர்ந்தவள் ஹுவானா."

"எனக்குத் தெரிந்தவரை, நீ என் முதலாளி. ஆனால் நீ எதற்காகத் தொழிலாளி வர்க்கத்திற்கு வாக்களித்தாய் என்று எனக்குப் புரியவில்லை."

கடலின் நீண்ட இதழ்

“இன்றைய தேவை கல்வி. ஆட்சியின் முக்கிய நோக்கம் கல்வி அளிப்பது என்று ஜனாதிபதி கூறுகிறார். சிலியில் உள்ள அனைத்துக் குழந்தைகளுக்கும் இலவசக் கட்டாயக் கல்வி தருவதாகக் கூறியிருக்கிறார். அனைவருக்கும் பொது சுகாதாரம். சம்பள அதிகரிப்பு. தொழிற்சங்கங்களை வலுப்படுத்தும் வழிமுறைகள். இதைப் பற்றி என்ன நினைக்கிறாய்?”

“இதைப் பற்றியெல்லாம் எனக்குக் கவலை இல்லை.”

“ஹுவானா! நீ எப்படிக் கவலை இல்லை என்று சொல்லலாம்? நீ உண்மையில் பள்ளிக்குச் சென்றிருக்க வேண்டும்.”

“நீ நிறைய படித்திருக்கிறாய் ஃபெலிபே தம்பி. ஆனால் உனக்கு உன் மூக்கைத் துடைக்கக்கூடத் தெரியாது. நான் மறப்பதற்கு முன் சொல்லிவிடுகிறேன். முன்னறிவிப்பு இல்லாமல் வீட்டிற்கு யாரையும் அழைத்து வராதே. சமையற்காரி கோபமடைகிறாள், எனக்குப் பிரச்சினை உண்டுபண்ணாதே. அப்புறம் உன் நண்பர்கள். அவர்களை நாம் சரியாகக் கவனிக்கவில்லை என்று சொல்லிவிடுவார்கள். உன்னுடைய நண்பர்களும் நிறைய படித்திருக்கலாம். ஆனால் உன் அப்பாவின் அனுமதியின்றி அவரின் விஸ்கியைக் குடிக்கிறார்கள். படித்தவர்கள் செய்யும் வேலையா இது? உன் அப்பா திரும்பி வந்தால் கிடங்கில் எவ்வளவு ஒயினும் விஸ்கியும் காணாமல் போனதென்று தெரிந்துவிடும்.”

ஃபெலிபேயின் நண்பர் குழு மாதத்தின் இறுதி சனிக்கிழமை யன்று அவன் வீட்டில் கூடுவார்கள். ஹுவானா அவர்களைக் கோபக்கார இளைஞர்களின் கிளப் என்று அழைத்தாள். ஃபெலிபேயின் பெற்றோர் ஊரில் இல்லாத வேளைகளில், மார் தெல் பிளாட்டா தெருவில் உள்ள தனது தந்தையின் வீட்டில் உணவு அருமையாக இருந்த காரணத்தால் ஃபெலிபே அவர்களை அங்கே வரச் சொல்லுவான். அவன் நண்பர்கள் ஹுவானாவிற்குக் கடுப்பை ஏற்படுத்தினாலும், ஹுவானா ஃப்ரெஷ் ஆய்ஸ்டர் சிப்பிகளை வாங்கி, சமையல்காரியின் சிறந்த ஸ்டூவை அவர்களுக்கு வழங்கத் தன்னால் முடிந்த அனைத்தையும் செய்தாள். சமையல்காரிக்கு மூக்குக்குமேல் எவ்வளவு கோபம் வருமோ அவ்வளவு சுவையாகச் சமைக்கவும் தெரியும். அவர்கள் வர்க்கத்தையொத்த மற்ற இளைஞர்களைப் போல ஃபெலிபேவின் நண்பர்களும் யூனியன் கிளப்பின் உறுப்பினர்களாக இருந்தார்கள். கிளப்பில் அவர்கள் தங்களின் தனிப்பட்ட விவகாரங்களைப் பேசுவதுடன் நாட்டின் நிதி, அரசியல் விவகாரங்களையும் அலசி ஆராய்வார்கள். ஆனால்

பெரிய கருநிற மரப் பலகைகளான சுவர்கள், சாண்டிலிய தொங்குவிளக்குகள், பட்டுத்துணியால் அலங்கரிக்கப்பட்ட நாற்காலி இருக்கைகள் நிறைந்த அந்த இருண்ட அறைகள் கோபக்கார இளைஞர்களின் துடிப்பான தத்துவ விவாதங்களை நடத்த உகந்தவையாக இருக்கவில்லை. மேலும், யூனியன் கிளப்பில் ஆண்களுக்கு மட்டுமே அனுமதியிருந்ததால், மணமாகாத சுதந்திரமான பெண்கள், கலைஞர்கள், எழுத்தாளர்கள், சாகசக்காரர்கள், உலக வரைபடத்தில் இல்லாத இடங்களுக்குத் தனியாகப் பயணம் செய்த குரோஷியா நாட்டுக் குடும்பப் பெயர் கொண்ட அமேஸோனியப் பெண் ஆகியோரின் புத்துணர்ச்சியூட்டும் வருகை இல்லாமல் கூட்டங்கள் எப்படி இருக்கும்! ஸ்பெயின் நாட்டின் நிலைமையும், ஜனவரிமுதல் பிரான்சில் உள்ள வதை முகாம்களில் வாடி, இறந்துகொண்டிருந்த குடியரசுக் கட்சி அகதிகளின் சமீபத்திய தலைவிதியும் கடந்த மூன்று வருடங்களாகத் தொடர்ந்து அவர்களின் விவாதங்களில் இடம்பெற்ற பிரச்சினைகள்.

ஜனவரி மாதத்தில், சிலிய வரலாற்றில் மிக மோசமான நிலநடுக்கம் அந்நாட்டை உலுக்கியது. அதே சமயம் கட்டலோனியாவிலிருந்து பிரான்ஸ் எல்லைக்கு மக்கள் பெருமளவில் வெளியேறினார்கள். தான் பெரிய பகுத்தறி வாளன் என்று ஃபெலிபே பெருமிதம் கொண்டாலும், கருணைக்கும் ஒற்றுமைக்குமான அழைப்பாக இந்த இரண்டு தற்செயலான நிகழ்வுகளைப் பார்த்தான். நிலநடுக்கத்தில் இருபதாயிரம் பேர் இறந்தனர். முழு நகரங்கள் தரைமட்ட மாயின. ஆனால் அத்துடன் ஒப்பிடுகையில், நூறாயிரக் கணக்கான இறந்தவர்கள், காயமடைந்தவர்கள், அகதிகளை உருவாக்கிய ஸ்பானிய உள்நாட்டுப் போர் மிகப்பெரிய சோகமாக அவனுக்குத் தோன்றியது.

அன்றிரவு அவர்கள் சிறப்பு விருந்தினராக பாப்லோ நெரூடாவை அழைத்திருந்தனர். முப்பத்தி நான்கு வயதில் அவர் தனது தலைமுறையின் சிறந்த கவிஞராகக் கருதப்பட்டது மிகப் பெரிய சாதனை. சிலியில் கவிஞர்கள் களைகள்போல் தழைத்தனர். அவர்களிலிருந்து ஒருவரைத் தனித்துவத்துடன் பெருமைப்படுத்துவதென்பது முக்கியச் சாதனைதான்! அவரின் கவிதைத் தொகுப்பான இருபது காதல் கவிதைகள் சில பிரபலமான நாட்டுப்புறக் கதைகளில் பிரிக்க முடியாத பகுதியாகவே மாறிவிட்டது. படிக்காதவர்களும்கூட அவற்றைப் பாடினார்கள். நெரூடா தெற்கிலிருந்து வந்தவர். மழையும் தேக்கும் நிறைந்த பகுதியிலிருந்து வந்தவர். ரயில்வே

தொழிலாளியின் மகன். தடித்த மூக்கும் சிறிய கண்களும் உடையவன் என்று தன்னை வர்ணிக்கும் அவர் தனது அடிக்குரலில் தான் எழுதிய கவிதை வரிகளை உரக்கப் பாடுவார். தனது சர்ச்சைகளால் பிரபலமான இவர், இடதுசாரிகளுக்குத் தனது அனுதாபத்தையும் ஆதரவையும் அளித்தார். குறிப்பாக எதிர்காலத்தில் கம்யூனிஸ்ட் கட்சியின் தீவிரப்போக்காளராக மாறுவார். அவர் இராணுவத்தில் அர்ஜென்டினா, பர்மா, சிலோன், ஸ்பெயின் மற்றும் சமீபத்தில் பிரான்சில் அரசாங்கங்களின் தூதராகப் பணியாற்றினார். அவர் நாட்டின் அதிகாரத்திலிருந்து வெகு தூரம் தள்ளியிருப்பதே நாட்டுக்கு நல்லதென்று அவரின் அரசியல், இலக்கிய எதிரிகள் நினைத்தனர். உள்நாட்டுப் போர் வெடிப்பதற்குச் சற்று முன்பு மாட்ரிட்டில் இருந்தபோது, அவர் பல அறிவுச் ஜீவிகளுடனும் கவிஞர்களுடன் நட்புக் கொண்டார். அவர்களில் ஃப்ரான்கோயிஸ்டுகளால் கொல்லப்பட்ட ஃபெடரிகோ கார்சியா லோர்கா மற்றும் பிரான்சின் எல்லைக்கு அருகிலுள்ள ஒரு நகரத்தில் பின்வாங்கும்போது இறந்த அன்டோனியோ மச்சாதோ ஆகியோர் முக்கியமானவர்கள். குடியரசுக் கட்சியைச் சேர்ந்த போராளிகளின் பராக்கிரமங்களைப் பறைசாற்றும் விதத்தில் 'இதயத்தில் ஸ்பெயின்' என்ற பாடலை வெளியிட்டார். கிழக்கு இராணுவத்தின் போராளிகளால் போரின் நடுவில், மாண்ட்செராட் மடாலயத்தில் இரத்தம் தோய்ந்த சட்டைகள் முதல் எதிரிகளின் கொடிவரை கையில் கிடைத்த பொருளில் ஐந்நூறுக்கும் மேலான பிரதிகள் அச்சிடப் பட்டன. சிலியில் தற்போதைய பதிப்பில் இக்கவிதைகள் வெளியிடப்பட்டது. ஆனால் ஃபெலிபேவிடம் அசல் பிரதிகளில் ஒன்று இருந்தது. "தெருக்களில் குழந்தைகளின் இரத்தம் / குழந்தைகளின் இரத்தம்போல ஓடியது. / [. . .] தெருக்களில் இரத்தத்தைப் பார்க்க வாருங்கள், / வாருங்கள் / தெருக்களில் இரத்தத்தைப் பாருங்கள், / இரத்தத்தைப் பார்க்க வாருங்கள் / தெருக்களில்! நெருடா ஸ்பெயினைப் பேரார்வத்துடன் நேசித்தார். ஃபாசிசத்தை வெறுத்தார், தோற்கடிக்கப்பட்ட குடியரசுக் கட்சியினரின் தலைவிதியை நினைத்து மிகவும் வேதனைப்பட்டார். வலதுசாரிக் கட்சிகளின் விட்டேற்றியான எதிர்ப்பையும் கத்தோலிக்கத் திருச்சபையையும் மீறி, அகதிகளில் ஒரு குறிப்பிட்ட எண்ணிக்கையை சிலிக்குள் அனுமதிக்க புதிய ஜனாதிபதியை ஒப்புக்கொள்ளச் செய்தார். அர்ஜென்டினாவிலும், உருகுவேயிலும் அகதிகளுக்கான நிதி உதவிகளைச் சேகரித்துப் பல வாரங்களுக்குப் பிறகு சாண்டியாகோ வழியாகச் சென்றுகொண்டிருந்தவரை, அதைப் பற்றி பேசவே கோபக்கார இளைஞர்களின்

கூட்டத்திற்கு ஃபெலிபேயும் அவன் நண்பர்களும் நெரூடாவை அழைத்திருந்தனர். மற்ற நாடுகள் பணம் கொடுத்து நிதியுதவி செய்தாலும் வலதுசாரிச் செய்தித்தாள்கள் கூறியதுபோல் கன்னியாஸ்திரீகளை வன்புணர்வு செய்பவர்களை, கொலை காரர்களை, ஆயுதம் ஏந்தியவர்களை, நேர்மையற்ற நாத்திகர்களை, யூதர்களை, நாட்டின் பாதுகாப்புக்கு ஆபத்தை விளைவிக்கும் சிவப்புகளை இந்த நாடுகள் தங்களின் நாட்டுக்குள் அனுமதிக்க விரும்பவில்லை.

ஸ்பானியக் குடியேற்றத்திற்கான சிறப்புத் தூதராக வரும் நாட்களில் பாரிஸுக்குச் செல்வதாக நெரூடா கோபக்கார இளைஞர்களிடம் அறிவித்தார்.

“சிலியத் தூதரக அணியில் நான் இடம்பெறுவதை பாரிஸ் நகர நிர்வாகம் விரும்பவில்லை, அவர்கள் அனைவரும் என் பணியைத் தடுக்கத் தீர்மானித்த வலதுசாரிப் பதுங்கிகள்” என்று கூறிய கவிஞர், “அரசாங்கம் ஒரு பைசா இல்லாமல் என்னை அனுப்புகிறது, எனக்கு ஒரு படகு கிடைத்தால் போதும், எப்படி நிர்வகிக்கிறேன் பாருங்கள்” என்றார்.

பிரான்ஸிடம் சரணடைந்திருக்கும் கைத்தேர்ந்த ஸ்பெயின் நாட்டுத் தொழிலாளர்களை, அவர்கள் மரியாதைக்குரிய அமைதி விரும்பிகளாக இருக்கும் பட்சத்தில் தேர்ந்தெடுத்து, அவர்களின் தொழில்களையும் முன்னேற்றங்களையும் சிலியத் தொழிலாளர்களுக்குக் கற்பிக்கும் நோக்கத்துடன் அவர்களை சிலிக்கு அழைத்துவருவதே இந்தப் பயணத்தின் முக்கிய நோக்கம் என்றார் நெரூடா. அரசியல்வாதிகளோ, ஊடகவியலாளர் களோ அல்லது ஆபத்தான அறிவுஜீவிகளோ இந்தத் திட்டத்தில் சிலிக்குள் வர அனுமதியில்லையென்றும் கூறினார். நெரூடாவின் கூற்றுப்படி, சிலியின் குடியேற்ற அளவுகோல்களில் எப்போதுமே இனவெறியிருக்கும். ஜிப்சிகள், கறுப்பர்கள், யூதர்கள், ஓரியண்டல்ஸ் என்று அழைக்கப்படுபவர்கள் (இந்தப் பிரிவில் சிலி யாரை வேண்டுமானாலும் சேர்க்கும்) என்று பல்வேறு பிரிவுகள், இனங்கள், தேசங்களைச் சேர்ந்தவர்களுக்கு விசாக்களை மறுக்கத் தூதரகங்களுக்கு ரகசிய ஆணைகள் இருந்தன. இப்போது இனவெறியில் அரசியல் சாயலும் சேர்க்கப்பட்டதால் கம்யூனிஸ்டுகள், சோசலிஸ்டுகள், அனார்க்கிஸ்ட்டுகள், இவர்களையும் நாட்டுக்குள் அழைத்துவர முடியாது. இது இன்னும் தூதரகங்களுக்கு எழுத்துப்பூர்வமான ஆணைகளாக அனுப்பப்படவில்லை என்பதால் தன்னால் அவர்களுக்கும் உதவ முடியும் என்று நம்புவதாகக் கூறினார். நெரூடாவுக்கு இது ஒரு கடினமான பணி: அவர் நிதிசேர்த்து ஒரு கப்பலைத் தயார் செய்து, குடியேறப்போகிறவர்களைத்

தேர்ந்தெடுத்து, சிலியில் உறவினர்களோ நண்பர்களோ இல்லாத பட்சத்தில், அகதிகளின் பராமரிப்புக்கு உத்தரவாதம் அளிக்கும் வகையில் அரசாங்கத்திற்குத் தேவைப்படும் தொகையைச் சேகரிக்க வேண்டும். அகதிகள் கப்பல் ஏறுவதற்கு முன்னால், அவரின் கணக்குப்படி மூன்று மில்லியன் சிலிய பெஸோக்களை மத்திய வங்கியில் டெபாசிட் செய்ய வேண்டியிருந்தது.

"எத்தனை அகதிகள்?" ஃபெலிபே நெரூடாவிடம் கேட்டான்.

"ஆயிரத்து ஐநூறு ஆண்கள் என்று வைத்துக்கொண்டால், அவர்களின் மனைவி குழந்தைகளையும் கணக்கில் சேர்ப்போம்."

"எப்போது இங்கு வருவார்கள்?"

"ஆகஸ்ட் இறுதியில் அல்லது செப்டம்பர் தொடக்கத்தில்."

"அதாவது, நிதி உதவியை ஏற்பாடு செய்து அவர்களுக்கு வீடும் வேலையும் கிடைக்க ஏறக்குறைய மூன்று மாதங்கள் ஆகலாம். வலதுசாரிப் பிரச்சாரத்தை எதிர்ப்பதற்கும் இந்த ஸ்பெயினியர்களுக்கு ஆதரவாகப் பொதுக் கருத்தைத் திரட்டு வதற்கும் பிரச்சாரம் தேவைப்படும் என்று நினைக்கிறேன்."

"அது எளிதாக இருக்கும் ஃபெலிபே. மக்கள் அனுதாபம் குடியரசுக் கட்சியினரிடம் உள்ளது. சிலியில் உள்ள பெரும்பாலான ஸ்பானிஷ், பாஸ்கு, கேடெலான் காலனிகள் அவர்களுக்கு உதவத் தயாராக உள்ளனர்."

கோபக்கார இளைஞர்களிடமிருந்து நெரூடா விடைபெற்றார். அவர் தங்கியிருந்த வீட்டில் கொண்டுவிட அதிகாலை ஒரு மணிக்கு, ஃபெலிபே தனது ஃபோர்டில் சென்றான். திரும்பி வந்தபோது, அறையில் சூடான காப்பியுடன் ஹுவானா காத்திருப்பதைப் பார்த்தான்.

"என்ன ஆயிற்று ஹுவானா. நீ தூங்கவில்லை?"

"உன் நண்பர்கள் பேசுவதைக் கேட்டுக்கொண்டிருந்தேன்."

"உளவுபார்க்கிறாயா?"

ஃபெலிபே சிரித்தான்.

"உன் நண்பர்கள் கைதிகளைப் போலச் சாப்பிடுகிறார்கள் அவர்கள் குடிப்பதைப் பற்றிக் கேட்கவே கேட்காதே! முகத்தில் வண்ணம் பூசிய பெண்கள் ஆண்களைவிட அதிகமாகக்

குடிக்கிறார்கள். அவர்களுக்கு இங்கிதமே தெரியாதா? வணக்கம், நன்றிகூடச் சொல்வதில்லை."

"இதைச் சொல்லவா இத்தனை நேரம் விழித்திருந்தாய்?"

"அந்தக் கவிஞர் ஏன் பிரபலமானவர் என்பதை நீ எனக்கு விளக்குவதற்காகக் காத்திருந்தேன். அவர் பாராயணம் செய்யத் தொடங்கி, வாயை மூடவேயில்லை; அந்திக் கண்கள் கொண்ட மீன்களைப் பற்றியும் ஆண்களின் உள்ளாடைகளைப் பற்றியும் என்ன உளறல்! அவருக்கு மனநோயாக இருக்குமோ?"

"அதெல்லாம் உருவகங்கள் ஹுவானா. அவர் படித்தது கவிதை."

"நல்ல கதை, தம்பி! மாபுடுங்குன் மொழியே ஒரு கவிதை தான். கவிதை என்றால் என்னவென்று அந்த மொழி பேசும் என்னிடமே விளக்குகிறாயே! உனக்குத்தான் கவிதை என்றால் என்ன என்று தெரியவில்லை! நிச்சயமாக அந்த நெரூடாவுக்கும் தெரியவில்லை. நான் பல ஆண்டுகளாக என் மொழியைப் பேசவில்லை, கேட்கவில்லை என்றால் மறந்துபோய்விடுமா என்ன? எனக்கு நன்றாக நினைவிருக்கிறது. கவிதை என்பது ரத்தத்தில் ஊறிவிடும், மறப்பது அவ்வளவு எளிதல்ல."

"ஆஹா. நீங்கள் இசையை விசிலாகப் பாடுவீர்களல்லவா?"

"நன்றாகச் சொன்னாய், தம்பி!"

இசிட்ரோ தெல் சோலார் தனது மனைவி, மகளுடன் கிரேட் பிரிட்டனில் ஒரு முழு மாதத்தைக் கழித்த பிறகு, சவோய் ஹோட்டலில் தங்கியிருந்த கடைசி நாளன்று தன் மகன் ஃபெலிபே அனுப்பிய தந்தியைப் பெற்றார். லண்டனில் கட்டாயமாகப் பார்க்க வேண்டிய சுற்றுலாத் தலங்கள், ஷாப்பிங், தியேட்டர், கான்செர்ட்டுகள், குதிரைப் பந்தயங்கள் என்று பல இடங்களுக்கு அவர்கள் சென்றனர். இங்கிலாந்திலிருந்த சிலியத் தூதரகத்தின் தூதர் லோரா விஸ்காராவின் பல உறவினர்களில் ஒருவர், கிராமப்புறங்களில் சுற்றுப்பயணம் செய்து, ஆக்ஸ்போர்டு, கேம்பிரிட்ஜ் கல்லூரிகளுக்குச் செல்ல, அவர்களுக்கு அரசாங்கக் கார் கிடைக்கச்செய்தார். இங்கிலாந்தின் அரச பரம்பரையைச் சேர்ந்த ஒருவரின் கோட்டையில் மதிய உணவுக்கு அழைப்பு விடுக்க வைத்தார். சிலியில் அரசப் பட்டங்கள் நீண்ட காலத்திற்கு முன்பே வழக்கத்திலிருந்து அகற்றப்பட்டுவிட்டன என்பதால்

அவர்களுக்குப் பிரபுவா மார்கிஸ்ஸா என்று சரியாகத் தெரிய வில்லை. கோட்டையில் வேலையாட்கள் இல்லாததைப் போல் நடந்துகொள்ள வேண்டும். ஆனால் நாய்களைப் பார்த்தால் கொஞ்ச வேண்டும்; உணவைப் பற்றி விமர்சிக்கக் கூடாது. ரோஜா அலங்காரங்களைப் புகழ வேண்டும்; ஆடம்பரமில்லாத எளிய, முடிந்தால் பழைய உடைகளை அணிவது மதிய உணவிற்குப் பொருந்தும். பட்டாடைகளோ, பட்டாலான டைகளோ, ஃப்ரில் வைத்த உடைகளோ அறவே கூடாது. ஏனென்றால் கிராமத்தில் வாழும் பிரபுக்களும் ஏழைகளைப் போலவே உடையணிவார்கள் என்று லோராவின் உறவினர் நிறைய அறிவுரைகள் அளித்தார். இசிட்ரோ குடும்பத்தினர் ஸ்காட்லாந்திற்குச் சென்றார்கள். அங்கு இசிட்ரோ தனது பேடகோனியா கம்பளியை விற்கப் புதிய ஒப்பந்தம் செய்துகொண்டார், வேல்ஸ் நாட்டிற்கும் ஒப்பந்தம் செய்யச் சென்றார்கள். ஆனால் அவர் திட்டமிட்டதைப் போல் நடக்கவில்லை.

கென்சிங்டன் அரண்மனைக்கும் தோட்டங்களுக்கும் எதிரே இருந்த பதினேழாம் நூற்றாண்டைச் சேர்ந்த பெரிய மாளிகையில் இயங்கிக்கொண்டிருந்த இளம் பெண்களுக்கான ஃபினிஷிங் ஸ்கூலை மனைவி, மகளுக்குத் தெரியாமல் இசிட்ரோ பார்வையிட்டார். அங்கு ஒஃபெலியா, இங்கிதம், சமூக உறவுகளைத் தேர்ச்சியுடன் வலுப்படுத்தும் கலை, விருந்தோம்பல், விருந்துக்குச் சரியான மெனுவைத் தயாரிக்கும் கலை, நடையுடை பாவனை, தன் உருவத்தையும் அழகையும் கவனித்துக்கொள்ளும் பழக்கவழக்கங்கள் ஆகியவற்றுடன் வீட்டை அலங்கரித்துப் பேணிக்காக்கும் கலையைப் பிற நற்பண்புகளையும் கற்றுக்கொள்வாள். தன் மனைவி அதையெல்லாம் கற்றுக்கொள்ளவில்லையே என்று இசிட்ரோ வருந்தினார்; சிலியில் இதேபோன்ற ஒரு நிறுவனத்தை உருவாக்குவது அங்கிருந்த தறிகெட்டு அலையும் பெண்களைச் செம்மைப்படுத்தும் சமூகப் பொறுப்புணர்ச்சியாகவும் இருக்கும்; கூடவே நல்ல வியாபாரமாகவும் இருக்கும். இந்த வியாபாரத்தை ஆரம்பிப்பது எப்படி என்ற தகவல் சேர்க்கப் போகிறேன் என்று நினைத்துக்கொண்டார். இப்போதே ஒஃபெலியாவிற்கு அவரின் திட்டம் தெரியவந்தால் கோபத்தில் எரிமலையாக வெடித்துப் பயணத்தில் எஞ்சியிருந்த நாட்களை நரகமாக்கிவிடுவாள், கிளம்பும் நாளன்று சொன்னால் அடம்பிடிப்பதற்கு நேரமிருக்காது, அதனால் இப்போதைக்குத் தன் திட்டங்களை அவளிடமிருந்து மறைக்கத் தீர்மானித்தார்.

அவர்கள் ஹோட்டலின் டோம் போன்ற கண்ணாடிக் கூரையாலான அறையில் (வெள்ளை, தங்கம் மற்றும் தந்தத்தில் செய்யப்பட்ட அருமையான சிம்ஃபனி போன்ற கலையம்சம்) பூக்கள் போட்ட பீங்கான் கோப்பைகளில் ஐந்து மணிக்குத் தேநீர் அருந்தும்போது அட்மிரல் சீருடையில் பெல்பாய் ஒருவன் ஃபெலிபேவின் தந்தியைக் கொண்டுவந்தான். "கவிஞரின் அகதிகளுக்கு அறைகள் வேண்டும் நிற்க ஹுவானா சாவி தர மறுக்கிறாள் நிற்க அவளைக் கொடுக்கச் சொல்லுங்கள் நிற்க." இசிட்ரோ தந்தியை மூன்று முறை படித்து விட்டு லோராவிடமும் ஒஃபெலியாவிடமும் கொடுத்தார்.

"இந்தக் கண்ராவிக்கு என்ன அர்த்தம்?"

"இசிட்ரோ, சிறுமியின் முன் அப்படி பேசாதே."

"ஃபெலிபே குடிப்பழக்கத்திற்கு அடிமையாகிவிட்டானா?", என்று முணுமுணுத்தார்.

"என்ன பதில் சொல்லப்போகிறாய்?", லோரா கேட்டாள்.

"எங்காவது போய்த்தொலையச் சொல், அவனை."

"கோபப்பட வேண்டாம், இசிட்ரோ. எதற்கும் பதிலளிக்காமல் இருப்பதே நல்லது; பல சமயம் பிரச்சினை தானாகவே தீர்ந்து விடும்."

"என்ன தந்தி அனுப்பியிருக்கிறான், ஒன்றுமே புரிய வில்லையே?" ஒஃபெலியா கேட்டாள்.

"தெரியவில்லை. என்னவாக இருந்தாலும் நமக்கும் இந்தத் தந்திக்கும் சம்பந்தமில்லை" என்று இசிட்ரோ பதிலளித்தார்.

இதேபோன்ற மற்றொரு தந்தி பாரிஸில் அவர்கள் தங்கி யிருந்த ஹோட்டலுக்கு வந்தது. இசிட்ரோ பள்ளியில் பிரெஞ்சு மொழியைக் கற்றிருந்தால் லு ஃபிகாரோ செய்தித்தாளைப் பிரயத்தனப்பட்டு வாசித்தார். அவருக்கு ஆங்கிலம் தெரியாது என்பதால் இங்கிலாந்தில் அவர்கள் இருக்கும்போது நாட்டு நடப்புச் செய்திகள் அவருக்கு எட்டவில்லை. பிரெஞ்சு கம்யூனிஸ்ட் கட்சியும் ஸ்பானிய அகதிகளை வெளியேற்றும் அமைப்பும் வின்னிபெக் என்ற சரக்குக் கப்பலைக் கையகப் படுத்தி, கிட்டத்தட்ட இரண்டாயிரம் அகதிகளை சிலிக்கு அனுப்புவதற்காகத் தயாராகிக் கொண்டிருப்பதாகச் செய்தித் தாளில் அவர் படித்ததும் அவருக்கு மூச்சே நின்றுவிடும் போலிருந்தது. ராடிக்கல் கட்சியின் தலைவர் சிலியின் ஜனாதிபதியாகப் பதவியேற்பு, நிலநடுக்கத்தின் பேரழிவு,

கடலின் நீண்ட இதழ்

அதற்கு மேல் இது ஒன்றுதான் குறைச்சல் என்று பொருமினார். சிலி நாட்டை கம்யூனிஸ்டுகளால் நிரப்பப்போகிறார்கள். தந்தியின் முழு அர்த்தம் இப்போது வெளிப்படுத்தப்பட்டது அவருக்கு: இந்த அடிமட்டப் பிச்சைக்காரர்களைத் தனது சொந்த வீட்டிற்குக் கூட்டிவருவதற்காக அவரது மகன் செய்யும் ஏற்பாடுகளே இவை. சாவியைக் கொடுக்காத ஹுவானாவிற்கு மனம்கசிந்த நன்றி.

“வெளியேற்றம் என்றால் என்ன என்று எனக்கு விளக்குங்கள், அப்பா” ஒஃபெலியா விடாமல் கேட்டாள்.

“இங்கே பார், செல்லமே! ஸ்பெயினில் மோசமான மனிதர்களால் புரட்சி என்ற பெயரில் பேரழிவு ஏற்பட்டது. இராணுவம் எழுச்சியடைந்து தந்தை நாட்டிற்காகவும் ஒழுக்கத்திற்காகவும் போராடியது. இயல்பாகவே, அவர்கள் வெற்றிபெற்றனர்.”

“அவர்கள் எதை வென்றார்கள்?”

“உள்நாட்டுப் போர். அவர்கள் ஸ்பெயினைக் காப்பாற்றி னார்கள். ஃபெலிபே குறிப்பிடும் அகதிகள் தங்கள் நாட்டிலிருந்து ஓடிப்போய் பிரான்சில் பதுங்கியிருக்கும் கோழைகள்.”

“அவர்கள் ஏன் தப்பித்தார்கள்?”

“ஏனென்றால் அவர்கள் தோற்றுப்போனார்கள். அதன் விளைவுகளைச் சந்திக்க வேண்டியிருந்தது.”

“அகதிகளில் பல பெண்களும் குழந்தைகளும் இருப்பதாக எனக்குத் தோன்றுகிறது, இசிட்ரோ. நூறாயிரக்கணக் கானவர்கள் இருப்பதாகச் செய்தித்தாள் சொல்கிறது...” லோரா மெலிதான குரலில் குறுக்கிட்டாள்.

“இருக்கட்டும். சிலிக்கும் அதற்கும் என்ன சம்பந்தம்? அந்த கம்யூனிஸ்ட் நெரூடாவினால் வந்த தலைவலி! ஃபெலிபேவிற்கு அறிவில்லை. நாம் திரும்பிப் போனதும் என் முட்டாள் மகனை என் வழிக்குக் கொண்டுவர வேண்டும்.”

ஃபெலிபே பைத்தியக்காரத்தனமாக எதையாவது செய்வதற்கு முன்பு சாண்டியாகோவுக்குத் திரும்புவது நல்லது என்று லோரா தனக்குக் கிடைத்த அவகாசத்தில் இசிட்ரோவிடம் கூறினாள். வின்னிபெக் கப்பல் ஆகஸ்ட் மாதத்தில் பிரான்ஸிலிருந்து புறப்படும் என்று செய்தித்தாளில் செய்தி வெளியாகியிருந்தது. அதனால் லோராவின் பல்வேறு நேர்த்திக்கடன்கள், ஆசைகளுக்கேற்ப ஏவியனிற்கு அனல்

குளியல் குளிப்பதற்கும், லூர்து அருங்காட்சியகத்தைப் பார்வையிடவும், இத்தாலியில் பதுவா புனித அந்தோணி கோயிலுக்குச் செல்வதற்கும், புதிய போப் பன்னிரண்டாம் பயஸின் இன் தனிப்பட்ட ஆசீர்வாதத்தைப் பெற வாடிகனுக்குச் செல்வதற்கும் அவர்களுக்கு நிறைய நேரம் இருந்தது. மேற்சொன்ன இடங்களுக்கெல்லாம் செல்வதற்காக இசிட்ரோ தனது பண பலத்தையும் செல்வாக்கையும் பயன்படுத்தி நிறைய செலவு செய்திருந்தார். அதனால் சுற்றுலாவை முடித்துவிட்டு இங்கிலாந்து திரும்புவதாக முடிவெடுத்தார்கள்.

தேவைப்பட்டால் ஒஃபெலியாவைப் பலவந்தமாக ஃபினிஷிங் பள்ளியில் விட்டுவிட்டுத் தனது மனைவியுடன் ரெய்னா தெல் பசிஃபிகோவில் சிலிக்குத் திரும்ப ஆயத்தமாக இருந்தார் இசிட்ரோ. மொத்தத்தில், இது ஒரு வெற்றிகரமானப் பயணம்.

பாகம் 2

நாடு கடத்தல், காதல்கள், கருத்து வேறுபாடுகள்

5

1939

கோபத்தையும் வலியையும் கண்ணீரையும் கொண்டு
பாழடைந்த வெற்றிடத்தை நிரப்புவோம்
இரவில் எரியும் நெருப்பு இறக்கும் நட்சத்திரங்களின்
ஒளியை நினைவிற்குக் கொண்டுவரட்டும்

பாப்லோ நெருடா,

"ஹோரஸே மிகேல் கர்ரெரா (1810)"
பொது பாடல்

விக்டர் தல்மாவ் ஆர்ஜெலெஸ்–சுர்–மெர் வதைமுகாமில் கழித்த பல மாதங்களில், ரோஸரும் அங்கே இருந்தாள் என்ற சந்தேகம் அவனுக்கு ஒரு முறைகூட ஏற்படவில்லை. எய்டரிடமிருந்தும் தகவல் வராத நிலையில் எய்டர் விக்டரின் தாயையும் ரோஸரையும் ஸ்பெயினிலிருந்து வெளியேற்றும் பணியை நிறைவேற்றியிருப்பான் என்ற நம்பிக்கை மட்டும் அவனுக்கிருந்தது. அதற்குள் முகாமிற்குப் பல்லாயிரக்கணக்கான குடியரசுக் கட்சி வீரர்கள் வந்ததால் மக்கள் தொகை ஏறிவிட்டிருந்தது. அங்கே அவர்கள் பசி, துயரம் மட்டுமல்லாமல் சிறைக் காவலர்களின் தொடர் துன்புறுத்தல்களையும் அவமானத்தையும் சந்திக்க வேண்டியிருந்தது. மனிதாபிமானமற்ற நிலைமையில் அவர்கள் பல கொடுமைகளை அனுபவித்தார்களென்பது உண்மை, நல்லவேளை எலும்பை உறையவைக்கும் குளிர்காலம் முடிந்து அவர்களின் ஒரு துயரைப் போக்கியது.

கைதிகள் தங்களுக்குப் பைத்தியம் பிடிக்காமல் இருப்பதற்காகத் தங்களை ஒழுங்குபடுத்திக்

கொண்டனர். தனித்தனி அரசியல் கட்சிகளாகப் பிரிந்து போரின் போது நடத்திய புரட்சிகரப் பேரணிகளை வதைமுகாமிலும் நடத்தினர். அவர்கள் பாட்டுப் பாடி, கைக்குக் கிடைத்ததை வாசித்து, தேவைப்படுபவர்களுக்குக் கையால் எழுதப்பட்ட தாள் ஒன்றை நாளிதழைப் போல் வெளியிட்டு ஒரு வாசகரிடமிருந்து மற்றொருவருக்குக் கைமாற்றிப் படிக்கக் கொடுத்தனர். ஒருவருக்கொருவர் முடியை வெட்டி, பேன்களை அகற்றி, பனிக்கட்டியாக மாறியிருந்த கடல் நீரில் துணிகளைத் துவைத்துத் தங்கள் தன்மானத்தைக் காப்பாற்றும் முயற்சியில் ஈடுபட்டனர். முகாமைப் பல்வேறு தெருக்களாகப் பிரித்து அவற்றுக்குக் கவித்துவமாகப் பெயரிட்டனர். குழந்தைகள் விளையாடுவதைப் போல் மணலிலும் சேற்றிலும் பார்சிலோனாவிலிருப்பதைப் போலச் சதுரங்களையும் ராம்ப்ளாக்களையும் உருவாக்கினர். தங்களின் பாரம்பரியமான, பிரபலமான இசையைக் கற்பனை இசைக்கருவிகளால் வாசித்தனர். கற்பனை உணவகங்களில் சமையல்காரர்கள் தங்களின் பிரியமான உணவுகளை விவரித்தனர். மற்றவர்கள் கண்களை மூடிக்கொண்டு சுவைத்தனர். மற்றொரு போருக்கு ஆயத்தமாகிக்கொண்டிருந்த வெளியுலகத்திலிருந்து செய்திகளுக்குக் காத்திருந்து, வரப்போகும் போரினால் தங்களின் விடுதலைக்கான சாத்தியக்கூறுகள் இருக்கிறதா என்று பேரார்வத்துடன் விவாதித்தனர். அவர்களில் சிலர் தங்களின் முந்தைய வாழ்க்கையில் தேர்ந்த பணிகளில் வேலை செய்திருந்ததால் வயல்களிலோ தொழிற்சாலைகளிலோ பணிபுரிய அனுப்பட்டனர். ஆனால் பெரும்பான்மையானவர்கள் போருக்கு முன்பு சிறுதொழில் செய்தவர்கள் – விவசாயிகள், மரம் வெட்டுபவர்கள், ஆடுமாடு மேய்ப்பர்கள், மீனவர்கள் – சுருக்கமாகச் சொல்ல வேண்டுமென்றால், பிரான்சுக்குப் பயனுள்ள தொழிலாக அவர்கள் எதுவும் செய்திருக்கவில்லை. அதனால் அவர்களை ஸ்பெயினுக்குத் திருப்பியனுப்ப அதிகாரிகள் தொடர்ந்து வற்புறுத்தினார்கள். சில சந்தர்ப்பங்களில் அவர்களை ஏமாற்றி ஸ்பெயினின் எல்லைக்கு அழைத்துச்சென்றார்கள்.

முகாமில் விக்டர் டாக்டர்கள், நர்சுகளாலான ஒரு சிறிய குழுவுடன் தங்கினான். அந்த கடற்கரை நரகத்தில் ஒரு முக்கியமான தொண்டு அவர்களுக்காகக் காத்திருந்தது. நோயாளிகள், காயமடைந்தவர்கள், பைத்தியம் பிடித்தவர்கள் ஆகியோரைக் கவனித்துக்கொள்ளும் பணி. எஸ்தாசியோன் தெல் நோர்த் மருத்துவமனையில் இறந்த பையனின் இதயத்தை விக்டர் திரும்ப வேலைசெய்யவைத்துப் பையனின் உயிரைக் காப்பாற்றிய கதை அவனுக்கு முன் முகாமை எட்டியிருந்தது. இதனால்

முகாமிலிருந்த நோயாளிகளுக்கு அவன்மேல் கண்மூடித் தனமான நம்பிக்கையும் இருந்தது. அங்கே கடுமையாக நோய்வாய்ப்பட்ட எவரையேனும் அவனால் குணப்படுத்த முடியவில்லயென்றால், அவர்களை மருத்துவரிடம் செல்லப் பலமுறை அறிவுறுத்துவான். பெரும்பாலான அகதிகளைப் பீடித்திருந்த சலிப்பும் மனச்சோர்வும் அவனை அண்டவே முடியாதபடி அவற்றைப் பற்றி யோசிக்கக்கூட நேரமில்லாதபடி அவன் வேலையில் மும்முரமாக இருந்தான். வேலையில் மகிழ்ச்சியைப் போன்ற ஒரு புத்துணர்வைக் கண்டான். அவன் முகாமிலிருந்த மற்ற ஆண்களைப் போலவே மெலிந்தும் பலவீனமாகவும் இருந்தான். ஆனால் அவனுக்குப் பசியை உணரும் திறன் போய்விட்டதால் பல முறை தனது உலர்ந்த காட் மீனின் சொற்ப பாகத்தை மற்றவர்களுக்குக் கொடுத்து விடுவான். அவன் மணலை உண்டு உயிர் வாழ்வதாக அவனது காம்ரேடுகள் கிண்டல் செய்தனர். விடியற்காலையில் வேலையை ஆரம்பித்தால் மாலை சூரியன் மறைந்த பின்னும் பல மணிநேரம்வரை அகதிகளைக் கவனித்துக்கொள்ளும் வேலையிருக்கும். பிறகு கிடாரை வாசித்துப் பாடுவான். உள்நாட்டுப் போர் நடந்த ஆண்டுகளில் அவனால் மிகவும் அரிதாகவே இப்படி நேரத்தைக் கழிக்க முடிந்தது. தன்னுடைய கூச்ச சுபாவத்தை வெல்வதற்காகத் தனது அம்மா கற்றுக் கொடுத்த காதல் பாடல்களையும் மற்றவர்கள் பாடிய புரட்சிப் பாடல்களையும் முகாமில் அவன் நினைவுகூர்ந்தான். இந்த கிடார் அந்தலூசியாவைச் சேர்ந்த ஒரு இளைஞனுடையது, அவன் அதைப் போர்முனையில் பத்திரமாக வைத்திருந்து, நாட்டை விட்டு வெளியேறியபோதும் தொலைக்காமல், பிப்ரவரி மாத இறுதியில் ஆர்ஜெலஸ்-சுர்-மெரில் நிமோனியாவால் இறக்கும்வரை கிடாரை வாசித்தான். கடைசி நாட்களில் விக்டர் அவனைக் கவனித்துக்கொண்டதால் இறப்பதற்கு முன் தனது பொக்கிஷத்தை விக்டரிடம் கொடுத்தான். இது முகாமில் இருந்த மிகச் சில நிஜமான கருவிகளில் ஒன்றாகும்; மற்றவை போலியான, கற்பனைக் கருவிகள் – நல்ல இசைத்திறன் கொண்ட ஆண்கள் வாயால் எழுப்பிய ஒலிகள்.

மாதங்கள் செல்லச்செல்ல முகாமில் மனித நெரிசல் குறைந்தது. வயதானவர்களும் நோயாளிகளும் இறந்தனர். அவர்களை அருகிலிருந்த கல்லறையில் அடக்கம் செய்தனர். சில அதிர்ஷ்டசாலிகளுக்கு மெக்சிகோவுக்கும் தென் அமெரிக்காவிற்கும் குடிபெயர உதவித்தொகையும் விசாவும் கிடைத்தது. முகாமில் முடங்கிக் கிடப்பதைவிடக் கடுமையான ஒழுக்கத்திற்குப் பெயர்போன பிரான்ஸ் நாட்டின் வெளிநாட்டுப்

படையணியில் சேருவதே மேலென்று பல வீரர்கள் அதில் சேர்ந்தனர். இந்தப் படையில் குற்றவாளிகளையும் சேர்த்துக் கொள்வார்கள் என்பது வேறு கதை. போருக்குத் தயாராகும் பிரெஞ்சுப் படை, தங்கள் நாட்டவர்களுக்குப் பதிலாக வெளிநாட்டுப் போராளிகளைப் பணியில் அமர்த்தியது. முகாமில் தகுதியுடையவர்களையும் தேர்ந்தெடுத்து அவர் களுக்குப் பயிற்சியும் அளித்தது. பின்னர் மற்றவர்களை ரஷ்ய செஞ்சேனையுடன் சண்டையிடவும் பிரெஞ்சு ரெஸிஸ்டன்ஸ் படையில் சேரவும் சோவியத் யூனியனுக்கு அனுப்பியது. பிற்காலத்தில் இவர்களில் ஆயிரக்கணக்கானவர்கள் நாஜி வதைமுகாம்களிலும், ஸ்டாலினின் குலாகு[1]களிலும் வன்கொடுமைகளை அனுபவித்து இறந்தனர்.

1939ஆம் ஆண்டு, குளிர்காலத்தின் தாங்க முடியாத குளிர் முடிந்து வசந்த காலம் ஆரம்பித்து வெய்யில் வரட்டுமா என்று யோசித்துக்கொண்டிருந்த ஏப்ரல் மாதத்தில் ஒரு நாள், விக்டரைப் பார்க்க ஒரு பார்வையாளர் வந்திருப்பதாக முகாம் அதிகாரியின் அலுவலகத்திற்கு அழைக்கப்பட்டான். நெட்டியால் முடைந்த தொப்பியும் வெள்ளைக் காலணிகளும் அணிந்த எய்டர் இபர்ரா சோளக்கொல்லை பொம்மையைப் போல் கந்தலாக இருந்த விக்டரின் முன்னால் நின்றான். ஒரு நிமிடம் இருவருக்கும் எதிரிலிருப்பது யார் என்று அடையாளம் தெரியவில்லை. அடையாளம் கண்டுகொண்டதும் கண்களில் நீர் ததும்ப இருவரும் உற்சாகமாக ஒருவரையொருவர் அணைத்துக்கொண்டனர்.

“உன்னைக் கண்டுபிடிக்க நான் எவ்வளவு கஷ்டப்பட்டேன் என்று உனக்குத் தெரியாது, விக்டர். நீ எந்தப் பட்டியலிலும் இல்லை, இறந்துவிட்டாயென்று நினைத்தேன்.”

“கிட்டத்தட்ட இறந்துதான் போனேன். நீ ஏன் கோமாளியைப் போல உடையணிந்திருக்கிறாய்?”

“நான் எதிர்ப்பார்த்த வார்த்தை தொழிலதிபர், கோமாளி அல்ல. ஏனென்று பிறகு சொல்கிறேன்.”

“முதலில் என் அம்மாவுக்கும் ரோஸருக்கும் என்ன நடந்தது என்று சொல்.”

கார்மே காணாமல் போனதைப் பற்றி எய்டர் கூறினான். அவள் பார்சிலோனாவுக்கும் திரும்பவில்லை என்றும், தல்மாவ்

1. ரஷ்யாவில் ஸ்டாலினின் கொடுங்கோலாட்சியில் நடத்தப்பட்ட கடும் உழைப்புச்சிறைகள். சோவியத் யூனியனில் அரசியல் அடக்குமுறையின் முக்கிய கருவியாக குலாக் அங்கீகரிக்கப்பட்டுள்ளது.

வீட்டில் போருக்குப் பின் வேறு யாரோ வசிக்கிறார்களென்பதை விசாரித்ததில் தெரிந்துகொண்டதாகவும், உறுதியாக எதையும் கண்டுபிடிக்க முடியவில்லை என்றும் கூறினான். ஆனால் ரோஸரைப் பற்றி நல்ல செய்தியைச் சொன்னான். பார்சிலோனாவிலிருந்து புறப்பட்டது, பிரனீஸ் மலைச்சிகரங்கள் வழியாக நடந்த பயணம், பிரான்ஸில் பிரிய நேர்ந்ததுவரை சுருக்கமாகக் கூறினான். சிறிது காலம் அவளைப் பற்றித் தகவல் கிடைக்கவில்லை என்றான்.

"நான் முடிந்தவரை தப்பித்துவிட்டேன் விக்டர். நீ ஏன் முயற்சி செய்யவில்லை என்று எனக்குப் புரியவில்லை. எளிதாகத் தப்பிக்க முடியும்."

"நான் இங்கே இவர்களுக்குத் தேவை."

"தோழனே, இப்படி யோசித்தால் நீ இங்கிருந்து தப்பவே முடியாது."

"உண்மைதான். நான் என்ன செய்ய முடியும்? சரி, ரோஸரைப் பற்றிச் சொல்."

"எனக்கேற்பட்ட பல அதிர்ச்சிகளால் உன் நர்ஸ் தோழியின் பெயரை மறந்துவிட்டேன், ஞாபகம் வந்தவுடன் எந்தப் பிரச்சினையும் இல்லாமல் ரோஸரைக் கண்டுபிடித்தேன். ரோஸர் இங்கேதான் இருந்தாள், இதே முகாமில். எலிசபெத் ஐடன்பென்ஸின் உதவியுடன் இங்கிருந்து தப்பித்தாள். இப்போது பெர்பிக்னானில் அவளுக்கு உதவ முன்வந்த குடும்பத்துடன் வசிக்கிறாள். தையல்வேலை செய்கிறாள், பியானோ சொல்லிக் கொடுக்கிறாள். அவளுக்கு ஆரோக்கியமான ஆண் குழந்தை பிறந்து, குழந்தைக்கு ஒரு மாதம் ஆகிறது. அமர்க்களமாக இருக்கிறான்."

எய்டர் முன்பைப் போலவே எல்லா இடங்களிலும் தன் பேச்சுத்திறனால் தொழிலில் முன்னேறினான். போர்க்காலத்தில் விற்பனைக்குத் தகுதியான பல பொருட்களை மீட்க முடிந்தது. சிகரெட், சர்க்கரை போன்ற ஆடம்பரப் பொருட்கள் முதல் காலணிகள், மார்ஃபீன் போன்ற அத்தியாவசியப் பொருட்கள் வரை கண்டெடுத்தான். அவற்றைப் பண்டமாற்று முறையில் மற்ற பொருட்களுக்குப் பதிலாக வாங்கி லாபத்திற்கு விற்றான். ரோஸரை மிகவும் கவர்ந்த ஜெர்மன் பிஸ்டல், அமெரிக்க பேனாக்கத்தி போன்ற பொக்கிஷங்களையும் அவனால் கைமாற்ற முடிந்தது. அவன் அவற்றை ஒருபோதும் பிரெஞ்சு போலீசிடம் கொடுத்திருக்க மாட்டான், அதைப் பற்றி இப்போது நினைத்தால்கூட அவனுக்குக் கோபம் வரும். பல

ஆண்டுகளுக்கு முன்பு வெனிசுவேலாவுக்குக் குடிபெயர்ந்த சில தொலைதூர உறவினர்களுடன் தொடர்புகொண்ட எய்டர், அவர்கள் உதவித்தொகை தர முன்வந்ததால் அவர்கள் நாட்டிற்குக் குடி பெயர்ந்து, வேலை தேடப் போவதாகவும், டிக்கெட், விசாவிற்குப் பணம் சேகரித்துக்கொண்டிருப்ப தாகவும் கூறினான்.

"நான் ஒரு வாரத்தில் வெனிசுவேலாவுக்குப் போகப் போகிறேன், விக்டர். நாம் விரைவில் ஐரோப்பாவை விட்டு வெளியேற வேண்டும். மற்றொரு உலகப் போர் மூளவிருக்கிறது. அது முதல் போரைவிட மோசமாக இருக்கும். நான் வெனிசுவேலாவுக்குப் போனவுடன் ஆவணங்களைச் சரி செய்து விடுவேன். நீ குடிபெயரத் தயாரென்றால் சொல், உனக்குக் கப்பல் டிக்கெட்டை அனுப்புகிறேன்."

"என்னால் ரோஸரையும் அவள் குழந்தையையும் விட்டு வர முடியாது."

"அவர்களுக்கும் சேர்த்துதான், தோழா!"

எய்டரின் வருகைக்குப் பின் விக்டர் பல நாட்கள் குழப்பத்திலிருந்தான். தலைவிதியின் பிடியில் மாட்டிக் கொண்டு, தன் வாழ்க்கையின் மீது எந்தக் கட்டுப்பாடும் இல்லாமல், இழுபறியில் மீண்டும் நிறுத்தப்பட்டிருப்பதைப் போல் அவன் உணர்ந்தான். கடற்கரையில் தனியாகப் பல மணிநேரம் நடந்தான். முகாமில் நோய்வாய்ப்பட்டவர்களுக்குத் தான் எவ்வளவு தூரம் பொறுப்பெடுத்துக்கொள்வது என்ற குழப்பத்தை, ரோஸருக்குக் குழந்தை பிறந்த விவரம் தீர்த்தது. அவர்களுக்குத் தான்தான் பொறுப்பு, அதனால் தனது சொந்த விதியை முதன்மைப்படுத்த வேண்டிய நேரம் வந்துவிட்டது என்ற முடிவுக்கு வந்தான். டிசம்பர் 1936 முதல் ஸ்பெயினின் தலைவனாக ஃபிராங்கோ தனக்குத் தானே பட்டத்தைக் கொடுத்துக்கொண்டு, 1937 ஏப்ரல் முதல் தேதி, தொள்ளாயிரத்து எண்பத்தெட்டு நாள்கள் நீடித்த போரை முடிவுக்குக் கொண்டுவந்தான். பிரான்சும் இங்கிலாந்தும் அவனது அரசாங்கத்தை அங்கீகரித்தன. அன்றோடு விக்டரின் தாயகம் தொலைந்தது. அவன் தாயகத்திற்குத் திரும்பும் நம்பிக்கையும் முறிந்தது.

விக்டர் உடலில் மணலைத் தேய்த்துக் கடலில் குளித்து (சோப்பு இல்லாத காரணத்தால்), ஒரு தோழரின் உதவியுடன் தலைமுடியை வெட்டிக்கொண்டு, கவனமாகச் சவரம்செய்து, பக்கத்து மருத்துவமனைக்குச் சென்று மருந்து வாங்குவதற்காக அனுமதிச்சீட்டைக் கேட்டான். வாரந்தோறும் நடக்கும்

மாமூலான காரியம். விக்டர் முதன்முதலில் செல்லும்போது காவலாளி ஒருவன் உடன் வந்தான், ஆனால் சில மாதங்களுக்குப் பிறகு அவனைத் தனியாகச் செல்ல அனுமதித்தனர். முகாமிற்குத் திரும்பும் உத்தேசமில்லாமல் விக்டர் வெளியே வந்தான். பல மாதங்களுக்குப் பிறகு முதல் கண்ணியமான உணவு உண்ணவும், நல்ல நிலையிலிருந்த பழைய உடைகள் – ஒரு சாம்பல் நிற கோட், இரண்டு சட்டைகள், ஒரு தொப்பி – வாங்கவும், அவனது தாயின் கூற்றுப்படி நல்ல காலணிகள் நல்ல வரவேற்பைக் கொடுக்கும் என்பதால் ஒரு ஜோடிப் புதிய காலணிகள் வாங்கவும் எய்டர் அவனிடம் கொடுத்திருந்த கொஞ்சப் பணத்தைப் பயன்படுத்தினான். ஒரு டிரக் டிரைவரின் உதவியுடன் தனது தோழியைப் பார்க்க பெர்பிக்னானிலிருந்த செஞ்சிலுவைச் சங்க அலுவலகத்திற்குப் போனான்.

எலிசபெத் ஐடன்பென்ஸ் தனது மகப்பேறு மருத்துவமனையில் இரண்டு கைகளிலும் ஒரு கைக்குழந்தையுடன் நின்றிருந்தாள். அதிகமான வேலைச்சுமையில் அவர்களுக்கிடையில் எற்பட்ட ஒருதலைக் காதலைக்கூட அவள் மறந்துவிட்டிருந்தாள். ஆனால் விக்டர் மறக்கவில்லை. அவளது தெளிவான கண்களையும், வெண்ணிறச் சீருடையையும் எப்போதும்போல அமைதியாக இருக்கும் அவளது முகத்தையும் பார்த்து, அவள் பரிபூரண மானவள் என்று தோன்றியது. அவள் தன்னைத் திருமணம் செய்துகொள்வாள் என்று கனவுகண்டது வடிகட்டிய முட்டா ளென்று நினைத்துக்கொண்டான்; அவள் தொண்டு செய்யப் பிறந்தவள், காதலிக்க அல்ல. அவனை அடையாளம் கண்டு கொண்ட எலிசபெத், குழந்தைகளை வேறொரு பெண்ணிடம் கொடுத்துவிட்டு, உண்மையான பாசத்துடன் அவனை அணைத்துக்கொண்டாள்.

“எப்படி மாறிவிட்டாய், விக்டர்! மிகவும் கஷ்டப் பட்டிருக்கிறாய் நண்பனே!”

“மற்றவர்களுடன் ஒப்பிடுகையில் குறைவு. மொத்தத்தில் நான் அதிர்ஷ்டசாலி. ஆனால் நீ எப்போதும்போல் ஒளிர்கிறாய்.”

“அப்படியா?”

“உன்னால் மட்டும் எப்படி நேர்த்தியாக, புன்முறுவலுடன், அமைதியாக இவ்வளவு காலம் இருக்க முடிந்தது? இதேபோல ஒரு போரின் நடுவே நான் உன்னைச் சந்தித்தபோதும் என்னவோ நமது கெட்ட காலம் உன்னை மட்டும் பாதிக்காததைப் போல இருந்தாய்.”

“கெட்ட காலம் என்னை மேலும் வலுவாகவும் கடினமாக உழைக்கவும் கட்டாயப்படுத்துகின்றன விக்டர். ரோஸரைப் பற்றிய செய்தியைக் கேட்டு என்னைப் பார்க்க வந்தாய், இல்லையா?”

“எலிசபெத், நீ அவளுக்குச் செய்த உதவிக்கு நான் எவ்வளவு நன்றி சொன்னாலும் போதாது.”

“நன்றி சொல்ல அவசியமில்லை. பியானோ வகுப்பு முடிய எட்டு மணிவரை காத்திருக்க வேண்டும். மகப்பேறு மருத்துவமனைக்குப் பண உதவி பெற எனக்கு உதவும் திருச்சபையைச் சேர்ந்த சில நண்பர்களுடன் வசிக்கிறாள்.”

அவர்கள் அங்கே காத்திருக்கும் நேரத்தில் எலிசபெத் அவனை மருத்துவமனையில் தங்கியிருந்த தாய்மார்களுக்கு அறிமுகப்படுத்தி, அங்கிருந்த அறைகளையும் வசதிகளையும் காட்டினாள். பின்னர் இருவரும் தேநீர் அருந்த அமர்ந்து, கடைசியாகத் தெருயெல்லில் சந்தித்த பிறகு அவர்கள் அனுபவித்த கொடுமைகளைப் பரிமாறிக்கொண்டனர். எட்டு மணிக்கு எலிசபெத் அவனைத் தன் காரில் க்வேக்கர் நண்பர்களின் வீட்டிற்கு அழைத்துச்சென்றாள். சாலையைவிட உரையாடலில் அதிக கவனம் செலுத்தினாள். போரிலும் சித்திரவதை முகாமிலும் தப்பிப் பிழைத்துவிட்டுத் தன் ஒருதலைக் காதலியின் வண்டியில் கரப்பான்பூச்சி நசுங்குவதைப் போல் நசுங்கி இறந்தால் எவ்வளவு முரண்பாடாக இருக்கும் என்று விக்டர் நினைத்தான்.

க்வேக்கர்களின் வீடு இருபது நிமிடத் தொலைவில் இருந்தது. ரோஸர்தான் கதவைத் திறந்தாள். விக்டரைக் கண்டவுடன் அனிச்சையாக அவளிடமிருந்து அதிர்ச்சியில் ஒலி எழும்பியது. தான் காண்பது பிரமையா என்பதுபோல முகத்தைக் கைகளில் புதைத்துக்கொண்டாள், அவன் அவளை அணைத்துக் கொண்டான். மெல்லிய இடுப்பு, சிறுவனைப் போன்ற உடல், அடர்த்தியான புருவங்கள், தீவிரமான அம்சங்களைக்கொண்ட பெண்ணாக அவளைப் பார்த்த ஞாபகம். தன் அழகைப் பற்றிய கவனமில்லாமல், பல ஆண்டுகளில் மெல்லிய தோற்றத்தையோ ஆண்மையான தோற்றத்தையோ அடையக்கூடிய பெண். கடைசியாக டிசம்பர் மாத இறுதியில் அவளைப் பார்த்தபோது பெருத்த வயிறும் முகப்பருவுமாக இருந்தாள். தாய்மை அவளை மென்மையாக்கியிருந்தது. தட்டையான அவள் உடலுக்கு வளைவுகளைக் கொடுத்திருந்தது. அவள் தாய்ப்பால் ஊட்டுவதால் அதற்கேற்ற மார்பகங்கள், தெளிவான தோல், பளபளப்பான கேசம்.

மனதை உருக்கும் பல காட்சிகளைப் பார்த்துப் பழகிய எலிசபெத்கூட நெகிழ்ந்துபோகும் அளவுக்கு அந்தச் சந்திப்பு உணர்ச்சிகரமாக இருந்தது. கிய்யேம்மின் மகன் கொழுகொழு வென்று மொட்டைத் தலையுடன் இருந்தான். அந்த வயதில் இருக்கும் எல்லாக் குழந்தைகளும் விக்டருக்கு வின்ஸ்டன் சர்ச்சிலைப் போலவே தோன்றினார்கள். கூர்ந்து நோக்கினால், தல்மாவ் குடும்பத்தின் அம்சமான கறுப்பு ஆலிவ் கண்கள் தென்பட்டன.

"அவன் பெயர்?" ரோஸரிடம் கேட்டான்.

"இப்போதைக்கு நாங்கள் நீன்யோ என்று அழைக்கிறோம். கிய்யேம் வந்ததும் பிறப்புப் பதிவேட்டில் பதிவு செய்யக் காத்திருக்கிறேன்."

கிய்யேம் பற்றிய உண்மையை அவளிடம் சொல்ல வேண்டிய நேரம் அது, ஆனால் விக்டருக்கு அதைச் சொல்லத் தைரியம் வரவில்லை.

"நீ ஏன் குழந்தைக்கு கிய்யேம் என்று பெயரிடக் கூடாது?"

"ஏனென்றால், தனது குழந்தைகள் யாருக்கும் தன் பெயரை வைக்கக் கூடாது என்று என்னை எச்சரித்திருக்கிறார். அவருக்கு கிய்யேம் என்ற பெயர் பிடிக்காதாம். மகன் பிறந்தால் மார்செல், மகள் பிறந்தால் கார்மே என்று முடிவு செய்திருந்தோம்."

"அப்படியென்றால் பெயர் கிடைத்துவிட்டதென்று சொல்..."

"நான் கிய்யேமுக்காகக் காத்திருக்கப்போகிறேன்."

க்வேக்கர் குடும்பத்தில் தந்தை, தாய், இரண்டு குழந்தைகள். விக்டரையும் எலிசபெத்தையும் இரவு உணவு அருந்தும்படி அழைத்தனர். ஆங்கிலேயர்களாக இருந்தாலும், சாப்பிடும் அளவிற்கு உணவு சுமாராக இருந்தது. போர் நடந்த ஆண்டுகளை ஸ்பெயினில் கழித்ததால் அவர்கள் நன்றாக ஸ்பானிஷ் பேசினர். அங்கிருந்த சமயம் குழந்தைகள் அமைப்புகளுக்கு உதவினார்கள். பின்வாங்கல் ஏற்பட்டதிலிருந்து அகதிகளின் முன்னேற்றத்திற்குப் பணியாற்றினார்கள். எப்போதும் தங்களை ஏதாவது ஒரு நற்பணியில் அர்ப்பணித்துக்கொள்ள வேண்டும் என்றனர். எலிசபெத் முன்பு கூறியதுபோல், எங்காவது ஒரு போர் எப்பொழுதும் நடந்துகொண்டுதானிருக்கும், அதனால் அவர்களின் தொண்டும் அத்தியாவசியமாக இருக்கும்.

"உங்களுக்கு நாங்கள் எப்போதும் நன்றியுள்ளவர்களாக இருப்போம்" என்று விக்டர் அவர்களிடம் கூறினான். உங்களின் நல்லுள்ளத்தால் குழந்தை உயிருடன் இருக்கிறான். முகாமில் நிச்சயமாக உயிர் பிழைத்திருக்க மாட்டான். ரோஸரும்

உயிர் பிழைத்திருக்க மாட்டாள் என்று நினைக்கிறேன். உங்கள் விருந்தோம்பலை நீண்ட காலத்திற்கு நினைவில் வைத்திருப்போம்."

"எங்களுக்கு நன்றி சொல்ல அவசியமில்லை, ஸென்யோர்[2]. ரோஸரும் குழந்தையும் எங்கள் குடும்பத்தின் ஒரு அங்கம். கிளம்புவதற்கு ஏன் இவ்வளவு அவசரப்படுகிறீர்கள்?"

விக்டர் தனது நண்பர் எய்டர் இபார்ராவைப் பற்றிக் கூறி, வெனிசுவேலாவுக்குக் குடிபெயர்வதற்கான திட்டத்தை அவர்களிடம் விளக்கினான். இனி பிரான்ஸில் இருப்பது ஆபத்து, அவர்களுக்கு வெளியேறுவதைத் தவிர வேறு வழியில்லை என்றான்.

"வேறு நாட்டில் குடியேற நீங்கள் விருப்பப்பட்டால், சிலிக்குச் செல்வதைக் கருத்தில் கொள்ளுங்கள், ஸ்பெயினியர்களை சிலிக்கு அழைத்துச் செல்லும் கப்பல் பற்றிய செய்தியை நாளிதழில் பார்த்தேன்" என்று எலிசபெத் கூறினாள்.

"சிலியா? அது எங்கே இருக்கிறது?" ரோஸர் கேட்டாள்.

"உலகின் முடிவில் என்று நினைக்கிறேன்" என்று விக்டர் கூறினான்.

மறுநாள் எலிசபெத் மேற்கூறிய குறிப்பை நாளிதழில் கண்டுபிடித்து விக்டருக்கு அனுப்பினாள். சிலிய அரசாங்கத்தால் நியமிக்கப்பட்ட கவிஞர் பாப்லோ நெரூடா, ஸ்பானிய நாட்டை விட்டு வெளியேறியவர்களைத் தனது நாட்டிற்கு அழைத்துச் செல்ல வின்னிபெக் என்ற கப்பலைத் தயார்படுத்திக் கொண்டிருந்தார். விக்டர் ரயிலில் பாரிஸுக்குப் போவதற்கு எலிசபெத் பணம் கொடுத்தாள். பரிச்சயமில்லாதக் கவிஞருடன் தனது வருங்காலத்தை நிர்ணயித்துக்கொள்ள விக்டர் ஆயத்தமானான்.

நகரத்தின் வரைபடத்தைப் பயன்படுத்தி, விக்டர் தல்மாவ், 2 அவென்யூ து லா மோட், பிக்கெட் தெருவில் லேஸ் அன்வாலீத் என்ற இடத்திலிருந்த சிலிய நாட்டுப் படையின் நேர்த்தியான மாளிகைக்கு வந்தான். வாசலில் மக்கள் நீளமாக வரிசைகட்டி நின்றிருந்தனர். கடுமையான வாயில்காப்பவன் ஒருவன் தடியுடன் மக்களைக் கட்டுப்படுத்திக்கொண்டிருந்தான். கட்டிடத்திற்குள்ளும், வந்தவர்களை அதிகாரிகள் விரோதமாகப் பார்த்தனர். விக்டருக்குக் கட்டிடத்திற்குள் நிலவிய சில்லிட்ட சூழல் பாரிஸின் வசந்தத்தின் பதற்றத்தை நினைவுப்படுத்தியது.

2. ஸ்பானிஷ் மொழியில் மிஸ்டர், சார்

ஹிட்லர் ஐரோப்பியப் பிரதேசங்களை ஒவ்வொன்றாக விழுங்கிக்கொண்டிருந்தான். போர் மேகம் வானத்தை இருட்டாக்கிக் கொண்டிருந்தது. வரிசையில் இருந்தவர்கள் அனைவரும் ஸ்பானிஷில் பேசினார்கள், எல்லோர் கைகளிலும் செய்தித்தாள் கத்தரிப்பு இருந்தது. அவனது முறை வந்தபோது விக்டருக்குப் படிக்கட்டைக் காட்டினார்கள். தரைத் தளத்தில் பளிங்காலும் வெண்கலத்தாலும் தொடங்கிய படிக்கட்டுகள் மேலே போகப் போகக் குறுகலாகவும் குப்பையாகவும் மாறிப் பரணிலிருந்த அறையில் முடிந்தது. லிஃப்ட் இல்லை. கால் இல்லாமல் நொண்டிய மற்றொரு ஸ்பானியருக்கு அவன் உதவ வேண்டியிருந்தது.

கம்யூனிஸ்டுகளை மட்டுமே ஏற்றுக்கொள்கிறார்கள் என்பது உண்மையா? – விக்டர் அவனிடம் கேட்டான்.

“அப்படித்தான் சொல்கிறார்கள். நீங்கள் எந்தக் கட்சி?”

“சாதாரணக் குடியரசுக் கட்சி.”

“குழப்பிக்கொள்ளாதீர்கள். கம்யூனிஸ்ட் என்று கவிஞரிடம் சொல்லுங்கள்.”

மூன்று நாற்காலிகளும் ஒரு மேசையும் இருந்த சிறிய அறையில் பாப்லோ நெரூடாவை விக்டர் சந்தித்தான். துளைக்கும் கண்கள், அரபு நாட்டவனின் இமைகள், கனமான தோள்கள் விக்டரை வரவேற்றன. இளமையாகத் தோன்றிய நெரூடா சற்றுக் கூன்விழுந்து காணப்பட்டார்; விக்டரிடம் விடைபெற எழுந்து நின்றபோது உண்மையில் அவர் அவ்வளவு குண்டாக இல்லை என்று தெரிந்தது. வெறும் பத்து நிமிடங்களே நீடித்த அந்த நேர்காணல், முயற்சியில் தோற்றுப்போன உணர்வை அவனுக்கு அளித்தது. நெரூடா அவனிடம் சில பொதுவான கேள்விகளைக் கேட்டார்: வயது, திருமண நிலை, கல்வி, பணி அனுபவம்.

“கம்யூனிஸ்டுகளைத்தான் தேர்ந்தெடுப்பார்கள் என்று கேள்விப்பட்டேன்” என்று கவிஞர் தன்னுடைய அரசியல் தொடர்பைக் கேட்காததைக் கண்டு ஆச்சரியமாகக் கேட்டான் விக்டர்.

“நீங்கள் தவறாகக் கேள்விப்பட்டிருக்கிறீர்கள். கம்யூனிஸ்டுகள், சோசலிஸ்டுகள், அனார்க்கிஸ்டுகள் லிபரல்களுக்கான ஒதுக்கீடுகளைக் கருத்தில் கொண்டு ஸ்பானிய அகதிகளை வெளியேற்றும் சேவை நிறுவனமும் நானும் யாரைத் தேர்ந்தெடுப்பதென்று முடிவுசெய்வோம். நாங்கள் முக்கியமாகக் கணக்கில் எடுத்துக்கொள்வது நபரின் குணமும் அவரால் சிலிக்குக் கிடைக்கும் பயனும். நூற்றுக்கணக்கான

விண்ணப்பங்களை நான் படித்துவருகிறேன், முடிவெடுத்தவுடன் உங்களிடம் தெரிவித்துவிடுவேன், கவலை வேண்டாம்."

"உங்கள் பதில் உறுதியானதாக இருந்தால், ஸென்யோர் நெரூடா, நான் தனியாகப் பயணிக்க மாட்டேன் என்பதை நினைவில் கொள்ளவும். என் தோழியும் அவளின் கைக்குழந்தை யும் வருவார்கள்."

"தோழி என்றா சொன்னீர்கள்?"

"ரோஸர் ப்ருகுவேரா, என் சகோதரனின் காதலி."

"அப்படியானால், உங்கள் சகோதரர் என்னைப் பார்த்து விண்ணப்பத்தை நிரப்ப வேண்டும்."

"எப்ரோ போரில் என் சகோதரர் இறந்துவிட்டார் என்று நாங்கள் கருதுகிறோம், ஸென்யோர்."

"உங்கள் இழப்பிற்கு நான் மிகவும் வருந்துகிறேன். நான் நேரடிக் குடும்ப உறுப்பினர்களுக்கு மட்டுமே முன்னுரிமை கொடுக்க முடியும் என்பதை நீங்கள் புரிந்துகொள்ள வேண்டும்."

"எனக்குப் புரிகிறது. நீங்கள் அனுமதித்தால் மூன்று நாட்களில் உங்களை மீண்டும் சந்திக்க வரலாமா?"

"மூன்று நாட்களில் என்னால் பதில் சொல்ல முடியாது நண்பனே!"

"ஆனால் என்னால் முடியும். மிக்க நன்றி."

அன்று மதியமே பாரிஸிலிருந்து கிளம்பி மீண்டும் பெர்பிக்னானுக்கு வந்த விக்டர், இரவு வெகுநேரம் கழித்து வந்ததால் மூட்டைப்பூச்சிகள் நிறைந்த ஹோட்டல் ஒன்றின் படுக்கையில் சோர்வாகத் தூங்கினான். அங்கே குளிக்கக்கூட முடியவில்லை. மறுநாள் ரோஸரின் தையல் பட்டறைக்குச் சென்றான். பேசுவதற்காக இருவரும் தெருவில் இறங்கி நடந்தனர். விக்டர் அவள் கையைப் பிடித்து, அருகிலிருந்த பிளாசாவில் சற்றே தனிமையாக இருந்த ஒரு பெஞ்சில் அமர்த்தி, சிலிய நாட்டு தூதரகத்தில் அதிகாரிகளின் அலட்சியத்தையும் நெரூடாவால் ஆணித்தரமாகக் கொடுக்க முடியாத பதிலையும் தவிர்த்து விட்டு மற்ற விவரங்களைக் கூறினான்.

"அந்தக் கவிஞர் உன்னைத் தேர்ந்தெடுத்தால், விக்டர், நீ கண்டிப்பாகப் போக வேண்டும். என்னை பற்றிக் கவலைப் படாதே."

"ரோஸர், சில மாதங்களுக்கு முன்பே நான் உன்னிடம் சொல்ல வேண்டிய விஷயம். ஆனால் ஒவ்வொரு முறை நான்

சொல்ல முயற்சிக்கும்போதும் என் தொண்டை அடைக்கிறது. வார்த்தை வர மாட்டேனென்கிறது. இதை உன்னிடம் எப்படிச் சொல்வதென்றே தெரியவில்லை..."

"கிய்யேம்? கிய்யேமைப் பற்றியா?" பயத்தில் அவள் குரல் உயர்ந்தது.

விக்டர் அவளைப் பார்க்கத் துணிவில்லாமல் தலையசைத்தான். அவள் சத்தமாக அழுவதற்காகத் தன் மார்போடு அணைத்துக்கொண்டான். அவளுடைய முகத்தை அவன் அணிந்திருந்த பழைய கோட்டில் புதைத்து, வெகுநேரம் சின்னக் குழந்தையைப் போல நடுங்கியபடி அழுதாள். தொண்டை கரகரப்பாக ஆகிக் கண்ணீர் நிற்கும்வரை அரற்றினாள். ரோஸர் தனது மனதில் கிய்யேம் இறந்திருக்கக் கூடும் என்ற விஷயத்தை நீண்ட காலம் சந்தேகித்து, தனது துயரத்தை எல்லாம் கண்ணீராக வெளியேற்றுவதுபோல் தோன்றியது அவனுக்கு. ஒருவேளை இந்தப் பயங்கரச் செய்தி அதிர்ச்சியானதாக இல்லாமல் இருந்திருக்கலாம், இல்லையென்றால் கிய்யேம் இவ்வளவு காலம் அவளுடன் தொடர்புகொள்ளாமல் இருந்திருக்க மாட்டான் என்று அவளுக்குத் தெரியும். அவனுக்கும் தெரியும். மக்கள் போரில் தொலைந்துபோவதும் கணவன் மனைவி பிரிவதும் குடும்பங்கள் சிதறடிக்கப்படுவதும் உண்மை. ஆனால் ரோஸரின் உள்ளுணர்வு கிய்யேம் இறந்துவிட்டதாக எச்சரித்திருக்க வேண்டும். அதனாலோ என்னவோ அவள் ஆதாரம்கூடக் கேட்கவில்லை, ஆனாலும் பாதி எரிந்த பர்ஸையும் கிய்யேம் எப்போதும் தன்னுடன் வைத்திருந்த அவள் புகைப்படத்தையும் விக்டர் காட்டினான்.

"ரோஸர், நான் ஏன் உன்னை விட்டுச் செல்ல முடியாது என்று இப்போது புரிகிறதா? அவர்கள் என்னைத் தேர்ந்தெடுத்தால் நீ என்னுடன் சிலிக்கு வர வேண்டும். பிரான்ஸிலும் போர் நடக்கும். குழந்தையை நாம் பாதுகாக்க வேண்டும்."

"உன் அம்மா?"

"நாம் பார்சிலோனாவை விட்டு வெளியேறியதிலிருந்து யாரும் அவளைப் பார்க்கவில்லை. போரின் ஆரவாரத்தில் தொலைந்து போன அவள் உயிருடன் இருந்திருந்தால் என்னையும் உன்னையும் தொடர்பு கொண்டிருப்பாள். எதிர்காலத்தில் அவள் தோன்றினால், அவளுக்கு எப்படி உதவுவது என்று பார்ப்போம். இந்த நேரத்தில் நீயும் உன் மகனும் எனக்கு மிக முக்கியம். உனக்குப் புரிகிறதா?"

“எனக்குப் புரிகிறது விக்டர். நான் என்ன செய்ய வேண்டும்?”

“மன்னிக்கவும், ரோஸர். . . நீ என்னைத் திருமணம்செய்து கொள்ள வேண்டும்.”

அவளின் திகிலான முகபாவத்தைப் பார்த்து அந்தத் தருணத்தின் சோகத்திற்குப் பொருத்தமே இல்லாமல் தோன்றிய புன்னகையை விக்டரால் அடக்க முடியவில்லை. குடும்பங்களுக்கு முன்னுரிமை அளிப்பது தொடர்பான நெரூடா வின் தகவலை அவன் அவளிடம் திரும்பச் சொன்னான்.

“நீ என் மைத்துனிகூட இல்லை, ரோஸர்.”

“நான் கிய்யேமை ஆவணங்களோ பாதிரியாரின் ஆசீர்வாதமோ இல்லாமல் திருமணம் செய்துகொண்டேன்.”

“இந்தச் சூழ்நிலையில் அது செல்லுப்படியாகாது, ரோஸர். நீ விதவை ஆக முடியாத விதவை. முடிந்தால் இன்றே திருமணம் செய்து, குழந்தையை மகனாகப் பதிவு செய்துவிடலாம். நான் அவனுக்குத் தந்தையாவேன்; நான் அவனைக் கவனித்துக் கொள்வேன். அவனைப் பாதுகாப்பேன். என் மகனைப் போல நேசிப்பேன். உனக்கு உறுதியளிக்கிறேன். உன்னையும் பார்த்துக்கொள்வேன்.”

“நாம் ஒருவரை ஒருவர் நேசிக்கவில்லை. . .”

“இதெல்லாம் ரொம்ப அதிகம், பெண்ணே. அன்பும் மரியாதையும் போதாதா? நாம் வாழும் காலகட்டத்தில் இதுவே அதிகம். நீ விரும்பாத உறவை நான் உன் மீது திணிக்க மாட்டேன், ரோஸர்.”

“அதற்கு என்ன பொருள்? நீ என்னுடன் உறவுகொள்ளப் போவதில்லையா?”

“ஆமாம், ரோஸர். நான் அயோக்கியன் அல்ல.:

சதுக்கத்திலிருந்த பெஞ்சில் அமர்ந்து, சிறிது நேரத்தில், அவர்கள் தங்கள் வாழ்க்கையையும் குழந்தையின் வாழ்க்கையையும் மாற்றும் முடிவை எடுத்தனர். அவசர நிலையில் நாட்டை விட்டு வெளியேறும்போது அடையாள ஆவணங்களை எடுத்துக்கொள்ளாமல் வந்த பலரைப் போலல்லாமல் இவர்கள் இருவரும் அவற்றை பிரான்சுக்கு எடுத்து வந்து வழியில் வதை முகாம்களில் தொலைக்காமல் பத்திரமாக வைத்திருந்தனர். விக்டர் தனது புதிய காலணிகளை மெருகேற்றி, கடனாக வாங்கிய டையைக் கழுத்தில் கட்டி யிருந்தான். அழுகையால் வீங்கிய கண்களுடன் அமைதியாக இருந்த ரோஸர், தனது சிறந்த உடையை அணிந்து, அதனுடன்

வசந்தகாலத்தில் அணியக்கூடிய தொப்பியை அணிந்திருந்தாள். சிட்டி ஹாலில் நடந்த சுருக்கமான சடங்கில் க்வேக்கர் நண்பர்கள் திருமணத்திற்குச் சாட்சிகளாக நிற்க, அவர்கள் திருமணத்திற்குப் பிறகு, குழந்தையை மார்செல் தல்மாவ் ப்ருகுவேரா என்று பதிவுசெய்தனர். தந்தை உயிருடன் இருந்திருந்தாலும் அதுவே குழந்தையின் பெயராக இருந்திருக்கும். அவர்கள் எலிசபெத் ஐடன்பென்ஸின் சிறிய மகப்பேறு மருத்துவமனையில் அன்றிரவு சிறப்பு உணவுடன் கொண்டாடினர். புதுமணத் தம்பதியர் சாண்டில்லி கிரீம் கேக்கை வெட்டி அங்கிருந்தவர்களுக்குப் பரிமாறினார்கள்.

விக்டர் பாப்லோ நெரூடாவிடம் அறிவித்தது போலவே, சரியாக மூன்று நாட்களுக்குப் பிறகு பாரிஸில் உள்ள சிலியப் படையின் அலுவலகத்திற்குத் திரும்பச் சென்று தனது திருமணச் சான்றிதழையும் மகனின் பிறப்புச் சான்றிதழையும் மேசையில் வைத்தான். நெரூடா தனது தூக்கம் நிறைந்த பார்வையை உயர்த்தி நீண்ட நொடிகள் அவனைப் பார்த்தார்.

“இளைஞனே, உன்னிடம் ஒரு கவிஞனின் கற்பனையைக் காண்கிறேன். சிலி உங்களை வரவேற்கிறது,” என்று அவர் அவனது கோரிக்கைப் பத்திரத்தில் முத்திரையைப் பதித்தார்.

“உங்கள் மனைவி பியானோ கலைஞர் என்கிறீர்களா?”

“ஆமாம், ஸென்யோர். தையல் கலையும் நன்றாக வரும்.”

“சிலியில் எங்களிடம் தையல்காரர்கள் உள்ளனர், ஆனால் எங்களுக்கு பியானோ கலைஞர்கள் தேவை. உங்கள் மனைவி, மகனுடன் பொர்தோவிலுள்ள ட்ரொம்பலூப் துறைமுகத்திற்கு வெள்ளிக்கிழமை அதிகாலை வந்துவிடுங்கள். அன்று மாலை வின்னிபெக் கப்பல் புறப்படும்.”

“டிக்கெட்டுக்கு எங்களிடம் பணம் இல்லை ஸென்யோர்...”

“யாரிடமும் பணம் இல்லை, ஸென்யோர். சிலி விசாவிற்கான கட்டணத்தைப் பற்றிக் கவலைப்படாதீர்கள். சில தூதரகங்கள் கட்டணம் வசூலிக்க முயற்சி செய்கின்றன. அகதிகளிடம் விசா கட்டணம் வசூலிப்பது எனக்கு அருவருப்பாக இருக்கிறது. அதைப் பற்றியும் பொர்தோவில் பார்த்துக்கொள்ளலாம்.”

விக்டர் தல்மாவ், ரோசர் ப்ருகுவேரா ஆகியோருக்கும் அவர்களுடன் பொர்தோ துறைமுகத்திலிருந்த இரண்டாயிரத்திற்கும் மேற்பட்ட ஸ்பானியர்களுக்கும் 1939 ஆகஸ்ட் 4ஆம் தேதி மறக்க முடியாத கோடை நாளாக எப்போதும் நினைவிலிருக்கும்.

பொர்தோவிலிருந்து கிளம்பும்போது அவர்களுக்கு சிலியைப் பற்றி எந்த விவரமும் தெரியாது. கடலில் நழுவிவிடாமல் இருக்க வானளாவிய மலைத்தொடரைக் கெட்டியாகப் பிடித்திருந்ததைப் போலிருந்த சிலி, நீளமான, குறுகிய தென் அமெரிக்க நாடு. மெல்லிய கோடு வடிவில் இருந்ததால் சிலியை நெரூடா 'ஒயின், பனி, கடலின் நீளமான இதழ்' என்றும், 'வெள்ளை கறுப்பு நுரையாலான ரிப்பன்' என்றும் இந்தக் குழுவைத் தேர்ந்தெடுக்கும் போது வர்ணித்தார், ஆனால் இந்த வருணனை கப்பலுக்குக் காத்திருந்தவர்களுக்கு அவர்களின் விதியைத் தெளிவுபடுத்தவில்லை. வரைபடத்தில் சிலி தொலைதூரத்தில் எங்கோ மூலையில் இருந்தது. நீல வானத்தின் கீழ் பொர்தோவின் சதுக்கம் மக்களின் போக்குவரத்தால் பரபரப்பாக இருந்தது. கூட்டம் நிமிடத்திற்கு நிமிடம் வளர்ந்துகொண்டேபோனது. வெப்பத்தால் மூச்சுத் திணறியது. ரயில்கள், டிரக்குகள், பிற வாகனங்கள் மக்களைச் சுமந்து வந்துகொண்டேயிருந்தன. அவர்களில் பெரும்பாலோர் வதை முகாம்களிலிருந்து நேராக, பசியுடன், பலவீனமாக, குளிக்கக்கூட அவகாசமில்லாமல் வந்தனர். பல மாதங்களாகப் பிரிந்திருந்த ஆண்கள், பெண்கள், குழந்தைகள், தம்பதிகள், குடும்பங்கள் ஒன்று சேரும் சந்திப்புகள் உணர்ச்சிகரமாக இருந்தன. மக்கள் வண்டிகளின் ஜன்னல்களுக்கு வெளியே தொங்கியபடி வந்தனர், மற்றவர்களின் கவனத்தைக் கவரக் கூச்சலிட்டனர். ஒருவரையொருவர் அடையாளம் கண்டுகொண்டு கட்டிப்பிடித்து அழுதனர். எப்ரோவில் தனது மகன் இறந்துவிட்டதாக நம்பிய ஒரு தந்தை, ஒரே நேரத்தில் மாட்ரிட் போர்முனையில் இருந்தும் பிரிந்திருந்த இரண்டு சகோதரர்கள், ஒரு சிப்பாய் தனது பிரிந்துபோன மனைவி குழந்தைகள்... இப்படி ஏகப்பட்ட எதிர்பாராத சந்திப்புகள். இவை அனைத்தும் ஒழுக்கத்தின் இயல்பான உள்ளுணர்வுடன் நடந்ததால் பிரெஞ்சு காவலர்களின் பணி எளிதாகியது.

தலை முதல் கால்வரை வெள்ளை உடை அணிந்திருந்த பாப்லோ நெரூடா துறைமுகத்தில் அதிவேகத்துடன் பணியாற்றிக்கொண்டிருந்தார். அங்கே கூடியிருந்த ஸ்பானியர்களின் அடையாளம், ஆரோக்கியம், தேர்வு ஆகிய தகவல்களை நீண்ட மேசைகளில் அமர்ந்திருந்த கான்சலேட் பணியாளர்கள், செயலாளர்கள், நண்பர்கள், அவரைப் போலவே வெள்ளை நிற உடை, பெரிய தொப்பியணிந்திருந்த அவரது மனைவி டெலியா தெல் கார்ரில் போன்ற பலரது உதவியுடன் சரி பார்த்துக்கொண்டிருந்தார். பச்சை நிற மையில் அவரது கையெழுத்தும், ஸ்பானிஷ் அகதிகள் வெளியேற்றச் சேவை நிறுவனத்தின் முத்திரையிட்ட அங்கீகார அட்டையும்

தேர்வுசெய்யப்பட்டவர்களுக்காகத் தயாராக இருந்தது. நெரூடா விசா பிரச்சினையைக் கூட்டு விசா மூலம் தீர்த்தார். ஸ்பானியர்களைக் குழுக்களாக நிற்கவைத்துப் புகைப்படம் எடுத்து, அதை அவசரமாக டெவெலப்செய்து, பின்னர் புகைப்படத்திலிருந்து முகங்களைத் தனித்தனியாக வெட்டி அங்கீகார அட்டையில் ஒட்டினர். அங்கு வந்திருந்த அகதிகள் ஒவ்வொருவருக்கும் தொண்டர்கள் சிற்றுண்டி, சோப்பு, சீப்பு, கண்ணாடி வகையறாக்களை வழங்கினர். முந்நூற்று ஐம்பது குழந்தைகளுக்கான முழு உடைகளையும் எலிசபெத் ஐடன்பென்ஸ் விநியோகம் செய்தாள்.

அன்று சிலிக்குப் புறப்படும் நாள். விரோதமான பொதுக் கருத்தினால் பிளவுபட்டிருந்த சமூகத்திடம் நெரூடாவால் இந்தக் குடியேறுதலை நியாயப்படுத்த முடியாததால், அவர் சிலி அரசாங்கத்திற்கு இடமாற்றத்திற்காகச் செலுத்த வேண்டிய கட்டணப் பணத்தைச் சேகரிக்க முடியவில்லை. பின்னர், எதிர்பாராத விதமாக, மிகவும் சாதாரணமான நபர்களாலான சிறிய குழு ஒன்று ஒவ்வொரு டிக்கெட்டிலும் பாதியைச் செலுத்தத் தயாராக இருப்பதாகத் துறைமுகத்துக்கு வந்தது. தூரத்திலிருந்து அவர்களைப் பார்த்த ரோஸர், குழந்தையை விக்டரின் கைகளில் கொடுத்துவிட்டு, வரிசையை விட்டு அவர்களைப் பார்த்துப் பேச ஓடினாள். அக்குழுவில் அவளுக்கு அடைக்கலம் கொடுத்த க்வேக்கர் கணவன் மனைவி இருந்தனர். 17ஆம் நூற்றாண்டில் ஆரம்பிக்கப்பட்ட க்வேக்கர் மதம், அது தோன்றிய நாளிலிருந்து, மனிதகுலத்திற்குச் சேவை செய்வதையும், அமைதிக்காகப் போராடுவதையும் தங்களின் மதக் கடமையாகக் கருதி அவற்றை நிறைவேற்றுவதற்காகத் தங்கள் சமூகத்தின் பிரதிநிதிகளாக வந்திருந்தனர். “நீங்கள் எப்பொழுதும் உங்களின் உதவி தேவைப்படும் இடத்தில் இருக்கிறீர்கள்” என்று க்வேக்கர் இணையரிடம் சொன்ன ரோஸர், எலிசபெத் அவளிடம் இதே வார்த்தைகளைப் பலமுறை கூறியதை நினைவுகூர்ந்தாள்.

கப்பலில் ஏறும் முதல் குடும்பமாக விக்டர், ரோஸரையும் குழந்தையையும் அழைத்துக்கொண்டு சென்றான். முதல் உலகப் போரில் துருப்புக்களை அழைத்துச் செல்வதற்குப் பயன்படுத்தப்பட்டக் கப்பலான இது சுமார் ஐயாயிரம் டன் எடையுடையது. ஆப்பிரிக்காவிலிருந்து சரக்குகளை ஏற்றிச் செல்லும் பழைய கப்பல். குறுகிய பயணங்களில் இருபது மாலுமிகளுக்காக வடிவமைக்கப்பட்ட இந்தக் கப்பலை ஒரு மாதப் பயணத்திற்குத் தகுந்தாற்போல் இரண்டாயிரத்திற்கும் மேற்பட்ட மக்களை ஏற்றிச் செல்லும் வகையில் தயார்ப்படுத்தி

வைத்திருந்தார்கள். அவசரமாக மூன்று மரப் பங்க்குகளைக் கட்டி, சமையலறை, சாப்பாட்டு அறை, மருத்துவ அறை ஆகியவற்றை நிறுவி, அதில் மூன்று மருத்துவர்கள் தங்குவதற்கு வசதி செய்தார்கள். கப்பலில் படுக்கையறைகள் ஒதுக்கப் பட்டன. விக்டர் ஆண்களுடன் கப்பலின் முன்பக்கத்திலும், ரோஸர் பெண்களுடனும் குழந்தைகளுடன் பின்புறத்தில் தங்கினாள். அடுத்த சில மணிநேரங்களில் அதிர்ஷ்டவசமான பயணிகள் கப்பலில் ஏறினார்கள். கப்பலில் இடமில்லாத காரணத்தால் நூற்றுக்கணக்கான அகதிகள் துறைமுகத்தில் விடப்பட்டனர்.

அன்றிரவு உயர் அலை இருந்த நேரத்தில் வின்னிபெக் கப்பலின் நங்கூரத்தை எடுக்க ஆரம்பித்தார்கள். டெக்கில் சிலர் மௌனமாக அழுதனர். மற்றவர்கள் தங்கள் மார்பில் கைகளை வைத்துக்கொண்டு, “டோல்ஸா கேடலூனியா, பட்ரியா தெல் மு கோர், கான் தெ து ஸல்லூனியா, தென்யோரான்ஸா எஸ் மோர்” எனப் புலம்பெயர்ந்தவர்களின் பாடல் வரிகளைப் பாடலானார்கள். ஒருவேளை அவர்கள் தங்கள் தாய் மண்ணிற்குத் திரும்ப மாட்டோம் என்று உணர்ந்திருக்கலாம். பாப்லோ நெரூடா துறைமுகம் மறையும் வரை கைக்குட்டையை ஆட்டி விடைபெற்றார். அந்த நாள் அவருக்கும் மறக்க முடியாத நாளாக இருக்கும். “விமர்சகர்கள் வேண்டுமென்றால் எனது எல்லாக் கவிதைகளையும் அழிக்கட்டும். ஆனால் இன்று என் நினைவில் இருக்கும் இந்தக் கவிதையை யாராலும் அழிக்க முடியாது,” என்று பல ஆண்டுகளுக்குப் பிறகு இந்த நாளைப் பற்றி அவர் எழுதுவார்.

பங்க்குகள் கல்லறையில் தோண்டப்பட்ட குழிகளைப் போல இருந்தன. முட்டி போட்டு உள்ளே இறங்கி, வைக்கோல் நிரப்பப்பட்ட பாய்களில் படுத்துக்கொள்ள வேண்டியிருந்தது. ஆனால் வதைமுகாம்களில் ஈரமான மணலில் குழிகள் தோண்டி அதில் தூங்குவதை ஒப்பிடும்போது இவை ஆடம்பரமாகத் தோன்றின. சாப்பாட்டு அறையில் மூன்று பந்திகளில் உணவு பரிமாறப்பட்டது. ஐம்பது பேருக்கு ஒரு கழிப்பறை. பயணிகள் கேள்வி கேட்காமல் இந்த விதிமுறைகளைப் பின்பற்றினர். துன்பத்திலும் பசியிலும் வாடியவர்களுக்கு இது சொர்க்க பூமியாகத் தோன்றியது. கப்பலில் உணவு மிகவும் எளிமையானதாக இருந்தாலும் சுவையுடன் இருந்தது. பல மாதங்களாகச் சூடான உணவை உண்ணாத பயணிகள் இங்கே பருப்பு வகைகளை எத்தனை முறை வேண்டுமானாலும் பரிமாறச் சொல்லிக் கேட்கலாம். வதைமுகாம்களில் பேன், மூட்டைப்பூச்சிகளால் துன்புறுத்தப்பட்டவர்கள் இங்கே

குளிர்ந்த நீராலும் சோப்பாலும் பேசின்களில் தங்களைக் கழுவிக் கொள்ள முடிந்தது; விரக்தியில் சிறை வைக்கப்பட்டிருந்தவர்கள் இப்போது சுதந்திரத்தை நோக்கிப் பயணம் செய்து கொண்டிருந்தார்கள். கப்பலில் புகையிலைகூடக் கிடைத்தது! சிறிய பாரில் பீரும் மதுபானமும் விற்பனைக்கு இருந்தன. ஏறக்குறைய அனைத்துப் பயணிகளும் கப்பலில் பராமரிப்புப் பணிகளைச் செய்வதற்கு முன்வந்தனர். இயந்திரங்களை இயக்குவதுமுதல் உருளைக்கிழங்கு தோலுரிப்பது, டெக்கைத் துலக்குவதுவரை உதவுவதற்குத் தயாராக இருந்தனர். விக்டர் முதல் நாள் காலையில், மருத்துவமனையில் மருத்துவர்களிடம் தன்னை அறிமுகம் செய்துகொண்டு அவர்கள் கட்டளையின் கீழ் தன்னை அமர்த்திக்கொண்டான். அவர்கள் அவனுக்கு ஒரு வெள்ளை அங்கியைக் கொடுத்து, பல அகதிகளுக்கு வயிற்றுப்போக்கு இருப்பதாகவும், மூச்சுக்குழாய் அழற்சியின் அறிகுறிகள் இருப்பதாகவும், டைபஸ் நோய் தாக்கிய இருவர் சுகாதாரச் சேவையின் கவனத்திலிருந்து தப்பியதாகவும் அவனிடம் தெரிவித்தார்கள்.

குழந்தைகளைக் கவனிக்கும் பணியில் பெண்கள் தங்களை ஈடுபடுத்திக்கொண்டனர். டெக்கின் ஒரு பகுதியில் மரப்பலகை களால் தடுப்புகள் ஏற்படுத்தி அங்கே மழலையர்களுக்கும் வளர்ந்த குழந்தைகளுக்குமான பள்ளியை ஆரம்பித்தனர். முதல் நாளிலிருந்தே குழந்தைக்காப்பகம், விளையாட்டு, கலை, உடற்பயிற்சி ஆகியவற்றுடன் பாட வகுப்புகளும் நடந்தன – காலையில் ஒன்றரை மணிநேரம், மதியம் ஒன்றரை மணிநேரம். ரோஸருக்கும் எல்லோரையும் போலவே கடல் குமட்டல் இருந்தது. ஆனால் காலையில் எழ முடிந்தவுடன், அங்கிருந்த குழந்தைகளுக்கு சைலோஃபோன் இசை மற்றும் வாளிகளாலான டிரம்ஸ் உபயோகித்து, இசை கற்பிக்கத் தொடங்கிவிடுவாள். கப்பலின் முதல் அதிகாரியான கம்யூனிஸ்ட் கட்சியைச் சேர்ந்த பிரெஞ்சுக்காரன், நெரூடா ஒரு பியானோவும் இரண்டு அக்கோர்டியன் வாத்தியங்களையும் கப்பலுக்குக் கொண்டுவர வழிசெய்திருக்கிறார் என்ற நற்செய்தியைச் சொன்னான். கப்பலில் எவருக்கேனும் வாசிக்கத் தெரிந்தால் அவர்கள் அதை வாசிக்கலாம் என்று அவை கொண்டுவரப்பட்டன. சில பயணிகளிடம் ஒன்றிரண்டு கிடாரும் கிளாரினெட்டும் இருந்தன. அன்றிலிருந்து குழந்தை களுக்கான இசை, பெரியவர்களுக்கான கான்செர்ட்டுகள், நடனங்கள், ஆற்றல்மிக்க பாஸ்க் காயர் பாடல்கள் ஆகியவற்றில் இசையைக் கூடுதலாகச் சேர்த்தார்கள். ஐம்பது ஆண்டுகளுக்குப் பிறகு விக்டர் தல்மாவைத் தொலைக்காட்சிக்காக நேர்காணல் செய்தபோது, நாட்டை விட்டு வெளியேறிய தனது நீண்ட

பயணத்தை வெற்றிகரமாக நடத்திய வின்னிபெக்கை நம்பிக்கையின் கப்பல் என்று அழைப்பான்.

விக்டர் தல்மாவிற்கு இந்தப் பயணம் இனிமையான விடுமுறையாக இருந்தது, ஆனால் தனது க்வேக்கர் நண்பர்களின் வீட்டில் பல மாதங்கள் வசதியாக இருந்த ரோஸர், ஜனநெரிசலிலும் துர்நாற்றத்தாலும் அவதிப்பட்டாள். அவள் யாரிடமும் முறையிடவில்லை. அப்படிச் செய்வதை அவமதிப்பின் உச்சமாக அவள் கருதினாள். விரைவில் அவற்றால் கவனம் சிதறாத அளவிற்கு அவளுக்குப் பழகி விட்டது. மார்செலை முதுகில் துணியால் கட்டி எல்லாப் பணிகளையும் அவனைத் தூக்கிக்கொண்டே செய்தாள். பியானோ வாசிக்கும்போதுகூட, குழந்தை அவள் முதுகில் சாய்ந்து அவள் வாசிப்பதைக் கவனிப்பான். என்றெல்லாம் விக்டருக்கு மருத்துவ அறையில் விடுமுறை கிடைத்ததோ, அன்றெல்லாம் குழந்தையைக் கவனித்துக்கொள்ள உதவுவான். அவள் குழந்தைக்குத் தாய்ப்பால் கொடுத்துக்கொண்டிருந்ததால் குழந்தையை முழு நேரமும் அவனுடன் விட முடியவில்லை. மற்ற தாய்மார்கள் போஷாக்கின்மையால் தங்கள் குழந்தைக்குத் தாய்ப்பால் கொடுக்க முடியாத நிலையில், கப்பலில் இருந்த நாற்பது குழந்தைகளுக்கும் புட்டிப்பால் வழங்கப்பட்டது. அவள் கைகள் சோர்வடையாமலும் பாழாகாமலும் இருக்கப் பல பெண்கள் ரோஸரின் உடைகளையும் குழந்தையின் துணிகளையும் துவைக்க முன்வந்தனர். பல வருடங்கள் கடும் உழைப்பால் தொய்ந்திருந்த ஏழு குழந்தைகளின் தாயான ஒரு விவசாயப் பெண்மணி, பியானோவின் கட்டையைப் பார்க்காமல் இசையை ரோஸரின் மாயமான விரல்கள் எப்படி வாசித்தனவென்று புரியாமல், வியப்புடன் அவளது கைகளை ஆராய்ந்தாள். அந்தப் பெண்ணின் கணவன் போருக்கு முன்பு ஓக் மரத்திலிருந்து கார்க் அறுவடை செய்யும் வேலையில் இருந்தான். சிலியில் கார்க் ஓக் வகை மரம் இல்லை என்று நெரூடா அவனிடம் சுட்டிக்காட்டியபோது, அவன், “இனி இருக்கும்” என்று பதிலளித்தான். இந்த அற்புதமான பதிலைக் கேட்ட நெரூடா புதிய, வித்தியாசமான யோசனைகளைக் கொண்ட மக்களைத் தவிர்க்கச் சொல்லியிருந்த சிலி அரசாங்கத்தின் அறிவுறுத்தல்களைப் பொருட்படுத்தாமல், அவனையும் மீனவர்கள், விவசாயிகள், கைத்தொழிலாளர்கள், தொழிலாளர்கள், அறிவுஜீவிகள் ஆகியோருடன் கப்பலில் அனுப்பினார். தங்கள் கருத்துக்களை வீரத்துடன் பாதுகாத்த ஆண்களையும் பெண்களையும் விட்டுச் செல்வது முட்டாள்தனம்

என்பதால் நெரூடா அந்த ஆணையைப் புறக்கணித்தார். அவர்கள் தனது தாய்நாட்டின் தனிமைத் தன்மையை மாற்றுவார்கள் என்று அவர் ரகசியமாக நம்பினார்.

காற்றோட்டம் குறைவாக இருந்த பங்க்குகளில் இடம் மிகக் குறுகலாக இருந்ததால், பயணிகள் மேலே டெக்கில் இரவு வெகு நேரம் கழித்தனர். பயணிகள் வெளியுலகச் செய்திகளைப் பகிர்வதற்காக ஒரு செய்தித்தாளை உருவாக்கினர்; ஹிட்லர் அதிக நாடுகளைக் கைப்பற்றத் தொடங்கியதால் நாளுக்கு நாள் செய்திகள் மோசமாயின. பயணம் தொடங்கி 19 நாட்கள் ஆன ஆகஸ்ட் 23ஆம் தேதியன்று சோவியத் யூனியனுக்கும் நாஜி ஜெர்மனிக்கும் இடையே ஆக்கிரமிப்பு அல்லாத ஒப்பந்தம் பற்றிய செய்தி அறிவிக்கப்பட்டபோது ஃபாசிசத்திற்கு எதிராகப் போராடிய பல கம்யூனிஸ்டுகள் அதை ஆழ்ந்த துரோகமாக உணர்ந்தனர். குடியரசின் அரசாங்கத்தை உடைத்த அரசியல் பாகுபாடுகள் கப்பலிலும் இருந்தன. சில சமயங்களில் கடந்த காலக் குற்ற உணர்வின் தாக்கத்தாலும் மனக்கசப்பின் காரணமாகவும் சண்டைகள் மூண்டன. மற்ற பயணிகள் அச்சமயங்களில் விரைவாக மனஸ்தாபங்களைத் தணிக்க உதவினர். வலதுசாரியான கேப்டன் ப்யூபின் தனது பொறுப்பில் உள்ள பயணிகளிடம் எந்த அனுதாபத்தையும் காட்டாமல், அதேசமயம் அசைக்க முடியாத கடமை உணர்வுடன் இந்தப் பயணிகளை சிலிக்கு அழைத்துச்சென்றார். அவரது குணம் அறியாத ஸ்பானியர்கள், அவர்களுக்குத் துரோகம் செய்துவிடுவாரென்றும், பாதையை மாற்றி மீண்டும் ஐரோப்பாவிற்கு அழைத்துச்சென்று விடுவாரென்றும் சந்தேகித்தனர். அவர் அழைத்துச்சென்ற வழியையும் அவரையும் கவனித்தவண்ணம் இருந்தனர். இரண்டாவது அதிகாரியும் பெரும்பாலான மாலுமிகளும் கம்யூனிஸ்டுகள்; அவர்கள் பார்வையும் ப்யூபின் மேல் இருந்தது.

மாலை நேரங்களில் ரோஸரின் பியானோ வாசிப்பு, கோயர் பாடல்கள், நடனங்கள், சீட்டாட்டம், டோமினோ விளையாட்டு என்று பல பொழுதுபோக்கு நிகழ்ச்சிகள் நடந்தன. விளையாடத் தெரிந்தவர்களுக்கும் கற்றுக்கொள்ள விரும்புபவர்களுக்கும் விக்டர் ஒரு செஸ் கிளப்பை ஏற்பாடு செய்தான். செஸ் அவனைப் போரின் விரக்தியிலிருந்தும் வதைமுகாமின் நம்பிக்கையில்லாத தருணங்களிலிருந்தும் காப்பாற்றியது. அவனது ஆன்மா எப்போதெல்லாம் மனதில் வலுவின்றி இனி சமாளிக்க முடியாது என்று கைவிட்டு, ஒரு நாயைப் போலப் படுத்துச் சாக நினைத்ததோ அப்போதெல்லாம் செஸ் விளையாட்டு அவன் கவனத்தைத் துயரார்ந்த

எண்ணங்களிலிருந்து திருப்பியது. பலசமயங்களில் எதிராளி இன்றி, செஸ் பலகை இன்றி, கண்ணுக்குத் தெரியாத காய்களை நகர்த்தி மனதிற்குள்ளே விளையாடிக்கொள்வான். கப்பலில் அறிவியலிலும் பிற தலைப்புகளிலும் உரைகள் வழங்கப்பட்டன. ஆனால் அரசியல் உரைகளைத் தவிர்த்தார்கள், ஏனெனில் புரட்சியைத் தூண்டும் வகையில் பிரச்சாரம் செய்வதைத் தவிர்க்க வேண்டும் என்பது சிலி அரசாங்கத்துடனான ஒப்பந்தம். "புரியும்படி கூற வேண்டுமென்றால், மக்களே, உண்ட வீட்டிற்கு இரண்டகம் செய்யாதீர்கள்" என்று வின்னிபெக்கில் பயணம் செய்த அரிதான சிலியர் ஒருவர் சுருக்கமாகக் கூறினார். மேலும் பயணிகள் சிலியின் வாழ்க்கை முறையையும் அங்கே அவர்கள் எதிர்நோக்கக்கூடிய சூழ்நிலைகளைப் பற்றியும் விளக்கினார். பயணிகளுக்கு ஒரு சிறிய கையேட்டையும், சிலி நாட்டைப் பற்றிய மிக யதார்த்தமான ஒரு கடிதத்தையும் நெரூடா கொடுத்திருந்தார்: "ஸ்பானியர்களே, பரந்த அமெரிக்காவைவிட சிலி உங்களுக்குத் தொலைதூரப் பிரதேசமாகத் தோன்றலாம். உங்கள் முன்னோர்களுக்கும் அப்படித்தான் இருந்திருக்கும். ஸ்பானிய வெற்றியாளர்கள் பல ஆபத்துகளையும் துன்பங்களையும் தாண்டி சிலியைக் கைப்பற்றினர். தொடர்ச்சியாக முந்நூறு ஆண்டுகள் அவர்கள் அரௌகானியர்[3]களுக்கு எதிராகப் போரில் ஈடுபட்டிருந்தனர். அந்தக் கடுமையான வாழ்க்கையின் சிரமங்களுக்குப் பழக்கப்பட்ட ஒரு இனம் சிலியில் இருக்கிறது. சிலி சொர்க்கப் பூமியென்று நினைத்து ஏமாறாதீர்கள். எங்கள் நாடு கடுமையாக உழைப்பவர்களுக்கு மட்டுமே பலனை அளிக்கும்."

இதோடு மற்ற எச்சரிக்கைகளும் யாரையும் பயமுறுத்தவில்லை. எதிர்க்கட்சிகளுக்குச் சவால் விடுத்து வலதுசாரி, கத்தோலிக்கத் திருச்சபையின் பயங்கரவாத பிரச்சாரத்தை எதிர்த்து வெற்றி பெற்ற ஜனாதிபதி பெத்ரோ அகிர்ரே செர்தாவின் பாப்புலர் ஃப்ரன்ட் அரசாங்கம் சிலியின் கதவுகளைத் திறந்து ஸ்பானியர்களை வரவேற்பதாக கப்பலில் பயணித்த சிலியர்கள் விளக்கினர். "அதாவது, ஸ்பெயினில் எங்களுக்கு இருந்த அதே எதிரிகள் அங்கேயும் இருப்பார்கள்" என்று விக்டர் பெருமூச்செரிந்தான். இந்தச் செய்தி பல கலைஞர்களை சிலி ஜனாதிபதிக்கு நன்றி செலுத்தும் வகையில் ஒரு பிரம்மாண்டமான கேன்வாஸை வரைவதற்கு ஊக்கப்படுத்தியது.

சிலி ஏழை நாடு, அதன் பொருளாதாரம் சுரங்கத் தொழிலை அடிப்படையாகக் கொண்டது, குறிப்பாகத்

---

3. மாபுசே மக்களின் உண்மையான பெயர் அரௌகானியர்கள். அந்த மக்களை காலனியாக ஆண்ட ஸ்பானியர்கள் அவர்களை மாபுசே என்று அழைத்தனர்.

தாமிரம், ஆனால் அங்கே நிறைய வளமான நிலம் இருந்தது. மீன்பிடிக்க ஆயிரக்கணக்கான கிலோமீட்டரானலான கடற்கரை. முடிவில்லாக் காடுகளும் குடியேறுவதற்கும் செழிப்பதற்கும் நிறைய இடங்களும் இருந்தன. இதுபோன்ற விவரங்களைப் பயணிகள் அறிந்தனர். வடக்கே சந்திரனின் நிலப்பரப்பைப் போன்ற பாலைவனம் முதல் தெற்கில் பனிப்பாறைகள்வரை இயற்கை அபாரமாக இருந்தது. பற்றாக்குறையான வாழ்க்கையை நன்கறிந்த சிலி மக்களை மேலும் துன்பத்தில் ஆழ்த்த நிலநடுக்கம் போன்ற இயற்கை பேரழிவுகள் அனைத்தையும் துவம்சம் செய்து, இறந்தவர்களையும் காயம்பட்டவர்களையும் சரமாரியாக வழி நெடுக விட்டுச் சென்றாலும், பிராங்கோவின் ஆட்சியின் கீழ் ஸ்பெயின் நாட்டின் அகதிகளான அவர்கள் அனுபவித்த வன்முறையையும் தீமையையும் ஒப்பிடுகையில் இயற்கையின் சீற்றத்தைச் சமாளிக்கலாம்போலத் தோன்றியது. அகதிகள் சிலியில் நிறைய சுகங்களைப் பெறப்போகிறார்கள், அதனால் தங்களுக்குக் கிடைக்கப்போகும் வாழ்க்கைக்குச் சரிசமமாக திருப்பிக் கொடுக்கத் தயாராகும்படி அறிவுறுத்தப்பட்டார்கள். சிலியின் புவியியல் இருப்பிடத்தின் காரணமாகவும் சமூகத்தில் நிலவிய நிச்சயமற்ற தன்மையாலும் கஷ்டங்களை எதிர் கொள்ளும் சிலியர்கள் அவற்றால் கசப்படைவதில்லை. மாறாக, தாராள மனப்பான்மையுடைய அவர்கள் விருந்தோம்பலின் வெளிப்பாடாக எப்போதும் தங்கள் மனதையும் வீடுகளையும் பிறருக்குத் திறக்கத் தயாராக இருந்தனர். “இன்று நான், நாளை நீ” என்பது சிலியப் பொன்மொழி. “சிலியப் பெண்களிடம் ஜாக்கிரதையாக இருக்க வேண்டும். அவர்கள் கண் உங்கள் மேல் விழுந்தால் உங்களால் தப்பிக்கவே முடியாது. அவர்களின் கவர்ச்சி, அழகு, வலிமை ஆகியவற்றால் உங்களை மயக்கி, அவர்களின் சொல்லுக்கு உங்களை அடிமையாக்கிவிடுவார்கள்” என்று எச்சரித்தார்கள். இதையெல்லாம் கேட்ட பயணிகள் தாங்கள் சொர்க்கத்திற்குச் செல்வதைப் போல் உணர்ந்தனர்.

கடல் பயணம் தொடங்கி இரண்டு நாட்கள் கழிந்தன. மருத்துவமனையில் ஒரு பெண் குழந்தையின் பிறப்பில் விக்டர் உதவினான். போர்க்காலங்களில் மரணத்தை அதன் எல்லா வடிவங்களிலும் பார்த்திருந்த விக்டர் ஒரு உயிரின் தோற்றம் உருவாக்கிய உணர்ச்சிகளை அன்றுவரை அறிந்ததில்லை. புதிதாகப் பிறந்த குழந்தையை அதன் தாயின் மார்பின் மேல் வைத்தபோது, அவனால் கண்ணீரை மறைக்க முடியவில்லை. ஆக்னஸ் அமெரிக்கா வின்னிபெக்[4] என்று குழந்தையின்

4. ஆக்னஸ் அமெரிக்கா வின்னிபெக் 1939ஆம் ஆண்டு ஆகஸ்ட் மாதம் 6ஆம் தேதி வின்னிபெக் கப்பலில் பிறந்த முதல் பெண் குழந்தை.

பெயரைப் பிறப்புச் சான்றிதழில் கேப்டன் கையொப்பமிட்டுக் கொடுத்தார்.

ஒருநாள் காலை விக்டரின் படுக்கையறையில் உள்ள மேல் படுக்கை ஒன்றில் தூங்கிய ஆள் காலை உணவுக்கு வரவில்லை. அவன் இன்னும் தூங்குவதாக நம்பி, மதியம்வரை யாரும் அவனைத் தொந்தரவு செய்யவில்லை. விக்டர் அவனை மதிய உணவுக்காக எழுப்ப முயற்சித்தபோது அவன் இறந்து கிடந்தான். இந்த முறை கேப்டன் ப்யூபின் இறப்புச் சான்றிதழை வழங்க வேண்டியிருந்தது. அன்று மதியம் ஒரு சுருக்கமான சடங்கிற்குப் பின் ஒரு தார்ப்பாலினில் அவன் உடலைச் சுற்றிக் கடலில் போட்டார்கள். டெக்கில் வரிசையாக நின்றிருந்த அவனது தோழர்கள் பாஸ்க் பாடகர்கள் போர்ப் பாடலைப் பாடி அவனுக்கு விடைகொடுத்தனர். "பார், விக்டர், பிறப்பும் இறப்பும் எப்படி எப்போதும் கைகோத்துப்போகின்றன" என்று ரோஸர் உணர்ச்சிப் பெருக்கில் அங்கலாய்த்தாள்.

திருமணமான இணையர்களும் காதலர்களும் கப்பலில் தனிமையாக இருக்க வாய்ப்புக் கிடைக்காததால் கப்பலில் வைத்திருந்த உயிர்க்காப்புப் படகுகளில் சிறிது நேரம் சேர்ந்திருந்து உடல்பசியை ஆற்றிக்கொண்டனர். ஜோடிகள் படகில் இருக்கும் போது அவர்களின் நண்பனில் ஒருவன் மற்ற பயணிகளையும் நெருங்கி வரும் பணியாளர்களையும் திசை திருப்பிவிடக் காவலாக நிற்பான். விக்டரும் ரோஸரும் புதிதாகத் திருமணம் செய்துகொண்டார்கள் என்பதை அறிந்ததும், பலர் அவர்களுக்குத் தங்கள் வாய்ப்பை வழங்கினர். அதை அவர்கள் நன்றியுடன் நிராகரித்தனர்; ஆனால் காதலை வெளிப்படுத்தாமல் காலத்தைக் கழிப்பது சந்தேகத்தை எழுப்பக்கூடும் என்பதால், இரண்டொரு முறை, காதல் ஜோடிகளின் சொல்லப்படாத விதியைப் பின்பற்றி இருவரும் தனித்தனியாக ஒருவர் பின் ஒருவராகக் காதல் மூலைக்குச் சென்றனர். ஒவ்வொரு முறை செல்லும் போதும் ரோஸருக்கு வெட்கம் பிடுங்கித்தின்னும், விக்டருக்குத் தான் ஒரு முட்டாள் என்றுத் தோன்றும். ஒருத்தி மார்செலைத் தூக்கிக்கொண்டு டெக்கில் மேலும் கீழும் நடப்பாள்.

படகின் உள்ளே அழுகிய காட் மீனின் துர்நாற்றத்துடன் காற்றோட்டமின்றி அசௌகரியமாக இருந்தது. அவர்களின் இந்தத் தனிமையான சந்திப்புகள் அவர்களைக் காதலர்களைவிட நெருக்கமாக்கியது. அருகருகே படுத்து, அவன் தோளில் அவள் தலை சாய்த்து, கிய்யேமும் கார்மேயும் இறந்துவிட்டதை நம்பாமல் அவர்கள் தொலைந்துவிட்டதைப் போல் பழைய நினைவுகளில் நேரத்தைக் கழித்தனர். உலகத்தின் முடிவில்

அவர்களுக்காகக் காத்திருந்த வேற்றுநிலத்தில் தங்கள் எதிர்காலத்தை எப்படி நிலைநிறுத்துவதென்று திட்டமிட்டனர். சிலிக்குச் சென்றதும் எந்த வேலை முதலில் கிடைத்தாலும் பரவாயில்லை; பின்னர் விவாகரத்துப் பெற்று இருவரும் சுதந்திரமாக இருக்கலாம் என்றும் முடிவுசெய்தனர்.

சான்டா ஃபேவில் இருந்த தனது அசல் குடும்பத்தின் உறுப்பினராக ரோஸர் என்றுமே தன்னை உணர்ந்ததில்லை. சாண்டியாகோ குஸ்மன் அவளைத் தன் வீட்டிற்கு அழைத்துச் சென்றதிலிருந்து அவள் அரிதாகவே தனது குடும்பத்தைச் சந்திக்கச் சென்றாள். அவர்களுக்கும் அவளுக்கும் பொதுவான உறவென்று இனி எதுவும் இல்லை. தனக்கும் தன் மகனுக்கும் எஞ்சியிருந்த ஒரே குடும்பம் விக்டர் என்பதால், எப்போதும் நண்பர்களாக இருக்குமாறு ரோஸர் அவனிடம் கேட்டுக்கொண்டாள். ஆனால் அவனோ மார்சலுக்கு ஒரு நல்ல தந்தையாக இருப்பேன் என்ற தனது வாக்குறுதியை மீண்டும் வலியுறுத்தினான். "நான் உயிரோடிருக்கும்வரை, உங்கள் இருவருக்கும் ஒரு குறையும் இருக்காது" என்று அவன் இன்னொரு முறை கூறினான். தன்னையும் தன் குழந்தையையும் விக்டர் பேண வேண்டும் என்ற நோக்கத்தில் ரோஸர் அதைக் கூறவில்லை, ஏனென்றால் தன்னாலேயே அது முடியும் என்ற நம்பிக்கை அவளுக்கு நிறையவே இருந்தது. ஆனால் அவனிடம் இதைப்பற்றி வாதாட வேண்டாமென்று அவள் அமைதியாக இருந்தாள். இருவரும் தங்களின் ஆழ்மன உணர்ச்சிகளைப் பற்றிப் பேசுவதைத் தவிர்த்தனர்.

∞

பனாமாவரை போவதற்கான பயணத்திற்கு உணவு, தண்ணீர் போன்ற அத்தியாவசியத் தேவைகளைக் கப்பலில் ஏற்றுவதற்காக பிரெஞ்சு காலனியான குவாடலூப் தீவில் முதல் நிறுத்தம் நிகழ்ந்தது. தொடர்ந்து பனாமாவிற்குப் பயணிக்கும் வழியில் ஜெர்மன் நீர்மூழ்கிக் கப்பல்களை எதிர்கொள்ள நேரிடலாமென்பதால் எச்சரிக்கையாக இருந்தனர். அங்கே பல மணிநேரம் நிறுத்தப்பட்டனர். நிர்வாகச் சிக்கல்களை ஒலிபெருக்கியில் அறிவிக்கும்வரை என்ன நடக்கிறது என்று தெரியாததால் இந்தத் தாமதம் பயணிகளிடையே கிளர்ச்சியை ஏற்படுத்தியது. கேப்டன் ப்யூபின் அவர்களை மீண்டும் பிரான்சுக்கு அழைத்துச் செல்வதற்கான சதி இது என்று பலர் சந்தேகித்தனர். அவர்களைச் சமாதானப்படுத்துவதற்கும், என்ன நடக்கிறது என்பதைக் கண்டறிந்து பேச்சுவார்த்தை நடத்து வதற்கும் விக்டருடன் இரண்டு பேரைத் தேர்ந்தெடுத்தனர்.

கோபமாக இருந்த ப்யூபின் பனாமா கால்வாயைக் கடப்பதற்கான பயணக் கட்டணத்தை ஏற்பாட்டாளர்கள் கட்டாததால் நேர்ந்த தவறை அறிவித்தான், இந்தக் கேடுகெட்ட இடத்தில் வேறு வழியின்றி தன்னுடைய நேரத்தையும் பணத்தையும் வீணடிப்பதாகவும் கடுகடுத்தான். வின்னிபெக்கை மிதக்க வைக்க எவ்வளவு செலவாகும் என்பது அவர்களுக்குத் தெரியுமா? நின்றிருந்த கப்பலின் வெப்பத்திலும் நெரிசலிலும் ஐந்து வேதனையான நாட்களைக் கடந்த பின்னர் இறுதியாகச் சிக்கல் தீர்ந்து முதல் பூட்டுக்குள்[5] நுழைய அவர்களுக்கு அனுமதி கொடுக்கப்பட்டது.

விக்டர், ரோஸர், பிற பயணிகள், பணியாளர்கள் எல்லோரும் அட்லாண்டிக் பெருங்கடலிலிருந்து பசிபிக் பகுதிக்கு அழைத்துச்செல்லும் வெள்ளக் கதவுகளின் அமைப்பை ஆச்சரியத்துடன் பார்த்தனர். கப்பலின் இருபுறமும் நிலத்தில் பணிபுரியும் ஆட்களுடன் டெக்கிலிருந்து உரையாடும் அளவுக்கு இறுக்கமான இடத்தில் கப்பலைச் செலுத்தும் கடற்படைச் செயல்பாடுகள் துல்லியமாக இருந்தன. நிலத்தில் வேலை செய்தவர்களில் இருவர் பாஸ்க் நாட்டைச் சேர்ந்தவர்கள், இது தெரிந்ததும் வின்னிபெக்கிலிருந்த பாஸ்க் நாட்டைச் சேர்ந்தவர்கள் யூஸ்காரா மொழியில் பாட்டுப் பாடி மகிழ்ந்தனர். ஸ்பானியர்கள் ஐரோப்பாவிலிருந்து வெகு தொலைவு வந்துவிட்டதாக பனாமாவில் உணர்ந்தனர்; கால்வாய் அவர்களை அவர்களின் நிலத்திலிருந்தும் கடந்த காலத்தி லிருந்தும் வெகு தூரம் அழைத்துச்சென்றுவிடும்.

“நாம் எப்போது ஸ்பெயினுக்குத் திரும்ப முடியும்?” ரோஸர் விக்டரிடம் கேட்டாள்.

“விரைவில்! காடில்லோ அரசு வெகு நாள் தாங்காது என்று நம்புகிறேன். ஆனால் எல்லாம் போரைப் பொறுத்திருக்கும்.”

“ஏன் அப்படி?”

“போர் நெருங்கிவிட்டது, ரோஸர். இது சித்தாந்தங்களின் போர்; கொள்கைகளின் போர், உலகத்தையும் வாழ்க்கையையும் புரிந்துகொள்ளும் இரண்டு வழிகளுக்கு இடையிலான போர், நாஜிக்களுக்கும் ஃபாசிஸ்டுகளுக்கும் எதிரான ஜனநாயகப் போர், சுதந்திரத்திற்கும் சர்வாதிகாரத்திற்கும் இடையிலான போர்.”

“ஃபிராங்கோ ஸ்பெயினை ஹிட்லரின் பக்கம் நிறுத்துவான். சோவியத் யூனியன் எந்தப் பக்கம் இருக்கும்?”

5. கடல் மட்டத்திற்குக் கீழே மரக்கதவுகளாலும் பூட்டுகளாலும் கால்வாயில் கப்பல் போகும் வாயிலை துறைமுகம் மூடிவைத்திருந்தது.

“இது பாட்டாளி வர்க்கத்தின் ஜனநாயகம், ஆனால் என்னால் ஸ்டாலினை நம்ப முடியவில்லை. ஸ்டாலின் ஹிட்லருடன் கூட்டணி வைத்துக்கொண்டு ஃபிராங்கோவைவிட மோசமான கொடுங்கோலனாக மாறலாம்.”

“ஜெர்மானியர்களை வெல்ல முடியாது, விக்டர்.”

“அப்படித்தான் சொல்கிறார்கள். நாம் பொறுத்திருந்து பார்க்க வேண்டும்.”

பசிபிக் பெருங்கடலில் முதன்முறையாகப் பயணம் செய்த பயணிகள், இந்தக் கடலுக்குப் பொருத்தமில்லாத பெயரைக் கண்டு ஆச்சரியப்பட்டனர். ஏனென்றால் ஒரு நாள்கூடக் கடல் அமைதியாக இல்லை. ஆரம்பகாலக் கடற்பயணத்திலிருந்து குணமாகிவிட்டதாக நம்பிய பலர், ரோஸர் உட்பட, மீண்டும் அலைகளின் சீற்றத்தால் குமட்டல், வாந்தி, தலைசுற்றல் போன்றவற்றால் அவதிப்பட்டனர். ஆனால் விக்டர் இவற்றால் சிறிதும் பாதிக்கப்படவில்லை. கடல் கொந்தளிக்கும் வேளையில் அவன் மற்றொரு குழந்தையின் பிறப்பிற்கு மருத்துவமனையில் உதவிக்கொண்டிருந்தான். கொலம்பியாவையும் ஈக்வடாரை யும் விட்டு வெளியேறிய பிறகு அவர்கள் பெருவின் பிராந்தியக் கடலுக்குள் நுழைந்தனர். வெப்பநிலை குறைந்துவிட்டது, இந்த நாடுகள் தெற்கு அரைக்கோளத்திலிருந்ததால் இங்கே குளிர்காலம் ஆரம்பித்துவிட்டிருந்தது. கப்பலில் இருந்த மோசமான வெப்பம் கடந்தவுடன், பயணிகளின் மனநிலை பெரிதும் மேம்பட்டது. அவர்கள் ஜெர்மனியிலிருந்து வெகு தொலைவில் இருந்தனர்.இனி கேப்டன் ப்யூபின் கப்பலின் போக்கை மாற்றுவதற்கான வாய்ப்புகள் குறைவு.

நம்பிக்கை கலந்த பயத்தில் அவர்கள் இலக்கை நெருங்கிக் கொண்டிருந்தார்கள். தந்திச் செய்திகளிலிருந்து அவர்கள் சிலியில் கருத்துக்கள் பிளவுபட்டிருப்பதை அறிந்தனர். காங்கிரஸிலும், பத்திரிகைகளிலும் இதனால் பரபரப்பான விவாதங்கள் நடந்துகொண்டிருந்ததை அறிந்தனர். அதேசமயம் அரசு, அரசியல் கட்சிகள் மட்டுமல்லாமல் இடதுசாரிகள், தொழிற்சங்கங்கள், முன்னதாகவே சிலியில் குடியேறியிருந்த ஸ்பானியர்களின் குழுக்கள் ஆகியோர் அவர்களுக்கான வசிப்பிடங்களுக்காகவும் வேலை கிடைப்பதற்காகவும் உதவுவதற்கான திட்டங்கள் வகுத்திருப்பதையும் அறிந்தனர். தாங்கள் திக்கற்றவர்களாக இருக்க மாட்டோம் என்ற நம்பிக்கை பிறந்தது.

6

1939–1940

மெல்லிய நிலமான எங்கள் தந்தை நாட்டின்
கூர்மையானக் கத்தி முனையில்
எங்கள் மென்மையான கொடி பற்றி எரிகிறது.

பாப்லோ நெருடா,
"ஆம், தோழரே, இது தோட்டத்திற்கான நேரம்"
கடலும் மணிகளும்

ஆகஸ்ட் மாத இறுதியில் வின்னிபெக் வட சிலியின் முதல் துறைமுகமான அரிகாவை வந்தடைந்தது. அகதிகள் தென் அமெரிக்க நாடு இப்படித்தான் இருக்கும் என்று கற்பனை செய்திருந்த எண்ணத்திலிருந்து முற்றிலும் வேறுபட்டிருந்தது அரிகா. வளமான காடையும் பசுமையான தென்னை மரங்களையும் கொண்ட பளபளக்கும் கடற்கரைகள் கண்ணில் படவில்லை. சஹாராவைப் போன்ற பாலைவனமாக இருந்தது. மிதமான தட்பவெப்ப நிலையைக் கொண்ட நிலமாகவும் பூமியில் மக்கள் வசிக்கக்கூடிய வறண்ட நிலமாகவும் அவர்களிடம் கூறப்பட்டது. கடலிலிருந்து கடற்கரையையும் தூரத்தில் வெளிர் ஊதா நிற வானத்தின் பின்னணியில் வாட்டர்கலர் தூரிகைகளால் வரைந்ததுபோல் ஊதா மலைகளின் வரம்பையும் பார்க்க முடிந்தது. கப்பல் உயர் கடலில் நின்றது. ஒரு படகு குடிவரவு மற்றும் வெளியுறவு அமைச்சகத்தின் தூதரகத் துறை அதிகாரிகளுடன் விரைவில் வந்தது. பயணிகளை நேர்காணல்

செய்யவும் அடையாள ஆவணங்கள், விசாக்கள் ஆகியவற்றை வழங்கவும், பயணிகளின் தொழில்களுக்கு ஏற்பத் தங்கள் நாட்டில் எங்கு வசிக்கப்போகிறார்கள் என்பதைக் கூறவும் கேப்டன் அவர்களுக்குத் தனது அலுவலகத்தை வழங்கினார்.

விக்டரும் ரோஸரும் மார்செலுடன் கேப்டனின் குறுகிய அறைக்குள் நுழைந்தனர். இளம் தூதரக அதிகாரியான மத்தியாஸ் எய்ஸாகிர்ரே ஒவ்வொரு ஆவணத்திலும் விசாவை முத்திரையிட்டுக் கையொப்பமிட்டான்.

“உங்கள் குடியிருப்பு தல்கா மாகாணத்தில் இருக்கும் என்று இங்கே கூறப்பட்டுள்ளது” என்று அவன் அவர்களிடம் விளக்கினான். “ஆனால் நீங்கள் எங்கு குடியேற வேண்டும் என்று சொல்வது குடியேற்ற அமைச்சகத்தின் முட்டாள்தனம். சிலியில் உங்களுக்கு முழு சுதந்திரம் உள்ளது. நீங்கள் ஆவணத்தில் போட்டிருப்பதைக் கருத்தில் கொள்ளாமல் எங்கு வேண்டுமானாலும் செல்லுங்கள்.”

“நீங்கள் பாஸ்க் நாட்டைச் சேர்ந்தவரா, ஸென்யோர்? குடும்பப் பெயரைப் பார்த்துக் கேட்கிறேன்” என்று விக்டர் அவனிடம் கேட்டான்.

“என் தாத்தா பாட்டி பாஸ்க் நாட்டிலிருந்து வந்தவர்கள். இங்கே நாம் அனைவரும் சிலியர்கள். சிலிக்கு உங்களை வரவேற்கிறோம்.”

மத்தியாஸ் எய்ஸாகிர்ரே, பனாமாவில் ஏற்பட்ட பிரச்சினையால் பல நாட்கள் தாமதமாக வந்தடைந்த வின்னிபெக்கைப் பிடிக்க ரயிலில் அரிகாவிற்குப் பயணம் மேற்கொண்டான். அவன் துறையின் இளைய ஊழியர்களில் ஒருவன், அது மட்டுமல்லாமல் அவன் தனது முதலாளியுடன் செல்ல வேண்டியிருந்தது. சிலியில் உள்ள அகதிகளை ஏற்றுக்கொள்ளும் யோசனையில் அவர்களுக்கு உடன்பாடில்லை, ஆகையால் அவர்கள் இருவரும் இந்தப் பயணத்தை வேண்டாவெறுப்பாக மேற்கொண்டனர். சிலி நாடு கடுமையான வேலையில்லாத் திண்டாட்டத்தில் தவித்துக்கொண்டிருந்தபோது, பொருளாதார மந்தநிலை நிலவும்போது, நிலநடுக்கத்திலிருந்து இன்னும் மீண்டிருக்காத நிலையில் இந்த அகதிகளைத் தங்களின் வேலைகளைப் பறிக்க வந்தவர்களாகவும் சிவப்புப் படையினராகவும் நாத்திகர்களாகவும் குற்றவாளிகளாகவும் பார்த்தபோதும் அவர்கள் தங்கள் கடமையைச் செய்தார்கள். துறைமுகத்தில் ஆட்டங்கண்ட படகில் ஏறி, அலைகளில் தள்ளாடிக் கப்பலை

நெருங்கி, காற்றில் அசைந்துகொண்டிருந்த கயிற்று ஏணியில் அவர்கள் ஏற, பிரெஞ்சு மாலுமிகள் பலங்கொண்டு மேலே இழுத்தார்கள். கப்பலில் ஏறியதும் கேப்டன் ப்யூபின் பிரான்ஸ் நாட்டு உயர் மதுபானமான கோஞாக் பாட்டிலுடனும், கியூபன் சிகார்களுடனும் அவர்களை வரவேற்றான்.

தன் விருப்பத்திற்கு மாறாக மேற்கொண்ட இந்தப் பயணத்தில் ப்யூபின் முதலில் பயணிகளை வெறுத்ததாக அதிகாரிகள் அறிந்தனர். ஆனால் அடுத்து ப்யூபின் சொன்னது அவர்களுக்கு வியப்பை ஏற்படுத்தியது. ஸ்பானியர்களுடன் பயணம் செய்த ஒரு மாதத்தில், ப்யூபினின் அரசியல் நம்பிக்கைகள் மாறாமல் இருந்தாலும், பயணிகளைப் பற்றிய தனது கருத்தை மாற்றிக்கொண்டதாகக் கூறினான். "இவர்கள் நிறைய துன்பங்களை அனுபவித்திருக்கிறார்கள், ஜென்டில்மென். நல்ல ஒழுக்கமுள்ளவர்கள், ஒழுங்கானவர்கள், மரியாதைக்குரியவர்கள். வேலை செய்வதற்கும் தங்களின் வாழ்க்கையைத் தேடியும் உங்கள் நாட்டிற்கு வருகிறார்கள்" என்று ப்யூபின் அவர்களிடம் கூறினான். இந்த அகதிகளான ஆண்கள், பெண்கள், குழந்தைகள் ஒவ்வொருவரையும் நேருக்கு நேர் சந்தித்த பிறகு, அவர்களின் நிலைமையைப் பற்றிய மத்தியாஸின் கண்ணோட்டம் மாறியது.

மத்தியாஸ் எய்ஸாகிர்ரே உயர்குடியாகக் கருதப்பட்ட கத்தோலிக்கப் பழமைவாதத்தில் ஊறிய குடும்பத்தைச் சேர்ந்தவன். ப்யூபினைப் போலவே ஸ்பானியர்களின் குடியேற்றத்தைக் கொள்கையளவில் எதிர்த்தான். மதப் பள்ளியில் படிப்பு, சமூக வகுப்பு கொடுத்த அந்தஸ்து, அதனால் அனுபவித்த பல சலுகைகள், தாத்தாவும் தந்தையும் உச்ச நீதிமன்ற நீதிபதிகள், சகோதரர்கள் இருவர் வழக்கறிஞர்கள். இதுவே அவனது பின்னணி. வசதியான வாழ்க்கையாக இருந்தாலும் சட்டம் பயில மனமின்றி அந்தத் தொழிலுக்கு வந்தவன். இரண்டு ஆண்டுகள் பெருமுயற்சியுடன் பல்கலைக்கழகப் படிப்பை முடித்தவுடன் தன் குடும்ப அந்தஸ்தைப் பிரயோகித்து அதிபர் மாளிகையில் வேலைக்கு நுழைந்தான். கடை நிலை ஊழியனாக வேலையைத் தொடங்கினாலும் இருபத்தி நான்கு வயதில், வின்னிபெக்கில் விசாக்களில் முத்திரை குத்துவதற்கான அவனது முறை வந்தபோது, நல்ல அதிகாரியாகவும் வெளிநாட்டு விவகாரங் களில் தேர்ந்தவனாகவும் நிரூபித்திருந்தான். இரண்டு மாதங்களுக்குப் பிறகு அவன் தனது முதல் தூதரகப் பணிக்காக பராகுவேக்குப் புறப்படுவான். தனது உறவினரான ஒஃபெலியா தெல் சோலாரைத் திருமணம் செய்துகொள்ள வேண்டும் என்று விரும்பினான்.

ஆவணங்களைச் சரிசெய்தவுடன், ஒரு டஜன் பயணிகளுக்கு வடக்கில் வேலை பணிக்கப்பட்டிருந்ததால் அவர்கள் இறக்கிவிடப்பட்டனர். தெற்குப் பக்கம் திரும்பிய வின்னிபெக் இப்போது நெருடாவின் கடலின் நீண்ட இதழை நோக்கிப் பயணித்தது ஆரவாரமான எதிர்பார்ப்பு ஸ்பானியர்களை ஆட்கொண்டது. செப்டம்பர் 2 அன்று, இரவில் கப்பல் துறைமுகத்தின் முன் நங்கூரமிட்ட போது அவர்கள் தங்கள் இறுதி இலக்கான வால்பரைசோவின் கடற்கரையைப் பார்த்தார்கள். கப்பலில் நிலவிய பதற்றம் கூட்டு இசிவை நினைவுபடுத்தியது. இரண்டாயிரத்திற்கும் மேற்பட்டவர்கள் மேல் தளத்தில் கூடியிருந்தார்கள். தெரியாத நிலத்தில் காலடி எடுத்து வைக்கும் தருணத்திற்காகக் காத்திருந்தார்கள். துறைமுக அதிகாரிகளோ கப்பலில் நிலைமை கொஞ்சம் அமைதியடைந்ததும் காலையின் வெளிச்சத்தில் இறங்குவது உகந்தது என்று கூறி மறுநாள் காலைவரை காத்திருக்க வைத்தார்கள். வாக்களிக்கப்பட்ட சொர்க்க நகரம் எங்கு முடிந்தது, வானம் எங்கு தொடங்கியது என்று விவரிக்க முடியாத வால்பரைசோவின் உயரமான மலைகளில் தென்பட்ட வீடுகளிலிருந்து விளக்குகள் நூறாயிரக்கணக்கான நட்சத்திரங்களுடன் போட்டியிட்டன. வால்பரைசோ அற்புதமான நகரம். மலைகளின் மேலே இருந்த வீடுகளை அடையப் படிக்கட்டுகள், ஃபூனிகுலார் லிஃப்ட்கள், கழுதைவழிப் போக்குவரத்திற்கு ஏற்ற குறுகிய தெருக்கள், செங்குத்தான சரிவுகளில் தொங்கும் வீடுகள், தெருநாய்கள், ஏழையான அழுக்கான நகரப்புறம், வணிகர்கள், மாலுமிகள், தீமைகள் நிறைந்த அனைத்துத் துறைமுக நகரத்தைப் போலிருந்தாலும் அது தனித்துவமான நகரம். கப்பலிலிருந்து வால்பரைசோ வைரங்கள் பதித்த புராண நகரம்போல் ஜொலித்தது. அன்று இரவு யாரும் உறங்கவில்லை; அந்த விளக்குகளின் மாயாஜாலக் காட்சியை ரசித்தபடியும் விடியலுக்காகக் காத்திருந்தும் டெக்கில் நேரத்தைக் கழித்தனர். அன்றிரவை விக்டர் தன் வாழ்வின் மிக அழகான ஒன்றாக நினைவுகூர்வான். ஜனாதிபதி பெத்ரோ அகிர்ரே செர்தாவின் பிரம்மாண்டமான உருவப்படமும் அதன் பக்கத்தில் சிலியக் கொடியும் வரையப்பட்ட கேன்வாஸ் டெக்கை அலங்கரிக்க கப்பல் இறுதியாக சிலி வந்துசேர்ந்தது.

கப்பலில் இருந்த யாரும் தங்களுக்குக் கிடைத்த வரவேற்பை எதிர்பார்க்கவில்லை. வலதுசாரி அவதூறுப் பிரச்சாரம், கத்தோலிக்கத் திருச்சபையின் மூடத்தனமான எதிர்ப்பு, சிலியர்களின் நிதானம் போன்றவற்றைப் பற்றி அவர்கள் நிறைய எச்சரிக்கைகளைக் கேட்டிருந்தனர். அதனால் துறைமுகத்தில் என்ன நடக்கிறது என்பதை சிறிது நேரம்

அவர்களால் புரிந்துகொள்ள முடியவில்லை. ஸ்பெயின் குடியரசு, யூஸ்காடி, கட்டலோனியா ஆகிய நாடுகளின் பதாகைகளுடனும் கொடிகளுடனும் கட்டுப்பாடு சங்கிலிகளுக்குப் பின்னால் குவிந்திருந்த கூட்டம், தங்களது கரகரப்பான வரவேற்பை ஒரே குரலில் வெளிப்படுத்தி அவர்களை உற்சாகப்படுத்தியது. ஒரு இசைக் குழு சிலிய நாட்டு கீதங்களையும் குடியரசுக் கட்சியான ஸ்பெயினின் கீதங்களையும் வாசிக்க, லா இன்தர்நாசியோனால் உட்பட, நூற்றுக்கணக்கான குரல்கள் பாடல்களைப் பாடின. சில உணர்வுப்பூர்வமான வரிகளுடன் அடுத்து ஒலித்த சிலிய தேசிய பாடலில் அந்நாட்டின் விருந்தோம்பலும் சுதந்திர தாகமும் ஒளிர்ந்தன. "இனிமையான தந்தை நாடே, சிலி உங்கள் புனித பீடத்தில் செய்த சத்தியங்களை நினைவில் கொள். இது உங்களுக்குச் சுதந்திரத்தின் கல்லறையாக இருக்கும், அல்லது அடக்குமுறைக்கு எதிரான புகலிடமாக இருக்கும்." டெக்கில் பல கொடூரமான சோதனைகளைச் சந்தித்த கடினமான போராளிகள்கூட அழுதுகொண்டிருந்தனர். ஒன்பது மணிக்கு முதல் குழு இறங்கியது. பல ஆண்டுகளுக்குப் பிறகு விக்டர் தல்மாவ் தனிப்பட்ட முறையில் பாப்லோ நெரூடாவுக்கு நன்றி தெரிவிக்க முடிந்தபோது ஒவ்வொரு அகதியும் கப்பலிலிருந்து இறங்கி முதலில் சுகாதாரத் துறையின் டென்ட்டில் தடுப்பூசி பெற்ற பின் சிலியின் கைகளில் விழுந்தார்கள் என்று தெரிவித்தான்.

ஸ்பெயின் அகதிகள் சிலிக்கு வந்த அற்புதமான நாளான 1939 செப்டம்பர் 3ஆம் நாள் ஐரோப்பாவில் இரண்டாம் உலகப் போர் வெடித்தது.

ஃபெலிபே தெல் சோலார் "வரலாறு கண்டிராத நிகழ்வில்" கலந்துகொள்ள விரும்பி வின்னிபெக் வால்பரைசோ துறைமுகத்திற்கு வருவதற்கு முந்தைய நாள் அங்கே வந்தான். கோபக்கார இளைஞர்கள் கிளப்பில் அவன் நண்பர்கள் ஃபெலிபே இந்த நிகழ்ச்சியை மிகைப்படுத்துவதாகக் கருதினார்கள். அகதிகள்மீது அவனுக்கிருந்த ஆர்வம் அவனது நல்ல உள்ளத்தால் அல்ல, மாறாக அவனது தந்தைக்கும் குலத்துக்கும் எதிராக ஏதாவது செய்ய வேண்டும் என்பதாலும் தந்தை அகதிகளுக்கு எதிராக இருந்ததால் அவனுக்கு அவர்கள் மேல் அக்கறை ஏற்பட்டதென்றும் கூறினர். ஃபெலிபே புதிதாக வந்தவர்களை வாழ்த்தி, அவர்களை வரவேற்க வந்திருந்தவர்களுடன் கலந்து பேசி, அறிமுகமானவர்களுடன் அரட்டை அடித்து நேரத்தைக் கழித்தான். கடந்த சில மாதங்களாக, வின்னிபெக்கின் வருகையைத்

தயார் செய்வதற்காகத் துறைமுகத்தில் இருந்த உற்சாகமான கூட்டத்தில் பலருடன் ஃபெலிபே தொடர்பில் இருந்தான். அவர்களில் அரசாங்க அதிகாரிகள், தொழிலாளர்களின் பிரதிநிதிகள், கேட்டலான், பாஸ்க் காலனிகளில் வாழ்பவர்கள், கலைஞர்கள், அறிவுஜீவிகள், பத்திரிகையாளர்கள், அரசியல்வாதிகள் ஆகியோரும் அடக்கம். வால்பரைசோவைச் சேர்ந்த மருத்துவரான சால்வடார் அயேந்தேவும் அவர்களில் ஒருவர். இவர் சோசலிஸ்ட் கட்சித் தலைவராக இருந்து சில நாட்களில் சுகாதார அமைச்சராக நியமிக்கப்படுவார்; முப்பது ஆண்டுகளில் சிலியின் ஜனாதிபதியாகவும் நியமிக்கப்படுவார். இளைஞர்; அரசியல் வட்டாரங்களில் முக்கிய நபர். சிலர் பாராட்டினர், பலர் ஒதுக்கினர், ஆனால் அனைவரும் மதித்தனர். அவர் பலமுறை லாஸ் ஃபுரியோஸோஸ்[1] கூட்டங்களில் பங்கேற்றார். கூட்டத்தில் ஃபெலிபே தெல் சோலாரை அடையாளம் கண்டு தூரத்திலிருந்து கையசைத்தார்.

வால்பரைசோவிலிருந்து சாண்டியாகோவிற்குப் பயணிகளை ஏற்றிச் செல்லும் சிறப்பு ரயிலில் செல்ல ஃபெலிபே ஒரு அழைப்பை ஊர்ஜிதப்படுத்திக்கொண்டான். பாப்லோ நெரூடா போன்ற சிலர் தங்கள் கண்களால் பார்த்ததை விவரித்தாலும் பத்திரிக்கைகளின் மூலமாக மட்டுமே ஸ்பெயினில் என்ன நடந்தது என்பதை அறிந்த அவன் நிஜத்தை நேரில் அறிந்துகொள்ளப் பல மணிநேரங்கள் கிடைத்தன. சிலியிலிருந்து பார்த்தால், இந்த உள்நாட்டுப் போர் வேறொரு யுகத்தில் நிகழ்ந்ததுபோல் தொலைதூர நிகழ்வாகவே அவனுக்குத் தோன்றியது. ரயில் நிற்காமல் சென்றது. ஆனால் வழியில் உள்ள நகரங்களின் ரயில் நிலையங்கள் அருகில் மிக மெதுவாகச் சென்றது. ஒவ்வொரு ரயில் நிலையத்திலும் கொடிகள் பறந்தன, பாடல்கள் கேட்டன, எம்பனாதாக்களுடனும் (சமோசா போன்ற ஒரு இறைச்சி உணவு) கேக்குகளுடனும் ஒரு கூட்டம் ஜன்னல்கள் வழியாக ரயிலில் இருந்தவர்களுக்குக் கொடுப்பதற்காக ஓடியது. சாண்டியாகோவில், ரயில் நகர்வதற்கு வ்ழியில்லாத வண்ணம் கட்டுமீறிய ஜனத்திரள் ஒன்று ஸ்டேஷனில் அவர்களுக்காகக் காத்திருந்தது. கூட்டத்தில் பலர் தூண்கள் மேலேறியும், கூரையின் உத்தரத்தில் தொங்கியபடியும் வாழ்த்துக்களைக் கத்தி, பாட்டுப் பாடி, பூக்களைக் காற்றில் வீசினர். வரவேற்புக் குழு தயார் செய்த பலமான சிலி மெனுவினாலான இரவு விருந்திற்குக் காவல் துறையினர் ஸ்பானியர்களைக் கூட்ட நெரிசலில் வழி செய்து அழைத்துச்சென்றனர்.

1. கோபக்கார இளைஞர்கள்

ரயிலில் துரதிர்ஷ்டத்தின் பொதுவான இழையால் ஒன்றுபட்ட வெவ்வேறு கதைகளை ஃபெலிபே தெல் சோலார் கேட்டான். விக்டர் தல்மாவுடன் அவன் இரண்டு ரயில் பெட்டிகளுக்கு இடையே நின்று புகைபிடிக்கையில் விக்டர் தனது பார்வையில் போர் எப்படியிருந்தது என்பதை இரத்தம், காயம், இறப்புகள் ஆகியவற்றின் விவரணை மூலமாகச் சொன்னான். முதலுதவி நிலையங்களிலும் வெளியேற்றும் மருத்துவமனைகளிலும் ஏற்பட்ட இழப்புகளின் துயரத்தையும் விவரித்தான்.

"ஸ்பெயினில் நாங்கள் அனுபவித்தது ஐரோப்பாவில் நடக்கப்போகும் போரின் முன்மாதிரி" என்று விக்டர் கூறினான். "ஜெர்மனியர்கள் தங்கள் ஆயுதங்களை எங்கள்மீது சோதித்தனர், முழு நகரங்களையும் இடிபாடுகளாக மாற்றினர். ஐரோப்பாவில் அது மோசமாக இருக்கும்."

இந்த நேரத்தில் இங்கே இங்கிலாந்தும் பிரான்சும் மட்டுமே ஹிட்லருக்கு எதிராக நிற்கின்றன, ஆனால் அவர்களுக்கு நிச்சயமாக நம்பிக்கையான நட்புத் தேவை. அமெரிக்கர்கள் அவர்களுக்குத் துணையாகப் போரிட முடிவெடுக்க வேண்டும்" என்று ஃபெலிபே பதிலளித்தான்.

"சிலியின் நிலை என்னவாக இருக்கும்?" என்று கேட்டாள் ரோஸர். அவள் பல மாதங்களாகப் பயன்படுத்திய அதே பையில் தன் குழந்தையை முதுகில் வைத்துக்கொண்டு வந்தாள்.

"இது ரோஸர், என் மனைவி" என்று விக்டர் அவளை அறிமுகப்படுத்தினான்.

"உங்களைச் சந்தித்ததில் மகிழ்ச்சி. ஃபெலிபே தெல் சோலார், உங்களுக்குச் சேவை செய்யக் காத்திருக்கிறேன். உங்கள் கணவர் உங்களைப் பற்றி என்னிடம் கூறினார். தாங்கள் பியானோ கலைஞர், சரியா?"

"ஆமாம், சரியே! நீங்கள் என்னை நீ என்றே அழைக்கலாம்," என்ற ரோஸர் தன் கேள்வியை மீண்டும் கேட்டாள்.

பல தசாப்தங்களுக்கு முன்னால் சிலிய நாட்டில் நிறுவப்பட்ட ஜெர்மன் காலனியைப் பற்றி ஃபெலிபே அவளிடம் சொன்னான். அவர்கள் நாட்டில் பல சிலி நாஜிகள் இருப்பதாகவும் சிலரைச் சுட்டிக் காட்டினான். ஆனால் பயப்பட ஒன்றுமில்லை என்றும் கூறினான். சிலி நிச்சயமாகப் போரில் நடுநிலை வகிக்கும். ஸ்பானியர்களுக்கு அவர்களின் திறமைக்கு ஏற்ப வேலை கொடுக்கத் தயாராக இருக்கும் சில தொழிலதிபர்கள், வணிகர்கள் இருப்பதாகச் சொல்லி,

அவர்களின் பட்டியலை அவர்களுடன் பகிர்ந்துகொண்டான். ஆனால் அதில் எந்த வேலையும் விக்டருக்குப் பொருந்தவில்லை. பட்டப் படிப்பு இல்லாமல் அவனுக்குத் தெரிந்ததை மட்டும் வைத்து வேலை கிடைக்க வாய்ப்பில்லை என்பதால் சிலியின் மிகவும் மதிப்பு வாய்ந்த இலவசப் பல்கலைக்கழகத்தில் சேர்ந்து, மருத்துவம் படிக்க ஃபெலிபே அறிவுறுத்தினான். அவர்கள் பார்சிலோனாவில் அவன் படித்த வருடங்களையும் போரில் பெற்ற அனுபவத்தையும் கருத்தில் கொள்ள வாய்ப்பிருந்தாலும், மருத்துவப் பட்டம் பெறப் பல ஆண்டுகள் ஆகும்.

“முதலில் வாழ்க்கையை ஆரம்பிக்கத் தேவையான பணியில் அமர வேண்டும். அதனால், பகலில் படிப்பு, இரவில் வேலை; கிடைக்கிறதா பார்க்கலாம்” என்று விக்டர் பதிலளித்தான்.

“எனக்கும் ஒரு வேலை வேண்டும்” என்று ரோஸர் சுட்டிக்காட்டினாள்.

“உங்களுக்கு எளிதாகக் கிடைக்கும். இந்தப் பகுதிகளில் எங்களுக்கு எந்நேரமும் பியானோ கலைஞரின் தேவை இருக்கும்.

“அதைத்தான் நெரூடாவும் சொன்னார்” என்று விக்டர் ஆமோதித்தான்.

“இப்போதைக்கு நீங்கள் என் வீட்டில் வசிக்க வாருங்கள்,” என்று ஃபெலிபே முடிவாகக் கூறினான்.

ஃபெலிபே வீட்டில் உபயோகிக்கப்படாத இரண்டு அறைகள் இருந்தன. வின்னிபெக்கின் வருகையை எதிர்பார்த்து, அவன் உள்நாட்டு ஊழியர்களைப் பணியமர்த்தியிருந்தான். அதில் ஒரு சமையல்காரரும் இரண்டு பணியாளர்களும் இருந்தனர். இப்படிச் செய்ததால் ஹுவானாவுடன் ஏற்படக் கூடிய வாக்குவாதங்களைத் தவிர்த்தான். இந்த இருபது ஆண்டுகளில் அவர்களுக்குள் வந்த சண்டைக்கு ஒரே காரணம் அவள் அவனது பெற்றோரின் வீட்டில் இருந்த காலி அறைகளின் சாவிகளைத் தராதது மட்டுமே. அவர்கள் ஒருவரையொருவர் மிகவும் நேசித்ததால் இந்தச் சிறிய காரணம் அவர்களைப் பிரித்துவிடாது என்பதில் உறுதியாக இருந்தனர். பாரிஸிலிருந்து வந்த அவன் தந்தையின் தந்தியின் மூலம் அவர் தனது வீட்டிற்குள் எந்த ஸ்பானியச் சிகப்பு அகதியும் காலடி எடுத்து வைக்கக் கூடாது என்பதை தெளிவுபடுத்தியிருந்தார். இதனால் ஃபெலிபே ஏற்கெனவே சில ஸ்பானியர்களுக்குத் தனது வீட்டில் அடைக்கலம் கொடுக்க முடிவு செய்திருந்தான். தல்மாவ் குடும்பம் அவனுக்கு உகந்ததாகத் தோன்றியது.

"உங்களுக்கு மிக்க நன்றி. அகதிகள் கமிட்டி எங்களுக்கு ஒரு விடுதியில் தங்குவதற்கு இடமளித்திருக்கிறது. முதல் ஆறு மாதங்களுக்கு அவர்கள் பணம் செலுத்துவதாகக் கூறியிருக்கிறார்கள்" என்று விக்டர் கூறினான்.

"என் வீட்டில் பியானோ உள்ளது. நான் நாள் முழுவதும் அலுவலகத்தில் இருப்பேன். யாருக்கும் தொந்தரவில்லாமல் எவ்வளவு வேண்டுமானாலும் ரோஸர் பியானோவை வாசிக்கலாம்."

அதற்கு மறுபேச்சு பேச வாதமில்லாததால் அதையே செய்வதென முடிவுசெய்தார்கள். ஃபெலிபேயின் வீடு, பார்சிலோனாவின் மிகச்சிறந்த பகுதியில் இருக்கும் வீடுகளைப் போலவே கம்பீரமாக இருந்தது. வெளிப்புறத்தில் நேர்த்தியாகவும், உள்ளே காலியாகவும் இருந்தது. ஃபெலிபே அத்தியாவசிய மான சாமான்களை மட்டுமே வாங்கியிருந்தான்; அவன் தனது பெற்றோரின் ஆடம்பர தளபாடங்களை வெறுத்தான். வளைந்த கண்ணாடி ஜன்னல்களில் திரைச்சீலைகள் இல்லை, ரேழியில் கார்ப்பெட் விரிப்புகள் இல்லை, பார்வைக்கு ஒரு குவளையில் பூச்செண்டோ செடியோ இல்லை, சுவர்களில் ஓவியங்கள் இல்லை. அலங்காரம் இல்லாதபோதிலும் மறுக்க முடியாத நேர்த்தி தெரிந்தது. ஃபெலிபே, அவர்களுக்கு இரண்டு அறைகள், ஒரு குளியலறையை வழங்கி, குழந்தையைப் பராமரிக்கத் தனது ஊழியர்களில் ஒருத்தியைப் பிரத்யேகமாக நியமித்தான். மார்செலின் பெற்றோர் வேலைக்குப் போகும் போது அவனை அந்தப் பெண் கவனித்துக்கொள்வதாக முடிவானது.

இரண்டு நாட்களுக்குப் பிறகு ஃபெலிபே ரோஸரை ஒரு வானொலி நிலையத்திற்கு அழைத்துச்சென்றான். அதன் இயக்குநர் அவனுடைய நண்பன். அன்று மதியமே அவர்கள் அவளை ஒரு நிகழ்ச்சியின் தொடக்கத்தில் வாசிக்க ஒரு பியானோவின் முன் உட்கார வைத்தார்கள். அவளை கான்செர்ட் கலைஞராகவும் இசை ஆசிரியையாகவும் அறிமுகம்செய்தனர். இனி அவளுக்கு ஒருபோதும் வேலை இல்லாமல் இருக்காது. அதே முறையில் தெரிந்தவர்களிடையே குதிரையேற்ற கிளப்பின் பாரில் விக்டருக்கு வேலை கிடைத்தது. யாரைத் தெரியும் என்பதே முக்கியமான தகுதியாகக் கருதப்பட்டது. மதியம் ஏழு மணியிலிருந்து அதிகாலை இரண்டு மணிவரை ஷிப்ட்; விக்டர் மருத்துவப் பள்ளியில் சேரும்போது படிப்பதற்கு வசதியான ஷிப்ட் இதுதான் என்று அந்த வேலையில் சேர்ந்தான். ஃபெலிபே, மருத்துவப் பள்ளியின் இயக்குநர் அவனது தாய்வழிக் குடும்பமான விஸ்காராவின் உறவினர்

என்பதால் எளிதாக அங்கே சேர்ந்துவிட முடியும் என்று கூறினான். விக்டர் ஒயின்களை வேறுபடுத்தவும் காக்டெய்ல் தயாரிக்கவும் கற்றுக்கொள்ளும்வரை, மதுவிடுதியில் சரக்குகளின் அளவைக் கவனித்துக்கொள்ளவும், கனமான சாமான்களை எடுத்துவைக்கவும், சலவைக் கண்ணாடிகளைக் கழுவும் வேலையைத் தொடங்கினான். பின்னர் அவனை காக்டெயில் பரிமாறும் பணியிலமர்த்தினார்கள். அங்கு அவனது சீருடை கருப்பு சூட், வெள்ளை சட்டை, போ டை. ஆர்ஜெலெஸ்–ஸுர்–மேரிலிருந்து தப்பியபோது, எய்டர் இபார்ரா கொடுத்த பணத்தில் வாங்கிய ஒரே உடையை மட்டுமே விக்டர் வைத்திருந்தான். ஃபெலிபே தனது அலமாரியின் சாவியை அவனிடம் கொடுத்து எந்த உடையை வேண்டுமானாலும் பயன்படுத்திக்கொள்ள அனுமதியளித்தான்.

ஹுவானா, ஃபெலிபேவின் விருந்தினர்களை ஒரு வாரம் கண்டுகொள்ளாமல் இருந்தாள். அதாவது ஆர்வம் அவளது தற்பெருமையை வெல்லும்வரை. அதன்பின் அப்போதே செய்த ரொட்டிகளைத் தட்டில் ஏந்தியபடி ஃபெலிபேவின் வீட்டுக் கதவைத் தட்டினாள். புதிய பணிப்பெண் கைகளில் குழந்தையுடன் கதவைத் திறந்து, “முதலாளிகள் இல்லை” என்று கூறினாள். ஹுவானா அவளை ஓரம் தள்ளிவிட்டு அகலமான காலடி எடுத்து உள்ளே நுழைந்தாள். இண்டு இடுக்குகளை ஆய்வு செய்த அவள், சிவப்பு கும்பல் என்று டான் இசிட்ரோ அழைத்தது போலல்லாமல் அவர்கள் மிகவும் சுத்தமாகவும் ஒழுங்காகவும் இருப்பதை உறுதிசெய்துகொண்டாள். சமையலறையில் பாத்திரங்களைப் பரிசோதித்துவிட்டு, முட்டாளைப்போலத் தோன்றிய சின்னப் பெண்ணிடம், குழந்தையைப் பார்த்துக் கொள்வது எப்படி என்று கறாரான குரலில் அறிவுரை அளித்தாள். “இந்த அரை வாலின் அம்மா எங்கே சுற்றிக்கொண்டிருக்கிறாள்? குழந்தையைப் பெற்றால் போதுமா? யார் வளர்ப்பார்களாம்? ஆனால் ஒன்றை மறுக்க முடியாது. மார்செலித்தோ, அவ்வளவு நல்ல குழந்தை. பெரிய கண்கள், புஷ்டியான அழகு, வேற்று முகமே இல்லை அவனுக்கு. என் கழுத்தைக் கட்டிக்கொண்டு என்னை விடவே இல்லை” என்று பின்னர் ஃபெலிபேவிடம் கூறினாள்.

செப்டம்பர் 4ஆம் தேதி பாரிஸில், இசிட்ரோ தெல் சோலார் லண்டனில் உள்ள பெண்கள் பள்ளியில் ஒஃபெலியாவைப் பதிவு செய்துவிட்ட விவரத்தைத் தனது மனைவியிடம் தெரிவிக்கத் தயாராகிக்கொண்டிருக்கையில், போர் தொடங்கிய செய்தி

அவர்களை அதிர்ச்சியில் ஆழ்த்தியது. மோதல் பல மாதங்களாக இருந்துவந்தாலும் அதைப் பற்றி யோசித்துப் பெரிதுபடுத்துவது தனது விடுமுறைக்கு இடையூறாக இருக்கக்கூடும் என்பதால் அவர் பரவலாக நிலவிய அச்சத்தை உதாசீனப்படுத்தினார். அவரைப் பொறுத்தவரை பத்திரிகைகள் மிகைப்படுத்தின, உலகம் எப்பொழுதும் ஏதோ ஒரு போரின் விளிம்பில்தான் இருந்தது, அதைப் பற்றிக் கவலைப்பட வேண்டிய அவசியம் என்ன?

ஆனால் என்ன நடந்தது என்பதை ஊகிக்க அவர் அறையின் கதவைத் திறந்தாலே போதுமானதாக இருந்தது. வெளியே ஹோட்டல் அல்லோலகல்லோலப்பட்டுக் கொண்டிருந்தது. ஹோட்டல் ஊழியர்கள் சூட்கேஸ்களுடனும் டிரங்குப் பெட்டிகளுடனும் ஓடுவது, விருந்தினர்கள் சலசலப்பது, பெண்கள் தங்கள் நாய்குட்டிகளைக் கவலையாகத் தடவிக்கொடுப்பது, ஆண்கள் கிடைக்கும் டாக்சிகளுக்காகச் சண்டையிடுவது, குழந்தைகள் குழப்பத்தில் அழுவது என்று தெருவில் போரின் அறிவிப்பு மிக உரத்த குரலில் கேட்டது. மேலும் விவரங்கள் தெரியும்வரை கிராமப்புறங்களுக்குத் தப்பிக்க முயன்றது நகரம். கூரைவரை சாமான்கள் ஏற்றப் பட்ட வாகனங்கள் அவசரமாக நடந்த பாதசாரிகளுக்கு மத்தியில் முன்னேற இடமில்லாமல் போக்குவரத்து நின்றது. ஒலிபெருக்கிகளில் அவசர அறிவுறுத்தல்கள் ஒலித்தன. குதிரைமீது அமர்ந்த காவலர்கள் ஒழுங்கைப் பராமரிக்க முயன்றனர். அமைதியாக லண்டனுக்குத் திரும்பி, தன் மகளை பள்ளியில் விட்டுவிட்டு, சிலிக்கு எடுத்துச் செல்ல வாங்கிய லேட்டஸ்ட் மாடல் காரை எடுத்துக்கொண்டு ரெய்னா தெல் பசிஃபிகோவில் ஏற நினைத்த இசிட்ரோ தெல் சோலாரின் திட்டம் காற்றில் புகையாக மாறியதை அவர் ஏற்றுக்கொள்ள வேண்டியிருந்தது. விரைவில் ஐரோப்பாவை விட்டு வெளியேற வேண்டுமென்பதால் அவர் பிரான்ஸில் இருந்த சிலிய தூதரை அழைத்தார்.

சிலிய தூதரகத்திலிருந்து கடல்வழி பயண அனுமதி கிடைக்க மூன்று வேதனையான நாட்களைக் கடத்தியபின் ஐம்பது பேர் பயணம் செய்வதற்கான ஒரு சரக்குக் கப்பலில் முந்நூறு பயணிகளுடன் பயணிக்க தெல் சோலார் குடும்பத்திற்கு இடமளிக்கத் தூதரகம் ஒரு யூதக் குடும்பத்தைப் பட்டியலிலிருந்து நீக்க முயன்றது. ஆனால் எந்த நாடும் யூதர்களை ஏற்றுக்கொள்ளாததால், கப்பலிலும் இடம் போய்விடும் என்ற அச்சத்தில் அவர்கள் டிக்கெட்டுகளுக்கு முன்கூட்டியே பணம் செலுத்தி, விசா பெற சிலிய தூதரகத்தில்

இருந்த மேலாளருக்குத் தங்கள் பாட்டியின் நகைகளை லஞ்சமாகக் கொடுத்துத் தங்களின் இடத்தை உறுதிப்படுத்த முயன்றனர். அந்தக் குடும்பம், பயணிகளில் பலரைப் போலவே, மதிப்புமிக்க எதையும் எடுத்துச் செல்ல உரிமையின்றி, மிகப்பெரிய அவமானங்களுக்குப் பிறகு ஜெர்மனியை விட்டு வெளியேற முனைந்தது. அவர்களைப் பொறுத்தவரை, ஐரோப்பாவிலிருந்து விலகுவது வாழ்வா சாவா என்று முடிவு செய்ய வேண்டிய பிரச்சினை. அவர்கள் கேப்டனிடம் கெஞ்சுவதைக் கேட்ட ஓஃபெலியா, தனது தாயின் சிறிய அறையை பகிர்ந்துகொள்ள வேண்டியிருந்தாலும் பரவாயில்லை என்று தனது பெற்றோரைக் கலந்தாலோசிக்காமல் தனது அறையை அவர்களுக்குக் கொடுக்க முன்வந்தாள். நெருக்கடியான நேரங்களில் நம்மை நாம் மாற்றிக்கொள்ள வேண்டும் என்று அடிக்கடி கூறும் இசிட்ரோ, வேறு வழியின்றி வெறுக்கத்தக்க யூதர்களுடன் பயணம் செய்ய வேண்டிய துயர நிலைக்குத் தள்ளப்பட்டார். ஆனால் பல்வேறு தரப்பட்ட சமூக வகுப்பைச் சேர்ந்த மக்கள், அறுபது யூதர்கள், வெறுப்பையூட்டும் அரிசிச் சாப்பாடு, குளிப்பதற்குத் தண்ணீர் இல்லாதது, விமானத் தாக்குதல்களி லிருந்து தப்பிக்க இருட்டில் பயணம் ஆகியவற்றால் அடிவயிற்றில் நிரந்தரமாக இருந்த பயத்திலும் எரிச்சலிலும் அவர் அவதிப்பட்டார். "துருப்பிடித்த வாளியில் இருக்கும் மீன்கள்போல ஒரு மாதத்தை நாம் எப்படித் தாங்கப்போகிறோம் என்று எனக்குத் தெரியவில்லை" என்று இடிட்ரோ புலம்பினார். அவரது மனைவி லோரா பிரார்த்தனை செய்தாள். அவரது மகள் ஓஃபெலியா குழந்தைகளை மகிழ்விப்பதிலும் கப்பல் காட்சிகளை ஓவியங்களாக வரைவதிலும் மும்முரமாக இருந்தாள். விரைவில் ஓஃபெலியா, தனது சகோதரன் ஃபெலிபேவின் தாராள மனப்பான்மையால் ஈர்க்கப்பட்டு, எல்லாவற்றையும் இழந்த யூதர்களுக்குத் தனது ஆடைகளில் சிலவற்றைக் கொடுத்தாள். "இந்தப் பெண்ணுக்காக இவ்வளவு செலவுசெய்து ஆடைகளை வாங்கினால், எல்லாவற்றையும் தானமாகக் கொடுத்துவிட்டாளே! நல்லவேளை, அவளுடைய திருமண உடை கிடங்கின் டிரங்குகளில் இருக்கிறது" என்று தனது மகளின் சைகையில் ஆச்சரியப்பட்ட இசிட்ரோ முணுமுணுத்தார். சில மாதங்களுக்குப் பிறகே, இரண்டாம் உலகப் போரினால் தான் பெண்கள் பள்ளியிலிருந்து தப்பியது. ஓஃபெலியாவுக்குத் தெரியவரும்.

சாதாரண நாட்களில் பயணம் இருபத்தெட்டு நாட்கள் எடுக்கும். கப்பல் முழு வேகத்தில் பயணித்து, மிதக்கும் சுரங்கங்களைத் தவிர்த்து. இருபுறமும் போர்க்கப்பல்கள்களி லிருந்து தப்பி, இருபத்தி இரண்டே நாட்களில் சிலியை

அடைந்தது. அவர்கள் சிலியின் நடுநிலைக் கொடியின் கீழ் பயணித்ததால் அவர்கள் பாதுகாப்புக்கு உத்தரவாதம் இருந்தது. அதே சமயம் நடைமுறையில் தவறான புரிதலினால் ஜெர்மனியர்களாலோ நேச நாடுகளாலோ மூழ்கடிக்கப்படலாம் என்பது வருந்தத்தக்க உண்மை. பனாமா கால்வாயில், அழிவு வேலைகள் பயணத்தில் இடையூறு செய்யாமல் இருக்க, வலைகளும் ஆழ்கடல் முக்குளிப்பவர்களும் பூட்டுகளில் வெடிகுண்டுகளைத் தேடும் அசாதாரணப் பாதுகாப்பு நடவடிக்கைகளும் இருப்பதை அவர்கள் கண்டனர்.

லோராக்குவும் இசிட்ரோவுக்கும் வெப்பமும் கொசுக்களும் சித்திரவதை அளித்தது மட்டுமல்லாமல் அசௌகரியமும் தாள முடியாததாக இருந்தது. போர் பற்றிய செய்திகள் வயிற்றில் புளியைக் கரைத்தன. ஆனால் ஒஃபெலியாவிற்கோ, ரெய்னா தெல் பசிஃபிகோவில் ஏர் கண்டிஷனிங்கில் உறங்கியும், சாக்லேட் மலைகளை உண்டும், உல்லாசமாக நேரத்தைக் கழித்த பயணத்துடன் ஒப்பிடுகையில், இந்த அனுபவம் மிகவும் பயனுள்ளதாகவும் உயிர்ப்பாகவும் இருந்தது.

ஃபெலிபே வால்பரைசோவில் தன் காருடனும், குடும்ப டிரைவர் ஓட்டிவந்த சாமான்களை ஏற்றிச் செல்வதற்கான வாடகை டிரக்குடனும் அவர்களுக்காகக் காத்திருந்தான். எப்போதும் குழந்தைத்தனமாகத் தோன்றும் தன் தங்கை, அற்பபுத்தியுடன் வளைய வரும் பெண், திடீரென்று மனமுதிர்ச்சியுடனும் தீர்க்கமான பார்வையுடனும் தோன்றிவே, அவன் ஒஃபெலியாவைப் பார்த்து ஆச்சர்யப்பட்டான். வளர்ந்திருந்தாள், முகத்தில் விவேகம் ஒளிர்ந்தது. பயணத்தைத் தொடங்கும்போது பொம்மை போல இருந்த பெண்ணாக இல்லாமல், சுவாரஸ்யமான இளம் பெண்ணாகத் திரும்பி வந்திருந்தாள். தன் சகோதரியாக இருந்திருக்காவிட்டால், ஒஃபெலியா மிகவும் அழகாக இருக்கிறாள் என்று சொல்லி யிருப்பான். மத்தியாஸ் எய்ஸாகிர்ரேகூடத் தன்னுடைய காருடன் கையில் ரோஜாப் பூச்செண்டுடன் தன்னுடைய ஆர்வமற்ற காதலிக்காகத் துறைமுகத்தில் காத்திருந்தான். ஃபெலிபேவைப் போலவே அவனும் ஒஃபெலியாவின் மாற்றத்தைக் கண்டு அசந்துபோய் நின்றான். அவள் எப்போதும் கவர்ச்சியாக இருப்பாள், ஆனால் இப்போது அவளுடைய அழகைப் பார்த்து, ஒரு புத்திசாலியோ பணக்காரனோ அவளைத் தன்னிடமிருந்து பறித்துவிடுவானோ என்ற பயம் அவனை ஆக்கிரமித்தது. அவன் தனது திட்டங்களை முன்னெடுத்துச் செல்ல முடிவு செய்தான். தனது முதல் தூதரகப் பணியைப் பற்றிய செய்தியை உடனடியாக அறிவித்து,

அவர்கள் தனியாக இருக்கும் நேரமாகப் பார்த்து, தனது கொள்ளுப்பாட்டியின் வைர மோதிரத்தைக் கொடுத்துத் தன்னை மணம்செய்துகொள்ளுமாறு கேட்க முடிவெடுத்தான். பதற்றத்தில் வியர்வை வழிய அவன் சட்டை நனைந்தது. அவனைத் திருமணம் செய்துகொண்டு பராகுவே நாட்டிற்குக் குடியேற வேண்டுமென்று சொன்னால், இந்த முரண்டுபிடிக்கும் இளம்பெண் என்ன செய்வாளோ?

இருபது இளைஞர்கள் கொண்ட கும்பல் ஒன்று கப்பலிலிருந்து இறங்கும் யூதர்கள் நிறைந்த குழுவை எதிர்க்கும் வகையில், ஸ்வஸ்திகா சின்னத்தைக் கையின் மேற்பாகத்தில் அணிந்து அவர்களைக் கடந்து செல்லும்போது வரவேற்க வந்தவர்களைப் பார்த்து வசவுகளைக் கத்தியது.

"பாவம், இந்த மக்கள். ஜெர்மனியிலிருந்து தப்பி வந்தால், இங்கு கிடைக்கும் வரவேற்பை என்னவென்று சொல்வது" என்று ஒஃபெலியா அங்கலாய்த்தாள்.

"அவர்களை விடு ஒஃபெலியா! போலீசார் அந்தக் கும்பலைக் கலைத்துவிடுவார்கள்" என்று மத்தியாஸ் அவளைச் சமாதானப்படுத்தினான்.

சாண்டியாகோவுக்கான பயணத்தில், நான்கு மணிநேரம் வளைந்து செல்லும் மண் சாலையில், கார் ஒன்றில் தனது பெற்றோருடன் சென்ற ஃபெலிபே, ஸ்பானியர்கள் புதிய நாட்டில் எவ்வாறு அற்புதமாகத் தங்களை ஒன்றுப்படுத்திக் கொண்டுள்ளார்கள் என்பதை அவர்களுக்குச் சொல்ல நேரம் கிடைத்தது: ஒரு மாதத்திற்குள் ஸ்பானியர்கள் பலருக்கு வேலை கிடைத்துவிட்டது; பல சிலியக் குடும்பங்கள் அவர்களுக்கு வீட்டில் அடைக்கலம் கொடுத்திருக்கின்றன; அரை டஜன் காலி அறைகள் இருக்கும் தங்களின் பெரிய வீட்டில் அதைச் செய்யாதது அவனுக்குச் சங்கடமாக இருந்தது. "உன் வீட்டில் சில கம்யூனிஸ்ட் நாத்திகர்கள் இருப்பது எனக்குத் தெரியும். வருத்தப்படப் போகிறாய்" என்று இசிட்ரோ அவனை எச்சரித்தார். அவர்கள் நிச்சயமாக கம்யூனிஸ்டுகள் அல்ல, ஒருவேளை அவர்கள் அனார்கிஸ்டுகளாக இருக்கலாம், நாத்திகர்களாக இருக்க முடியுமா என்பதைப் பொறுத்திருந்து பார்க்க வேண்டும் என்று ஃபெலிபே தெளிவுபடுத்தினான். அவர் தல்மாவ் குடும்பத்தைப் பற்றியும், அவர்கள் எவ்வளவு ஒழுக்கமானவர்கள், பண்பட்டவர்கள் என்றும், ஹுவானாவை விட்டு நகராத குழந்தையைப் பற்றியும் அவர்களிடம் கூறினான். விசுவாசமான ஹுவானா தங்களுக்குத் துரோகம் செய்ததை இசிட்ரோவும் லோராவும் ஏற்கெனவே அறிந்திருந்தார்கள்.

அவள் தினமும் மார்செலைப் பார்க்கச் சென்று அவனது உணவை மேற்பார்வையிடுகிறாளென்றும், லியோனார்டோ வுடன் வெய்யில் குளியல் செய்யப் பூங்காவிற்கு அழைத்துச் செல்கிறாளென்றும் அவர்களுக்குத் தெரியும். மார்செல்லின் தாய் தெருவில் சுற்றுகிறாளென்றும், பியானோவைச் சாக்காக வைத்து வீட்டில் இருப்பதே இல்லை என்றும், அவனது தந்தை ஒரு பாரில் தனது நாள் முழுவதும் கழிக்கிறானென்றும் ஹுவானாவே அவர்களிடம் கூறியிருந்தாள். தனது பெற்றோர்கள் இவ்வளவு தகவல்களைக் கடலுக்கு நடுவிலிருக்கும்போது பெற்றிருந்ததை நினைத்து ஃபெலிபே ஆச்சர்யப்பட்டான்.

டிசம்பரில், எய்ஸாகிர்ரே தூதரகத்தின் உத்தரவின் பேரில் பராகுவேயிலிருந்த சிலிய தூதருடன் வேலை செய்ய மத்தியாஸ் அந்நாட்டிற்குப் புறப்பட்டான். அவனது நிர்வாகி தனக்குக் கீழே வேலை செய்பவர்களுக்குக் கண்டிப்பான அதிகாரியாக இருப்பார். சமூக அளவில் தன்னைவிட மேலானவர்களுக்குப் பல்லைக் காட்டுவார். மத்தியாஸ் இரண்டாவது பிரிவைச் சேர்ந்தவன். அவன் அங்கே தனியாகப் போக நேர்ந்தது. ஓஃபெலியா இருபத்தொரு வயதுக்குப் பிறகே திருமணம் செய்துக்கொள்ளப்போவதாகத் தனது தந்தைக்கு உறுதியளித்திருக்கிறேன் என்ற போலிக்காரணத்தைச் சொல்லி அவன் அளித்த மோதிரத்தை நிராகரித்துவிட்டாள். அவள் திருமணம் செய்துகொள்ள நினைத்தால், யாராலும் அவளைத் தடுக்க முடியாது என்று மத்தியாஸுக்குத் தெரிந்தும், பல அபாயங்களுக்கு நடுவே காத்திருக்க முடிவு செய்தான். ஓஃபெலியாவுக்கு ஏராளமான அபிமானிகள் இருந்தனர். ஆனால் அவனது வருங்கால மாமனாரும் மாமியாரும் அவளை வழிக்குக் கொண்டுவருவதாக உறுதியளித்தனர். “சின்னப் பெண்ணல்லவா, கொஞ்சம் நேரம் கொடு, குழந்தைத்தனம் அதிகம். நான் உனக்காக ஜெபம் பண்ணப்போகிறேன். நீங்கள் இருவரும் திருமணம் செய்துகொண்டு மிகவும் மகிழ்ச்சியாக இருக்க வேண்டும்” என்று டோன்யா லோரா உறுதியளித்தாள். இடையறாது கடிதங்கள் அனுப்பி முக்கியமாகக் காதல் கடிதங்களை அனுப்பி, ஓஃபெலியாவை எப்படியாவது கவர்ந்திழுக்க மத்தியாஸ் திட்டமிட்டான். அஞ்சல் அதற்குத்தானே இருந்தது. அது மட்டுமல்லாமல் பேச்சைவிட எழுத்தில் தனது திறமையையும் உணர்ச்சிகளையும் அழகாகக் காட்ட முடியும்! பொறுமை. அவன் குழந்தைப் பருவத்திலிருந்தே ஓஃபெலியாவை நேசித்தான். அவர்கள்

இருவரும் ஒருவருக்காகவே மற்றவர் படைக்கப்பட்ட பிறவிகள். அதில் எந்தச் சந்தேகமும் இல்லை.

ஒவ்வொரு ஆண்டும் செய்ததுபோல், கிறிஸ்துமஸுக்குச் சில நாள்களுக்கு முன்பு, இசிட்ரோ தெல் சோலார் தனது கிராமப்புற நிலங்களிலிருந்து கொண்டுவரப்பட்ட பன்றிக்குட்டியை, லோரா, ஓஃபெலியா, லியோனார்டோவின் பார்வையிலிருந்து வெகு தூரம் தள்ளி, வீட்டின் மூன்றாவது உள் முற்றத்தில் கொல்வதற்காகக் கசாப்பு வெட்டுபவனை வரவழைத்தார். அது இறைச்சி, தொத்திறைச்சி, சாப்ஸ், ஹாம், பன்றி இறைச்சி மாறுவதை ஹுவானா மேற்பார்வையிட்டாள். குடும்பத்தை ஒன்றிணைக்கும் நாளாகக் கொண்டாடப்பட்ட டிசம்பர் 24ஆம் தேதியின் இரவு உணவுக்கு ஹுவானா பொறுப்பேற்றாள். மேலும் கிறிஸ்துமஸுக்காக இத்தாலியிலிருந்து கொண்டுவரப்பட்ட பிளாஸ்டர் உருவங்களைக் கொண்டு தங்கள் வீட்டின் கணப்பு மூட்டும் இடத்தில் இயேசு பிறந்த மாட்டுக் கொட்டகையின் காட்சியை வைப்பார்கள். அதிகாலையில் நூலகத்தில் முதலாளிக்குக் காபி கொண்டு தரச் சென்றபோது, அவள் அவர் முன்னே நின்றாள்.

"ஏதாவது பிரச்சினையா, ஹுவானா?"

"என் கருத்துப்படி, தம்பி ஃபெலிபேவின் கம்யூனிஸ்டுகளை நாம் விருந்திற்கு அழைக்க வேண்டும்."

இசிட்ரோ செய்தித்தாளிலிருந்து தலைத் தூக்கி அவளைக் குழப்பத்துடன் பார்த்தார்.

"நான் இதை மார்செலித்தோவுக்காகச் சொல்கிறேன்," என்றார்.

"யார்?"

"நான் யாரைப் பற்றி பேசுகிறேன் என்று உங்களுக்குத் தெரியும் முதலாளி. செல்லப் பையன், கம்யூனிஸ்டுகளின் மகன்."

"கம்யூனிஸ்டுகளுக்கு கிறிஸ்துமஸ், குழந்தை இயேசுப் பற்றியெல்லாம் அக்கறையில்லை ஹுவானா. அவர்கள் கடவுளை நம்பாதவர்கள்."

ஹுவானா தொண்டையில் எழும்பிய அதிர்ச்சிக்குரலை அடக்கிக்கொண்டு அங்கிருந்து நகர முனைந்தாள். சமத்துவம், வர்க்கப்போராட்டம் ஆகிய பல கம்யூனிச முட்டாள்தனங்களைப் பற்றி ஃபெலிபே அவளுக்கு விளக்கியிருந்தான். ஆனால் கடவுளையும் குழந்தை இயேசுவையும் நம்பாதவர்களைப் பற்றி

அவள் கேள்விப்பட்டதே இல்லை. தனது அதிர்ச்சியிலிருந்து மீண்டு பேச்சை மீட்டெடுக்க அவளுக்கு ஒரு முழு நிமிடம் ஆனது.

"இருக்கலாம் முதலாளி. ஆனால் அதற்கு அந்தக் குழந்தை என்ன செய்யும்? கிறிஸ்துமஸ் ஈவ் அன்று அவர்கள் இங்கே வர வேண்டும் என்று நினைக்கிறேன். நான் ஏற்கெனவே தம்பி ஃபெலிபேவிடம் கேட்டேன். அவனும் ஒப்புக்கொண்டான். சென்யோரா லோராவும் ஒஃபெலீத்தாவும்கூடச் சரியென்று சொன்னார்கள்.

தல்மாவ் குடும்பத்தினர் சிலியில் தங்கள் முதல் கிறிஸ்துமஸை இப்படித்தான் தெல் சோலார் குடும்பத்துடன் கழித்தார்கள். ரோஸர் கழுத்தில் அடர் நீல வடிவத்தில் வெள்ளைப் பூக்கள் போட்ட ஆடையை அணிந்தாள்; பெர்பிக்னானில் தனது திருமணத்திற்கு அணிந்திருந்த அதே ஆடை. அவள் கிய்யேமின் குழந்தையைச் சுமக்கிறாள் என்று தெரிந்ததும் கார்மே அவளுக்குக் கொடுத்த ஜேட் கல்லில் செதுக்கப்பட்ட கிளிப்பால் தனது முடியைக் கருப்பு மணிகள் அலங்கரித்த கொண்டை வலையால் கட்டியிருந்தாள். "நீ இப்போது என் மருமகள், அதற்குக் காகிதங்கள் எதுவும் தேவையில்லை" என்று கார்மே ரோஸரிடம் கூறியிருந்தாள். விக்டர் ஃபெலிபேவின் உடையை அணிந்தான். அது சற்று அகலமாகவும் கால்கள் குட்டையாகவும் இருந்தது. அவர்கள் மார் தெல் பிளாட்டா தெருவில் உள்ள வீட்டிற்கு வந்தபோது, ஹுவானா மார்செலை லியோனார்டோவுடன் விளையாட அழைத்துச் சென்றாள். அதே நேரத்தில் ஃபெலிபே தல்மாவ் குடும்பத்தை அறிமுகப் படுத்துவதற்காகக் கூடத்திற்குத் தள்ளினான். சிலியில் சமூக வர்க்கங்கள் பல அடுக்கு கேக்குகளைப் போன்றது. கீழே இறங்குவது எளிது. ஆனால் மேலே ஏறுவது சாத்தியமல்ல. ஏனென்றால் பணம் பரம்பரை அந்தஸ்தை வாங்காது என்று அவர்களுக்குத் தெரிந்திருந்தது. பாப்லோ நெரூடாவைப் போன்ற திறமையானவர்களும் பேரழகிகளும் மட்டுமே விதிவிலக்கு. ஒஃபெலியாவின் பாட்டி, ராணியின் கம்பீர அழகைக் கொண்டவள். ஒரு சாதாரண ஆங்கில வணிகரின் மகள், தங்கள் குலத்தை மேம்படுத்த வந்தவள் என்று விஸ்காரா குடும்பத்தில் அவளைப் பற்றிப் பெருமையாகக் கூறுவது வழக்கம். இதே தல்மாவ் குடும்பம் சிலியர்களாக இருந்திருந்தால், அவர்களுக்கு ஒருபோதும் தெல் சோலார் குடும்பத்தின் கொண்டாட்டத்திற்கு அழைப்பு வந்திருக்காது. ஆனால் அவர்களுக்கு வெளிநாட்டவர்களென்ற கவர்ச்சியான அடையாளம் இருந்ததால் சிலிய சமூகப்

பாகுபாடுகளுக்கிடையே ஒரு குறுகிய காலகட்டம்வரை மிதக்க முடிந்தது. சிறந்த முறையில் செயல்பட்டால், நடுத்தர வர்க்கத்தின் பல துணைப்பிரிவுகளுக்குள் ஒன்றில் அவர்களுக்கு இடம் கிடைத்துவிடும்.

தனது பெற்றோரின் வீட்டில் பழமைவாதிகளான, மதச் சகிப்புத்தன்மையற்றவர்களால் சர்க்கஸ் மிருகங்களைப் போல அவர்கள் முதலில் பரிசோதிக்கப்படுவார்கள் என்று ஃபெலிபே அவர்களை எச்சரித்திருந்தான். அதே சமயம் ஆரம்ப ஆர்வம் தீர்ந்தவுடன் அவர்கள் சிலி நாட்டு விருந்தோம்பல்களுடன் வரவேற்கப்படுவார்கள் என்றும் கூறியிருந்தான். அவன் கூறியது போலவே நடந்தது. உள்நாட்டுப் போரைப் பற்றியோ அவர்கள் நாட்டை விட்டு வெளியேறியதைப் பற்றியோ யாரும் அவர்களிடம் கேட்கவில்லை. அவர்கள் கேட்காததற்குக் காரணம் ஓரளவுக்கு அறியாமையும். (ஃபெலிபேவின் கூற்றுப்படி, அவர்கள் எல் மெர்குரியோ செய்தித்தாளின் சமூகப் பக்கங்களை மட்டுமே படிப்பார்கள்.) கனிவும் அதற்கு ஓரளவு காரணம். அவர்கள் தங்கள் விருந்தினர்களை வேதனைப்படுத்த விரும்பவில்லை. தான் கடந்துவிட்டதாக நினைத்த பதின்வயதுக் கூச்ச சுபாவம் விக்டரைத் திடீரென ஆட்கொண்டது. மேலும் தெல் சோலார் குடும்பத்தின் பிரெஞ்சு லிவிங் ரூமில் ஒரு மூலையில், பட்டினால் போர்த்தப்பட்ட 15ஆம் லூயி பாணியிலான இரண்டு கவச நாற்காலிகளுக்கு இடையில் நின்றுகொண்டு, அமைதியாகவும் முடிந்தவரை குறைவாகவும் பதிலளித்தான். மறுபுறம், ரோஸர் அவளது பியானோ வாசிப்பைக் கேட்பதற்காகவே அவர்களெல்லோரும் வந்திருப்பதைப் போல் மகிழ்ச்சியான பாடல்களை வாசித்தாள், கூடவே அதிகமாக மதுபானம் அருந்திய மற்ற விருந்தினர்கள் பாடினார்கள்.

ஒஃபெலியா தல்மாவ் குடும்பத்திடம் மிகவும் ஈர்க்கப் பட்டாள். வின்னிபெக் கப்பலில் விசாக்களுக்கு முத்திரை குத்தும்போது ஸ்பானியர்களுடனான தனது பொதுவான நல்லனுபவத்தைப் பற்றி மத்தியாஸ் அவளிடம் கூறியிருந்தாலும், ஹுவானா சொன்ன விவரங்களின் அடிப்படையில் அவள் இரண்டு முசுடு சோவியத் அதிகாரிகள் வரப்போவதாகக் கற்பனை செய்துவைத்திருந்தாள். ரோஸர் என்ற இளம் பெண் தன்னம்பிக்கையை வெளிப்படுத்தி வீணான கர்வமோ சமூகத்தில் முன்னேற தெல் சோலார்களை உபயோகிக்க வேண்டும் என்ற நினைப்போ இல்லாமல் வளையவந்தது ஒஃபெலியாவிற்கு ஆச்சரியமுண்டாக்கியது. அவள் பியானோ வாசித்துச் சம்பாதிப்பதற்கு முன்பு ஆடு மேய்த்ததையும்,

பேக்கரியில் வேலை செய்ததையும் தையல்காரியாக இருந்ததையும் முத்து ஹாரமும் கருப்பு நிற உடையும் அணிந்திருந்த பெண்கள் (சிலிய மேல் தட்டுப் பெண்களின் சீருடை!) குழுவிற்கு விளக்கினாள். அந்த வேலைகளை இயல்பான தொனியில் சொன்னதை என்னவோ அவள் தன்னிஷ்டத்திற்கு விளையாட்டாகச் செய்ததைப் போல் அந்தப் பெண்கள் கொண்டாடினார்கள். அதற்குப்பின் அவள் பியானோ சீட்டில் அமர்ந்து தன் வாசிப்பால் அவர்களை மயக்கினாள்.

ஃபெலிபே கூறியதுபோல், தன்னைவிட ஓரிரு வயதே மூத்தவளான, ஆனால் அதற்குள் மூன்று வாழ்க்கைகளை வாழ்ந்துவிட்ட ரோஸரை, அறியாமையில் மூழ்கி, சும்மா இருக்கும் இளம் பெண்ணான தன்னுடன் ஒப்பிட்டுப் பார்த்துக்கொண்டபோது, ஒஃபெலியா பொறாமை கலந்த வெட்கத்தை உணர்ந்தாள். ஏழ்மையில் பிறந்து, போரில் தோற்று, தோற்ற நாட்டிலிருந்து தப்பித்து, தாயாகவும் மனைவியாகவும், கடல் கடந்து வந்து, தன் பெயரில் ஒரு பெஸோ[2]கூட இல்லாத நிலையில் எதற்கும் அஞ்சாமல் அந்நிய தேசத்தில் வந்து சேர்ந்தவள் தகுதியானவளாகவும் வலிமையாகவும் தைரியமாகவும் இருப்பதைப் பார்த்து ஒஃபெலியாதானும் ரோஸரைப் போல் இருந்தால் எவ்வளவு நன்றாக இருக்கும் என்று ஏங்கினாள். ரோஸராக இருக்க விரும்பினாள். ஒஃபெலியாவின் எண்ணங்களை யூகித்தவள்போல ரோஸர் அவளை நெருங்கினாள். வீட்டினுள் இருந்த வெப்பத்திலிருந்து தப்பிக்க அவர்கள் பால்கனியில் சிறிது நேரம் புகைபிடித்தனர். ரோஸருக்குக் கோடையின் நடுவில் ஒரு கிறிஸ்துமஸ் என்பது புரிந்துகொள்ள முடியாததாக இருந்தது. பாரிஸுக்கோ பியூனஸ் அயர்ஸுக்கோ சென்று ஓவியம் வரைவதில் தன்னை அர்ப்பணித்துக்கொள்ள வேண்டும் என்ற தன் கனவை ஒரு அந்நியப் பெண்ணுடன் பகிர்ந்துகொண்டதை வித்தியாசமான அனுபவமாக ஒஃபெலியா உணர்ந்தாள். அது பைத்தியக்காரத்தனமான ஆசை. ஏனென்றால் ஒரு பெண்ணாகத் தனது குடும்பம், சமூக மரபுகளின் கைதியாக இருக்கும் அவள் ஒரு துரதிர்ஷ்டவாதி எனவும் கூறினாள். மற்றவர்களை அண்டி வாழ்வது மிகக் கொடுமையான நிலை என்று கையாலாகாத்தனத்தால் வந்த அழுகையை மறைக்கக் கேலியான புன்னகையுடன் கூறினாள். மேலும், கலையை மட்டுமே நம்பி வாழ முடியாது என்றும் கூறினாள். "உங்களுக்கு ஓவியம் வரைவதில் ஆர்வமிருக்கிற தென்றால், விரைவிலோ தாமதமாகவோ நீங்கள் செய்வீர்கள்,

---

2. சிலி நாட்டு நாணயம்.

தாமதமின்றிச் செய்வது நல்லது. எதற்காக பாரிஸுக்கோ பியூனஸ் அயர்ஸுக்கோ போக வேண்டும்? ஒழுக்கம் ஒன்றுதான் தேவை. ஓவியக் கலையும் பியானோ வாசிப்பதைப் போலத் தானே? வாழ்வதற்குப் போதுமான அளவுக்குச் சம்பாதிக்க முடியவில்லையென்றாலும், நீங்கள் முயற்சி செய்ய வேண்டும்" என்று ரோஸர் வாதிட்டாள்.

மாலை இரவாக மாறிக்கொண்டிருக்கையில், விக்டர் தல்மாவின் தீர்க்கமான பார்வை தன் மேல் விழுந்ததை ஓஃபெலியா பலமுறை கவனித்தாள். அவன் அவளை நெருங்க முயற்சிக்காமல் மூலையில் இருந்ததால், அவனைத் தனக்கு அறிமுகப்படுத்தும்படி ஃபெலிபேவிடம் கிசுகிசுத்தாள்.

"இவர் பார்சிலோனாவைச் சேர்ந்த எனது நண்பர் விக்டர். உள்நாட்டுப் போரில் போராளியாக இருந்தார்."

"உண்மையில் ஒரு துணை மருத்துவராக இருந்தேன், ஒருபோதும் துப்பாக்கியைத் தொடவில்லை" என்று விக்டர் தெளிவுபடுத்தினான்.

"போராளியா? அப்படியென்றால்?" இந்த வார்த்தையை முதல்முறையாகக் கேள்விப்படும் ஓஃபெலியா கேட்டாள்.

"போரில் ஈடுப்பட்டவர்களை இராணுவத்தில் சேருவதற்கு முன்பு அப்படித்தான் அழைத்தனர்" என்று விக்டர் விளக்கினான்.

ஃபெலிபே அவர்களை விட்டு நகர, ஓஃபெலியா விக்டருடன் சிறிது நேரம் பேச முயன்றாள். ஆனால் அவர்களிடையே பொதுவான விஷயம் எதுவுமில்லை, விக்டரும் பேச்சை வளர்த்தாமல் நின்றான். ஹுவானா அவளிடம் அவன் பாரில் வேலை செய்வதாகக் குறிப்பிட்டிருந்ததால், அவனிடம் அதைப் பற்றிக் கேட்டாள். அவன் ஸ்பெயினில் தொடங்கிய மருத்துவப் படிப்பை முடிக்க எண்ணியிருந்தான் என்ற பதிலை அவனிடமிருந்து வரவழைத்தாள். பல இடைநிறுத்தங்களால் எரிச்சலடைந்த அவள் அவனை விட்டு நகர்ந்தாள். சிறிது நேரத்தில் மீண்டும் அவன் தன்னைப் பார்த்துக்கொண்டிருந்ததைக் கவனித்தாள். அவனது தைரியத்தைக் கண்டு சற்று எரிச்சல் வந்தது. அவனின் துறவியைப் போன்ற முகம், நீளமான மூக்கு, செதுக்கப்பட்ட கன்னம், நீண்ட விரல்கள், மெல்லிய முரட்டு உடல் ஆகியவற்றால் ஈர்க்கப்பட்டு அவளும் அவனை மறைமுகமாகப் பார்த்துக்கொண்டுதான் இருந்தாள். அவள் அவனைச் சாம்பல் நிற பின்னணியில் கருப்பு வெள்ளைத் தூரிகைகளால் கைகளில் துப்பாக்கியுடன் நிர்வாணமாக இருக்கும் ஆளுயர உருவப்படத்தை வரைய

விரும்பினாள். அந்த யோசனையில் அவள் முகம் சிவந்தது; அவள் யாரையும் நிர்வாணமாக வரைந்ததில்லை. ஐரோப்பாவில் அருங்காட்சியகங்களில் அவள் சிலைகளைப் பார்த்துதான் ஆண் உடலைப் பற்றி அறிந்திருந்தாள். அங்கு பெரும்பாலான சிலைகள் சிதைக்கப்பட்டோ அல்லது அத்தி இலைகளால் மூடப்பட்டோ இருந்தன. புகழ்பெற்ற மைக்கேலேஞ்சலோவின் டேவிட்கூட அழகான அகன்ற கைகளுடனும் தோள்களுடனும் இருந்தாலும் குழந்தையின் குஞ்சுடன் ஏமாற்றமளித்தான். அவள் மத்தியாஸை நிர்வாணமாகப் பார்த்ததில்லை. ஆனால் அவனுடைய பேண்ட் எதை மறைக்கிறது என்று ஊகிக்கும் அளவுக்கு அவர்கள் ஒருவரையொருவர் சுவைத்தார்கள். நேரில் பார்த்தால்தான் தெரியும். இந்த ஸ்பானியர் ஏன் நொண்டிக்கொண்டிருந்தான்? அது யுத்தத்தின் காயமா? ஃபெலிபேவிடம் கேட்க வேண்டும்.

விக்டரைப் பற்றி ஓஃபெலியாவுக்கும் ஓஃபெலியாவைப் பற்றி விக்டருக்கும் ஆர்வம் இருந்தது. அவர்கள் வெவ்வேறு கிரகங்களிலிருந்து வந்தவர்கள் என்றும், இந்த இளம் பெண் தனது கடந்த காலப் பெண்களிலிருந்து வேறுபட்ட மற்றொரு இனத்தைச் சேர்ந்தவள் என்றும் அவன் நினைத்தான். போர் எல்லாவற்றையும் சிதைத்திருந்தது. நினைவுகளையும் ஞாபகங்களையும் அழித்திருந்தது. ஓஃபெலியா போன்ற பெண்கள் முன்பு இருந்திருக்கலாம்; புதிய உலகின் அசிங்கத்திலிருந்து பாதுகாக்கப்பட்ட, வெற்றுப் பக்கங்கள் போன்ற கறைபடாத வாழ்க்கை வாழும் பெண்கள். தங்கள் விதிகளை இரத்தக்கறை இல்லாமல் நேர்த்தியான எழுத்துக்களில் எழுதக்கூடிய பெண்கள். ஆனால் அவனுக்கு அப்படி யாரும் நினைவில் இல்லை. அவளுடைய அழகு அவனை மிரட்டியது; அவள் உயரமாகத் தெரிந்தாள், ஏனென்றால் அவளுடைய நீண்ட கழுத்துமுதல் மெல்லிய பாதங்கள்வரை அனைத்தும் நீளமானவை. ஆனால் அவன் அவளை நெருங்கி நின்றிருந்தபோது அவள் அவன் கன்னம் வரை எட்டியதைக் கண்டான். மர நிறத்தின் பல்வேறு நிறங்களில் அவள் முடி பளபளத்தது, கருப்பு வெல்வெட் ஹெட் பேண்டு அணிந்திருந்தாள். செம்புக்கல் நிறத்தில் வண்ணம் பூசிய அவளின் உதடுகள் கூடுதல் பற்கள் இருப்பதுபோல் எப்போதும் பாதி திறந்திருந்தன. மிகவும் குறிப்பிடத்தக்க விஷயம் என்னவென்றால், அவளது கூர்மையான வளைந்த புருவங்களுக்குக் கீழே இருந்த நீல நிறக் கண்கள். வெகு தொலைவில் இருக்கும் கடலைப் பார்த்து லயித்திருப்பதைப் போல தோற்றமளித்தன. சற்று ஒன்றரைக் கண்ணாக இருப்பதே அதற்குக் காரணம்.

இரவு உணவிற்குப் பிறகு, முழுக் குடும்பமும் குழந்தைகள், வேலையாட்களுடன் நள்ளிரவில் தேவாலயத்திற்கு ஊர்வல மாகச் சென்றனர். நாத்திகர்கள் என்று கூறப்படும் தல்மாவ் குடும்பமும் அவர்களுடன் வந்ததைக் கண்டு தெல் சோலார் குடும்பம் ஆச்சரியப்பட்டது. கன்னியாஸ்திரீகள் கற்பித்தபடி ரோஸரும் லத்தீன் மொழியில் சடங்குகளைப் பின்பற்றினாள். வழியில், ஃபெலிபே, ஓஃபீலியாவைக் கையைப் பிடித்து, அவளைத் தன்னுடன் பின்னால் நடந்து வரவைத்துத் தெளிவாகச் சொன்னான்: "நீ விக்டருடன் இன்னொரு முறை சிரித்துப் பேசுவதையோ அவனைப் பார்ப்பதையோ நான் பார்த்தால், அப்பாவிடம் சொல்லிவிடுவேன். புரிகிறதா? ஒரு திருமணமான பாக்கெட்டில் பெஸோ இல்லாமல் குடியேறிய ஒருவனின் மீது உன் கண் இருப்பதை அறிந்தால் அவர் என்ன செய்வார் என்று பார்ப்போம்." என்ன உளறுகிறான் என்பதுபோல் அவள் ஃபெலிபேவை ஆச்சரியமாகப் பார்த்தாள். இதேபோன்ற எச்சரிக்கையை ஃபெலிபே விக்டருக்கு வழங்கவில்லை. ஏனெனில் விக்டரை அவமானப்படுத்த அவன் விரும்பவில்லை, அதே சமயம் விக்டர் தனது சகோதரியை மீண்டும் பார்ப்பதைத் தடுக்க முடிவுசெய்தான். அவர்களுக்கிடையேயான ஈர்ப்பு மிகவும் அதிகமாக இருந்தது. சந்தேகத்திற்கு இடமின்றி மற்றவர்களும் அதைக் கவனித்திருப்பார்கள். அவன் நினைத்தது சரிதான். பின்னர், விக்டர் மற்றொரு அறையில் மார்சலுடன் உறங்கிக் கொண்டிருந்த ரோஸருக்கு குட்நைட் சொல்லச் சென்றபோது, அவள் அவனை எச்சரித்தாள்.

"அந்தப் பெண்ணை உன்னால் அடைய முடியாது. அந்த எண்ணத்தை உன் தலையிலிருந்து அகற்று, விக்டர். அவர்களின் சமூக வர்க்கத்தில் உன்னை ஒருபோதும் ஏற்றுக்கொள்ள மாட்டார்கள்."

"அது ஒரு சின்னப் பிரச்சினைதான். அதைவிடப் பெரிய இன்னல்கள் நிறைய இருக்கின்றன ரோஸர்."

"உண்மை. ஏழையாகவும் தார்மீகரீதியாகவும் சந்தேகிக்கப் படுவதோடு மட்டுமல்லாமல், நீ ஒன்றும் அவ்வளவு விரும்பத்தக்கவன் அல்ல."

"முக்கியமானதை மறந்துவிட்டாய். எனக்கு மனைவியும் ஒரு மகனும் உள்ளனர்."

"நாம் விவாகரத்து செய்துகொள்ளலாம்."

"இந்த நாட்டில் விவாகரத்து செய்ய முடியாது, ரோஸர். ஃபெலிபேவைக் கேட்டேன், அப்படி ஒரு சட்டமே இல்லையென்று கூறினான்."

"அப்படியென்றால் நாம் நிரந்தரமாக மாட்டிக் கொண்டோமா?"

பயத்தில் ரோஸரின் குரல் உயர்ந்தது.

"நீ இப்படிக் கேவலமாகச் சொல்லியிருக்க வேண்டாம். நாம் இங்கு வாழும்வரை சட்டப்பூர்வமாகத் திருமணம் செய்துகொள்வோம். ஸ்பெயினில் குடியரசு மீண்டும் நிறுவப்பட்டு நாம் திரும்பியதும் அங்கே விவாகரத்து செய்து கொள்ளலாம். சரியா?"

"அதற்கு நீண்ட காலமாகுமே, விக்டர்! நாம் இங்கே குடியேறி மார்செல் சிலியனாக வளர வேண்டும் என்று நான் விரும்புகிறேன்."

"சிலியக் குடியுரிமை பெற நீ விரும்பலாம். ஆனால் நம் வீடு எப்பொழுதும் கட்டலோனியாவில் மிகுந்த மரியாதையுடன் இருக்கும்."

"ஃபிராங்கோ கட்டலான் மொழியைப் பேசுவதைத் தடை செய்துள்ளான்" என்று அவனுக்கு நினைவூட்டினாள்.

"நீ சொல்லும் காரணத்திற்காகத்தான் நானும் சொன்னேன் பெண்ணே!"

7

1940–1941

உன்னுடன் நான் தூங்கும்போது
இரவு முழுவதும் நம் இருண்ட நிலம்
உயிருள்ளவர்களுடனும்
இறந்தவர்களுடனும் சுற்றுகிறது...

பாப்லோ நெருடா,

"தீவின் மடியில் இரவு"
மாலுமியின் வசனங்கள்

விக்டர் தல்மாவ், சிலியர்களுக்கான பிரத்தியேகமான நட்பு வட்டத்தின் உதவியுடன் தனது மருத்துவப் படிப்பை முடிக்கப் பல்கலைக் கழகத்தில் சேர்ந்தான். ஃபெலிபே தெல் சோலார் அவனை சோஷலிஸ்ட் கட்சியின் நிறுவனர்களில் ஒருவரும் ஜனாதிபதியின் நம்பிக்கைக்குரியவரும் சுகாதார அமைச்சருமான சால்வடோர் அயேந்தேயிடம் அறிமுகப்படுத்தினான். ஸ்பெயினில் குடியரசுக் கட்சியின் வெற்றி, இராணுவ எழுச்சி, ஜனநாயகத்தின் தோல்வி, ஃபிராங்கோவால் நிறுவப்பட்ட சர்வாதிகாரம் போன்றவற்றில் அயேந்தேவுக்கிருந்த ஆர்வத்தைப் பார்த்தால் வருங்காலத்தில் அவர் தனது நாட்டில் இதேபோன்ற ஒரு மோதலில் தனது உயிரை விடுவார் என்பது முன்னமேயே அவருக்குத் தெரிந்திருக்குமோ என ஐயம் ஏற்படும். போரைப் பற்றியும் தன் நாட்டை விட்டு வெளியேறியதைப் பற்றியும் விக்டர் தல்மாவ் என்ன சொன்னானோ அதை மட்டும் கேட்டுக்கொண்டு மீதத்தை ஊகித்துக்கொண்டார்

அயேந்தே. ஒரு தொலைபேசி அழைப்பின் மூலம் விக்டர் ஸ்பெயினில் படித்த படிப்புகளைச் சரிபார்த்து, மூன்று ஆண்டுகளில் பட்டம் பெற அனுமதி தரச்சொல்லி மருத்துவப் பள்ளிக்குச் சிபாரிசு செய்தார். பல்கலைகழகப் படிப்பு தீவிரமாக இருந்தது. நடைமுறை மருத்துவம் தனது ஆசிரியர்களுக்கு எவ்வளவு தெரியுமோ அதே அளவு விக்டருக்கும் தெரிந்திருந்தது, ஆனால் கோட்பாட்டில் அவனது அறிவும் அனுபவமும் மிகக் குறைவு. உடைந்த எலும்புகளைச் சரிசெய்வது வேறு, எலும்பின் பெயரை வைத்து அடையாளம் காண்பது வேறு. அயேந்தே செய்த உதவிக்கு என்ன கைம்மாறு செய்வதெனத் தெரியாமல் அவருக்கு நன்றி சொல்ல அமைச்சரின் அலுவலகத்துக்குச் சென்றான்.

அயேந்தே அவனிடம் "சதுரங்கம் விளையாடத் தெரியுமா?" என்றார்.

தனது அலுவலகத்தில் வைத்திருந்த பலகையில் விளையாடும்படி சவால் விடுத்தார். அவர் தோற்றாலும் நல்ல மனநிலையுடன் தோற்றார்.

"நீ எனக்குக் கைம்மாறு செய்ய விரும்பினால், நான் உன்னை அழைக்கும்போதெல்லாம் என்னுடன் விளையாட வா, அது போதும்" எனக் கூறி அனுப்பிவைத்தார்.

விக்டர் தல்மாவ் பின்னாளில் இரண்டாவது முறை தான் வாழும் நாட்டை விட்டு வெளியேறும் தீர்மானத்தை எடுக்கும் தறுவாயில் இருவருக்குமிடையிலான நட்பின் அடித்தளம் சதுரங்க விளையாட்டாக இருந்தது.

வேறு வீடு பார்த்து வாடகை கொடுக்கும் நிலைவரும் வரை தல்மாவ் குடும்பம் ஃபெலிபேவுடன் பல மாதங்கள் தங்கியது. கமிட்டியின் உதவி தங்களைவிடப் பலருக்கு வேண்டியிருந்ததால் அவர்கள் அதையும் ஏற்கவில்லை. ஃபெலிபே அவர்களைத் தனது வீட்டில் இன்னும் சிறிது காலம் தங்கவைக்க விரும்பினான். ஆனால் அவன் ஏற்கெனவே தங்களுக்கு நிறைய உதவி செய்துவிட்டதாகவும், சொந்தக்காலில் நிற்க வேண்டிய நேரம் வந்துவிட்டதாகவும் அவர்கள் கருதினார்கள். ஹுவானா இந்த மாற்றத்தால் மிகவும் பாதிக்கப்பட்டாள். மார்செலைப் பார்க்க அவள் டிராம் எடுத்துச் செல்ல வேண்டியிருந்தது. விக்டருக்கும் ஃபெலிபேவுக்குமான நட்பு தொடர்ந்தது. இருவரும் வெவ்வேறு வட்டங்களில் வளையவந்ததாலும் வேலைப் பளு அதிகமாக இருந்ததாலும் நட்பை நீடிப்பது கடினமாயிற்று. ஃபெலிபே விக்டரைத் தனது கோபக்கார இளைஞர்கள் குழுவில் இணைக்க முயன்றான். கிளப்பில் அறிவார்ந்த விவாதங்கள்

நின்று பேச்சுக்கள் விளையாட்டுத்தனமாக மாற ஆரம்பித்தவுடன் தனது நண்பர்களுக்கும் விக்டருக்கும் பொதுவாகப் பேச எதுவுமில்லை என்பது ஃபெலிபேவுக்குத் தெளிவாகத் தெரிந்தது. விக்டர் கலந்துகொண்ட ஒரு கூட்டத்தில், ஸ்பெயினில் நடந்த போரின் நடுவில் அவன் வாழ்ந்த ஆபத்தான பழைய வாழ்க்கையைப் பற்றி எழுந்த பல கேள்விகளுக்கு அவன் ஓரிரு வார்த்தைகளில் பதில் சொன்னதால், அந்தக் குழுவின் உறுப்பினர்களின் கவனம் வேறு சுவையான விஷயங்களின் பக்கம் திரும்பியது. விக்டர் ஓஃபெலியாவைச் சந்திப்பதைத் தடுக்க, ஃபெலிபே அவனைத் தனது பெற்றோரின் வீட்டிற்கு அழைத்துச் செல்லவில்லை.

பாரில் விக்டரின் இரவு நேர வேலை அவனுக்குப் போதுமான வருமானத்தைத் தரவில்லை. ஆனால் இந்த வித்தியாசமான வேலை வாடிக்கையாளர்களின் உளவியலைத் தெரிந்துகொள்ள உதவியது. இப்படித்தான் கேடலானைச் சேர்ந்த ஹோர்தி மோலினே என்பவரை விக்டர் சந்தித்தான். சிலியில் இருபது வருடங்களாக வாழும் காலணித் தொழிற்சாலையின் உரிமையாளர் அவர் மனைவியை இழந்தவர். கவுன்ட்டரில் அமர்ந்து குடித்துவிட்டு கட்டலான் மொழியில் பேசுவார். நீண்ட இரவு ஒன்றில், தனது கையில் பீர் கிளாஸுடன், விக்டரிடம், "காலணிகளை உருவாக்குவது மிகவும் லாபகரமானதாக இருந்தாலும் சுவாரஸ்யமாக இல்லை. நான் தனியாக இருக்கிறேன். வயதாகிவிட்டது. கட்டலோனியா பாணியில் ஒரு மதுக்கடை திறக்க ஆசை" என்றார். தொடங்குவதற்கான பணத்தைக் கொடுக்கத் தயாராக இருப்பதாகவும், விக்டர் தன்னுடைய அனுபவத்தைக் கொண்டு மதுவிடுதியை நடத்த முடியுமா என்றும் கேட்டார். விக்டர் தனது தொழில் மருத்துவம், மதுவிடுதி ஆரம்பிக்க விருப்பமில்லை என விடையளித்தான். அன்று இரவு ரோஸரிடம் ஹோர்தியின் எண்ணத்தைக் கூறியபோது, "அற்புதமான யோசனை, மற்றவர்களுக்காக வேலை செய்வதைவிடவும் சொந்த வியாபாரத்தை வைத்திருப்பது சிறந்தது; ஹோர்தி தன் மூலதனத்தைப் பணயம் வைப்பதால் நமக்கும் பாதிப்பு இருக்காது; செலவுகளில் கவனமாக இருக்க வேண்டும். வாடிக்கையாளர்கள் குடித்துவிட்டுத் தங்கள் துக்கங்களை மறக்கப்போகிறார்கள், மற்றதைப் பார்த்துக்கொள்ளலாம்" என்றாள்.

விக்டரின் தந்தை தனது கடைசி நாட்கள்வரை டோமினோ விளையாடிக் காலம் கழித்த பார்சிலோனா ரோசினான்டே பார் குறித்த நினைவுகளின் உந்துதலோடு அவர்கள் வியாபாரத்தை ஒரு சிறிய கடையில் ஆரம்பித்தனர்.

உருள்தொட்டிகளை மேசைகளாக்கி, மாமிசத் துண்டுகளும் பூண்டுச் சரமும் கூரையிலிருந்து தொங்கி அலங்கரிக்க, புளித்த மதுவின் வாசனையுடன் வாடிக்கையாளர்கள் வர வசதியான இடத்தில் சாண்டியாகோவின் போக்குவரத்து அதிகமாக இருந்த மையத்தில் கடை அமைந்தது. பாரை ஆரம்பித்த இரண்டு கூட்டாளிகளையும்விடக் கூடுதலான கணித அறிவு ரோஸருக்கு இருந்ததால், கணக்குகளைச் சரிபார்க்க அவர்களுடன் சேர்ந்தாள். அவள் மார்செலையும் அழைத்துவந்து, தான் கணக்குகளைச் சரிபார்க்கும்போது, பார் கவுன்ட்டருக்குப் பின்னால் சில பொம்மைகளுடன் அவனை உட்காரவைத்து விளையாட விடுவாள். ஒரு கோப்பை பீர்கூட அவளின் மேற்பார்வையிலிருந்தோ கணக்கிலிருந்தோ தப்பாது. கத்தரிக்காய், நெத்திலி, பூண்டு, ஸ்க்விட், ஆகியவற்றை வைத்துத் தொத்திறைச்சி, தக்காளியுடன் டூனா மீன், தூரத்து கட்டலான் நாட்டிலிருந்து பிற சுவையான உணவு வகைகள் ஆகியவற்றைச் சமைக்கும் திறன்கொண்ட ஒரு சமையல்காரனை அவர்கள் கண்டுபிடித்தனர். இது ஸ்பானிஷ் நாட்டிலிருந்து குடியேறிய விசுவாசமான வாடிக்கையாளர்களை ஈர்த்தது. அவர்கள் அந்த பாருக்கு வின்னிபெக் என பெயரிட்டனர்.

திருமணமான பதினெட்டு மாதங்களில் விக்டரும் ரோஸரும் கூடப் பிறந்தவர்களைப் போலவும் தோழர்களாகவும் ஒரு விதமான உறவில் வாழ்க்கையை நடத்தினர். அவள் கிய்யேமின் நினைவாகவும் அவன் குழப்பத்தைத் தவிர்க்கவும் படுக்கையைத் தவிர எல்லாவற்றையும் பகிர்ந்துகொண்டனர். ரோஸரைப் பொறுத்தவரை காதல் ஒருமுறை மட்டுமே வாழ்வில் வரும். அது அவளுக்கு ஏற்கெனவே வந்து போய்விட்டது. விக்டர் தன்னுடைய ஞாபகப் பேய்களைச் சமாளிக்க அவளைச் சார்ந்திருந்தான்.அவளைச் சிறந்த தோழியாகக் கருதினான். அவளைப் பற்றி நிறைய நிறையத் தெரிய ஆரம்பித்ததும் அவளை மேலும்மேலும் நேசித்தான்; சில நேரங்களில் அவர்களுக்கிடையே இருந்த கண்ணுக்குப் புலப்படாத கோட்டைத் தாண்டி, அவள் இடுப்பைப் பிடித்து இழுத்து முத்தமிட விரும்பினான். ஆனால் அப்படிச் செய்வது தனது சகோதரனுக்குத் துரோகம் இழைப்பதாகும் என்பதாலும் கூடவே பல மோசமான விளைவுகளை ஏற்படுத்தும் என்பதாலும் அப்படிப்பட்ட எண்ணத்தைக் கருவிலே அழிக்க முயற்சித்தான். துக்கத்தை எவ்வளவு நாள் அனுசரிப்பது சரி, இறந்தவர்களின் நினைவுகள் எவ்வளவு காலம் நம்மைத் துரத்தும் என்பதைப் பற்றி ஒருநாள் அவளிடம் பேச வேண்டுமென நினைத்துக்கொண்டான். அந்த நாளும் வரும், ஏறக்குறைய எல்லாவற்றையும் முடிவு செய்வதுபோல் ரோஸர் இதைப் பற்றியும் ஒரு யதார்த்தமான

முடிவு எடுப்பாள்; அதுவரை லாட்டரியை வெல்வதைப் பற்றிச் சாமானியன் கனவுகாண்பதுபோல ஒஃபெலியா தெல் சோலாரைப் பற்றி நினைத்துக்கொண்டு, தன்னைத் தானே திசை திருப்பிக்கொள்ள வேண்டியதுதான். இளைஞனுக்கே உரிய தீவிரத்துடன் முதல் முறை பார்த்ததிலிருந்தே ஒஃபெலியாவைக் காதலித்தான். ஆனால் அவளை மீண்டும் பார்க்காததால் அவனது காதல் கனவோ என விரைவில் தோன்றியது. அவனது குழம்பிய பகல் கனவுகளில் அவள் முகம், அசைவுகள், உடை, குரல் பற்றிய விவரங்களை நினைவுக்குக் கொண்டுவர முயற்சிப்பான். ஒரு சிறிய தயக்கம் ஏற்பட்டால்கூடக் கலைந்துவிடும் மாயமான கானல் நீர் போன்ற ஒஃபெலியாவை நிஜ வாழ்க்கைக்கு ஒவ்வாதபடி அவன் நேசித்தான்.

ஆரம்பத்திலிருந்தே விக்டரும் ரோஸரும் பரஸ்பர நம்பிக்கையையும் ஒருவருக்கு ஒருவர் உதவும் மனத்தையும் தங்கள் வாழ்வின் அளவுகோலாகக் கொண்டு வாழ்ந்தனர். நல்ல வாழ்வுக்கும் புதிய நாட்டில் முன்னேறுவதற்கும் அந்த அளவுகோல் அவசியம் என்பதில் திடமாக இருந்தனர். மார்செலுக்குப் பதினெட்டு வயது ஆகும்வரை அவன் நலன் மட்டுமே தங்களுக்கு முதன்மையாக இருக்க வேண்டும் என்பதில் அவர்கள் உறுதியாக இருந்தனர். விக்டர் மார்செலைத் தனது மகனாகவே பாவித்தான்.ஒவ்வொரு சமயம் மார்செல் தனது அண்ணன் மகன் என்பதுகூட மறந்துவிடும். தனது குழந்தையை விக்டர் அவன் குழந்தையைப் போல் நேசித்ததை ரோஸர் எப்போதும் நினைவில் வைத்திருந்தாள். அதனாலேயே விக்டரை நேசித்தாள்.

இருவரும் சம்பாதித்த பணத்தைப் பொதுவான செலவுகளுக்காக ஒரு சிகார் பெட்டிக்குள் வைத்தனர். ரோஸர் வீட்டுச் செலவுகளைக் கையாண்டாள். ஒரு மாதத்திற்குத் தேவையான பணத்தை நான்கு தபாலுறைகளில் சமமாகப் பிரித்து, ஒவ்வொரு வாரமும் ஒரு தபாலுறை என்ற கணக்கில் வார பட்ஜெட்டை மீறாமல் செலவு செய்தார்கள். அவர்கள் வெந்த கடலையை மூன்று வேளை சாப்பிட நேரிட்டாலும் அடுத்த வாரத்துத் தபாலுறையைப் பிரிக்காமல் கட்டுப்பாடுடன் இருந்தார்கள். வெந்த கடலைக்குப் பதிலாகப் பருப்பை சாப்பிடலாம்தான், ஆனால் வதைமுகாமில் பாதி வெந்தும் வேகாததுமானப் பருப்பை நிறையவே சாப்பிட்டு விக்டர் பாதிக்கப்பட்டிருந்ததால், பருப்பு சாப்பிடுவதைத் தவிர்த்தான். மாதக் கடைசியில் பணம் மிச்சம் இருந்தால், குழந்தையை ஐஸ்கிரீம் சாப்பிட வெளியே அழைத்துச்சென்றார்கள்.

அவர்கள் குணத்தில் ஒருவருக்கு ஒருவர் நேரெதிர்; அதனால்தானோ என்னவோ ஒருவரையொருவர் நன்கு

புரிந்து வைத்திருந்தார்கள். ரோஸர் தன் நாட்டை விட்டு வந்தாலும் பழைய நினைவுகளில் மூழ்கி சுயபச்சாதாபத்தில் வாழ்க்கையைக் கடத்தவில்லை. தான் நேசித்த ஸ்பெயின் இப்போது இல்லையே என்றோ, தான் விட்டு வந்த நாட்களுக்கு எவ்வாறு திரும்புவது என்றோ அவள் மனம் ஏங்கவில்லை. எந்தக் காரணத்திற்காக நாட்டைவிட்டு வெளியேற நேர்ந்தது என்பதைப் புரிந்துக்கொண்டதால், விரக்தியான ஆசைகளோ, பயனற்ற நிந்தைகளோ, கடுமையான மனக்கசப்புகளோ, வருத்தத்தின் துணையோ இல்லாமல், யதார்த்த உணர்வு அவளைக் காப்பாற்றியது. சோர்வு, நம்பிக்கையின்மை போன்ற உணர்ச்சிகள் அவளை அண்டவில்லை. எந்த ஒரு முயற்சியும் தியாகமும் அவளுக்குப் பெரியதாகத் தோன்றவில்லை, தடைகளை ரோட்ரோலரைப் போன்ற உறுதியுடன் அழிக்க முற்பட்டாள். அவளது திட்டங்கள் மிகத் தெளிவானவை. இனி வானொலி நெடுந்தொடர்களில் பியானோ வாசிக்கப்போவதில்லை. தினமும் ஒரே பாட்டு. கதாபாத்திரங்கள் செய்யும் சதித்திட்டத்தைப் பொறுத்து எப்போதும் சோகமான இசை, காதல் பாடல்கள், கோபமான இசை அல்லது இருண்ட பாடல்கள். ஐடா, ப்ளூ தனூபேயின் தாளக்கட்டு அவளுக்கு அழுகை வரச்செய்தது. கடினமான க்ளாஸிக்கல் இசை மட்டுமே அவள் வாழ்க்கையின் நோக்கம், மற்ற இசையெல்லாம் எங்கு வேண்டுமானாலும் போய்த் தொலையட்டும், அதைப்பற்றி அவளுக்கு அக்கறையில்லை. மதுவிடுதியில் சம்பாதிக்கும் சம்பாத்தியம் வாழ போதுமானதாக இருந்தது, விக்டர் பட்டம் பெற்றவுடன் அவள் இசைக் கல்லூரி யில் சேரப்போகிறாள்.தனது வழிகாட்டி மார்செல் லூயிஸ் தல்மாவைப் போல ஆசிரியராகவும் இசையமைப்பாளராகவும் வாழப்போகிறாள்.

ரோஸரின் எண்ணம் இப்படியென்றால், அவளது கணவன், மோசமான நினைவுகளின் தாக்குதலாலும், ஏக்கத்தின் கடுமையாலும் சோர்ந்து போயிருந்தான். அவனின் இருண்ட மனநிலை பற்றி ரோஸருக்கு மட்டுமே தெரியும். மற்றபடி விக்டர் கல்லூரிக்குச் சென்று, படித்து, மன உளைச்சல் இல்லாததுபோல் இரவில் மதுவிடுதியைப் பராமரித்துவந்தான். இப்படியாக அவனது வெளியுலக வாழ்க்கை தொடர்ந்தது. காற்றுப் புகாத அறையில் அடைந்து கிடக்கும் தூக்கத்தில் நடப்பவனைப் போலத் தனது சிந்தனையில் மூழ்கித் துவண்டிருந்தான். நேரம் கிடைக்கும்போது நின்றபடியே குதிரையைப் போலத் தூங்குவதால் ஏற்பட்ட உடல் சோர்வினால் அல்லாமல், பொறுப்புகளின் சிலந்தி வலையில் சிக்கித் தவித்ததால் ஏற்பட்ட மனச்சோர்வு அவனை நிம்மதியைக் குலைத்தது. ரோஸர்

பிரகாசமான எதிர்காலத்தைக் கற்பனை செய்தாள். ஆனால் அவன் எல்லாப் பக்கமும் நிழல்களை மட்டுமே பார்த்தான். “இருபத்தேழு வயதில் நான் ஏற்கெனவே கிழவனாகிவிட்டேன்” என அவன் கூறுவது ரோஸர் காதில் விழுந்தால் அவனுக்கு நன்றாகத் திட்டு விழும்: “ஆண் பிள்ளைதானே நீ? எல்லோரும்தான் கஷ்டங்களைச் அனுபவித்தோம். நன்றி இல்லாதவர்கள்தான் இப்படிப் புலம்பிக்கொண்டே இருப்பார்கள். கடலின் அந்தப் பக்கம் பயங்கரமான போர் நடந்துக்கொண்டிருக்கிறது! நாம் இங்கே கால் வயிறு அரை வயிறு என்றில்லாமல் தலைக்கு மேல் கூரை, வயிற்றில் சாப்பாடு, வேலை, படிப்பு, அதோடு நிம்மதியாகவும் வாழ்கிறோம். நாம் நீண்ட காலம் இங்கே இருக்கப்போகிறோம் என்பதை நினைவில் வைத்துக்கொள். அந்தச் சனியன் பிடிச்ச ஃபிராங்கோ நல்ல ஆரோக்கியத்துடன் இருக்கிறான், கெட்டவர்கள் நீண்ட காலம் வாழ்வார்கள்.” இருப்பினும், அவன்தன் கனவில் துண்டிக்கப்பட்ட கால்கள், பிய்ந்த உடற்பகுதிகள், குண்டுகள், இரத்தம் வழியும் பயோனெட்டுகள், உடைந்த எலும்புகள் நிறைந்த குழிகளைப் பார்த்துக் கத்துவதைக் கேட்டால் அவள் மனம் இளகிவிடும். பின்னர் அவனை எழுப்பி, அவனது படுக்கையில் ஒரு தாயைப் போல அவனின் கெட்டகனவுகளின் பாரம் இறங்கும்வரை கட்டிப்பிடித்தபடி காத்திருப்பாள்.

ஓஃபெலியா, விக்டரை மீண்டும் ஒரு வருடத்திற்குப் பின் சந்திக்க நேர்ந்தது. அந்தச் சமயத்தில், மத்தியாஸ் எய்ஸாகிர்ரே, துணைத்தலைவர் பதவியில், பராகுவே நாட்டில், பொதுப் பணியில் இருக்கும் ஒருவனின் சம்பளத்திற்குப் பொருத்தமில்லாத பாடாடோபமாகப் பலர் கருதுவதற்கு ஏற்றாற்போல் அசுன்சியோனில் ஒரு பிரதானத் தெருவில் மாளிகை போன்ற ஒரு வீட்டை வாடகைக்கு எடுத்திருந்தான். தூதரகத் தலைவரால் அதை ஏற்க இயலவில்லை. வாய்ப்புக் கிடைக்கும்போதெல்லாம் தனது கருத்தைக் குத்திக் காட்டினார். சிலியிலிருந்து அனுப்பிய மரச்சாமான்களாலும் அலங்காரப் பொருட்களாலும் மத்தியாஸ் தனது வீட்டை அலங்கரித்தான். அவனது தாய் உள்நாட்டு வேலையாட்களைப் பயிற்றுவிப்பதற்காக சிலியிலிருந்து அசுன்சியோனிற்கு வந்தாள். வேலையாட்கள் குவாரானி மொழி பேசியதால் அது எளிதாக நடக்கவில்லை. மத்தியாஸ் நடத்திய நீண்ட அன்பான கடிதப் போக்குவரத்தாலும், அவனது வருங்கால மாமியார் தோன்யா லோரா பங்குப்பெற்ற சர்ச் திருப்பலி, ஒன்பது நாள் நோவெனா ஜெபத்தின் பலனாலும் அவனது காதலி திருமணம் செய்துகொள்ள ஒப்புக்கொண்டாள்.

டிசம்பர் மாதம், ஒஃபெலியாவுக்கு இருபத்தியோரு வயது முடிந்ததும் தெல் சோலார் வீட்டின் தோட்டத்தில் ஒரு விருந்து ஏற்பாடு செய்தார்கள், அதில் இரண்டு குடும்பங்களின் நெருங்கிய உறவினர்கள் சுமார் இருநூறு பேருடன் நடந்த நிச்சயதார்த்தத்திற்காக மத்தியாஸ் சாண்டியாகோவிற்குப் போனான். தோன்யா லோராவின் அண்ணன் மகனான விசென்தே உர்பினா, வருங்கால மணமக்களின் மோதிரங்களை ஆசிர்வதித்துக் கொடுத்தார். கவர்ந்திழுக்கும் ஆற்றல் வாய்ந்த பாதிரியாரான அவர், வெள்ளை அங்கியில் கர்னலின் கம்பீரத்துடன் தோற்றமளித்தார். நாற்பது வயதுகூட முடிந்திராத உர்பினா, தனது மேலதிகாரிகள் முதல் மேல்தட்டுத் திருச்சபையினர்வரை எல்லோர் மீதும் அசைக்க முடியாத செல்வாக்கைச் செலுத்தினார். உர்பினா அவர்களுக்கு ஆலோசகராகவும் நடுவராகவும் நீதிபதியாகவும் செயல்பட்டார். தங்கள் குடும்பத்தில் ஒருவராக அவர் இருப்பதை அவர்கள் பாக்கியமாகக் கருதினார்கள்.

நேர்த்தியான திருமணங்களின் மாதமான செப்டம்பரில் திருமணத் தேதி நிர்ணயிக்கப்பட்டது. மத்தியாஸ், இந்த இளம் பெண் தனக்காக நிச்சயிக்கப்பட்டவள் என்று தனது போட்டியாளர்களுக்குப் பறைசாற்றும் வகையில் ஒஃபெலியாவின் வலது கையின் மோதிர விரலில் தனது பரம்பரை வைர மோதிரத்தை மாட்டினான். திருமண நாளன்று அதை அவளின் இடது கை மோதிர விரலில் மாட்டி, அவள் என்றென்றும் அவனுக்குச் சொந்தமானவள் என உலகுக்கு அறிவிப்பான். பராகுவேயில் ஒரு ராணியைப் போல அவளை வரவழைப்பதற்கு அவன் செய்த ஏற்பாடுகளைப் பற்றி அவளிடம் விரிவாகச் சொல்ல விரும்பினான். ஆனால் அவள் அவனைப் பேசவிடாமல், "என்ன அவசரம், மத்தியாஸ்? இப்போதிலிருந்து செப்டம்பருக்குள் என்ன வேண்டுமானாலும் நடக்கலாம்" என்றாள். அதிர்ச்சியடைந்தவன் அவளிடம் என்ன நடக்கும் எனக் கேட்டான், அதற்கு அவள் சிலிக்கு வரும் இரண்டாம் உலகப் போர், மற்றொரு நிலநடுக்கம் அல்லது பராகுவேயில் ஏதேனும் பேரழிவு எனப் பதிலளித்தாள். "நமக்கும் அதற்கும் சம்பந்தம் இல்லை" என மத்தியாஸ் அமைதியடைந்தான்.

ஒஃபெலியா டிஷ்யூ பேப்பரிலும் லாவெண்டர் தளிர்களிலும் தனது திருமண உடைகளைச் சுற்றி, டிரங்குப் பெட்டிகளில் அவற்றை அடுக்கி வைத்து, கன்னியாஸ்திரீயான சித்தி தெரசாவை மணமகள் சீருக்காக மேஜைத் துணி, படுக்கை உறைகள், துவாலை ஆகியவற்றில் ஒஃபெலியா, மத்தியாஸின் முதலெழுத்துக்களை ஒன்றொடு ஒன்று பின்னி எம்ப்ராய்டரி செய்யச் சொன்னாள். ஹோட்டல் க்ரிய்யோனின்

தேநீர் அறையில், தனது தோழிகளை வரவழைத்துத் தனது திருமண உடையையும் கணவன் வீட்டிற்கு முதல்முறை செல்லும்போது அணியப்போகும் உடையையும் மீண்டும் மீண்டும் போட்டுக் காட்டினாள். தனது சகோதரிகளிடமிருந்து வீட்டுப் பராமரிப்பின் அடிப்படைகளைக் கற்றுக்கொண்டு மண வாழ்விற்காக எதிர்பார்ப்புகளுடன் காத்திருக்கும் காலகட்டத்தை மகிழ்ச்சியுடன் கடத்தினாள். முக்கியமாக வீட்டுப் பராமரிப்பு அவளின் சோம்பேறித்தனமான ஒழுங்கற்ற குணத்திற்கு எதிராக இருந்தாலும் மனதிற்கு மிகவும் உவந்ததாக இருந்ததைக் கண்டு ஆச்சரியப்பட்டாள். திருமணத்திற்கு இன்னும் ஒன்பது மாதங்கள் இருந்தன. ஆனால் அதை இன்னும் எப்படியெல்லாம் நீடிக்கச் செய்யலாமென்று அவள் மனம் கணக்குப் போட்டுக்கொண்டே இருந்தது. பிடித்தாலும் பிடிக்காவிட்டாலும் திருமணம் செய்து கொண்டால் அதிலிருந்து விலக முடியாதே என்ற ஒருபுறம் பயம். யாரையும் தெரியாத, மொழி தெரியாத புதிய நாட்டில் குடும்பத்தை விட்டுப் பிரிந்து, குவாரானி பழங்குடியினர் நிறைந்த ஊரில் மத்தியாஸுடன் வாழ்வதும், குழந்தைகளைப் பெற்றெடுத்து, தனது தாயையும் சகோதரிகளையும் போலவே அடிமையாகவும் விரக்தியாகவும் வாழப்போகும் எதிர்காலத்தை நினைத்து மனச்சோர்வு மற்றொரு புறம். திருமணம் செய்துகொள்ளாமல் இருந்தால் அதைவிட மோசமான நிலையில் இருக்க நேரிடும். முதிர்கன்னியாக, தனது தந்தை அல்லது சகோதரன் ஃபெலிபேயின் ஆதரவில், அவர்களின் தாராள மனப்பான்மையைப் பொறுத்து வாழ வேண்டும். நிதிரீதியாக அவர்களைச் சார்ந்திருந்தால் சமூக விரோதியாகப் பார்க்கப்படுவாள். வாழ்வாதாரத்திற்காக வேலைசெய்வதென்பது அவள் பாரிஸ்மோன்மார்ட்ரேவில் தங்கி ஓவியம் வரைய ஆசைப்பட்டதுபோல் அபத்தமான யோசனை. தன் திருமணத்தைத் தள்ளிப்போடப் பல சாக்குப்போக்குகளைத் திட்டமிட்டுக்கொண்டிருக்கையில், அதற்கெல்லாம் மகுடம்போல் விக்டர் தல்மாவைக் கடவுள் அவள் வழியில் அனுப்பிவைப்பாரென்று அவள் கற்பனைகூடச் செய்யவில்லை. நிச்சயமாகி இரண்டு மாதங்களுக்குப் பிறகு, திருமணத்திற்கு ஏழு மாதங்களுக்கு முன்பு, அவள் அவனை யதேச்சையாகச் சந்திக்க நேர்ந்தபோது, நாவல்களில் படித்த காதலை, மத்தியாஸ் அவனது மாறாத விசுவாசத்தால் ஒருபோதும் தூண்டாத காதலை, அவள் உணர்ந்தாள்.

சாண்டியாகோ நகரவாசிகள் வறண்ட கோடையின் வெப்பத்திலிருந்து தப்பிக்கக் கும்பல் கும்பலாகக் கடற்கரைகளுக்கும் பண்ணைவீடுகளுக்கும் நகரத்தை விட்டுச்

சென்று விட்டிருந்த வேளையில் விக்டரும் ஒஃபெலியாவும் தெருவில் சந்தித்தனர். ஏதோ தவறு செய்து பிடிபட்டதுபோல் இருவரும் ஆச்சரியத்தில் முடங்கி நின்றார்கள். நீண்ட ஒரு நிமிடத்திற்குப் பிறகு அவள் சுதாரித்துக் கொண்டு, அவனிடம் "ஹலோ" சொல்ல முயற்சித்துக் குரல் வராமல் தடுமாற, அதை அவன் சாதகமாக எடுத்துக்கொண்டான். ஒரு வருடம், ஒரு முழு வருடம், அவன் அவளைக் காதலிப்பதாக நம்பி, ஆனால் சிறிதும் அந்தக் காதல்மேல் நம்பிக்கையில்லாமல் தவித்துக்கொண்டிருந்த ஒரு முழு வருடம் அவளும் அவனையே நினைத்துக்கொண்டிருந்தாள் என்பதை அந்த இளம் பெண்ணின் பதற்றம் அவனுக்குத் தெரிவித்தது.

அவன் நினைவில் இருந்தவளைவிட அவன் எதிரில் நின்றவள் – தெளிந்த கண்கள், வெண்கல நிறம், தாழ்வான ஆடை, பள்ளி மாணவிகள் அணியும் நெத்தியால் புடையப்பட்ட தொப்பியிலிருந்து தப்பித்துக் காற்றில் பறந்தக் கூந்தல் – அழகாக இருந்தாள். அவன் சுதாரித்துக்கொண்டு சுவாரசியமில்லாத உரையாடலைத் தொடங்கினான். தெல் சோலார் குடும்பம் மூன்று மாதங்கள் வின்யா தெல் மாரில் உள்ள பண்ணையிலும் கடற்கரை வீட்டிலும் இருக்கப்போவதைக் கண்டுபிடித்தான்; முடி வெட்டிக்கொள்ளவும் பல் மருத்துவரிடம் செல்லவும் அவள் நகரத்திற்கு வந்திருந்தாள். தன் குடும்ப விஷயங்களை அவளுக்குத் தெரிவிக்க அவனுக்கு நான்கே வாக்கியங்கள்தான் தேவைப்பட்டன. ரோஸர், பையன், பல்கலைக்கழகம், பாரைப் பற்றி அவளிடம் சொன்னான். அவர்கள் விரைவில் பேசுவதற்கு ஒரு விஷயமும் இல்லாமல் வெயிலில் வியர்த்தபடி நின்றனர். அவரவர் வழியைப் பார்த்துக்கொண்டு பிரிந்து சென்றால், ஒரு பொன்னான வாய்ப்பை இழக்க நேரிடும். அவள் விடைபெற யத்தனித்தபோது விக்டர் அவள் கையைப் பிடித்து அருகில் இருந்த ஒரு மருந்தகத்தின் பந்தலின் நிழலில் நிறுத்தி, பிற்பகலை அவளுடன் செலவிட வேண்டும் என தனது கோரிக்கையை முன்வைத்தான்.

"நான் மீண்டும் வின்யா தெல் மாருக்குத் திரும்ப வேண்டும். டிரைவர் எனக்காகக் காத்திருக்கிறான்" அவள் சிறிதும் பற்றில்லாமல் சொன்னாள்.

"காத்திருக்கச் சொல். நான் உன்னிடம் பேச வேண்டும்."

"எனக்குத் திருமணம் நிச்சயமாகிவிட்டது விக்டர்."

"எப்பொழுது?"

"அதுவா முக்கியம்? நீயும் திருமணமானவன்."

“அதைப் பற்றித்தான் பேச வேண்டும். நீ நினைப்பதுபோல் இல்லை.”

அவன் அவளை ஒரு சாதாரண ஹோட்டலுக்கு அழைத்துச் சென்றான், அவனிடம் அதற்குக்கூடப் பணம் இல்லை. நள்ளிரவில் அவள் வின்யா தெல் மாருக்குத் திரும்பினாள். அவளைக் காணாமல் அவளுடைய பெற்றோர் காவல்துறையில் புகார் கொடுக்கவிருந்தனர். அவளிடம் லஞ்சம் வாங்கியிருந்த டிரைவர், வழியில் டயர் பஞ்சர் ஆகிவிட்டதாகக் கூறினான்.

பதினைந்து வயதில் ஒஃபெலியா தனது உயரத்தாலும் அழகாலும் தன்னை அறியாமல் ஆண்களை ஈர்த்தாள். ஒரு சிலரின் அச்சுறுத்தலுக்கு ஆளான பிறகு, அவளது தந்தை தலையிட வேண்டிய அபூர்வ நிகழ்வுகளைத் தவிர, அவளுக்கே தெரியாமல் எத்தனை பேரின் இதயங்களை அவள் உடைத்திருப்பாள்! செல்லமாக வளர்ந்தவளின் பாதுக்காப்பான வாழ்க்கை இரட்டை முனை வாளாக அமைந்தது. ஒருபுறம் அவளின் அழகால் ஏற்படக்கூடிய அபாயங்களைக் குறைத்ததென்றாலும், மறுபுறம் அவளது புத்திசாலித்தனத்தையும் உள்ளுணர்வையும் வளரவிடாமல் தடுத்தது. அவளது உல்லாச மனப்பான்மைக்குக் கீழே திகைப்பூட்டும் அப்பாவித்தனம் மறைந்திருந்தது. அடுத்த சில ஆண்டுகளில், அவளது அழகு பல கதவுகளைத் திறந்து, அவள் கேட்டதை எளிதாகக் கிடைக்கச்செய்தது மற்றவர்கள் முதலில் பார்த்த விஷயமும் அதுதான். அவளின் ஸ்தம்பிக்க வைக்கும் தோற்றம்; சில நேரங்களில் அவர்கள் பார்த்த ஒரே விஷயம்; அவளது கருத்துக்களும் எண்ணங்களும் கவனிக்கப்படாமல் போனதால், தனது புத்திசாலித்தனத்தை நிலைநாட்ட எந்த முயற்சியையும் அவள் எடுக்கவில்லை. சிலியைக் காலனியாகக் கைப்பற்றி நானூறு வருடங்கள் முரட்டுத்தனமாக கான்கிஸ்தாதோர்கள்[1] ஆண்ட காலத்தில், விஸ்காரா குடும்பத்தினர் தங்கள் மரபணுவைத் தூய ஐரோப்பிய இரத்தத்துடன் இன்னும் செம்மைப்படுத்தினர். (ஃபெலிபேவைக் கேட்டால், சிலியில் வாழ்பவர்கள் எவ்வளவு வெள்ளையாகத் தோன்றினாலும் பழங்குடியினரின் இரத்தத்தின் கலப்படம் இல்லாமல் இருக்காது, புதிதாகக் குடியேறியவர்களைத் தவிர, என்பான்.) ஒஃபெலியா அழகான பெண்களின் மரபில் வந்தவள்; ஆங்கிலேய முப்பாட்டியின் கண்கவர் நீலக் கண்களைப் பெற்றவள் அவள் மட்டுமே. சாத்தான், பெண்களுக்கு அழகைத் தந்து அவர்கள்

1. ஸ்பானியக் காலனிய ஆட்சியாளர்கள்

மூலமாக மற்ற ஆன்மாக்களை அழிவுக்கு இழுத்துச்செல்லும் என லோரா தெல் சோலார் நம்பினாள். எனவே, ஒஃபெலியா விற்கு வீட்டில் தனிச் சலுகை இருந்ததில்லை. அது தப்பான வழியில் அழைத்துச்செல்லும், வீணான கர்வத்தைக் கொடுக்கும். அவளது கணவர் மற்ற பெண்களின் அழகைப் பாராட்டுவார்; ஆனால் அதே அழகு அவரது மகள்களிடம் மிளிர்ந்தால் அதை ஒரு பிரச்சினையாகக் கருதினார். ஏனென்றால் அவர் அவர்களின் நல்லொழுக்கத்தைப் பேணிக் காக்கும் கடமையைக் கொண்டவர். குறிப்பாக ஒஃபெலியாவை அவர் கவனித்துக் கொள்ள வேண்டியிருந்தது. அழகு புத்திசாலித்தனத்திற்கு எதிரானது; அழகு அல்லது புத்திசாலித்தனம் இதில் ஏதாவது ஒன்றைத் தான் பெற முடியும், இரண்டும் ஒன்றாகக் கிடைக்காது என்ற குடும்பக் கோட்பாட்டை ஒஃபெலியா ஏற்றுக்கொண்டாள். இந்த நம்பிக்கை அவள் பள்ளியில் பிரகாசிக்க உதவவில்லை. படிப்பில் படு மோசம், ஓவியம் பயிலச் சோம்பேறித்தனம், பாஸ்டர் உர்பினா பிரசங்கம் செய்த நேரான பாதையில் செல்வதில் அவளுக்கு இருந்த சிரமம் ஆகியவற்றை அவளின் வளர்ப்பும் நம்பிக்கையும் விளக்கும். இனம் தெரியாத அவளின் சிற்றின்பத் தேடல் அவளைத் துன்புறுத்தியது. ஒருவர் வாழ்க்கையின் பயன் என்ன, அவர்கள் சாபல்யம் அடைய என்ன செய்ய வேண்டும் என்று உர்பினா வலியுறுத்திய கேள்விகளுக்கு விடை கிடைக்காமல் அவள் தலை சுழன்றது. திருமணம் செய்து குழந்தைகளைப் பெற்றுக்கொள்ளும் தலைவிதியும் கன்னியாஸ்திரீ ஆக வாழ்வதும் அவளுக்குச் சரிசமமான கைவிலங்காகத் தோன்றியது. அதனால் அவளைப் பொறுத்தவரை திருமண வாழ்வு தவிர்க்க முடியாத ஒன்று; அதைக் கொஞ்சம் தள்ளிப்போடத்தான் முடியும். மேலும், எல்லோரும் அவளிடம் கூறியதுபோல் மத்தியாஸ் நல்லவன், உன்னதமானவன், அழகானவன்; அவள் நன்றியுடன் இருக்க வேண்டும்; அவளது அதிர்ஷ்டத்தைக் கண்டு எல்லோரும் பொறாமைப்படும் விதமாக நடந்துகொள்ள வேண்டும்.

குழந்தைப் பருவத்திலிருந்தே மத்தியாஸ் அவளைச் சந்தேகமின்றிக் காதலித்தான். கடுமையான கத்தோலிக்கப் பயிற்சியும் மத்தியாஸின் இயற்கையான சுய கட்டுப்பாட்டும் விதித்த வரம்புகளை மீறி அவனுடன் நெருக்கமாக இருக்க முயன்றாள் ஒஃபெலியா. அவன் வகுத்த எல்லைகளை அவள் அவ்வப்போது கடக்க முயன்றாலும் அவர்கள் இருவரும் ஆடைகளைக் களையாமல் மயங்கி விழும்வரை காதல் செய்வதற்கும் ஆடைகள் களைந்து அதே பாவச்செயலில் ஈடுபடுவதற்கும் என்ன வித்தியாசம்? தெய்வத்தின் தண்டனை இரண்டுக்கும் ஒன்றுதானே! அவளது பலவீனத்தைக் கருத்தில்

கொண்டு, மத்தியாஸ் பொறுப்பெடுத்துக்கொள்ள ஆரம்பித்தான். மற்றவர்கள் தனது சகோதரிகளை எப்படி மதிக்க வேண்டும் என அவன் எதிர்பார்த்தானோ அதேபோல் அவளை மதித்தான். தெல் சோலார் குடும்பம் தன்மீது வைத்த நம்பிக்கைக்கு அவன் ஒருபோதும் துரோகம் இழைக்கக் கூடாது; திருச்சபையால் புனிதப்படுத்தப்பட்ட பின் மட்டுமே உடலின் ஆசைக்கு இணங்க வேண்டும், அதுவும் குழந்தைகளைப் பெறுவதற்காக மட்டுமே. அவளிடமிருந்து விலகியிருப்பதன் அடிப்படைக் காரணம் மரியாதையோ பாவம் செய்ய அஞ்சியோ அல்ல; அவள் கர்ப்பமானால் அதனால் ஏற்படக்கூடிய கலவரத்தைத் தவிர்க்கவே என்பதை அவன் தன் இதயத்தின் ஆழத்தில்கூட ஒப்புக்கொண்டிருக்க மாட்டான். இந்த விஷயத்தைப் பற்றி ஒஃபெலியா தனது தாயிடமோ, சகோதரிகளிடமோ ஒருபோதும் பேசவில்லை. ஆனால் இந்தத் தவறான திசைதவறல், எவ்வளவு சிறியதாக இருந்தாலும், திருமணத்தால் சரியாகிவிடும் என்பதில் அவள் தெளிவாக இருந்தாள். ஒப்புதல் வாக்குமூலம் கொடுத்தால் தேவாலயம் குற்றத்தை மன்னிக்கும்; ஆனால் சமூகம் மன்னிக்காது, மறக்காது. "கண்ணியமான இளம் பெண்ணின் நற்பெயர் வெள்ளை நிறப் பட்டுத்துணி போன்றது. எந்தச் சின்னக் கறையும் பட்டின் தூய்மையை அழித்துவிடும்" என்று கன்னியாஸ்திரீகள் பள்ளிப் பருவத்தில் அறிவுறுத்தியதற்கு எதிராக, மத்தியாஸுடன் அவள் எத்தனை கறைகளைச் சேர்த்திருக்கிறாள் என எப்படிக் கணக்கு போடுவது?

அன்று வெய்யில் கொளுத்திய மதியம் ஒஃபெலியா விக்டர் தல்மாவுடன் ஹோட்டலுக்குச் சென்றாள். மத்தியாஸ் முடியாதென்று சொல்லி இருவரின் வாக்குவாதங்கள் ஏற்படுத்திய குழப்பத்தையும் கோபத்தையும் போல்லல்லாமல் இந்த அனுபவம் வித்தியாசமாக இருக்கும் என்று தெரிந்தே போனாள். அறைக்குள் நுழைந்ததும் விக்டரிடம் தான் எடுத்து வைத்த முதல் அடியின் சாதாரணத்தன்மையால், தான் ஒரு நொடியில் எடுத்த சொந்த முடிவால் வியப்படைந்தாள். என்ன செய்ய வேண்டும் எனப் பயிற்சியின்றித் தனக்கு எப்படித் தெரிந்திருந்தது? அனுபவத்தால் வரும் வெட்கமின்மையைத் தன்னால் எப்படி உணர முடிந்தது? முழுவதுமாக எல்லா ஆடைகளையும் கழற்றாமல் எப்படி உடை மாற்றுவது என்ற வித்தையைக் கன்னியாஸ்திரீகள் கற்றுக்கொடுத்திருந்தார்கள்; முதலில் நீண்ட கை வைத்த (கழுத்திலிருந்து கால்வரை மறைக்கும்) நைட் கவுனை அணிந்து, பின்னர் அதன் கீழே இருக்கும் ஆடைகளைக் கழற்ற வேண்டும். ஆனால் அன்று மதியம் விக்டரின் முன்னால் அவளுடைய வெட்கம் மறைந்தது; அவள் ஆடைகளை அவசரமாகக் கழற்றித் தரையில் போட்டுவிட்டு,

நிர்வாணமான வீராங்கனையைப் போல், அடுத்து என்ன நடக்கும் என்ற ஆர்வத்துடனும் மத்தியாஸ் அவளுடன் இருக்க மறுத்ததால் அவன் மீதிருந்த எரிச்சலுடனும் விக்டரை நோக்கி நடந்தாள். "நான் செய்யப்போகும் துரோகம் மத்தியாஸீக்குத் தகுந்ததுதான்" என மனதிற்குள் நினைத்துக்கொண்டாள்.

ஓஃபெலியா கன்னிப்பெண்ணாக இருக்கக்கூடும் என விக்டர் நினைக்கவில்லை. காரணம், அந்த இளம் பெண்ணின் அதீத நம்பிக்கையும் அவனின் கடந்த கால அனுபவமும். அவன் கன்னித்தன்மை இழந்தது எப்போதோ பதின்பருவத்தில். அவன் வேறு ஒரு உலகத்திலிருந்து வந்தவன். அவனது யதார்த்தத்தில் புரட்சி சமூகப் பாகுபாடுகளை உடைத்திருந்தது. பழைய பழக்கவழக்கங்களை அழித்திருந்தது. மதச் சர்வாதிகாரத்தை ஒழித்திருந்தது. குடியரசுக் கட்சியின் ஆட்சியிலிருந்த ஸ்பெயினில் கன்னித்தன்மை வழக்கொழிந்த ஒரு விஷயம். அவன் நேசித்த இராணுவப் பெண்களும் செவிலியர்களும் அவனைப் போலவே பாலியல் சுதந்திரத்தை அனுபவித்தனர். ஓஃபெலியா கெட்டுப்போன பெண், அதனால்தான் தன்னுடன் வந்தாள் என அவன் அவளைக் கேவலமாக நினைக்கவில்லை. அவளும் தான் அவன்மீது காதலில் இருந்ததைப்போலவே, அவளும் தன்மீது காதலில் இருந்தாள் என இயல்பாகக் கருதினான். காதல் செய்து ஓய்ந்து, கன்னி ரத்தத்தில் கறையான மஞ்சள் படிந்த படுக்கையுறையின் மேல் உடல்கள் பிணைந்து படுத்திருக்கும்போது விக்டருக்கு அவர்கள் மேற்கொண்ட காரியத்தின் வீரியம் புரிந்தது. ரோஸரை எப்படி, ஏன் திருமணம் செய்துகொண்டான் என்ற தனது கடந்த காலத்தின் முக்கியமான விவரங்களைச் சுருக்கமாக அவளிடம் சொல்லிவிட்டு, ஒரு வருடத்திற்கும் மேலாக அவளைப் பற்றிக் கனவுகண்டதாகக் கூறினான்.

"இது உனக்கு முதல்முறை என்று ஏன் என்னிடம் சொல்லவில்லை?" என்று கேட்டான்.

"சொல்லியிருந்தால் நீ பின்வாங்கியிருப்பாய்" என்று பதிலளித்த அவள் பூனையைப் போல் உடலை நீட்டிச் சோம்பல் முறித்தாள்.

"நான் உன்னுடன் கவனமாக இருந்திருக்க வேண்டும் ஓஃபெலியா, என்னை மன்னித்துவிடு."

"மன்னிக்க எதுவும் இல்லை. நான் மகிழ்ச்சியாக இருக்கிறேன். என் உடல் சிலிர்க்கிறது. ஆனால் நான் இப்போது போக வேண்டும். மிகவும் தாமதமாகிவிட்டது."

"மீண்டும் எப்போது சந்திப்போம்?"

“நான் எப்போது அங்கிருந்து தப்பிக்க முடியும் என்பதை உனக்குத் தெரிவிக்கிறேன். மூன்று வாரங்களுக்குப் பின் நாங்கள் சாண்டியாகோவுக்குத் திரும்புவோம். பின்னர் அது எளிதாகிவிடும். நாம் மிகவும் எச்சரிக்கையாக இருக்க வேண்டும், ஏனென்றால் இது வெளியே தெரிந்தால் நம் இருவருக்கும் ஆபத்து. என் அப்பா என்ன வேண்டுமானாலும் செய்வார்.”

“ஒரு கட்டத்தில் நான் அவருடன் பேச வேண்டியிருக்கும்...”

“பைத்தியமா நீ? உன்னால் எப்படி இப்படி யோசிக்க முடிகிறது! நான் ஒரு திருமணமான ஒருவனுடன், அதுவும் குழந்தையுடன் திருமணமானவனுடன் இருக்கிறேன் என்று அவருக்குத் தெரிந்தால், அவர் நம் இருவரையும் கொன்று விடுவார். ஃபெலிபே ஏற்கெனவே என்னை எச்சரித்திருக்கிறான்.”

பல் மருத்துவரைச் சந்திக்க வேண்டும் என வீட்டில் சாக்குச் சொல்லிவிட்டு, ஒஃபெலியாவால் மீண்டும் சாண்டியாகோவுக்குத் திரும்ப முடிந்தது. பிரிந்த சில வாரங்களில், ஹோட்டலில் அன்று மதியம் நடந்த விவரங்களை மிக நுணுக்கமாக நினைவில் வைத்துக்கொள்ள வேண்டும் என்ற தனது ஆர்வம் இப்போது ஒரு பீடிப்பாக மாறியதைக் கண்டு அவள் பயந்தாள். விக்டரை மீண்டும் பார்க்க வேண்டும், காதல் செய்ய வேண்டும், பேச வேண்டும், இன்னும் நிறையப் பேச வேண்டும். அவனிடம் தன் ரகசியங்களைச் சொல்ல வேண்டும், அவனுடைய கடந்த காலத்தைக் கண்டுபிடிக்க வேண்டும். அவன் ஏன் நொண்டுகிறான் என்று தெரிந்துகொள்ள வேண்டும். அவனது தழும்புகளைப் பட்டியலிட வேண்டும், அவனது குடும்பத்தைப் பற்றியும், அவனை ரோஸருடன் இணைத்த உணர்வைப் பற்றியும் தெரிந்துகொள்ள வேண்டும். அவன் மர்மமான மனிதன், அவனைப் புரிந்துகொள்வது பெரிய வேலையாக இருக்கும்; “நாட்டை விட்டு வெளியேறுதல்”, “இராணுவ எழுச்சி”, “வெகுஜனக் கல்லறை”, “வதை முகாம்”, “குண்டு இழுக்கும் கழுதைகள்”, “போர் ரொட்டி” இந்த வார்த்தைகளுக்கெல்லாம் என்ன அர்த்தம். விக்டரும், மத்தியாஸும் ஏறக்குறைய ஒரே வயதையொத்தவர்கள். ஆனால் விக்டர் வயதானவனைப் போல முதிர்ச்சியுடன் இருந்தான்; வெளியில் கடினமானவனாகவும், மனதினுள்ளே ஊடுருவ முடியாதவனாகவும், போரில் அடிப்பட்டு ஆறாத வடுக்களைச் சுமப்பவனாகவும், மோசமான நினைவுகளால் அலைக்கழிக்கப்படுபவனாகவும் இருந்தான். தன் விருப்பப்படி நடந்துகொள்ளும் அவளின் டைனமைட் குணத்தைக் கொண்டாடிய மத்தியாஸைப் போலல்லாமல், அவளிடமிருந்து புத்திசாலித்தனத்தின் தெளிவை எதிர்பார்த்து விக்டர் அவளது குழந்தைத்தனத்தில் பொறுமையிழந்தான். மேலோட்டமான எதிலும் அவனுக்கு ஆர்வமில்லை. அவன்

அவளிடம் ஒரு கேள்வியைக் கேட்டால் ஒரு ஆசிரியரின் கவனத்துடன் பதிலை எதிர்ப்பார்த்தான். நகைச்சுவையாக ஏதாவது சொல்லி அவள் நழுவப்பார்த்தால் அதை அவன் அனுமதிக்கவில்லை. ஒஃபெலியா முதல் முறையாகத் தன் கருத்துக்களுக்கு முக்கியத்துவம் கொடுக்கும் சூழ்நிலையை எதிர்கொண்டாள்.

இரண்டாவது முறையாக அவள் காதலனின் அணைப்பிலிருந்தபோது, தனக்கான வாழ்க்கைத் துணைவனைக் கண்டுபிடித்துவிட்டதாக ஒஃபெலியா முடிவு செய்தாள். அவளது குடும்பச் சூழலில் வளையவந்த இளைஞர்கள் எல்லோரும் தங்கள் குடும்பத்தின் பணபலத்தாலும் அதிகாரத்தாலும் அடைகாக்கப்பட்டுப் பாசாங்குத்தனமாக வாழ்ந்தார்கள்; தங்களுக்குக் கிடைத்த அதிக சலுகையால் தங்கள் வருங்காலத்தைத் தங்களுக்கு வேண்டியபடி மாற்றிக்கொள்ள முடிந்தது; இந்த அதிகாரக் கும்பலுக்கு நடுவே வேறுபட்டிருந்த விக்டருடன் அவர்களில் யாராலும் போட்டியிட முடியாது. இதைக் கேட்ட விக்டருக்கு அவளும் தனக்கானவள் எனத் தோன்றியது. ஆனால் இந்த எண்ணத்தில் அவன் தனது மனதை இழக்கவில்லை.இருவரும் சேர்ந்து குடித்து முடித்த மது பாட்டிலின் பின்விளைவு குறையட்டும், இந்த நிலை அவளுக்குப் புதுமையானது. அவளின் சூழ்நிலை மிகைப்படுத்தப்பட்ட எதிர்வினைகளை மட்டுமே யோசிக்கவைத்தது. அதனால் உடல் குளிர்ந்ததும் அவளிடம் இதைப்பற்றிப் பேச நினைத்தான்.

விக்டர் தங்களின் உண்மையான நிலையை ஒஃபெலியாவிடம் வலியுறுத்தியிருக்கவில்லை என்றால், அவள் தயக்கமின்றி மத்தியாஸ் எய்ஸாகிர்ரேவுடனான தனது திருமண வாழ்க்கையை முறித்துக்கொண்டிருப்பாள். ஆனால் விக்டர் சுதந்திரமாக எந்த முடிவையும் எடுக்க முடியாது என்பதையும் தன்னால் அவளுக்கு இந்த மாதிரியான அவசரமான சந்திப்புகளை மட்டுமே வழங்க முடியும் என எடுத்துரைத்தான். அதற்கு அவள், சிலியில் தான் அவர்கள் இரகசியமாக இருக்க வேண்டும் என்றாள். ஆனால் உலகம் பெரியது, பிரேசில் அல்லது கியூபாவிற்குத் தப்பிச் சென்று திருமணம் செய்துகொண்டு பனைமரங்களுக்கு நடுவில் வாழலாம் என்றாள். “ரோஸரும் மார்செலும் என் பொறுப்பு. வறுமை, நாட்டை விட்டு வெளியேறுதலென்றால் என்னவென்று உனக்குத் தெரியாது. அந்தப் பனைமரத்தடியில் நீ என்னுடன் ஒரு வாரம் கூட இருக்க மாட்டாய்” என விக்டர் பதிலளித்தான்.

ஒஃபெலியா, மத்தியாஸின் கடிதங்களுக்குப் பதிலளிக்காமல் இருந்தாள். தன்னுடைய அலட்சியத்தால்

அவன் சோர்வடைந்துவிடுவான் என நினைத்தாள். ஆனால் அது நடக்கவில்லை. எளிதில் பின்வாங்காத அவள் காதலன் அவளது மௌனத்திற்கு அவளின் அச்சத்தைக் காரணமாக நினைத்தான். இதற்கிடையில் அவள், தன் குணத்திற்கு முரணான, முன் ஒன்று பேசி புறமொன்று செய்யும் போலித்தனத்தைக் கண்டு அதிர்ச்சியடைந்தாள். வீட்டில் திருமண ஏற்பாடுகள் நடக்கும்போது, தான் உண்மையில் உணராத மகிழ்ச்சியான மனநிலையைத் தன் குடும்பத்திற்குக் காட்டினாள். பல மாதங்கள் முடிவெடுக்காமல் தன் குடும்பத்தாரைத் தந்திரமாக ஏமாற்றி விக்டரை சந்தித்துக்கொண்டிருந்தாள். ஆனால் செப்டம்பர் நெருங்கும்போது, விக்டருடனான தன் காதலை முறித்துக்கொள்ளும் துணிவை வளர்த்துக்கொள்ள முயற்சி செய்தாள். அழைப்பிதழ்களை ஏற்கெனவே விருந்தினர்களுக்குக் கொடுத்தாகிவிட்டது. எல் மெர்குரியோ பத்திரிக்கையில் திருமணம் அறிவித்தாகிவிட்டது. இறுதியாக, யாரிடமும் சொல்லாமல், பராகுவே தூதரகத்துக்கு ஒரு தபால் உறை அனுப்பும் விஷயமாக நண்பரைப் பார்க்க வெளியுறவு அமைச்சகத்திற்குச் சென்றாள். அந்த உறையில் மத்தியாஸ் அவளுக்கு அளித்த மோதிரமும் அவள் வேறொருவரைக் காதலிப்பதாக அவனுக்கு ஒரு கடிதமும் இருந்தது.

※

ஒஃபெலியா அனுப்பிய கடித உறையைப் பெற்றவுடன், உலகப் போரின் நடுவில் தனியார் விமானங்களுக்கு பெட்ரோல் கொடுக்க முடியாத காரணத்தால் விமானப் பயணச்சீட்டுக் கிடைக்காமல், மத்தியாஸ் எய்ஸாகிர்ரே ஒரு இராணுவ விமானத்தில் தரையில் அமர்ந்து சிலிக்குப் பறந்தான். தேநீர் நேரத்தில் மார் தெல் பிளாட்டாவில் இருந்த வீட்டிற்குள் நுழைந்தான். வெகுநேரம் உட்கார்ந்தபடி பறந்ததால் வளைந்த கால்களுடன் எளிதில் உடையக்கூடிய மேசைகளிலும் நாற்காலிகளிலும் இடித்தபடி தள்ளாடி வந்தான். ஒஃபெலியா அவனில் ஒரு அந்நியனைக் கண்டாள். அவளது இனிமையான காதலனுக்குப் பதிலாக ஒரு பைத்தியக்காரன் ஆத்திரத்தால் சிவந்த முகத்தில் வியர்வையும் கண்ணீரும் வழிய அவளை உலுக்கினான். அவன் அவளைக் கோபமாக நிந்தித்த வார்த்தைகள் குடும்பத்தினரின் கவனத்தை ஈர்த்தன. இசிட்ரோ தெல் சோலார் வீட்டில் என்ன நடக்கிறது என்பதை அன்றுதான் அறிந்தார். அவனைச் சமாதானப்படுத்தி, சூழ்நிலையைச் சரிசெய்வதாக உறுதியளித்து வீட்டிற்கு அனுப்பிவைத்தார். இசிட்ரோவின் அதிகாரம் ஒஃபெலியாவிடம் பலிக்கவில்லை. அவள் விளக்கமளிக்க மறுத்தாள். தனது காதலனின் பெயரைச்

சொல்ல மறுத்தாள். தான் செய்த காரியத்திற்கு வருத்தப்படவு மில்லை. தந்தையின் மிரட்டல், தாயின் அழுகை, எதற்கும் அவள் மசியவில்லை. உலகத்தின் அழிவுக்கால வாதங்களைக் கூறிக் கடவுளின் தண்டனைக் கதிரைப் பாய்ச்ச ஆன்மிக வழிகாட்டியாகவும் கடவுளின் நிர்வாகியாகவும் பாதிரியார் விசென்தே உர்பினா அவசரமாக அழைக்கப்பட்டார். அவள் வாயைத் திறக்கவில்லை. அவளுடன் தர்க்கம் செய்வது சாத்தியமற்றது என அறிந்த அவளுடைய தந்தை அவள் வீட்டை விட்டு வெளியேறத் தடைசெய்து, அவளைத் தனிமைப்படுத்தும் பணியை ஹுவானாவிடம் ஒப்படைத்தார்.

ஹுவானா அதை வேதவாக்காக எடுத்துக் கொண்டாள். அவளுக்கு மத்தியாஸ் எய்சாகிர்ரேவை ரொம்பப் பிடிக்கும். அந்த இளைஞன் தூய்மையான மனிதன். வீட்டு வேலையாட் களைப் பெயர் சொல்லி நலம் விசாரிப்பவர்களில் அவனும் ஒருவன். அவன் ஒஃபெலியாவை ஆராதித்தான். இதற்கு மேல் வேறு என்ன வேண்டும்? என்னதான் அவள் தனது முதலாளியின் கட்டளையை நிறைவேற்ற விரும்பினாலும், காதலர்களின் தந்திரத்திற்கு எதிரே அவளின் சிறைக் காவலாளி பணி தோற்றது. விக்டரும் ஒஃபெலியாவும் எதிர்பாராத நேரங்களிலும் எதிர்பாராத இடங்களிலும் – கார் ஓட்டுநரின் உடந்தையுடன், வின்னிபெக் மதுவிடுதியில் அது மூடியிருந்த வேளையில், மோசமான ஹோட்டல்களில், பூங்காக்களில் திரையரங்குகளில் – சந்தித்தனர். ஹீவானாவின் கண்காணிப்பிலிருந்து தப்பித்த ஒஃபெலியாவுக்கு நிறைய நேரம் கிடைத்தது, ஆனால் நிமிடத்திற்கு நிமிடம் தனது படிப்பையும் பாரையும் கவனிக்க வேண்டிய நிலையிலிருந்த விக்டர், ஒரு மணிநேரத்தை எங்கிருந்து திருடி அவளுக்குக் கொடுப்பதென்று தெரியாமல் திண்டாடினான். தனது குடும்பத்தை முற்றிலும் புறக்கணித்தான். ரோஸர் அவனின் பழக்கவழக்கத்தில் ஏற்பட்ட மாற்றத்தைக் கவனித்து, நேராக அவனிடம் கேட்டாள், “நீ யாரையோ காதலிக்கிறாய், இல்லையா? அது யார் என்பதை நான் அறிய விரும்பவில்லை, ஆனால் நீ காதலிப்பதை இரகசியமாக வைத்துக்கொள்ள வேண்டியது அவசியம். நாம் இந்த நாட்டின் விருந்தினர்கள், நீ பிரச்சினையில் சிக்கினால் எங்களையும் சேர்த்து நாடு கடத்துவார்கள். புரிகிறதா?” ரோஸரின் கண்டிப்பில் அவன் புண்பட்டாலும், அவர்களின் விசித்திரமான திருமண ஏற்பாட்டுடன் அவளின் கோரிக்கை கச்சிதமாக ஒத்துப்போனது.

நவம்பரில் ஜனாதிபதி பெத்ரோ அகிர்ரே செர்தா காசநோயால் இறந்தார். அவரது பதவிக்காலம் மூன்று ஆண்டுகள் மட்டுமே. அவரது சீர்திருத்தங்களால் பயனடைந்த

ஏழைகள் கண்ணீர் அஞ்சலி செலுத்தித் தங்கள் தந்தையின் இறுதிச் சடங்கைப் போல் துக்கம் அனுசரித்தனர். வலதுசாரிக் கட்சிகளான அவரது எதிரிகள்கூட அவரது நேர்மையையும் தொலைநோக்குப் பார்வையையும் தயக்கத்துடன் ஒப்புக் கொண்டனர். தேசியத் தொழிலையும், சுகாதாரத்தையும் கல்வியையும் ஊக்குவித்தார் என்பதில் சந்தேகமில்லை. ஆனால் சிலியை இடது பக்கம் சரிய வலதுசாரிகள் அனுமதிக்கப் போவதில்லை. சோஷலிசம் சோவியத் மக்களுக்கு வேண்டு மானால் நல்லதாக இருக்கலாம். அவர்கள் தொலைதூரத்தில் காட்டுமிராண்டிகளாக வாழ்ந்தனர், ஆனால் ஒருபோதும் அது சிலிக்கு உகந்ததில்லை. மறைந்த ஜனாதிபதியின் மதச்சார்பற்ற ஜனநாயக மனப்பான்மை ஒரு ஆபத்தான முன்னுதாரணம், இது மீண்டும் நடக்கக் கூடாது.

ஃபெலிபே தெல் சோலார் இறுதிச் சடங்கில் தல்மாவ் குடும்பத்தைச் சந்தித்தான். அவர்கள் பல மாதங்களாக ஒருவரையொருவர் பார்க்கவில்லை. அணிவகுப்புக்குப் பிறகு அவன் அவர்களை மதிய உணவுக்கு அழைத்தான். அவர்களின் வாழ்க்கையின் முன்னேற்றத்தை அறிந்துகொண்டான். இன்னும் இரண்டு வயது முடியாத மார்செல் கட்டலான்றும் ஸ்பானிஷ் மொழியிலும் பேசியதைக் கண்டு அதிசயித்தான். ஃபெலிபே தனது குடும்பத்தைப் பற்றி அவர்களிடம் கூறினான். குழந்தை லியோனார்டோவுக்கு இதய நோய், அவனது தாய் அவனை சான்தா ரோஸா தெ லிமாவிலிருந்த சரணாலயத்திற்கு அழைத்துப் போக விரும்பும் புனித யாத்திரை, (ஏனென்றால், சிலிக்குச் சொந்தமான புனிதர்கள் அவ்வளவாக இல்லாதது வருந்தத்தக்கது), என அவனது தங்கை ஓஃபெலியாவின் திருமணம் தள்ளிப் போனது எல்லாவற்றையும் கூறினான். ஓஃபெலியாவைப் பற்றிய செய்தி விக்டரை உலுக்கியதை அவன் வெளிக்காட்டவில்லை. ஆனால் ரோஸர் அவனது தோள்கள் அதிர்ச்சியில் உறைந்ததைக் கவனித்தாள். அவள் கணவனின் காதலி யார் என தெரியாமல் இருக்கும்வரை தெரிந்துகொள்ள ஆர்வமில்லாமல் இருந்தது.தெரிந்தவுடன் அது தவிர்க்க முடியாத உண்மையாக மாறியது. அவள் நினைத்ததைவிட நிலைமை மிகவும் மோசமாக இருந்தது.

“விக்டர், நான் அவளை மறக்கச் சொன்னேன் இல்லையா ?” அன்று இரவு அவர்கள் தனிமையில் இருந்தபோது அவனைக் கடிந்துகொண்டாள்.

“என்னால் முடியாது ரோஸர். நீ கிய்யேமை எப்படி நேசித்தாயென்று உனக்கு நினைவிருக்கிறதா ? இன்னும் அப்படித் தானே இருக்கிறாய்? அதேபோல் தான் ஓஃபெலியாவும் எனக்கு.”

"அவளுக்குமா?"

"ஆமாம், இது பரஸ்பரக் காதல். நாங்கள் ஒருபோதும் வெளிப்படையாக ஒன்றாக இருக்க முடியாது என அவளுக்குத் தெரியும். அதை ஏற்றுக்கொண்டாள்."

"எவ்வளவு காலம் அவள் உன் ஆசை நாயகியாக இருக்க ஒப்புக்கொள்வாள் என்று நினைக்கிறாய்? அவளுக்கு முன்னால் அவளின் எதிர்கால வாழ்க்கை பணமும் அந்தஸ்தும் நிறைந்ததாகக் காத்திருக்கிறதே! உனக்காக அதைத் தியாகம் செய்ய அவள் பைத்தியமாக இருக்க வேண்டும். நான் உனக்கு மீண்டும் சொல்கிறேன் விக்டர், இது வெளியே தெரிய வந்தால் அவர்கள் நம்மை நாட்டை விட்டு வெளியேற்றி விடுவார்கள். அவர்கள் மிகவும் சக்தி வாய்ந்தவர்கள்."

"யாருக்கும் தெரியவராது."

"உப்புத் தின்னவன் தண்ணீர் குடித்துதான் ஆக வேண்டும், விக்டர்."

৶

மணப்பெண்ணின் உடல்நிலை சரியில்லாத காரணத்தால் ஒஃபெலியாவின் திருமணம் ரத்துசெய்யப்பட்டது. மத்தியாஸ் எய்ஸாகிர்ரே பராகுவேயில் தனது பதவிக்குத் திரும்பினான். அவன் தனது மேலதிகாரி, வெளியுறவு அமைச்சகத்தின் அனுமதியின்றி அவசரமாக ஒஃபெலியாவைப் பார்க்க வந்திருந்தான். தூரகத்தில் அசாதாரணமான திறமையை வெளிப்படுத்தி, அரசியலிலும் சமூகத் துறைகளிலும் தன்னை ஈடுபடுத்திக்கொண்டதால் பெரிய விளைவுகள் ஏதுமின்றிச் சிறிய கண்டிப்புடன் தப்பித்தான். ஒஃபெலியாவின் தண்டனை வீட்டுச் சிறை. இருபத்தோரு வயது இளம் பெண் ஒன்றும் செய்யாமல் ஒரே அறையில் அடைந்து ஹூவானா கண்காணிப்பில் சலிப்பாக வாழ்க்கையைக் கடத்தினாள். அவள் மேஜர் எனச் சட்டம் கூறினாலும், அவளால் ஒன்றும் செய்ய முடியாது, அங்கிருந்து தப்பிச்சென்றால் அவளுக்கு உதவி செய்ய யாரும் இல்லை. அவளால் தன்னைத் தானே பார்த்துக்கொள்ளவும் முடியாதென இசிட்ரோ அவளுக்குத் தெரியப்படுத்தியிருந்தார். "மிகவும் ஜாக்கிரதையாக இரு ஒஃபெலியா நீ வாசல்படி தாண்டி வெளியேறினால் இனி இந்த வீட்டிற்குள் நுழைய முடியாது" என அவளை மிரட்டினார். அவள் ஃபெலிபேவின் அனுதாபத்தை வெல்ல நினைத்தாள். அவனும் அவளது சகோதரிகளும் குடும்ப மரியாதையைப் பாதுகாப்பதிலேயே குறியாய் இருந்து அவளுக்குத் தேவையான ஆதரவைத் தர மறுத்தனர். இறுதியில்

கார் ஓட்டுநரின் உதவி மட்டுமே கிடைத்தது. அதுவும் அவனுக்கு லஞ்சம் கொடுத்ததால். அவளுடைய சமூக வாழ்க்கை முடிந்து விட்டது. அவள் நோய்வாய்ப்பட்டிருக்கும்போது எப்படி விருந்துகளுக்குப் போக முடியும்? கத்தோலிக்கப் பெண்களுடன் ஏழைக் குடியிருப்புகளுக்குச் செல்வதும் குடும்பத்துடன் சர்ச்சில் திருப்பலிக்குச் செல்வதும் மட்டுமே அவளது பொழுதுபோக்காக ஆனது. ஓவிய வகுப்புகளுக்குச் செல்வதற்கு அடம்பிடித்துத் தந்தையை ஒப்புக்கொள்ளச் செய்தாள். அங்கு அவள் தனது வட்டத்தில் இருக்கும் எவரையும் சந்திக்க மாட்டாள் என்ற காரணத்தால் அனுமதி கிடைத்தது. ஆனால் வகுப்பு நடக்கும் பள்ளியின் வாசலில் மூன்று நான்கு மணிநேரம் அவளுக்காகக் காத்திருக்க ஓட்டுநருக்கு ஆணை. பல மாதங்கள் ஒஃபெலியா கலையில் முன்னேறாமல் இருந்ததில், குடும்பத்தில் ஏற்கெனவே விமர்சிக்கப்பட்டதைப் போல அவளுக்குத் திறமை இல்லை என நிரூபணமானது. ஆனால் உண்மையில் அவள் பிரதான கதவு வழியாக ஓவியப்பள்ளிக்குள் கேன்வாஸ்கள், வண்ணங்களை எடுத்துக்கொண்டு நுழைந்து, கட்டிடத்தின் பின் கதவு வழியாக வெளியேறுவாள். அங்கு விக்டர் அவளுக்காகக் காத்திருப்பான். அவர்கள் சந்திப்புகள் அரிதாகவே நடந்தேறின. அவனுக்கு ஓய்வு நேரம் மிக அரிதாகவே கிடைத்தது.

விக்டர் இரவு முழுதும் விழித்திருந்தான். தூக்கத்தில் நடப்பவனைப் போலக் கண்களுக்குக் கீழே இருண்ட வளையங்களுடன் மிகவும் சோர்வாக இருந்தான். ஹோட்டலில் ஒஃபெலியா தனது ஆடைகளைக் கழற்றுவதற்கு முன்பே சில சமயங்களில் தூங்கிவிடுவான். இதற்கு நேர்மாறாக, ரோஸர் அளவு கடந்த ஊக்கத்துடன் புதிய நகரத்தில் தனது இடத்தை அமைத்துக்கொண்டிருந்தாள். சிலியர்கள் ஸ்பானியர்களைப் போலவே தாராள மனப்பான்மையுடனும் குழம்பியும் உயிர்த்துடிப்புடனும் இருந்தார்கள்; அவள் புதிய நண்பர்களைத் தேடிக்கொள்வதிலும், நல்ல பியானோ கலைஞராகப் பெயரெடுப்பதிலும் மும்முரமாக இருந்தாள். வானொலி, ஹோட்டல் க்ரிய்யோன், சர்ச், கிளப், தனியார் வீடுகளில் நடந்த பார்ட்டிகள் போன்ற இடங்களில் பியானோ வாசித்தாள். எந்த ஒரு பாடலையும் ஒருமுறை கேட்டதும் அப்படியே அதை வாசிக்கக்கூடிய ஆற்றலுடைய, நன்னடத்தை உடைய இளம் பெண் என்ற செய்தி பரவியது. இரண்டு சொற்றொடர்களை விசிலாக அடித்துக் காண்பித்தால் போதும், சில நொடிகளில் அதைப் பியானோவில் மெல்லிசையாக வாசிக்கும் அவள் ஆற்றல், விருந்துகளிலும் சோகமான நிகழ்ச்சிகளிலும் நல்ல வரவேற்பைப் பெற்றது. அவள் வின்னிபெக் பாரில் வேலைசெய்து விக்டரை விட அதிகமாகச் சம்பாதித்தாள்,

இதனால் ஒரு தாயாகத் தனது கடமையைப் புறக்கணிக்க வேண்டியிருந்தது; மார்செல் நான்கு வயதுவரை அவளை அம்மா என்று அழைக்கவில்லை; ஸென்யோரா[2] என்று அழைத்தான். சிறுவன் கட்டலான் மொழியில் தனது முதல் வார்த்தைகளான "ஒயிட் ஒயின்"ஐத் தன் தந்தையின் பாரின் கவுன்ட்டருக்குப் பின்னால் அமர்ந்து விளையாடும் போது சொன்னான். ரோஸரும் விக்டரும் அவனை மாறிமாறி ஸ்லிங்கில் தூக்கிச் சென்றனர். ஸ்லிங்கில் அவன் முதுகுப்பையின் இறுக்கத்தாலும் அரவணைப்பாலும் தனது தாய் தந்தையின் உடலுக்கு நெருக்கமாக இருந்தான். இந்த நெருக்கம் அவனுக்குப் பாதுகாப்பைக் கொடுத்தது; அவன் தனக்குத் தானே விளையாடி மகிழ்வித்துக்கொள்ளும் அமைதியான குழந்தை. மிகவும் அரிதாகவே எதையாவது கேட்பான். ரோஸர் அவனை வானொலி நிலையத்துக்கு அழைத்துச் செல்வாள். விக்டர் மதுவிடுதிக்கு அழைத்துச் செல்வான். மற்ற நேரத்தை ஒரு விதவையின் வீட்டில் மூன்று பூனைகளுடன் கழித்தான், அந்தப் பெண் ஒரு சிறிய தொகைக்கு மார்செலைக் கவனித்துக்கொண்டாள்.

வழக்கமான வாதத்திற்கு மாறாக, ஒரே வீட்டில் வாழ்ந்தாலும் விக்டரும் ரோஸரும் அரிதாகவே சந்தித்த போதும், விக்டர் தனது இதயத்தை வேறொரு பெண்ணிடம் பறிகொடுத்திருந்த போதும், அவர்களின் உறவு உறுதியானது. அவர்களின் ஆழமான நட்பில் ரகசியங்களுக்கும் சந்தேகங்களுக்கும் பழிகளுக்கும் இடமில்லாமல், அந்த நட்பே அவர்களின் செயல்களுக்கு உடந்தையாக மாறின. ஒருவரை யொருவர் ஒருபோதும் காயப்படுத்த மாட்டார்கள், காயப்படுத்த நேர்ந்தால் அது தெரியாமல் நடந்திருக்கும். ஒருவரையொருவர் பாதுக்காத்தனர், இதனால் அவர்களின் நிகழ்காலத்தின் கஷ்டங்களும் கடந்த காலப் பேய்களும் தாங்கக்கூடியதாக மாறின.

ரோஸர் பெர்பிக்னானில் க்வேக்கர்களுடன் வாழ்ந்தபோது, தைக்கக் கற்றுக்கொண்டாள். சிலியில் தனது முதல் சேமிப்பின் மூலம், மிதிவண்டியால் இயங்கும் சிங்கர் தையல் இயந்திரத்தை வாங்கினாள். பளபளப்பான கருப்பு நிறத்தில் பொன் எழுத்துக்களும் பூக்களும் பொரித்த அந்த இயந்திரம், செயல் திறனின் அற்புதங்களில் ஒன்று. தையல் இயந்திரத்தின் தாள ஒலி, பியானோ பயிற்சிகளை ரோஸருக்கு ஞாபகப்படுத்தும். தன் கையால் குழந்தைக்கு ஒரு சட்டையோ ரோம்பெரோ தைத்துப் போட்டுவிடும்போது ஏற்படும் உணர்வு பார்வையாளர்களின்

---

2. மேடம்

கைத்தட்டலைப் போலத் திருப்திகரமாக இருந்தது. ஃபேஷன் பத்திரிகைகளிலிருந்து உடைகளின் டிசைனை நகலெடுத்துத் தைத்து நன்றாக உடையணிந்தாள். தனது இசை நிகழ்ச்சி களுக்காக நீண்ட வெள்ளி நிற உடையை உருவாக்கினாள். வேறுவேறு தோற்றங்களை உருவாக்க, ஒரே உடையில் பல்வேறு நிறக் கழுத்துப்பட்டிகளை இணைத்து, கைகளைக் குட்டை யாகவோ நீண்டதாகவோ இணைத்து, காலர், பூக்கள், ப்ரூச்சுகள் போன்றவற்றை அகற்றியும் சேர்த்தும் ஒவ்வொரு நிகழ்ச்சியிலும் ஒரே உடையில் அவள் வித்தியாசமாகத் தோன்றினாள். தன் தலைமுடியைச் சீவி, கழுத்தடியில் கொண்டை போட்டு, சீப்புகளாலும் கிளிப்புகளாலும் அலங்கரித்துக்கொண்டாள். நகங்களுக்குச் சிவப்புப் பாலிஷும் உதடுளுக்குச் சிவப்பு சாயமும் பூசினாள். தன் கடைசிக் காலம்வரை, முடியில் நரைவிழுந்த பின்னும் உதடுகளில் ஈரத்தன்மை போன பின்னும் இந்தப் பழக்கவழக்கங்களைப் பின்பற்றினாள்.

“உன் மனைவி மிகவும் அழகாக இருக்கிறாள்” என்று ஒஃபெலியா ஒரு முறை விக்டரிடம் கூறினாள்.

ஒரு இறுதிச் சடங்கில் ரோஸர் ஒரு இசைக்குழுவில் சோகமான இசையைப் பியானோவில் வாசித்தாள். இறந்தவரின் உறவினர்கள் விதவைக்கும் குழந்தைகளுக்கும் ஆறுதல் கூற ஒருவரின் பின் ஒருவராகச் சென்றனர். அந்த வரிசையில் ரோஸர் ஒஃபெலியாவைப் பார்த்ததும், வாசிப்பை நிறுத்தி விட்டு, அவளின் கன்னத்தில் முத்தமிட்டு, அவளுக்குத் தேவையான உதவியைச் செய்யத் தயாராக இருப்பதாக அவள் காதில் கிசுகிசுத்தாள். இந்த நிகழ்வு விக்டரும் ரோஸரும் உடன்பிறந்தவர்களைப் போல் தான் வாழ்கிறார்கள் என்பதை ஒஃபெலியாவுக்கு உறுதிப்படுத்தியது. ரோஸரின் தோற்றத்தைப் பற்றிய ஒஃபெலியாவின் கருத்து விக்டரை ஆச்சரியப்படுத்தியது. ரோஸர் என்றதும் அவனது நினைவுக்கு வந்தது ஸ்பெயினி லிருந்து வந்த ஒல்லியான, எளிமையான இளம் பெண்; தனது பெற்றோர் தத்தெடுத்த ஆதரவற்ற மாணவி, கிய்யேமின் காதலி. ரோஸர் அவன் நினைவில் இருந்த பெண்ணா அல்லது ஒஃபெலியா புகழ்ந்த பெண்ணா? எதுவாக இருந்தாலும் விக்டர் அவளை எவ்வளவு நேசித்தான், எப்படியெல்லாம் நேசித்தான் என்ற அடிப்படை உண்மையில் மட்டும் மாற்ற மில்லை. ஒஃபெலியாவுடன் பனை மரங்கள் நிறைந்த சொர்க்கத்திற்குத் தப்பிச்செல்லும் சலனம்கூட, ரோஸரையும் குழந்தையையும் விட்டுச் செல்ல அவனைத் தூண்டவில்லை.

8

1941–1942

இருப்பினும், கொஞ்சம் கொஞ்சமாக நீ
என்னை நேசிப்பதை நிறுத்தினால்,
நான் உன்னை நேசிப்பதைக்
கொஞ்சம் கொஞ்சமாக நிறுத்துவேன்.
திடீரென்று என்னை மறந்துவிட்டால்
என்னைத் தேடாதே,
நான் ஏற்கெனவே உன்னை
மறந்துவிட்டிருப்பேன்.

பாப்லோ நெரூடா,

"நீ என்னை மறந்தால்"
மாலுமியின் வசனங்கள்

மார் தெல் பிளாட்டா தெருவிலிருந்த வீட்டில் ஒஃபெலியாவைப் பூட்டிவைத்தபின், ஹோட்டலில் காதல் சந்திப்புகள் குறைந்தது மட்டுமல்லாமல் சுருக்கமாகவும் மாறின. ஒஃபெலியாவின் அண்மை குறைய ஆரம்பித்தவுடன், விக்டர் தல்மாவுக்கு அதிக நேரம் கிடைத்துவிட்டதைப் போல் தோன்றியது. அதன் தொடர்ச்சியாக அவ்வப்போது சதுரங்கம் விளையாட சால்வதோர் அயேந்தேவின் அழைப்பை ஏற்க முடிந்தது. ஒஃபெலியா அவனது ஆன்மாவில் பதிந்திருந்தாள். அதேசமயம் அவளுடன் ரகசிய அணைப்பில் எப்போதும் ஒளிந்திருக்க வேண்டும் என்ற பரிதவிப்பும் குறைந்திருந்தது. அவளுடன் செலவழித்த மணிநேரங்களுக்கு ஈடுசெய்ய இரவு முழுவதும் படிக்க வேண்டிய அவசியமிருக்கவில்லை. பல்கலைக்கழகத்தில் அவனது வருகையை யாரும்

கவனிக்காத தியரி வகுப்புகளுக்குப் போவதை நிறுத்தினான். அவற்றைப் புத்தகங்களுடனும் குறிப்புகளுடன் தானாகவே படிக்க முடிவு செய்தான். லேபரேடரி, பிரேத பரிசோதனைகள் மற்றும் மருத்துவமனை பயிற்சியில் கவனம் செலுத்தினான். இந்த வகுப்புகளில் அவன் தன் பேராசிரியர்களுக்குச் சந்தேகம் வராத வண்ணம் தனது அனுபவத்தை மறைக்க வேண்டியிருந்தது. இரவு நேரத்தில் மதுவிடுதியில் அவனது பணி முழு கவனத்தையும் எடுத்துக்கொண்டது. மார்செலின் விளையாட்டுப் பகுதி மீது ஒரு கண் வைத்தபடி, பணியில் சில மணித்துளிகள் ஓய்வு கிடைத்தால் படிப்பிற்காக அந்த நேரத்தைப் பயன்படுத்திக் கொண்டான். காலணி வியாபாரி ஹோர்தி மோலினே அவனுக்குச் சிறந்த கூட்டாளியாக இருந்தார். வின்னிபெக் சுமாரான லாபம் கொடுத்ததற்கே திருப்தியடைந்தார். தனி ஆளாகத் தனது வீட்டிற்குச் செல்வதைவிட நல்ல வரவேற்பைத் தரும் மதுவிடுதியில் நண்பர்களுடன் அரட்டையடிக்கவும், தனது நெஸ்கேஃப் காபியுடன் பிராந்திக் கலந்த கராஹில்லோ அருந்தவும், தனது தாய்நாட்டு உணவை உண்ணவும், அக்கார்டியனை வாசிக்கவும் தனக்கொரு சொந்த இடம் இருந்ததற்கு நன்றியுள்ளவராக இருந்தார்.

விக்டர் அவருக்குச் சதுரங்கம் விளையாடக் கற்றுக் கொடுக்க விரும்பினான். பலகையில் காய்களை முன்னும் பின்னும் நகர்த்தும் விளையாட்டு மோலினேவுக்குப் புரியவில்லை, முக்கியமாகப் பணத்தைப் பந்தயம் வைக்காமல் விளையாடுவதில் சுவாரசியம் இல்லை என மறுத்துவிட்டார். ஒரு சில இரவுகள் விக்டர் மிகவும் சோர்வாக இருப்பதைக் கவனித்து, அவனுக்குப் பதில் பார் கவுன்ட்டருக்குப் பின்னால் நின்று அவனைத் தூங்க அனுப்புவார். அச்சமயங்களில் வாடிக்கையாளர்களுக்கு ஒயின், பீர், காக்னாக் போன்ற மதுபானங்கள் மட்டுமே கிடைக்கும், ஏனென்றால், காக்டெய்ல்களைப் பற்றித் தனக்கு எதுவும் தெரியாது, அவை அரவானிகளால் திணிக்கப்பட்ட ஃபேஷன் என்று பதிலளிப்பார். மார்செல்மீது எவ்வளவு பாசம் வைத்திருந்தாரோ, அதே அளவுக்கு ரோஸர் மேலும் மரியாதை இருந்தது; மார்செலுடன் கவுன்ட்டருக்குப் பின்னால் அவர் நீண்ட நேரம் குனிந்து விளையாடுவார், அவனைத் தனது சொந்தப் பேரனைப் போல் நினைத்தார். ஒருநாள் ரோஸர் அவரிடம் கட்டலோனியாவில் அவரது குடும்பம் இன்னமும் இருக்கிறதா எனக் கேட்டாள், அவர் முப்பது ஆண்டுகளுக்கு முன்பு வாழ்க்கையைத் தேடித் தனது கிராமத்தை விட்டுக் கிளம்பிவிட்டதாகக் கூறினார். சிலிக்கு வந்து தனது காலணித் தொழிற்சாலை ஆரம்பிப்பதற்கு முன், தென்கிழக்கு ஆசியாவில்

மாலுமியாகவும், ஓரெகானில் மரம் வெட்டுதல், இரயில் ஓட்டுநர், அர்ஜென்டினாவில் மேஸ்திரி எனப் பல வேலைகளில் பணம் சம்பாதித்துக்கொண்டிருந்ததாகச் சொன்னார்.

"கட்டலோனியாவில் என் குடும்பம் இருக்கிறது என்று சொல்லலாம், ஆனால் அவர்களுக்கு என்ன நடந்ததென்று தெரியவில்லை. போரின்போது அவர்கள் பிரிந்தார்கள். சிலர் குடியரசுக் கட்சியில் சேர்ந்தார்கள். சிலர் பிராங்கோவுடன் சேர்ந்தார்கள். ஒருபுறம் கம்யூனிஸ்ட் போராளிகளும், மறுபுறம் பாதிரியார்களும் கன்னியாஸ்திரீகளும் இருந்தார்கள்."

"நீங்கள் யாருடனாவது தொடர்பில் இருக்கிறீர்களா?"

"ஆம், ஓரிரு உறவினர்களுடன் அவ்வப்போது பேசுவேன். போர் முடியும்வரை தலைமறைவாக இருந்து இப்போது நகரத்தின் மேயராக எனக்கு ஒரு உறவினர் இருக்கிறார். ஃபாசிஸ்ட், ஆனால் நல்ல மனிதர்."

"வரும் நாட்களில் நான் உங்களிடம் ஒரு உதவி கேட்கப் போகிறேன்..."

"இப்போதே கேட்கலாமே, ரோஸர்."

"என் மாமியார், விக்டரின் தாயார், ரெதிராதா[1]வில் தொலைந்துபோனார், அவரை எங்களால் கண்டுபிடிக்க முடியவில்லை. நாங்கள் அவரை பிரான்ஸில் உள்ள வதைமுகாம்களில் தேடினோம். எல்லையின் இருபுறமும் விசாரித்தோம். ஆனால் பயனில்லை."

"நிறைய பேருக்கு இப்படி நடந்தது. இறந்தவர்கள், நாடு கடத்தப்பட்டவர்கள், இடம்பெயர்ந்தவர்கள்! தலைமறைவாக வாழும் எத்தனையோ பேர்! சிறைச்சாலைகள் நிரம்பியுள்ளன. ஒவ்வொரு இரவும் கைதிகளை அழைத்துச் சென்று விசாரணை செய்யாமல் அவர்களைச் சுடுகிறார்கள். அதுதான் ஃபிராங்கோவின் நீதி. தப்பாக நினைத்துக்கொள்ளாதே, ரோஸர், உன் மாமியார் இறந்திருக்க நிறைய வாய்ப்பிருக்கிறது..."

"தெரியும், ஹோர்தி. கார்மே நாட்டை விட்டு வெளியேறுவதை விட இறக்கவே விரும்பினார். பிரான்ஸ் செல்லும் வழியில் எங்களிடமிருந்து விடைபெறாமல் பிரிந்தார். தடயமே இல்லாமல் இரவில் மறைந்தார். உங்களுக்கு கட்டலோனியாவில் யாரையாவது தெரிந்தால் அவர்களை வைத்து விசாரிக்க முடியுமா?"

---

1. பார்சிலோனாவை விட்டு வெளியேறிய நிகழ்வு.

"எனக்குத் தகவல்களைக் கொடு, கேட்டுச் சொல்கிறேன், ஆனால் ஒன்றை நினைவில் வைத்துக்கொள், ரோஸர். போர் என்பது சூறாவளியைப் போன்றது, வழியில் எது இருந்தாலும் அழித்துவிடும்."

"நீங்கள் சொல்வது சரிதான், டான் ஹோர்தி."

ரோஸர் தேடியது கார்மேவை மட்டுமல்ல, இன்னொரு வரையும். அவளுடைய பல வேலைகளில் ஒன்று வெனிசுவேலா நாட்டுத் தூதரகத்திற்கு அவ்வப்போது போவது. மயில் ஆடும் தோட்டத்திற்கு நடுவே மரங்களின் நிழலில் இருந்த ஒரு வீட்டில் தூதரகத்தை நிறுவியிருந்தனர். வாலண்டின் சான்செஸ், வெனிசுவேலா நாட்டுத் தூதுவர், ஹெடோனிஸ்ட். இன்பவியலின் விதிகளின்படி வாழ்பவர். நல்ல உணவு வகைகள், சிறந்த மதுபானங்கள், நல்ல இசையை விரும்புபவர். இசைக்கலைஞர்கள், கவிஞர்கள். கனவு காண்பவர்களைத் தேடிப் பிடித்து ஆதரிப்பவர். ஐரோப்பாவிற்குப் பல பயணங்களை மேற்கொண்டு மறந்துபோன இசைத் தாள்களை மீட்டெடுத்து வந்தார். தனது இசை அறையில் மொஸார்ட்டின் ஹார்ப்சிகார்ட் முதல் பல இசைக்கருவிகள் வரை பல மதிப்புமிக்க பொக்கிஷங்களைப் பாதுகாத்தார். கம்பளி யானையின் தந்தத்திலிருந்து செதுக்கப்பட்ட தொல் பழங்காலத்திய புல்லாங்குழல்கூட அவரது தொகுப்பில் இருந்ததாகக் கேள்வி. ஹார்ப்சிகார்ட், புல்லாங்குழல் ஆகியவற்றின் நம்பகத்தன்மை பற்றிய தனது சந்தேகங்களை ரோஸர் அவரிடம் சொன்னதில்லை, ஆனால் கலை, வரலாறு, இசைப் புத்தகங்களை வாலண்டின் சான்செஸ் தனக்குப் படிக்கக் கடன்கொடுத்ததற்காக நன்றியோடிருந்தாள். தான் சேகரித்த இசைக்கருவிகளில் சிலவற்றை வாசிக்கவும் அவளை அனுமதித்தார்.

ஒருநாள் இரவு பார்வையாளர்கள் வெளியேறிய பிறகு, ரோஸர் தூதுவருடன் பேசியபடி, இருவரும் ஒயின் குடித்துக் கொண்டிருந்தபோது, வாலண்டினின் இசைக்கருவித் தொகுப்பால் ஈர்க்கப்பட்டு அவளுக்குத் தோன்றிய வினோத மான ஒரு திட்டத்தை அவரிடம் கூறினாள். ஆதிகாலத்து இசைக்கருவிகளை வைத்து ஒரு ஆர்கெஸ்ட்ராவை உருவாக்கும் யோசனைதான் அந்தத் திட்டம். இருவரின் கனவையும் ஒன்றாக நனவாக்கும் வகையில் ரோஸருக்கு இசைக்குழுவை இயக்க ஆசை; அவருக்கு நிதியுதவி செய்ய ஆசை. விடைபெறுவதற்கு முன், ஸ்பெயினை விட்டு வெளியேறிய ஒருவரைக் கண்டுபிடிக்க முடியுமா எனக் கேட்கத் துணிந்தாள். "அவர் பெயர்

எய்டர் இபார்ரா. வெனிசுவேலாவுக்குப் போனார். அவரது உறவினர்கள் கட்டுமானப் பணியிலிருந்தனர்" என்றாள். இரண்டு மாதங்களுக்குப் பிறகு, தூதரகத்தைச் சேர்ந்த செயலர் ஒருவர், மாராகாய்போ நகரில் கட்டுமானப் பொருட்கள் விற்கும் இனாகி இபார்ரா இ இஹோஸ் நிறுவனத்தைப் பற்றிய தகவலுடன் அவளை அழைத்தார். பாட்டிலில் ஒரு செய்தியை எழுதிக் கடலில் வீசிய உணர்வுடன் ரோஸர் பல கடிதங்களை நிறுவனத்தின் முகவரிக்கு எழுதினாள். பதில் வரவில்லை.

ஒஃபெலியாவின் உடல்நிலை சரியில்லை என அவள் குடும்பம் பல மாதங்கள் முன் சொன்ன சாக்கின் விளைவாக மத்தியாஸ் ஐசாகிர்ரேவுடனான அவளது திருமணம் ஒத்திப்போயிற்று, ஆண்டின் தொடக்கத்தில், ஒஃபெலியா கர்ப்பமாக இருப்பதை ஹுவானா உணர்ந்தபோது முன் சொன்ன சாக்கின் காலக்கோடு சரியாகப் பொருந்தியது. முதலில் காலை நேரத்தில் தலைசுற்றலும் வாந்தியும் ஆரம்பித்தது, ஹுவானா அதற்குப் பெருஞ்சீரகம், இஞ்சி, சீரகம் போட்ட கஷாயத்தைக் குடிக்கக் கொடுத்தும் பலனில்லை. பின்னர் அழுக்குத் துணிகளைத் துவைக்கும் மூட்டையில் மாதவிடாய்த் துணிகள் ஒன்பது வாரங்களாக வராததைக் கவனித்தாள். ஒரு நாள் கழிவறைக்குள் ஒஃபெலியா தன் குடலைக் காலி செய்வதை மீண்டும் கண்டபோது, ஹுவானா இடுப்பில் கை வைத்து அவளை எதிர்கொண்டாள்.

"உன் அப்பாவுக்கு இது தெரியும் முன் நீ யாருடன் பழகினாய் என்று என்னிடம் சொல்லிவிடு."

யாருடன் இருந்தாய் என்று ஹுவானா கேட்கும்வரை ஒஃபெலியாவுக்குத் தனது உடலைப் பற்றிய அறிதலே இருக்கவில்லை, அவள் தன் அசௌகரியத்தின் காரணத்துடன் விக்டர் தல்மாவைத் தொடர்புபடுத்தவில்லை. ஏதோ அஜீரணம் என நினைத்தாள். ஹுவானாவின் கேள்வி அந்த நேரத்தில் அவளுக்கு என்ன நடக்கிறது என்பதைப் புரியவைத்தது. அதனால் ஏற்பட்ட பீதி அவளைப் பேசவிடாமல் தடுத்தது.

"யார் அவன்?" ஹுவானா விடவில்லை.

"நான் இறந்தாலும் சொல்ல மாட்டேன்" என்று ஒஃபெலியா பேச முடிந்ததும் பதிலளித்தாள்.

அடுத்த ஐம்பது வருடங்களுக்கு அதுவே அவளுடைய ஒரே பதிலாக இருக்கும்.

குடும்பத்தினரிடையே சந்தேகத்தை எழுப்பாமல் பிரார்த்தனையாலும் கைவைத்தியத்தாலும் பிரச்சினையைத் தீர்க்க ஹுவானா முடிவு செய்தாள். வழிதவறியவர்கள் பிரார்த்தனை செய்யும் செயின்ட் ஜூட் சிலைக்கு முன் ஏற்றப் பல நறுமண மெழுகுவர்த்திகளை அனுப்பினாள், ஒஃபெலியாவின் பிறப்புறுப்பில் பார்ஸ்லி தண்டுகளைச் செருகவைத்தாள். அருவதாம் மூலிகை[2] நச்சுத்தன்மையுடையது எனத் தெரிந்தே அந்த மூலிகையைத் தண்ணீரில் கொதிக்க வைத்துக்கொடுத்தாள். ஹுவாச்சோ என அவள் மொழியில் கூப்பிடும் அப்பன் பெயர் தெரியாத குழந்தையைப் பெற்றெடுப்பதைவிட மூலிகையினால் வயிற்றில் ஓட்டை விழுந்தால் அது ஒன்றும் பெரிய விஷயமில்லை. ஒரு வாரத்திற்குப் பிறகு வாந்தியும் சோர்வும் அதிகமானதே தவிர வேறு எந்தப் பலனும் இல்லாமல் போகவே, நம்பகத்தக்க ஃபெலிபேவிடம் உதவிக்குச் செல்ல ஹுவானா முடிவு செய்தாள். முதலில் அவன் யாரிடமும் சொல்லக் கூடாது என சத்தியம் செய்யச் சொன்னாள். ஆனால் விஷயம் தெரிந்ததும், இதைக் குடும்பத்தாரிடம் சொல்லாமல் தாங்களாகவே பிரச்சினையைச் சரிசெய்வது இயலாத காரியம் என ஃபெலிபே அவளுக்குப் புரியவைத்தான்.

ஒஃபெலியா வயிற்று வலியால் படுக்கையில் சுருண்டு படுத்திருந்தாள், பயத்திலும் கவலையிலும் காய்ச்சலடிப்பது போல் உடல் நடுங்கிக்கொண்டிருந்தது.

“இது எப்படி நடந்தது?” ஃபெலிபே அமைதியாக இருக்க முயன்றான்.

“எல்லோருக்கும் எப்படி நடக்குமோ அப்படித்தான் நடந்தது” அவள் பதிலளித்தாள்.

“இது நம் குடும்பத்தில் நடந்ததில்லையே.”

“இதை நீதான் நம்புகிறாய், ஃபெலிபே. இது எல்லாக் குடும்பங்களிலும் ஆண்களுக்குத் தெரியாமல் நடக்கும் பெண்களின் ரகசியம்.”

“யார் காரணம் இந்த...?”, அவளை இழிவுபடுத்தாமல் எப்படி கேட்பதென்று தெரியாமல் தயங்கினான்.

“செத்தாலும் உன்னிடம் சொல்ல மாட்டேன்” என்றாள்.

“நீ சொல்லித்தான் தீர வேண்டும், ஒஃபெலியா, நீ இதற்குக் காரணமானவனைத் திருமணம் செய்துகொள்வதுதான் ஒரே வழி.”

---

2. ஒரு வகை மூலிகை.

"அது சாத்தியமில்லை. அவர் இங்கு வசிப்பவரில்லை."

"இங்கு வசிக்கவில்லை என்றால் என்ன அர்த்தம்? எங்கிருந்தாலும் கண்டுபிடிப்போம் ஒஃபெலியா. அவன் உன்னைத் திருமணம் செய்துகொள்ளாவிட்டால்…"

"என்ன செய்வாய்? கொலை செய்வாயா?"

"கடவுளே! என்னவெல்லாம் உளறுகிறாய்! நான் அவனிடம் உறுதியாகப் பேசிப்பார்ப்பேன், அது பலனளிக்கவில்லை என்றால் அப்பா தலையிடுவார்…"

"அப்பா தலையிடக் கூடாது!"

"ஏதாவது செய்துதான் தீர வேண்டும், ஒஃபெலியா. இதை மறைக்க முடியாது, விரைவில் அனைவருக்கும் தெரிந்துவிடும், ஊர்வாய் சும்மா இருக்காது, நம்மைப் பழிப்பார்கள். சத்தியமாக என்னால் முடிந்த விதத்தில் உனக்கு உதவுவேன். என்னை நம்பு!"

கடைசியாக, அம்மாவிடம் சொல்லி அப்பாவைத் தயார் படுத்தலாம்; மற்றதை அப்புறம் பார்த்துக்கொள்ளலாம் என முடிவாயிற்று. கடவுள் இதுவரை கொடுத்த எல்லாவற்றுக்கும் வட்டியும் முதலுமாக வசூலிக்கிறார் என்ற மனநிலையுடன் லோரா செய்தியைக் கேட்டுக்கொண்டாள். ஒஃபெலியாவின் கர்ப்பம் லோரா கடவுளுக்குச் செலுத்த வேண்டிய விலையின் ஒரு பகுதி. மற்றொரு பகுதி மிகவும் விலையுயர்ந்தது. லியோனார்டோவின் இதயம் சில சமயம் துடித்து, சில சமயம் மௌனமாக இருந்தது. அவன் பிறந்தபோதே மருத்துவர்கள் கணித்ததைப் போல அவனது ஆயுள் குறுகி, குழந்தையின் உயிர் கொஞ்சம் கொஞ்சமாகப் பிரிந்துகொண்டிருந்தது. லோரா தனது பிரார்த்தனையின் மேல் நம்பிக்கை வைத்துக் குழந்தையின் உடல்நிலை குன்றும் வெளிப்படையான அறிகுறிகளை ஏற்க மறுத்தாள். லோரா தன் குடும்பத்தைத் தன்னுடன் கட்டி இழுத்துக்கொண்டு ஒரு புதைகுழியில் மூழ்குவதுபோல் உணர்ந்தாள். அவள் கீழ்க்கழுத்தில் தலைவலி ஆரம்பித்து அவள் பார்வையை மங்கலாக்கி, கண்பார்வை இருண்டது.

"நான் எப்படி இதை இசிட்ரோவிடம் சொல்வேன்? எப்படிச் சொன்னாலும் இசிட்ரோவிற்கு இந்தத் தகவல் கொடுக்கப்போகும் அதிர்ச்சியோ அவரின் கோபமோ குறைவாக இருக்காது. தெய்வத்தின் மகிமை ஒஃபெலியாவின் பிரச்சினையை இயற்கையாகவே தீர்க்குமா என்பதைச் சிறிது காலம் பொறுத்திருந்து பார்க்கலாம்; பல கருக்கள் ஆரம்ப காலத்தில் சிதைந்துவிடும்" எனச் சொன்னாள்.

ஆனால் காத்திருந்தால் நிலைமை மிகவும் மோசமாகிவிடும் என ஃபெலிபே தன் தாயிடம் கூறினான். வீட்டு நூலகத்தில் தனது தந்தையிடம் அறிவிப்பின்றிச் சென்று விஷயத்தைச் சொல்லும் பணியை அவனே ஏற்றுக்கொண்டான். லோராவும் ஓஃபெலியாவும் வீட்டின் பின்புறத்தில் முட்டிபோட்டு, பரிசுத்த ஆவியையும் அவரின் தியாகத் தூதர்களையும் தங்களை இந்த இக்கட்டிலிருந்து காக்கும்படி பிரார்த்தனை செய்தனர்.

ஒரு மணிநேரத்திற்குப் பிறகு, இசிட்ரோ உடனடியாக நூலகத்திற்கு வரச் சொன்னார் என்ற செய்தியுடன் ஹுவானா அவர்களை அழைத்துச்செல்ல வந்தாள். இசிட்ரோ தெல் சோலார் அவர்களை வாசலிலேயே எதிர்கொண்டு, லோராவும் ஃபெலிபேவும் அவரைத் தடுப்பதற்கு முன்னால் ஓஃபெலியாவை இரண்டு முறை அறைந்தார்.

"என் மகளை அழித்த கயவன் யார்? யாரென்று சொல்!", என கூச்சலிட்டார்.

"அதைச் சொல்வதற்குப் பதில் நான் சாகத் தயார்" மூக்கிலிருந்து வழிந்த ரத்தத்தைச் சட்டைக்கையில் துடைத்த படி ஓஃபெலியா பதிலளித்தாள்.

"உன்னைச் சாட்டையால் அடித்தால்தான் சொல்லுவாய் என்றால் நான் அதற்கும் தயார்!"

"சாட்டையைக் கொண்டு வாருங்கள், பார்க்கலாம்! சத்தியமாகச் சொல்ல மாட்டேன்."

"அப்பா, தயவுசெய்து. . .". ஃபெலிபே குறுக்கிட்டான்.

"வாயை மூடு! இவளை வெளியே அனுப்பாமல் அடைத்து வைக்க நான் கட்டளையிடவில்லை? லோரா, நீ எங்கே போய்த் தொலைந்தாய்? சாத்தான் வீட்டில் சுற்றும்போது நீ சர்ச்சில் இருந்தாயா? நமக்கு ஏற்படவிருக்கும் அவமானம் எவ்வளவு பெரிய மானக்கேடு என யோசித்தாயா? எப்படி முகத்தை வெளியே காட்டப்போகிறோம்!"

ஃபெலிபே மீண்டும் அவரைத் தடுக்கும்வரை நீண்ட நேரம் கடுமையாகக் கத்தினார்.

"அப்பா, அமைதியாக இருங்கள், ஒரு தீர்வைக் கண்டு பிடிப்போம். நான் கொஞ்சம் விசாரித்துச் சொல்கிறேன். . .

"விசாரிக்கிறாயா, எதை?" இசிட்ரோ கேட்டார். தான் வெளிப்படையாகச் சொல்ல தயங்கியதை ஃபெலிபே சொன்னதும் சட்டென்று நிம்மதியடைந்தார்.

"அவன் கருக்கலைப்பு செய்வதைப் பற்றிக் கூறுகிறான்" ஒஃபெலியா உணர்ச்சியை வெளிக்காட்டாமல் கூறினாள்.

"வேறு வழி ஏதாவது இருக்கிறதா?" இசிட்ரோ அவளைப் பார்த்துக் கத்தினார்.

வீட்டு நூலகத்திற்கு வந்ததிலிருந்து பேசாதிருந்த லோரா அப்போது முதல்முறையாக நடுங்கும் குரலில், "அதை நினைத்துக்கூடப்பார்க்கவில்லை, அது பெரும்பாவம்" எனத் தெளிவாகக் கூறினாள்.

"பாவமோ புண்ணியமோ, இந்தக் குழப்பத்தைப் பரலோகத்தில் தீர்க்க முடியாது, இங்கே பூமியில்தான் தீர்க்க வேண்டும். தேவையானதைச் செய்வோம், உன்னுடைய கடவுள் புரிந்துகொள்வார்."

"தந்தை உர்பினாவிடம் பேசாமல் நான் எந்த நடவடிக்கையும் எடுக்கவிட மாட்டேன்" என்றாள் உறுதியுடன்.

அன்றிரவு தெல் சோலார் குடும்பத்தின் அழைப்பின் பேரில் விசெந்தே உர்பினா அவர்களின் வீட்டிற்கு வந்தார். அவருடைய வருகை அவர்களுக்கு அமைதியளித்தது. குழப்பமான ஆன்மாக்களை எவ்வாறு கையாள்வது என்பதை அறிந்தவர் கடவுளுடன் நேரடித் தொடர்புகொண்ட ஒருவரின் புத்திசாலித் தனமும் உறுதியும் அவரின் தோரணையில் தெரிந்தன. தன்னிடம் கொடுத்த போர்ட் ஒயினின் கோப்பையை வாங்கிக் கொண்டு, ஒவ்வொருவரிடமும் தனித்தனியாகப் பேசுவதாக அறிவித்தார். முகம் வீங்கி ஒரு கண் மூடியிருந்த ஒஃபெலியா விடம் தொடங்கினார். ஏறக்குறைய இரண்டு மணிநேரம் அவளுடன் பேசியும் அவரால் அவளது காதலனின் பெயரைத் தெரிந்துகொள்ளவோ அவள் கண்களில் கண்ணீரை வரவழைக்கவோ முடியவில்லை. "மத்தியாஸ் இல்லை, அவனைக் குறை சொல்லாதீர்கள்" என ஒஃபெலியா இருபது முறையாவது சொல்லியிருப்பாள். உர்பினா தனது திருச்சபையைச் சேர்ந்தவர்களைப் பயத்தால் வசியம் செய்யப் பழகியவர். ஆனால் அவரின் மிரட்டல் ஒஃபெலியாவின் பிடிவாதத்திற்கும் கீழ்படியாத குணத்திற்கும் முன்னால் எடுபடவில்லை. பாவச்செயல் செய்தவளின் பெற்றோருடனும் சகோதரனுடன் அவர் பேசி முடித்தபோது நேரம் நள்ளிரவைத் தாண்டியிருந்தது. மர்மமான காதலன் யார் என்று யாருக்கும்

தெரியாததால், ஹுவானாவிடம் அவர் பேசினார். "பரிசுத்த ஆவியாக இருக்குமோ, ரெவெரெண்ட்?" என அவள் பதில் கேள்வி கேட்டாள்.

கருக்கலைப்பு யோசனையை உர்பினா நிராகரித்தார். இது சட்டத்தின் முன் ஒரு குற்றம், கடவுளுக்கு முன் பெரும்பாவம், வாழ்க்கையையும் மரணத்தையும் முடிவு செய்யக் கடவுள் ஒருவருக்கு மட்டுமே உரிமை இருக்கிறது. மாற்று வழிகள் இருந்தன, அவை வரும் நாட்களில் தெரிந்து கொள்ளலாம். விஷயத்தை வீட்டின் நான்கு சுவர்களுக்குள் வைத்திருப்பது மிக முக்கியம். நல்லவேளை, கரீபியனில் சூறாவளியை அளந்துகொண்டிருந்த ஒஃபெலியாவின் சகோதரனுக்கும் மற்ற சகோதரிகளுக்கும் விஷயம் தெரியாது. இசிட்ரோ கூறியதுபோல் "கிசுகிசுவிற்கு இறக்கைகள் உண்டு." ஒஃபெலியாவின் நற்பெயரையும் குடும்பத்தின் மரியாதையையும் காப்பாற்றுவது மட்டுமே அவர்களின் நோக்கமாக இருக்க வேண்டும். உர்பினா ஒவ்வொருவருக்கும் அறிவுரை கூறினார்.

"இசிட்ரோ, வன்முறையைத் தவிருங்கள், வன்முறை பல தவறுகளுக்கு வழிவகுக்கும், இந்த நேரத்தில் வன்முறையைவிட விவேகம் முக்கியம்."

"லோரா, தொடர்ந்து பிரார்த்தனை செய்! தேவாலயத்தின் தொண்டுப் பணிகளுக்குப் பண உதவி செய்!"

"ஒஃபெலியா, மனந்திரும்பி பாவமன்னிப்புக் கேள், உடலின் மேலிருக்கும் பற்று பலவீனமானது. ஆனால் கடவுளின் கருணை எல்லையற்றது".

அவர் ஒஃபெலிபேவைத் தனியாக அழைத்துச்சென்று, "இந்த நெருக்கடியில் நீ உன் குடும்பத்தினருக்கு ஆதரவாக இருப்பது முக்கியம். என்னை அலுவலகத்தில் வந்து பார். ஒரு திட்டம் இருக்கிறது", என்றார்.

உர்பினாவின் திட்டம் எளிமையானது. அடுத்த சில மாதங்களில் சாண்டியாகோவிலிருந்து ஒஃபெலியாவை வெகு தொலைவில் அவளுக்குத் தெரிந்த யாரும் இல்லாத இடத்தில் இருத்த வேண்டும்; பின்னர், அவளது வயிற்றை மறைக்க முடியாதபோது, கன்னியாஸ்திரீகளின் கான்வென்ட் ஒன்றில் தங்குவாள். அங்கு அவளை நன்றாகப் பார்த்துக் கொள்வார்கள். குழந்தை பிறந்ததும் அவளுக்கு மிகவும் தேவைப்படும் ஆன்மீக உதவியும் வழங்கப்படும்.

"அதற்குப் பின்?"

"ஆண் குழந்தையோ பெண் குழந்தையோ, ஒரு நல்ல குடும்பத்தில் தத்துக் கொடுக்கப்படும். உங்கள் பெற்றோரையும் சகோதரியையும் சமாதானப்படுத்துவது உன் பொறுப்பு. சில செலவுகள் இருக்கும், அதை நீ பார்த்துக்கொள். தத்துக் கொடுப்பதை நான் தனிப்பட்ட முறையில் பார்த்துக் கொள்கிறேன்" என்றார். ஃபெலிபே செலவுகளைப் பார்த்துக் கொள்வதாகவும், கன்னியாஸ்திரீகளுக்கு நல்ல ஊதியம் கொடுப்பதாகவும் உறுதியளித்தான். குழந்தை பிறக்கும் தேதி நெருங்கும்போது, வேறொரு சபையைச் சேர்ந்த கன்னியாஸ்திரீயான தனது சித்தி தெரசா ஒஃபெலியாவுடன் இருக்க அனுமதி தருமாறு அவரிடம் கேட்டுக்கொண்டான்.

அடுத்து வரும் மாதங்களில் ஒஃபெலியாவை அவர்களின் குடும்பப் பண்ணையில் இருக்கவைக்கலாமென முடிவாயிற்று. அங்கே பிரார்த்தனைகள், புனிதர்களுக்கு வாக்குறுதிகள், உண்ணாவிரதம், தொண்டுகள் என லோராவின் கண்காணிப்பில் ஒரு ஆன்மிக நெடும்பயணம் நடந்தது. ஹுவானா பண்ணையின் நிர்வாகத்தையும் லியோனார்டோ வின் கவனிப்பையும் பார்த்துக்கொண்டாள். லியோனார்டோ டயப்பர் கட்டி, காய்கறிக் கூழை ஸ்பூனால் ஊட்ட வேண்டிய நிலையில் இருந்தான். துரதிர்ஷ்டவசமான பெண் என ஹுவானா அழைத்த ஒஃபெலியாவையும் கண்காணிக்க வேண்டியிருந்தது. பண்ணையிலிருந்து வெகுதொலைவில் சாண்டியாகோ நகரத்தில் இருந்த இஸிட்ரோ, தனது பண்ணையில் நடக்கும் பிரச்சினைகளுக்கும் தனக்கும் சம்பந்த மில்லை என்பதுபோல் இருந்தார். வதந்திகளை அமைதிப்படுத்த ஃபெலிபே நடவடிக்கை எடுப்பான்; அரசியல் சூழ்நிலை அவரது வணிகங்களைப் பாதிக்கலாம் என்பதால் அதில் அதிக கவனம் செலுத்தினார். வலதுசாரிகள் தேர்தலில் தோற்றனர். ராடிக்கல் கட்சியின் புதிய தலைவர் தனது முன்னோடியின் சீர்திருத்தங்களைத் தொடர விரும்பினார். இரண்டாம் உலகப் போரில் சிலியின் நிலை இசிட்ரோவிற்கு மிக முக்கிய மானது. சிலி எந்தப் பக்கம் சாய்கிறதென்பதைப் பொறுத்து ஸ்காட்லாந்துக்கும் ஜெர்மனிக்கும் ஸ்வீடன் வழியாகச் செம்மறியாட்டுக் கம்பளியின் ஏற்றுமதி நடக்கும். வலதுசாரிகள் நடுநிலை வசித்தார்கள். தவறாக முடிவெடுக்க வாய்ப்பிருக்கும் பட்சத்தில் எதற்காக வேலியில் போகும் ஓணானை மடியில் கட்டிக்கொள்ள நினைக்க வேண்டும்? ஆனால் அரசாங்கமும் பொதுமக்களும் நேச நாடுகளுக்கு ஆதரவளித்தனர். இந்த ஆதரவு உறுதியானால், ஜெர்மனியில்

வியாபாரதிற்குப் பெரும் கேடு ஏற்படும் என தனக்குத் தானே கூறிக்கொண்டார்.

ஓட்டுநர் பணிநீக்கம் செய்யப்படுவதற்கும், பண்ணை வீட்டில் ஒஃபெலியாவைச் சிறை வைக்கப்படுவதற்கும் முன்னால், விக்டர் தல்மாவுக்கு, டிரைவரின் உதவியுடன் ஒரு கடிதத்தை ஒஃபெலியா அனுப்பினாள். டிரைவரை வெறுத்த ஹுவானா, அவனும் ஒஃபெலியாவும் பேசுவதைத் தூரத்திலிருந்து பார்த்ததைத் தவிர வேறு எந்த ஆதாரமும் இல்லாமல் குற்றம்சாட்டினாள்.

“நான் உங்களிடம் ஏற்கெனவே சொன்னேன், முதலாளி, ஆனால் நீங்கள் கேட்கவில்லை. அந்தப் பொறுக்கிதான் இதற்கெல்லாம் காரணம். அவனால்தான் நம் பெண் ஒஃபெலியா கர்ப்பமாக இருக்கிறாள்.”

இசிட்ரோ தெல் சோலாரின் இரத்தம் அவரது தலைக்குப் பாய்ந்தது. மூளை வெடித்துவிடும் போலிருந்தது. வீட்டுப் பையன்கள் பணிப்பெண்களை அவ்வப்போது துஷ்பிரயோகம் செய்வது இயல்பானது. ஆனால் சுருட்டைத் தலைமுடியிலும், அம்மைவடு மூஞ்சியிலும் அவரது மகள் எதைக் கண்டு மயங்கினாள் என அவருக்குப் புரியவில்லை. கேரேஜுக்கு மேலிருந்த அறையில் அந்தக் கேடுகெட்ட நாயின் அணைப்பில் தனது நிர்வாண மகளின் காட்சி விரைவாக வந்து போனதும் கிட்டத்தட்ட இதயமே நின்றுவிடும் போலிருந்தது அவருக்கு. அவன் வெறும் கூட்டிக்கொடுப்பவன் என்று ஹுவானா தெளிவுபடுத்திய பின் நிம்மதி அடைந்தார். அவர் அவனை நூலகத்திற்கு அழைத்து, குற்றவாளியின் பெயரைச் சொல்லும்படி கோபமாக விசாரித்தார், அவனைச் சிறைக்கு அனுப்பப் போவதாகவும், போலீசார் அவனைத் துப்பாக்கி முனையில் உதைத்து உண்மையை வரவழைப்பார்கள் என்றும் மிரட்டினார் ஒரு பலனுமில்லை. அவனுக்கு லஞ்சம் கொடுத்துப் பெயரைச் சொல்ல வைக்க முயன்றார். அதுவும் வேலைக்காகவில்லை. அவன் விக்டரை ஒரு முறைக்கூடப் பார்த்ததில்லை. கலைப் பள்ளியில் ஒஃபெலியாவை இறக்கிவிட்டு, சில மணிநேரம் கழித்து வீட்டிற்கு அழைத்துச் செல்வது மட்டுமே அவன் வேலை. அதை மட்டுமே அவனால் அவரிடம் சொல்ல முடிந்தது. இசிட்ரோவுக்குத் தனது மகள் ஓவிய வகுப்புகளுக்குச் செல்லவில்லை என்ற உண்மை அப்போதுதான் தெரிந்தது. பள்ளியிலிருந்து அவள் தனது காதலனைச் சந்திக்க நடந்தோ டாக்ஸியிலோ போனாள். கேடுகெட்ட பெண் அவர் நினைத்ததைவிட முட்டாள்தனமாக இருந்திருக்கிறாள். அல்லது காமம் அவளைத் தந்திரமாக நடக்க வைத்திருக்கிறது.

ஒஃபெலியா விக்டரைத் தொலைபேசியில் அழைக்க முடிந்த தருணங்களில், அவன் வீட்டிலோ வின்னிபெக்கிலோ இல்லை; பண்ணைக்கு அருகில் இருந்த தொலைபேசி பதினைந்து கிலோமீட்டர் தொலைவில் இருந்ததால் அவளால் அங்கிருந்து அழைக்க முடியவில்லை. அதனால் ஒரு கடிதத்தில் அவனுக்கு நேரே கொடுத்திருக்க வேண்டிய விளக்கத்தை எழுதினாள். அவள் அவனிடம் உண்மையைச் சொன்னாள்: அவன் மேலிருந்த காமத்திற்கு அவள் அடிமையாக இருந்தாள். அதனால் அவளால் சரியாக யோசிக்க முடியவில்லை, அவன் சொன்னது இப்போது புரிந்தது. அவர்களைப் பிரிக்கும் தடைகளை என்றும் அவர்களால் கடக்க முடியாது. அவள் உண்மையில் காதலைவிட அடக்க முடியாத புதுமையான உணர்ச்சிகளால் அலைக்கழிக்கப்பட்டாள், தன் பெயரையும் வாழ்க்கையையும் தியாகம் செய்ய முடியாது. அவள் தனது தாயுடன் சிறிது காலம் சுற்றுலா செல்லப்போவதாகவும், தனது மனம் தெளிந்தபின், மத்தியாஸிடம் திரும்பவும் வாய்ப்பிருக்கிற தென்றும் அறிவித்தாள். கடைசியாக விடைபெற்ற பின், இனி ஒருபோதும் தன்னைத் தொடர்புகொள்ள முயற்சிக்க வேண்டாம் எனக் கடிதத்தை முடித்தாள்.

ஒஃபெலியாவின் கடிதத்தைப் பெற்ற விக்டர் அதை எதிர்பார்த்துக் காத்திருந்த மனநிலையில். இருந்தான், அவர்களின் காதல் இருவருக்கும் மகிழ்ச்சியான வாழ்வைக் கொடுக்கும் என அவன் கனவுகாணவில்லை. ஆனால் ரோஸர் அவனிடம் ஆரம்பத்தில் சொன்னது நினைவிலிருந்தது. அவர்களின் காதல் வேரில்லாத செடி, அது வாடிவிட்டது. இரகசியங்களின் இருட்டில் எதுவும் வளராது. காதலுக்கு ஒளியும் வளர்வதற்கு இடமும் அவகாசமும் தேவை. விக்டர் அந்தக் கடிதத்தை இரண்டு முறை படித்துவிட்டு ரோஸரிடம் "நீ சொன்னது சரிதான்" எனச் சொல்லி நீட்டினான்.

ஒஃபெலியாவின் கடிதத்தின் தொனியை வைத்து ரோஸரால் அந்தப் பெண்ணின் கடும் கோபத்தை ஊகிக்க முடிந்தது. விக்டருடன் எதிர்காலம் இல்லை என்பது மட்டும் காரணமல்ல, கர்ப்பத்தின் அவமானத்தை மறைப்பதற்காக அந்தப் பெண்ணை அவளது குடும்பத்தினர் கடத்தியதாக அவள் கருதினாள். அவள் எழுதிய கடிதம் நிலையற்றவளின் கோபத்தின் வெளிப்பாடு அல்ல என்பதை அவள் அந்த வரிகளுக்கு இடையில் படிக்கவும் புரிந்துகொள்ளவும் மேலோட்டமான பார்வை மட்டுமே போதுமானதாக இருந்தது. ஆனால் அவள் தனது சந்தேகத்தை விக்டரிடம் பகிர்ந்துகொள்ளவில்லை. ஏற்கெனவே மனமுடைந்திருக்கும்

அவனிடம் தனது சந்தேகங்களைச் சொல்வது கொடூரமான செயலாகத் தோன்றியது, அப்படி அவனைத் துன்புறுத்த வேண்டிய அவசியம் என்ன? ஒஃபெலியாவின் மீது அவளுக்கு அனுதாபமும் பரிதாபமும் ஏற்பட்டது, எளிதில் பாதிக்கப்படக் கூடிய அப்பாவியான பெண்ணாகத் தோன்றினாள். அவள் பதின்வயதின் புயலால் அலைக்கழிக்கப்பட்ட ஜூலியட். ஆனால் இளம் ரோமியோவிற்குப் பதிலாக, போரால் கடினமாகிவிட்ட ஒருவன் கிடைத்தான்.

ரோஸர் கடிதத்தைச் சமையலறை மேசையில் வைத்து விட்டு, விக்டரைக் கைப்பிடித்து, அவர்களின் நடுத்தர வீட்டிலிருந்த ஒரே வசதியான இருக்கையான படுக்கைக்கு அழைத்துச்சென்றாள்.

"உன் தலையை நான் தடவிக் கொடுக்கிறேன், படுத்துக் கொள்" எனச் சொன்னாள்.

விக்டர் ரோஸரின் மடியில் தலை சாய்த்தான், அவளது மெல்லிய விரல்கள் அவனது தலைமுடியைக் கோதியபோது, அவள் இருக்கும்வரை துரதிர்ஷ்டங்கள் நிறைந்த இந்த உலகில் நான் தனியாக இருக்க மாட்டேன் எனத் தோன்றியது. மிக மோசமான நினைவுகளை அவள் துணையுடன் தாங்க முடியுமென்றால், அவனது இதயத்தில் ஒஃபெலியா விட்டுச் சென்ற துளையையும் தாங்கிக்கொள்ள முடியும். அவன் மூச்சைத் திணறடிக்கும் வலியை ரோஸரிடம் கொட்டிவிட விரும்பினாலும், ஒஃபெலியாவினுடான உறவில் அவன் உணர்ந்ததை அவ்வளவு எளிதாக அவனால் வார்த்தைகளில் சொல்ல முடியவில்லை, அவர்கள் கண்ட கனவுகளும் மேற்கண்ட உரையாடல்களும் ஒரு சமயத்தில் இருவரும் தத்தமது சிறைகளிலிருந்து தப்பித்துச் சுதந்திரமாக ஓடிப்போய் வாழ ஆசைப்பட்டதையும், அவர்கள் எப்போதும் காதலர்களாக இருப்பார்கள் என்று அவள் சத்தியம் செய்ததையும் அவனால் ரோஸரிடம் சொல்ல முடியவில்லை. இருப்பினும் ரோஸர் அவனை நன்கு அறிந்திருந்ததனால் அவன் சொல்லாமலேயே அவளுக்குத் தெரிந்திருந்தது. மார்செல் தூக்கத்திலிருந்து எழுந்து அழும்வரை அவர்கள் தங்கள் யோசனைகளில் சஞ்சரித்தனர்.

ரோஸரின் உள்ளுணர்வு கூறியதுபோல், ஒஃபெலியாவின் குடும்பத்திற்கு அவளின் நிலை தெரிந்த சில நாட்களுக்குப் பின், அவளது ஆவேசம் மனதிற்குள் எறியும் கோபக்கங்குகளாக மாறியது. பாதிரியார் உர்பினா அவள் தனது நடத்தையை நினைத்து, செய்த பாவத்திற்கு வருந்த வேண்டும் என்று சொன்னதைப் போல் நடப்பதற்குப் பதிலாக, அவள் தனது

முட்டாள்தனத்திற்காக வருந்தினாள். கர்ப்பத்தைத் தடுப்பது எப்படி என்று விக்டரிடம் கேட்க அவளுக்குத் தோன்றவில்லை. அவன் அதைப் பார்த்துக்கொள்வானென்றும், அவர்கள் எப்போதாவது தானே சந்திக்கிறார்கள், அதனால் கர்ப்பம் உண்டாகாது என்றும் நினைத்தாள். விந்தையான தர்க்கம். விக்டர் வயது முதிர்ந்தவனாகவும் அனுபவம் வாய்ந்தவனாகவும் இருந்ததால், இந்த மன்னிக்க முடியாத விபத்துக்குக் காரணமானவன் அவன் தான். ஆனால் பாதிக்கப்பட்ட அவள் இருவருக்கும் சேர்த்து விலை கொடுக்க வேண்டியிருந்தது. இது மாபெரும் அநீதி. இருவருக்குமிடையே பொதுவாக எதுவும் இல்லாதபோதும் அவன் மேல் தலைகால் புரியாமல் காதலில் விழுந்தது ஏன் என்பது அவளுக்கு நினைவுக்கு வரவில்லை. அவனுடன் அவசரத்திலும் அசௌகரியத்திலும் இழிவான இடங்களில் கழித்த நாட்கள் அவளுக்கு மத்தியாஸுடன் தனக்கிருந்த அதிருப்தியை ஞாபகப்படுத்தின. அவர்கள் ஒருவரையொருவர் தெரிந்துகொள்ள அதிக நம்பிக்கையும் நேரமும் இருந்திருந்தால் அது வேறு விதமாக இருந்திருக்கும், ஆனால் விக்டரிடம் அதற்கான அவகாசம் இல்லை. அவள் காதல் என்ற உணர்வாலும், அடிபட்ட வீரன் ஒருவனின் கடந்த காலத்தைப் பற்றிய தன் சொந்த கற்பனையாலும், தன் மனதில் ஒரு வீரகாவியத்தை நிகழ்த்திப் பொய்யாக வாழ்ந்தாள். அப்படிப்பட்ட பொய்யான வாழ்க்கையின் விளைவு சோகமாக மட்டுமே இருக்க முடியும். விக்டரின் தழும்புகள் நிறைந்த இதயத்தில் அவள் மேல் எவ்வளவு காதல் கொள்ள முடியுமோ அவ்வளவு காதலையும் அவன் வைத்திருந்தான் என அவளுக்குத் தெரியும். ஆனால் அவளுடைய தரப்பில் இந்த உணர்வு ஒரு தூண்டுதல், ஒரு கற்பனை, அவளின் சலன புத்தியின் விருப்புகளில் இதுவும் ஒன்று. இந்த யோசனைகளால் அவள் மிகவும் பதற்றமாகவும் அகப்பட்டுக்கொண்டதைப் போலவும் உணர்ந்தாள். அவளுடைய வாழ்க்கை அழிந்துவிட்டதென்ற பீதியில் விக்டருடன் அனுபவித்த மகிழ்ச்சியான தருணங்கள் கூடச் சிதைந்தன. அவன் இடர் இல்லாமல் இன்பத்தை மட்டுமே அனுபவித்தான். அவள் பேரிடருக்கு நடுவே சிறிது இன்பமான கணங்களை அனுபவித்தாள். இறுதியில், எதுவும் நடக்காதது போல் அவன் தனது வாழ்க்கையைத் தொடர முடிந்தது. அவர்கள் இருவருக்குமான விளைவுகள் அவள் தலையில் விழுந்தது. இப்போது அவன் மேல் வெறுப்பு மட்டுமே மிஞ்சியது. அதன் விளைவாக, தான் கர்ப்பமாக இருப்பதை அவனிடமிருந்து மறைத்தாள். இல்லையென்றால், தனது தந்தை ஸ்தானத்தை எடுத்துக்கொண்டு அவளை நிம்மதியாக விட மாட்டான் என அவள் பயந்தாள். கர்ப்பத்தைப் பற்றிய

எல்லா முடிவும் தன்னுடையதாக மட்டுமே இருக்க வேண்டும். யாருக்கும் தங்களின் கருத்தைத் தெரிவிக்க உரிமை இல்லை. நிச்சயமாக தனக்குத் துன்பம் கொடுத்தவனுக்கு அந்த உரிமை இல்லவே இல்லை. கடிதத்தில் இவை எதையும் அவள் எழுத வில்லையென்றாலும் ரோஸரால் இவற்றை ஊகிக்க முடிந்தது.

மூன்று மாதங்களுக்குப் பிறகு ஒஃபெலியா வாந்தி எடுப்பதை நிறுத்தினாள். அதுவரை அனுபவித்திராத சக்தி அவளுக்குள் பெருக்கெடுத்து ஓடியது. விக்டருக்குக் கடிதம் அனுப்பி அந்த அத்தியாயத்தை முடித்துவிட்டாள். அப்படியே சில வாரங்களில் கடிதம் அனுப்பாமல் இருந்திருந்தால் அவள் வாழ்க்கை என்னவாக இருந்திருக்கும் என்பதுபோன்ற ஊகங்களால் தன்னைத் தானே துன்புறுத்திக்கொள்வதை நிறுத்தினாள். இப்போது அவள் தன் காதலனிடமிருந்து விடுபட்ட வலிமையான, ஆரோக்கியமான பெண். தனது நாய்கள் பின்தொடர வயல்வெளிகளில் நீண்ட நடைப்பயிற்சி மேற்கொண்டாள். பிஸ்கட்டும் பன்னும் செய்து, பண்ணையி லிருந்த குழந்தைகளுக்கு விநியோகித்தாள். மலைகளையும் நிலப்பரப்புகளையும் வரைவதைவிட லியோனார்டோவுடன் பெயின்ட்டைப் பெரிய பெரிய வண்ணக் குவியல்களாகப் பரத்தி மகிழ்ந்தாள். சலவைத் தொழிலாளி குழம்பும் அளவிற்குக் கனமான கரி இரும்பு இஸ்திரிப் பெட்டிகளுக்கிடையே மணிக்கணக்கில் வியர்த்து விறுவிறுக்க மகிழ்ச்சியுடன் துணிகளை இஸ்திரி செய்தாள்.

“அவளை விட்டுவிடு, தானாக நிறுத்திவிடுவாள்” என்று ஹுவானா பணியாளிடம் சொன்னாள்.

ஒஃபெலியாவின் இந்த மகிழ்ச்சியான போக்கு அவள் தாய் லோராவுக்கு அதிர்ச்சியாக இருந்தது. ஒஃபெலியா குழந்தைக்குத் துணிகள் பின்னும்போது கண்ணீரில் மூழ்கியிருப்பாள் என லோரா எதிர்பார்த்தாள். ஹுவானா, லோராவின் கர்ப்ப காலத்தில் சில மாதங்கள், வயிற்றின் எடை தாங்க முடிந்தவரை, அவளும் மகிழ்ச்சியாக இருந்ததை நினைவுபடுத்தினாள்.

லோரா புனிதர்களுடன் தன் பிள்ளைகளைப் பற்றிய சிக்கலான பேச்சுவார்த்தைகளில் மும்முரமாக இருந்ததால் பண்ணைவீட்டின் நிர்வாகியாக மாறிய ஜுவானாவின் கணக்குவழக்கைச் சரி பார்ப்பதற்கும், தேவையான அறிவுரைகளை அளிப்பதற்கும் ஃபெலிபே வாரம் ஒரு முறை பண்ணைக்குச் வந்தான். யாரும் அக்கறை காட்டாத செய்திகளைத் தலைநகரத்திலிருந்து கொண்டுவருவான். ஒஃபெலியாவுக்கு பெயிண்ட் ஜாடிகள், பத்திரிகைகள்,

லியோனார்டோவுக்கு டெடி பியர்ஸ், மணிகள் என ஏதாவது பரிசுகள் கொண்டுவருவான். பேபி இப்போது பேசுவதை நிறுத்திவிட்டான். நடப்பதில்லை, அவனால் ஊர்ந்து நகர மட்டுமே முடிந்தது. ஹுவானா சொல்வது போல், விசென்டே உர்பினா தனது புனித வாசனையுடன் – கழுவப்படாத கசாக், ஷேவிங் லோஷன் ஆகியவற்றின் துர்நாற்றம் – நிலைமையை மதிப்பிடவும், ஓஃபெலியாவை ஆன்மிகப் பாதையில் வழிநடத்தவும், பாவமன்னிப்பைக் கேட்கவும் வாரம் இரண்டு முறை தோன்றினார். காது கேளாதவள்போல் எங்கோ பாத்துக் கொண்டு கவனமில்லாமல், முகத்தில் சிறிதும் உணர்ச்சியை வெளிக்காட்டாமல், வயிற்றில் குழந்தைக்குப் பதிலாக ஒரு கட்டி இருப்பதுபோல் அவரது தெய்வீகமான வார்த்தைகளை ஓஃபெலியா கேட்பாள். அவளின் விட்டேத்தியான போக்கு தத்துக்கொடுப்பதை மிகவும் எளிதாக்கும் என உர்பினா நினைத்தார்.

೧

அவர்கள் பண்ணையில் கோடையின் பிற்பகுதியிலிருந்து குளிர்காலம்வரை தங்கினார்கள். தொன்யா லோரா பரலோகப் பரமபிதாவிடம் கோரிய வெறித்தனமான வேண்டுகோள்களின் தீவிரமும் நாட்கள் செல்லச் செல்லக் குறைந்தது. தன்னிச்சை யான கருக்கலைப்பின் அதிசயத்தை அவள் கடவுளிடம் கேட்கத் துணியவில்லை. அது அவர்களின் குடும்பப் பிரச்சினையைத் தீர்த்துவிடும் என்பது உண்மைதான். ஆனால் அப்படிக் கேட்டால் தன் கணவனின் மரணத்தை வேண்டுவதைப் போல ஒரு குற்ற உணர்ச்சி. அதனால் நேரடியாகக் கேட்காமல் அவள் அதை நுட்பமாகத் தனது பிரார்த்தனைகளில் இணைத்துக் கொண்டாள். சாண்டியாகோவின் பரபரப்பான வாழ்வைவிடப் பண்ணையின் அமைதியான இயற்கை, அதன் மாற்றமில்லா சாந்தம், நீண்ட நாட்கள், ஏகாந்தமான இரவுகள், மாட்டுத் தொழுவத்திலிருந்து வரும் வெப்பமான நுரையுடன் கூடிய பால், களிமண் அடுப்பிலிருந்து வரும் புத்தம்புது ரொட்டி ஆகியவை லோராவின் மருண்ட குணத்திற்கு மிகவும் பொருத்தமானதாக இருந்தன. அவள் நிரந்தரமாக அங்கேயே இருக்க ஆசைப்பட்டாள். ஓஃபெலியாவும் அந்த அழகிய இயற்கை நிறைந்த சூழ்நிலையில் நெகிழ்ந்ததில் விக்டர் தல்மாவின் மேல் இருந்த வெறுப்பு மனக்சப்பாக மாறியது; அவனை மட்டும் குற்றம் சொல்லி என்ன பயன், தானும்தானே பொறுப்பு. அவள் சின்ன ஏக்கத்துடன் மத்தியாஸ் ஐஸாகிர்ரேவைப் பற்றிச் சிந்திக்கத் தொடங்கினாள்.

பண்ணை வீடு காலனித்துவத்தின் தாக்கத்தில் கட்டப்பட்ட பழைய பாணி வீடு. தடிமனான அடோப் சுவர்கள், சிவப்பு நிற ஓடுகள், மரத்தாலான உத்தரம், களிமண் பீங்கானாலான தரை. 1939ஆம் ஆண்டு ஏற்பட்ட நிலநடுக்கத்தை அது நன்கு தாங்கியது. சில சுவர்களில் விரிசல்கள் ஏற்பட்டுப் பாதி ஓடுகள் விழுந்தன. நிலநடுக்கத்திற்குப் பிறகு நடந்த கலவரத்தில், அந்தப் பகுதிகளில் தாக்குதல்கள் அதிகரித்தன; சோம்பேறிகள் எங்கு எதைத் திருடலாம் என அலைந்தனர். வெடியுப்புப் பற்றாக்குறை, இயற்கையாக உற்பத்தியாகும் வெடியுப்புக்குப் பதிலாகச் செயற்கை முறையில் உற்பத்தி, ஆயிரக்கணக்கான தொழிலாளர்கள் பணிநீக்கம் போன்ற நிகழ்வுகளால் 1930களில் உலகப் பொருளாதாரம் மந்தமாயிற்று. இதன் தாக்கத்தை ஒரு தசாப்தத்திற்குப் பிறகும் மக்கள் உணர்ந்தனர். இரவில் வயல்களுக்குள் நுழைந்த திருடர்கள், நாய்களுக்கு விஷம் கொடுத்து, பழங்கள், கோழிகள், சில சமயங்களில் பன்றி, கழுதை என எது கிடைத்ததோ அதைத் திருடி விற்றனர். பண்ணையின் பாதுகாவலர்கள் திருடர்களைத் துப்பாக்கி கொண்டு விரட்டினர். ஆனால் இதைப் பற்றியெல்லாம் ஒஃபெலியா வுக்குத் தெரியாது. நீண்ட கோடை நாட்களில் லியோனார்டோவால் அவளுடன் விளையாட முடியாததால், அவள் குளிர்ந்த வெராண்டாக்களில் ஓய்வெடுத்தாள், கிராமப்புறக் காட்சிகளைப் பெரிய கான்வாஸ்களில் வரைந்தாள். வைக்கோல் ஏற்றப்பட்ட மாட்டு வண்டி, பால் பண்ணையில் தூங்கும் மாடுகள், கோழித் தோட்டம், சலவைப் பெண்கள், திராட்சை அறுவடை ஆகியவற்றைச் சிறு அட்டைகளில் வரைந்தாள். தெல் சோலார் குடும்பத்தின் பண்ணையின் திராட்சைத் தோட்டங்களில் உற்பத்தியான ஒயின் பிரபலமான இதர ஒயின்களுடன் தரத்தில் போட்டியிட முடியவில்லை, திராட்சையின் உற்பத்தி குறைவாக இருந்தது. இசிட்ரோவால் தனக்குத் தெரிந்தவர்கள் மூலம் மொத்த ஒயினையும் உணவகங்களுக்கு மட்டுமே விற்க முடிந்தது. அவரது மது லாபகரமானதாக இல்லாதபோதும், ஒயின் உற்பத்தியில் பெயர்போன குடும்பங்களின் பிரத்யேக கிளப்பில் தானும் இடம்பெற வேண்டும் என்பதற்காக இசிட்ரோ வின்யார்டுகளை விற்காமல் வைத்திருந்தார்.

ஒஃபெலியாவின் ஆறாவது மாதம் இலையுதிர்காலத்தின் தொடக்கமாக அமைந்தது. சூரியன் அதிகாலையில் அஸ்தமித்து விடும், குளிர் வாட்டியெடுக்கும் இருண்ட இரவுகள் நீண்டு கொண்டே போயின; போர்வைகளும் கரி அடுப்புகளும் பரண்களிலிருந்து தரைத்தளத்திற்குக் கொண்டுவரப்பட்டன.

அந்தப் பகுதிகளில் மின்சாரம் நிறுவுவதற்கு இன்னும் பல ஆண்டுகள் ஆகுமென்பதால் வீடுகளில் மெழுகுவர்த்திகளை ஏற்றினார்கள். ஒஃபெலியாவுக்குக் குளிரின் பாதிப்பு அவ்வளவு மோசமாக இல்லை. பண்ணையில் தங்கிய மாதங்களில் அவள் பரவசமாக இருந்ததால் நீர்யானையைப் போல் எடை போடுவதோடு அதன் சுபாவத்தையும் உள் வாங்கியிருந்தாள், பதினைந்து கிலோ ஏறியிருந்தது. கால்கள் தொடைகளைப் போல் வீங்கியிருந்தன. ஆனால் அவளுடைய உள்ளத்திலிருந்த பரபரப்பு அமைதியாகியிருந்தது. அவளால் ஐந்து நிமிடங்களில் தூங்கிவிட முடிந்தது. அட்டைகளில் வரைவதையும் சுற்றுவட்டார நிலங்களில் நடப்பதையும் படிப்பதையும் பின்னல் வேலையையும் எம்பிராய்டரி செய்வதையும் நிறுத்தி விட்டாள். எடை அதிகரிப்பதைப் பற்றிக் கவலைப்பட வில்லை, ஹுவானாவே கவனித்து அவளைக் குளிப்பதற்கும் தலைமுடியைக் கழுவுவதற்கும் கட்டாயப்படுத்த வேண்டிய அளவுக்குத் தன் மேல் அக்கறையில்லாதவளாக ஆனாள். தனக்கு ஆறு குழந்தைகள் இருப்பதாகவும், தன்னைத் தானே கவனித்துக்கொண்டிருந்தால், அவளுடைய இளமையைக் கொஞ்சமாவது காப்பாற்றிக்கொள்ளலாம் என்றும் லோரா ஒஃபெலியாவை எச்சரித்தாள்.

“எதற்காக அம்மா? எல்லோரும் சொல்வதுபோல் நான் கெட்டுப்போய்விட்டேன். நான் எப்படியிருந்தாலும் யாரும் கவலைப்பட மாட்டார்கள். நான் குண்டான முதிர்கன்னியாகப் போகிறேன்.”

பிறக்கப்போகும் குழந்தையைப் பற்றிய முடிவுகளில் பங்கேற்காமல், பாஸ்டர் உர்பினாவிடமும் தனது குடும்பத்தினரின் கைகளிலும் மெதுவாகத் தன்னை ஒப்படைத்துக்கொண்டாள். சூழ்நிலையால் உந்தப்பட்டும் பாதிரியார் தனக்குள் உண்டாக்கிய அவமானத்தை ஏற்றுக் கொண்டும், கிராமப்புறங்களில் ஒளிந்து மறைவாக வாழ எப்படி ஒப்புக்கொண்டாளோ அதேபோல், குழந்தையைத் தத்துக் கொடுப்பதையும் தவிர்க்க முடியாதது என உறுதியாக நம்பினாள். அவளுக்கு வேறு வழியில்லை.

“எனக்கு வயது கம்மியாக இருந்தால், உன் குழந்தை என்னுடையது என்று சொல்லி, நம் குடும்பத்திலே வளர்த்திருக்கலாம், ஆனால் எனக்கு ஐம்பத்திரண்டு வயது. என் குழந்தை என்று சொன்னால் யாரும் நம்ப மாட்டார்கள்” என்று அவளுடைய தாய் சொன்னாள்.

சோம்பல் ஒஃபெலியாவைச் சிந்திக்கவிடாமல் தடுத்தது, தூங்குவதும் சாப்பிடுவதும் மட்டுமே அவளுக்குப்

பிடித்திருந்தன. ஏழாவது மாதத்தில் அவள் தனக்குள் ஒரு கட்டி இருப்பதாகக் கற்பனை செய்வதை நிறுத்திவிட்டு, தன்னுள் வளரும் உயிரைத் தெளிவாக உணர்ந்தாள். முன்பு, பயந்த பறவையின் இறக்கைகள் படபடப்பதுபோல் வெளிப்பட்ட அந்த உயிர், இப்போது, தன் வயிற்றைத் தடவினால், ஒரு காலையோ தலையையோ அடையாளம்காண முடிந்தது. மீண்டும் பென்சிலை எடுத்து, விக்டரின் குணாதிசயங்கள் இல்லாத, தன் குணாதிசயங்களுடைய சிறுவர், சிறுமியர்களைத் தன் குறிப்பேட்டில் வரைந்தாள்.

பதினைந்து நாட்களுக்கு ஒரு முறை பாதிரியார் உர்பினா அனுப்பும் மருத்துவச்சி ஓரிண்டா நரானோ, ஓஃபெலியாவைப் பார்க்கப் பண்ணைக்கு வந்தாள். அவளுக்கு மருத்துவர்களை விடப் பெண்களின் உபாதைகளைப் பற்றி (பாதிரியார் மகப்பேறை பெண்களின் உபாதைகள் என அழைத்தார்) அதிகமாகத் தெரியும் என்பதால் அவளை அனுப்பிவைத்ததாக உர்பினா கூறினார். கழுத்தில் வெள்ளிச் சிலுவை, செவிலியரின் உடை, கருவிகளுக்கு ஒரு பிரீஃப்கேஸ் என முதல் பார்வையில் நம்பிக்கையை வரவழைத்தாள். அவள் ஓஃபெலியாவின் வயிற்றை அளந்து, ரத்த அழுத்தத்தைக் கணக்கெடுத்து, இறக்கும் நிலையில் இருக்கும் ஒரு பெண்ணிடம் பேசுவதுபோன்ற உணர்வுப்பூர்வமான தொனியில் பல அறிவுரைகள் சொன்னாள். ஓஃபெலியா அவளை நம்பாவிட்டாலும் அவளிடம் சுமுகமாக இருக்க முயற்சிசெய்தாள். பிரசவத்தின்போது இந்தப் பெண் பக்கத்தில் இருப்பது அவசியம். தனது மாதவிடாயையும் காதலனுடனான சந்திப்புகளையும் ஓஃபெலியா கண்காணிக்க வில்லை என்பதால், தான் எப்போது கர்ப்பமானோம் என அவளுக்குத் தெரியாது, ஆனால் ஓரிண்டா தோராயமான பிறந்த தேதியை அவளது வயிற்றின் அளவை வைத்துக் கணக்கிட்டாள். ஓஃபெலியாவுக்கு இது முதல் குழந்தை. இயல்பைவிட அதிக எடை. அதனால் மகப்பேறு கடினமான இருக்கும். ஆனால் அவளை நம்பலாம். ஏனென்றால் அவளுக்கு நிறைய அனுபவம் இருந்தது. அவளின் உதவியுடன் பல குழந்தைகள் பிறந்திருந்தார்கள் என ஓரிண்டா ஓஃபெலியாவிடம் சொன்னாள். சாண்டியாகோவில் உள்ள கான்வென்ட்டிற்கு ஓஃபெலியாவை அழைத்துச் செல்ல அவள் பரிந்துரைத்தாள். அங்கே தேவையான அனைத்தையும் கொண்ட ஒரு மருத்துவமனை இருந்தது. அவசரத்திற்கு ஒரு தனியார் கிளினிக்கும் அருகில் இருந்தது. எனவே ஓஃபெலியாவை அந்த கான்வென்ட்டிற்கு அழைத்துச் செல்ல முடிவானது. ஃபெலிபே தனது சகோதரியைக் காரில் அழைத்துச் செல்ல வந்தான். அடையாளம் தெரியாத, பருமனான, முகத்தில் புள்ளிகளுடன்,

பெரிய பாதங்களை வார் செருப்பில் இழுத்து, ஆட்டுக்குட்டி வாசனை அடிக்கும் ஒரு போர்வையைச் சுற்றிக்கொண்டு வந்த ஒரு வேற்று மனுஷியைப் பார்த்துத் திகைத்தான்.

"பெண்ணாக இருப்பது துரதிர்ஷடம், ஃபெலிபே" என்று அவனுக்கு விளக்கமளித்தாள்.

அவளது சாமான்களில் கூடார வடிவிலான இரண்டு மகப்பேறு ஆடைகள், ஒரு தடிமனான ஆண்கள் அணியும் கார்டிகன், பெயிண்ட் புட்டிகள், ஒரு நேர்த்தியான சூட்கேஸ் ஆகியவை இருந்தன. சூட்கேஸில் அவளது தாயும் ஹுவானாவும் குழந்தைக்காக வைத்திருந்த ஆடைகள் இருந்தன. அவள் தன் கையால் பின்னியிருந்த உடை உருவமில்லாமல் இருந்தது.

§

கான்வென்ட்டிற்கு வந்த ஒரு வாரத்திற்குள், ஒஃபெலியா தெல் சோலார், அந்தி நேரத்தில் பல மாதங்கள் தூங்கிய உணர்வோடு திடீரென்று ஒரு துர்க்கனவிலிருந்து குழப்பமாக விழித்தாள். வியர்வையில் நனைந்திருந்தாள். அவளுக்குச் சிறிய அறையில் இரும்புக் கட்டில் மேலே குதிரைமுடி மெத்தை, இரண்டு கொரகொரப்பான கம்பளிப் போர்வைகள், ஒரு நாற்காலி, அவளது ஆடைகளை வைக்க ஒரு டிராயர், ஒரு மரத்தாலான மேசை ஆகியவற்றைக் கொடுத்திருந்தனர். அவளுக்கு வேறெந்தத் தேவையும் இல்லை, தனது மனநிலைக்கு ஏற்ப அந்த அறையும் எளிமையாக இருந்தது அவள் மனதிற்கு நிம்மதியாக இருந்தது. கன்னியாஸ்திரீகளின் தோட்டத்தை முழுவதும் காட்டாத ஜன்னல், தோட்டத்தின் மத்தியில் மூர்ஸ் பாணியில் அமைந்த நீரூற்று, பழங்கால மரங்கள், பன்னாட்டுத் தாவரங்கள், மரப் பெட்டியில் மருத்துவ மூலிகைகள். தோட்டத்தில் வளைந்து செல்லும் பாதைகளில் இரும்பினாலான வில்வளை வழியில் பின்னி வளர்ந்த ரோஜாக் கொடிகள். தாமதமாக விடிந்த குளிர்காலக் காலை ஒளி கண் மேல் படர, ஜன்னலில் ஒரு புறா கூவும் சத்தத்தால் தூக்கம் கலைந்து ஒஃபெலியா எழுந்தாள். அவள் எங்கே இருக்கிறாள், அவளுக்கு என்ன நடந்தது, மூச்சுவிட முடியாத அளவுக்கு இந்தச் சதை மலையில் ஏன் அவள் சிக்கிக்கொண்டாள் என்பதையெல்லாம் உணர இரண்டு நிமிடங்கள் ஆனது. படுத்தவண்ணம் தனது கனவில் நடந்ததை நினைவுபடுத்திக்கொண்டாள். கனவில், துறுதுறு வென ஒரு இளம்பெண் முகத்தில் சூரிய ஒளி மின்ன உப்புக் காற்றில் தலைமுடி பறக்கக் கடற்கரையின் கறுப்பு மணலில் வெறுங்காலுடன் நடனமாடியது நினைவுக்கு வந்தது. கடல் திடீரென ஆவேசமாகப் பொங்கி. கடல்கன்னியைப் போலிருந்த

ஒரு சிறிய பெண்ணை மணலில் கொண்டுபோட்டது. கூட்டுப் பிரார்த்தனைக்கு வரச்சொல்லி அடிக்கும் சர்ச் மணியின் ஓசையில் அவள் தனது எண்ணங்களிலிருந்து விடுப்பட்டாள். படுக்கையை விட்டு எழுந்திருக்கவில்லை. ஒரு மணிநேரம் கழித்து ஒருத்தி காலை உணவுக்கான முக்கோண மணியை அடித்தபடி சென்றாள். முதல் முறையாக நீண்ட நாட்களுக்குப் பிறகு அவளுக்குப் பசிக்காததால், மதியம்வரை தூங்க நினைத்தாள்.

அன்று மதியம், ஜெபம் செய்யும் நேரமாக பாதிரியார் விசென்டே உர்பினா கான்வென்ட்டிற்கு வருகைதந்தார். கறுப்பு அங்கிகளும் வெள்ளைத் தொப்பிகளும் அணிந்த கன்னியாஸ்திரீகளின் கூட்டம் அவரைப் படபடப்புடன் வரவேற்றது. அவரது கையை முத்தமிட்டு ஆசிபெற்றது. தனது இளவயதையும் அகந்தையையும் உர்பினா தனது கஸ்ஸொக் உடையால் மறைப்பதுபோல் இருந்தது. ஒரு கப் அடர்த்தியான ஹாட் சாக்லேட்டுடன் அமர்ந்தவர், “என் ஆதரவிலிருப்பவள் எப்படி இருக்கிறாள்?” என்று கேட்டார். கன்னியாஸ்திரீகள் ஓஃபெலியாவைத் தேடிச் சென்றனர். அவள் வீங்கிய பாதங்களால் நடக்க முடியாமல் நடந்து வந்தாள். உர்பினா ஆசீர்வாத முத்தத்திற்காகக் கையை நீட்டினார். ஆனால் அவள் அதை உறுதியாகப் பற்றி ஹல்லோ என்றாள்.

“மகளே, நீ எப்படி இருக்கிறாய்?”

“வயிற்றில் ஒரு தர்பூசணியுடன் இருக்கும் நான் எப்படி இருக்க வேண்டும் என நினைக்கிறீர்கள்?”

“புரிகிறது, மகளே. ஆனால் நீ உன் அசௌகரியத்தை ஏற்றுக்கொள்ள வேண்டும். உன் நிலையில் அது இயல்பானது; அதை எல்லாம் வல்ல இறைவனுக்கு அளித்துவிடு. ஆண் தன் நெற்றி வியர்வையால் வேலை செய்ய வேண்டும், பெண் வலியுடன் பிரசவிக்க வேண்டும் என்று பரிசுத்த வேதாகமம் கூறுகிறது.”

“எனக்குத் தெரிந்தவரை ஃபாதர், நீங்கள் வியர்வை வழிய வேலை செய்து நான் பார்த்ததில்லை.”

“சரி, சரி, நீ கலக்கத்திலிருப்பது தெரிகிறது.”

“என் சித்தி தெரசா எப்போது இங்கே வருவார்? என்னுடன் இருக்க அனுமதி பெறுவீர்கள் என்று சொன்னீர்களே!”

“பார்ப்போம் மகளே, பார்ப்போம். ஒரு சில வாரங்களில் குழந்தை பிறந்துவிடும் என ஓரிண்டா நரானோ என்னிடம் கூறினார். நீ நமது லேடி ஆஃப் ஹோப் அன்னையை உனக்கு உதவ அழைத்துக்கொள். பாவங்களைச் சுத்தப்படுத்திக்

கொண்டு தயாராக இரு. குழந்தை பிறக்கும் நேரத்தில் பல பெண்கள் தங்கள் ஆன்மாவைத் தேவனுக்கு அர்ப்பணிப்பார்கள் என்பதை நினைவில் வைத்துக்கொள்."

"நான் இங்கு வந்ததிலிருந்து தினமும் பாவமன்னிப்புக் கேட்கிறேன், தூய நற்கருணையில் கலந்துகொள்கிறேன்."

"நீ பாவமன்னிப்பை முழுவதுமாகக் கேட்டாயா?"

"நான் பாவமன்னிப்பு கேட்கும்போது என் வயிற்றில் வளரும் உயிரின் காரணகர்த்தா யாரென்று சொல்வேணா என நீங்கள் அறிய விரும்புகிறீர்கள்... அது எனக்கு அவசியமாகத் தோன்றவில்லை, ஏனென்றால் பாவத்தை ஒப்புக்கொள்வது தான் முக்கியம், அது யாருடன் செய்த பாவம் என்பது முக்கியமல்ல."

"பாவங்களின் வகைகளைப் பற்றி உனக்கு என்ன தெரியும், ஒஃபெலியா?"

"ஒன்றும் தெரியாது."

"முழுமையற்ற பாவமன்னிப்பைக் கேட்பதில் ஒரு பிரயோஜனமும் இல்லை."

"ஆனால் நீங்கள் யார் தந்தை எனத் தெரிந்துகொள்ளும் ஆர்வத்தால் தவிக்கிறீர்கள் இல்லையா, ஃபாதர்?" ஓபிலியா சிரித்தாள்.

"இழிவாகப் பேசாதே! உன்னை நல்வழியில் நடத்துவதே பாதிரியாராகிய என் கடமையாகும். அது உனக்குத் தெரியும் என்று நினைக்கிறேன்."

"ஆம் ஃபாதர் நான் உங்களுக்கு மிகவும் கடமைப் பட்டிருக்கிறேன். உங்களின் உதவியின்றி என் சூழ்நிலையில் நான் என்ன செய்திருப்பேன் என்று எனக்குத் தெரியவில்லை" அவள் அடக்கமான தொனியில் கூறியது முரண்பாட்டின் உச்சமாக இருந்தது.

"எப்படியிருந்தாலும், மகளே, மொத்தத்தில் நீ அதிர்ஷ்டசாலி! நான் உனக்கு நல்ல செய்தியைக் கொண்டு வந்திருக்கிறேன். உன் குழந்தையைத் தத்தெடுப்பதற்குச் சிறந்த ஜோடியைத் தேடும் முழுமையான ஆராய்ச்சியில் நான் வெற்றியடைந்தேன். அவர்கள் மிகவும் நல்லவர்கள், கடின உழைப்பாளிகள். செல்வத்தில் செழிக்கும் கத்தோலிக்கர்கள். நான் உனக்கு இதற்கு மேல் தகவல் கொடுக்க முடியாது. ஆனால் நான் உன்னையும் உன் குழந்தையையும் நன்றாகக் கவனித்துக்கொள்வேன் என நம்பு."

"பெண் குழந்தை."

"உனக்கெப்படித் தெரியும்?" பாதிரியார் திடுக்கிட்டார்.

"என் கனவில் வந்தாள்."

"கனவுகளை நம்பாதே."

"தீர்க்கதரிசனக் கனவுகளை நான் நம்புகிறேன் ஃபாதர். ஆணோ, பெண்ணோ எதுவாக இருந்தாலும், நான்தான் அதன் தாய், அதை நான் வளர்க்க முடிவுசெய்திருக்கிறேன். தத்துக்கொடுப்பதைப் பற்றி மறந்துவிடுங்கள் ஃபாதர் உர்பினா."

"என்ன சொல்கிறாய்! மூளை மழுங்கிவிட்டதா?" உர்பினா கர்ஜித்தார்.

பாதிரியாரின் வாதங்களும் மிரட்டல்களும் ஓஃபெலியாவின் முடிவை மாற்ற முடியவில்லை. பின்னர், அவளுடைய தாயும் சகோதரனும் அவளின் மனதை மாற்ற மதர் சுபீரியருடன் வந்தபோது அவர்கள் பேசுவதைச் சற்றே வேடிக்கையுடன் கேட்டாள். அவர்களின் நிந்தனைகளும் பயமுறுத்தல்களும் அவளது நம்பிக்கையை அசைக்க வில்லை என்றாலும், அவற்றின் தாக்கம் வேறு விதத்தில் ஓஃபெலியாவைப் பாதித்தது. ஒவ்வொரு ஆண்டும் டஜன் கணக்கான வயதானவர்களையும் குழந்தைகளையும் கொன்ற குளிர்கால வைரஸ்களின் தாக்கமா எனத் தெரிய வில்லை, திடீரென ஓஃபெலியா காய்ச்சலில் விழுந்தாள். கடல்கன்னிகளைப் பற்றி ஜுரவேகத்தில் பிதற்றினாள். முதுகுவலியால் அவதிப்பட்டாள். இருமலால் சாப்பிடவும் முடியாமல் தூங்கவும் முடியாமல் சோர்வடைந்தாள். ஃபெலிபே அழைத்துவந்த மருத்துவர் சிவப்பு ஒயினில் நீர்த்த ஓபியத்தின் டிஞ்சரையும், எண்களால் மட்டுமே குறியீடு செய்யப்பட்ட நீல நிற பாட்டில்களில் பலவகையான மருந்துகளையும் கொடுத்தார். கன்னியாஸ்திரீகள் அவளுக்குத் தோட்டத்தி லிருந்து மூலிகைகளைக் கஷாயமாகச் செய்துகொடுத்தனர்; நுரையீரலின் அடைப்பை நீக்கச் சூடான ஆளிவிதை பற்றுப்போட்டு சிகிச்சை அளித்தனர். ஆறு நாட்களுக்குப் பிறகு அவள் கண் விழித்தபோது இந்த மருந்துகளால் அவளது மார்பு எரிந்தாலும், அவளால் மூச்சுவிட முடிந்தது. இரவும் பகலும் அவளைக் கவனித்துக்கொண்ட இரண்டு பெண்களின் உதவியுடன் அவள் எழுந்து, கன்னியாஸ்திரீகளின் ஓய்வறைக்கு மெதுவாகப்போனாள். அந்த அறையில் இயற்கையான சூரிய ஒளி அபரிமிதமாக இருக்கும். பளப்பளப்பான மரத்தாலான தரை, பல வகைப் பானைகளில் செடிகள், இம்பீரியல் தங்கக்

கடலின் நீண்ட இதழ்

கிரீடங்கள் அணிந்த சிலியின் செயின்ட்டான விர்ஜின் தெ கார்மென் சிலை, அவள் கையில் குழந்தை ஏசு, அமைதியான சூழல். ஒஃபெலியா அன்று காலை அங்கே ஒரு நாற்காலியில் போர்வையைப் போர்த்திக்கொண்டு அமர்ந்தாள். ஜன்னலுக்கு வெளியே மேகமூட்டமான வானத்தில் கண்களை நிறுத்தி, அபினும் ஒயினும் கூடிய அற்புதமான கலவையைப் பருகி சொர்க்கலோகத்தில் மிதந்தாள். மூன்று மணி நேரம் கழித்து, அவள் எழுந்து நிற்க அவளது உதவியாளர்கள் உதவியபோது இருக்கையில் கறை படிந்திருப்பதையும் அவள் கால்களில் ரத்தம் வழிவதையும் கவனித்தார்கள்.

பாதிரியார் உர்பினா மருத்துவருக்குப் பதிலாக ஓரிண்டா நரானோவை வரவழைத்தார். அவள் வேலையே குறியாக, மூக்கால் அழும் தொனியில் பிரசவம் எந்த நேரத்திலும் நிகழலாம் எனக் கூறினாள், ஆனால் அவள் முன்பு சொன்ன கணக்குப்படி பிரசவத்திற்கு இன்னும் இரண்டு வாரங்கள் இருந்தன. அதனால் கன்னியாஸ்திரீகளிடம் நோயாளியைப் படுக்கவைத்து, கால்களை உயர்த்தி, வயிற்றில் குளிர்ந்த நீரில் நனைத்த துணியை வைத்திருக்குமாறு அறிவுறுத்தினாள்.

“பிரார்த்தனை செய்யுங்கள். இதயத் துடிப்பு மெல்லிசாகக் கேட்கிறது. குழந்தை மிகவும் பலவீனமாக உள்ளது” எனவும் கூறினாள்.

கன்னியாஸ்திரீகள் இரத்தப்போக்கை நிறுத்துவதற்கு, இலவங்கப்பட்டை தேநீரையும் கடுகு சேர்த்த சூடான பாலையும் அளித்தனர்.

மருத்துவச்சியின் அறிவிப்பைக் கேட்டவுடன் பாதிரியார் லோரா தெல் சோலாரிடம். “மகளுடன் கான்வென்ட்டில் இரு, இருவருக்கும் அதுவே நல்லது நீங்கள் சமரசமாக உதவும்” என்றார்.

“எங்களுக்கிடையே மனக்கசப்பு இல்லை ஃபாதர்.”

“ஒஃபெலியா கடவுள் உட்பட எல்லோரிடமும் கோபமாக இருக்கிறாள்.”

லோராவிற்கும் ஒஃபெலியாவின் அறையைப் போல் ஒன்று வழங்கப்பட்டது. இதனால் முதல்முறையாக அவள் விரும்பிய மத வாழ்க்கையின் ஆழ்ந்த அமைதியை கான்வென்ட்டில் அனுபவித்தாள். ஓரிரு நாட்களில் எலும்பைக் குத்தும் குளிருக்கும் சடங்குகளின் கடுமையான அட்டவணைக்கும்

பழகிக்கொண்டாள். பொழுது விடிவதற்கு முன் படுக்கையிலிருந்து எழுந்து இறைவனைத் துதித்து தேவாலயத்தில் முதல் விளக்கு எரிவதற்காகக் காத்திருந்து, ஏழு மணிக்குத் திருப்பலியில் கலந்துகொண்டாள். சபையுடன் ஒவ்வொரு மதியமும் யாராவது ஒருவர் அன்றைய தின வசனத்தைச் சத்தமாக வாசிப்பதைக் கேட்டுக்கொண்டே எளிமையான உணவை (சூப், ரொட்டி, சீஸ்) மௌனமாக உண்டாள். பிற்பகலில் தனியாக அமர்ந்து தியானமும் பிரார்த்தனையும் செய்தாள். இரவு நேரம் வெஸ்பர் சேவையில் பங்கேற்றாள். இரவு உணவில் மீன் கூடுதலாக இருந்தாலும் மதிய உணவைப் போல் எளிமையாக இருந்தது உணவு நேரம் அமைதியாகக் கடந்தது.

பெண்கள் மட்டுமே வாழ்ந்த கான்வென்ட்டு லோராவிற்கு நிம்மதியை அளித்தது. இனிப்புகள் இல்லாத உணவு போதாமல் வயிறு சத்தம் செய்தபோது தனது எடை குறையப்போகிறது என்ற நினைப்பு அவளுக்கு இனிமையானதாகத் தோன்றியது. அங்கிருந்த ரம்மியமான தோட்டம் அவளுக்குப் பிடித்திருந்தது. உயரமான அகலமான வெராண்டாக்கள் பிடித்திருந்தன. படிகளில் இறங்கும்போது காஸ்டனெட்டுகளை (ஃப்ளாமெங்கோ நடனத்தில் பயன்படுத்தும் சப்ளாக்கட்டை போன்ற இசைக்கருவி) தட்டுவதைப் போன்ற சத்தம் பிடித்திருந்தது. தேவாலயத்தில் மெழுகுவர்த்தியின் வாசனை தூபத்தின் நறுமணம், கனமான கதவுகளின் சத்தம், மணிகளின் சத்தம், பாடல்களின் இனிமை, வசனங்களை மெதுவாக முணுமுணுக்கும் மெல்லிய ஒலி இவை எல்லாமே அவளுக்கு நிம்மதியளித்தது. லோராவைத் தோட்டவேலை, எம்பிராய்டரி, சமையலறை, சலவை வேலைகளில் ஈடுபடுத்தாமல் ஓஃபெலியாவின் உடல், ஆன்மிக கவனிப்பை முழுமையாகக் கவனித்துக்கொள்ள, முக்கியமாகக் குழந்தையைத் தத்துக் கொடுக்க அவளை ஒப்புக்கொள்ளவைத்து, பாவத்தில் பிறந்த குழந்தைக்குச் சட்டபூர்வமான அங்கீகாரத்தைக் கொடுக்கவும், ஓஃபெலியாவின் புதுவாழ்விற்கு வழிசெய்யவும், பாதிரியார் உர்பினாவின் சிபாரிசின் பேரில் மதர் சுபீரியர் அவளுக்குத் தனி அனுமதி கொடுத்திருந்தார். பிள்ளைப்பேறுவரை, ஓஃபெலியாவுக்கு ஒரு கப்பில் ஒயினுடன் கலந்த மர்ம மருந்தைக் கொடுத்தனர். அதைக் குடித்துவிட்டு அவள் குதிரைமுடி மெத்தையில் ஒரு செயலற்ற பொம்மையைப் போல மயங்கிப் படுத்திருந்தாள். அவளைக் கவனித்துக்கொள்ள இரண்டு பெண்கள். அவளின் தாயின் தாலாட்டுப் போன்ற குரல் என்ன சொல்கிறதென்பது புரியாமல் ஓஃபெலியா எல்லா நேரமும் தூங்கினாள். தந்தை உர்பினா அவர்களைச் சந்தித்தார். தடம் மாறிய அந்த இளம் பெண்ணின் பிடிவாதத்தை மீண்டும்

ஒருமுறை பார்த்தார். லோரா தெல் சோலரை மெல்லிய தூறலில் ஒரு குடையின் கீழ் தோட்டத்திற்கு அழைத்துச் சென்றார். இருவரும் என்ன பேசிக்கொண்டார்கள் என்பது யாருக்கும் தெரியாத மர்மமாகவே இருந்துவிடும்.

ஓஃபெலியாவுக்குக் குழந்தை எப்போது பிறந்ததென்றோ, அதையடுத்து வந்த நாட்களில் என்ன நடந்ததென்றோ நினைவிலில்லை. நீண்ட, கடினமான மகப்பேறு என்று மட்டுமே சொன்னார்கள். ஈதர், மார்ஃபின் போன்ற மருந்துகளுடன் தவியுடனும் நரானோவின் கைவைத்தியத்தின் உதவியுடனும் தனது குழந்தைப்பேறு நடந்ததுகூடத் தெரியாமல் மயக்கத்தில் ஓஃபெலியா ஒரு வாரம் இருந்தாள். அவளுக்கு மெதுவாக விழிப்பு வந்தது. அவளுக்கிருந்த மயக்கத்தில் தன் பெயர்கூட மறந்துவிட்டது. அவளது தாய் கண்ணீர் வழிய எந்நேரமும் பிரார்த்தனையில் இருக்க, சோகமான செய்தியை அவளுக்கு வழங்கும் பொறுப்பு பாதிரியார் விசென்தே உர்பினாவின் தலையில் விழுந்தது. மருந்துகளின் வீரியம் குறைந்தவுடன் என்ன நடந்தது, மகள் எங்கே என்று அவள் கேட்கும் அளவுக்குத் தேறியவுடன் பதிலளிக்க அவள் படுக்கையருகில் வந்து நின்றார்.

“நீ ஒரு ஆண் குழந்தையைப் பெற்றெடுத்தாய் ஓஃபெலியா. ஆனால் கடவுள், அவருடைய ஞானத்தில், அது பிறந்த சில நிமிடங்களிலேயே தன்னுடன் அழைத்துக்கொண்டார். குழந்தை கழுத்தில் தொப்புள் கொடி சுற்றியபடி பிறந்ததால் மூச்சுத் திணறல் ஏற்பட்டது. ஆனால் அதிர்ஷ்டவசமாக கன்னியாஸ்திரீகள் அவனுக்கு ஞானஸ்நானம் செய்து அவனைச் சுணக்கத்தில் இருக்கவிடாமல் தேவதூதர்களுடன் பரலோகத்திற்கு அனுப்பினார்கள். கடவுள் அந்த அப்பாவிக் குழந்தையின் துன்பத்தையும் அவமானத்தையும் இந்தப் பூமியில் நடக்காதவாறு தவிர்த்தார், அது மட்டுமல்லாமல் அவரது எல்லையற்ற கருணையால் உனக்கும் மீட்பை வழங்கினார்” என்று பாதிரியார் இரக்கமான தொனியில் தெரிவித்தார்.

“நிறைய பிரார்த்தனை செய் மகளே. நீ உன் ஆணவத்தைக் கட்டுப்படுத்த வேண்டும், கர்த்தரின் சித்தத்தை ஏற்றுக்கொள்ள வேண்டும். கடவுளிடம் மன்னிப்புக்கேள், இந்த ரகசியத்தின் பாரத்தைக் கண்ணியத்துடனும் மௌனத்துடனும் உன் வாழ்நாள் முழுவதும் எடுத்துச் செல்வதற்கான சக்தியைக் கடவுளிடம்கேள்.”

உர்பினா பரிசுத்த வேதாகமத்தின் மேற்கோள்களைச் சொல்லி அவளை ஆறுதல்படுத்த முயன்றார், ஆனால் ஓஃபெலியாவின் தொண்டையிலிருந்து ஓலம் மட்டுமே

வெளிப்பட்டது, அவளைக் கட்டுப்படுத்த முயன்ற பெண்களின் வலுவான பிடியில் போராடினாள். அவர்கள் அபினுடன் கலந்த மதுவை வலுக்கட்டாயமாக அவள் வாயில் ஊற்றி அவளை அமைதிப்படுத்தினர். இப்படியாக, கோப்பை மேல் கோப்பையாக மர்மமான மருந்து கலந்த மதுவின் தாக்கத்தில் இரண்டு வாரங்கள் சென்றபின், கன்னியாஸ்திரிகளே இந்தப் பிரார்த்தனைகளும் மருந்துகளும் போதும், அவளை மீண்டும் வாழும் உலகத்திற்குக் கொண்டுவர வேண்டும் என்று கருதும் வரை அரைத் தூக்கத்தில் கிடந்தாள். அவளால் எழுந்து நிற்க முடிந்தபோது அவள் கூடாரத்தைப் போல் இல்லாமல், இளைத்து, மீண்டும் ஒரு பெண்ணின் வடிவத்தில் இருப்பதைக் கண்டார்கள்.

ஃபெலிபே, தன் தங்கையையும் தாயையும் அழைத்துச் செல்ல கான்வென்ட்டிற்கு வந்தான். ஒஃபெலியா தன் மகனின் கல்லறைக்குப் போக வேண்டுமென கட்டாயப்படுத்தியதால், அவர்கள் பக்கத்து ஊரில் இருந்த புதைவெளிக்குச் சென்றனர். அங்கே, அவள், பெயரோ தேதியோ குறிக்கப்படாமல் இருந்த தன் உயிர் பிழைக்காத மகனின் வெள்ளைச் சிலுவைக்குப் பூக்கள் வைத்தாள்.

“குழந்தையை எப்படி இங்கே தனியாக விடுவது? வந்து பார்க்கக்கூட முடியாத அளவிற்கு வெகு தூரமாக இருக்கிறதே!” என அழுதாள்.

ஃபெலிபே தன் தந்தையிடம் சொல்லியிருப்பான் என்ற நம்பிக்கையிலும், இசிட்ரோ அவரது குடும்பத்துப் பெண்களின் உணர்ச்சிவசமிக்க நடவடிக்கைகளைப் பற்றி முடிந்தவரை குறைவாகத் தெரிந்துகொள்ள விரும்பும் குணமுடையவர் என்பதாலும் மார் தெல் பிளாடா தெருவுக்குத் திரும்பிய லோரா சமீபகாலத்தில் நடந்ததைத் தன் கணவரிடம் பகிரவில்லை. ஒவ்வொரு சாதாரண காலை வேளையிலும் செய்வதுபோல் தன் மகளை நெற்றியில் முத்தமிட்டு வரவேற்றார். அவர் தனது பேரனைப் பற்றி ஒஃபெலியாவிடம் ஒரு வார்த்தைகூடக் கேட்காமலேயே முப்பத்து மூன்று ஆண்டுகளுக்குப் பிறகு இறந்துவிடுவார். லோரா தேவாலயத்திலும் இனிப்புகளிலும் ஆறுதல் தேடினாள். லியோனார்டோ தனது குறுகிய வாழ்க்கையின் கடைசிக் கட்டத்தில் இருந்ததால், அவன் தாய், ஹுவானா உள்படக் குடும்பத்தினர் அனைவரது முழுக் கவனமும் அவன் மேல் திரும்பியது; அவர்கள் ஒஃபெலியாவைச் சோகத்தின் அரவணைப்பில் தனியாக இருக்கவிட்டனர்.

ஒஃபெலியாவின் கர்ப்பத்தினால் எழுந்த அவதூறைத் தவிர்த்து விட்டோமா என உறுதியாக தெல் சோலார் குடும்பத்தினருக்குத் தெரியவில்லை, பாரம்பரியமாக இந்த வகை வதந்திகள் குடும்பத்தின் சுற்றுவட்டத்தில் விரைவான பறவைகளைப் போல அங்குமிங்கும் பறந்தன. ஒஃபெலியாவிற்குத் தனது பழைய ஆடைகள் எதுவும் பொருந்தவில்லை. புதிதாக வாங்கித் தைத்துக்கொள்ள வேண்டும் என்ற ஆர்வத்தில், அவள் தன் துயரத்திலிருந்து சற்றுத் திசை திரும்பினாள். இரவில் அழுகை அதிகமாக வந்தது. குழந்தையின் நினைவு மிகவும் தீவிரமாக வந்தபோது தன் வயிற்றில் அவனது விளையாட்டுத்தனமான உதையையும், முலைக்காம்புகளில் பாலின் துளியையும் தெளிவாக உணர்ந்தாள். அவள் மீண்டும் ஓவிய வகுப்புகளில் சேர்ந்து, இந்த முறை தீவிரமான ஆர்வத் துடன் முதுகுக்குப் பின்னால் பேசப்பட்ட கிசுகிசுக்களால் துவளாமல் சமூகத்தில் கலந்தாள். வதந்திகள் பராகுவேயிலிருந்த மத்தியாஸ் ஐஸாகிர்ரேவை அடைந்தன. தனது தாய்நாட்டின் வழக்கமான கட்டுப்பெட்டித்தனமான சிந்தனை எனவும் வன்மத்தின் மோசமான வெளிப்பாடு எனவும் அவற்றை அவன் நிராகரித்தான். ஒஃபெலியாவுக்கு உடல்நிலை சரியில்லாமல் பண்ணைக்கு அழைத்துச் செல்லப்பட்டதை அறிந்ததும் அவன் அவளுக்கு இரண்டு முறை கடிதம் எழுதினான். அவள் பதிலளிக்காததால், அவன் ஃபெலிபேவுக்கு ஒஃபெலியாவின் உடல்நிலை குறித்து ஒரு தந்தி அனுப்பினான்.

“அதன் இயல்பான போக்கில் தொடர்கிறது” என ஃபெலிபே பதிலளித்தான். வந்த பதிலைப் படித்தது வேறு யாராக இருந்தாலும் அவர்களுக்குச் சந்தேகம் ஏற்பட்டிருக்கும். ஆனால் மத்தியாஸ் அதை நம்பாததற்குக் காரணம், ஒஃபெலியா நினைத்ததைப் போல் அவன் முட்டாள் என்பதால் அல்ல, அவன் அரிய நல்ல மனிதர்களில் ஒருவன். ஆண்டின் இறுதியில், ஒஃபெலியாவை மணக்கும் உறுதியுடன் இருந்தவன், அசுன்சியோனின் ஈரப்பதமான வெப்பத்திலிருந்தும் சுழற்காற்றிலிருந்தும் தப்பிக்கப் போவதாகக் கூறிவிட்டு, ஒரு மாதம் தனது பதவியிலிருந்து விடுமுறை எடுத்துக்கொண்டு சிலிக்குச் செல்ல அனுமதி பெற்றான். டிசம்பர் மாதத்தில் ஒரு வியாழக்கிழமையன்று சாண்டியாகோவுக்கு வந்தான். மறுதினம் அவன் மார் தெல் பிளாடா தெருவிலிருந்த பிரெஞ்சு பாணி வீட்டின் முன் நின்றான். ஹுவானா, ஒஃபெலியா அவனை ஏமாற்றியதற்காக அவளுடன் சண்டையிட வந்திருக்கிறானோ எனக் கற்பனை செய்து பயந்தாள். ஆனால் மத்தியாஸின் நோக்கமோ வேறு. அவன் தன் பாக்கெட்டில் தனது கொள்ளுப் பாட்டியின் வைர

மோதிரத்தை வைத்திருந்தான். லியோனார்டோவின் மரணம் காரணமாகத் துக்கம் அனுசரித்ததால் வீடு இருண்டிருந்தது. கோடைகாலம் வேறு, வெப்பம் வீட்டினுள் நுழையாமல் இருக்க ஜன்னல்கள் மூடியிருந்தன. புதிய பூக்களை அலங்காரமாக வைத்திருக்கவில்லை. பண்ணையிலிருந்து கொண்டுவரப்பட்ட பேரிப்பழத்தின் வாசனையோ முலாம்பழத்தின் வாசனையோ இல்லை. வானொலியில் இசை இல்லை. நாய்களின் சத்தமான வரவேற்பு இல்லை. பிரஞ்சு மரச்சாமான்களும் தங்கத்தால் இழைத்த சட்டங்களில் தொங்கிய பழைய ஓவியங்களும் வீட்டை இன்னும் சோகத்தில் ஆழ்த்த, ஹுவானா மத்தியாஸை அந்த இருண்ட வீட்டின் வழியாக அழைத்துச்சென்றாள்.

மொட்டை மாடியில் பூவரசம்பூ மலர்ந்திருந்த தோட்டத்தில், ஓஃபீலியா வெய்யிலில் நெட்டியால் முடைந்த தொப்பியணிந்து சீன மைப் பேனாவால் கான்வாஸில் வரைந்து கொண்டிருப்பதைக் கண்டான். அவள் பருமனானது அவன் கவனத்திற்கு வரவில்லை, ஒரு கணம் காதல் உணர்ச்சி பொங்க அவளைப் பார்த்து நின்றான். ஓஃபெலியா அவனைக் கண்டதும் அதிர்ச்சியில் எழுந்து நின்று ஒரு அடி பின்வாங்கினாள். அவனை மீண்டும் பார்ப்போம் என்று அவள் எதிர்பார்க்கவில்லை. பத்து ஆண்டுகளுக்கு மேலாக அவனை முதுகெலும்பில்லாதவன் எனக் கேலி செய்து, சொன்னதெற்கெல்லாம் தலையை ஆட்டும் முறைப்பையனாக அவனை ஏய்த்த ஓஃபெலியா முதல்முறையாக அவனின் முழுமையான மதிப்பை உணர்ந்திருந்தாள். கடந்த சில மாதங்களில் அவள் அவனைப் பற்றி நிறைய யோசித்தாள். தன்னுடைய தவறுகளுக்கு அபராதமாக அவனை இழந்து விட்டதாகக் கருதினாள். முன்பு அவளுக்குச் சலிப்பை ஏற்படுத்திய மத்தியாஸின் குணாதிசயங்கள் இப்போது அரிதான நற்பண்புகளாகத் தெரிந்தன. அவளுக்கு இப்போது அவன் வித்தியாசமாகத் தோன்றினான் – மனமுதிர்ச்சியுடன், திடமானவனாக, அழகாக.

ஹுவானா அவர்களுக்குக் குளிர்ந்த தேநீரும் துல்ஸே தெ லெச்சே கேக்குகளையும் பரிமாறிவிட்டு, பூவரசம் பூக்களுக்குப் பின்னால் நின்று அவர்கள் பேசுவதைக் கேட்க முயன்றாள். கதவுக்குப் பின் நின்று மற்றவர்கள் பேசுவதை ஒட்டுக் கேட்பதைப் பார்த்தால் ஃபெலிபே அவளைத் தடுப்பான், அப்போதெல்லாம் அவள் அவனுக்குத் தருவது ஒரே ஒரு பதில்தான்: அவர்கள் குடும்பத்தில் நடப்பது எல்லாம் அவளுக்குத் தெரிய வேண்டும்.ஏனென்றால் அவள் நிலை அப்படி. ஓஃபெலிபேவிடம் மத்தியாஸ் வந்து பேசியதைச் சொல்லும்போதும், “மத்தியாஸின் இதயத்தை எதற்காக

ஒஃபெலியா உடைக்க வேண்டும்? அவன் எவ்வளவு நல்லவன்; இந்த அளவுக்கு அவன் துன்புறத் தேவையேயில்லை. யோசித்துப் பார் தம்பி அவளிடம் என்ன நடந்தது என அவன் கேட்பதற்கு முன்னே, அவள் தனக்கு நடந்த அனைத்தையும் விலாவரியாகச் சொன்னாள்."

தோட்டத்தில் ரோஜா, மல்லிகைப்பூவின் வாசத்தாலும், வெப்பத்தாலும் திணறிக்கொண்டு, முகத்தில் வழியும் வியர்வையைக் கைக்குட்டையால் துடைத்துக்கொண்டு, ஒஃபெலியாவின் விவரணையை அமைதியாகக் கேட்டான் மத்தியாஸ். அவள் சொல்லி முடித்ததும், தன்னுடைய உணர்ச்சிகளைப் புரிந்துகொள்ள அவனுக்குச் சிறிது நேரம் தேவைப்பட்டது. அதன் பிறகு, உண்மையில் ஒன்றுமே மாறியிருக்கவில்லை என்ற முடிவுக்கு வந்தான். ஒஃபெலியா, அவனைப் பொருத்தவரை, உலகின் மிக அழகான பெண், இப்போதும் அவளை மட்டுமே நேசித்தான். அவனது இறுதிக் காலம்வரை நேசிப்பான். அவன் தன் கடிதங்களின் எழுதியபடி வார்த்தைகளால் தன் உணர்ச்சிகளைப் பகிர நினைத்தான், ஆனால் அவனால் பேச்சில் நைச்சியத்தைக் காட்ட முடியவில்லை.

"ஒஃபெலியா, தயவுசெய்து என்னைத் திருமணம்செய்து கொள்."

"நான் சொன்னது எதுவுமே உன் காதில் விழவில்லையா? குழந்தையின் தந்தை யார் என்று நீ என்னிடம் கேட்க மாட்டாயா?"

"அது முக்கியமில்லை. நீ அவனை இன்னும் விரும்புகிறாயா என்பது மட்டுமே முக்கியம்."

"அது காதல் அல்ல மத்தியாஸ், பைத்தியக்காரத்தனம்."

"அப்படியானால் அதற்கும் நமக்கும் எந்தச் சம்பந்தமும் இல்லை. நீ இன்னும் குழந்தையின் மரணத்திலிருந்து மீண்டு வரவில்லை என்று எனக்குத் தெரியும், அதிலிருந்து மீள முடியுமா என்று கேட்டால் என்னிடம் விடையில்லை. அதனால், நீ மனதளவில் திருமணத்திற்குத் தயாராகும்வரை நான் உனக்காகக் காத்திருப்பேன்."

பாக்கெட்டிலிருந்து சிறிய கறுப்பு வெல்வெட் பாக்ஸை எடுத்து தேநீர்த் தட்டில் சத்தமில்லாமல் வைத்தான்.

"முறைகேடாகப் பிறந்த குழந்தை என் கைகளில் இப்போது இருந்தாலும் நீ இதையே சொல்வாயா?" என அவனிடம் கேட்டாள்.

“நிச்சயமாக” என்றான்.

“நான் உன்னிடம் சொன்னது எதுவும் உனக்கு ஆச்சரியமாக இல்லை மத்தியாஸ். நீ வதந்திகளைக் கேட்டிருக்க வேண்டும். நான் எங்கு சென்றாலும் என் கெட்ட பெயர் என்னைத் தொடரும். உன் தூதரக வேலையையும் உன் வாழ்க்கையையும் அழித்துவிடும்.”

“அது என் பிரச்சினை, நான் பார்த்துக்கொள்கிறேன்.”

ஒஃபெலியா அந்தச் சிறிய வெல்வெட் பெட்டியைத் தனது உள்ளங்கையில் வைத்துக் கொண்டதையோ, அதை ஒரு எகிப்திய வண்டுருமணியைப் போலக் கவனமாகப் பார்த்ததையோ, பூவரசம் பூக்களுக்குப் பின்னால் நின்ற ஹுவானாவால் பார்க்க முடியவில்லை. ஒஃபெலியாவின் அமைதியை மட்டுமே கேட்டாள். பசுமையின் திரையிலிருந்து வெளியே எட்டிப் பார்க்கத் துணியவில்லை. ஆனால் இருவரின் நிசப்தமும் நீடித்தது போதும் என அவளுக்குத் தோன்றியபோது, அவள் மறைந்திருந்த இடத்தில் இருந்து வெளிப்பட்டுத் தேநீர்த் தட்டை எடுக்கப்போனாள். அப்போது ஒஃபெலியா தனது மோதிர விரலில் மோதிரம் அணிந்திருந்ததைப் பார்த்தாள்.

இருவரும் ஆரவாரமில்லாமல் திருமணம் செய்துகொள்ள விரும்பினார்கள். ஆனால் எளிமையாகத் திருமணம் நடந்தால் அது குற்றத்தை ஒப்புக்கொள்வதற்குச் சமமாக இருக்கும் என இசிட்ரோ தெல் சோலாருக்குத் தோன்றியது. அவரது மகளின் திருமணம், அவரின் பல சமூகச் சந்திப்புகளை ஒரே நேரத்தில் நிறைவேற்றச் சிறந்த வாய்ப்பாக அமையும் எனவும், அவளது திருமணம் அவளைப் பற்றிக் கிசுகிசுக்களைப் பரப்பியவர்களுக்கும் வம்பு பேசியவர்களுக்கும் முகத்தில் கரியைப் பூசியது போல இருக்கும் எனவும் நம்பினார். அதனால் அவர் திருமணம் செய்து கொள்ளபோகும் இருவரின் விருப்பத்தையும் காதில் போட்டுக்கொள்ளவில்லை. அதேசமயம், யூனியன் கிளப்பில் அவரின் முதுகுக்குப் பின்னால் பலர் கேலி பேசுவதாக அவருக்குத் தோன்றியது. ஏற்பாடுகள் குறைவாகவே இருந்தன. மணமக்களின் முதலெழுத்துக்கள் எம்ப்ராய்டரி செய்யப்பட்ட பெட்ஷீட்டுகளும் மேசைத் துணிகளும் ஒரு வருடத்திற்கு முன்பே தயாராக இருந்தன. அவர்கள் எல் மெர்குரியோவின் சமூகப் பக்கங்களில் திருமண அறிவிப்பை மறுபிரசுரம் செய்தனர். ஆடைத் தயாரிப்பாளர் மணமகளின் ஆடையை முந்தையதைப் போலவே விரைவாகவும், சற்றே சுற்றளவு அதிகப்படுத்தியும் தைத்துக் கொடுத்தார். பாதிரியார் விசெந்தே உர்பினா அவர்களின் திருமணத்தை நடத்தியதால் ஒஃபெலியாவின்

நற்பெயரை மீட்டெடுக்க முடிந்தது. திருமணத்திற்குத் தம்பதிகளைத் தேவையான எச்சரிக்கைகளுடனும் அறிவுரை களுடனும் தயார்படுத்தும்போது, அவர் மணமகளின் கடந்த காலப் பிரச்சினையை நயமாகத் தவிர்த்தார். ஆனால் என்ன நடந்தது என்பது மத்தியாஸுக்குத் தெரியும் எனவும், அந்த ரகசியத்தைத் தான் கடைசிவரை தனியாக எடுத்துச் செல்ல வேண்டியதில்லை எனவும் ஒஃபெலியா அறிவித்தாள். இருவரும் அந்த ரகசியத்தைத் தங்கள் வாழ்நாள் முழுவதும் ஒன்றாகச் சுமப்பார்கள்.

பராகுவேவுக்குப் புறப்படுவதற்கு முன் ஒஃபெலியா கிராமத்திலிருந்த தனது குழந்தையின் கல்லறைக்குப் போக விரும்பினாள். மத்தியாஸும் அவளுடன் சென்றான். வெள்ளைச் சிலுவையை நேராக்கி, பூக்கள் வைத்துப் பிரார்த்தனை செய்தனர்.

"ஒருநாள் கத்தோலிக்கக் கல்லறையில் நமக்குச் சொந்தமான இடம் கிடைக்கும்போது, உன் மகனை நம்முடன் எடுத்துச் செல்லலாம்" என மத்தியாஸ் அவளைச் சமாதானம் செய்தான்.

அவர்கள் ஒரு வாரம் தங்கள் தேனிலவை பியூனஸ் அயர்ஸில் கழித்தனர், அதற்குப் பின் அசுன்சியோனுக்குக் காரில் சென்றனர். மத்தியாஸைத் திருமணம் செய்துகொண்டது தன் வாழ்க்கையின் சிறந்த முடிவென உணர ஒஃபெலியாவிற்கு ஒரு சில நாட்களே போதுமானதாக இருந்தது.

"அவன் என்னை நேசிக்கும் அளவுக்கு நான் அவனை நேசிப்பேன், நான் அவனுக்கு உண்மையாக இருப்பேன். அவனை மகிழ்விப்பேன்" எனத் தனக்குத் தானே வாக்குறுதி அளித்துக்கொண்டாள். பொறுமையுடன் தன் காதலை விட்டுக் கொடுக்காத அந்த மனிதன், தன் மனைவியைத் தன் கைகளில் தூக்கிக்கொண்டு, தான் பார்த்துப் பார்த்துத் தயார் செய்த தன் வீட்டின் வாசலைத் தாண்டித் தூக்கிச் சென்றான். அவள் எதிர்பார்த்ததை விடவும் கனமாக இருந்தாள். ஆனால் அவன் வலிமை வாய்ந்தவனாக இருந்தான்.

பாகம் 3

வேர்களுக்குத் திரும்புதல்

9

1948–1970

எல்லா உயிர்களுக்கும்
பூமியில், வாழ்வில்,
உரிமை உண்டு, அடுத்த வேளை
சோறும் உண்டு.

பாப்லோ நெரூடா,

"சோற்றுப்பாடல்"
சாமானியவற்றைப் போற்றும் பாடல்கள்

1948ஆம் ஆண்டின் கோடையில் தல்மாவ் குடும்பம், பத்து வருடங்களுக்கும் மேலே நீடித்த ஒரு புதிய வழக்கத்தைத் தொடங்கியது. ரோஸரும் மார்செலும் பிப்ரவரி மாதம் கடற்கரையில் ஒரு கேபினை வாடகைக்கு எடுத்துத் தங்குவார்கள். விக்டர் சான்டியாகோவில் வேலை செய்து கொண்டிருந்து விட்டு, வார இறுதியில் அவர்களுடன் போய்த் தங்குவான். தன்னால் வேலையிலிருந்து விடுமுறை எடுக்க முடியவில்லை என்று பெருமைப்படும் அவர்களின் நட்பு வட்டத்திலிருந்த பெரும்பாலான சிலியக் கணவர்களைப் போல, சிலிய நாட்டு ஆண் பேரினவாதத்தின் மற்றொரு அம்சத்தை அவனும் ஏற்றுக்கொண்டுவிட்டான் என்பது ரோஸரின் வாதம். கோடையில் தனிக்கட்டைகளாக இருக்கக்கூடிய ஒரு வாய்ப்பை அவர்கள் ஏன் விட்டுக் கொடுக்கப்போகிறார்கள்? உண்மையில், விக்டர் மருத்துவமனையிலிருந்து ஒரு மாதம் விடுமுறை எடுத்துக் கடற்கரைக்குப் போகாததற்கு முக்கிய காரணம், அர்ஜெலஸ் – சுர் – மேரில் அவன் அனுபவித்த வன்முறையையும்

மோசமான நினைவுகளையும் அந்தக் கடற்கரை மீண்டும் நினைவிற்குக் கொண்டு வந்ததுதான். இனி ஒருபோதும் மணலில் கால் பதிப்பதில்லை என முடிவு செய்திருந்தான். அந்த ஆண்டின் பிப்ரவரி மாதத்தில், தன் குடும்பம் சிலிக்குக் குடிபெயர்வதற்கு உதவிய பாப்லோ நெரூடாவிற்குக் கைமாறு செய்ய விக்டருக்கு வாய்ப்புக் கிடைத்தது. கவிஞர் குடியரசின் செனட்டராக இருந்தபோதிலும் தனக்கு ஆதரவளித்த கம்யூனிஸ்ட் கட்சியின் ஜனாதிபதியுடன் மோதலில் இருந்தார். நெரூடா ஜனாதிபதியை "அரசியல் சமையலின் தயாரிப்பு" என்றும் துரோகி என்றும், "கொடூரமான, கடுமையான சிறிய காட்டேரி" என்றும் அவமதித்தார் என்பதால் அரசாங்கம் நெரூடா மேல் அவமதிப்பு, அவதூறு குற்றச்சாட்டுகளைச் சுமத்தி, செனட்டர் பதவியைப் பறித்தது. காவல் துறை அவரைத் தேடிக்கொண்டிருந்தது.

கம்யூனிஸ்ட் கட்சியைச் சேர்ந்த இரண்டு தலைவர்கள் விக்டரைக் காண மருத்துவமனைக்கு வந்தனர். எதிர்காலத்தில் இந்த நிகழ்வுக்காக அவர்கள் இருவரும் சட்டவிரோத வழக்கை எதிர்கொள்ளவேண்டியிருக்கும்.

"நம் தோழர் நெரூடாவுக்கு எதிராக அரெஸ்ட் வாரண்ட் உள்ளது என உங்களுக்குத் தெரியும்" என்று விக்டரிடம் கூறினர்.

"இன்று செய்தித்தாளில் படித்தேன். நம்பவே முடியவில்லை."

"அவர் தலைமறைவாக இருக்கும் இந்நேரத்தில் நீங்கள் அவருக்கு உதவ வேண்டும். இந்த நிலைமை விரைவில் தீரும் என்று நம்புகிறோம். இல்லையென்றால் எப்படியாவது அவரை நாட்டை விட்டு வெளியேற்றப்போகிறோம்."

"என்ன உதவி வேண்டும்?"

"சிறிது காலம் உங்கள் வீட்டில் இருக்கச்செய்யுங்கள், அவரால் வெகு நாட்கள் ஒரே இடத்தில் இருக்க முடியாது. போலீசாரின் சந்தேகத்தைத் தவிர்க்க அடிக்கடி அவரது முகவரியை மாற்ற வேண்டியுள்ளது."

"நிச்சயமாக, அது என் பாக்கியம்."

"யாரிடமும் இந்த விஷயத்தைப் பகிர்ந்துகொள்ளாதீர்கள்."

"என் மனைவியும் மகனும் கடற்கரைக்கு விடுமுறையில் சென்றிருக்கிறார்கள். நான் வீட்டில் தனியாக இருக்கிறேன். ரகசியம் என்னிடம் பாதுகாப்பாக இருக்கும்."

"அவர் அரசாங்கத்தின் முன்னால் ஒரு குற்றவாளி. அவருக்குத் துணையாக இருப்பதால் நீங்கள் சிக்கலில்

மாட்டிக்கொள்ள வேண்டிவரும் என்று உங்களை எச்சரிக்கக் கடமைப்பட்டிருக்கிறோம்."

"அதைப் பற்றிக் கவலைப்படாதீர்கள்" என்று பதிலளித்த விக்டர் தனது முகவரியை அவர்களிடம் கொடுத்தான்.

இப்படியாக பாப்லோ நெரூடாவும் அர்ஜென்டினா நாட்டைச் சேர்ந்த ஓவியரான அவரது மனைவி தெலியா தெல் கார்ரிலும், தல்மாவ் வீட்டில் இரண்டு வாரங்கள் மறைந்திருந்தார்கள். விக்டர் அவர்களைத் தனது படுக்கை யறையில் இருக்க வைத்தான், அண்டை வீட்டாரின் கவனத்தை ஈர்க்காதபடி சிறிய பாத்திரங்களில் தனது உணவகத்தின் சமையல்காரரால் தயாரிக்கப்பட்ட உணவைக் கொண்டு வந்தான். கவிஞர் உணவு விடுதியின் பெயர் வின்னிபெக் என்பது தற்செயலானதல்ல எனக் கருதினார். அவரின் பொழுதுபோக்கிற்காகப் பத்திரிகைகள், புத்தகங்கள், அவரை அமைதிப்படுத்திய ஒரே விஷயமான விஸ்கி ஆகியவற்றை விக்டர் கொண்டுவந்து கொடுத்தான். விருந்தினரின் வருகையை அவர்கள் தவிர்த்ததால் அவருக்குப் பேச்சுத்துணை தேவைப் பட்டது. அவருக்கு மகிழ்ச்சி தரும் விஷயங்களைப் பகிர்வதற்கு நண்பர்களும், வார்த்தைகளால் கத்திச்சண்டை போடுவதற்குக் கருத்தியல் வேறுபாடுடையவர்களும் தேவைப்பட்டனர். அந்தச் சிறிய இடத்தில், பல மணிநேரம் நீடித்த மாலைப் பொழுதுகளில், 1939ஆம் ஆண்டு ஆகஸ்ட் மாதம் கவிஞர் பொர்தோவிலிருந்து பயணம் செய்த அகதிகளின் பெயர்களையும், பின் வந்த ஆண்டுகளில் சிலிக்குக் குடியேறிய ஸ்பானிய மக்களின் பெயர்களையும் விக்டருடன் அமர்ந்து விரிவாகப் பட்டியலிட்டார். தகுதியான தொழிலாளர்களை மட்டுமே தேர்ந்தெடுக்க வேண்டும் என்ற உத்தரவை ஏற்க மறுத்துக் கலைஞர்களையும் அறிவுஜீவிகளையும் தேர்வுசெய்ததன் பலனாகப் புதிய திறமை, அறிவு, கலாச்சாரத்தால் சிலி நாட்டை எவ்வாறெல்லாம் வளப்படுத்தினார் என விக்டர் சுட்டிக்காட்டினான். பத்து ஆண்டுகளுக்கும் குறைவான காலத்தில் அவர் சிலிக்கு விஞ்ஞானிகள், இசைக்கலைஞர்கள், ஓவியர்கள், எழுத்தாளர்கள், பத்திரிகையாளர்கள் போன்றோரை மட்டுமல்லாமல், சிலியின் வரலாற்றை அதன் தோற்றத்திலிருந்து எழுதும் மகத்தான பணியை ஏற்க வேண்டும் எனக் கனவு கண்ட ஒரு வரலாற்றாசிரியரையும் அளித்திருந்தார்.

வீட்டுக்குள் அடைந்திருந்தது நெரூடாவைப் பைத்திய மாக்கியது. கூண்டில் அடைக்கப்பட்ட மிருகம் நடப்பதைப் போல் நான்கு சுவர்களுக்கு நடுவே சுற்றிச்சுற்றி வந்தார். அவரால் ஜன்னலுக்கு வெளியேகூடப் பார்க்க முடியவில்லை.

கலை உட்பட அனைத்தையும் துறந்து அவருக்குத் துணையாக இருந்த மனைவியால் அவரை வீட்டுக்குள்ளேயே வைத்திருக்க முடியவில்லை. அந்தக் காலகட்டத்தில் கவிஞர் தாடி வளர்த்து, ஆவேசமாக காந்தோ ஹெனரால் (Canto General) தொகுப்பை எழுதினார். விருந்தோம்பலுக்குக் கைமாறாக, அவர் தனது பழைய, முடிக்கப்படாத வசனங்களை தனக்கே உரிய சோகமான குரலில் உரக்கப் படித்தார். விக்டருக்குக் கவிதையின் மேல் ஈர்ப்பு ஏற்படக் காரணம் அவன் நெரூடாவுடன் கழித்த மாலைப் பொழுதுகளாகத்தான் இருக்கும்.

ஒரு நாள் இரவு முன்னறிவிப்பின்றி, கோடை வெப்பத்தை பற்றிக் கவலைப்படாமல் கருப்பு நிறக் கோட்டுகளும் தொப்பிகளும் அணிந்து துப்பறியும் நபர்களைப் போலத் தோற்றமளித்த இரண்டு பேர் வந்தனர். அவர்கள் தங்களைக் கட்சியின் தோழர்கள் என அறிமுகப்படுத்திக்கொண்டு, ஆடைகளையும் படித்து முடித்திராத கவிதைகளையும் பெட்டிகளில் எடுத்துவைக்க நேரம் கொடுக்காமல், விளக்க மளிக்காமல், பாப்லோ நெரூடாவையும் அவரது மனைவியையும் எங்கோ அழைத்துச் சென்றனர். நெரூடாவைப் பார்க்க வேண்டு மென்றால் எங்கே வர வேண்டுமென்ற விக்டரின் கேள்விக்கு அவர்கள் பதிலளிக்க மறுத்துவிட்டனர். நெரூடாவைப் பிடிக்க ஐநூறுக்கும் மேற்பட்ட போலீசார் பணிக்கப்பட்டிருப்பதால், புதிய தங்குமிடங்களைக் கண்டுபிடிப்பது கடினமாக இருப்ப தாகவும், அவரை மீண்டும் விக்டரின் வீட்டில் மறைத்து வைக்க வேண்டியிருக்கும் என்றும் அறிவித்தனர். மறுவாரம் தனது குடும்பத்தினர் கடற்கரையிலிருந்து திரும்பி வந்துவிடுவார்கள், அதனால் இனி தன் வீடு பாதுகாப்பாக இருக்காது என விக்டர் அவர்களிடம் கூறினான். தனது வீட்டில் அமைதி திரும்பியது நிம்மதியாக இருந்தது. நெரூடா அவனுடைய வீட்டில் தங்கியிருந்த சமயம், தனது காத்திரமான இருப்பினால் ஒவ்வொரு மூலைமுடுக்கையும் ஆக்கிரமித்திருந்தார்.

பதின்மூன்று மாதங்களுக்குப் பிறகு, இரண்டு நண்பர்களின் உதவியுடன், நெரூடா குதிரை மீதேறி, தெற்கு மலைப்பாதைகள் வழியாக அர்ஜென்டினாவை நோக்கித் தப்பிச் செல்வதற்கு ஏற்பாடு செய்யும்போது விக்டர் மீண்டும் அவரைப் பார்த்தான். அந்தக் காலகட்டத்தில் நெரூடா நீளமான தாடியுடன் அடையாளம் தெரியாத வகையில் கட்சியைச் சேர்ந்த நண்பர்களின், தோழர்களின் வீடுகளில் மறைந்திருந்தார். அதே சமயம் போலீஸ் அவரைச் சல்லடைபோட்டுத் தேடிக்கொண் டிருந்தது. நெரூடாவின் கவிதை விக்டரின் அடையாளத்தை மாற்றியதுபோல எல்லையை நோக்கிய பயணமும் அழியாத

முத்திரையை அவன் மேல் பதிக்கும். அவர்கள் குளிரெடுக்கும் காடு வழியே, பல நூற்றாண்டுகளாக நின்ற மரங்களின் கீழே, மலைகளுக்கும் ஓடைகளுக்கும் நடுவே சவாரி செய்தனர். பழங்காலத்து மரங்களின் வேர்களுக்கடியில் ஓடும் நீரோடைகள், வானத்திலிருந்து கொட்டும் அருவிகள், பாதையில் வந்த அனைத்தையும் இழுத்துச்செல்லும் கொந்தளிக்கும் நதிகள் என எங்கு பார்த்தாலும் தண்ணீர், பயணிகள் தங்கள் இதயங்களைக் கையில் பிடித்துக்கொண்டு கடக்க வேண்டியிருந்தது. பல ஆண்டுகளுக்குப் பிறகு நெரூடா தனது நினைவுக் குறிப்புகளில் அந்தப் பயணத்தை நினைவுகூர்ந்தார்: "பச்சையும் வெள்ளையு மான அமைதியில் மதிமயங்கி நாங்கள் எல்லையற்ற தனிமையில் முன்னேறினோம். [...] இயற்கையின் இயல்பு, ரகசியப் படைப்பு, அதனுடன் குளிர், பனி, அச்சுறுத்தும் வேட்டையின் திகில்."

அர்ஜென்டினா எல்லையில் இன்னும் சில குதிரைகளுடன் கௌச்சோ'க்கள் பயணத்தைத் தொடரக் காத்திருந்தனர். விக்டர் நெரூடாவைக் கட்டித் தழுவி விடைபெறும்போது, "அரசாங்கங்கள் வந்து போகும், ஆனால் கவிஞர்கள் நிலைத்திருப்பார்கள், டான் பாப்லோ. நீங்கள் புகழுடனும் மாண்புடனும் திரும்புவீர்கள். நான் சொல்வதை நினைவில் வைத்துக்கொள்ளுங்கள்" எனக் கூறினான்.

குவாதமாலாவின் சிறந்த நாவலாசிரியரான மிகேல் அன்ஹெல் அஸ்டூரியாஸின் ஜாடையில் நெரூடா இருந்ததால், (இருவருக்கும் "நீண்ட மூக்கு, செழுமையான முகம், உடல்") அவரின் பாஸ்போர்ட்டை உபயோகித்து நெரூடா ப்யூனஸ் அயர்ஸிலிருந்து வெளியேறினார். பாரிஸில் நெரூடாவை பாப்லோ பிக்காசோ தன் சகோதரர் என அழைத்தார். அமைதிக்கான கட்சிகளின் உலக காங்கிரஸில் கௌரவித்தார். அதே நேரம், சிலி அரசாங்கம், பத்திரிகைகளில் அந்த நபர் ஒரு ஏமாற்றுக்காரர் என்றும், பாப்லோ நெரூடாவின் இரட்டையர் என்றும், உண்மையாக நெரூடா சிலியில் பத்திரமாகக் காவலில் இருப்பதாகவும், எங்கிருக்கிறார் என்பது காவல் துறைக்கு மட்டுமே தெரியும் எனவும் அறிவித்தது.

৵

கடிதத்தின் பெறுநரைக் கண்டுபிடிக்க முடியாமல் உலகம் முழுவதும் சுற்றியபின் வெகு நாட்களுக்குப் பிறகு மார்செல் தல்மாவ் ப்ருகுவேராவின் பத்தாவது பிறந்தநாளன்று அவனது பாட்டி கார்மேவிடமிருந்து ஒரு கடிதம் வந்தது. அவனுடைய

---

1. அர்ஜென்டினா, உருகுவே நாடுகளைச் சேர்ந்த திறமையான குதிரை மற்றும் மாடு ஓட்டும் நாடோடிகளை கௌச்சோ என்று அழைப்பார்கள்.

பெற்றோர் அவளைப் பற்றி அவனிடம் சொல்லியிருந்தார்கள். ஆனால் அவன் அவளின் புகைப்படத்தைப் பார்த்ததில்லை. ஸ்பெயினில் வாழ்ந்த பழைய குடும்பத்தின் கதைகள் அவனது யதார்த்தத்திலிருந்து மிகவும் அந்நியமாக இருந்தன. அவற்றை அவன் சேகரித்த திகில் கற்பனை நாவல்களுடன் வகைப் படுத்தினான். பத்து வயதில் அவன் கட்டலான் மொழியைப் பேச மறுத்துவிட்டான். வின்னிபெக் உணவகத்தில் ஹோர்தி மோலினேவுடன் மட்டுமே தன் தாய்மொழியில் பேசினான். மற்றவர்களுடன் அவன் பேசிய மோசமான ஸ்பானிஷில் மிகைப்படுத்தப்பட்ட சிலிய உச்சரிப்பும் இழிவான சொற்களும் அவனது தாயிடமிருந்து பல அறைகளை வாங்கிக் கொடுத்தன. இந்தத் தனிப்பட்ட போக்கைத் தவிர, அவன் சிறந்த குழந்தையாக இருந்தான். படிப்பு, போக்குவரத்து, உடைகள், உணவு உட்பட அனைத்தையும் தானே பார்த்துக் கொண்டான். பல் மருத்துவர், முடிவெட்டுபவர் ஆகியோருடன் முன்பதிவு செய்வதைக்கூட அவனே கவனித்துக்கொண்டான். மார்செல், அரை நிஜார் அணிந்த வளர்ந்த மனிதன்!

அன்று பள்ளியிலிருந்து வந்ததும், தபால் பெட்டியிலிருந்த அஞ்சலை எடுத்து, வேற்றுகிரகவாசிகளையும் இயற்கையின் அதிசயங்களையும் பற்றிய வார இதழைப் பிரித்துப் படித்துக் கொண்டே, மற்ற தபாலை வாசலுக்கருகே இருந்த மேசைமேல் வைத்துவிட்டுத் தன் அறைக்குச் சென்றான். வீட்டில் யாரும் இல்லாதது அவனுக்குப் பழகிவிட்டது. அவனது பெற்றோர் கணிக்க முடியாத அட்டவணையைப் பின்பற்றியதால், ஐந்து வயதிலேயே அவனிடம் வீட்டுக் கதவின் சாவியைக் கொடுத்தார்கள். ஆறு வயதிலிருந்தே டிராமிலும் பேருந்திலும் தனியாகப் பயணம் செய்தான். எலும்பும் தோலுமாக உயரமான உடல், செதுக்கிய முகவெட்டு, பார்க்கும் எல்லாவற்றை யும் உள்வாங்கும் கண்ணில் கறுப்பு மணிகள், வலுக்கட்டாய மாக ஹேர் ஜெல் மூலம் அடக்கப்பட்ட அடர்த்தியான முடி, டாங்கோ பாடகரின் சிகை அலங்காரம். அவனுடைய அளவான பேச்சு, சைகைகள், பேசும்போது விவரங்களைத் தவிர்க்கும் பழக்கம் ஆகியவை அவனது தந்தை விக்டர் தல்மாவிடமிருந்து உள்வாங்கியவை.

விக்டர் தனது தந்தையல்ல, சித்தப்பா என்பது அவனுக்குத் தெரியும், ஆனால் அந்தத் தகவலும், நள்ளிரவில் மோட்டார் சைக்கிளிலிருந்து இறங்கி, கூட்டத்தால் சூழப்பட்டுத் தொலைந்துபோன பாட்டியின் கதையைப் போல அவநம்பிக்கையானதாகவே நினைவில் இருந்தது. ரோஸர் முதலில் பிறந்தநாள் கேக்குடன் வந்தாள்; சிறிது

நேரத்திற்குப் பிறகு விக்டர் மருத்துவமனையில் முப்பது மணி நேர ஷிப்டை முடித்துவிட்டு, வரும்போது மூன்று ஆண்டுகளாக மார்செல் ஏங்கி எதிர்ப்பார்த்துக்கொண்டிருந்த பரிசை மறக்காமல் கொண்டுவந்தான். "இது ஒரு ப்ரொஃபஷனல் தொலைநோக்கி, பெரியவர்கள் உபயோகிப்பது. நீ கல்யாணம் செய்துகொள்ளும் வரை பத்திரமாக வைத்திருக்க வேண்டும்" என்று ஜோக்கடித்து மார்செலை அணைத்துக்கொண்டான். மார்செல் மீது தனக்கிருந்த பாசத்தை வெளிக்காட்ட விக்டர் தயங்கியதில்லை. மார்செலிடம் சாந்தமாகவும் இருந்தான். மார்செலுக்கு அம்மாவைச் சமாளிப்பது கடினம்; ஆனால் அப்பாவை மடக்க ஒரு டஜன் தந்திரங்கள் தெரியும்.

சாப்பிட்டுவிட்டு மார்செல் தபாலைச் சமையலறைக்கு எடுத்துச் சென்று விக்டரிடம் கொடுத்தான்.

"ஓ! இது ஃபெலிபே தெல் சோலாரின் கடிதம். அவனைப் பார்த்து நெடுங்காலம் ஆகிவிட்டது" என்று விக்டர் கடிதத்தைப் பிரித்தான். தெல் சோலாரின் சட்ட அலுவலகத்தின் லெட்டர்ஹெட் கொண்ட பெரிய உறை. ஒரு நாள் மதிய உணவுக்குச் சந்திக்க வேண்டும் என்றும், இணைக்கப்பட்ட கடிதத்தை அனுப்புவதில் ஏற்பட்ட தாமதத்திற்கு மன்னிக்க வேண்டும் என்றும் உள்ளே ஃபெலிபேவின் குறிப்பு இருந்தது. ஃபெலிபே கோல்ஃப் கிளப்பிற்கு முன்னாலிருக்கும் ஒரு அடுக்குமாடிக் குடியிருப்பில் வசித்துவந்தான். ஒரு நிமிடம் கழித்து, விக்டரின் அலறல் அவனது மனைவியையும் மகனையும் திடுக்கிட வைத்தது. அவர்கள் அதுவரை அவன் குரலை உயர்த்திக் கேட்டதில்லை.

"அம்மாவிடமிருந்து கடிதம்! உயிருடன் இருக்கிறாள்!" என சொல்லும்போதே அவன் குரல் உடைந்தது.

மார்செல் இந்தச் செய்தியில் சிறிதும் ஆர்வம் காட்டவில்லை, பாட்டிக்குப் பதிலாக வேற்றுக் கிரகவாசியிடமிருந்து செய்தி வந்திருந்தால் கவனித்திருப்பான். ஆனால் அவர்கள் மேற்கொள்ளப் போகும் பயணத்தைப் பற்றிப் பேச ஆரம்பித்த போது தன் மனதை மாற்றிக்கொண்டான். அந்தத் தருணத்திலிருந்து, கார்மேவைச் சந்திப்பதற்கான ஆயத்தங்கள் பலமாக நடந்தன: பதிலுக்காகக் காத்திருக்காமல் வந்துபோன கடிதங்கள், காற்றில் ஒன்றையொன்று கடந்து சென்ற தந்திகள், ரோஸரின் வகுப்புகளையும் கச்சேரிகளையும் அட்டவணையிலிருந்து நீக்குதல், மருத்துவமனையில் விக்டரின் வேலை. இதற்கு நடுவில் மார்சலை யாரும் கவனிக்கவில்லை; திடீரென்று உயிர்த்தெழுந்த பாட்டி மார்செலின் பள்ளி ஆண்டைத் தவறவிட

உதவினால் அது இன்னும் சிறப்பாக இருக்கும். அவர்கள் பெருவியன் ஏர்லைனில் பயணம் செய்து, நியூயார்க்கிற்கு வர ஐந்து நகரங்களில் நிற்க வேண்டியிருந்தது; அங்கிருந்து படகில் பிரான்சுக்குச் சென்று, பாரிஸிலிருந்து துலூஸ்வரை ரயிலில் போய், இறுதியாக அந்தோரா மாகாணத்திற்குப் பேருந்தில் மலைகளுக்கு இடையே சறுக்கும் சாலையில் பயணித்தனர். மூவரும் அதுவரை விமானத்தில் பறந்ததில்லை; ரோஸரின் பலவீனத்தை விமானப் பயணம் வெளிப்படுத்தியது. அவளுக்கு உயரமென்றால் பயம். அன்றாட வாழ்வில், மேல் மாடி பால்கனிக்குச் செல்ல வேண்டுமானால், வலிகளையும் கஷ்டங்களையும் எப்படிப் பல்லைக் கடித்துக்கொண்டு பொறுத்துக்கொள்வாளோ அப்படியே தனது பயத்தையும் மறைத்தாள். பல்லைக் கடித்துக்கொண்டு முன்னேறுவதே அவள் வாழ்க்கையின் கோட்பாடு. ஆனால் விமானத்தில் பயம் அவளது சமநிலையைச் சுக்குநூறாக்கியது. அவளது கணவனும் மகனும் அவளைக் கைப்பிடித்து, அவளுக்கு ஆறுதல் சொல்லி, திசைதிருப்பி, வாந்தி எடுத்தபோது அவளுக்கு ஆதரவளித்து, அவளால் நடக்க முடியாதபோது ஒவ்வொரு நிறுத்தத்திலும் கைத்தாங்கலாக இறக்கிவிட்டு அவளை ஒரு நோயாளியைப் போல் பார்த்துக்கொள்ள வேண்டியிருந்தது. அன்டோஃபாகஸ்டா நகரத்திலிருந்து லிமா நகரத்திற்கு வந்தபோது அவள் இருந்த நிலையைப் பார்த்த விக்டர் பேசாமல் அவளைத் தரை வழிப் பிரயாணமாக சான்டியாகோவிற்கு அனுப்பிவிட்டுத் தானும் மார்செலும் கார்மேவைப் பார்க்க செல்வது சரியான முடிவோ என யோசித்தான். “நான் விமானத்தில் போயே தீருவேன், நரகத்திற்குப் பறக்கக்கூடத் தயார். இதைப் பற்றி இனி பேசுவதற்கு ஒன்றுமில்லை” என ரோஸர் அவனது யோசனையைப் புறம் தள்ளினாள். அவர்கள் நியூயார்க்கிற்குச் செல்ல முற்பட்டார்கள்; அவள் பயத்தால் நடுங்கி, காகிதப் பைகளில் வாந்தி எடுத்தாள். விமானப் பயணத்திற்குத் தன்னைப் பழக்கிக்கொள்ள முடிவு செய்திருந்தாள். ஏனென்றால் ஆதிகாலத்து இசைக் கருவிகளை வைத்து அவள் உருவாக்கப்போகும் ஆர்கெஸ்ட்ரா திட்டம் நிறைவேறினால், எதிர்காலத்தில் அவள் விமானத்தில் நிறைய பயணம் செய்ய வேண்டிவரும் என அவளுக்குத் தெரியும்.

கார்மே அந்தோரா லா வெல்லா பேருந்து நிலையத்தில் ஒரு பெஞ்சில் முதுகுத் தண்டு வளையாமல் நிமிர்ந்து உட்கார்ந்து, புகைபிடித்துக்கொண்டு காத்திருந்தாள். இறந்தவர்களுக்காகவும், நாட்டை இழந்தவர்களுக்காகவும், ஸ்பெயினுக்காகவும் துக்கத்தை அனுசரிக்கும் கருப்பு நிற உடையை அணிந்து, ஒரு அபத்தமான தொப்பியுடனும்

ஒரு பையுடனும் அமர்ந்திருந்தாள். அவள் மடியில் இருந்த பையிலிருந்து ஒரு சிறிய வெள்ளை நாய் தலையை எட்டிப் பார்த்துக்கொன்டிருந்தது. பிரிந்திருந்த பத்து ஆண்டுகளில் மூவரும் தோற்றத்தில் பெரிதாக மாறியிருக்கவில்லை; எளிதாக அடையாளம் கண்டுகொண்டனர். ரோஸர் முன்பு போலவே இருந்தாள், ஆனால் அவள் தனக்குப் பிடித்த பாணியில் நல்ல உடையணிந்து, அலங்காரம் செய்துகொண்டிருந்தாள். அவளின் தன்னம்பிக்கை கார்மேவைச் சற்று பயமுறுத்தியது. கார்மே ரோஸரைக் கடைசியாகப் பார்த்தபோது கர்ப்பமாகவும் சோர்வாகவும் குளிரில் நடுங்கியபடி மோட்டார்சைக்கிளின் பக்கவாட்டத்தில் பொருத்திய இருக்கையில் அமர்ந்திருந்தாள். விக்டர் மட்டும் கண்ணீர் விட்டு அழுதான்; இரண்டு பெண்களும் ஒருவரையொருவர் கன்னத்தில் முத்தமிட்டுக்கொண்டனர்; ஒருவரையொருவர் முந்தைய நாள் பார்த்தது போலவும், போரும் நாடு கடத்தலும் அற்பமான அத்தியாயங்கள் போலவும் அமைதியாக இருந்தனர். “நீ மார்செல்தானே? நான் உன் பாட்டி. வழியில் ஏதாவது சாப்பிட்டாயா?” என பாட்டி அவனை விசாரித்தாள். பதிலுக்காகக் காத்திருக்காமல், நாய் அமர்ந்திருந்த பையிலிருந்து ஒரு இனிப்பு ரொட்டியை எடுத்து அவனிடம் நீட்டினாள். அவளின் செயலால் கவரப்பட்ட மார்செல், அவனது அவியாவின் முகச்சுருக்கங்கள், மஞ்சள் நிறத்தில் நிகோடின் படிந்த பற்கள், தொப்பியிலிருந்து வெளியே தப்பிய காய்ந்த புல் போன்ற கடினமான சாம்பல் நிற முடி, ஆர்த்ரிட்டீஸால் வளைந்த விரல்கள் ஆகியவற்றைக் கூர்ந்து கவனித்தான். அவள் தலையில் ஆண்டெனாக்கள் இருந்தால் கண்டிப்பாக செவ்வாய் கிரகத்திலிருந்து வந்த ஒரு ஏலியனைப் போல இருப்பாள்.

மலைகளுக்கு நடுவே நுழைத்துவைத்தாற் போலிருந்த ஒரு நகரத்தின் வழியாக ஒரு பழைய டாக்சியில் அவர்கள் சென்றனர். அந்த நகரம் உளவு வேலைக்கும் கடத்தலுக்கும் பெயர்போன தலைநகரம் என்றாள் கார்மே. போர் முடிந்த ஆண்டுகளில் இந்த இரண்டு தொழில்கள் மட்டுமே தழைத்தன. உளவு பார்ப்பதற்கு ஐரோப்பிய சக்திகளுடனும் அமெரிக்கர்களுடனும் நல்ல தொடர்பு இருப்பது அவசியம் என்பதால் தன்னால் கடத்தலில் மட்டுமே ஈடுபட முடிந்த தாகவும் கூறினாள்.

“1945 ஆண்டில் இரண்டாம் உலகப் போர் முடிவடைந்து நான்கு ஆண்டுகளுக்கும் மேலாகிவிட்ட இந்த வேளையில், பேரழிவிற்குள்ளான நகரங்கள் பசியிலிருந்தும் அழிவிலிருந்தும் மீளும் முயற்சியில் ஈடுபட்டிருப்பதும், இன்னும் ஏராளமான

அகதிகளும் இடம்பெயர்ந்த மக்களும் உலகில் தங்கள் இடத்தைத் தேடிக்கொண்டிருப்பதும்தான் உண்மை. போரின்போது அந்தோரா உளவாளிகளின் முக்கிய மையமாக இருந்தது. இப்போது பனிப்போர் நடக்கும் வேளையிலும் அதன் முக்கியத்துவம் குறையவில்லை. சில வருடங்களுக்கு முன், ஜெர்மனியர்களிடமிருந்து தப்பியோடியவர்கள், குறிப்பாக யூதர்களும் ஜெயிலிலிருந்து தப்பிய கைதிகளும், வழிகாட்டி களால் காட்டிக்கொடுக்கப்பட்டுக் கொலை செய்யப்பட்டனர். சில சமயம் அவர்கள் எடுத்துச் சென்ற பணத்தையும் நகைகளையும் பறித்துக்கொண்டு வழிகாட்டிகள் அவர்களை எதிரிகளிடம் ஒப்படைத்துவிடுவார்கள்" என்று கார்மே சொன்னாள்.

"ஆடு மாடு மேய்ப்பவர்கள் பலர் திடீரென்று பணக்காரர் களாக மாறினார்கள். ஒவ்வொரு ஆண்டும் பனி உருகும்போது கம்பிகளால் மணிக்கட்டை ஒன்றாகக் கட்டப்பட்ட சடலங்கள் தோன்றும்" என டாக்ஸி டிரைவர் உரையாடலில் பங்கேற்றான்.

"போருக்குப் பிறகு ஜெர்மன் அதிகாரிகளும் நாஜி அனுதாபிகளும் அந்தோரா வழியாகத் தென் அமெரிக்காவின் நகரங்களுக்குத் தப்பிச் சென்றார்கள். அவர்கள் ஸ்பெயின் வழியாகச் சென்றால் ஃபிராங்கோவிடமிருந்து உதவி கிடைக்கும் என நம்பினார்கள். கடத்தல் என்றால் பெரிதாக ஒன்றும் இல்லை: புகையிலை, மது, பிற ஆடம்பர விஷயங்கள். ஆபத்தாக எதுவும் இல்லை" என கார்மே கூறினாள்.

கார்மே தனது உயிரைக் காப்பாற்றிய விவசாய தம்பதியினருடன் வசித்த பழமையான வீட்டில் அவர்கள் முயலையும் கொண்டைக்கடலையும் வைத்துச் செய்த ஸ்டூவுடன் சிவப்பு ஒயின் அருந்தியபடி பத்து வருடங்களில் நடந்தவற்றைப் பற்றிப் பேசிக்கொண்டிருந்தார்கள். பாட்டிக்கு வெளியேற்றம் தொடர வலிமை இல்லாமல், நாட்டைவிட்டு வெளியேறும் எண்ணம் சகிக்க முடியாததாகத் தோன்ற, ரோஸரையும் எய்டர் இபர்ராவையும் விட்டு வெகுதொலைவில் சென்று, குளிரும் இரவில் இறந்துவிட முடிவு செய்து ஒரு இடத்தில் படுத்தாள். அவளின் மிகப் பெரிய வருத்தம் என்ன வென்றால் மறுநாள் உயிருடன் எழுந்ததுதான். குளிரினால் மரத்துப்போன உடல், பசி. எழுந்திருக்க முடியாமல் அங்கேயே கிடந்தாள். அவளைச் சுற்றி நாட்டை விட்டு வெளியேறுபவர் களின் கூட்டம் முன்னோக்கி மெல்ல ஊர்ந்தது. கூட்டம் குறைய, அந்திசாயும் நேரத்தில் அவள் உறைந்த பூமியில் நத்தைபோலத் தனியாகச் சுருண்டு படுத்திருந்தாள். அன்று

நடந்தது என்பது எதுவும் நினைவில் இல்லை என்றாள் கார்மே. ஆனால் ஒன்று மட்டும் அவளுக்குப் புரிந்தது, இறப்பது அவ்வளவு எளிதில்லை. அது கோழைத்தனம். அவளது கணவர் இறந்துவிட்டார். ஒருவேளை அவளின் இரண்டு குழந்தைகளும்கூட இறந்திருக்கலாம். ரோஸர், கிய்யேமின் குழந்தை உயிருடன் இருந்தது. இந்த எண்ணம் அவளை உயிரோடிருக்கவைத்தது. ஆனால் அவளால் எழுந்து நிற்க முடிய வில்லை. சிறிது நேரத்திற்குப் பிறகு, அகதிகளின் நீண்ட வரிசை நகர்ந்ததும் அதற்குப் பின்னால் மோப்பம் பிடித்துக்கொண் டிருந்த ஒரு நாய்க்குட்டி அவளை நெருங்கியது. இருவருக்கும் வெப்பத்தை அளிக்கும் வகையில் அந்தத் தொலைந்து போன ஜீவனைத் தன்னுடன் அணைத்துக்கொண்டாள். அந்த விலங்குதான் அவளைக் காப்பாற்றியது. ஓரிரு மணிநேரம் கழித்து, தங்களின் பொருட்களை விற்றுவிட்டு வீடு திரும்பத் தயாராகிக் கொண்டிருந்த ஒரு விவசாயி தம்பதியினர், நாயின் முனகளைக் குழந்தையின் அழுகை எனத் தவறாக எண்ணி, கார்மேவைக் கண்டுபிடித்து அவளுக்கு உதவினார்கள். அந்தக் குடும்பத்தின் மூத்த மகன் அவர்கள் எல்லோரையும் அந்தோராவுக்கு அழைத்துச் செல்லும்வரை, பெரும் முயற்சி செய்தபோதும் அற்பமான பலன்கள் தந்த அவர்களின் நிலத்தில் வேலை செய்து அவர்களுடன் வாழ்ந்தாள் கார்மே. அங்கே, ஸ்பெயினுக்கும் பிரான்ஸுக்கும் இடையில் எது கிடைத்ததோ, சந்தர்ப்பத்தைப் பொறுத்து ஆட்கள் உட்பட, அதைக் கடத்திப் போரைக் கழித்தார்கள்.

“இது அதே நாயா?” நாயின் முன் முட்டிக்கால் போட்டு மார்செல் கேட்டான்.

“ஆமாம், அதே நாய். சுமார் பதினொரு வயது, இன்னும் பல வருடம் உயிரோடிருக்கும். அவன் பெயர் கோசெட்.”

“இது ஒரு பெயரே இல்லை. கேட்டலான் மொழியில் நாயை கோசெட் என்பார்கள்.”

“இதற்கு அந்தப் பெயர் போதும்” என்று பாட்டி சிகரெட் பிடித்துக்கொண்டே பதிலளித்தாள்.

கார்மே தன்னுடைய பிரிந்த குடும்பத்துடன் சிலியில் சேருவதற்கு ஒரு வருடம் ஆனது. உலக வரைபடத்தின் தெற்குப் பகுதியில் நீண்ட புழு போலிருந்த சிலியைப் பற்றி அவளுக்கு எதுவும் தெரியாது. சிலியைப் பற்றிய புத்தகங்களை வாசித்தாள். சிலி நாட்டைச் சேர்ந்தவர்கள் யாராவது அந்தோராவில்

இருக்கிறார்களா, அவர்களிடம் சிலியைப் பற்றிக் கேட்கலாமா என அங்கும் இங்கும் கேட்டாள். ஆனால் அந்தக் காலகட்டத்தில் சிலி நாட்டவர் எவரும் அந்தோரா வழியாகப் போகவில்லை. அவளுக்கு அடைக்கலம் கொடுத்த விவசாய நண்பர்களின் நட்பு அவளைப் பிடித்துவைத்திருந்தது. அவர்களுடன் வாழ்ந்த ஆண்டுகளின் நினைவுகளும் உலகத்தின் ஒரு மூலையிலிருந்து இன்னொரு மூலைக்குப் பயணிக்க மனதில் பயமும், நாயையும் அழைத்துச்செல்ல வேண்டும் என்னும்போது ஏற்பட்ட அயர்ச்சியும், தனக்கு ஒரு வேளை சிலி நாட்டைப் பிடிக்க வில்லை என்றால் என்ன செய்வது என்ற கவலையும் அவளை வாட்டின. மார்செல் அவளுக்கு எழுதிய பல கடிதங்களில் ஒருமுறை, "என்னுடைய ஹோர்தி மாமா தாத்தா சிலி கட்டலோனியாவைப் போலவே இருப்பதாகச் சொன்னார்" என்று தன் பாட்டிக்கு நம்பிக்கையளித்தான்.

சிலிக்குச் செல்ல முடிவெடுத்தவுடன், தன் தோழர்களிடம் விடைபெற்று, ஆழ்ந்த மூச்சை உள்ளே இழுத்து வெளியே விட்டு, மனதில் இருந்த கவலைகளை விலக்கி, பயணத்தை ரசிக்கத் தயாரானாள். பையில் நாயுடன் ஏழு வாரங்கள் தரையிலும் கடலிலும் பயணம் செய்தாள். அவசரப்படாமல், புதிய நிலப்பரப்புகளையும் மொழிகளையும் பார்க்கவும் பாராட்டவும் வித்தியாசமான உணவுகளை ருசிக்கவும் மற்றவர்களின் பழக்கவழக்கங்களைத் தனது சொந்த பழக்கங்களுடன் ஒப்பிட்டுப்பார்க்கவும் நேரம் ஒதுக்கினாள். நாளுக்கு நாள் அவள் தனக்குத் தெரிந்த கடந்த காலத்தை விட்டு விலகி வேறொரு பரிமாணத்திற்குள் நுழைந்தாள். ஆசிரியையாகப் பணியாற்றிய ஆண்டுகளில் உலகைப் பற்றித் தானும் படித்து, மற்றவர்களுக்கும் சொல்லிக்கொடுத்ததை ஒப்பிட்டுப் பார்த்தால், உலகம் நூல்களிலோ புகைப்படங்களிலோ கொடுக்கப்பட்ட விளக்கங்களைப் போல் இல்லை என்பதை உணர்ந்தாள்; உலகம் மிகவும் சிக்கலான, வண்ணமயமான, பயத்தைப் போக்கும் ஒன்று என அறிந்தாள். அவள் கோசெட்டுடன் தனது உணர்வுகளைப் பகிர்ந்துகொண்டாள்; பிற்காலத்தில் தனக்கு மறதி ஏற்பட்டால் தான் பார்த்ததையும் சுவைத்ததையும் மறக்காமல் இருப்பதற்காக ஒரு சிறிய நோட்டுப் புத்தகத்தில் எல்லாவற்றையும் எழுதினாள். வாழ்க்கையை நாம் எப்படி விவரிக்கிறோம் என்பது முக்கியம், அதை எதற்காகச் சாதாரணமாக விவரிக்க வேண்டும். உண்மைகளை எழுதும்போது அதை இன்னும் சுவாரசியமாக்கினாள்.

இந்த யாத்திரையின் கடைசிக் கட்டம், 1939இல் அவளது குடும்பத்தினர் மேற்கொண்ட அதே பசிபிக் கடற்பயணம். அவள் பல கஷ்டங்களைத் தாங்கியதால் முதல் வகுப்பில்

வர வேண்டும் என அவளுடன் வாதிட்டு அவள் மகன் அதற்கான பணத்தை அனுப்பினான். ஆனால் சுற்றுலா வகுப்பில் அவள் மிகவும் வசதியாக இருப்பதாகக் கூறினாள். போரும் கடத்தல்காரராக இருந்த காலமும் அவளைத் தனிமை விரும்பியாக மாற்றியிருந்தன. அந்தப் பழக்கத்திலிருந்து தன்னை விடுவித்துக்கொள்ள அவள் அந்நியர்களுடன் பேச முடிவு செய்தாள். மக்களுக்குப் பேசுவது பிடிக்கும். நட்பை உருவாக்கவும் பல விஷயங்களைக் கற்றுக்கொள்ளவும் இரண்டே கேள்விகள் போதும். ஒவ்வொருக்குள்ளும் ஒரு கதை உள்ளது, அதை அவர்கள் சொல்லவும் விரும்புவார்கள்.

முதுமையின் கோளாறுகளால் அவதிப்பட்ட கோசெட்டுக்கு இந்தப் பயணம் புத்துயிர் அளித்தது. சிலியின் கடற்கரையை நெருங்கும்போது, அது வேறொரு நாயைப் போல, அதிக விழிப்புடனும், அதனிடமிருந்து வீசும் துர்நாற்றம் குறைந்தும் இருந்தது. வால்பராய்ஸோ துறைமுகத்தில் விக்டர், ரோஸர், மார்செல் ஆகியோர் பாட்டியையும் நாயையும் வரவேற்றனர். அவர்களுடன் இனிய பேச்சுத்திறன் கொண்ட ஒரு கனவான், "ஹோர்தி மோலினே, உங்கள் சேவையில், மேடம்" என்று தன் தொப்பை குலுங்க அறிமுகப்படுத்திக்கொண்டார். சிலி நாட்டின் சிறந்த அழகை அவளுக்குக் காட்டத் தயாராக இருப்பதாக அவர் கட்டலான் மொழியில் கூறினார். "நம் இருவருக்கும் கிட்டத்தட்ட ஒரே வயது என்பது உங்களுக்குத் தெரியுமா? நானும் என் மனைவியை இழந்தவன்தான்" எனப் பேச்சுக் கொடுத்தார். சாண்டியாகோவுக்கு ரயிலில் போகும் வழியில் கார்மே, மாமா தாத்தா என்றால் என்ன, அந்தப் பாத்திரத்தை ஹோர்தி எப்படி முழுமையாக நிறைவேற்றினார், அவளது பேரன் அவர்களின் மதுவிடுதியின் வழக்கமான வாடிக்கையாளன், அவன் வீட்டில் தனியாக இல்லாமல் இருக்கக் கிட்டத்தட்ட தினமும் வீட்டுப்பாடங்களைச் செய்ய அங்கே சென்றான் எனப் பல விவரங்களை அறிந்துகொண்டாள். விக்டர் வின்னிபெக்கில் இரவில் வேலை செய்வதை நிறுத்திவிட்டு, அவன் சான் ஹுவான் தி தியோஸ் மருத்துவமனையில் இருதயநோய் நிபுணராக இருந்தான். ரோஸரும் அடிக்கடி உணவகத்திற்குச் செல்வதில்லை. ஓய்வு பெற்ற கணக்காளர் ஒருவர், உணவு, மதுபானம், பேச்சுத்துணை ஆகியவற்றுக்கு ஈடாக பாரின் கணக்குகளைப் பார்த்துக்கொண்டார். ரோஸர் தூரத்திலிருந்து கணக்குகளை மேற்பார்வையிட்டாள்.

கார்மே ஒருவழியாகத் தனது குடும்பத்தை, வியன்னாவில் குடியேறிப் பெண்களையும் குழந்தைகளையும் காப்பாற்றும்

பணியில் முழுமையாக ஈடுபட்டிருந்த எலிசபெத் ஐடன்பென்ஸின் உதவியுடன் கண்டுபிடித்தாள். வியென்னா நகரில் கொடூரமாகக் குண்டுவீசப்பட்டது. எலிசபெத் அங்கே குடியேறியபோது, யுத்தம் அப்போதுதான் முடிவடைந்திருந்தது. பசியால் துடித்த மக்கள் உணவைக் குப்பைகளில் தோண்டித் தேடிக்கொண்டிருந்த கொடுமையான நேரம். ஒருகாலத்தில் ஆடம்பரத்தின் உச்சத்திலிருந்த வியென்னா நகரத்தின் கட்டடங்கள் அப்போது இடிபாடுகளாக மாறின; அடைகாக்கப் பட்ட தங்கள் வாழ்வை இழந்த நூற்றுக்கணக்கான குழந்தைகள் அந்த இடிபாடுகளில் எலிகளைப் போல வாழ்ந்தனர். 1940ஆம் ஆண்டில் எலிசபெத் பிரான்சின் தெற்குப் பகுதியில் இருந்தபோது, பெர்பிக்னான் அருகே இருந்த எல்னேவில் கைவிடப்பட்ட அரண்மனை ஒன்றில் மாதிரி மகப்பேறு மருத்துவமனையை உருவாக்கும் திட்டத்தை மேற்கொண்டாள். அங்கு அவள் கர்ப்பிணிப் பெண்களைப் பாதுகாப்பாகப் பெற்றெடுக்கும் வகையில் தன் மருத்துவமனையில் புகலிடமும் மருத்துவ உதவியும் அளித்தாள். எலிசபெத்தின் குழு முதலில் வதை முகாம்களிலிருந்து ஸ்பானியப் பெண் அகதிகளைக் காப்பாற்றினர். பின்னர் பிற பெண்களையும் யூத சமூகத்து, ஜிப்சி சமூகத்துப் பெண்களையும், நாஜிகளிடமிருந்து காப்பாற்றினர். செஞ்சிலுவைச் சங்கத்தால் பாதுகாக்கப்பட்ட, எல்னே மகப்பேறு மருத்துவமனை நடுநிலையாக இருக்க வேண்டும், அரசியல் அகதிகளுக்கு உதவுவதைத் தவிர்க்க வேண்டும் என்ற கோட்பாட்டையும் அவளின் மேல் இருந்த கண்காணிப்பையும் மீறி எலிசபெத், விதிமுறைகளின் விவரங் களில் சிக்கிக்கொள்ளாமல் பணிபுரிந்தாள். இது கெஸ்டபோவை 1944ஆம் ஆண்டில் மூடுவதற்கு வழிவகுத்தது. அறுநூறுக்கும் மேற்பட்ட குழந்தைகளை எலிசபெத் கப்பாற்றினாள்.

கார்மே அந்தோராவில் தற்செயலாக எலிசபெத் காப்பாற்றிய தாய்மார்களில் ஒருத்தியைச் சந்தித்தாள். எலிசபெத் தன் மகனைக் காப்பாற்றியதற்கு அவள் நன்றிக் கடமைப்பட்டிருப்பதாக அந்தப் பெண் கூறியபோது, ஸ்பெயினின் எல்லையை அவர்களால் கடக்க முடிந்தால், பிரான்சிற்குள் நுழைந்ததும் விக்டர் தன் குடும்பத்துடன் இணைவதற்கு இந்த நர்ஸ் உதவி செய்வாளென்று சொன்னது அப்போதுதான் கார்மேவுக்கு நினைவுக்கு வந்தது. ஒரு செஞ்சிலுவைச் சங்கத்திலிருந்து இன்னொன்றுக்கும், ஒரு அலுவலகத்திலிருந்து இன்னொரு அலுவலகத்துக்கும், ஒரு நாட்டிலிருந்து இன்னொரு நாட்டிற்கும் கார்மே எழுதிய பல கடிதங்களில் ஒன்று, அதிகாரத் தடைகள் பலவற்றைத் தாண்டி, ஐரோப்பாவின் வலிமையான கடிதப் போக்குவரத்தின்

மூலம் வியன்னாவில் எலிசபெத்தின் இருப்பிடத்தைக் கண்டுபிடித்தது. கார்மேவின் மகன்களில் ஒருவனான விக்டர் உயிருடன் இருப்பதாகவும், ரோஸரை மணந்ததாகவும், அவளுக்கு மார்செல் என்ற மகன் பிறந்திருப்பதாகவும், மூவரும் சிலியில் இருப்பதாகவும் எலிசபெத் கடிதம் மூலம் தெரிவித்தாள். அவர்களை எப்படித் தேடுவது என்று அவளுக்குத் தெரியவில்லை, ஆனால் ஆர்ஜெலஸ் – சுர் – மேரை விட்டு வெளியேறியபோது அவளை அழைத்துச் சென்ற க்வேக்கர் குடும்பத்தினருக்கு ரோஸர் கடிதம் எழுதியிருந்தாள். லண்டனில் வசிக்கும் க்வேக்கர்களைக் கண்டுபிடிக்கச் சிறிது காலம் ஆனது. சாண்டியாகோவில் ஃபெலிபே தெல் சோலாரின் வீட்டு முகவரியுடன் ரோஸரின் தபாலுறையை அவர்கள் பரணில் தேடிக் கண்டுபிடித்தார்கள். இப்படியாகப் பல ஆண்டுகள் கழித்து, எலிசபெத் ஐடன்பென்ஸ் தல்மாவ் குடும்பத்தை மீண்டும் சேர்த்துவைத்தாள்.

1960களில் ரோஸரை, அவளது நண்பர் வெனிசுலாவின் முன்னாள் தூதரான வாலென்டின் சான்செஸ் கராகாஸுக்கு வரச்சொல்லியதன் பேரில் அங்கே மீண்டும் சென்றாள். வாலென்டின் தூதரகப் பணியிலிருந்து ஓய்வு பெற்றிருந்தார். தன் ஓய்வு நேரத்தை முழுமையாக இசையில் அர்ப்பணித்தார். ரோஸர், வின்னிபெக்கிலிருந்து கரையிறங்கிய இருபத்தைந்து ஆண்டுகளில், சிலிய நாட்டுப் பெண்ணாகவே மாறியிருந்தாள்; வின்னிபெக்கில் வந்திறங்கியவர்கள் சிலியின் குடிமக்கள் மட்டுமல்ல, அவர்கள் சிலிய சமூகத்தை அதன் ஆழ்ந்த உறக்கத்திலிருந்து தட்டியெழுப்ப வேண்டிய கடமை யுடையவர்கள் என்ற பாப்லோ நெரூடாவின் கனவை நிறைவேற்றியவர்கள். சிலிக்கு நெரூடா அழைத்துவந்த மக்களின் மகத்தான பங்களிப்பை எவராலும் மறுக்க முடியாது. அவர்களுக்கு எதிராக முதலில் இருந்த எதிர்ப்பு இப்போது யாருக்கும் நினைவிலில்லை. ரோஸரும் வாலென்டினும், பல வருடங்கள் திட்டமிட்டு, விரிவான கடிதப் பரிமாற்றம் செய்து, பல பயணங்களை மேற்கொண்ட பிறகு, வெனிசுலா நிலத்தில் தாராளமாகப் பாய்ந்த வற்றாத பொக்கிஷமான, எண்ணெய் செல்வத்தால் ஏற்பட்ட வருமானத்தின் உதவியுடன் அந்தக் கண்டத்தின் முதல் ஆதிகாலத்து இசை ஆர்கெஸ்ட்ராவை உருவாக்கினார்கள். வாலென்டின் ஐரோப்பாவிற்குச் சுற்றுப் பயணம் செய்து விலைமதிப்பற்ற பல கருவிகளைத் தேடி வாங்கி வந்து, அறியப்படாத தொலைந்து போயிருந்த ஷீட் ம்யூஸிக் எனப்படும் இசை நோட்டுகளைக் கண்டுபிடித்து ரோஸரிடம்

கொடுத்தார். ரோஸர் அப்போது சாண்டியாகோவில் இசைப் பள்ளியின் துணை முகவராகப் பணிபுரிந்துகொண்டிருந்தாள். அவளது மாணவர்களுக்குக் கடுமையான தேர்வு வைத்து, அவர்களில் சிறந்த கலைஞர்களைத் தேர்ந்தெடுத்துப் பயிற்சி அளித்தாள். கற்பனைக்கப்பாற்பட்ட இந்த இசைக்குழுவில் பங்குபெற பல்வேறு நாடுகளிலிருந்து ஏராளமானோர் விண்ணப்பித்தனர். சிலியில் அத்தகைய பெருமுயற்சியை நனவாக்கத் தேவையான பணபலம் இல்லை; கலாச்சார விஷயங்களில் முன்னுரிமை சார்ந்த பல இடையூறுகள் இருந்தன. அது மட்டுமல்லாமல் ரோஸரின் திட்டத்தில் கலாச்சாரத் துறையின் ஆர்வம் அதிகரிக்கும் அரிதான சந்தர்ப்பங்களில் பூகம்பமோ அரசாங்க மாற்றமோ ஏற்பட்டு ஆர்வத்தைத் திசைதிருப்பிவிடும். ஆனால் வெனிசுலாவில், எந்தக் கனவையும் சாத்தியமாக்கச் சரியான செல்வாக்கும் இணைப்பு வட்டமும் இருந்தால் போதும். வாலென்டினுக்கு இரண்டும் அதிகமாகவே இருந்தன. அதற்கு இரண்டு காரணங்கள்: சர்வாதிகாரங்கள், இராணுவச் சதித்திட்டங்கள், ஜனநாயகத்திற்கான முயற்சிகள், ஆட்சியிலிருந்த சமரச அரசாங்கம் போன்ற பல இடையூறுகளுக்கு மத்தியில், தனது பணியில் பின்னடைவு ஏற்படாமல் எந்தப் பிரச்சினையையும் கடக்கும் திறன் கொண்ட அபூர்வமான அரசியல்வாதியாக வாலென்டின் இருந்தார். இரண்டாவது, அவரது நெருங்கிய நட்பு வட்டத்திலிருந்தவர் வெனிசுலாவின் ஜனாதிபதியாக இருந்தார். கண்டத்தில் இருந்த மற்ற நாடுகளைப் போலவே, அவரது நாட்டிலும் கியூபப் புரட்சியால் ஈர்க்கப்பட்ட கொரில்லா இயக்கம் ஒன்று பிறந்திருந்தது. சிலியிலும் அதேபோன்ற ஒரு இயக்கம் கோட்பாட்டளவில் மட்டுமே இயங்கிக்கொண்டிருந்ததே தவிர, போராட்டத்தைத் தொடங்கி யிருக்கவில்லை. இந்தப் போராட்ட நடவடிக்கைகள் எதுவுமே வெனிசுலா நாட்டின் செழிப்பைப் பாதிக்கவில்லை. வெனிசுலா மக்கள் பழைய இசை புதிய இசை என்ற பாகுபாடில்லாமல் இசையைக் கொண்டாடினர். வாலென்டின் அடிக்கடி சிலிக்குச் சென்றார்; அவர் சாண்டியாகோவில் தங்குவதற்காக அடுக்குமாடிக் குடியிருப்பில் வீடொன்றை வைத்திருந்தார். ரோஸர் அவரை கராகஸில் சந்தித்தாள். இசைக்குழு விஷயமாக இருவரும் ஐரோப்பா முழுவதும் பயணம் செய்தனர். தூக்கமருந்து, ஜின் ஆகியவற்றின் உதவியுடன் விமானத்தில் பறக்கக் கற்றுக்கொண்டாள் ரோஸர்.

விக்டர் அந்த நட்பால் கவலைப்படவில்லை, அவனது மனைவியின் நண்பர் ஓரினச் சேர்க்கையாளர் என்பது ஊரறிந்த விஷயம். ஆனால் அவளுக்கு ஒரு காதலன் இருக்கிறான் என

சந்தேகித்தான். வெனிசுலாவிலிருந்து ஒவ்வொரு முறையும் புதிய நகைகள் (மெல்லிய சங்கிலியில் தொங்கும் தங்க இதயம்), புதிய ஆடைகள், புதிய சென்ட், ஆகியவற்றுடன் புத்துணர்ச்சியோடு திரும்புவாள். இது எதுவுமே அவள் தனக்காக வாங்காத ஆடம்பரமான பொருட்கள். விக்டருக்கு இந்தச் சந்தேகம் வரக் காரணம், உடலுறவில் அவளது புதுப்பிக்கப்பட்ட ஆர்வம். விக்டரை மீண்டும் சந்திக்கும்போது, அவள் வேறொருவருடன் கற்றுக்கொண்ட கலவி வித்தைகளை அவனுடன் செய்ய விரும்பினாள். அல்லது, அவளது குற்ற உணர்விற்குப் பரிகாரம் செய்யும் வகையில் நடந்துகொண்டாள். அவர்கள் பகிர்ந்த வாழ்க்கையில், அவர்களின் இளகிய உறவில், பொறாமைக்கு இடமில்லை; அவர்களின் உறவு எவ்வளவு சிக்கலற்றதென்றால், விக்டர் அவர்கள் நண்பர்கள்போல் வாழ்கிறார்கள் என்பான். தன் தாயின் கூற்றில் இருந்த உண்மை அவனுக்குப் புரிந்திருந்தது. விஷப்பூச்சியின் கடியைவிட மோசமானது பொறாமை. ரோஸருக்கு மனைவி வேடம் பிடித்திருந்தது. அவர்கள் ஏழ்மையில் இருந்த நாட்களில், விக்டர் ஒஃபெலியாவைக் காதலித்துக்கொண்டிருந்தபோது, அவள் அவனைக் கேட்காமல், மாதத் தவணையில் இரண்டு திருமண மோதிரங்களை வாங்கி, விவாகரத்து செய்யும்வரை அவற்றை அணியலாமெனக் கூறினாள். ஆரம்பத்திலிருந்தே உண்மையைக் கடைப்பிடிக்க வேண்டும் என்ற அவர்களின் ஒப்பந்தத்தின்படி, ரோஸர் விக்டரிடம் தன் காதலனைப் பற்றிச் சொல்லயிருக்க வேண்டும். ஆனால் அவளைப் பொருத்தவரை சில சமயங்களில் பயனற்ற உண்மையை வெளியில் சொல்லி மற்றவரின் மனதைப் புண்படுத்துவதைவிட அன்பின் காரணமாக மறைப்பது மேல். அவள் சாதாரணமான விஷயங்களுக்கே இந்த வாதத்தை கையாண்டதைப் பார்த்திருந்த விக்டர், மண வாழ்வில் அவள் துரோகம் செய்தால் தனது கொள்கையை இன்னும் அதிகமாகக் கடைப்பிடிப்பாள் எனக் கருதினான். அவர்கள் வசதிக்காகத் திருமணம்செய்துகொண்டாலும், இருபத்தி ஆறு ஆண்டுகளாக ஒன்றாக இருந்தனர். இந்திய நாட்டில் பெற்றோர்களால் நிச்சயிக்கப்படும் திருமணங்களைக் காட்டிலும் அவர்கள் இருவரும் தங்களின் திருமணத்தை அமைதியாக ஏற்றுக்கொண்டு, ஒருவரையொருவர் நேசித்தனர். மார்செலின் பதினெட்டாவது பிறந்த நாளுக்குப் பின் பிரிந்து விடலாமென்ற ஒப்பந்தத்தை ஓரம்கட்டிவிட்டு, ஒருவர் மேல் இன்னொருவருக்கிருந்த பாசப்பிணைப்பினால் இன்னும் சிறிது காலம் திருமண வாழ்விலிருக்க முடிவுசெய்து, இனி பிரியவே வேண்டாம் என்ற உறுதி ஏற்படும் என்ற நம்பிக்கையில் இருந்தனர்.

கோசெட் இறந்தபின் கார்மே ஹோர்தி மோலினேவின் வீட்டிற்குப் போய்விட்டாள். அதனால் இருவரும் தனியாகவே தங்கள் வீட்டில் வாழ்ந்தார்கள். பல ஆண்டுகளாக ஒன்றாக இருந்ததால், இருவரின் ரசனையும் பொழுதுபோக்கும் ஒரே மாதிரியாக மாறியிருந்தன, ஆனால் அவர்களின் குணம் மாறவில்லை. அவர்களுக்கிடையே வாக்குவாதம் வருவதற்குச் சில காரணங்களே இருந்தன; சண்டையிட எந்தக் காரணமும் இருக்கவில்லை. அவர்கள் அடிப்படை நம்பிக்கைகளில் ஒத்துப் போனார்கள். பணப் பிரச்சினையோ உணர்வுச் சிக்கல்களோ இல்லாத முதிர்ந்த ஆண்டுகளின் அமைதியான வாழ்க்கையை அனுபவிப்பதற்கு முன்னர் இருவரும் வாழ்வில் பல ஏற்றத் தாழ்வுகளைக் கடந்து ஒன்றாக வளர்ந்தவர்கள். அவர்கள் தன்னந்தனியாக இருக்கும்போது உணர்ந்த மகிழ்ச்சியையும் தன்னுணர்வற்ற இருத்தலையும் தங்களின் வாழ்க்கைத்துணை யின் முன்னிலையிலும் உணர்ந்தனர். அவர்களுக்கிடையே நல்ல புரிதல் இருந்தது. காதல் செய்வது அவர்கள் இருவரையும் திருப்திப்படுத்திய ஒரு எளிதான நடனம். அந்த நடன அசைவுகளை அவ்வப்போது மாற்றினார்கள். இல்லை யென்றால் அவள் சலிப்படைந்திருப்பாள். விக்டருக்கும் அது தெரியும். இசைப் பள்ளியின் கடுமையான பேராசிரியையாக வும் மேடையில் நேர்த்தியாகவும் நிதானமாகவும் இருக்கத் தெரிந்தவளும் படுக்கையில் நிர்வாணமாக இருப்பவளும் வேறு வேறு பெண்கள்.

மார்செல், மைனிங் இன்ஜினியரிங் படித்துவிட்டு, செப்புத் தொழிலில் அரசுப் பணியாளனாக வேலைபார்த்துக்கொண்டு இரண்டு நண்பர்களுடன் ஒரு குடியிருப்பில் வசித்தான். மரபணு வழியாகத் தனது தாயின், தாத்தாவின் இசைத் திறமையில் ஒரு துளி கூட அவன் பெறவில்லை; அவனது தந்தையின் கடுமையான சுபாவமோ, விக்டரைப் போல மருத்துவத்தில் ஆர்வமோ இல்லை; எண்பத்தொரு வயதில் பள்ளி ஆசிரியையாக இருந்த அவனது பாட்டி கார்மேயைப் போல கற்பிப்பதிலும் விருப்பம் இல்லை. “நீ மிகவும் விசித்திரமானவன், மார்செல்! உனக்கு ஏன் கற்கள் மீது ஆர்வம்?” என கார்மே, அவன் தேர்ந்தெடுத்த தொழிலை அறிந்ததும் கேட்டாள்.

“ஏனென்றால், கற்கள் கருத்துத் தெரிவிக்காது, பதிலளிக்காது” என பதிலளித்தான்.

ஓஃபெலியாவுடனான காதல் தோல்வியடைந்ததிலிருந்து, விக்டரின் மனதின் ஓரத்தில் அமைதியான ஆத்திரம் பல

வருடங்கள் இரகசியமாக நீடித்தது. தான் சுதந்திரமாக இல்லை, மனைவியும் குழந்தையும் தன் பொறுப்பு எனத் தெரிந்திருந்தும் அந்தக் கன்னிப் பெண்ணைக் காதலித்து, இதயமற்ற ஆணாக நடந்துகொண்டதற்கான நியாயமான பரிகாரமாக அந்தக் கோபத்தை ஏற்றுக்கொண்டான். அது பல வருடங்களுக்கு முன்பு நடந்தேறிய விஷயம். ஆனால் அன்றிலிருந்து அந்தக் காதல் விட்டுச் சென்ற ஏக்கத்தையும் நாளடைவில் அனுபவித்த கசப்பான நினைவுகளோடு மூளையின் சாம்பல் பகுதியில் மறைத்து வைத்தான். இந்த மனஉளைச்சலில் ஏதோ ஒரு பாடம் இருப்பதாக நம்பினாலும் பாடத்தின் ஆழமான அர்த்தம் அவனுக்குப் புரிபடவில்லை. வேலைப் பளு காரணமாக ஒஃபெலியாவின் காதலுக்குப் பின் அவன் பல ஆண்டுகளுக்கு வேறெந்தப் பெண்ணைப் பற்றியும் யோசிக்கவில்லை. இணக்கமான செவிலியருடன் அவ்வப்போது ரகசியமாக, அவசரமாகக் கலவி கொண்டதைக் கணக்கில் எடுத்துக்கொள்ள முடியாது; அது மருத்துவமனையில் இரண்டு நாள் ஷிப்ட்டின் இடைவெளியற்ற பணியின்போது அரிதாகவே நடந்தது. அப்படி வந்துபோன உறவுகளில் கடந்த காலமோ எதிர்காலமோ இல்லை, அவை சிக்கலாக மாற வாய்ப்பில்லை, சில மணிநேரங்களில் மறந்துவிடும் உறவு. ரோஸர் மீதான பாசம் மட்டுமே அவனது வாழ்வில் திடமான நங்கூரமாக இருந்தது.

1942ஆம் ஆண்டு, ஒஃபெலியா எழுதிய கடைசி கடிதம் வந்த சிறிது நேரத்தில், விக்டர் அவளை மீண்டும் வெல்ல வேண்டும் என்ற கற்பனையில் தானே தனது காயப்பட்ட இதயத்தில் உப்பைத் தேய்ப்பதற்குச் சமமான மனநிலையில் இருந்தபோது, வலியிலிருந்து அவன் வெளி வருவதற்கு அதிர்ச்சியான சிகிச்சை தேவை என ரோஸர் எண்ணினாள். ஒருநாள் இரவு, முன்னறிவிப்பின்றி, முன்பு ஒருநாள் கிய்யேமைத் தேடிப் போனதைப் போல விக்டரிடம் சென்றாள். அவள் கிய்யேமை நாடிச்சென்றதன் சிறந்த பலனாக மார்செல் பிறந்தான். அன்று இரவு அவள் விக்டரை ஆச்சரியப்படுத்தத் திட்டமிட்டாள், ஆனால் அவன் தனக்காகக் காத்திருப்பதைக் கண்டாள். தன் அறையின் வாசலில் அரை நிர்வாணமாக, கூந்தல் பறக்க நின்றவளைப் பார்த்துத் திடுக்கிடாமல், அவளுக்கு இடம் கொடுக்கப் படுக்கையில் நகர்ந்து, ஒரு கணவனின் இயல்பான தன்மையுடன் அவளைத் தன் கைகளில் ஏந்திக்கொண்டான். இருவரும் வினிபெக்கின் லைஃப் படகுக்கு வெளியே மற்ற ஜோடிகள் காத்திருந்த காலத்திலிருந்து இந்த நொடியை எதிர்பார்த்திருந்தார்கள். அன்றிரவு இருவரின் மனமும் கிய்யேமையோ ஒஃபெலியாவையோ தேடவில்லை. அதற்குப் பின் சிறிது சிறிதாக கிய்யேமின் நினைவு இருவரின்

இதயங்களிலும் ஒரு மூலைக்குச் சென்றது. அன்று முதல் ஒரே படுக்கையில் உறங்கினார்கள்.

ரோஸரை உளவு பார்ப்பதையும் தனது சந்தேகங்களை அவளிடம் கேட்பதையும் விக்டரின் இறுமாப்பு தடுத்தது. ஆனால் மனதில் இருந்த வலி தொடர்ச்சியான வயிற்று வலியாக மாறியதை அவன் தனது சந்தேகங்களுடன் தொடர்பு படுத்தவில்லை, வயிற்றுப்புண் என நினைத்தான். நோயறிதலை உறுதிப்படுத்த அவன் எதுவும் செய்யவில்லை. ஆபத்தான அளவில் அமில நீக்கி மருந்தைக் குடித்தான். ஓஃபெலியாவின் மீது தான் கொண்டிருந்தது வெறித்தனமான ஆர்வம் என்பதைக் கண்டுப்பிடிப்பதற்கு அவனுக்கு ஒரு வருடம் ஆனது. ஆனால் ரோஸர் மேலிருந்த காதல் மிகவும் வித்தியாசமானது. பொறாமையிலிருந்து தனது மனதைத் திசைதிருப்பி, தனது மருத்துவமனை நோயாளிகளின் நோய்களிலும், படிப்பிலும் தஞ்சம் அடைந்தான். மனித இதயத்தை வெற்றிகரமாக மாற்ற அறுவை சிகிச்சை செய்வதற்கான சாத்தியக்கூறுகளும் வதந்திகளும் பரவும் அளவுக்கு மருத்துவத்தின் முன்னேற்றம் அற்புதமானதாக இருந்தது. இரண்டு ஆண்டுகளுக்கு முன்பு, மிசிசிப்பியில் ஒரு சிம்பன்சியின் இதயத்தை இறக்கும் தறுவாயில் இருந்த மனிதனுக்கு அறுவை சிகிச்சை மூலம் மாற்றி வைத்தார்கள்; நோயாளி தொண்ணூறு நிமிடங்கள் மட்டுமே வாழ்ந்தான். ஆனால் அந்தப் பரிசோதனை மருத்துவ அறிவியலின் சாத்தியங்களைப் புதிய நிலைக்கு உயர்த்தியது. விக்டர், ஆயிரக்கணக்கான பிற மருத்துவர்களைப் போலவே, மனித உறுப்பு தானத்தில் மீண்டும் சாதனை செய்ய ஆசைப் பட்டான். லாசரஸின் இதயத்தைத் தன் விரல்களால் தொட்ட நாளிலிருந்து அந்த அற்புதமான உறுப்பின் வசீகரம் வாழ்நாள் முழுவதும் அவனை ஆட்கொண்டிருந்தது.

வேலைக்கும் படிப்புக்கும் நடுவே தனது ஆற்றலை அதிகரித்துக்கொள்ள உழைத்துக்கொண்டிருந்த வேளையில், விக்டரின் மனச்சோர்வு மற்றவர்களுக்குப் புலப்பட ஆரம்பித்தது.

"ஏன் ஒரு மாதிரியாக இருக்கிறாய், விக்டர்?" ஹோர்தி மோலினே வீட்டில் குடும்பத்துடன் ஞாயிற்றுக்கிழமை மதிய உணவு உண்ணும்போது கார்மே அவனிடம் கேட்டாள்.

கேடலான் மொழியில் பேசிய அவர்கள், மார்செல் அங்கே இருந்ததால் ஸ்பானிஷ் மொழிக்கு மாறினார்கள். இருபத்தேழு வயதான கார்மேவின் பேரன் தனது தாய்மொழியைப் பேச மறுத்துவிட்டான்.

"அவியா சொல்வது சரிதான் அப்பா. உன்னைப் பார்த்தால் சிரிப்பு வருகிறது. உனக்கு என்ன ஆச்சு?"

“நான் உன் அம்மாவை மிஸ் செய்கிறேன்” என்று விக்டர் தூண்டுதலின் பேரில் பதிலளித்தான். தனது பதில் அவனுக்கே வியப்பாக இருந்தது. ரோஸர் வெனிசுலாவில் மற்றொரு இசை நிகழ்ச்சிக்காகப் போயிருந்தாள். விக்டருக்கு அவள் அடிக்கடி அந்நாட்டிற்குப் போவதுபோல் தோன்றியது. தான் சொன்ன பதிலை நினைத்துக்கொண்டே இருந்தான். தனக்கு அவள் தேவையென வெளிப்படுத்தும் தருணம்வரை, அவளை எவ்வளவு நேசித்தோம் என்பதை அவன் முழுமையாக உணர வில்லை. எல்லாவற்றையும் வெளிப்படையாகப் பேசிய அவர்கள், நாணமா அடக்கமா என தெரியாத கலந்துகட்டிய உணர்வால் அன்பை வார்த்தைகளில் வெளிப்படுத்தியதில்லை; உணர்வுகளைப் பறைசாற்ற வேண்டிய அவசியம் என்ன, வெளிப்படுத்தினால் தான் பாசம் என்று புரியுமா? அவர்கள் ஒன்றாக இருப்பதே அவர்கள் ஒருவரையொருவர் நேசித்ததால் தானே? அந்த எளிய உண்மையை ஏன் இன்னும் குழப்ப வேண்டும்?

ஓரிரு நாட்களுக்குப் பிறகு, ரோஸரிடம் தன் காதலை அறிவிக்கும் முனைப்போடு, பல ஆண்டுகளுக்கு முன்பு அவளுக்குக் கொடுக்க வேண்டிய வைர மோதிரத்தைக் கொடுத்து ஆச்சரியப்படுத்த வேண்டும் என விக்டர் நினைக்கையில், அவள் முன்னறிவிப்பின்றி சாண்டியாகோவுக்குத் திரும்பினாள். விக்டரின் திட்டங்கள் காலவரையின்றி ஒத்திவைக்கப் பட்டன. முழுமையான திருப்தியுடன் அவள் புதிதாக மலர்ந்த ரோஜாவாகத் திரும்பி வந்தது அவளது கணவனுக்குப் பல சந்தேகங்களைத் தூண்டியது. தனது ஆளுமைக்கு முற்றிலும் பொருத்தமற்ற, சமையலறை மேஜைத் துணி போன்ற சிவப்பு கருப்பு நிறக் கட்டம் போட்ட மினிஸ்கர்ட் அணிந்திருந்தாள்.

“உன் வயதுக்குப் பொருத்தமில்லாத குட்டையான ஸ்கர்ட் இது எனத் தோன்றவில்லையா?” என்று அவளிடம் கேட்டான் விக்டர்.

“எனக்கு நாற்பத்தெட்டு வயதாகிறது. ஆனால் இருபது வயது போல் உணர்கிறேன்” என அவள் சிரித்தபடி பதிலளித்தாள்.

சமகால ஃபேஷனில் குட்டை ஸ்கர்ட் போன்ற உடைகளை அவள் அதுவரை அணிந்ததில்லை, தனது பாணியிலேயே உடையணிந்தாள். விக்டரின் குதர்க்கமான கேள்விக்கு அவள் கோபப்படாமல் சிரித்தபடி பதிலளித்தாள். தனது சந்தேகத்தைத் தீர்க்கும் வகையில் வேறேதாவது கேட்டு, அதை அவள் உறுதிப் படுத்தினால், அது இன்னும் வலி மிகுந்ததாக இருக்கும் என்று நினைத்த விக்டர், மேற்கொண்டு ஒன்றும் கேட்கவில்லை.

பல ஆண்டுகளுக்குப் பிறகு, ரோஸரின் காதலன் யாராக இருந்தாலும் அது ஒரு பொருட்டல்ல என்றான பின், அது தன் முன்னாள் நண்பன் எய்டர் இபார்ரா என விக்டர் அறிந்தான். அவள் வெனிசுலாவுக்குச் செல்லும்போது மட்டுமே அவர்கள் சந்தித்தார்கள் எனவும், மீதமுள்ள நேரத்தில் அவர்கள் எந்த விதத்திலும் தொடர்புகொள்ளவில்லை எனவும், அவர்களின் மகிழ்ச்சியான உறவு ஏழு ஆண்டுகள் நீடித்தது எனவும் அறிந்தான். இந்த உறவு ஆதிகாலத்து இசை ஆர்கெஸ்ட்ராவின் முதல் கச்சேரிக்கு அவள் வெனிசுலாவிற்குச் சென்றபோது தொடங்கியது. அந்த இசை நிகழ்ச்சி கராகாஸின் கலாச்சார நிகழ்வுகளில் பிரதானமான கான்செர்ட்டாகும். ரோஸர் ப்ருகுவேராவின் பெயரைப் பத்திரிகைகளில் பார்த்த எய்டர், அவளுக்கும் வெளியேற்றத்தின்போது தன்னுடன் பிரனீஸைக் கடந்த கர்ப்பிணிப் பெண்ணுக்கும் தற்செயலாக ஒரே பெயர் என நினைத்தான். ஆனாலும் தனது சந்தேகத்தைத் தீர்த்துக் கொள்ள டிக்கெட் வாங்கினான். மிதக்கும் கால்டர் பேனல்களுடனும் உலகின் சிறந்த ஒலியமைப்புடனும் மத்தியப் பல்கலைக்கழகத்தின் பிரதான மண்டபத்தில் இசை நிகழ்ச்சி நடந்தது. பெரிய மேடையில், பார்வையாளர்கள் இதுவரை பார்த்திராத சில அழகான கருவிகளை வாசிக்கும் இசைக்கலைஞர்களை இயக்கும் ரோஸர் மிகவும் சிறியதாகத் தெரிந்தாள். தொலைநோக்கியால் எய்டர் அவளைப் பார்க்கும் போது அவளின் முதுகும் இளமைக் காலத்திலிருந்தே அவள் அணிந்த கொண்டையும் மட்டுமே அவனால் அடையாளம் காண முடிந்தது. அவள் கான்செர்ட்டு முடிந்ததும் கைதட்டலுக்கு நன்றி சொல்லத் திரும்பியபோது, தான் பிரான்ஸ் எல்லையில் விட்டுச்சென்றவள் அவள்தான் என உறுதியானது. ஆனால் எய்டர் அவளது டிரஸ்ஸிங் ரூமிற்கு வந்தபோது அவளால் அடையாளம் காண முடியவில்லை. அவள் தனது வாழ்க்கைக்குக் கடன்பட்ட துறுதுறுவென்றிருந்த, ஒல்லியான, கேலி செய்யும் இளைஞனுக்குப் பதிலாக மெதுவான அசைவுகளுடன், பல கிலோ எடையுடன், தலையில் கொஞ்சமாக எஞ்சியிருந்த முடியும், அடர்ந்த மீசையும் வைத்திருந்த, ஒரு வளமான தொழிலதிபராக எய்டர் மாறியிருந்தான். ஆனால் கண்களில் தென்பட்ட தீப்பொறி அவனது இளமையை நினைவுக்குக் கொண்டுவந்தது. எய்டர் அழகு ராணி பட்டத்தை வென்ற ஒரு அற்புதமான பெண்ணை மணந்திருந்தான், அவர்களுக்கு நான்கு குழந்தைகளும் பல பேரக்குழந்தைகளும் இருந்தனர். நிறைய செல்வம் ஈட்டியிருந்தான். பாக்கெட்டில் பதினைந்து டாலர்களுடன் வெனிசுலாவுக்கு வந்தபோது அவனது

உறவினர்கள் வரவேற்று ஆதரவளித்தனர். வாகனங்களைப் பழுதுபார்க்கும் வேலையில் மூழ்கி வாழ்க்கையில் வெற்றி கண்டான்.

எய்டர் ஒரு இயந்திர கேரேஜை நிறுவி, விரைவில் பல நகரங்களில் கிளைகளை உருவாக்கினான். அதிலிருந்து விண்டேஜ் கார்களின் வணிகத்தில் இறங்கியது அடுத்த படி. தொழில்முனைவோரும் தொலைநோக்குப் பார்வை கொண்டவனுமான எய்டர் போன்றவர்களுக்கு வெனிசுலா சரியான நாடாக இருந்தது. "இங்கே வாய்ப்புகள் மரங்களில் காய்க்கின்றன, மாம்பழங்களைப் போல" என ரோஸரிடம் கூறினான்.

அவர்களின் ஏழு வருட உறவு உணர்வுப்பூர்வமாகவும் வெளிக்காட்டுவதில் சிக்கலற்றதாகவும் இருந்தது. அவர்கள் ஒரு நாள் முழுவதும் ஹோட்டல் அறைக்குள் வாலிபர்களைப் போலக் காதல் செய்து, சிரித்து, வெள்ளை ரைன் ஒயின் பாட்டிலுடன், ரொட்டியும் சீஸும் உண்டு, தங்கள் வேறுபட்ட வாழ்க்கையில் மிளிர்ந்த தனித்துவமான, அறிவார்ந்த நாட்டத்தையும், முடிவில்லாத ஆசையையும் கண்டு வியந்தனர். அவர்கள் அதற்கு முன்பு இப்படி ஒரு உறவில் திளைத்ததில்லை, அதற்குப் பிறகும் அவர்களால் அப்படி உணர முடியாது. அவர்களின் மகிழ்ச்சியான திருமணத்தைத் தொடாத ஒரு ரகசிய இடத்தில் தங்கள் காதலை அவர்களால் ஒளித்துவைத்திருக்க முடிந்தது. ரோஸர் விக்டரை நேசித்ததுபோலவே எய்டரும் தனது அழகான மனைவியை நேசித்தான், மதித்தான். அவர்களுக்கிடையே ஏற்பட்ட காதல் முதலில் ஆச்சரியமாக இருந்தது. அதைப்பற்றி என்ன செய்வது என்று தெரியாத வேளையில், அந்த மிகப்பெரிய ஈர்ப்பு எதிர்காலத்தில் நீடிக்க ஒரே வழி அதை ரகசியமாக ஒரு எல்லைக்குள், ஒரு கட்டுக்குள் வைப்பது மட்டுமே. தங்கள் வாழ்க்கையைத் தலைகீழாக மாற்றவோ, தங்களின் குடும்பங்களுக்குத் தீங்கு விளைவிக்கவோ அனுமதிக்கப் போவதில்லை என அவர்கள் முடிவுசெய்தனர். அதற்கிணங்க அவர்கள் ஏழு ஆண்டுகளில் ஒரு போதும் தங்கள் முடிவிலிருந்து விலகாமல் இருந்தனர். எய்டருக்குப் பக்கவாதம் ஏற்பட்டு நகர முடியாத நிலையில் அவனது மனைவியின் முழு கவனிப்பின் அவசியம் இல்லாமல் இருந்திருந்தால் அவர்கள் இன்னும் பல ஆண்டுகள் ஒன்றாக இருந்திருப்பார்கள். ஆனால் ரோஸர் சொல்லும்வரை விக்டருக்கு இவை எதுவும் தெரியாது.

விக்டர் தல்மாவ் பாப்லோ நெரூடாவைத் தொலைதூரத்தி லிருந்து பொது நிகழ்வுகளிலும், சில நேரங்களில் செனட்டர் சால்வதோர் அயேந்தேவின் வீட்டில், அவருடன் செஸ் விளையாடும்போதும் அடிக்கடி பார்த்தான். இஸ்லா நெக்ராவில் இருந்த நெரூடாவின் வீட்டில் நடந்த கூட்டங்களுக்கு விக்டரைக் கவிஞர் அழைத்தார். தரையிறங்கிய கப்பலின் வடிவில் இயற்கையான பொருட்களால் கட்டப்பட்ட நெரூடாவின் வீடு வழக்கத்திற்கு மாறான கட்டிடக்கலையுடன், கடலுக்குள்ளே நுழையும் நில முனைக்கோடியில் அமைந்திருந்தது. உத்வேகத்தைத் தந்து எழுதுவதற்கு ஏற்ற இடமாக இருந்தது. “சிலியக் கடல், பிரம்மாண்டமான கடல், பொறுமையில் தேர்ந்த கடலோர மீனவர்களின் படகுகள் காத்திருக்கின்றன, கருப்பு – வெள்ளை நுரை கோபுரங்களுடன், கொந்தளிக்கும், இயற்கையான, எல்லையற்ற கடல்.” அங்கு அவர் தனது மூன்றாவது மனைவியான மடில்டுடன் வாழ்ந்தார். பழைய பொருட்களுக்கான சந்தையில் வாங்கிய தூசி படிந்த பாட்டில்கள்முதல் மூழ்கிய கப்பல்களிலிருந்து தேடியெடுத்த உருவங்கள்வரை அவரது சேகரிப்பில் ஏராளமான பொருட்கள் இருந்தன. பல பிரமுகர்கள் அவரின் வித்தியாசமான வீட்டிற்கு அவரை வாழ்த்தவும் தங்களின் நிகழ்ச்சிகளுக்கு அழைப்புகள் விடுக்கவும் வந்தனர். உள்ளூர் அரசியல்வாதிகள், அறிவுஜீவிகள், பத்திரிகையாளர்கள், முக்கியமாக அவரின் நண்பர்களாக மாறியிருந்த வின்னிபெக்கில் வந்திறங்கிய அகதிகள் பலரும் கவிஞரைப் பார்க்க அங்கே வந்தனர்.

பல மொழிகளில் மொழிபெயர்க்கப்பட்ட பிரபல கவிஞர் அவர்; அவருடைய கவிதைகளில் மந்திர சக்தி இருப்பதை அவரை வெறுத்த எதிரிகள்கூட மறுக்க மாட்டார்கள். போகமான நல்வாழ்விற்கு ஆசைப்பட்ட நெரூடா, நிறுத்தாமல் எழுதுவதற்கு அவகாசமும், தனது நண்பர்களுக்காகச் சமைக்கவும், தனியாக இருக்கவும் மட்டுமே விரும்பினார். ஆனால் இஸ்லா நெக்ராவில் அந்த உயர்ந்த பாறையில்கூட அது சாத்தியமாகவில்லை; துன்பப்படும் மக்களின் ஒருமித்த குரல் என்பதை நினைவுபடுத்தும் வகையில் அவரைப் பார்க்க எல்லா விதமான மக்களும் அவரது கதவைத் தட்டினார்கள். ஒரு நாள் அவரது தோழர்கள் அவரின் வீட்டிற்கு வந்து, தங்களின் பிரதிநிதியாக அவர் ஜனாதிபதி தேர்தலில் கலந்துகொள்ள வேண்டுமென கோரிக்கை விடுத்தார்கள். இடதுசாரி வேட்பாளர் சால்வதோர் அயேந்தே இதற்கு முன் மூன்று முறை ஜனாதிபதி தேர்தலில் போட்டியிட்டுத் தோல்வியுற்றதனால், அவருக்கு ராசியில்லை எனப் பேசிக்கொண்டார்கள். எனவே கவிஞர் தனது குறிப்பேடுகளையும் பச்சை மைப் பேனாவை

ஓரமாக வைத்துவிட்டு கார், பேருந்து, இரயில் என நாடு முழுவதும் சுற்றுப்பயணம் செய்து, மக்களைச் சந்தித்து, தனது கவிதைகளை வாசித்து, தொழிலாளர்கள், விவசாயிகள், மீனவர்கள், இரயில்வே தொழிலாளர்கள், சுரங்கத் தொழிலாளர்கள், மாணவர்கள், கைவினைக் கலைஞர்கள் போன்றோரின் குரலுக்குத் தன் குரல் கொடுத்து அவர்களை மகிழ்ச்சியில் ஆழ்த்தினார். அவரது போராட்டக் கவிதைக்கு இது புதிய வீரியத்தைக் கொடுத்தாலும், அவருக்கு அரசியல் சரிவராது என்ற புரிதலையும் அளித்தது. சீக்கிரமே, சால்வதோர் அயேந்தேவின் வேட்புமனுவை ஆதரிக்கும் வகையில் அவர் தேர்தல் பிரச்சாரத்திலிருந்து விலகினார். அயேந்தே அனைத்துத் தடைகளையும் தாண்டி இடதுசாரிக் கட்சிகளின் கூட்டணியான பாப்புலர் யுனைடட் என்ற கட்சியை நிறுவி வழிநடத்தினார். நெரூடா அயேந்தேவுக்கு ஆதரவளித்தார்.

அதன் பிறகு, அயேந்தே, வடக்குமுதல் தெற்குவரை பயணித்து, மணலாலும் உப்பாலும் கருகிய கிராமங்களிலும், நிதமும் பெய்யும் மழையால் இருண்ட ஊர்களிலும், ஒவ்வொரு ரயில் நிலையத்திலும், தனது உணர்ச்சிமிக்க உரைகளைக் கேட்கக் கூடியிருந்த மக்களைக் கிளர்ச்சியூட்டினார். ரயிலில் அமெரிக்க கௌபாய் திரைப்படங்களைப் பார்த்து அயேந்தே ஆசுவாசம் கொள்ள வழியில்லை! அதனால் விக்டர் தல்மாவ் அவருடன் சதுரங்கம் விளையாடி, பணியில் ஏற்படும் பதற்றத்தைப் போக்கப் பொதுப்பணி மருத்துவராக அவருடன் சென்றான். அயேந்தே மிகவும் சுறுசுறுப்பானவர், மனஉறுதி நிறைந்தவர், தூக்கமின்மையைப் பற்றிக் கவலைப்படாதவர். அவரின் சுறுசுறுப்புக்கு ஈடுகொடுக்க முடியாமல் அவருடைய அணியில் இருந்தவர்கள் ஷிஃப்ட் முறையில் வேலை செய்ய வேண்டியிருந்தது. களைத்திருந்த வேட்பாளர் புத்துணர்ச்சி பெற செஸ் விளையாடுவார். அவரது மனதிலிருந்து கூட்டத்தின் சத்தத்தையும் அவரது சொந்தக் குரலையும் வெளியேற்ற வேண்டியிருந்தபோது, விளையாட்டு சில சமயங்களில் விடியற் காலை, அல்லது, அடுத்த நாள் இரவு வரைகூட நீடித்தது. அந்நேரங்களில் விக்டர் இரவின் பிற்பகுதியில் அயேந்தேவுக்குப் பேச்சுத்துணையாக இருந்தார். அயேந்தே மிகக் குறைவாகவே தூங்கினாலும், இங்கே பத்து நிமிடம், அங்கே பத்து நிமிடம் என எங்கு வேண்டுமானாலும் அமர்ந்து தலைசாய்த்துவிட்டு, அப்போதுதான் குளித்ததைப் போல புத்துணர்ச்சியுடன் எழுந்துவிடுவார். அயேந்தே தலைநிமிர்ந்து, துணிவுடன் முன்னோக்கி, போருக்குத் தயாராக இருப்பதுபோல் நடப்பார். கையசைவுகளால் மக்களின் கவனத்தைத் திசைத்திருப்பாமல், விரைவான சிந்தனையுடன், ஒரு நடிகனின் தேர்ந்த வளமான

குரலில் அவர் பேசிய சொற்பொழிவுகள் கேட்பவரைக் கட்டிப்போட்டுவிடும். அடிப்படை நம்பிக்கைகளில் அசைக்க முடியாதவர். தனது நீண்ட அரசியல் வாழ்க்கையில், சிலியை உள்ளங்கை நெல்லிக்கனியாகத் தெரிந்துவைத்திருந்தார். அமைதியான புரட்சியை நடத்தி சிலியை சோஷலிசப் பாதையில் அழைத்துச்செல்ல முடியும் என்ற நம்பிக்கையை அவர் என்றும் இழக்கவில்லை. கியூபப் புரட்சியால் ஈர்க்கப்பட்ட அவரது ஆதரவாளர்கள் சிலர், உண்மையான புரட்சியை உருவாக்குவதும், அமெரிக்க ஏகாதிபத்தியத்திலிருந்து தப்பிப்பதும் சாத்தியமற்ற ஒன்று, ஆயுதப் போராட்டத்தால் மட்டுமே அதை அடைய முடியும் எனக் கூறினார்கள். ஆனால் அயேந்தே, சிலியின் அரசியலமைப்பை மதித்தார், அதன் ஜனநாயகத்தின் விதிமுறைகளுக்குள் புரட்சி செய்ய வாய்ப்பிருப்பதாக நம்பினார். எதையும் கண்டித்து, விளக்கம் கேட்டு, முன்மொழிந்து, நடவடிக்கை எடுக்க அழைப்பு விடுத்தால், தொழிலாளர்கள் எழுச்சியுற்றுத் தங்கள் தலைவிதியைத் தங்கள் கையில் எடுப்பார்கள் என்று கடைசி வரை நம்பினார். எதிரிகளின் சக்தியையும் அவர் நன்கு அறிந்திருந்தார். தனது பொதுவாழ்வில் சற்றே திமிர்பிடித்த கண்ணியத்துடன் தன்னை நடத்திச் சென்றார். அதை அவரது எதிரிகள் ஆணவம் எனக் குற்றம் சாட்டினர். ஆனால் தனிப் பட்ட முறையில் அவர் எளிமையாகவும் நகைச்சுவையாகவும் பழகினார். தனது வார்த்தைக்கு உண்மையாக இருந்தார்; அவர் துரோகத்தைக் கற்பனை செய்துகூடப் பார்த்ததில்லை. இறுதியில் அவர் உயிரிழந்தது துரோகத்தால்தான்.

முன்னெச்சரிக்கை இன்றி வெடித்த ஸ்பானிஷ் உள்நாட்டுப் போர் இளம் விக்டர் தல்மாவை ஆச்சரியப் படுத்தியது; குடியரசுக் கட்சியில் அவன் போராடினான், பணிபுரிந்தான், அதற்காக நாடுகடத்தப்பட்டான், அதை எதிர்த்துக் குரல் கொடுக்காமல் தான் ஆதரித்த கட்சியின் சித்தாந்தத்தை ஏற்றுக்கொண்டான். வின்னிபெக் அகதிகள் அரசியலில் ஈடுபடுவதைத் தவிர்க்க வேண்டும் என வாக்கு கொடுத்ததால் சிலிக்குக் குடியேறிய பின் அவன் எந்தக் கட்சியிலும் செயல்படவில்லை. ஆனால் சால்வதோர் அயேந்தேவுடனான அவனது நட்பு, உள்நாட்டுப் போர் அவன் உணர்வுகளை அறுதிசெய்த அதே தெளிவுடன் அவன் யோசனைகளையும் அறுதியிட்டது. விக்டர், அரசியல் சூழலில் அயேந்தேவின் நல்ல பண்புகளை மதித்தான். அயேந்தேயின் தனிப்பட்ட வாழ்வில் அதே அளவு மரியாதை இல்லாவிட்டாலும், விக்டருக்கு அவர் மேலிருந்த மதிப்பு மொத்தத்தில் குறையவில்லை. அயேந்தேவின் முதலாளித்துவப்

பழக்கவழக்கங்கள், அவர் அணிந்த உயர்ரக ஆடைகள், மற்ற அரசாங்கங்கள் அளித்த அன்பளிப்புகள், லத்தீன் அமெரிக்காவில் இருந்த ஒவ்வொரு முக்கியமான கலைஞரும் அவருக்குத் தன்னிச்சையாக அளித்த தனித்துவமான பரிசுகள், பொதுவாழ்வில் நேர்த்தியாக வளையவந்த விதம், ஆகியவற்றை அவரது கொள்கையான சோஷலிசத்துடன் ஒப்பிட்டால், அவரது கொள்கைக்கும் வாழ்க்கைமுறைக்கும் இடையே பல முரண்கள் இருந்ததாகத் தோன்றியது; ஓவியங்கள், சிற்பங்கள், அசல் கையெழுத்துப் பிரதிகள், கொலம்பிய காலத்திற்கு முன் செய்த கலைப்பொருட்கள், இவை அனைத்தும் அவரது வாழ்க்கையின் கடைசி நாளன்று நடந்த கொள்ளையில் மறைந்துவிடும். முகஸ்துதிக்கும் அழகான பெண்களுக்கும் மயங்கக்கூடியவராக இருந்தார்; கூட்டத்தில் எங்கிருந்தாலும் அவர்களைக் கண்டுபிடித்து, ஒரே பார்வையால் தனது ஆளுமையாலும் அதிகாரத்தாலும் ஈர்த்தார். இந்தப் பலவீனங்களைக் கவலையுடன் பார்த்த விக்டர், ரோஸரிடம் ஒரே ஒருமுறை கருத்து தெரிவித்தான். “அதிகமாக எதிர்பார்க்கிறாய், விக்டர்! அயேந்தே காந்தி அல்ல” என்று அவள் பதிலளித்தாள். அவர்கள் இருவரும் அவர் வெற்றிபெறுவார் என்ற நம்பிக்கையின்றி அவருக்கு வாக்களித்தனர். அயேந்தேவுக்கும் தான் வெற்றிபெறுவது சந்தேகமாகவே இருந்தது, ஆனால் செப்டம்பரில் அவர் மற்ற வேட்பாளர்களைவிட அதிக வாக்குகளைப் பெற்றார். அறுதிப் பெரும்பான்மை இல்லாத நிலையில், அதிக வாக்குகள் பெற்ற இரு வேட்பாளர்களுக்கிடையே காங்கிரஸ் ஒரு வெற்றியாளரை முடிவு செய்ய வேண்டியிருந்தது. இப்படி மரபுகளை மீறிய அரசியல் நிலையில் இருந்த சிலியின் மீது உலகத்தின் கண்கள் நிலைத்திருந்தன.

ஜனநாயகத்தில் கற்பனாவாத சோஷலிசப் புரட்சியின் ஆதரவாளர்கள் காங்கிரஸின் முடிவுக்காகக் காத்திருக்க வில்லை: நீண்டகாலமாக எதிர்பார்த்த வெற்றியைக் கொண்டாட வீதிகளில் இறங்கினர். முழுக் குடும்பங்களும், தாத்தா, பாட்டி முதல் பேரக்குழந்தைகள்வரை, சர்ச்சுக்கு அணியும் ஆடையை அணிந்து, யார் வெற்றிபெறுவார்கள் என்ற குழப்பமே யில்லாமல், பாட்டுப்பாடிப் பரவசத்துடனும் ஆச்சரியத்துடனும் வெற்றியைக் கொண்டாட வெளியே வந்தனர். விக்டர், ரோஸர், மார்செல் மூவரும் கூட்டத்துடன் கலந்து கொடிகளை அசைத்து, ஒன்றுபட்ட மக்கள் ஒருபோதும் தோற்க மாட்டார்கள் எனப் பாடினார்கள். கார்மே, எண்பத்தைந்து வயதில் அரசியல் என்ற நிலையற்ற ஒன்றில் ஆர்வம் இல்லாததால், அவர்களுடன் போகவில்லை. ஹோர்தி, வயோதிகத்தின் இன்னல்களால்

அவதிப்பட்டதால், கார்மே வெளியே போவதைத் தவிர்த்து, அவரைக் கவனித்துக்கொள்ளும் பணியை முழுவதுமாக ஏற்றிருந்தாள். அதனால் அவள் வீட்டை விட்டு வெளியேற விரும்பவில்லை. அவர் தனது உணவகத்தை இழக்கும்வரை இளமையாக இருந்தார். அடுத்த பூகம்பத்தில் விழப்போகும் உயரமான கோபுரங்களைக் கட்டுவதற்காக வின்னிபெக் இருந்த கட்டிடத்தை இடிக்கும்வரை அது நகரத்தின் ஒரு அடையாளமாகவே இருந்தது. கார்மே சுருங்கிப்போய், இறகு உரித்த பறவையைப் போல் எலும்பும் தோலுமாக, தலையில் முடிகள் கொட்டி, உதடுகளில் நிரந்தரமாகத் தொங்கிய சிகரெட்டுடன், எப்போதும் போல் ஆரோக்கியமாக வும் சுறுசுறுப்பாகவும் இருந்தாள். அவள் சோர்வுக்கு இடம்கொடுக்காதவள், நேர்த்தியான செயலாற்றல் உடையவள், வெடுக்கென்று நடந்துகொள்வாள், வெளிப்படையாக உணர்ச்சிகளுக்கு இடம் கொடுக்க மாட்டாள். வீட்டில் எல்லா வேலைகளையும் செய்து, ஹோர்தியை ஆதரவற்ற குழந்தையைப் போலக் கவனித்துக்கொண்டிருந்தாள். ரெட் ஒயினுடனும் ஸ்பானிய செரானோ ஹாம் இறைச்சியுடனும் தேர்தல் வெற்றியின் காட்சியைத் தொலைக்காட்சியில் பார்க்க இருவரும் திட்டமிட்டனர். கொடிகளுடனும் தீப்பந்தங் களுடனும் நெடிய வரிசைகளில் மக்கள் போவதையும், அவர்களின் மகிழ்ச்சியையும் நம்பிக்கையையும் கண்டனர். “இது நான் ஏற்கெனவே ஸ்பெயினில் பார்த்து அனுபவித்த காட்சி, ஹோர்தி. 1936இல் நீங்கள் அங்கே இல்லை, ஆனால் நான் இருந்தேன். இதேதான் அங்கேயும் நடந்தது. ஸ்பெயின் அளவுக்கு மோசமாக இந்தக் கொண்டாட்டம் முடிவடையாது என நம்புவோம்” என்று கார்மே கூறினாள்.

நள்ளிரவுக்குப் பிறகு தெருக்களில் கூட்டம் குறையத் தொடங்கியபோது தல்மாவ் குடும்பம் வழியில் ஃபெலிபே தெல் சோலாரைச் சந்தித்தனர். ஃபெலிபே எப்போதும்போல ஒட்டக முடி கோட்டும் மெல்லிய தோலாலான கருப்பு நிறத் தொப்பியும் அணிந்திருந்தான். அவர்கள் நெருங்கிய நண்பர்கள் என்பதால் கட்டிப்பிடித்துப் பேச ஆரம்பித்தார்கள். விக்டர் வியர்வையில் நனைந்திருந்தான். கத்திப் பாடியதால் தொண்டை கரகரவென்றிருந்தது. ஃபெலிபே லாவெண்டர் வாசனையுடன் அப்பழுக்கற்ற உடையணிந்து, இருபது ஆண்டுகளாகப் பழக்கிக் கொண்ட நேர்த்தியான அலட்சியத்துடன் தோற்றமளித்தான். வருடத்திற்கு இருமுறை துணியெடுக்க லண்டனுக்குச் சென்று வந்ததால் பிரிட்டிஷ் நாட்டவரின் ஆர்வமற்ற தன்மை

அவனுக்கு நன்றாகத் தொற்றிக்கொண்டது. ஃபெலிபேவுக்கு அது பொருத்தமாகவும் இருந்தது. அவனுடன் ஹுவானா இருந்தாள். மார்சலைப் பார்க்க டிராமில் வந்த தூரத்து நாட்களில் எப்படி இருந்தாளோ அதே போலவே இருந்ததால், தல்மாவ் குடும்பத்தினர் அவளை உடனடியாக அடையாளம் கண்டுகொண்டனர்.

"நீங்களும் அயேந்தேவுக்கு வாக்களித்தீர்கள் என்று சொல்லாதீர்கள்!" ரோஸர் ஃபெலிபேவையும் ஹுவானாவையும் கட்டிப்பிடித்தாள்.

"இல்லை, ரோஸர், நான் கிறிஸ்தவ ஜனநாயகத்திற்கு வாக்களித்தேன், ஜனநாயகத்தின் மீதும் நம்பிக்கையில்லை, கிறிஸ்தவத்தின் நற்பண்புகளிலும் எனக்கு நம்பிக்கை இல்லை. ஆனால் என் தந்தையின் வேட்பாளருக்கு வாக்களித்து அவரைத் திருப்திப்படுத்த என்னால் முடியாது. நான் மன்னராட்சியை விரும்புபவன்."

"முடியாட்சியா? என்ன ஆயிற்று, உனக்கு? உன் குடும்பத்தில் நீ ஒருவன்தான் முற்போக்கான சிந்தனையுடன் இருந்தாய்" விக்டர் சிரித்தான்.

"இளமையின் முட்டாள்தனம். நாகரீகமான இங்கிலாந்தைப் போல சிலியில் நமக்குத் தேவை ஒரு ராஜா அல்லது ஒரு ராணி" என்று ஃபெலிபே, தான் எப்போதும் ஸ்டைலாக வாயில் வைத்திருக்கும் பைப்பைக் கடித்தபடி சொன்னான்.

"அப்படியென்றால், நீங்கள் இருவரும் தெருவில் என்ன செய்கிறீர்கள் ?"

"நாங்கள் மக்களின் துடிப்பைப் பார்க்க வந்தோம். லா ஹுவானா முதல்முறையாக வாக்களித்துள்ளாள். இருபது வருடங்களாகப் பெண்களுக்கு வாக்களிக்கும் உரிமை இருந்தும் இப்போதுதான் தன் உரிமைக்காக வாக்களிக்கும் உரிமையைப் பயன்படுத்துகிறாள். அவள் தொழிலாளி வர்க்கத்தைச் சேர்ந்தவள் என்றால் நம்ப மாட்டேனென்கிறாள்."

"நான் உன் அப்பா சொன்ன கட்சிக்கு வாக்களித்தேன், ஃபெலிபே தம்பி. டான் இசிட்ரோ சொல்வதுபோல், கும்பலின் இப்படிப்பட்ட எழுச்சியை நாம் முன்பே பார்த்திருக்கிறோம்."

"எப்பொழுது?" ரோஸர் அவளிடம் கேட்டாள்.

"பெத்ரோ அகிர்ரே செர்தாவின் அரசாங்கத்தைக் குறிப்பிடுகிறாள்," என ஃபெலிபே கூறினான்.

"அந்த ஜனாதிபதியின் யோசனையால்தான் நாங்கள் இங்கே இருக்கிறோம் ஹுவானா. அவர் வின்னிபெக் கப்பலில் அகதிகளை அழைத்துவந்தது நினைவிருக்கிறதா?" என்று விக்டர் அவளிடம் கேட்டான்.

"எனக்குக் கிட்டத்தட்ட எண்பது வயது ஆகிறது. ஆனால் மறதி இன்னும் பீடிக்கவில்லை, இளைஞனே."

மார் தெல் பிளாட்டா தெருவில் மார்க்சிஸ்ட் மக்கள் மேல்தட்டுப் பகுதிகளில் பெருங்கும்பலாக வந்து அயேந்தேயின் வெற்றியைக் கொண்டாடிக் களேபரம் செய்வார்கள் என்ற பயத்தில் தனது குடும்பம் சாலையில் தடைகளை வைத்திருந்ததாக ஃபெலிபே கூறினான். அவர்களே உருவாக்கிய பயங்கரவாதப் பிரச்சாரத்தை அவர்கள் முழுமையாக நம்பினார்கள். இசிட்ரோ தெல் சோலார் பழமைவாதிகளின் வெற்றியில் மிகவும் உறுதியாக இருந்தான். அதனால் தனது நண்பர்களுடனும் மதவாதிகளுடன் கொண்டாட ஒரு விருந்தைத் திட்டமிட்டான். சமையல்காரர்களும் பணியாளர்களும் இன்னும் வீட்டில்தான் இருந்தார்கள். தேர்தல் நிகழ்வுகளின் போக்கைக் கடவுளின் தலையீடு மட்டுமே மாற்றும். நிலைமை மாறியதும் ஷாம்பெயினும் ஆயிஸ்டர்களையும் பரிமாறக் காத்திருந்தனர். ஹுவானா மட்டும், அரசியல் அனுதாபத்தால் அல்லாமல் தெருவில் என்ன நடக்கிறதென்ற ஆர்வத்தால் கொண்டாட்டத்தைப் பார்க்க விரும்பினாள்.

"இந்த மோசமான நாட்டிற்கு நல்ல புத்தி கிடைக்கும்வரை குடும்பத்தை பியூனஸ் அயர்ஸிற்கு அழைத்துப்போவதாக என் தந்தை அறிவித்தார். ஆனால் என் அம்மா இங்கிருந்து நகர முடியாதென்று தெளிவாகக் கூறிவிட்டாள். அவள் குழந்தையைக் கல்லறையில் தனியாகவிட விரும்பவில்லை" என்று ஃபெலிபே விளக்கம் கூறினான்.

"ஓஃபெலியா எப்படி இருக்கிறாள்?" விக்டர் அவளைக் குறிப்பிடத் துணியமாட்டானென யூகித்து ரோஸர் கேட்டாள்.

"அவள் தேர்தலின் நாடகத்திலிருந்து தப்பித்துவிட்டாள். மத்தியாஸ் ஈக்வடாரில் பொறுப்பாளராக இருக்கிறான். தொழில்முறைத் தூதர். எனவே புதிய அரசாங்கம் அவனைத் தெருவில் நிற்க விடாது. ஓவியர் குவாயாசாமின் பட்டறையில் படிக்கும் வாய்ப்பு ஓஃபெலியாவுக்குக் கிடைத்தது. அவரின் ஓவிய பாணி காட்டுத்தனமான வெளிப்பாட்டுவாதம். பிரஷ்ஷின் கோடுகள்கூட ஓவியத்தில் தெரியும். அவளது ஓவியங்கள் கண்களைக் கெடுக்கிறதென்று

வீட்டில் நினைக்கிறார்கள், ஆனால் நான் பல ஓவியங்களை வைத்திருக்கிறேன்."

"அவளது மகன்கள்?"

"அமெரிக்காவில் படிக்கிறார்கள். சிலியிலிருந்து வெகு தொலைவில் இந்த அரசியல் பேரழிவை அவர்களும் அனுபவிக்கப் போகிறார்கள்."

"ஆனால், நீ இங்கே இருப்பாயல்லவா?"

"இப்போதைக்கு இருப்பேன். இந்த சோஷலிசப் பரிசோதனை எப்படி முடிகிறதென்று பார்க்க விரும்புகிறேன்."

"அது வெற்றியில் முடியும் என முழு மனதுடன் நம்புகிறேன்" என்று ரோஸர் கூறினாள்.

"வலதுசாரிகளும் அமெரிக்கர்களும் அதை அனுமதிப் பார்கள் என நினைக்கிறாயா? ஒன்றை மட்டும் நினைவில் கொள், இந்த நாடு நாசமாகப்போகிறது" என்று ஃபெலிபே பதிலளித்தான்.

மகிழ்ச்சியின் கொண்டாட்டங்கள் அளவுமீறாமல் நடந்து முடிந்த மறுநாள், சோவியத் படைகள் நாட்டை ஆக்கிரமித்து விடும் என்ற பயத்தில் இருந்த மக்கள் தங்கள் பணத்தை எடுக்கவும் டிக்கெட்டுகளை எடுக்கவும் ஓடியபோது, ஒரு சாதாரண சனிக்கிழமை காலைபோல் சுகாதார ஊழியர்கள் தெருக்களைச் சுத்தம் செய்வதை அவர்கள் கண்டனர். கண்ணியமான சாமானியர்களை அச்சுறுத்தும் வகையில் யாரும் கையில் தடியுடன் தெருவில் நடமாடவில்லை. அவசரமாக எந்த மாற்றமும் நடந்திருக்கவில்லை. வாக்குகளால் வெல்வது ஒன்று, ஜனாதிபதியாகப் பொறுப்பெடுப்பதென்பது வேறொன்று எனக் கணக்கிட்டார்கள். நிலைமையைத் தங்களுக்குச் சாதகமாக மாற்றிக்கொள்ள காங்கிரசுக்கு இன்னும் இரண்டு மாதங்கள் இருந்தன. பதற்றம் காற்றில் தெளிவாகத் தெரிந்தது. அயேந்தேவைத் தடுக்கும் திட்டம் அவர் பதவியேற்பதற்கு முன்பே ஆரம்பித்தது. அதற்கடுத்த வாரங்களில், அமெரிக்கர்களின் ஆதரவுடன் திட்டமிட்ட ஒரு சதியின் விளைவாக, அரசியலமைப்பை மதித்த இராணுவத்தின் தளபதியைப் படுகொலை செய்தனர். இந்தக் குற்றம் திட்டத்திற்கு நேர்மாறான விளைவை உண்டாக்கியது. இராணுவத்தைக் கிளர்ச்சிக்குத் தூண்டுவதற்குப் பதிலாக, பொதுமக்களிடையே கோபத்தை உருவாக்கியது. சிலிய மக்களுக்குச் சட்டத்தின் மேலிருந்த மரியாதையை மேலும் வலுப்படுத்தியது.

ரவுடித்தனத்தை ஏற்க மறுத்த மக்கள், இதைப்போன்ற செயல்கள் வேறெதாவது மோசமான நாட்டில் நடக்குமே தவிர சிலியில் நடக்க வாய்ப்பில்லை எனக் கருதினார்கள். செய்தித்தாள்கள் கூறியதுபோல் துப்பாக்கிச் சூடு மூலம் பிரச்சினைகளைத் தீர்க்க முடியாது. ஜனநாயக முறையில் தேர்ந்தெடுத்த முதல் மார்க்சிஸ்ட் தலைவரான சால்வதோர் அயேந்தேவை காங்கிரஸ் அங்கீகரித்த காரணத்தால் அமைதியான முறையில் புரட்சி செய்யும் எண்ணம் உபயோகமற்றதாகத் தோன்றவில்லை.

தேர்தலுக்கும் பதவியேற்புக்கும் இடைப்பட்ட வாரங்களில் சஞ்சலமான சூழல் நிலவியதால் விக்டருக்கு அயேந்தேவுடன் சதுரங்கம் விளையாட வாய்ப்புக் கிடைக்கவில்லை. வருங்கால ஜனாதிபதி மூடிய கதவுகளுக்குப் பின்னால் அரசியல் சமரசங்கள், ஒப்பந்தங்கள், கருத்து வேறுபாடுகள், இழுபறிகள் போன்றவற்றைக் கவனிக்க வேண்டிய காலமாக அந்த வாரங்கள் இருந்தன. கூட்டணிக் கட்சிகளும் எதிர்க்கட்சிகளும் தொடர்ச்சியான தொல்லைகள் கொடுத்ததால் ஆளும் கட்சிகளுக்கிடையே இழுபறியாக இருந்தது. அயேந்தே தன்னால் முடிந்த அளவு அமெரிக்க அரசாங்கத்தின் தலையீட்டைக் கண்டித்தார். சிலியின் இந்தப் பரிசோதனை வெற்றியடைந்தால் அது மற்ற லத்தீன் அமெரிக்க நாடுகளில் மட்டுமின்றி ஐரோப்பா முழுவதும் காட்டுத்தீ போல் பரவக்கூடும் என்பதால் நிக்சனும் கிஸ்ஸிங்கரும் இந்த முயற்சியைத் தடுப்பதாக உறுதியளித்தனர். லஞ்சத்தாலும் அச்சுறுத்தல்களாலும் அவர்களால் அவ்வாறு செய்ய முடியாதபோது, இராணுவத்தை அணுகத் தொடங்கினர். அயேந்தே தனது எதிரிகளைக் குறைத்து மதிப்பிடவில்லை. ஆனால் மக்கள் தனது அரசாங்கத்தைப் பாதுகாப்பார்கள் என்ற பகுத்தறிவற்ற நம்பிக்கை அவருக்கு இருந்தது. எந்தச் சூழ்நிலையையும் சமாளித்து அதைத் தனக்குச் சாதகமாக மாற்றும் 'கைராசி' அவருக்கு இருந்ததாகக் கூறினார்கள். ஆனால் அடுத்த மூன்று வியத்தகு வருடங்களுக்கு அவருக்குக் கைராசியைவிட அதிர்ஷ்டம் அதிகமாகத் தேவைப்படும் என்றும் அவர்கள் கூறினார்கள். அடுத்த ஆண்டு, சதுரங்க விளையாட்டு மீண்டும் தொடங்கியது. ஜனாதிபதி தனது சிக்கலான பதவியில் சில புதிய நடைமுறைகளை நிறுவினார்.

10

1970–1973

நடு இரவில் நான் என்னைக் கேட்கிறேன்:
என் இருண்ட பரிதாபமான நாடு,
சிலிக்கு என்னவாகும்?

பாப்லோ நெருடா,

"தூக்கமின்மை"
இஸ்லா நெக்ரா நினைவுகள்

விக்டரும் ரோஸரும் தங்கள் இயல்பு வாழ்க்கைக்குத் திரும்பி அவரவர் வேலையில் மும்முரமாக மூழ்கினர். விக்டர் மருத்துவமனையிலும், ரோஸர் கல்லூரி வகுப்புகளிலும், கான்செர்ட்டுகளிலும், பயணங்களிலும் ஈடுபட்டார்கள். சிலி நாடு மாற்றங்களின் தாக்கத்தில் தத்தளித்தது. தேர்தலுக்கு இரண்டு ஆண்டுகளுக்கு முன்பு, ஒரு கைராசியான மருத்துவ நிபுணர், வால்பரைஸோ மருத்துவமனையில் இருபத்தி நான்கு வயதுப் பெண்ணுக்கு மாற்று அறுவை சிகிச்சையின் மூலம் மனித இதயத்தைப் பொருத்தினார். தென்னாப்பிரிக்காவில் முன்பு ஒருமுறை இந்தச் சாதனை நிகழ்ந்திருந்தாலும், மாற்று அறுவை சிகிச்சை என்பது நடைமுறைக்கு அப்பாற்பட்ட இயற்கையின் விதிகளுக்குச் சவாலாகவே இருந்தது. விக்டர் சிகிச்சையை உன்னிப்பாகப் பின்தொடர்ந்து, நோயாளி உயிருடன் இருந்த நூற்று முப்பத்து மூன்று நாட்களையும் ஒரு காலண்டரில் குறித்தான். ஸ்பானிய உள்நாட்டுப் போர் முடிவதற்கு முன்பு, விக்டர் காப்பாற்றிய இளம்

சிப்பாய் லாசரஸைப் பற்றி மீண்டும் கனவு கண்டான். இம்முறை, எப்போதும் வரும் கெட்ட கனவு, ஒரு பிரகாசமான கனவாக மாறியிருந்தது. லாசரஸ் ஒரு தட்டில் தனது செயலற்ற இதயத்துடன் வருவதற்குப் பதிலாகத் தனது மார்பில் திறந்த ஜன்னலுடன் வந்தான். ஜன்னல் வழியாகத் தெரிந்த அவனது இதயத்தைத் தங்கக் கதிர்கள் பிடித்திருந்தன. இயேசுவின் புனித இதயத்தின் உருவம் போலிருந்தது.

ஒருநாள் ஃபெலிபே தெல் சோலார், மார்பு வலித்ததால் மருத்துவ ஆலோசனைக்காக விக்டரைக் காண மருத்துவ மனைக்குச் சென்றான். தனியார் மருத்துவமனைகளுக்கு மட்டுமே போய்ப் பழகிய ஃபெலிபேவை, அவனது நண்பரின் நற்பெயர் வெவ்வேறு வகுப்பைச் சார்ந்தவர்கள் வசிக்கும் சாம்பல் பகுதிக்குச் செல்ல ஊக்குவித்தது. முதன்முதலாக ஒரு பொது மருத்துவமனையில் காலடி எடுத்துவைத்தான்.

“உன் ஆலோசனையைப் பொருத்தமான இடத்தில் எப்போது செயல்படுத்தப்போகிறாய்? ஆரோக்கியம் என்பது அனைவரது உரிமை, ஒரு சிலருக்குக் கிடைக்கும் சலுகை அல்ல என்ற முட்டாள்தனத்தை நான் ஏற்கெனவே கேட்டிருக்கிறேன். அதனால் வேறு காரணத்தைச் சொல்” என்றான் ஃபெலிபே.

எண் வரிசைப்படி உலோக நாற்காலியில் அமர்ந்து தன் முறை வரும்வரை காத்திருக்கும் பழக்கம் ஃபெலிபேவுக்கு அன்னியமானது. அவரைப் பரிசோதித்த விக்டர், புன்னகை யுடன் இதயம் ஆரோக்கியமாக இருப்பதாகவும், மார்பைக் குத்தும் வலி மனசாட்சியாகவோ அல்லது பதற்றமாகவோ இருக்கலாம் என ஆரோக்கியச் சீட்டு வழங்கினான். ஃபெலிபே, உடை அணிந்தபடி, “சிலியில் பாதிப் பேருக்கு இந்த இரண்டு காரணங்களால் பாதிப்பு உண்டு. ஆனால் மக்கள் எதிர்பார்ப்புடன் காத்திருக்கும் சோஷலிசப் புரட்சி தொடராது. அரசாங்கத்தை ஆதரித்த கட்சிகளூக்கிடையே ஆட்சியுரிமைப் போராட்டங்கள் நிறைய உள்ளன. அவை புரட்சியைத் தொடரவிடாமல் முடக்கிவிடும்” எனக் கூறினார்.

“அயேந்தே தோல்வியுற்றால் அது நீ சொல்லும் காரணத் தால் மட்டுமிருக்காது. அவரது எதிரிகளின் சூழ்ச்சியால் இருக்கும். முக்கியமாக, அமெரிக்காவின் தலையீட்டினாலும் இருக்கும்” என்று விக்டர் பதிலளித்தான்.

“அடிப்படையில் எந்த மாற்றமும் இருக்காது என்று பந்தயம் கட்டுகிறேன்!”

"நீ சொல்வது தவறு. மாற்றங்களை ஏற்கெனவே கவனிக்கிறோம். அயேந்தே இந்த அரசியல் திட்டத்தை நாற்பது ஆண்டுகளாகக் கற்பனைசெய்து, அதை முழு வேகத்தில் தொடங்கியிருக்கிறார்."

"திட்டமிடுவது எளிது விக்டர். ஆட்சி செய்வதில்தான் தெரியும் அவரது திறமை. இந்த நாட்டில் அரசியலும் சமூகக் குழப்பங்களும் பொருளாதாரத்தை எப்படி திவாலாக்கப் போகின்றன என்பதை நீ பார்க்கத்தான் போகிறாய். இவர்களுக்கு அனுபவமும் இல்லை, பயிற்சியும் இல்லை. அவர்கள் முடிவில்லாத விவாதங்களில் சிக்கி, எதிலும் உடன்பாடு இல்லாமல் தங்கள் நேரத்தை வீணடிக்கிறார்கள்" என்று ஃபெலிபே கூறினான்.

"என்ன விலை கொடுத்தாவது அரசாங்கத்தைக் கவிழ்த்து விட வேண்டுமென்பது எதிர்க்கட்சியின் குறிக்கோள், இல்லையா? எதிர்க்கட்சி வெற்றி பெறலாம், அதனிடம் தேவையான அளவு பணபலம் இருக்கிறது, ஒழுக்கமின்மையும் இருக்கிறது." விக்டரால் கோபத்தைக் குரலில் காட்டாமல் இருக்க முடியவில்லை.

தாமிரத் தொழிலைத் தேசியமயமாக்குதல், நிறுவனங் களையும் வங்கிகளையும் அரசின்வசமாக்குதல், நிலங்களை மிராசுகளிடமிருந்து அபகரித்தல் ஆகிய நடவடிக்கைகளை எடுக்கப்போவதாக அயேந்தே தனது பிரச்சாரத்தில் அறிவித்திருந்தார். இவற்றின் விளைவு நாட்டையே உலுக்கியது. சீர்திருத்தங்கள் ஆரம்பத்தில் நல்ல பலனைத் தந்தன. ஆனால் கட்டுப்பாடற்ற பண விநியோகத்தால் பணவீக்கம் உயர்ந்தது. ரொட்டி நேற்றைய விலையில் இன்றும் விற்குமா என்று யாருக்கும் தெரியாது. ஃபெலிபேவின் ஊகத்தைப் போலவே, அரசாங்கத்திற்குள் கட்சிகள் தங்களுக்குள் சண்டையிட்டன. தொழிலாளர்கள் எடுத்து நடத்திய நிறுவனங்கள் மோசமாகச் செயல்பட்டன. உற்பத்தி சரிந்தது. எதிர்க்கட்சிகளின் தந்திரமான நாசவேலைகள் பற்றாக்குறையை ஏற்படுத்தின.

தல்மாவ் குடும்பத்தில் கார்மே அதிகம் புகார் செய்தாள்.

"சாமான் வாங்கச் செல்வது ஒரு துன்ப நிகழ்ச்சி விக்டர். நான் வாங்கப்போவது கிடைக்குமா என்று தெரியாது. நான் அதிகம் சமைப்பதில்லை என்று உனக்கே தெரியும். வீட்டில் சமையலை ஹோர்தி பார்த்துக்கொள்வார். அவர் வெளியே செல்ல மாட்டேனென்கிறார். கண்ணீர் சிந்தும் பயந்த முதியவராக மாறிவிட்டார். நான் இல்லாதபோது அவர்

பயப்படுகிறார். என்னால் அவரை மணிக்கணக்கில் விட்டுச் செல்ல முடிவதில்லை. சற்று யோசித்துப்பார். உலகத்தின் முடிவிலிருக்கும் நாட்டிற்கு வந்துகூட நான் சிகரெட்டுக்காக வரிசையில் நிற்க வேண்டியிருக்கிறது!"

"அம்மா, நீ அதிகமாகப் புகைபிடிக்கிறாய். கடத்தல் சிகரெட்டை வாங்க வரிசையில் நின்று நேரத்தை வீணாக்காதே."

"நான் நேரத்தை வீணடிக்கவில்லை. இப்போதெல்லாம் நிபுணர்களுக்குப் பணம் கொடுத்துவிடுகிறேன்."

"யார் அந்த நிபுணர்கள்?"

"நீ இதுவரை கறுப்புச் சந்தையில் அதையும் வாங்கிய தில்லை என்று தெரிகிறது. வேலையில்லாத சிறுவர்களுக்கும் வயதான ஓய்வு பெற்றவர்களுக்கும் கொஞ்சம் பணம் கொடுத்தால் நமக்கு வரிசையில் இடம்பிடித்துவைப்பார்கள்."

"அயேந்தே பற்றாக்குறைக்கான காரணங்களை விளக்கி யுள்ளார். நீ தொலைக்காட்சியில் பார்க்கவில்லையா?"

"ஆமாம், இதைத்தானே ரேடியோவும் தினமும் நூறு முறை சொல்கிறது. மக்களுக்குப் பணம் செலவிடும் வசதி வந்துவிட்டது, ஆனால் வணிகர்கள் பொருட்களின் விலையை எக்கச்சக்கமாக ஏற்றுகிறார்கள், விலையேற்றத்தால் தங்கள் பொருட்கள் வீணாகபோனாலும் பரவாயில்லை மக்களுக்கு உதவ மாட்டார்கள், – என்று நூறு முறை ரேடியோவில் அறிவிக்கிறார்கள். வெறும் உளறல்! ஸ்பெயினில் நடந்த தெல்லாம் மறந்துவிட்டதா உனக்கு?"

"இல்லை அம்மா, எனக்கு நன்றாக நினைவிருக்கிறது. என்னிடம் சில தொடர்புகள் உள்ளன. உனக்கு வேண்டிய சாமான்களை அவர்களிடம் வாங்க முடியுமா என பார்க்கிறேன்."

"என்ன சாமான்கள்?"

"உதாரணத்திற்கு டாய்லெட் பேப்பர். ஒரு நோயாளி எனக்கு சில சமயங்களில் டாய்லெட் ரோல்களைப் பரிசாகக் கொண்டு வருகிறார்."

"ஓ! இவர்கள் நமக்கு வேண்டியவர்கள் விக்டர்."

"அவர்களும் என்னிடம் இதைத்தான் சொன்னார்கள்."

"கன்டென்ஸ்டு மில்க்கும் எண்ணெயும் கிடைக்குமா? சிகரெட் வாங்கிக் கொடுக்க முடியுமா?"

༄

உணவு மட்டும் கடைகளில் காணாமல்போகவில்லை; இயந்திர உதிரி பாகங்கள், வாகன டயர்கள், கட்டுமான சிமெண்ட், டயப்பர்கள், குழந்தைகளுக்கான பால் பவுடர் உள்ளிட்ட பிற அத்தியாவசியப் பொருட்களும் மறைந்தன. சோயா சாஸ், கேப்பர்கள், நெயில் பாலிஷ் ஆகியவை அதிக மாகக் கிடைத்தன. பெட்ரோல் தட்டுப்பாடு தொடங்கியதும் பாதசாரிகள் மத்தியில் புகுந்து செல்லும் அனுபவமற்ற சைக்கிள் ஓட்டுநர்களால் நாடு நிரம்பியது. அரசாங்கத்தைத் தங்கள் பிரதிநிதியென நம்பி மக்கள் மகிழ்ச்சியுடன் இருந்தனர். அனைவரும் சமம்; இவர் காம்ரேட், அவர் காம்ரேட், ஜனாதிபதியும் காம்ரேட். நடுத்தர மக்களுக்கும் ஏழை களுக்கும் பற்றாக்குறை, ரேஷன், ஸ்திரமில்லாத வாழ்வு ஆகியவை ஒன்றும் புதிதல்ல. விக்டர் ஹாராவின் புரட்சிகரப் பாடல்கள் பட்டித் தொட்டிகளில் கேட்டன. மார்செலுக்கு அரசியலில் ஆர்வம் இல்லாதபோதும் இப்பாடல்களை மனப்பாடமாகத் தெரிந்துவைத்திருந்தான். சுவர்களில் சுவரோவியங்களும் சுவரொட்டிகளும் அலங்கரித்தன, சதுக்கங்களில் நாடகங்கள் நடந்தன. ஒவ்வொரு வீட்டிலும் ஒரு நூலகம் இருக்க வேண்டும் என்ற அரசாங்கத்தின் நோக்கத்தால் புத்தகங்கள் மலிவு விலையில் கிடைத்தன.

ராணுவம் அமைதியாக இருந்தது. ராணுவம் சதி செய்தது என்றால் அது வெளியே தெரியவில்லை. கத்தோலிக்கத் திருச்சபை அரசியல் மோதலுக்கு அப்பாற்பட்ட அமைப்பாக இருந்தது. சில பாதிரியார்கள் தங்கள் பிரசங்கத்தின் மூலம் கோபத்தையும் வெறுப்பையும் தூண்டினர். அதேசமயம் அரசாங்கத்தின் மேல் அனுதாபம் கொண்ட பாதிரியார்களும் கன்னியாஸ்திரீகளும் சித்தாந்தத்தின் காரணமாக மட்டுமில்லாமல், நிஜமான சேவை மனப்பான்மையுடன் உதவினார்கள். வலதுசாரிப் பத்திரிகைகள் பின்வரும் தலைப்புச் செய்திகளை வெளியிட்டன: சிலியர்களே, வெறுப்பைத் திரட்டுங்கள்! பயந்த முதலாளித்துவ வர்க்கம் சீற்றத்துடன் ராணுவத்தைக் கிளர்ச்சி செய்யத் தூண்டியது. "கோழைகளே, பயந்தாங்கொள்ளிகளே, உங்கள் ஆயுதங்களை எடுங்கள்!"

"ஸ்பெயினில் நடந்தது இங்கேயும் நடக்கலாம்" என்று கார்மே மீண்டும் மீண்டும் சொன்னாள்.

"இங்கு சகோதரக் கொலை நடக்காமல் அரசாங்கமும் மக்களும் தடுப்பார்கள் என அயேந்தே கூறுகிறார்" என்று விக்டர் அவளைச் சமாதானப்படுத்த முயன்றான்.

"உன் காம்ரேட் மிகவும் அப்பாவியாக இருக்கிறார். சிலி சமரசம் அடைய முடியாத இரண்டு பகுதிகளாகப் பிரிந்துள்ளது

விக்டர். நண்பர்கள் சண்டையிடுகிறார்கள். குடும்பங்கள் பிரிகின்றன. என்னைப் போலச் சிந்திக்காத யாருடனும் என்னால் பேச முடிவதில்லை. சண்டையிடாமல் இருப்பதற் காகவே பல பழைய நண்பர்களை நான் சந்திப்பதில்லை."

"மிகைப்படுத்தாதே, அம்மா."

என்றாலும், சமூகத்தில் ஒளிந்திருந்த வன்முறையை தெருவில் உணர முடிந்தது. ஒருநாள் இரவு மார்செல், விக்டர் ஹாராவின் கான்செர்ட் முடிந்து சைக்கிளில் திரும்பி வரும் போது, நான்கைந்து இளைஞர்கள் புறாக்களையும் துப்பாக்கி களையும் சுவரில் ஓவியங்களாக வரைவதைப் பார்த்தான். திடீரென்று எங்கிருந்தோ வந்த இரண்டு கார்களிலிருந்து, இரும்புக் கம்புகளுடனும் தடிகளுடனும் ஆயுதம் ஏந்திய பலர் இறங்கி, இரண்டே நிமிடங்களில் கலைஞர்களைத் தரையில் அடித்துப் போட்டார்கள். மார்செலுக்கு என்ன நடக்கிறதெனப் புரிவதற்கு முன், அவர்கள் அணையாத இஞ்சின்களுடன் காத்திருந்த கார்களில் ஏறி விரைவாக மறைந்தார்கள். பக்கத்து வீட்டுக்காரர்கள் போலீஸிடம் தெரிவித்ததால் சில நிமிடங்களுக்குப் பிறகு ஒரு போலீஸ் ரோந்து வந்து, மோசமான நிலையில் இருந்தவர்களை ஆம்புலன்ஸில் ஏற்றிச் சென்றது. இந்தச் சம்பவத்திற்குச் சாட்சி அளிக்க மார்செலைப் போலீஸ் நிலையத்திற்கு அழைத்துச் சென்றது. மார்செல் சைக்கிளில் தனியாக வீடு திரும்ப விரும்பாததால், விடியற்காலை மூன்று மணிக்கு விக்டர் அவனை மீட்கக் காவல் நிலையத்திற்குச் சென்றான்.

அமைதியான முறையில் புரட்சி வெற்றிபெறக் காத்திருக்காமல், ஆயுதப் போராட்டத்தை ஊக்குவிப்பதற் காக இடதுசாரித் தீவிரவாத இயக்கம் ஒன்று உருவானது. அதே நேரத்தில் சமாதான ஒப்பந்தங்களில் நம்பிக்கை இல்லாத மற்றொரு பாசிச இயக்கமும் உருவானது. "சண்டை போட வேண்டுமென்றால், போடலாம் வா" என்று இரண்டு இயக்கங்களும் மல்லுக்கு நின்றன.

ஹோர்தியின் பிலுபிலு பாசத்திலிருந்து சில மணிநேரங்கள் தப்பிக்க, கார்மே, தெருக்களில் நடந்த ஆர்ப்பாட்டங்களில், அரசாங்கத்திற்கு ஆதரவானவையா எதிரானவையா என்ற பாகுபாடில்லாமல் எல்லாவற்றிலும் கலந்துகொண்டாள். கால்களில் ஸ்னீக்கர்களை அணிந்து, பையில் ஒரு எலுமிச்சை யுடனும் தண்ணீர் குண்டுகள் பாதிக்காமலிருக்க வினிகரில் தோய்த்த கைக்குட்டையுடன் சென்று, போலீஸார் கூட்டத்தை

அடக்க உபயோகித்த கண்ணீர் குண்டுகளால் தொப்பலாக நனைந்து வீட்டிற்குத் திரும்புவாள்.

"எல்லாமே பாழாகப்போகிறது. பெரிதாகப் போர் வெடிக்க ஒரே ஒரு சிறிய தீப்பொறி போதும்" என்றாள்.

இசிட்ரோ தெல் சோலாரின் சொத்தை அரசாங்கம் அபகரிக்கவில்லை; ஆனால் விவசாயிகள் பறித்துக்கொண்டனர். கண்ணியமும் ஒழுக்கமும் விரைவில் மீட்டெடுக்கப்படும், இந்த அபகரிப்பு தற்காலிகமானது என்று அவர் மனக்கணக்குப் போட்டு, ரவுடிகள் தனது விலங்குகளையும் அபகரிப்பதற்கு முன் தனது கம்பளி ஏற்றுமதித் தொழிலைக் காப்பாற்ற வேண்டுமென அதில் கவனம் செலுத்தினார். மலைத்தொடரின் பாதைகளும் குறுக்குவழிகளும் அறிந்த வழிகாட்டிகளைத் தெற்கிலிருந்து வரவழைத்த இசிட்ரோ, அவர்களைப் பணியிலமர்த்தி, அர்ஜென்டினா நாட்டின் படகோனியா பகுதிக்குத் தனது ஆடுகளை, மற்ற மிராசுதாரர்கள் தங்கள் மாடுகளை அனுப்புவதுபோல அனுப்பினார். அவர் திட்ட மிட்டபடி தனது குடும்பத்தையும் பியூனஸ் அயர்ஸ் நகரத்திற்கு மாற்றினார். அவரது திருமணமான மகள்கள், மருமகன்கள் பேரக்குழந்தைகள் உட்பட எல்லோரும் ஆயாக்களுடனும் வேலையாட்களுடனும் வெளியேறினர். லோராவுக்குத் தூக்க மருந்தும் இனிப்புகளும் கொடுத்து மயக்கத்தில் வலுக்கட்டாயமாக அழைத்துச் சென்றார்கள். லோரா சிலியில் இல்லாதபோது ஃபெலிபே வியோனார்டோவின் கல்லறையில் புதிய பூக்களை வைப்பதாக உறுதியளித்தார். அவர் மட்டும் சான்டியாகோவில் தங்கி, தனது நிறுவனத்தில் தொடர்ந்து பணியாற்றினார்; மற்ற இரண்டு வழக்கறிஞர்களும் மான்தெவீடியோவில் ஒரு கிளையைத் திறக்கச் சென்றனர்.

அந்தக் காலகட்டத்தில், ஃபெலிபே தனது மேல்தட்டு நண்பர்கள் யாரும் வசிக்காத பழங்காலத்து நுன்யோவா பகுதியில் வாழ்ந்த தல்மாவ் குடும்பத்தைச் சந்திக்கச் சென்றான். கையில் இரண்டு மது பாட்டில்கள், பேசுவதற்கான ஆவல். தன்னுடன் வளர்ந்த நண்பர்களிடையே முன்பைப் போல அவனால் சகஜமாக இருக்க முடியவில்லை, தனது புது இடதுசாரி நண்பர்களுடன் ஒத்துப்போகவில்லை. அவரது நண்பர்கள், ஃபெலிபேவின் அரசியல் நிலைப்பாட்டின் தெளிவற்ற தன்மையையும், ஆங்கிலேயர்களின் பழக்க வழக்கங்களை உள்வாங்கியதையும் கடிந்துகொண்டனர். கோபக்கார இளைஞர்களின் கிளப் நீண்ட காலத்திற்கு முன்பே சிதறிப்போயிருந்தது. நாட்டைவிட்டு வெளியேறிய

குடும்பங்களிடமிருந்து பழங்கால பொருட்களையும் கலைப் படைப்புகளையும் பேரம் பேசிக் குறைந்த விலையில் வாங்கி, தனது வீட்டை நிரப்பியதில் அங்கே இருக்க இடம் இல்லாமல் சுற்றித் திரிந்தான். ஊரை விட்டுச் செல்பவர்கள் வீடுகளைச் சல்லிசாக விற்பதைத் தனக்குச் சாதகமாகப் பயன்படுத்தி, பெரிய வீடு ஒன்றை வாங்கும் முயற்சியில் இறங்கினான். தனது பெற்றோர் வசித்த மாளிகையின் மட்டுமீறிய ஆடம்பரத்தைத் தனது இளமைக் காலத்தில் தான் விமர்சித்ததை நினைத்து ஃபெலிபே சிரித்துக்கொண்டான்.

ரோஸர் ஃபெலிபேவிடம் அவன் முன்பு சொன்னதுபோல் வெளிநாட்டிற்குக் குடியேற முடிவு செய்தால், அவனது சேகரிப்புகளை என்ன செய்வான் எனக் கேட்டாள்.

அதற்கு அவன், "சிலிக்குத் திரும்பும்வரை அவற்றை ஒரு கிடங்கில் வைக்கப்போகிறேன். சிலியில் நடக்கும் புரட்சி ரஷ்யாவைப் போலவோ கியூபாவைப் போலவோ தீவிரமான தல்ல. புரட்சியின் பாதிப்பு குறைவாகவே இருக்கும்" என்றான்.

ஃபெலிபேவின் உறுதியான பதிலைக் கேட்ட விக்டர், தனது நண்பனுக்குச் சூழ்ச்சியின் அடிப்படையில் இருக்கும் ரகசியம் ஏதோ தெரிந்திருக்க வேண்டும் எனச் சந்தேகித்தான். எதற்கும் ஜாக்கிரதையாக இருப்பது நல்லது என்பதால், ஜனாதிபதியுடன் தான் விளையாடும் சதுரங்கத்தைப் பற்றிக் குறிப்பிடவில்லை. எப்போதெல்லாம் ஃபெலிபே உணவுடன் ஒயின் அருந்திவிட்டு, பின்னர் விக்டருடன் விஸ்கியைக் குடித்தானோ, அப்போதெல்லாம் அவன் தன் வசமிழந்து, உலகத்தைப் பற்றியும் வாழ்க்கையைப் பற்றியும் சத்தம்போட்டுத் திட்டுவான். அவனது இளமையின் இலட்சியவாதமும் தாராள மனப்பான்மையும் இருந்த இடம் தெரியாமல் மறைந்து, வெறும் குற்றம்காணும் குணம் மட்டுமே எஞ்சியிருந்தது; உண்மையில் சோஷலிசம் நியாயமான அமைப்பு என்று ஃபெலிபே ஒப்புக்கொண்டாலும், நடைமுறையில் கியூபாவில் நடந்ததுபோல் அது போலீஸ் அரசுக்கோ சர்வாதிகாரத்திற்கோ வழிவகுக்கும், ஜனநாயகம் தழைக்காது என்றான். கியூபாவில் சர்வாதிகார ஆட்சிக்கு உடன்படாதவர்கள் மியாமிக்குத் தப்பியோடினார்கள்; இல்லாவிட்டால் அரசு அவர்களைச் சிறையில் போட்டிருக்கும் என்று சொன்னான். அவனது பிரபுத்துவ இயல்பு சமத்துவத்தின் ஒழுங்கீனத்தை வெறுத்தது. புரட்சிக் கொள்கையின் பிடிவாதமான கோஷங்கள், கொச்சையான நடத்தை, சீராகத் தாடி வைத்திருக்காத ஆண்கள், அழகுணர்ச்சியில்லாத கைவினைப் பொருட்கள்,

மூங்கிலால் ஆன வீட்டுச் சாமான்கள், சணலால் செய்த தரைவிரிப்புகள், கயிற்றாலான செருப்புகள், விதைகளால் செய்த அணிகலன்கள், குரோசெட் செய்த ஸ்கர்ட்டுகள் இதெல்லாம் சமூகத்தின் நேர்த்தியான கிளாசிக்கல் ரசனையின் பேரழிவு. "நாம் ஏன் பிச்சைக்காரனைப் போல உடை அணிய வேண்டும் என்று எனக்குப் புரியவில்லை" எனக் குதர்க்கமாகப் பேசினான். ஃபாஷனைப் பற்றிக் கேட்கவே வேண்டாம். அது நமது கலாச்சாரம் இல்லை. சிலியில் சுரங்கத் தொழிலாளர்கள் முஷ்டிகளை உயர்த்திய சுவரோவியங்களும் சே குவேராவின் உருவப்படங்களும், பாடகர் – பாடலாசிரியர் களின் கலையழகு இல்லாத இசையும், அவர்களின் பிரசங்கங் களும் சோவியத் யதார்த்தவாதத்தின் பயங்கரத்தின் பாதிப்புகள் என்றான். "மாப்புச்சேக்களின் ட்ரூட்ரூகா, கெச்சுவாக்களின் க்வெனா வாத்தியங்களை எல்லாம் நாகரீகம் எனக் கொண்டாடுகிறார்கள்!" ஆனால் ஃபெலிபே, தனது வழக்கமான வலதுசாரி நண்பர்களுடன் பேசும்போது, பணக்கார வர்க்கம் பழங்காலத்துப் பிரபுத்துவத்திலிருந்து வெளியே வராமல் மக்களின் வேதனையைக் காணாதவர்களாகவும் கோரிக்கை களைக் கேட்க மறுக்கும் செவிகளைக் கொண்டவர்களாகவும் இருக்கிறார்கள் என்று சொன்னான். தங்கள் சலுகைகளைப் பாதுகாக்க முடியுமானால் ஜனநாயகமும் நாடும் எப்படிப் போனால் என்ன என்று நினைக்கும் துரோகிகள் எனவும், மேல்தட்டு மக்களுக்கு எதிரான உரையையும் நிகழ்த்தினான். ஃபெலிபேவின் பேச்சை யாராலும் பொறுத்துக்கொள்ள முடியவில்லை, எனவே, எல்லோரும் அவனிடமிருந்து ஒதிங்கினார்கள். தனிமை அவனுக்குப் பாரமாகப் மாறியது. கூடவே வயதின் காரணமாக உடல் உபாதைகள் பல மடங்கு எரிச்சலூட்டின.

பொது சுகாதார மேம்பாடுகளை அன்றுவரை வெகுவாகப் பாராட்டிய விக்டர் – ஊட்டச்சத்துக் குறைபாட்டைப் போக்க ஒவ்வொரு குழந்தைக்கும் தினசரி ஒரு குவளை பால் கொடுப்பதிலிருந்து மருத்துவமனைகள் கட்டுவதுவரை – நுண்ணுயிர் எதிர்ப்பு மருந்துகள், மயக்க மருந்து, ஊசிகள், சிரிஞ்சுகள், அடிப்படை மருந்துகள் ஆகியவற்றின் பற்றாக் குறையைப் பார்த்துத் துணுக்குற்றான். நோயாளிகளைக் கவனிக்க மருத்துவ ஊழியர்கள் பற்றாக்குறை இருந்தது. அதற்குக் காரணம், எதிர்க்கட்சிகள் சோவியத் கொடுங்கோலாட்சி சிலிக்கு வரவிருக்கிறதென்று செய்த பிரசாரத்தை நம்பிப் பல மருத்துவர்கள் சிலியைவிட்டு வெளியேறினார்கள். மருத்துவக் கல்லூரி வேலைநிறுத்தம் அறிவித்தது, அதைத் தொடர்ந்து

விக்டரின் சக ஊழியர்கள் வேலைநிறுத்தத்தில் பங்கேற்றனர். மருத்துவமனையில் விக்டர் இடைவெளி இல்லாமல் தொடர்ந்து வேலைசெய்ய வேண்டியிருந்தது. ஸ்பெயின் உள்நாட்டுப் போரை நினைவுபடுத்திய அந்த நாட்களில், உடலும் மனமும் சோர்ந்துபோனதால் நின்ற இடத்திலேயே தூங்கினான்.

முதலாளிகள், வணிகர்களின் தொழிற்சங்கங்கள் உள்பட மற்ற தொழிற்சங்கங்களும், வேலைநிறுத்தத்தில் ஈடுபட்டன. டிரக் ஓட்டுநர்கள் வேலைசெய்ய மறுத்ததால், அந்த நீண்ட மெல்லிய நாடு போக்குவரத்து இல்லாமல் ஸ்தம்பித்தது. வடக்கில் மீன்கள் அழுகின, தெற்கில் காய்கறிகளும் பழங்களும் வீணாகின, சாண்டியாகோவில் அத்தியாவசியப் பொருட்கள் கிடைக்கவில்லை. வலதுசாரிச் சதியையும், டிரக் ஓட்டுநர் சங்கத்திற்கு நிதியுதவி செய்த அமெரிக்கத் தலையீட்டையும் அயேந்தே உரக்கக் கண்டித்தார். மாணவர்களும் பல்கலைக்கழக வகுப்பறைகளை முற்றுகையிட்டுத் தீய கும்பலுடன் இணைந்தனர். அவர்கள் ஆசிரியர்களின் நுழைவாயிலை மணல் மூட்டைகளால் தடுத்தபோது, ரோஸர், தனது மாணவர்களை பார்கே ஃபொரெஸ்தால் பூங்காவில், தேவைப் பட்டால் குடைகளுக்குக் கீழே திறந்தவெளியில் தியரி வகுப்புகளை நடத்தினாள். அங்கே பெரிய பியானோவை இழுத்துவர முடியவில்லையே என்ற வருத்தம் அவளுக்கு இருந்தது; எப்போதும் போல் வருகைப் பதிவேட்டில் குறித்து, விடைத்தாள்களைத் திருத்தி மார்க்குகள் கொடுத்தாள். மக்கள் இந்தப் புதிய நிஜத்திற்குப் பழகிக்கொண்டார்கள். போர்ச் சீருடையில் போலீஸ், எதிர்ப்புப் பதாகைகள், பயத்தையும் கோபத்தையும் தூண்டும் சுவரொட்டிகள், பத்திரிகைகளில் அச்சுறுத்தல் செய்திகள், பேரழிவின் எச்சரிக்கைகள், ஒரு பக்கம் இன்னொரு பக்கத்தைத் தாக்கும் உரைகள், அனைவரின் எதிர்க்குரலும் சத்தமாக மாறிவிட்டமை ஆகியவற்றுக்கு மக்கள் பழகிவிட்டார்கள். இவற்றுக்கு மத்தியில், சுரங்கங்களைத் தேசியமயமாக்குவதற்கு மட்டும் ஒருமித்த கருத்து நிலவியது.

"இது வரவேற்கத்தக்க மாற்றம்" என்று மார்செல் தனது பாட்டியிடம் கூறினான். "தாமிரம் சிலியின் கரன்சி, இந்த மாற்றம் பொருளாதாரத்தை நிலைநிறுத்தும்."

"தாமிரம் சிலியின் கரென்சி என்றால், அதற்கு ஏன் சுரங்கங்களைத் தேசியமயமாக்க வேண்டும் என்று எனக்குத் தெரியவில்லை."

"நமது சுரங்கங்கள் பல காலமாக அமெரிக்கர்களின் கைகளில் இருந்தன, அவியா! நமது அரசாங்கம் அவர்களிட மிருந்து அவற்றைக் கைப்பற்றிப் பல பில்லியன் டாலர்களுக்கும்

மேலாக அமெரிக்கர்கள் ஏய்த்த வரியையும், நமக்குக் கொடுக்க வேண்டிய லாபத்தைக் கொடுக்கச் சொல்லிக் கேட்கிறது."

"அமெரிக்கர்கள் இதை விரும்ப மாட்டார்கள். நினைவில் வைத்துக்கொள் மார்செல், சண்டை இருக்கும்" என்று கார்மே தனது கருத்தைத் தெரிவித்தாள்.

"அமெரிக்கர்கள் சுரங்கங்களைக் கொடுத்துவிட்டு வெளியேறும்போது, சிலியின் பொறியாளர்களும் புவியியலாளர்களும் தேவைப்படுவார்கள். எனக்கு டிமாண்ட் அதிகமாகப் போகிறது, அவியா."

"இது மகிழ்ச்சியான மாற்றம். உனக்கு அதிக பணம் தருவார்களா?"

"தெரியாது. ஏன் கேட்கிறாய்?"

"நீ திருமணம் செய்துகொள்வதற்காக மார்செல். இந்தக் குடும்பத்தில் நாங்கள் நான்கு பேரும் சோம்பேறிகள், நீ அவசரப்படாமல் இருந்தால், நான் என் கொள்ளுப் பேரப்பிள்ளைகளை எப்படி சந்திப்பேன்? உனக்கு முப்பத்தொரு வயதாகிறது. நீ குடும்பத்துடன் செட்டில் ஆக வேண்டிய நேரம் இது."

"நான் செட்டிலாகிவிட்டேன்."

"உன் வாழ்க்கையில் பெண்கள் இருப்பதாக எனக்குத் தோன்றவில்லை. நீ யாரையும் காதலிக்கிறாயா? ஒருவேளை நீ 'அவர்களை' போலா..? நான் என்ன சொல்கிறேன் என்று உனக்குப் புரிகிறதா?"

"எல்லாவற்றிலும் நன்றாக மூக்கை நுழைக்கிறாய், அவியா!"

"இது சைக்கிள் ஓட்டுவதால் வரும் பிரச்சினை. உன் விரைகளை நசுக்கி, ஆண்மையின்மையையும் மலட்டுத் தன்மையையும் ஏற்படுத்துகிறது."

"ஓஹோ!"

"நான் அதை முடிதிருத்தும் சலூனில் ஒரு பத்திரிகையில் படித்தேன். நீ அவ்வளவு மோசமான தோற்றம் உடையவன் இல்லை, மார்செல். அந்த தாடியை எடுத்துவிட்டு முடியை வெட்டினால், நீ டொமிங்குயின்போல் இருப்பாய்."

"அது யார்?"

கடலின் நீண்ட இதழ்

"அவர் ஒரு காளைச் சண்டை வீரர். நீ முட்டாளும் இல்லை. சீக்கிரம் விழித்துக்கொள். பார்ப்பதற்கு நீ ஒரு ட்ராப்பிஸ்ட் பாதிரியார்போல இருக்கிறாய்."

தேசியமயமாக்கலின் விளைவுகளில் ஒன்றாக, காப்பர் கார்ப்பரேஷன் தனது பேரனுக்கு மானியம் கொடுத்து அமெரிக்காவிற்கு அனுப்புமென கார்மே எதிர்பார்க்க வில்லை. இனி அவனைப் பார்க்கவே முடியாமல் போய்விடுமோ எனக் கவலையுற்றாள். மார்செல், கோல்டு ரஷ் காலத்தில் நிறுவப்பட்ட நகரமான கொலராடோவுக்குப் புவியியல் படிப்பிற்காகச் சென்றான். அது ராக்கி மலைகளின் அடிவாரத்தில் இருந்தது. அவன் தனக்கென அளவெடுத்துச் செய்த மிதிவண்டியைப் பிரித்து பேக் செய்து அதையும், விக்டர் ஹாராவின் ரெக்கார்டுகளையும் எடுத்துச் சென்றான். ஒழுங்கீனம், நாட்டைத் துண்டு செய்யும் வன்முறையாக மாறுவதற்கு முன் அவன் நாட்டைவிட்டு வெளியேறினான். "நான் உனக்குக் கடிதம் எழுதவேன்." கார்மே விமான நிலையத்தில் அவனிடம் சொன்ன கடைசி வார்த்தைகள் இவை.

மார்செல், பதின்வயதில் கட்டலான் மொழியைப் பேச மறுத்த அதே அமைதியான பிடிவாதத்துடன் ஆங்கிலத்தைக் கற்றான். சில வாரங்களில் கொலராடோ வாழ்க்கை அவனுக்குப் பழகிவிட்டது. ஒரு பொன் இலையுதிர்காலத்தின் தொடக்கத்தில் அந்த அழகிய நகரத்தில் காலடி வைத்தான், சில வாரங்களுக்குப் பிறகு பனிப்பொழிவை அனுபவித்தான். பசிபிக் பகுதியிலிருந்து அட்லாண்டிக்வரை அமெரிக்காவை சைக்கிளில் கடக்க உடற்பயிற்சியில் ஈடுபட்டிருந்த சில ஆர்வலர்களுடனும், மலையேறும் மற்றொரு குழுவுடனும் நட்புப்பாராட்டி அவர்களுடன் இணைந்தான். கலவரங்கள், ஆர்ப்பாட்டங்கள், வேலைநிறுத்தங்கள் வேலைப்பளு ஆகியவற்றுக்கு இடையில் விக்டரால் பயணம் செய்து மார்செலைப் பார்க்கச் செல்ல முடியவில்லை. ஆனால் ரோஸர் தன் மகனை இரண்டு முறை பார்த்துவிட்டு வந்தாள். தன் மகன் தனது வாழ்நாளில் ஸ்பானிய மொழியில் பேசியதைவிட கொலராடோவில் ஆங்கிலத்தில் அதிக வார்த்தைகளைப் பேசினான் என்று தன் குடும்பத்தினரிடம் தெரிவித்தாள். அவன் தாடியை எடுத்துவிட்டுத் தனது தலைமுடியைக் கீழ்க்கழுத்தில் ஒரு குறுகிய பின்னலாக அணிந்திருந்தான். கார்மே சொன்னதுபோல், அவனுக்கு டொமிங்குயினின் சாயல் இருந்தது. மார்செல் தனது குடும்பத்தினரின் கண்காணிப்புக்கு அப்பால், சிலியின் மோதல்களிலிருந்து விடுபட்டு, தன்னிச்சையான தன்மையி லிருந்து நகர்ந்து, அறிவுசார் புகலிடமான பல்கலைக்கழகத்தில்,

கற்களின் இரகசியத் தன்மையைப் புரிந்துகொள்வதற்காக அர்ப்பணிக்கப்பட்ட துறையில், முதல் முறையாகத் தன் இருத்தலின் சாரத்தை உணர்ந்தான். அங்கு அவன் அகதிகளின் மகன் அல்ல, ஸ்பானிய உள்நாட்டுப் போரைப் பற்றி யாரும் கேள்விப்பட்டிருக்கவில்லை. சிலருக்கு மட்டுமே வரைபடத்தில் சிலி எங்கிருக்கிறதென்று தெரியும்; அதைவிட மிகக் குறைவானவர்களுக்கு மட்டுமே கேட்டலோனியாவைப் பற்றித் தெரிந்திருந்தது. வெளிநாட்டின் யதார்த்தத்திலும் அந்நிய மொழியிலும் அவனுக்குப் பலர் நண்பர்களானார்கள். சில மாதங்களுக்குப் பிறகு தனது முதல் காதலியுடன் ஒரு சிறிய அபார்ட்மென்ட்டில் குடியேறினான். அவள் ஜமைக்காவைச் சேர்ந்த இளம் பெண். இலக்கியம் படித்து, இதழியலாளராக வேலைபார்த்தாள். தனது இரண்டாவது அமெரிக்கப் பயணத்தின்போது, ரோஸர் அவளைச் சந்தித்தாள். அந்தப் பெண் அழகாக இருப்பதாகவும், மார்செலுக்கு எதிர்மறையாக மகிழ்ச்சியாகவும் அதிகம் பேசக்கூடியவளாகவும் இருப்பதாகவும் தன் குடும்பத்தினரிடம் கூறினாள். “கவலைப்படாதீர்கள், தோன்யா கார்மே, உங்கள் பேரன் ஒருவழியாகப் புத்திசாலியாகிவிட்டான். ஜமைக்கா பெண் தனது நாட்டின் கரீபியன் நடனத்தை அவனுக்கு கற்றுக்கொடுக்கிறாள். டிரம்ஸ், மராக்காஸின் தாளத்திற்கு அவன் ஒரு ஆப்பிரிக்கனைப் போல் ஆடுவதை நீங்கள் கண்டால் அதை நம்ப மாட்டீர்கள்.”

கார்மே பயந்ததைப் போலவே, அவளால் தனது பேரனை இன்னொரு முறை கட்டிப்பிடிக்க முடியவில்லை; ஜமைக்காவைச் சேர்ந்த பெண்ணையோ, அதற்குப் பிறகு வந்த மற்ற தோழிகளையோ சந்திக்க முடியவில்லை. தல்மாவ் பரம்பரையின் தொடர்ச்சியைப் பேணும் வகையில் தனது கொள்ளுப் பேரக்குழந்தைகளைப் பார்க்கக் கொடுத்துவைக்கவில்லை. அவள் தனது எண்பத்தேழாம் பிறந்த நாளன்று காலை எழுந்திருக்கவில்லை. தூக்கத்திலேயே இறந்துவிட்டாள். அவளது பிறந்த நாள் கொண்டாட்டத்திற்கு வீட்டின் பின்புறத்தில் விருந்துக்குக் கூடாரமும் மேஜைகளும் போட்டிருந்தார்கள். முந்தைய நாள் இரவு அவள் நல்ல ஆரோக்கியத்துடன் தன்னுடைய பிறந்தநாள் கொண்டாட்டத்தை எதிர்பார்த்து, புகைபிடித்ததால் எப்போதும்போல வரும் வறட்டு இருமலுடன் தூங்கச்சென்றாள்.

ஜன்னல் வழியாக வந்த பகல் வெளிச்சம் முகத்தில் விழுந்ததால் விழித்த ஹோர்தி மோலினே, காலை உணவின்

டோஸ்ட் வாசனைக்காகவும் காலடிச் சத்தத்திற்காகவும் காத்திருந்தார். கார்மே தனக்குப் பக்கத்தில், அசைவற்று, பளிங்குக் கல்லைப் போலக் குளிர்ச்சியாக இருப்பதை உணரப் பல நிமிடங்கள் ஆயின. அவர், அவள் கையைத் தன் கையில் வைத்துக்கொண்டு, தன்னைச் சீக்கிரமே தனியே விட்டுச் சென்றதன் பயங்கரமான துரோகத்தை நினைத்து அசையாமல், ஓசையின்றி அழுதார்.

மதியம் ஒரு மணியளவில் சமையல்காரனும் அவனது உதவியாளர்களும் வருவதற்கு முன்பு மேசைகளைச் சரிசெய்ய கார்மேவின் வீட்டிற்கு காரில் கேக்குடனும் பலூன்களுடனும் வந்த ரோஸரை, திரைகளால் மூடிய ஜன்னல்களும் அசைவற்ற காற்றும் அமைதியான இருளில் மூழ்கிய வீடும் ஆச்சரியத்தில் ஆழ்த்தின. சமையலறைக்கும் படுக்கையறைக்கும் அவர்களைத் தேடி நுழைவதற்கு முன், அவள் கார்மேவையும் ஹோர்தியையும் வரவேற்பறையிலிருந்து கூப்பிட்டாள். பின்னர், அவளுக்கு என்ன நடந்தது என புரிந்து அதிர்ச்சியிலிருந்து சுய நினைவுக்கு வந்ததும், தொலைபேசியை எடுத்து, அவியா இறந்துவிட்டாள், ஹோர்தியைக் காணவில்லை என்ற செய்திகளைத் தெரிவிக்க முதலில் மருத்துவமனையில் இருந்த விக்டரின் எண்ணையும், பின்னர் ப்யூனஸ் அயர்ஸிற்குத் தற்செயலாகத் தனது மாணவர் குழுவுடன் வந்திருந்த மார்செலின் ஹோட்டல் எண்ணையும் டயல் செய்தாள்.

சிலியில் தான் இறந்தால், தன் கணவர், கிய்யேம் ஆகியோர் அருகில் இருப்பதற்காக ஸ்பெயினில் அடக்கம் செய்ய வேண்டும் எனவும், ஸ்பெயினில் இறந்தால், மற்ற குடும்பத்தினருக்கு அருகில் இருப்பதற்காக சிலியில் அடக்கம் செய்ய வேண்டும் எனவும் கார்மே பலமுறை கூறுவாள். ஏன் என்று கேட்டால், சும்மா விளையாடினேன் என பலமாகச் சிரிப்பாள். ஆனால் அது வெறும் விளையாட்டல்ல; அன்புக்குரியவர்களிடமிருந்து வெகு தொலைவில் வாழ்ந்து இறப்பதன் வேதனை. மார்செல்லால் மறுநாள் சாண்டியாகோவுக்கு விமானத்தில் வர முடிந்தது. ஹோர்தி மோலினேவுடன் பத்தொன்பது ஆண்டுகள் வாழ்ந்த வீட்டில் பாட்டிக்கு அவர்கள் விஜில் நோன்பு[1] நடத்தினர். அவள் கடைசியாகத் தேவாலயத்தில் காலடி வைத்தது மார்செல் லூயிஸ் தல்மாவுடன் காதல் வயப்படுவதற்கு முன்பு அவள் சிறுமியாக இருந்தபோது. அதனால், மதச் சடங்குகள் எதுவும் செய்யவில்லை. அருகிலிருந்த மேரினோல் மிஷனரி சொசைட்டியைச் சேர்ந்த இரண்டு பாதிரியார்களுக்கு

---

1. இறந்தவர் நினைவாகச் செய்யப்படும் முழு இரவுப் பிராத்தனை

ஹோர்தி செரானோ ஹாம், மான்செகோ சீஸ் ஆகியவற்றைக் கடத்திக் கொடுத்ததற்குப் பதிலாக கார்மேவுக்கு அவர்கள் நியூயார்கிலிருந்து சிகரெட்டுகளை வரவழைத்துக் கொடுத்த போது உண்டான பழக்கத்தினால் அவர்கள் இருவரும் விஜில் சமயத்தில் அழைக்காமல் வந்தனர். கிட்டார் வாசித்துப் பாட்டுப் பாடி கார்மேவுக்குப் பிடித்த இறுதிச் சேவையைப் பாதிரியார்கள் கொடுத்தனர்.

மார்செல் மட்டுமே தனது அவியாவுடன் நெருங்கிய பாசத்துடன் இருந்ததால் அவன் சமாதானமாகாமல், கட்டலானில் அவளிடம் பேச மறுத்ததற்காக, அவளின் சமையலைக் கேலி செய்ததற்காக, அவளிடம் வெளிக்காட்ட வெட்கப்பட்ட மென்மைக்காக, அவளது கடிதங்களுக்குப் பதிலளிக்காததற்காக, வருத்தப்பட்டு இரண்டு கிளாஸ் பிஸ்கோவை அழுதபடி குடித்தான். அவன் கொலராடோ வுக்குப் புறப்பட்டதிலிருந்து தான் இறப்பதற்கு முந்தைய நாள்வரை தினம் ஒரு கடிதம் எழுதினாள் அவன் பாட்டி. அன்றிலிருந்து மார்செல் எந்த ஊரில், எந்த நாட்டில் வாழ்ந்தாலும் அவனுடன் எப்போதும் போகும் ஒரே விஷயம், அவனது அவியாவின் முந்நூற்று ஐம்பத்தொன்பது கடிதங்களைக் கொண்ட ஷூ பாக்ஸ். சோகத்தில் ஆழ்ந்திருந்த விக்டர், மார்செலின் அருகில் அமைதியாக அமர்ந்து, தனது சிறிய குடும்பத்தைத் தாங்கிப்பிடித்த தூணை இழந்துவிட்டதாக நினைத்தான். வெகு நேரம் கழித்து அன்றிரவு, அவன் தனது அறையின் தனிமையில் ரோஸரிடம் இதைக் கூற, அதற்கு அவள், "எங்களை எப்பொழுதும் தாங்கிப்பிடித்திருக்கும் தூண் நீதான் விக்டர்" என்றாள்.

துக்கம் விசாரிக்க வந்தவர்களில் அண்டை வீட்டுக்காரர்கள், கார்மே பல ஆண்டுகளாகப் பணிபுரிந்த பள்ளியின் முன்னாள் சகாக்கள், மாணவர்கள், வின்னிபெக் உணவகத்தில் ஹோர்தி யுடன் அவள் சென்ற காலங்களிலிருந்து நண்பர்கள், விக்டரின் நண்பர்கள், ரோஸரின் நண்பர்கள் இருந்தனர். இரவு எட்டு மணிக்கு போலீஸ் மோட்டார் சைக்கிள்களில் வந்து, தெரு முழுவதிலும் தடுப்புகள் வைத்து மூன்று நீல ஃபியட்களுக்கு வழிசெய்தனர். ஒன்றில் ஜனாதிபதி தனது சதுரங்க நண்பருக்கு ஆறுதல் கூற வந்தார். விக்டர், எதிர்காலத்தில் ஸ்பெயினிலிருந்து ஒருவேளை தன் தந்தையின் அஸ்தியைக் கொண்டுவர முடிந்தால் அதையும், தனது தாயை அடக்கம் செய்யவும், ஹோர்திக்காகவும், குடும்பத்தின் மற்றவர்களுக்கு இடமளிக்கவும், கல்லறையில் ஒரு இடத்தை வாங்கினான். "நம் இறந்தவர்கள் எங்கோ, நம் தாயகம் அங்கே" என கார்மே

கூறியதுபோல் அந்த நிமிடத்திலிருந்து தான் நிச்சயமாக சிலியைச் சேர்ந்தவன் என்பது அவனுக்குப் புரிந்துவிட்டது.

இதற்கிடையில் போலீசார் ஹோர்தி மோலினேவைத் தேடினர். வயதானவருக்குக் குடும்பம் இல்லை, அவருடைய நண்பர்கள் கார்மேவுக்கும் நண்பர்கள். யாரும் அவரைப் பார்க்கவில்லை. அவருக்கு டிமென்ஷியா இருந்ததாலும், அதிக தூரம் நடக்க முடியாததாலும், தொலைந்து போய்விட்டார் என நினைத்த விக்டர், அக்கம்பக்கத்து வியாபாரிகளின் ஜன்னல்களில் ஹோர்தியின் புகைப்படத்துடன் நோட்டீஸ் போட்டு, ஒருவேளை திரும்பிவந்தால் உள்ளே நுழைய வீட்டின் கதவைத் திறந்து வைத்திருந்தான். ஹோர்தி பைஜாமாவும் செருப்பும் மட்டுமே அணிந்து சென்றுவிட்டதாக ரோஸர் கவலைப்பட்டாள். அவருடைய மற்ற உடைகளும் காலணிகளும் அலமாரியில் இருந்ததாக அவளுக்குத் தோன்றியது, ஆனால் அவளால் உறுதியாகச் சொல்ல முடியவில்லை. கோடையில், மாபோச்சோ நதியில் நீரின் அளவு கீழே இறங்கியபோது, புதர்களில் சிக்கியிருந்த முதியவரின் எஞ்சிய சடலத்தை அவர்கள் கண்டுபிடித்தனர். இறந்தவரின் ஆடைகளில் பைஜாமாவின் துண்டுகள் மட்டுமே கிடைத்தன. அவர் சந்தேகத்திற்கு இடமின்றி அடையாளம் காணப்பட்டு கார்மேக்கு அருகில் அடக்கம் செய்ய தல்மாவிடம் ஒப்படைக்கப்படு வதற்கு முழுதாக ஒரு மாதம் ஆனது.

அனைத்துவிதமான பிரச்சினைகள், பரவலான பணவீக்கம், பேரழிவுச் செய்திகள் ஆகியவற்றைப் பத்திரிகைகள் பரப்பிய போதிலும், பாராளுமன்றத் தேர்தலில் வாக்குகள் எதிர்பாராத விதமாக அதிகரித்ததில் மக்களின் ஆதரவு அரசாங்கத்திற்கு இருந்தது நிரூபணமானது. பொருளாதார நெருக்கடியும் வெறுப்பின் அதிகரிப்பும் அயேந்தேவுக்கு முற்றுப்புள்ளி வைக்கப் போதாது என்பதும் தெளிவாகத் தெரிந்தது.

“வலது ஆயுதம் ஏந்துகிறது, டாக்டர்” என்று விக்டருக்கு டாய்லெட் பேப்பர் கொண்டு வந்த நோயாளி எச்சரித்தார். “எனது தொழிற்சாலையில் உலோகக் கம்பிகளாலும் பூட்டுகளாலும் பூட்டப்பட்ட கிடங்குகள் இருக்கின்றன. யாருக்கும் உள்ளே செல்ல அனுமதி இல்லை.”

“நீங்கள் சொல்வது எதையும் நிரூபிக்கவில்லையே.”

“சில காம்ரேடுகள் நாசவேலையைத் தடுப்பதற்காக இரவும் பகலும் மாறிமாறிக் காவலுக்கு நிற்கிறார்கள் தெரியுமா?

லாரிகளில் பெட்டிகள் வந்திறங்குவதைச் சிலர் பார்த்துள்ளனர். வழக்கத்தை விட அதிகமான சுமை என்பதால், விசாரிக்க முடிவு செய்தனர். பெட்டிகளை ஆயுதங்களால் நிரம்பியிருப்பார்கள் என்பதில் உறுதியாக உள்ளனர். புரட்சிகர இயக்கத்தின் இளைஞர்களும் ஆயுதம் ஏந்துவதால் இங்கு ரத்த வெள்ளம் பாயப்போகிறது, டாக்டர்."

அன்றிரவு விக்டர் அயேந்தேவிடம் தான் கேள்விப்பட்டதை விவரித்தார். அவர்கள் பல இரவுகளுக்கு முன் முடிக்காமல் விட்ட ஒரு விளையாட்டை முடித்துக்கொண்டிருந்தார்கள். ஜனாதிபதி தங்குவதற்கு அரசாங்கம் வழங்கிய வீடு, ஸ்பானிய பாணியில் இருந்தது – வளைந்த ஜன்னல்கள், சிவப்பு ஓடுகள், நுழைவாயிலில் தேசிய மரபு சின்னத்துடன் கூடிய மொசைக், தெருவிலிருந்து பார்க்கக்கூடிய இரண்டு உயரமான பனை மரங்கள். காவலர்களுக்கு விக்டரைத் தெரியும். அவன் இரவில் தாமதமாக வந்ததில் யாரும் ஆச்சரியப்படவில்லை. புத்தகங்களும் கலைப்பொருட்களும் வைத்த அறையில் எப்போதும் ஒரு சதுரங்கப் பலகை தயாராக இருக்கும். அங்கே அவர்கள் செஸ் விளையாடினார்கள். அயேந்தே ஏற்கெனவே அறிந்திருந்த விவரத்தை விக்டர் சொன்னதால் அவர் ஆச்சரியப்படவில்லை. சட்டப்பூர்வமாக அந்தத் தொழிற்சாலையையோ மற்ற நிறுவனங்களையோ சோதனை செய்வது சாத்தியமில்லை.

"கவலைப்படாதே, விக்டர், இராணுவம் அரசாங்கத்திற்கு விசுவாசமாக இருக்கும்வரை பயப்பட ஒன்றுமில்லை. நான் தளபதியை நம்புகிறேன். அவர் மரியாதைக்குரிய மனிதர்."

கியூபாவைப் போன்ற புரட்சியைக் கோரிக் குரலெழுப்பிய இடதுசாரித் தீவிரவாதிகளும் ஆபத்தானவர்களே என்றார் அவர். அந்த அவசரபுத்திக்காரர்கள் வலதுசாரிகளைப் போலவே அரசாங்கத்திற்குச் சேதம் ஏற்படுத்தக்கூடியவர்கள்.

அந்த ஆண்டின் இறுதியில், பாப்லோ நெரூடாவுக்குப் பெரிய அளவில் மரியாதை செலுத்த ஒரு விழா, ஒன்பது மாதங்களுக்குப் பிறகு கைதிகளும் சித்திரவதை செய்பவர்களும் கூடியிருக்கப்போகும் இடமான, அதே தேசிய மைதானத்தில் நடந்தது. வயதான ஸ்வீடிஷ் மன்னரிடமிருந்து ஒரு வருடத்திற்கு முன்பு நோபல் பரிசைப் பெற்ற கவிஞரின் கடைசிப் பொது நிகழ்ச்சி இதுவாகும். அவர் பிரான்சில் தனது தூதரகப் பதவியை விட்டுவிட்டு, தான் மிகவும் நேசித்த இஸ்லா நெக்ராவில் இருந்த தனது வினோதமான வீட்டில் ஓய்வு பெற்றிருந்தார். அவர் உடல்நிலை சரியில்லாமல் இருந்த அந்தக் காலகட்டத்திலும்

கோபமான கடல் தன் ஜன்னலுக்கு முன் நுரையாகப் பொங்கியதைப் பார்த்தவண்ணம், தனது சிறிய மேசையில் தொடர்ந்து எழுதினார். பொது நிகழ்ச்சிக்குப் பின் வந்த மாதங்களில், விக்டர் பலமுறை நண்பர் என்ற முறையிலும், இரண்டு சந்தர்ப்பங்களில் மருத்துவராகவும் நெரூடாவைக் காண அவரது வீட்டிற்குச் சென்றான். பழங்குடியினர் அணியும் போன்சோவையும் பிரெஞ்சு பெரட்டையும் போட்டிருந்த நெரூடா, அன்பாகவும் பெரும் பசியுடனும் விக்டரைச் சந்தித்தார். நெரூடா, சுடப்பட்ட கடல் பாஸ் மீனைச் சிலிய மதுவுடன் விருந்தினருக்கு அளித்து, வாழ்க்கையைப் பற்றிப் பேசத் தயாராக இருந்தார். தனது நண்பர்களை மகிழ்விப்பதற்காக நகைச்சுவை ததும்பப்பேசி விளையாட்டுத்தனமாக நடந்துகொள்ளும் நெரூடா அப்போது தளர்ந்துபோயிருந்தார். மகிழ்ச்சியான நாட்களுக்காகக் கவிதைகள் எழுதிய நெரூடாவாக அவரைப் பார்க்கும்போது விக்டருக்குத் தோன்றவில்லை. உலகம் முழுவதிலுமிருந்து அழைப்புகள், விருதுகள், பாராட்டுச் செய்திகள் குவிந்தன. ஆனால் அவரது இதயம் கனமாக இருந்தது. 'நான் சிலியின் நிலையை நினைத்து பயந்தேன்' எனத் தனது நினைவுக் குறிப்புகளில் எழுதிய நெரூடா, அவற்றில் உள்நாட்டுப் போரைப் பற்றியும் வின்னிபெக்கைப் பற்றியும் பல பக்கங்களை நிரப்பியிருந்தார். கொல்லப்பட்ட, காணாமல்போன எத்தனையோ ஸ்பானிய நண்பர்களை நினைவுகூர்ந்த அவரது மனம் கனத்தது.

"ஃபிராங்கோவுக்கு முன் நான் இறக்க விரும்பவில்லை," என்று அவர் விக்டரிடம் கூறினார்.

"நீங்கள் பல ஆண்டுகள் வாழ்வீர்கள். உங்கள் நோய் மெதுவாக முன்னேறுகிறது, அதை எளிதாகக் கட்டுப்படுத்த முடியும்" என விக்டர் அவருக்கு உறுதியளித்தான். ஆனால் கொடுங்கோலன் ஃபிராங்கோ அழியாதவனாக, முப்பத்து மூன்று ஆண்டுகளாக இரும்புக்கரம் கொண்டு அதிகாரத்தில் இருந்தான். விக்டருக்கு, ஒவ்வொரு முறை ஸ்பெயினின் நினைவுகள் எழும்போதும் அவை தெளிவின்றி மங்கின. ஒவ்வொரு ஆண்டும் டிசம்பர் 31ஆம் தேதி நள்ளிரவில், புத்தாண்டுக்காக டோஸ்ட் செய்து ஒயின் பருகும்போது, வரவிருக்கும் ஆண்டில் தனது நாட்டிற்குத் திரும்புவதற்கு வாய்ப்புக் கிடைக்குமா என்ற எண்ணம் தோன்றும்; ஆனால் அது உண்மையான நம்பிக்கையாகவோ விருப்பமாகவோ இல்லாமல், வெறும் சம்பிரதாயமாக மட்டுமே இருந்தது. தான் பிறந்த ஸ்பெயின், தனக்குத் தெரிந்த ஸ்பெயின், தான் போராடிய ஸ்பெயின் இப்போது இல்லை என அவனுக்குத் தெரிந்திருந்தது.

அந்த ஆண்டுகளில், சீருடைகள் அணிந்த மிலிட்டரியின், கசாக்குகள் அணிந்த பாதிரியார்களின் ஆதிக்கம், அவனது ஸ்பெயினை முழுமையாக மாற்றியிருக்கும்.

விக்டரும் நெரூடாவைப் போலவே சிலியின் எதிர்காலத்தை நினைத்துப் பயந்தான். இரண்டு வருடங்களாகப் பரவிவந்த இராணுவ சதிப்புரட்சியின் வதந்திகள் அதிகரித்தன. தனது ஆயுதப் படைகள் பிளவுபட்டிருப்பதை அறிந்திருந்தும் ஜனாதிபதி அவர்கள் மீது தொடர்ந்து நம்பிக்கை வைத்திருந்தார். வசந்த காலத்தின் துவக்கத்தில், எதிர்ப்பு வன்முறை முன்னெப்போதும் இல்லாத அளவிற்கு அதிகரித்தது, இராணுவத்தினரிடையே அதிருப்தியை எதிர்கொண்ட இராணுவத் தளபதி, தனது அதிகாரிகளின் கீழ்ப்படியாமையால் தோற்கடிக்கப்பட்டுத் தனது பதவியை ராஜினாமா செய்தார். இராணுவ ஒழுக்கம் சீர்குலைவதைத் தவிர்க்க வேண்டு மென்றால் ஒரு சிப்பாய் என்ற முறையில் தனது கடமையை விட்டு விலகுவதே சரியான முடிவு என ஜனாதிபதிக்கு விளக்கமளித்தார். அவரது செயல் பயனற்றதாகப் போனது. சில நாட்களுக்குப் பிறகு, காலை ஐந்து மணிக்கு, இராணுவச் சதி வெடித்தது, சில மணிநேரங்களில் யதார்த்தம் சீர்குலைந்தது, முன்பிருந்த நிலைக்கு மீண்டும் எதுவும் திரும்பாமல்போனது.

விக்டர், மருத்துவமனைக்குச் சீக்கிரமாக அதிகாலையில் புறப்பட்டான். தெருக்கள் டாங்கிகளால் தடுக்கப்பட்டிருந்தன. துருப்புக்களைக் கொண்டுசெல்லும் பச்சை நிற டிரக்குகளின் வரிசைகளையும் கெட்ட சகுனப் பறவைகள்போல் குறைந்த உயரத்தில் சத்தமிட்டுப் பறந்த ஹெலிகாப்டர்களையும் கண்டான். போர் உபகரணங்கள் அணிந்து, முகத்தில் சாயம் பூசி கோமான்சேயைப் போல் தோற்றமளித்த சிப்பாய்கள், பொது மக்களைத் தங்கள் நீண்ட துப்பாக்கிகளின் பின்புறத்தால் இடித்து வழி செய்துகொண்டிருந்தனர். என்ன நடக்கிறது என்பது அவனுக்குப் புரிந்தது. அவன் உடனே வீடு திரும்பி, அப்போது கராகாஸில் இருந்த ரோஸரையும் கொலராடோவில் இருந்த மார்செலையும் தொலைபேசியில் அழைத்தார். அவர்கள் இருவரும் சிலிக்குக் கிடைக்கக்கூடிய முதல் விமானத்தைப் பிடித்துத் திரும்புவதாகக் கூறினார்கள். ஆனால் வர வேண்டாமென்றும், புயல் கடக்கும்வரை காத்திருக்க வேண்டுமென்றும் அவர்களுக்கு விக்டர் அறிவுறுத்தினான். விக்டர், ஜனாதிபதியுடனும் தனக்குத் தெரிந்த சில அரசியல் தலைவர்களுடனும் தொடர்புகொள்ள முயற்சி செய்தும் பலனில்லாமல்போனது. எந்தச் செய்தியும் கிடைக்கவில்லை. தொலைக்காட்சி சேனல்களும் வானொலி நிலையங்களும்

கிளர்ச்சியாளர்களின் கைகளில் இருந்தன. ஒன்றைத் தவிர. இது விக்டரின் சந்தேகத்தை உறுதிப்படுத்தியது. அமெரிக்கத் தூதரகத்திலிருந்து வந்த ஆணைகளின்படி, நாட்டை மௌனமாக்கும் நடவடிக்கை துல்லியமாக நடந்தேறியது. தணிக்கை உடனடியாகத் தொடங்கியது. விக்டர் தனது இடம் மருத்துவமனையில் என்று முடிவு செய்து தனது உடைகளையும், பல் துலக்கும் பிரஷையும் ஒரு பையில் எடுத்துக்கொண்டு, பின் தெருக்கள் வழியாகத் தனது பழைய சிட்ரோயனில் மருத்துவமனையை நோக்கிச் சென்றான். காரில் பேட்டரியால் இயங்கும் வானொலியுடன், மிதமிஞ்சிய அலறல்களுக்கு இடையில், இராணுவத்தின் துரோகத்தையும் ஃபாசிச சதியையும் கண்டித்து ஜனாதிபதியின் குரல் ஒலித்தது. மக்களைத் தங்கள் பணியிடங்களில் அமைதியாக இருக்குமாறும், விஷமக்காரர்களைத் தூண்டவோ அழிக்கவோ அனுமதிக்கக் கூடாது என்றும், சட்டப்பூர்வமான அரசாங்கத்தைப் பாதுகாப்பது தனது கடமை என்றும் மீண்டும் வலியுறுத்தினார். வரலாற்று முக்கியத்துவம் வாய்ந்த மாற்றம் நிகழும் தருணத்தில் இருக்கும் நான், மக்களின் விசுவாசத்திற்காக என் உயிரையும் கொடுப்பேன்" என்றார். விக்டரின் கண்ணீர் தொடர்ந்து கார் ஓட்ட விடாமல் தடுத்தது. போர் விமானங்கள் தலைக்கு மேல் உறுமிய ஒரு கணத்தில் காரை நிறுத்தினான். உடனடியாக முதல் குண்டுகள் விழுவதைப் பார்த்தான். அடர்ந்த புகை வந்த திசையையும் தூரத்தையும் கணக்கிட்டு, அது ஜனாதிபதி மாளிகை என நம்ப முடியாமல் திடுக்கிட்டான்.

நாட்டின் தலைவிதிகளை நிர்வகித்த இராணுவ ஆட்சிக்குழுவின் நான்கு ஜெனரல்கள், போர்ச் சீருடையில் ஒரு நாளைக்குப் பல முறை, இராணுவ கீதங்களுக்கு இடையில், தங்கள் விளக்கங்களுடனும் பிரகடனங்களுடனும் தொலைக்காட்சியில் தோன்றினார்கள். அவர்களுக்குப் பின்னால் கொடியாலும் தேசியச் சின்னத்தாலும் வடிவமைக்கப்பட்ட திரையில், இராணுவப் படைவீரர்கள் அணிவகுத்து நடந்து செல்லும் வீடியோ ஓடியது. அனைத்துத் தகவல்களும் கட்டுப்படுத்தப் பட்டன. பற்றியெரியும் அரண்மனையில் சால்வடார் அயேந்தே தற்கொலை செய்துகொண்டதாக அறிவித்தனர். பலரைப் போலவே இராணுவம் அயேந்தேவைக் கொன்றுவிட்டதாக விக்டர் சந்தேகித்தான். அப்போதுதான் சிலியில் நடந்த பேராபத்தின் விளைவுகள் இன்னும் எவ்வளவு மோசமாக இருக்கும் என்பது புரிந்தது.

சிலி திரும்பவும் பழைய நிலைக்குத் திரும்பவில்லை. அமைச்சர்கள் சிறையில் அடைக்கப்பட்டனர். காங்கிரஸ் காலவரையற்ற விடுமுறை அறிவித்தது. அரசியல் கட்சிகள் தடைசெய்யப்பட்டன. பத்திரிகைச் சுதந்திரமும் குடிமக்களின் உரிமைகளும் மறு உத்தரவு வரும்வரை நிறுத்தப்பட்டன. படையெடுப்பில் சேரத் தயங்கியவர்களைக் கைதுசெய்து, பலரைச் சுட்டுக் கொன்றனர். ஆயுதப்படைகள் அனைத்தும் ஒரே படை, அதை யாராலும் அழிக்க முடியாது என்ற தோற்றத்தை அளிக்க வேண்டியிருந்ததால் இந்தக் கொலைகள் பற்றிய உண்மைகள் பல மாதங்களுக்குப் பின்னரே தெரியவரும். தனது காம்ரேடுகள் தன்னைக் கொலை செய்துவிடாமல் இருக்க, முன்னாள் இராணுவத் தளபதி அர்ஜென்டினாவுக்குத் தப்பிச் சென்றார், ஆனால் ஒரு வருடம் கழித்து அவரது காரில் வெடிகுண்டு வெடித்து அவர் தனது மனைவியுடன் துண்டு துண்டாகச் சிதறி இறந்துபோனார். ஜெனரல் அகஸ்தோ பினோஷே இராணுவ ஆட்சிக்குழுவின் தலைவனாகப் பொறுப்பேற்றான். விரைவில் சர்வாதிகாரத்தின் உருவகமாக அவன் மாறுவான். அடக்குமுறை உடனடியானதாகவும் கொடுமையானதாகவும் முழுமையானதாகவும் இருந்தது. அரசாங்கத்திற்கு எதிராக வேலை செய்யும் எவரையும் விட்டுவைக்க மாட்டோம், மார்க்சிஸ்டுகளை அவர்கள் மறைந்திருக்கும் இடங்களிலிருந்து பிரித்தெடுப்போம், கம்யூனிஸ்ட் புற்றுநோயிலிருந்து நாட்டை என்ன விலை கொடுத்தாவது மீட்போம் என அறிவித்தார்கள். முதலாளித்துவத்தை நம்பிக் காத்திருந்த மேல்தட்டு மக்கள் கிட்டத்தட்ட மூன்று ஆண்டுகளாகச் சேமித்து வைத்திருந்த ஷாம்பெயின் பாட்டிலைத் திறந்து கொண்டாடியபோது, தொழிலாள வர்க்கத்தின் நகரப்பகுதிகளில் பயங்கரம் ஆட்சிக்கு வந்தது.

விக்டர் ஒன்பது நாட்களாக வீடு திரும்பவில்லை. முதலில் எழுபத்திரண்டு மணிநேரம் ஊரடங்கு உத்தரவு இருந்ததாலும், பின்னர் மருத்துவமனையில் வேலைகளைக் கவனிப்பதற்காகவும் அங்கேயே தங்க வேண்டியிருந்தது. துப்பாக்கிச் சூட்டுக் காயங்களுடன் மக்கள் திரளாக வந்தார்கள், அடையாளம் தெரியாத உடல்களால் கிடங்கு நிரம்பியது. சிற்றுண்டிச் சாலையில் கிடைத்ததைச் சாப்பிட்டு, சில சமயங்களில் நாற்காலியில் அமர்ந்தே தூங்கினான். ஸ்பாஞ்சு உபயோகித்து சுத்தம் செய்துகொண்டான். ஒரு முறை மட்டுமே ஆடைகளை மாற்ற முடிந்தது. தொலைபேசியில் சர்வதேசத் தொடர்பு பெறப் பல மணிநேரம் ஆனது. மருத்துவமனையிலிருந்து

ரோஸரை அழைத்து, தான் சொல்லும்வரை எக்காரணம் கொண்டும் திரும்பி வரக் கூடாது என்று உத்தரவிட்டு, அந்தச் செய்தியை மார்செலுக்கு அனுப்பச் சொன்னான். பல்கலைக்கழகத்தை மூடினார்கள். துப்பாக்கிச் சூடு மூலம் மாணவர்களின் எதிர்ப்புகளுக்கு முற்றுப்புள்ளி வைத்தார்கள். இதழியல் பள்ளி உள்ளிட்ட துறைகளின் சுவர்களில் இரத்தம் வழிந்ததாக விக்டரிடம் சொன்னார்கள். இசைப் பள்ளியைப் பற்றியோ ரோஸருடைய மாணவர்களைப் பற்றியோ அவளிடம் சொல்ல விக்டருக்குச் செய்தி தெரியவில்லை. மருத்துவர்களின் வேலைநிறுத்தம் உடனடியாக முடிவுக்கு வந்தது. சக ஊழியர்கள் மகிழ்ச்சியான மனநிலையில் பணிக்குத் திரும்பினர்.

மருத்துவமனையிலும் சுத்திகரிப்புப் பணி தொடங்கியது. பழைய அரசாங்கத்தின் ஆதரவாளர்களாக இருந்த டாக்டர்கள் வேலைக்கு வரவில்லை; பாதுகாப்புப் படையைச் சேர்ந்தவர்கள் படுக்கையில் இருந்த நோயாளிகளை இழுத்துச் சென்றார்கள். மருத்துவமனையை ஒரு கர்னலின் கீழ் கொண்டுவந்து, இயந்திரத் துப்பாக்கிகளுடன் ஆயுதம் ஏந்திய வீரர்கள் எல்லா வாயில்களையும் கூடங்களையும் வார்டுகளையும் அறுவை சிகிச்சை அறைகளையும் பாதுகாத்தனர். பல இடதுசாரி மருத்துவர்கள் கைது செய்யப்பட்டனர். மற்றவர்கள் தப்பியோடிப் பிற நாடுகளில் தஞ்சம் புகுந்தார்கள். ஆனால் விக்டர் விளைவுகளைப் பற்றிக் கவலைப்படாமல், பகுத்தறிவுக்கு மாறான உணர்வுடன் தொடர்ந்து பணியாற்றினான்.

குளித்துவிட்டு உடை மாற்றுவதற்காக வீட்டுக்குச் சென்ற போது, அவனால் நகரத்தை அடையாளம் காண முடியவில்லை. சுத்தமாகவும், வெள்ளை வர்ணம் பூசப்பட்டதாகவும் இருந்தது. அந்தச் சில நாட்களில், புரட்சிகர சுவரோவியங்கள், வெறுப்புணர்வைத் தூண்டும் பதாகைகள், குப்பைகள், தாடி வைத்த ஆண்கள், பேன்ட் அணிந்த பெண்கள் ஆகியோர் காணாமல்போயிருந்தார்கள். முன்பு கறுப்புச் சந்தையில் மட்டுமே கிடைக்கும் பொருட்களைக் கடை ஜன்னல்களில் பார்க்க முடிந்தது. விலை அதிகம் என்பதால் அவற்றை வாங்குபவர்கள் மிகவும் குறைவாகவே இருந்தார்கள். சிப்பாய்களும் ஆயுதமேந்திய போலீசாரும் எல்லாவற்றையும் கண்காணித்தனர். தெரு மூலைகளில் டாங்கிகள் நின்றிருந்தன. மூடிய பிக்அப் டிரக்குகள் குள்ளநரிகள்போல ஊளையிட்டபடி வேகமாகக் கடந்து சென்றன. இராணுவத்தின் ஒழுங்கும் பயத்தின் செயற்கையான அமைதியும் ஊரை ஆட்சி செய்தது. அவரது வீட்டிற்குள் நுழையும்போது, தனது நீண்டகால அண்டை வீட்டுக்காரியைப் பார்த்த விக்டர் அவளுக்கு

இசபெல் அயேந்தே

வணக்கம் சொன்னான். அவள் பதில் சொல்லாமல் தன் ஜன்னலை மூடினாள். அது ஒரு எச்சரிக்கையாக இருந்திருக்க வேண்டும். ஆனால் அந்த ஏழைப் பெண் சமீபத்திய நிகழ்வுகளால் குழம்பிவிட்டாள் என்று நினைத்து விக்டர் வீட்டுக்குள் சென்றான். ஆட்சி கவிழ்ந்த தினத்தன்று கிளம்பும் அவசரத்தில், கலைந்த படுக்கை, தூக்கி எறியப்பட்ட உடைகள், அழுக்குப் பாத்திரங்கள், சமையலறையில் பச்சைப் பாசி படிந்த உணவு என வீட்டை எப்படி விட்டுச் சென்றிருந்தானோ அப்படியே இருந்தது. ஒழுங்குபடுத்தும் சக்தி இல்லாமல் மீண்டும் படுக்கையில் விழுந்து பதினான்கு மணிநேரம் தூங்கினான்.

அடுத்து வந்த நாட்களில் பாப்லோ நெரூடா இறந்தார். அவரின் மிக மோசமான அச்சங்களில் இராணுவப் புரட்சி முதலிடத்தில் இருந்தது; அதைச் சமாளிக்க முடியாமல் திடீரென உடல்நிலை மோசமடைந்தது. சாண்டியாகோவில் உள்ள ஒரு மருத்துவமனைக்கு ஆம்புலன்சில் அழைத்துச் செல்லப்பட்டபோது, துருப்புக்கள் அவரது இஸ்லா நெக்ரா வீட்டைச் சோதனைசெய்து ஆவணங்களைக் கலைத்து, பாட்டில்களை உடைத்து, கிளிஞ்சல்களின் சேகரிப்புகளை மிதித்து, குண்டுகளையும் கொரில்லா வீரர்களையும் அவரது வீட்டில் தேடின. அவரை மருத்துவமனையில் பார்க்கச் சென்ற விக்டரைக் காவலர்கள் பரிசோதித்து, கைரேகைகளை எடுத்து, புகைப்படம் எடுத்தார்கள். ஆனால் அறையைக் காவல் காத்த சிப்பாய் விக்டரை உள்ளே விடவில்லை. நெரூடாவின் நோயைப் பற்றி அறிந்திருந்ததன் காரணமாகவும், அவரை நல்ல உடல்நிலையில் ஒரு மாதத்திற்கு முன் பார்த்ததாலும், விக்டர் நெரூடாவின் திடீர் மரணத்தால் அதிர்ச்சியடைந்தான். அவரது இறப்பின் சூழ்நிலை விக்டருக்குச் சந்தேகத்தை ஏற்படுத்தியது. நெரூடாவை விஷம் கொடுத்துக் கொன்றுவிட்டார்களென்ற வதந்தி விரைவில் பரவத் தொடங்கியது. கிளினிக்கில் அனுமதிக்கப்படுவதற்கு மூன்று நாட்களுக்கு முன்பு, கவிஞர் தனது நினைவுக் குறிப்புகளின் கடைசிப் பக்கங்களில் தனது நாடு பிளவுபட்டதால் ஏற்பட்ட ஆழ்ந்த ஏமாற்றத்தையும், தனது நண்பர் சால்வதோர் அயேந்தேயை அவரது விதவையைத் தவிர வேறு யாருக்கும் தெரியாத ஏதோ ஒரு இடத்தில் புதைக்கப்பட்ட வேதனையையும் கொட்டியிருந்தார். "...புகழ்பெற்ற அந்த இறந்த உருவத்தை சிலி வீரர்களின் இயந்திர துப்பாக்கிகளிலிருந்து புறப்பட்ட தோட்டாக்கள் கிழித்து, துண்டாக்கின, சிலிக்கு நடந்த இன்னொரு துரோகம் இது" என்று அவர் எழுதினார். அவர் சொன்னது சரிதான். இராணுவம்

முன்பு ஒரு முறை சட்டப்பூர்வமான அரசாங்கத்திற்கு எதிராக எழுந்தது. ஆனால் மோசமான கூட்டு நினைவுகளிலிருந்து பழைய வரலாற்றுத் துரோகங்கள் அழிந்துவிட்டன. கவிஞரின் இறுதி ஊர்வலத்தைச் சதித்திட்டக்காரர்களால் உலகின் முன் மறைக்க முடியவில்லை. உலகின் கண்கள் பார்த்துக்கொண்டிருந்ததால் தடைசெய்ய முடியவில்லை. தீவிரமாக நோய்வாய்ப்பட்ட ஒரு நோயாளிக்கு அறுவை சிகிச்சை செய்ய வேண்டியிருந்ததால், கவிஞரின் இறுதி ஊர்வலத்திற்கு விக்டரால் செல்ல முடியவில்லை.

டாய்லெட் பேப்பர்காரரிடம் பல நாட்கள் கழித்து விவரம் தெரிந்துகொண்டான் விக்டர்.

“நிறைய பேர் வரவில்லை, டாக்டர். நேஷனல் ஸ்டேடியத்தில் கவிஞரைப் பாராட்டியபோது வந்த மக்கள் கூட்டம் உங்களுக்கு நினைவிருக்கிறதா? கல்லறையில் அதிக பட்சம் இருநூறு பேர் இருந்திருப்பார்கள்.”

“அவரின் மரணச்செய்தி இப்போதுதான் பத்திரிகைகளில் வந்தது. மக்களுக்குத் தெரிந்து அவர்கள் வர மிகவும் தாமதமாகி விட்டது; சில பேருக்கு மட்டுமே அவரது மரணத்தைப் பற்றியும் அடக்கம் செய்ததைப் பற்றியும் தெரியும்.”

“மக்கள் பயப்படுகிறார்கள்.”

“நெரூடாவின் பல நண்பர்களும் அபிமானிகளும் தலைமறைவாகவோ சிறையிலோ இருக்க வேண்டும். இறுதி ஊர்வலம் எப்படி இருந்தது என்று சொல்லுங்கள்” என்று விக்டர் கேட்டான்.

“நான் வரிசையில் முன்னால் இருந்தேன், பயமாக இருந்தது. கல்லறைக்குப் போகும் வழியில் இயந்திரத் துப்பாக்கிகளுடன் வீரர்கள் இருந்தார்கள். சவப்பெட்டி பூக்களால் மூடப் பட்டிருந்தது. ‘தோழர் பாப்லோ நெரூடா!’ என்று யாரோ கூக்குரலிடும்வரை நாங்கள் அமைதியாக நடந்தோம். பின் எல்லோரும் அந்தக் குரலுக்குப் பதிலளித்தோம்: ‘இன்றைக்கும்! என்றைக்கும்!”

“வீரர்கள் என்ன செய்தார்கள்?”

“ஒன்றும் செய்யவில்லை. பின்னர் துணிச்சலான பையன் ஒருவன், ‘தோழர் ஜனாதிபதி!’ எனக் கத்தினான். நாங்கள், ‘இன்றைக்கும்! என்றைக்கும்!’ என பதிலளித்தோம். உற்சாகமாக இருந்தது டாக்டர். ஒன்றுபட்ட மக்கள் ஒருபோதும் தோற்கடிக்கப்பட மாட்டார்கள் என்று நாங்கள்

கூச்சலிட்டோம், வீரர்கள் எதுவும் செய்யவில்லை. ஆனால் ஊர்வலத்தில் எங்களைப் போன்றவர்களைப் புகைப்படம் எடுத்துக்கொண்டனர். எதற்காக எடுத்தார்கள் என யாருக்கும் தெரியவில்லை."

விக்டர் எல்லாவற்றையும் சந்தேகித்தான்; யதார்த்தம் தலைகீழாக மாறியிருந்தது, பொய், புரட்டு, புறக்கணிப்புகள் ஆகியவற்றிற்கு மத்தியில், மேன்மையான நாட்டின் துணிச்ச லான வீரர்களின் பாதுகாப்பிலும், பாரம்பரிய ஒழுக்கத்தின் பேருவப்பிலும் கோரமான நிகழ்வுகளை உச்சரிக்காமல் மக்கள் வாழ்ந்தனர். 'காம்ரேடு' என்ற சொல் வேரோடு அழிக்கப்பட்டது; அந்தச் சொல்லை உச்சரிக்க எவரும் துணியவில்லை. வதை முகாம்கள், கேள்விமுறையற்ற மரணதண்டனைகள், பல்லாயிரக் கணக்கான கைதிகள், காணாமல் போனவர்கள், தப்பி யோடியவர்கள், நாடுகடத்தப்பட்டவர்கள், பெண்களை வன்புணர்வு செய்ய நாய்களைத் தூண்டிய சித்திரவதை மையங்கள் போன்ற வதந்திகள் பரவின. அன்றுவரை சமூகத்தில் பார்த்திராத சித்திரவதை செய்பவர்களும் துரோகிகளும் இதற்கு முன்பு எங்கே இருந்தார்கள் என விக்டர் ஆச்சரிப்பட்டான். பல வருடங்களாகப் பயிற்சி பெற்று, ஒழுங்கமைக்கப்பட்டு, தயாரானவர்களைப் போல் சில மணிநேரங்களில் அவர்கள் தன்னிச்சையாக எங்கிருந்தோ எழும்பி வந்தனர். சிலியில் பாசிஸ்டுகள் கண்ணுக்குப் புலப்படாமல் எப்பொழுதும் இருந்தார்கள். ஆனால் அவர்கள் எல்லோரும் வெளிவர ஆரம்பித்த நிகழ்வு திமிர்பிடித்த வலதுசாரிகளின் வெற்றியாக வும், நடைமுறைக்கப்பாற்பட்ட புரட்சியை நம்பிய மக்களின் தோல்வியாகவும் இருந்தது.

ஆட்சிக் கவிழ்ப்பு நடந்து சில நாட்களுக்குப் பிறகு இசிட்ரோ தெல் சோலார், தனது சமூகச் சலுகைகளையும் பொருளாதாரத்தின் கடிவாளத்தையும் மீட்டெடுக்கத் தயாராகப் பலரைப் போலவே தனது குடும்பத்துடன் சிலிக்குத் திரும்பினார். ஆனால் அவர் எதிர்பார்த்த அரசியல் அதிகாரம், எங்கே மார்க்சியம் திரும்பி வந்து நாட்டைக் குழப்பத்திற்குள் தள்ளிவிடுமோ என்ற எச்சரிக்கையில், ஒழுங்கு திரும்பும்வரை தளபதிகளின் கைகளிலிருந்தது. சர்வாதிகாரம் எவ்வளவு காலம் நீடிக்கும் என்று யாருக்கும் தெரியவில்லை. அதைத் தளபதிகள் மட்டுமே அறிந்திருந்தார்கள்.

ೞ

பக்கத்து வீட்டுக்காரப் பெண்தான் விக்டரைக் காட்டிக் கொடுத்தாள். அதே பெண் இரண்டு ஆண்டுகளுக்கு முன்பு

ஜனாதிபதியுடனான அவரது நட்பைப் பயன்படுத்தித் தனது மகனை போலீஸ் படையில் சேர்க்க உதவி செய்யுமாறு கேட்டுக் கொண்டவள், தனது இதயத்தில் ஒரு ஜோடி வால்வுகளை விக்டரின் உதவியுடன் பொருத்திக்கொண்டவள், ரோஸரிடம் சர்க்கரையும் அரிசியும் கடன்வாங்கியவள், கார்மேயின் இறுதிச் சடங்கில் கண்ணீருடன் கலந்துகொண்டவள். மருத்துவமனை யில் விக்டரைக் கைது செய்தார்கள். சீருடை அணியாத மூன்று பேர், தங்களை அறிமுகம் செய்துகொள்ளாமல், அறுவை சிகிச்சையில் விக்டர் இருந்தபோது அவரைத் தேடி வந்தார்கள். விக்டர் அறுவை சிகிச்சையை முடிக்கும்வரை காத்திருக்கும் கண்ணியம் அவர்களுக்கு இருந்தது. "எங்களுடன் வாருங்கள், டாக்டர். இது ஒரு வழக்கமான சோதனை" என அரசாங்க தொனியில் அவருக்கு உத்தரவிட்டார்கள். தெருவில் நின்றிருந்த ஒரு கறுப்புக் காரில் அவனைத் தள்ளி, கைவிலங்கு மாட்டி, கண்களைக் கட்டினார்கள். முதல் குத்து வயிற்றில் இறங்கியது.

இரண்டு நாட்களுக்குப் பிறகும், விக்டர் தல்மாவுக்குத் தான் எங்கே இருக்கிறோம் என்ற விவரம் தெரியவில்லை. விசாரணையில் திருப்தி அடைந்தவர்கள், அவரைக் கட்டிடத்தின் உட்பகுதியிலிருந்து வெளியே இழுத்து வந்தார்கள். அவனது கண்கட்டைக் கழற்றிக் கைவிலங்குகளிலிருந்து விடுவித்தார்கள். விக்டர் வெளிக்காற்றைச் சுவாசித்தான். பளிச்சென்ற நண்பகல் வெளிச்சத்தில் கண்களைத் திறந்து, மீண்டும் சமநிலைக்கு வந்து நிற்க அவனுக்குப் பல நிமிடங்கள் பிடித்தன. தான் தேசிய மைதானத்தில் இருப்பதை அறிந்தான். இளம் படைவீரன் ஒருவன் விக்டருக்கு ஒரு போர்வையைக் கொடுத்து, விரோதம் இல்லாமல் கையைப் பிடித்து, கேலரியில் அவருக்கு ஒதுக்கப் பட்ட இடத்தை நோக்கி மெதுவாக அழைத்துச் சென்றான். அவனுக்கு நடக்கக் கடினமாக இருந்தது. அடிகளாலும் மின்சார அதிர்ச்சியாலும் அவன் உடல் முழுவதும் காயம். கப்பலில் தொலைந்த மனிதன்போல் தாகம் எடுத்தது. அன்று என்ன நாளென்றோ தனக்கு என்ன நடந்தது என்றோ நினைவில் இல்லை. சித்திரவதை அனுபவித்தது ஒரு வாரமா, சில மணிநேரங்களா? அவர்கள் அவரிடம் என்ன கேட்டார்கள்? அயேந்தே, சதுரங்கம், பிளான் ஸீட்டா. இந்த பிளான் ஸீட்டா என்றால் என்ன? அவனுக்கு எதுவும் தெரியாது. தான் அடைக்கப்பட்டிருந்த அறைக்கு அருகில் இருந்த மற்ற சிறைச்சாலையில் அறைகளில் ரத்தத்தை உறையவைக்கும் அலறல்கள் கேட்டன. தோட்டாக்களின் சத்தம் கேட்டன. "சுட்டுக் கொன்றார்கள், சுட்டுக் கொன்றார்கள்" விக்டர் முணுமுணுத்தான்.

கால்பந்தாட்டப் போட்டிகளுக்கும், பாப்லோ நெரூடாவின் பாராட்டு விழா போன்ற பல்வேறு கலாச்சார நிகழ்ச்சிகளுக்கும் இதே கேலரிகளில் அமர்ந்த நினைவுடன், ஆயிரக்கணக்கான கைதிகள் ராணுவ வீரர்களால் காவல் செய்யப்படுவதைக் கண்டான். அவனை அங்கு அழைத்துச் சென்ற படைவீரன் வெளியேறியதும், மற்றொரு கைதி விக்டரை அணுகித் தனது தெர்மோஸில் இருந்த தண்ணீரைக் கொடுத்தான்.

“கவலைப்படாதே நண்பனே! மோசமான கட்டத்தைத் தண்டிவிட்டாய்.” தெர்மோஸ் காலியாகும்வரை தண்ணீர் குடிக்கக் கொடுத்து, விக்டரைக் கைத்தாங்கலாகப் படுக்க வைத்தார். சுருட்டிய போர்வையை விக்டரின் தலைக்குக் கீழே வைத்தார். “ஓய்வு எடுத்துக்கொள், இங்கு நாம் நீண்ட காலம் இருக்க வேண்டியிருக்கும்” எனக் கூறினார்.

தான் ஒரு உலோகத் தொழிலாளி என்றும், ஆட்சிக் கவிழ்ப்பு நடந்த இரண்டு நாட்களில் கைதுசெய்யப்பட்டதாக வும், பல வாரங்களாக மைதானத்தில் இருப்பதாகவும் கூறினார். மாலை வேளையில் வெப்பம் தணிந்தது. விக்டர் எழுந்து உட்கார முடிந்ததும், உலோகத் தொழிலாளி விக்டருக்குத் திரும்பவும் சில அறிவுரைகள் கூறினார்.

“கவனத்தை ஈர்க்காமல் அமைதியாக இருங்கள். காரணமே இல்லாமல் அவர்கள் உங்களைத் துப்பாக்கியின் பின்புறத்தால் அடித்து கொல்லத் துணிவார்கள் என்பதை நினைவில் கொள்ளுங்கள். அவர்கள் காட்டுமிராண்டிகள்.”

“இவ்வளவு வெறுப்பு, இவ்வளவு கொடுமை . . . புரிய வில்லை . . .”, விக்டர் முணுமுணுத்தான். வாய் வறண்டு, வார்த்தைகள் தொண்டையில் சிக்கிக்கொண்டன.

“எங்களிடம் துப்பாக்கியும் உத்தரவும் கொடுத்தால், நாங்களும் காட்டுமிராண்டிகளாக மாற வாய்ப்புள்ளது” என மற்றொரு கைதி சொன்னான்.

“என்னால் முடியாது காம்ரேட்” உலோகத் தொழிலாளி பதிலளித்தார். “இந்தக் காட்டுமிராண்டிகள் விக்டர் ஹாராவின் கைகளை எப்படி உடைத்தார்கள் என்பதைப் பார்த்தேன். ‘இப்போது பாடு, பார்க்கலாம்’ என்று அவர்கள் அவரைப் பார்த்துக் கத்தினார்கள். அவரைக் கட்டையால் அடித்து, சரமாரியாகச் சுட்டுக் கொன்றார்கள்.”

"மிக முக்கியமான விஷயம் என்னவென்றால், நீங்கள் எங்கு இருக்கிறீர்கள் என்பதை வெளியில் உள்ள யாருக்காவது தெரிவிக்க வேண்டும்" என மற்றவர் கூறினார்."நீங்கள் காணாமல் போனது தெரிந்தால்தான், அவர்கள் உங்களைக் கண்டுபிடிக்க முடியும். பலர் மறைந்துவிடுகிறார்கள். அவர்களைப் பற்றி எதுவும் தெரியாமலே போய்விடுகிறது. நீங்கள் திருமணமானவரா?"

"ஆம்" என்றார் விக்டர்.

"உங்கள் மனைவியின் முகவரி அல்லது தொலைபேசி எண்ணைக் கொடுங்கள். என் மகள் ஸ்டேடியத்திற்கு வெளியே கைதிகளின் மற்ற உறவினர்களுடன் செய்திக்காகக் காத்திருக்கிறாள். அவளுக்குத் தெரிவிக்கலாம்."

ஆனால் அந்த நபர் தகவல்களைச் சேகரிக்கும் துரோகியோ என்ற அச்சத்தில் விக்டர் தன் மனைவியைப் பற்றிய விவரங்களைக் கொடுக்கவில்லை.

சான் ஹுவான் தே தியோஸ் மருத்துவமனையில் விக்டர் கைதானதைக் கண்ட நர்ஸ் ஒருத்தி, வெனிசுலாவிலிருந்த ரோஸரைத் தொலைபேசியில் தொடர்புகொண்டு நடந்தவற்றைக் கூறினாள். ரோஸர், மார்சலை அழைத்து, இந்த மோசமான செய்தியை தெரிவித்து, அவன் சிலிக்கு வெளியில் இருந்தால் உதவி செய்ய உபயோகமாக இருக்கும் என்பதால் இருந்த இடத்தைவிட்டு நகராமல் இருக்கும்படி கட்டளையிட்டு, தான் உடனடியாகத் திரும்பப் போவதாகக் கூறினாள். விமான டிக்கெட்டை வாங்கி, அதில் ஏறும் முன் வாலண்டின் சான்செஸைப் பார்க்கச் சென்றாள். "உங்கள் கணவர் எங்கிருக்கிறார் என்பது தெரிந்தவுடன், நாம் அவரைக் காப்பாற்றிவிடலாம்" என அவளது நண்பர் உறுதியளித்தார். வாலென்டின் தனது நண்பரான தற்போதைய வெனிசுலா தூதருக்கு ஒரு கடிதத்தைக் கொடுத்தனுப்பினார்.

சாண்டியாகோவில் நூற்றுக்கணக்கான மக்கள் புகலிடம் கோரி சிலியைவிட்டு வெளியேறப் பாதுகாப்பான பாதைக்காகக் காத்திருந்தார்கள். தப்பியோடியவர்களைப் பாதுகாக்கும் சில தூதரகங்களில் வெனிசுலாவும் ஒன்று. நூற்றுக்கணக்கான சிலி மக்கள் கராகாஸுக்கு வரத் தொடங்கினார்கள். இந்த எண்ணிக்கை விரைவில் பல்லாயிரக்கணக்காக மாறியது.

ரோஸர் அக்டோபர் இறுதியில் சிலிக்கு வந்தாள். நவம்பர் வரை விக்டர் தேசிய மைதானத்திற்கு அழைத்துச் செல்லப் பட்டது தெரியவில்லை. ஆனால் வெனிசுலா தூதர் விக்டரைப் பற்றி கேட்கச் சென்றபோது, அவர் அங்கு இல்லை என்று

உறுதியளித்தனர். அதற்குள் இராணுவம் கைதிகளை அங்கிருந்து வெளியேற்றி, நாடு முழுவதும் உள்ள வதை முகாம்களுக்குப் பிரித்து அனுப்பியது.

ரோஸர், பல மாதங்கள் தனது நண்பர்கள், சர்வதேசத் தொடர்புகள் மூலமாக விக்டரைத் தேடினாள். வெவ்வேறு அதிகாரிகளின் கதவுகளைத் தட்டினாள். காணாமல் போனவர்களின் பட்டியல்களில் விக்டரின் பெயர் உள்ளதா என தேவாலயங்களில் அடிக்கடி விசாரித்தாள். அவன் பெயர் எங்கும் தென்படவில்லை. அவன் நிஜமாகவே காணாமல் போயிருந்தான்.

விக்டர் தல்மாவ் மற்ற அரசியல் கைதிகளுடன் டிரக்குகளில், ஒரு நாள் முழுவதும் பயணம்செய்து, வடக்கில் இருந்த வெடியுப்பு முகாமுக்கு அழைத்துச்செல்லப்பட்டான். பல வருடங்களுக்கு முன் கைவிடப்பட்ட சுரங்கங்களில் வேலை செய்தவர்கள் தங்குவதற்காகக் கட்டிய கூடாரங்களைச் சமீபத்தில் சிறைச்சாலையாக மாற்றியிருந்தார்கள். மின்சாரம் பாய்ச்சப்பட்ட கம்பிகளால் சூழப்பட்டு, உயர் கோபுரங்களிலிருந்து கண்காணிப்பு செய்த இயந்திரத் துப்பாக்கிகள் ஏந்திய வீரர்கள், முகாமின் வெளிப்புறத்தில் சுற்றித்திரியும் டாங்கி, அவ்வப்போது வான்வழியாகக் கண்காணித்த விமானப்படை. அந்தக் கூடாரங்களை ஆக்கிரமித்த முதல் இருநூறு கைதிகளில் விக்டரும் ஒருவன்!

முகாமின் தளபதி, மிகவும் இறுக்கமான சீருடையில் வியர்த்து வழியும் பருமனான போலீஸ் அதிகாரி. திமிர்பிடித்த ரௌடி, கல் நெஞ்சக்காரன், ஒலிபெருக்கியில் கைதிகள் செய்த குற்றங்களுக்காகவும், செய்யவிருக்கும் குற்றங்களுக்காகவும் தன் இரும்புக் கண்காணிப்பில் அவர்களை வைத்திருப்பதாக அறிவித்தான்.

கைதிகள் லாரிகளிலிருந்து இறங்கியவுடன், உடைகளைக் களைய உத்தரவிட்டு, உணவும் தண்ணீரும் இல்லாமல் பல மணிநேரம் பாலைவன வெயிலில் அவர்களை நிற்கவைத்தார்கள். முகாமின் தளபதி தான் ரோந்துக்கு வந்தபோது, கைதிகளை அவதூறாக ஏசவும் உதைக்கவும் செய்தான். ஆரம்பத்திலிருந்தே அவன் பாதிக்கப்பட்டவர்களின் மன உறுதியைக் குலைப்பதற் காகத் தன் இச்சைபடி தண்டனைகளைக் கொடுத்தான். அவனுக்குக் கீழ்ப்படிந்தவர்களும் அதையே பின்பற்றினார்கள்.

விக்டர் தல்மாவ், ஆர்ஜெலஸ் – சுர் – மேரில் பல மாதங்கள் அனுபவித்த சித்திரவதை தன் தற்போதைய நிலையைச்

சமாளிக்க உதவும் என நினைத்தாலும், அது பல ஆண்டுகளுக்கு முன்பு நடந்த ஒரு நிகழ்வு. அப்போது அவன் இளைஞன். இப்போது கிட்டத்தட்ட அறுபது வயதாகப்போகிறது. கைது செய்யப்பட்ட தருணம்வரை தனது வயதைப் பற்றிச் சிந்திக்க அவனுக்கு நேரம் இருக்கவில்லை. பாம்பாஸ் நிலத்தின் வெடியுப்பு கொதிக்கும் பகல்களிலும், பனியால் உறையும் இரவுகளிலும், சோர்வு தாங்காமல் விக்டர் இறக்க விரும்பினான். அங்கிருந்து தப்பிக்கச் சாத்தியமில்லை. காய்ந்த நிலம், மணல், கல், காற்று ஆகியவற்றால் சூழ்ந்திருந்த பாலைவனம் ஆயிரக்கணக்கான கிலோமீட்டர் பரந்திருந்தது. விக்டர் தனக்கு வயதாகிவிட்டதை உணர்ந்தான்.

11

1974–1983

இப்போது உன்னிடம் சொல்கிறேன்:
என் நிலம் உனதாகும்,
நான் அதைக் கைப்பற்றுவேன்,
உன்னிடம் கொடுப்பதற்கு மட்டுமல்ல,
எல்லோருக்கும் கொடுப்பதற்காக,
என் மக்கள் எல்லோருக்கும்.

பாப்லோ நெரூடா,

"வழியில் ஒரு கடிதம்"
மாலுமியின் வரிகள்

வதை முகாமில் கழித்த பதினொரு மாதங்களில், விக்டர் தல்மாவ் எதிர்பார்த்ததுபோல் அவன் சோர்வால் இறக்கவில்லை. மாறாக, அவனது உடலும் மனமும் வலுவடைந்தன. அவனது தோலை இரக்கமற்ற சூரியனும் உப்பும் மணலும் எரித்தன. ஒல்லியான உடல்வாகுடைய விக்டர், எலும்பும் தோலுமாக மாறி, தூய இரும்பாலான ஜியோகோமெட்டியின் சிற்பம் போலத் தோற்ற மளித்தான். அபத்தமான இராணுவப் பயிற்சிகள், கடினமான உடற்பயிற்சிகள், இரக்கமற்ற சூரியனுக்குக் கீழே பந்தயங்கள், பனியில் அசையாமல் கழித்த இரவுகள், அடிகள், தண்டனைகள், பயனற்ற வேலையில் கட்டாய உழைப்பு, எரிச்சல், பசி, இவை எதுவுமே அவனைத் தோற்கடிக்கவில்லை. தனது கட்டுப்பாட்டில் எதுவும் இல்லை; தன்னைச் சிறைப்பிடித்தவர்களின் கைகளில் இருக்கிறோம்; அவர்களிடம் முழுமை யான அதிகாரமும் தண்டனையும் இருந்தது, தன்

உணர்ச்சிகள் மட்டுமே தன் வசம் என்பதை நன்கு உணர்ந்ததால், ஒரு கைதியாக விக்டர், தனது நிலைக்குச் சரணடைந்தான். பிர்ச் மரத்தின் உருவகத்தை மீண்டும் மீண்டும் தனக்குத் தானே சொல்லிக்கொண்டான். அது புயலில் வளையுமே தவிர உடையாது. ஏற்கெனவே மற்ற சூழ்நிலைகளில் சித்திரவதையை அனுபவித்திருந்ததால், தன்னைச் சிறைப்பிடித்தவர்களின் மூர்க்கத்தனத்திலிருந்தும் முட்டாள்தனத்திலிருந்தும் பாதுகாத்துக்கொள்ள விக்டரால் முடிந்தது. ரோஸர் தன்னைத் தேடுகிறாள், ஒருநாள் தன்னைக் கண்டுபிடிப்பாள் என்ற உறுதியுடன் அமைதியாகவும் பொறுமையாகவும் இருந்தான். மற்ற கைதிகளிடம் மிகவும் குறைவாகவே பேசியதால், விக்டருக்கு "ஊமை" என்று அவர்கள் பெயர் சூட்டினார்கள். பேசவே மனம் வராமல் தன் வாழ்நாளின் முதல் முப்பது வருடங்களை மௌனமாகக் கழித்த மார்செலை நினைத்துக்கொண்டான்.

விக்டருக்குச் சொல்வதற்கு ஒன்றும் இல்லை. அவனது தோழர்கள் காவலர்களின் கவனத்திற்கு அப்பால் கிசுகிசுவெனப் பேசி தங்களின் துரதிர்ஷ்டவசமான நிலையைச் சமாளிக்க முயன்றனர். மிகவும் கடினமான நாட்களில் விக்டர் ரோஸரை மிகுந்த ஏக்கத்துடன் நினைத்துக்கொள்வான். தான் அவளை எவ்வளவு நேசித்தோம் என்பதையும் தாங்கள் ஒன்றாக அனுபவித்த தருணங்களையும் நினைவுகூர்வான். தனது மனதைச் சுறுசுறுப்பாகவும் கூர்மையாகவும் வைத்திருக்க, மனப்பாடமாக அறிந்திருந்த பிரபலமான சதுரங்க விளையாட்டு களையும் ஜனாதிபதியுடன் விளையாடியவற்றையும் கவனம் சிதறாமல் மனதில் ஓட்டிப்பார்ப்பான். ஒரு காலகட்டத்தில், அந்த இடத்தில் அபரிமிதமாகக் கிடைத்த கற்களில் செஸ் துண்டுகளைச் செதுக்கி, மற்ற ஆண்களுக்கு விளையாட்டைக் கற்றுக்கொடுத்து அவர்களுடன் விளையாட வேண்டும் என்று கனவுகண்டான். ஆனால் காவலர்களின் சர்வாதிகாரக் கண்காணிப்பின் கீழ் அது எதுவும் சாத்தியமில்லை. இந்தச் சீருடை அணிந்தவர்கள் தொழிலாளி வர்க்கத்திலிருந்து வந்த ஏழைகள். ஒருவேளை அவர்களில் பெரும்பாலோர் சோஷலிசப் புரட்சியின்பால் அனுதாபம் கொண்டிருக்கலாம். ஆனால் என்னவோ கைதிகள் தங்களின் கடந்தகாலச் செயல்களால் காவலர்களுக்குப் பெரும் துரோகத்தை இழைத்துவிட்டதைப் போலவும், அவற்றிற்கு எதிராக பழிவாங்குவதைப் போலவும் காவலர்கள் சர்வாதிகாரக் கட்டளைகளுக்குக் கீழ்ப்படிந்தனர்.

ஒவ்வொரு வாரமும் ஆண்களை மற்ற வதை முகாம்களுக்கு மாற்றினார்கள் அல்லது தூக்கிலிட்டு இறந்தவர்களின் உடல்களைப் பாலைவனத்தில் டைனமைட் வைத்து வெடிக்கச்

செய்தார்கள். வதை முகாம்களிலிருந்து வெளியேறிவர்களைவிட அங்கே வந்தவர்கள்தான் அதிகம். துன்பம் மட்டுமே பொது என்ற சூழ்நிலையால் இணைந்த ஆயிரத்து ஐநூறுக்கும் மேற்பட்டவர்கள், நாட்டின் பல்வேறு பகுதிகளிலிருந்தும், வெவ்வேறு வயதுடைய, வெவ்வேறு தொழில்களைச் செய்து வந்தவர்கள் தான் இருந்த வதை முகாமில் இருப்பதாக விக்டர் கணக்கிட்டான். சர்வாதிகாரம் அவர்களை நாட்டின் எதிரிகளாகப் பார்த்தது. விக்டரைப் போன்ற சிலர் எந்தக் கட்சியையும் சார்ந்திருக்கவில்லை. எந்த அரசியல் பதவியிலும் இருக்கவில்லை. அவர்கள் மேல் பழிவாங்கும் விதமாகப் புகார் சுமத்தப்பட்டதாலோ அதிகாரத்துவப் பிழையாலோ அங்கு வந்திருந்தார்கள்.

வசந்த காலம் தொடங்கியது. கோடைகாலம் வதை முகாமை நரகமாக மாற்றிவிடும் எனக் கைதிகள் பயந்தனர். அதே கோடைக்காலம் விக்டரின் நிலைமையில் எதிர்பாராத திருப்பத்தை ஏற்படுத்தியது. உள்ளாடை அணிந்த கைதிகள் வெறுங்காலுடன் வரிசையாக நின்றுகொண்டிருந்த நேரம், காலை நேர தண்டனைகளைக் கொடுத்துக்கொண்டிருந்த தளபதி திடீரென்று முழங்கால் போட்டு விழுந்தான், மூச்சுத் திணறினான். அருகிலுள்ள வீரர்கள் அவரைக் கைத்தாங்கலாகத் தரையில் கிடத்தினார்கள். கைதிகள் யாரும் நகரவில்லை, யாரும் சத்தம் போடவில்லை. விக்டருக்கு, அந்தக் காட்சி ஏதோ ஒரு கனவில் மெதுவாக, மௌனத்தில், மற்றொரு பரிமாணத்தில் நடப்பதைப் போல் தோன்றியது. இரண்டு சிப்பாய்கள் தளபதியைத் தூக்க முயல்வதையும், மற்றவர்கள் செவிலியரைக் கூப்பிட ஓடுவதையும் கண்டான். பின்விளைவுகளைப் பற்றி யோசிக்காமல், பயிற்சிக்கு நின்றிருந்த ஆட்களைத் தாண்டித் தூக்கத்தில் நடப்பவன்போல முன்னேறினான். எல்லோரது கவனமும் கீழே விழுந்த மனிதனின் மீது இருந்தது. சிப்பாய்கள் விக்டரைக் கவனித்து, அவனை நிறுத்த, தரையில் குப்புறப் படுக்குமாறு கட்டளையிட்டபோது, அவன் வரிசையின் முன்புறத்தை அடைந்துவிட்டிருந்தான். "அவர் ஒரு மருத்துவர்!" என்று கைதிகளில் ஒருவன் கத்தினான். விக்டர் சில நொடிகளில் மயக்கமடைந்த தளபதியை அடைந்தான். யாரும் அவரைத் தடுக்கவில்லை, தளபதியின் பக்கத்தில் மண்டியிட்டான். அவனுக்கு இடம் கொடுக்க வீரர்கள் பின்னால் ஒரு அடி எடுத்துவைத்தனர். தளபதி சுவாசிக்கவில்லை என்பதைக் கண்டறிந்த விக்டர், அருகில் இருந்த காவலர்களில் ஒருவனிடம் சைகைகாட்டி, தளபதியின் உடைகளை தளரச் செய்யுமாறுச் சொன்னான். தளபதியின் வாய்மீது வாய்வைத்துப் புத்துயிர் கொடுத்து, இரு கைகளாலும் அவனது மார்பை வலுவாக

அழுத்தினான். வதை முகாம் மருத்துவமனையில் ஒரு கைமுறை அதிர்வுப்பெட்டி இருப்பது விக்டருக்குத் தெரியும்; சிப்பாய்கள் சில நேரங்களில் சித்திரவதைக்கு ஆளானவர்களை உயிர்ப்பிக்க அதைப் பயன்படுத்தினார்கள். சில நிமிடங்களுக்குப் பிறகு, செவிலியர் உதவியாளருடன் ஆக்சிஜனையும் அதிர்வுப் பெட்டியையும் எடுத்துக்கொண்டு ஓடி வந்து, தளபதியின் இதயத்தை உயிர்ப்பிக்கும் முயற்சியில் விக்டருக்கு உதவினார்கள். "ஒரு ஹெலிகாப்டர்! அவரை உடனடியாக மருத்துவ மனைக்கு அழைத்துச் செல்ல வேண்டும்!" என்று இதயம் துடிப்பதை உறுதிசெய்தவுடன் விக்டர் கோரினான். முகாமின் ஒரு முனையில் எப்போதும் தயாராக இருந்த ஹெலிகாப்டர் வரும்வரை விக்டர் தளபதியை உயிருடன் வைத்திருந்தான். அவர்கள் தளபதியை முகாமிற்கு அருகிலிருந்த மருத்துவ மனைக்கு முப்பத்தைந்து நிமிடங்களில் அழைத்துச் சென்றனர். விக்டரையும் நோயாளியுடன் வரும்படி கட்டளையிட்டு, ஒரு மிலிட்டரி சட்டை, பேன்ட், பூட்ஸைக் கொடுத்தார்கள்.

அது ஒரு சிறிய நாட்டுப்புற மருத்துவமனை, அத்தியாவசியமான வசதிகள் மட்டுமே இருந்தன. சாதாரண நாட்களில், அவசரத்திற்கு வேண்டிய மருத்துவச் சாமான்கள் இருந்திருக்கும், ஆனால் அன்று இரண்டு மருத்துவர்கள் மட்டுமே இருந்தனர். இருவரும் டாக்டர் விக்டர் தல்மாவின் நற்பெயரை அறிந்து அவனை மரியாதையுடன் வரவேற்றார்கள். அறுவை சிகிச்சைத் தலைவரும் இருதயநோய் நிபுணரும் கைதுசெய்யப்பட்டதாக அறிவித்தனர். விக்டருக்கு அவர்கள் இருவரையும் எங்கு அழைத்துச் சென்றிருப்பார்கள் என்று யோசிக்க நேரமில்லை. ஏனென்றால் அவர்கள் விக்டர் இருந்த முகாமில் இல்லை. அறுவை சிகிச்சை அறை முப்பதாண்டு களுக்கும் மேலாக அவனது பணியிடமாக இருந்தது; அவன் தனது மாணவர்களிடம் அடிக்கடி கூறியதுபோல், இதய உறுப்பில் எந்த மர்மமும் இல்லை; அதற்கு மனிதர்கள் தங்கள் கற்பனையால் தரும் அர்த்தங்கள்தான் மர்மமானவை. குறைந்த நேரத்தில், விக்டர் தேவையான அறிவுரைகளை அங்கிருந்த மருத்துவர்களுக்கு வழங்கினான். தன்னைச் சுத்தம் செய்து கொண்டு, தளபதியை அறுவை சிகிச்சைக்குத் தயார் செய்தான். மருத்துவர்களில் ஒருவரின் உதவியுடன், தான் நூற்றுக்கணக்கான முறை செய்த அறுவை சிகிச்சையைச் செய்தான். அவன் கைகளுக்கு என்ன செய்ய வேண்டும் என்ற நினைவு அப்படியே இருந்தது, தன்னிச்சையாக அவை இயங்கின.

விக்டர் தனது நோயாளியுடன் இரவைச் சோர்வின்றிப் பரவசத்துடன் கழித்தான். மருத்துவமனையில், யாரும் அவனை

ஆயுதம் ஏந்தியபடி கண்காணிக்கவில்லை. கைதாவதற்கு முன்பு வாழ்க்கை எப்படி இருந்தது என்பதை அவன் மறந்து விட்டிருந்தான். அவர்கள் மரியாதையுடன் அவனை நடத்தினார்கள். உருளைக்கிழங்குடன் ஸ்டீக், ஒரு கிளாஸ் ரெட் ஒயின், இனிப்புக்காக ஐஸ்கிரீம் ஆகியவற்றைப் பரிமாறினார்கள். சில மணிநேரங்களுக்கு அவன் வரிசையில் ஒரு எண்ணாக அல்லாமல் டாக்டர் தல்மாவாக இருந்தான்.

நோயாளி தீவிரமான நிலையில் இருந்தாலும் நள்ளிரவில் ஆபத்தான கட்டத்தைத் தாண்டினான். இராணுவ இருதயநோய் நிபுணர் சாண்டியாகோவிலிருந்து விமானத்தில் வந்தார். கைதியை மீண்டும் வதை முகாமுக்கு அனுப்ப அவர்கள் கட்டளையிட்டார்கள். அதற்கு முன் விக்டர் ரோஸரைத் தொடர்பு கொள்ளும்படி அறுவை சிகிச்சையில் தனக்கு உதவிய மருத்துவரிடம் கேட்டுக்கொண்டான். அந்த மருத்துவர் வலதுசாரியாக இருந்திருந்தால் அது ஆபத்தில் முடிந்திருக்கும், ஆனால் அவர்கள் ஒன்றாக வேலை செய்த சமயங்களில் அவர்களிடையே பரஸ்பரம் மரியாதையும் புரிதலும் இருந்தன. ரோஸர் சிலிக்குத் திரும்பி வந்து தன்னைத் தேடிக் கொண்டிருப்பாள் என்று விக்டர் உறுதியாக நம்பினான். அவனும் அவளுக்காக அதையே செய்திருப்பான்.

வதை முகாமின் புதிய தளபதி முந்தியவரைப் போலவே கொடுமையானவன். ஆனால் விக்டர் அதை ஐந்து நாட்கள் மட்டுமே தாங்க வேண்டியிருந்தது. ஆறாவது நாள் காலை, பட்டியல் அழைப்பு சமயத்தில் தாங்கள் அழைத்துச் செல்லவிருந்த கைதிகளைப் பிரித்தபோது, விக்டரின் பெயரை உரக்கக் கூப்பிட்டார்கள். கைதிகளுக்கு ஒரு நாளின் மிக அச்சுறுத்தும் மோசமான பகுதி இந்த பட்டியல் அழைப்பு நேரம், ஒரு சித்திரவதை மையத்திலிருந்து, மற்றொரு மோசமான முகாமுக்கோ அல்லது மரணத்தை நோக்கியோ மாற்றப்படும் சோதனையான நேரம். மூன்று மணி நேரக் காத்திருப்புக்குப் பின், விக்டர் இருந்த குழுவை ஒரு லாரிக்கு அழைத்துச் சென்றனர். பட்டியலில் இருந்த பெயர்களைச் சரிபார்த்த காவலன் விக்டரை மற்றவர்களுடன் வாகனத்தில் ஏறுவதற்கு முன்பு நிறுத்தினான். “கழுதையே! நீ கீழே இரு.” அங்கிருந்து விக்டர் முகாமின் அலுவலகத்திற்குச் செல்ல ஒரு மணி நேரத்திற்கும் மேல் காக்கவைக்கப்பட்டான். அங்கு தளபதி விக்டரை அதிர்ஷ்டசாலி என்று அழைத்து ஒரு தாளை நீட்டினான். விக்டர் பரோலில் முகாமை விட்டு வெளியே செல்ல அனுமதிக்கும் பத்திரம். “என் கையில் இருந்தால், நான் உனக்காகக் கதவைத் திறந்து, மீண்டும் முகமாமிற்கு நடக்க வைத்திருப்பேன், கம்யூனிஸ்ட்

நாயே! ஆனால் நான் இப்போது உன்னை மருத்துவமனைக்கு அழைத்துச் செல்ல வேண்டும்" என்று விக்டரிடம் கூறினான்.

ரோஸரும் வெனிசுலா தூதரக அதிகாரியும் அவனுக்காக மருத்துவமனையில் காத்திருந்தார்கள். நீண்ட மாதங்களின் விரக்தி மேலிட விக்டர் தன் மனைவியைக் கட்டிப்பிடித்தான். அதில் அவன் அவளிடம் உரக்கத் தெரிவித்திராத அன்பு இருந்தது. இருவரும் அழுதார்கள். "ரோஸர்! நான் உன்னை எவ்வளவு நேசிக்கிறேன், உன்னைக் காண மிகவும் ஏங்கினேன்." அவளது தலைமுடியில் முகம் பதித்துக் கிசுகிசுத்தான்.

நிபந்தனையின் பேரில் விடுதலையானதால், விக்டர், தினமும் போலீஸ் சோதனைச் சாவடியில் ஆஜராகி, பதிவேட்டில் கையொப்பமிட வேண்டியிருந்தது. பணியில் இருக்கும் அதிகாரியின் மனநிலையைப் பொறுத்து, கையொப்பமிட நீண்ட நேரம் ஆகலாம். வெனிசுலா தூதரகத்தில் புகலிடம் கோரும் முடிவை எடுப்பதற்கு முன் விக்டர் இரண்டு முறை கையெழுத்திட்டான். சிறையிலிருந்ததால் தன்னை எல்லோரும் புறக்கணித்தனர் என்பதைப் புரிந்துகொள்ள விக்டருக்கு இரண்டு நாட்களே தேவைப்பட்டன. மருத்துவமனையில் வேலைக்குத் திரும்ப முடியவில்லை. நண்பர்கள் அவனைத் தவிர்த்தனர். அவன் எந்த நேரத்திலும் திரும்பவும் கைது செய்யப்படலாம். அவனுடைய தற்போதைய வாழ்க்கையில் இருந்த எச்சரிக்கையும் பயமும் சர்வாதிகார ஆதரவாளர்களின் பழிவாங்கும் மனநிலையிலிருந்து வேறுபட்டிருந்தன. நிழல்களில் நடக்கும் நிஜத்தைப் பற்றி யாரும் மூச்சுவிடவில்லை. யாரும் எதிர்ப்பும் தெரிவிக்கவில்லை. வேலையில்லாதவர்கள் பலர் ஒரே ஒரு வாய்ப்புக்காக வாசலில் காத்திருந்தனர். நசுக்கப்பட்ட தொழிலாளர்கள் தங்கள் உரிமைகளை இழந்திருந்தாலும், அவர்கள் எந்த நேரத்திலும் பணியிலிருந்து நீக்கப்படலாம் என்ற நிலை இருந்தாலும், எவ்வளவு மோசமான சம்பளமாக இருந்தாலும் நன்றியுடன் இருந்தார்கள். சிலி, தொழிலதிபர்களின் சொர்க்கமாக இருந்தது. வெளியுலகத்தைப் பொறுத்தவரை சிலி செழுமைக்கான பாதையில் இருக்கும் ஒழுங்கான, சுத்தமான, அமைதியான நாடு. சித்திரவதை செய்யப்பட்டவர்கள், இறந்தவர்கள், சிறையில் சந்தித்த மனிதர்களின் முகங்கள், காணாமல்போனவர்கள் ஆகியோரைப் பற்றி விக்டர் யோசித்தான். மக்கள் மாறிவிட்டதாகத் தோன்றியது. முப்பத்தைந்து ஆண்டுகளுக்கு முன்பு அவரை மகத்தான அரவணைப்புடன் வரவேற்ற நாட்டையும் தனது சொந்த

நாடாக நேசித்த நாட்டையும் அடையாளம் காண முடியாமல் விக்டர் தவித்தான்.

இரண்டாம் நாள் ரோஸரிடம் தன்னால் சர்வாதிகாரத்தைத் தாங்க முடியவில்லை என்று விக்டர் கூறினான். “ஸ்பெயினிலும் தாங்க முடியவில்லை, அதேபோல் இங்கேயும் முடியாது. பயந்து வாழ்வதற்கு என்னால் முடியாது, எனக்கு வயதாகிவிட்டது, ரோஸர்; ஆனால் இரண்டாவது முறை நாட்டை விட்டு வெளியேறுவது, சிலியில் தங்கிப் பின்விளைவுகளை எதிர்கொள்வது போல் சகிக்க முடியாத ஒன்று” என்றான். மக்கள் கூறுவதுபோல், சிலியில் உறுதியான ஜனநாயகப் பாரம்பரியம் இருந்ததால், சர்வாதிகாரம் தற்காலிக மானது என்றும், விரைவில் ராணுவ ஆட்சி முடிவுக்கு வரும் என்றும், அவர்கள் சிலிக்குத் திரும்புவது நிச்சயம் என்றும் ரோஸர் கூறினாள். ஆனால் ஃபிராங்கோ முப்பது ஆண்டு களுக்கும் மேலாக அதிகாரத்தில் இருந்தான்; அதேபோல் பினோஷே இருப்பதற்கான வாய்ப்புகள் அதிகம் இருக்கும் பட்சத்தில் அவளது வாதம் தொடர்ந்து திடமாக நிற்கவில்லை. விக்டர் இரவு முழுவதும் தூக்கமின்றி வெளியேறும் யோசனை யில் கழித்தான். இருட்டில், ரோஸர் அவனுக்கு அருகில் சுருண்டு படுத்திருக்க, தெருவின் சத்தங்களைக் கேட்டுக்கொண்டிருந் தான். விடியற்காலை மூன்று மணியளவில் அவனது வீட்டின் முன் கார் வரும் சத்தம் கேட்டது. அதற்கு ஒரே ஒரு அர்த்தம் தான் – இராணுவம் அவருக்காகத் திரும்பி வந்தது. ஊரடங்குச் சட்டத்தின் போது, இராணுவ வாகனங்களும் பாதுகாப்பு முகவர்களும் மட்டுமே தெருவில் சுற்றி வந்தனர். ஓடிப்போவதையோ, ஒளிந்துகொள்வதையோ நினைத்துக்கூடப் பார்க்க முடியாது. வியர்வையில் நனைந்தபடி, இதயம் பலமாக அடித்தபடி விக்டர் அசையாமல் நின்றான். ரோஸர் திரைச்சீலைகள் வழியாக எட்டிப் பார்த்து, முதல் காருக்கு அடுத்ததாக இரண்டாவது கறுப்புக் கார் வந்துகொண்டிருப் பதைக் கண்டாள். “சீக்கிரம் டிரெஸ் பண்ணு, விக்டர்” என்று கட்டளையிட்டாள். ஆயுதங்கள் இல்லாமல் வாகனங்களிலிருந்து அவசரமின்றி இறங்கிய பலரைக் கண்டார்கள். அவர்கள் அங்கே சிறிது நேரம் புகைபிடித்துவிட்டு, நிதானமாக அரட்டையடித்துவிட்டுக் கிளம்பிச் சென்றனர். விக்டரும் ரோஸரும் ஒருவரையொருவர் கட்டிப்பிடித்துப் பயத்தில் நடுங்கியபடி, ஜன்னலுக்கு அருகில் காலை ஐந்து மணிக்கு வெளிச்சம் வந்து ஊரடங்கு நேரம் முடியும்வரை காத்திருந்தார்கள்.

விக்டரை வெனிசுலா தூதரக உரிமத் தகடு கொண்ட காரில் அழைத்துச் செல்ல ரோஸர் ஏற்பாடு செய்தாள். தூதரகங்களில்

உள்ள பெரும்பாலான புகலிடக் கோரிக்கையாளர்கள் தங்களை ஏற்றுக்கொள்ளும் நாடுகளுக்குச் சென்றுவிட்டதால், பாதுகாப்பு குறைவாக இருந்தது. விக்டர் காரின் டிக்கியில் சுருண்டிருந்து தூதரகத்திற்குள் நுழைந்தான். ஒரு மாதத்திற்குப் பிறகு தூதரகம் விக்டருக்குப் பாதுகாப்பான வழியைக் கொடுத்தது. இரண்டு வெனிசுலா அதிகாரிகளுடன் விமானத்தின் வாசலுக்குச் சென்றான். அங்கு ரோஸர் அவருக்காகக் காத்திருந்தாள். விக்டர் தாடியை எடுத்துவிட்டுச் சுத்தமாக இருந்தான், அமைதியாகத் தென்பட்டான். அதே விமானத்தில் மற்றொரு நாடுகடத்தப்பட்டவர் அவரது இருக்கையில் அமர்ந்ததும் அவரின் கைவிலங்குகளை அகற்றினார்கள். அழுக்காகத் தோன்றிய கந்தலான உடை. அடங்காமல் நடுக்கம். விமானத்தில் சிறிது நேரம் கழித்து விக்டர் அவரை அணுகினான். தான் பாதுகாப்பு முகவர் அல்ல என்று அந்த நபரை நம்ப வைக்க விக்டர் பெரும்பாடாக இருந்தது. அந்த நபரின் முன்பற்கள் காணாமல் போனதையும், பல விரல்கள் உடைந்திருப்பதையும் விக்டர் கவனித்தான்.

“உங்களுக்கு என்ன உதவி வேண்டும், காம்ரேட்? நான் ஒரு மருத்துவர்” என்று அவரிடம் விக்டர் சொன்னான்.

“அவர்கள் விமானத்தைத் திருப்பப் போகிறார்கள். என்னைத் திரும்ப அங்கே...” என அவர் அழ ஆரம்பித்தார்.

“அமைதியாக இருங்கள். நாம் ஒரு மணிநேரத்திற்கு முன்பே சிலியைக் கடந்துவிட்டோம், நாம் சாண்டியாகோவுக்குத் திரும்பப் போவதில்லை, உங்களுக்கு உறுதியளிக்கிறேன். இது கராகாஸுக்குச் செல்லும் விமானம். நீங்கள் அங்கே பாதுகாப்பாக இருப்பீர்கள். அவர்கள் உங்களுக்கு உதவுவார்கள். நான் உங்களுக்கு ஒரு கோப்பை குடிக்கக் கொண்டுவருகிறேன்.”

“மது வேண்டாம், ஏதாவது சாப்பிட கொண்டு வாருங்கள்” என்று அவர் கேட்டுக்கொண்டார்.

ரோஸர் வெனிசுலாவில் தனது பழங்கால இசைக்குழுவில் நீண்ட காலம் செலவிட்டிருந்தாள். கான்செர்ட்டுகள் வழங்கினாள். அவளுக்கு அங்கே நண்பர்கள் இருந்தார்கள். சிலியின் சமூக விதிகளிலிருந்து வேறுபட்டிருந்த வெனிசுலாவில் எளிதாக வளையவர அவள் அறிந்திருந்தாள். வாலெண்டின் சான்செஸ் அவளை முக்கியமான பலருக்கு அறிமுகப்படுத்தி, கலாச்சார உலகத்தின் கதவுகளைத் திறந்தார். எய்டர் இபார்ராவுடனான அவளது காதல் பல ஆண்டுகளுக்கு முன்பு

முடிவுக்கு வந்திருந்தாலும், அவர்கள் நண்பர்களாக இருந்தனர். அவ்வப்போது எய்டரைச் சந்திக்கச் சென்றாள். பக்கவாதத்தால் அவனுடைய செயல் திறன் பாதிக்கப்பட்டிருந்தாலும், வார்த்தைகளை உச்சரிப்பதில் சில சிரமங்கள் ஏற்பட்டாலும், அவனது மூளை இன்னும் கூர்மையாக இருந்தது. கும்ப்ரெஸ் தெ குருமோவின் உச்சியில் இருந்த அவன் இல்லத்திலிருந்து கராகாஸின் பரந்த வெளியைக் கண்டு களித்தான். அங்கு ஆர்க்கிட் செடிகளையும் கவர்ச்சியான பறவைகளையும் வளர்த்தான். தனித்துவம் பொருந்தியக் கார்களைச் சேகரித்தான். அது பல வீடுகள் கொண்ட ஒரு குடியிருப்பு வளாகம். அழகான பூங்காவனம். கம்யூனிடியைச் சுற்றி உயர்ந்த காம்பவுண்ட் சுவர். வாசலில் ஆயுதமேந்திய காவலரின் பாதுகாப்பு. எய்டர், தனது திருமணமான இரண்டு மகன்கள் மற்றும் பல பேரக்குழந்தைகளுடன் அங்கே வாழ்ந்துவந்தான். ரோஸருடன் இருந்த நீண்ட உறவை அவன் மனைவி சந்தேகிக்கவில்லை என்று எய்டர் சொன்னாலும், ரோஸர் அதை நம்பவில்லை. அந்த ஆண்டுகளில் அவர்கள் நிச்சயமாகப் பல தடயங்களை விட்டிருந்தனர். வேறு பெண்களுடன் உறவிலிருப்பது ஆண்மைத்தனம் என்று நம்பும் பல ஆண்களைப் போலவே தன் கணவரும் இருப்பதாக அவரது மனைவி நினைத்ததாகவும், தெரிந்தே அதைப்பற்றி கவலைப்படாமல் இருந்ததாகவும் ரோஸர் கருதினாள். என்ன ஆனாலும் அவள்தான் எய்டரின் சட்டப்பூர்வமான மனைவி, அவனுடைய குழந்தைகளின் தாய், அவனுடைய வாழ்வில் முக்கியமானவள். எய்டருக்குப் பக்கவாதம் ஏற்பட்டபின், அவள் அவனைத் தன் கட்டுக்குள் கொண்டுவந்து, முன்புபோல் அவர்கள் வாழ்க்கை அவசரகதியில் செல்லாமல் மெதுவாக நகர்ந்ததில், அவனுடைய நற்பண்புகளைக் கண்டுபிடித்துப் பாராட்ட அவளுக்கு அவகாசம் கிடைத்தது. அதனால் எய்டர் மேலிருந்த அன்பு இன்னும் அதிகமானது. இருவரும் குடும்பத்தால் சூழப்பட்டு, ஒற்றுமையுடன் ஒன்றாக முதிய வயதை மகிழ்ச்சியுடன் அனுபவித்தார்கள். “நீயே பார்க்கிறாய், ரோஸர், கெட்டதிலும் ஒரு நன்மை இருக்கிறது. என்னால் நடக்கும்போது இருந்ததை விட இந்தச் சக்கர நாற்காலியில் இருக்கும் நான் சிறந்த கணவன், தந்தை, தாத்தா. நீ நம்பாவிட்டாலும், நான் மகிழ்ச்சியாகத்தான் இருக்கிறேன், உண்மையாகவே” என்று எய்டர் ஒரு முறை ரோஸரிடம் கூறினான். தன் நண்பனின் நிம்மதியைக் கெடுக்காமல் இருக்க, வெள்ளை ஒயின் கலந்த அவனுடைய முத்தங்களும் அந்த மதிய நேரங்களின் நினைவுகளும் தனக்கு எவ்வளவு முக்கியமானவை என ரோஸர் அவனிடம் சொல்லவில்லை.

கடந்த காலக் காதலைத் தங்கள் வாழ்க்கைத் துணைகளிடம் சொல்ல வேண்டாம் என்று இருவரும் உறுதி செய்திருந்தனர். ஆனால் ரோஸர் தன் வாக்கைக் காப்பாற்றவில்லை. விக்டர் வதை முகாமிலிருந்து விடுதலை ஆனதற்கும், தூதரகத்தில் அடைக்கலமானதற்கும் இடைப்பட்ட இரண்டு நாட்களில், அவர்கள் முதல்முறை காதலில் விழுந்ததுபோல் உணர்ந்த தருணம் இருவருக்குமே ஆச்சரியமான கண்டுபிடிப்பு. இருவரும் மற்றவருக்காக மிகவும் ஏங்கியிருந்தார்கள் அவர்கள் மீண்டும் இணைந்தபோது ஒருவரையொருவர் தங்களின் நிஜ வயதில் பார்க்காமல், வின்னிபெக் படகில் ரகசியக் குரலில், அன்பான அரவணைப்புகளால் தங்கள் சோகத்திலிருந்து ஆறுதலடைந்த இளைஞர்களாகப் பார்த்தார்கள். அவள் ஒரு உயரமான, வலிமையான அந்நியனைக் கண்டாள். செதுக்கப்பட்ட கருமையான மரம்போல் முகமும் உடலுமுடைய, இஸ்திரி செய்த ஆடைகளின் வாசனையுடன், அவளை மென்மையான கண்களால் பார்த்து, ஆச்சரியப்படுத்தி, பிச்சியைப் போல் சிரிக்கவைத்த, மகிழ்ச்சியை அளிக்கும் திறனுடன் இருந்த இந்தப் புதிய விக்டர் மேல் அவள் காதல் கொண்டாள். அவள் எதிர்ப்பார்க்காததை எல்லாம் அவளிடம் கூறிய புதிய விக்டர், அவள் உடல் என்னும் வரைபடத்தை மனப்பாடம் செய்து, இரவு முழுவதும் அவளைத் தாலாட்டி, தனது தோளில் தூங்கச்செய்தான். தன்னைச் சுற்றி எழுப்பியிருந்த இரும்புச் சுவர்களைச் சித்திரவதை அனுபவித்த மாதங்கள் உடைத்தன. தனது உணர்ச்சிகளை வெளிக்காட்ட விக்டர் தயாராக வந்தான். தான் முன்பு சகோதரியாக நேசித்த பெண் மேல் விக்டருக்குக் காதல் வந்தது. முப்பத்தைந்து ஆண்டுகளாக விக்டரின் மனைவியாக இருந்தபோதும், அவனது விடுதலைக்குப் பின் மீண்டும் இணைந்த அந்த நாட்களில், அவள் தன் கடந்த காலத்தின் சுமையிலிருந்து விடுபட்டு, கிய்யேமின் விதவையாகவும் இல்லாமல், மார்செலின் தாயாகவும் இல்லாமல் தனது புதிய இளமை உணர்ச்சியை ஏற்றுக்கொண்டாள். ஐம்பது சொச்ச வயதில், ரோஸர் கூடுதல் புலனுணர்வுடனும் முழு உற்சாகத்துடனும், பயமறியாத தீராக் காதலுடனும் இருப்பதாக விக்டருக்குத் தோன்றியது. சர்வாதிகாரத்தை அவள் அவனைப் போலவே வெறுத்தாள், ஆனால் அவள் அதைக் கண்டு அஞ்சவில்லை. அவள் எதைக் கண்டும் அஞ்சியதற்கான அறிகுறிகளைக் காட்டியதில்லை. விமானத்தில் பறப்பதைத் தவிர. ஸ்பானிய உள்நாட்டுப் போரின் இறுதி நாட்களில்கூட அவள் எதற்கும் அஞ்சியதாக விக்டருக்கு நினைவில் இல்லை. எந்தத் தைரியத்துடன் ஸ்பெயினை விட்டு வெளியேறினாளோ, அதே தைரியத்துடன் இப்போதும் புகார் ஏதும் செல்லாமல்,

பின்னால் திரும்பிப் பார்க்காமல், முன் நோக்கிய பார்வையுடன் எதிர்காலத்தை எதிர்கொண்டாள்.

ரோஸரின் மனத்திடம் அழிக்க முடியாத எந்தப் பொருளால் ஆனது? இத்தனை ஆண்டுகளாக அவளுடன் இருக்கும் அபரிமிதமான பாக்கியம் தனக்கு எப்படிக் கிடைத்தது? தான் இப்போது அவளைக் காதலிப்பதைப் போல, ஏன் அவளை ஆரம்பத்திலிருந்தே நேசிக்கவில்லை? தன் வயதில் ஒரு இளைஞனைப் போல் காதலில் விழ முடியும் என்றோ, ஆசைத்தீ தன்னைப் பொசுக்க முடியும் என்றோ விக்டர் நினைத்துக்கூடப் பார்க்கவில்லை. ஒரு முதிர்ந்த பெண்ணாக அவளது தோற்றத்திற்குக் கீழே, கேட்டலோனியாவின் மலையில் ஆடு மேய்த்த ரோஸர் அப்படியே இருந்தாள். அவளால் ஒரே சமயத்தில் அப்பாவியாகவும் வலிமையாகவும் இருக்க முடிந்தது. துரதிர்ஷ்டத்தின்போது அவள் தன்னைவிட வலிமையானவளாக இருந்தாலும், அவளைப் பாதுகாத்துக் கவனித்துக்கொள்ள விரும்பினான். அவர்களின் மறுசந்திப்பின் மிகக் குறுகிய நாட்களில் விக்டர் அவளிடம் தன் மனதில் தோன்றிய அனைத்தையும் சொன்னான். அன்றிலிருந்து இறக்கும்வரை அவற்றைத் தொடர்ந்து சொல்லிவந்தான்.

புதிய சத்தியங்களும் பழைய நினைவுகளும் நிறைந்த அந்த மாலைப் பொழுதில் அவர்கள் இன்பங்களையும், துன்பங்களையும் இரகசியங்களையும் பகிர்ந்தபோது, அதுவரை குறிப்பிடாத எய்டர் இபர்ராவைப் பற்றி விக்டரிடம் சொன்னாள். அதைக் கேட்டவுடன், விக்டரின் மார்பில் தோட்டா பாய்ந்ததுபோல், சுவாசம் ஒரு கணம் நின்றது. ரோஸர் உறுதியளித்தபடி இந்த உறவு நீண்ட காலத்திற்கு முன்பே முடிந்துவிட்டது என்பது ஒரு சிறிய ஆறுதல். அவளுடைய பயணங்களில் அவள் ஒரு காதலனையோ அல்லது பலரையோ சந்தித்திருப்பாள் என்று சந்தேகம் விக்டருக்கு என்றுமே இருந்தது. ஆனால் அந்தச் சந்தேகம் ஒரு நீண்ட தீவிரமான காதலை உறுதிப்படுத்தியபோது அவனுக்குள் பொறாமை பற்றிக்கொண்டது. ஆனால் விக்டர் அனுமதித்திருந்தால் அந்தத் தருணத்தின் மகிழ்ச்சியை அது அழித்துவிட்டிருக்கும். தன்னிடம் எந்தக் குறையும் இல்லாமல் நேசித்த எய்டருக்குக் கொடுத்த அன்பில் விக்டரிடமிருந்து எதையும் எடுக்கவில்லை என்று ரோஸர் விளக்கினாள். அவர்களது வாழ்க்கையில் குறுக்கிடாமல், அந்த உறவு அவளுடைய இதயத்தின் ஒரு தனி அறையில் இருந்தது. "அந்த நேரத்தில் நீயும் நானும் சிறந்த நண்பர்கள், நம்பிக்கைக்குரியவர்கள், வாழ்க்கைத் துணை, ஆனால் நாம் இப்போதுபோல் இருக்கும் காதலர்கள் அல்ல.

நான் அப்போதே சொல்லியிருந்தால், அது உன்னைத் தொந்தரவு செய்திருக்காது, ஏனென்றால் நீ அதை ஒரு துரோகமாக பார்த்திருக்க மாட்டாய். எல்லாவற்றிற்கும் மேலாக, நீயும்தான் எனக்குத் துரோகம் செய்தாய்." விக்டர் திடுக்கிட்டான். ஏனென்றால் அவனது தகாத உறவுகள் அற்பமானவை, நினைவில்கூட இல்லை, அவளுக்குத் தெரிந்திருக்கும் என்று அவர் கற்பனைகூடச் செய்யவில்லை. அவளது வாதத்தை மனமின்றி ஏற்றுக்கொண்டான். ஆனால் சிறிது நேரம் தன் உணர்வுகளை அலச வேண்டியிருந்தது. கடைசியில், "வாழ்ந்தது வாழ்ந்து முடிந்துவிட்டது" என்று தனது தாய் கூறுவதுபோல், கடந்த காலத்தில் சிக்கித் தவிப்பதன் பயனற்ற தன்மையை உணர்ந்தான்.

வெனிசுலா, உலகின் பல்வேறு பகுதிகளிலிருந்து வந்த ஆயிரக்கணக்கான மக்களையும், சமீபத்தில் சிலி சர்வாதிகாரத்தி லிருந்தும், அர்ஜென்டினாவிலும் உருகுவேயிலும் நடந்த கீழ்த்தரமான போரிலிருந்தும், வறுமையிலிருந்து தப்பிக்க எல்லையைத் தாண்டிய கொலம்பியரையும் வரவேற்றதைப் போலவே விக்டரைக் கவலையற்ற பெருந்தன்மையுடன் வரவேற்றது. இரக்கமற்ற ஆட்சிகளும், கடுமையான இராணுவ ஆட்சியாளர்களும் ஆதிக்கம் செலுத்திய ஒரு கண்டத்தில் எஞ்சியிருக்கும் சில ஜனநாயகங்களில் இதுவும் ஒன்றாக இருந்தது. தன் நிலத்திலிருந்து வெளிப்பட்ட முடிவில்லாத எண்ணெய் ஊற்றாலும், பிற கனிமங்களால் ஆசீர்வதிக்கப் பட்டதாலும் உலகின் பணக்கார நாடுகளின் பட்டியலில் இடம்பெற்றது. இயற்கை வளத்திலும், வரைபடத்திலும் சலுகை பெற்ற இடம். வளங்கள் ஏராளமாக இருந்தன. யாரும் இறக்கும் வரை உழைக்கத் தேவையில்லை. குடியேற விரும்பும் எவருக்கும் இடமும் வாய்ப்புகளும் இருந்தன. மிகுந்த சுதந்திரத்துடனும் ஆழமான சமத்துவ உணர்வுடனும் கட்சிக்குக் கட்சி மகிழ்ச்சியாக வாழ்ந்தனர். எந்தத் தருணமும் இசை, நடனம் மதுவுடன் கொண்டாட்டம். பணம் ஏராளமாக ஓடியது. அனைவரும் ஊழலால் பயனடைந்தனர். "ஏமாறாதே, ரோஸர்! இங்கே வறுமை அதிகம். குறிப்பாக மாகாணங்களில்! அனைத்து அரசுகளும் ஏழைகளை மறந்துவிட்டன; இது வன்முறையை உருவாக்குகிறது. விரைவில் இந்த அலட்சியத்திற்கு நாடு விலை கொடுக்க வேண்டிவரும்" என்று வாலெண்டின் சான்செஸ் எச்சரித்தார்.

நிதானமான, விவேகமான, சர்வாதிகாரத்தால் அடங்கி ஒடுங்கியிருந்த சிலியிலிருந்து வந்த விக்டருக்கு, இந்த ஒழுங்கற்ற மகிழ்ச்சி அதிர்ச்சியாக இருந்தது. மக்கள் மேலோட்டமாக

இருக்கிறார்கள், எதையும் பெரிதாக எடுத்துக்கொள்வதில்லை, வீணான ஆடம்பரம். எல்லாம் தற்காலிகமானது, நிலையற்றது என்று அவன் நம்பினான். தனது வயதில் மாற இயலாது, அதற்குப் போதிய நேரமில்லை என்று புகார் கூறினான். அறுபது வயதில் ஒரு பையனைப் போலக் காதலிக்க முடிந்தால், அந்த அற்புதமான நாட்டிற்கு ஏற்பத் தன்னை மாற்றிக்கொள்வதும் எளிது என்று ரோஸர் பதில் கூறினாள். "ரிலாக்ஸ், விக்டர். இப்படி முகத்தைத் தூக்கி வைத்துக்கொள்வது பயனற்றது. வலி தவிர்க்க முடியாதது, ஆனால் துன்பம் நமது சாய்ஸ்."

சிலியில் பயின்ற பல அறுவை சிகிச்சை நிபுணர்கள் அவருடைய மாணவர்களாக இருந்ததால், மருத்துவராக அவரது கௌரவம் வெனிசுலாவில் தெரிந்திருந்தது. தொழில் வல்லுநர்களான பல அகதிகளைப் போல், புதிய நாட்டில் விக்டர் டாக்ஸி ஓட்டியோ சர்வராகவோ சம்பாதிக்க வேண்டிய நிலையில்லை. அவன் தனது பணியையும் தகுதிகளையும் நிரூபிக்க முடிந்தது. விரைவில் கராகாஸின் பழமையான மருத்துவமனையில் வேலைக்குச் சேர்ந்தான். தனக்கு ஒன்றும் குறையிருக்காவிட்டாலும், நம்பிக்கையில்லாத வெளிநாட்டவராகவே தன்னை விக்டர் உணர்ந்தான். அவர் எப்போது சிலிக்குத் திரும்பலாம் என்று செய்திகளைப் பார்த்துக்கொண்டிருந்தான். ரோஸர் தனது இசைக்குழுவைச் செம்மையாக நடத்தி, இசை நிகழ்ச்சிகளைச் சிறப்பாகச் செய்துவந்தாள். கொலராடோவில் முனைவர் பட்டம் பெற்ற மார்செல் வெனிசுலா எண்ணெய் நிறுவனத்தில் பணிபுரிந்துவந்தான். அவர்கள் திருப்தியாக இருந்தார்கள், ஆனால் எப்போது சிலிக்குத் திரும்புவோம் என்ற கேள்வியுடனும் நம்பிக்கையுடனும் வாழ்ந்தார்கள்.

விக்டர் சிலிக்குத் திரும்பும் நாட்களைப் பற்றிக் கனவுகாணும் வேளையில், ஃபிராங்கோ நீண்ட உடல் நலக்கேட்டிற்குப் பின் *1975*, நவம்பர் *20* அன்று இறந்தான். ஸ்பெயினுக்குத் திரும்புவதற்கான வாய்ப்புக் கிட்டலாமென முதன்முறையாக விக்டருக்குத் தோன்றியது. "கௌடில்லோவும் கடைசியில் மனிதன் தானா!" மார்செல் தனது முன்னோர்களின் நாட்டைப் பற்றி சிறிதும் ஆர்வத்தைக் காட்டாமல் சொன்னான். அவனது உயிர், பொருள், ஆன்மா எல்லாம் சிலியாக இருந்தது. சிறிய பிரிவைக் கூட இருவராலும் தாங்க முடியாது என்ற நிலையில் ரோஸர் விக்டருடன் போவதாக முடிவு செய்தாள். "ஏதாவது அசம்பாவிதம் நடந்து நாம் மீண்டும் ஒன்று சேராமல் போய்

விட்டால்? எதற்கு வம்பை விலைக்கு வாங்க வேண்டும்? எல்லாமே சீர்குலைந்து, உடைந்து, கலைந்து போவதுதான் பிரபஞ்சத்தின் இயற்கை விதி – என்ட்ரோபி. மக்கள் தொலைந்து போகிறார்கள்; வெளியேற்றத்தில் எத்தனை பேர் தொலைந்தார்கள் என்று உனக்கே தெரியும்! உணர்வுகள் மங்கிவிடும், மறதி மூடுபனிபோல வாழ்வில் நுழைந்துவிடும். எல்லாவற்றையும் அதனதன் இடத்தில் சரியாக வைத்திருக்கவே எவ்வளவு மன உறுதி தேவையாக இருக்கிறது? இதெல்லாம் அகதிகளின் சகுனக் குறிப்புகள்" என்று ரோஸர் கூறினாள். "இல்லை, காதலிக்கிறவர்களின் சகுனக் குறிப்புகள்" என்று விக்டர் திருத்தினான்.

ஃபிராங்கோவின் இறுதிச் சடங்கை அவர்கள் தொலைக்காட்சியில் பார்த்தனர். மாட்ரிட்டிலிருந்து வீழ்ந்தவர்களின் பள்ளத்தாக்கிற்குக் குதிரை படைப்பிரிவினர் சவப்பெட்டியை எடுத்துச் சென்றார்கள். ஃப்ராங்கோவைக் கௌரவிக்க மக்கள் திரளாக வந்தனர். பெண்கள் முழங்கால் போட்டுக் கதறி அழுதனர். அணிவகுப்புகளில் பிஷப்புகளின் ஆடம்பரத்துடன் தேவாலய திருப்பலி அரச உடையணிந்த சிலி நாட்டு சர்வாதிகாரியைத் தவிர மற்ற எல்லா அரசியல் வாதிகளும் பிரபலமானவர்களும் கடுமையான துக்கத்தில் இருந்தனர். ஆயுதப் படைகளின் முடிவில்லாத அணிவகுப்பு. ஃபிராங்கோவுக்குப் பிறகு ஸ்பெயினின் கதி என்ன என்ற கேள்வி.

தமது நாட்டிற்குத் திரும்புவதற்கு ஒரு வருடம் காத்திருக்க விக்டரை ஒப்புக்கொள்ளவைத்தாள் ரோஸர். அந்தக் காலகட்டத்தில், ஸ்பெயின் சுதந்திரத்தை அரவணைப்பதை அவர்கள் தூரத்திலிருந்து பார்த்தனர். எதிர்பார்த்ததைப் போல் ஸ்பெயின் நாட்டு மன்னர் ஃபிராங்கோவின் கைப்பாவையாக இல்லாமல், நாட்டை அமைதியான முறையில் ஜனநாயகத்தின் பாதையில் இட்டுச்செல்வதில் உறுதியாக இருந்தார். ஃப்ராங்கோவின் மறைவினால் எங்கே தங்களின் சலுகைகளை இழக்க நேரிடுமோ என்று பயந்த வலதுசாரிகள், ஆட்சியில் எந்த மாற்றத்தையும் செய்ய விரும்பாமல் மன்னரின் நோக்கம் நிறைவேறாமல் இருக்க ஏராளமான தடைகளைப் பாதையில் வைத்தார்கள். மற்ற ஸ்பானியர்கள் சீர்திருத்தங்களை விரைவுபடுத்த வேண்டும் எனவும், ஸ்பெயினின் இடத்தை இருபதாம் நூற்றாண்டின் ஐரோப்பாவில் நிலை நாட்ட வேண்டியது அவசியம் எனவும் கோஷமிட, அவை அனைத்தையும் அவர் சமாளித்தார்.

அடுத்த ஆண்டு நவம்பரில் விக்டரும் ரோஸரும் தங்களின் கசப்பான வெளியேற்ற நினைவுகளை ஓரங்கட்டி வைத்து

விட்டு, தங்களின் பிறந்த நாட்டில் காலடி எடுத்து வைத்தனர். அவர்கள் மாட்ரிட்டில் அதிக நாள் தங்கவில்லை. அது கடந்த காலத்தின் பொலிவுடன், தனது அழகை இழக்காத ஏகாதிபத்திய தலைநகராகவே இன்னும் இருந்தது. விக்டர், குண்டுகளால் அழிந்து, மீண்டும் கட்டிய சுற்றுப்புறங்களையும் கட்டிடங்களையும் ரோஸருக்குக் காட்டினான். பல்கலைக்கழக நகரத்திற்குச் சென்று சில சுவர்களில் இருந்த புல்லட் துளைகளைப் பார்த்தார்கள். கிய்யேம் வீழ்ந்ததாகக் கருதிய எப்ரோ நதியின் பகுதிக்குச் சென்றார்கள். ஆனால் பல உயிர்களைப் பறித்த இரத்தக்களரியான போரை நினைவூட்டும் எந்தத் தடயத்தையும் அவர்கள் அங்கே காணவில்லை. பார்சிலோனா நகரில் ராவல் பகுதியில் தல்மாவ் குடும்பத்தின் பழைய வீட்டைத் தேடிச் சென்றனர். தெருப் பெயர்கள் மாறிவிட்டன. அவர்கள் வீட்டிற்குப் போகும் வழியைக் கண்டுபிடிக்கச் சிறிது நேரம் பிடித்தது. வீடு அங்கேதான் இருந்தது. ஆனால் யாரும் பராமரிக்காததால் இடிந்து விழும் நிலையில் இருந்தது. வெளியிலிருந்து பார்த்தால், வீட்டில் யாரும் வசிக்காததுபோல் தோன்றியது, ஆனால் அவர்கள் கதவைத் தட்டிய நீண்ட நேரத்திற்குப் பின், கண்களில் மைதீட்டிய வண்ணமயமான இந்தியப் பாவாடை அணிந்த ஒரு ஜிப்ஸிப் பெண் எட்டிப் பார்த்தாள். உள்ளே இருந்து கஞ்சா, பச்செளலியின் வாசனை வந்தது. அந்த இரண்டு அந்நியர்களுக்கும் என்ன வேண்டும் என்பதைப் புரிந்து கொள்ளும் நிலையில் அவள் இல்லை, வேறொரு பரிமாணத்தில் பறந்துகொண்டிருந்தாள். ஆனால் அவள் அவர்களை உள்ளே செல்ல அனுமதியளித்தாள். ஃபிராங்கோவின் காலத்தில் ஹிப்பி கலாச்சாரத்திற்கு அங்கீகாரம் இல்லாததால் அதைத் தாமதமாக ஏற்றுக்கொண்ட சில இளைஞர்கள் தல்மாவ் வீட்டை அண்மையில் ஆக்கிரமித்திருந்தனர். விக்டரும் ரோஸரும் வெறுமையான உணர்வுடன் ஒருகாலத்தில் தாங்கள் வாழ்ந்த அறைகளைச் சுற்றி நடந்தனர். சுவர்கள் சிதைந்துபோயிருந்தன. தரையில் சிலர் மயங்கிக் கிடந்தார்கள். குப்பைகள் சிதறிக் கிடந்தன. குளியலறையும் சமையலறையும் அழுக்காக இருந்தன. கதவுகளும் ஜன்னல்களும் கீல்களி லிருந்து ஆபத்தான முறையில் தொங்கிக்கொண்டிருந்தன. குப்பென்றிருந்த வீட்டிற்குள் அழுக்கும் மரிஜுவானாவின் நாற்றமும் ஊடுருவியிருந்தன. “பார், விக்டர், கடந்த காலத்தை உன்னால் மீட்க முடியாது” என்று அவர்கள் வீட்டிலிருந்து வெளியேறும்போது ரோஸர் சொன்னாள்.

தங்கள் சொந்த வீட்டை அடையாளம் காண முடியாதது போல அவர்களால் ஸ்பெயினையும் அடையாளம் காண

வில்லை. ஃபிராங்கோவின் நாற்பது ஆண்டுக்கால ஆட்சி ஆழமான அடையாளத்தை விட்டுச்சென்றிருந்தது. மக்கள் வாழ்ந்த விதத்திலும் கலாச்சாரத்தின் ஒவ்வொரு அம்சத்திலும் அதைப் பார்க்க முடிந்தது. வெற்றியாளர்களின் மிகக் கடுமை யான பழிவாங்கலை, இரத்தக்களரியை, அடக்குமுறையை குடியரசு ஸ்பெயினின் கடைசிக் கோட்டையான கேட்டலோனியா சந்தித்தது. ஃபிராங்கோவின் நிழல் இன்னும் நாட்டின்மேல் கவிந்திருப்பது விக்டருக்கும் ரோஸருக்கும் ஆச்சரியமாக இருந்தது. வேலையில்லாத் திண்டாட்டம், பணவீக்கம், மேற்கொண்ட சீர்திருத்தங்கள், மேற்கொள்ளாத சீர்திருத்தங்கள், பழமைவாதிகளின் சக்தி, சோஷலிஸ்டுகளின் சீர்குலைவு ஆகியவையால் மக்கள் அதிருப்தியில் இருந்தனர். சிலர் கேட்டலோனியாவை ஸ்பெயினிலிருந்து பிரிக்க வேண்டும் என்றும் மற்றவர்கள் அதை மேலும் ஒருங்கிணைக்க வேண்டும் என்றும் வாதிட்டார்கள். போரின்போது நாடு கடத்தப்பட்டவர்களில் பலர் திரும்பி வந்தனர். அவர்களில் பெரும்பாலோர் வயதானவர்கள். வாழ்க்கையில் ஏமாற்ற மடைந்தவர்கள். ஆனால் மாறிப்போயிருந்த ஸ்பெயினில் அவர்களுக்கு இடமில்லை. யாரும் அவர்களை நினைவில் வைத்திருக்கவில்லை.

விக்டர் ரோசினாண்டே உணவகத்திற்குச் சென்றான். அது இன்னும் அதே மூலையில், அதே பெயருடன் இருந்தது. அங்கே, தனது தந்தையின் நினைவாகவும் அவரது இறுதிச் சடங்கில் பாடிய டோமினோ தோழர்களின் நினைவாகவும் பீர் குடித்தான். ரோசினாண்டே அந்த ஆண்டுகளில் நவீன மயமாக்கப்பட்டிருந்தது. கூரையிலிருந்து தொங்கும் காய்ந்த ஹாம்களும் பழைய ஒயின் வாசனையும் போய், மெனுகார்டும் மின்விசிறிகளுமாக மாறியிருந்தது. ஃபிராங்கோவின் மறைவுக்குப் பிறகு ஸ்பெயின் கெட்டுவிட்டது; வேலை நிறுத்தங்கள், எதிர்ப்புகள், ஆர்ப்பாட்டங்கள், பரத்தையர்கள், கம்யூனிஸ்டுகள் நிரம்பியுள்ளனர். குடும்பம், நாட்டின் மதிப்பீடுகளைப் பற்றி யாரும் மதிக்கவில்லை. கடவுளை யாரும் நினைவில் கொள்ளவில்லை. மன்னர் ஒரு கழுதை. கௌடில்லோ அவரை வாரிசு என்று அறிவித்துப் பெரும்தவறு செய்தார் என்று ரோசினாண்டேவின் மேலாளர் சொன்னார்.

அவர்கள் கிராசியா பகுதியில் ஒரு சிறிய குடியிருப்பை வாடகைக்கு எடுத்து, ஆறு மாதங்கள் தங்கினார்கள். 1939ஆம் ஆண்டு அவர்கள் பிரான்சின் எல்லையைத் தாண்டியது எவ்வளவு கடினமாக இருந்ததோ, பல ஆண்டுகளுக்குப் பிறகு, விட்டுச்சென்ற தாயகத்திற்குத் திரும்பியதும் அதே அளவுக்குக்

கடினமாக இருந்தது. வீடுதிரும்புதல் என்று தாங்கள் குறிப்பிட்டது எவ்வளவு விசித்திரமான உணர்வென்பதை ஒப்புக்கொள்ள அவர்களுக்கு ஆறு மாதங்கள் ஆயின. முக்கியக் காரணம், இருவருக்குமே ஸ்பெயினிற்குத் திரும்பி வந்தது ஒரு தவறான முடிவென்று ஒப்புக்கொள்ள மனமில்லை – விக்டர், தனது கர்வத்தால், ரோஸர், தனது பிடிவாதத்தால்!

இருவருக்கும் ஸ்பெயினில் யாரையும் தெரிந்திருக்கவில்லை, பெரிய இடத்துத் தொடர்புகள் இல்லை. அவர்களின் வயதை ஒத்தவர்களுக்கு வேலை கிடைக்கவில்லை. அதனால், இருவருக்கும் வேலை கிடைக்கவில்லை. ஒருவர் மேல் மற்றவருக்கிருந்த காதல் அவர்களை மனச்சோர்விலிருந்து காப்பாற்றியது. தனிமையில் இருக்கும் முதிர்ந்த தம்பதி போலல்லாமல், தேனிலவிலிருக்கும் புதுமணத் தம்பதிகள் போல் அவர்கள் காலை நேரத்தில் நகரத்தைக் காலாறச் சுற்றி வந்து, மதிய வேளையில் திரையரங்குகளில் மீண்டும் மீண்டும் திரைப்படங்களைப் பார்த்துப் பொழுதைக் கழித்தார்கள். உவப்பில்லாத மற்ற நாட்களிலிருந்து எந்த வகையிலும் வித்தியாசமாக இல்லாத உவப்பில்லாத ஒரு ஞாயிற்றுக்கிழமையன்று தங்களின் பொய்யான வாழ்க்கையை நீடிக்கச் செய்ய முடியாமல், இனி இந்த ஸ்பெயினில் வாழவே முடியாது என்று ஒப்புக்கொண்டனர். பெட்ரிட்சோல் தெருவில், அவர்கள் ஒரு உணவகத்தில் அடர்ந்த ஹாட் சாக்லேட்டும் இனிப்புகளும் உண்டு தங்களின் எலும்புகளை மெல்லிய சூரிய வெப்பத்தில் சூடேற்றிக்கொண்டிருந்த வேளையில், ரோஸர் வரும் ஆண்டுகளில் தனது திட்டங்களைத் தீர்மானிக்கும் வாக்கியத்தை விக்டரின் தூண்டுதலின் பேரில், தன் மனதில் இருந்ததை உரக்கச் சொன்னாள். “வெளியாட்களாக என்னால் இனி இருக்க இயலாது. சிலிக்குத் திரும்புவோம். அதுதான் நம் வீடு.” விக்டர் நிம்மதி மூச்சுவிட்டு அவள் உதடுகளில் முத்தமிடச் சாய்ந்தான்.

“நம்மால் எவ்வளவு விரைவில் சிலிக்குத் திரும்ப முடியுமோ, அவ்வளவு சீக்கிரம் திரும்புவோம், ரோஸர். நான் உனக்கு உறுதியளிக்கிறேன். ஆனால் இப்போது நாம் வெனிசுலாவுக்குத் திரும்பலாம்.”

விக்டர் தனது வாக்குறுதியை நிறைவேற்றுவதற்குப் பல ஆண்டுகள் ஆயின. வெனிசுலாவில் அவர்கள் குடியேறினார்கள். அவர்களுக்கு வேலையும் நண்பர்களும் இருந்தனர். முக்கியமாக மார்செல் இருந்தான். வெனிசுலாவில் சிலியக் காலனி நாளுக்கு நாள் வளர்ந்தது, அரசியல் அகதிகள் மட்டுமல்லாமல், பொருளாதார வாய்ப்புகளைத் தேடிப் பலர் வந்தனர். அவர்கள்

வசித்த லோஸ் பாலோஸ் கிராந்தேஸ் பகுதியில், வெனிசுலா உச்சரிப்பில் ஸ்பானிய மொழியைவிட சிலிய உச்சரிப்பு அதிகமாகக் கேட்டது. புலம்பெயர்ந்தவர்களில் பெரும்பாலோர் தங்கள் சமூகத்திலேயே தனிமையாக உணர்ந்தவர்கள்; சிலியின் நிலைமையைப் பற்றிய கவலையிலும் இருந்தார்கள். வாய் வார்த்தையால் காற்றில் வந்த ஊக்கமளிக்கும் செய்திகள், உறுதிசெய்யப்படாத செய்திகள்; உண்மையில் சிலியின் நிலை மாறுவதற்கான அறிகுறிகள் தென்படவில்லை. சர்வாதிகாரம் இன்னும் உறுதியாக இருந்தது என்பதே உண்மை. சமூகத்தில் வளர்வதற்கு ஒரே ஆரோக்கியமான வழி, வெனிசுலா நாட்டில் தங்களை ஒருங்கிணைத்துக்கொள்ள வேண்டும் என்று ரோஸர் விக்டரிடம் அறிவுறுத்தினாள். அவர்கள் நிகழ்காலத்தில் வாழ்ந்தார்கள். அந்த அன்பான நாடு அவர்களுக்கு வழங்கியதைப் பயன்படுத்திக்கொண்டு, கடந்த காலத்தைப் பற்றி யோசித்து மாளாமல், தங்களுக்குக் கிடைத்த நல்ல வரவேற்புக்கும் வேலைக்கும் நன்றியுடன் வாழ்ந்தார்கள். சிலிக்குத் திரும்பும் எண்ணம் அந்தரத்தில் தொங்கியது. அதைப்பற்றி எதிர்காலத்தில் யோசித்துக்கொள்ளலாம் என்று தங்கள் நிகழ்காலத்தில் கவனம் செலுத்தினார்கள்.இந்த மனப்பான்மை, சிலியைப் பிரிந்திருக்கும் ஏக்கத்திலும் நம்பிக்கையிலும் தங்கள் நிகழ்காலத்தைத் தொலைத்துவிடாமல் இருக்கவும், குற்ற உணர்ச்சியின்றி நல்ல வாழ்க்கையை வாழவும் அவர்களுக்குக் கற்றுக்கொடுத்தது. வெனிசுலா கற்றுக்கொடுத்த பாடமும், அந்நாட்டின் தாராள மனப்பான்மையும் அவர்கள் இருவரும் மனதளவில் முதிர்ச்சியடையவும், திரும்பவும் மகிழ்ச்சியாக வாழவும் உதவியது. விக்டர் இவ்வளவு வருடங்கள் தனது வாழ்க்கையில் எதிர்கொண்ட மாற்றத்தைவிடத் தனது அறுபதுகளில் அதிகமாக மாறினான். ரோஸர்மேல் நீடித்திருந்த மோகமும் அன்பும் அவனது உற்சாகத்தை உயர்த்தின. ரோஸரின் அயராத உழைப்பினால் விக்டரின் குணத்தின் கடுமையான அம்சங்கள் மென்மையாகின. கரீபிய நாட்டின் ஒழுங்கற்ற நிலைக்கு ஒவ்வாத செல்வாக்கு, தற்காலிகமாக அவனது தீவிரத்தைக் குறைத்து, வாழ்க்கையை அனுபவிக்கவும் ஆராத்திக்கவும் உதவியது. அதன் பலனாக விக்டர் சால்சா நடனமும் நான்கு கம்பியுடைய கித்தாரையும் வாசிக்கக் கற்றுக்கொண்டான்.

அந்த நேரத்தில்தான் விக்டர் தல்மாவ், ஓஃபெலியா தெல் சோலரை மீண்டும் சந்தித்தான். பல ஆண்டுகள் அவன் அவளைப் பார்க்கவில்லை. அவ்வப்போது அவளைப்பற்றிய

செய்திகள் கிடைக்கும். அவளை நேரில் சந்திக்கும் வாய்ப்புக் கிடைக்காததற்குக் காரணம், அவர்கள் இருவரும் மாறுபட்ட பின்னணியைச் சேர்ந்தவர்கள் என்பதுதான். மேலும் அவள் கணவனின் வேலைக்காகத் தனது வாழ்க்கையின் பெரும் பகுதியில் வேறு நாடுகளில் வாழ்ந்தாள். இவையெல்லாம் மேலோட்டமான காரணங்கள்தான். உண்மையில் விக்டர் தனது இளமைக் காலத்தின் விரக்தியான காதலின் தீக்கீற்றுகள் ரோஸருடனான தனது வாழ்க்கையில் அனலைக் கக்கக் கூடாது என்று ஒஃபெலியாவைப் பார்க்கும் வாய்ப்புக் கிடைத்தாலும் தவிர்த்தான். ஒஃபெலியா ஏன் அப்படி ஒரு சிறுப்பிள்ளைத்தனமான கடிதத்தை எழுதி, விளக்கமெதுவும் கொடுக்காமல் தன்னை அவள் வாழ்க்கையிலிருந்து முழுவதுமாகத் துண்டித்தாள் என அவனுக்குப் புரியவே இல்லை. கடிதத்தை எழுதிய பெண் வேறு, தன் ஓவிய வகுப்பிலிருந்து தப்பி வந்து மோசமான ஹோட்டல்களில் அவனுடன் கொஞ்சிக் குலாவிய பெண் வேறு. அவளை மனதிற்குள் புலம்பிச் சபித்துவிட்டு, அவளை வெறுத்தான். பின், அவளது சமூக வர்க்கத்தின் மிக மோசமான குறைபாடுகளான சுயநிலை அறியாமை, சுயநலம், ஆணவம், பாசாங்குத்தனம் ஆகியவற்றை அவளின் குறைபாடுகளாக நினைத்துத் தனக்குத் தானே சமாதானம் செய்துகொண்டான். அதன் பிறகு, வெறுப்பு மெதுவாகக் கரைந்துவிட, தான் சந்தித்த மிக அழகான பெண்ணின் கனிவான முகமும் சிரிப்பும் கவர்ச்சியுமே விக்டரின் மனதில் மிஞ்சி இருந்தன. ஒஃபெலியாவைப் பற்றி மிகவும் அரிதாகவே நினைத்தான். அவளைப் பற்றிய விவரங்களை அறிய ஆசைப்படவும் இல்லை. சிலியில், சர்வாதிகாரத்திற்கு முன்பு, ஃபெலிபேவைத் தனது நன்றியுணர்வின் அடிப்படையில் நட்பைச் செயற்கையாகப் பாதுகாக்க வருடத்திற்கு இரண்டு முறை பார்க்கும்போது விக்டருக்கு இங்கும் அங்குமாக ஒஃபெலியாவைப் பற்றிய செய்திகள் கிடைக்கும். ஒரு சில முறை சிலியின் செய்தித்தாளின் சமூகப் பக்கங்களில் அவளுடைய அழகை வெளிப்படுத்தாத வகையில் சில புகைப்படங்களை அவன் பார்த்தான். ஆனால் அவை கலைப் பிரிவில் வந்ததில்லை; அவளது ஓவியங்கள் சிலியில் பிரபலமாகவில்லை. ரோஸர் மியாமிக்குப் பயணம் செய்த சமயம், ஒரு பத்திரிகையைக் கொண்டுவந்தாள்; அதன் மையப் பகுதியில், நான்கு வண்ணப் பக்கங்களில் ஒஃபெலியாவின் ஓவியங்கள் இருந்தன. "என்ன செய்வது, இந்த நாட்டில் மற்ற திறமையாளர்களுக்கும் இதே கதிதான், அதுவும் அவர்கள் பெண்களாக இருந்தால் இன்னும் மோசம்" என்றாள். அறிக்கையுடன் வந்த ஒஃபெலியாவின் இரண்டு புகைப்படங்களை விக்டர் கூர்ந்து கவனித்தான்.

அவளது கண்கள் மட்டும் அவளுடையதாகவே இருந்தன. மற்றவையெல்லாம் மாறிவிட்டிருந்தன. கேமராவின் கோணமும் தவறாக இருந்திருக்கலாம்.

கரகாஸின் நூலகத்தின் கலையரங்கத்தில் ஒஃபெலியா தெல் சோலாரின் மிகச் சமீபத்திய படைப்புகளின் கண்காட்சி நடக்கவிருப்பதாக ரோஸர் கூறினாள். “அவள் தன் திருமணத்திற்கு முன்பு உபயோகித்த பெயரைப் பயன்படுத்துகிறாள், நீ கவனித்தாயா?” என்றாள். “இது சிலியப் பெண்களின் வழக்கம். அது மட்டுமல்லாமல் மத்தியாஸ் எய்ஸாகிர்ரே பல ஆண்டுகளுக்கு முன்பே இறந்துவிட்டான். ஒஃபெலியா அவன் உயிருடன் இருந்தபோதே அவனது குடும்பப் பெயரைப் பயன்படுத்தவில்லை. விதவையான பிறகு ஏன் உபயோகிக்க வேண்டும்?” என்று விக்டர் பதிலளித்தான். “சரி, எது எப்படியோ, நாம் திறப்பு விழாவிற்குச் செல்லப் போகிறோம்” என்று ரோஸர் கூறினாள்.

விழாவிற்குப் போக மறுப்பதே அவனது இயல்பான பதிலாக இருந்தாலும், விக்டரை ஆர்வம் தூண்டியது. கண்காட்சியில் ஒரு சில ஓவியங்கள் மட்டுமே வைத்திருந் தார்கள். ஆனால் ஒவ்வொரு ஓவியமும் ஒரு கதவு அளவிற்குப் பெரியதாக இருந்தது. அவளின் கண்காட்சி மூன்று அறைகளை ஆக்கிரமித்தது. ஒஃபெலியா, சிறந்த ஈக்வடார் ஓவியரான குயாசமின் என்பவரின் பட்டறையில் பயின்றாள். அவளின் ஓவியங்களும் அவரது பாணியில் – வலுவான தூரிகையின் வீச்சு, இருண்ட கோடுகள், அரூபமான உருவங்கள் – இருந்தன. ஆனால் அவற்றில் குருவின் மனிதாபிமானத்தை வெளிக்காட்டும் செய்தி எதுவும் இல்லை. மனிதன் செய்யும் கொடுமையையும் சுரண்டலையும் அவளது ஓவியங்கள் கண்டிக்கவில்லை. வரலாற்று, சமகால அரசியல் மோதல்களைப் பற்றி அவள் தன் ஓவியங்களின் மூலம் தன் கருத்தைப் பதிக்கவில்லை. அவள் வரைந்ததெல்லாம் மிகவும் வெளிப்படையான ஆண்–பெண் ஓவியங்கள்; வன்முறையான அரவணைப்பில் உள்ள ஜோடிகள், இன்பத்தாலும் வன்முறையாலும் கட்டுண்ட பெண்கள். விக்டர் குழப்பத்துடன் ஓவியங்களைப் பார்த்தான். ஒஃபெலியாவைப் பற்றிய தனது நினைவுப் படிவத்திற்கும் அவற்றுக்கும் தொடர்பே இல்லாததுபோல் அவனுக்குத் தோன்றியது.

தனது இளமை பருவத்தில் பார்த்த ஒஃபெலியாவை விக்டர் நினைவுகூர்ந்தான். செல்லமாக வளர்ந்த, உணர்ச்சிக் கட்டுபாடில்லாத இளம், அப்பாவியான பெண்மேல் உண்டான காதலை நினைத்துப்பார்த்தான். இயற்கைக் காட்சிகளையும்

பூச்செண்டுகளின் நீர் வண்ணங்களையும் வரைந்தவள். அவள் முதலில் தூதரகத்தில் வேலைசெய்த மத்தியாஸின் மனைவியாகவும், பின்னர் விதவையாகவும் இருந்தாள் என்பது மட்டுமே அவளைப் பற்றி அவனுக்குத் தெரியும். தன்னுடைய விதியில் திருப்தியுடன் வாழ்ந்த பாரம்பரியப் பெண். ஆனால் அந்த ஓவியங்கள், தீவிரமான சுபாவத்தையும் ஆச்சரியமான பாலுறவு வேட்கைக் கற்பனையையும் வெளிப்படுத்தின. அவர்கள் பரிதாபகரமான ஹோட்டலில் காதல் செய்தபோது அவன் பார்த்த அவளின் ஆர்வம் அதற்குப் பின் ஒடுக்கப்பட்டு, தூரிகைகளாலும் வண்ணங்களாலும் தப்பிக்க முனைவதைப் போல் தோன்றியது.

கேலரியில் ஒரு சுவரில் தனியாகக் காட்சிக்கு வைத்திருந்த கடைசி ஓவியம் அவன்மீது ஆழமான தாக்கத்தை ஏற்படுத்தியது. கருப்பு, வெள்ளை, சாம்பல் நிற ஓவியம் – கைகளில் துப்பாக்கியுடன் ஒரு நிர்வாண மனிதனின் உருவம். ஏன் என்று தெரியாமல் கலங்கிப்போன விக்டர் அவனைப் பல நிமிடங்கள் கூர்ந்து கவனித்துக்கொண்டிருந்தான். அவன் சுவரில் இருந்த தலைப்பைப் படிக்க அருகில் சென்றான். ராணுவ வீரன், 1973. "விற்பனைக்கு இல்லை" என்று பக்கத்தில் ஒரு குரல் கேட்டது. விக்டரின் நினைவுகளிலிருந்து மாறுபட்டிருந்த, அவன் பார்த்த சில புகைப்படங்களில் தோன்றிய, வயதான, ஒளிமங்கிய ஒஃபெலியா நின்றிருந்தாள்.

"இந்த ஓவியம் இத்தொடரில் முதலாவது. நான் இப்போதிருக்கும் இந்தக் கலையின் காலகட்டத்தை அழகாக முடிக்கிறது. அதனால் விற்பனைக்கில்லை."

"அது சிலியில் இராணுவப் புரட்சி நடந்த ஆண்டு" என்று விக்டர் கூறினான்.

"இதற்கும் சிலிக்கும் எந்த சம்பந்தமும் இல்லை. என் கலையில் நான் எனக்கு விடுதலை கொடுத்துக்கொண்ட ஆண்டு."

அதுவரை விக்டரைப் பார்க்காமல், அந்த ஓவியத்தின் மீது வைத்திருந்த கண்களை எடுக்காமல் பேசினாள். உரையாடலைத் தொடர அவன் பக்கம் திரும்பினாள். அதுவரை அவனுடைய புகைப்படத்தைப் பார்க்க அவளுக்கு வாய்ப்பு கிடைக்காததால் அவள் அவனை அடையாளம் காணவில்லை. அவர்கள் ஒன்றாக இருந்து நாற்பது ஆண்டுகளுக்கும் மேலாகிவிட்டது. விக்டர் கையை நீட்டித் தன்னை அறிமுகப்படுத்திக்கொண்டான். ஒஃபெலியாவுக்கு

அந்தப் பெயரைத் தனது நினைவுகளின் குவியலிலிருந்து அடையாளப்படுத்தச் சில வினாடிகள் ஆயிற்று. அவள் தன்னிச்சையாக ஆச்சரியத்தில் தன் பெயரை உச்சரித்த விதத்தை வைத்துப்பார்த்தால், தான் யார் என்று அவளுக்குத் தெரியவில்லை என்று விக்டர் உறுதியாக நம்பினான். அவன் இதயத்தைக் குத்திக் கீறிய நிகழ்வு அவள்மேல் எந்தப் பாதிப்பையும் ஏற்படுத்தியிருக்கவில்லை.

விக்டர் தன்னுடன் ஒரு கோப்பை குடிக்க அவளை அழைத்தான். பிறகு ரோஸரைத் தேடிச் சென்றான். ஓஃபெலியாவையும் ரோஸரையும் ஒன்றாகப் பார்த்ததும், காலம் அவர்கள் இருவரையும் எவ்வளவு வித்தியாசமாக நடத்தியது என்று அவனுக்குத் தோன்றியது. அழகான, விளையாட்டுத் தனமான, பணக்கார, நாகரீகமான ஓஃபெலியா, காலச்சக்கரத்தின் ஓட்டத்தைச் சிறப்பாகத் தாங்கியிருப்பாள் என்று கருதினான். ஆனால் அவள் ரோஸரைவிட வயதானவளாகத் தெரிந்தாள். அவளது நரைத்த தலைமுடி ஜீவனில்லாமல் இருந்தது; அவளது கைகளில் நரம்புகள் புடைத்திருந்தன. அவளது முதுகு வேலைப் பளுவால் கூன்விழுந் திருந்தது. தனது கூடுதல் எடையை மறைக்க ஒரு நீண்ட ஆரஞ்சு நிற ஆடை அணிந்திருந்தாள். தோளில் குவாதமாலா நாட்டின் பாரம்பரியமான பல வண்ணப் பை மாட்டியிருந்தாள். காலில் ஃப்ரான்சிஸ்கன் செருப்புகள் போட்டிருந்தாள். அவள் இன்னும் அழகாகத்தான் இருந்தாள். அதிக வெயிலில் தோல் கறுத்து, முகத்தில் சுருக்கங்கள் இருந்தன. ஆனால் இருபது வயது ஓஃபெலியாவின் நீலக் கண்கள் மின்னின. அதற்கு நேர்மாறாக, அழகியென்று சொல்ல முடியாத, அழகியென்ற கர்வமில்லாத ரோஸர், நரைத்த தலைமுடிக்குச் சாயம் பூசி, உதடுகளுக்கு வர்ணம் பூசி, தனது பியானோ கலைஞரின் கைகள், தோரணை, எடை ஆகியவற்றைக் கவனித்துக்கொண்டாள். அன்று, தன் வழக்கமான எளிய நேர்த்தியுடன், கருப்பு பேன்ட்டும் வெள்ளை மேலாடையும் அணிந்திருந்தாள். ரோஸர் ஓஃபெலியாவை அன்புடன் நலன் விசாரித்தாள். அவர்களுடன் தேநீர் அருந்த முடியாததற்கு மன்னிப்புக் கேட்டாள். விக்டர் அவளைப் பார்வையால் ஏன் எனக் கேட்டான். அவள் தன்னை ஓஃபெலியாவுடன் தனியாகப் பேசவிடுகிறாள் என ஊகித்து ஒரு கணம் பீதியடைந்தான்.

၅

நவீன சிற்பங்களுக்கும் வெப்பமண்டல தாவரங்களுக்கும் நடுவில், கேலரியின் உள் புற மேஜையில், ஓஃபெலியாவும் விக்டரும் அந்த நாற்பது ஆண்டுகளில் நடந்த விஷயங்களைப்

பற்றிப் பேசினார்கள். தன் தோற்றுப்போன காதலின் வலியைப் பற்றிப் பேச விக்டர் துணியவில்லை. அவள் ஏன் திடீரென்று மறைந்தாள் எனக் கேட்பது அவளைத் துன்பப்படுத்துவதென நினைத்தவன் அதைப் பற்றியும் கேட்கவில்லை. அவளும் விளக்கம் எதுவும் அளிக்கவில்லை. வாழ்க்கையில் அவள் நம்பியிருந்த ஒரே மனிதன் மத்தியாஸ் எய்ஸாகிர்ரே மட்டுமே. அவளுக்கு அவன் மேலிருந்த அசாதாரண அன்போடு ஒப்பிடுகையில், விக்டருடன் அவள் நடத்திய காதல் நாடகம் சிறுபிள்ளைத்தனமானது. சிலியில், கிராமப்புறக் கல்லறையில் அந்தச் சிறிய கல்லறை இல்லாவிட்டால் அது முற்றிலுமாக அவளுக்கு மறந்திருக்கும். அவள் தன் கணவனிடம் மட்டுமே பகிர்ந்த ரகசியத்தை விக்டரிடம் சொல்லவில்லை. தந்தை விசென்தே உர்பினாவின் கட்டளைப்படி, அவள் தனது தவறைப் பிரகடனம் செய்யாமல் தன் மனதில் ரகசியமாகச் சுமந்தாள்.

நல்ல நண்பர்கள்போல நீண்ட நேரம் பேசினர். தனக்கு இரண்டு குழந்தைகள் இருப்பதாகவும், முப்பத்துமூன்று வருடங்கள் விடாமுயற்சியுடன் அவளை நேசித்த மத்தியாஸ் எய்ஸாகிர்ரேவுடன் மகிழ்ச்சியாக வாழ்ந்ததாகவும் தனது குழந்தைகளைவிட அதிகமாகவும் பிரத்யேகமாகவும் அவளை நேசித்தான் என்றும் ஓஃபெலியா சொன்னாள்.

“மத்தியாஸ் கடைசிவரை மாறவேயில்லை, அமைதியானவர், தாராளமாக அன்பைப் பொழியும் மனது. என்னிடம் நிபந்தனையற்ற விசுவாசத்துடன் இருந்தார்; காலம் அவரது நற்பண்புகளை இன்னும் ஆழப்படுத்தியது. அவருடைய வேலையில் என்னால் முடிந்தவரை ஆதரவு அளித்தேன். இராஜதந்திரம் கடினமான பணி. இரண்டு அல்லது மூன்று வருடங்களுக்கு ஒருமுறை வாழும் நாட்டைவிட்டு மாற்றலாகி விடுவோம், நண்பர்களை விட்டு வேறு ஒரு நாட்டில் புதிய வாழ்வைத் தொடங்க வேண்டியிருக்கும். குழந்தைகளுக்கும் கடினமாக இருந்தது. மிகவும் கொடுமையான விஷயம் சமூக வாழ்க்கை. காக்டெய்ல் பார்ட்டிகளும் நீண்ட உணவுகளிலும் பங்குபெற எனக்கு விருப்பமே இருந்ததில்லை.”

“ஓவியம் வரைய நேரம் இருந்ததா?”

“முடிந்தவரை முயற்சித்தேன். ஆனால் முழுநேரம் செய்ய முடியவில்லை. ஓவியம் தீட்டுவதைவிட முக்கியமான அல்லது அவசரமாகச் செய்ய வேண்டிய காரியம் ஒன்று எப்போதும் குறுக்கே வந்துவிடும். எனது பிள்ளைகள் பல்கலைக்கழகத்திற்குச் சென்றபோது, நான் தாய், மனைவி ஆகிய பாத்திரத்திலிருந்து ஓய்வு பெறுவதாகவும், தீவிரமாக ஓவியத்தில் என்னை அர்ப்பணிக்கப் போவதாகவும் மத்தியாஸிடம் அறிவித்தேன்.

அது அவருக்கு நியாயமாகத் தோன்றியது. அவர் என்னைச் சுதந்திரமாக விட்டுவிட்டார். தன்னுடன் வருமாறு அவர் என்னை மீண்டும் கேட்கவில்லை. அது எனக்கு மிகவும் பிடித்தது.

"மத்தியாஸ் ஆயிரத்தில் ஒருவர்."

"நீ அவரைச் சந்திக்காதது ஒரு குறைதான்."

"நான் அவரை ஒரு முறை மட்டுமே பார்த்தேன். 1939ஆம் ஆண்டு வின்னிபெக் கப்பலில் சிலிக்கான எனது நுழைவு ஆவணத்தில் அவர்தான் முத்திரையிட்டார். நான் அதை என்றைக்கும் மறந்ததில்லை. உன் மத்தியாஸ் நேர்மையான மனிதர், ஒஃபெலியா."

"என்னுடைய அனைத்தையும் அவர் கொண்டாடினார். உதாரணத்திற்கு, அவருக்குக் கலையைப் பற்றி எதுவும் புரியவில்லை என்பதால், எனது ஓவியங்களைப் புரிந்து கொள்ளவும் பாராட்டவும் வகுப்புகள் எடுத்துக்கொண்டார். எனது முதல் கண்காட்சிக்கு நிதியளித்தார். ஆறு ஆண்டுகளுக்கு முன்பு அவருக்கு மாரடைப்பு ஏற்பட்டுக் காலமாகிவிட்டார். அவர் இல்லாத ஒவ்வொரு இரவும் நான் அழாமல் தூங்குவதில்லை" என்று ஒஃபெலியா உணர்ச்சிப் பெருக்கில் கூறியதைக் கேட்ட விக்டருக்கு என்ன சொல்வதென்று தெரியவில்லை.

அதற்குப் பின், திசைதிருப்பிய கடமைகளிலிருந்து தன்னை விடுவித்துக்கொண்டு, சாண்டியாகோவிலிருந்து இருநூறு கிலோமீட்டர் தொலைவில் உள்ள ஒரு கிராமத்தில் வாழ்கிறாளென்றும், அங்கே பழ மரங்களைப் பராமரித்து, நீண்ட காதுகளுடைய குள்ளமான ஆடுகளை வளர்த்து செல்லப் பிராணிகளாக விற்பனை செய்வதாகவும் கூறினாள். நிறைய நிறைய வரைவதாகவும் கூறினாள். பிரேசிலில் வாழும் மகனைப் பார்க்கவும் அர்ஜென்டினாவில் வாழும் மகளைப் பார்க்கவும், கண்காட்சிக்காகவும், மாதத்திற்கு ஒரு முறை தனது தாயைப் பார்க்கவும் பயணம் செய்வதைத் தவிர, தனது ஓவியப் பட்டறையை விட்டு வெளியே எங்கும் செல்வதில்லை என்றாள்.

"என் தந்தை இறந்துவிட்டார் என்பது உனக்குத் தெரியும், இல்லையா?"

"ஆம், செய்தித்தாளில் படித்தேன். இங்கு சிலி செய்தித்தாள்கள் தாமதமாகவே வருகின்றன. அவர் பினோசேயின் அரசாங்கத்தில் முக்கியமான பதவியில் இருந்தார், இல்லையா?"

"ஆமாம், ஆரம்பத்தில். அவர் 1975இல் இறந்துவிட்டார். அதற்குப் பின் என் அம்மாவிற்கு என் தந்தையின் அடக்குமுறையிலிருந்து விடுதலை கிடைத்தது."

தோன்யா லோரா, முன்பு வலுக்கட்டாயமாகச் செய்த பிரார்த்தனையும் கடவுளின் தொண்டுப் பணியும் குறைந்து விட்டதாக விக்டரிடம் ஓஃபெலியா சொன்னாள். தோன்யா லோரா, வயதான பெண்கள் சிலருடன் மர்மக் குழு ஒன்றை அமைத்துச் சீட்டுக்கட்டு விளையாடுவதாகவும் ஆன்மிகம் பேசி, இறந்தவர்களின் ஆன்மாக்களுடன் தொடர்புகொள்வதாகவும் கூறினாள். இப்படித்தான் அவள் தன் அன்புக் குழந்தையான லியோனார்டோவுடன் தொடர்பில் இருந்தாள். இறந்தவர்களை அழைப்பதை தேவாலயம் சாத்தானின் பழக்கம் என கண்டிப்பது தோன்யா லோராவுக்குத் தெரியும். பாதிரியார் விசென்தே உர்பினாவிடம் பாவமன்னிப்புக் கேட்கும்போது, இது சம்பந்தமாக அவள் பேசாமல் கவனமாக இருந்ததால், தெல் சோலார் குடும்பத்தைக் கறைப்படுத்தும் இந்தப் புதிய பாவத்தைப் பற்றி அவர் அறிந்திருக்கவில்லை. பாதிரியாரைக் குறிப்பிடும்போது ஓஃபெலியாவின் பேச்சில் எள்ளல் தெரிந்தது. அவருக்கு எண்பது வயதிற்கு மேல் இருக்கும். பிஷப்பாக இருந்த உர்பினா, சர்வாதிகார முறைகளின் பாதுகாவலராக இருந்தார். மார்க்சிசத்தின் வக்கிரத்திற்கு எதிராக மேற்கத்தியக் கிறிஸ்தவக் கலாச்சாரத்தைப் பாதுகாப்பதில் முழுமையாகத் தன்னை அர்ப்பணித்திருந்தார். துன்பத்திலிருப்பவர்களைப் பாதுகாக்கவும், காணாமல் போனவர்களைக் கண்காணிக்கவும் ஒரு அமைப்பை உருவாக்கியிருந்த போப்பாண்டவருக்கு அடுத்த இடத்திலிருந்த சிலியக் கார்டினல், சித்திரவதைக்கும் சுருக்கமான மரணதண்டனைகளுக்கும் சாதகமாகப் பிரசங்கம் செய்த உர்பினாவை அழைத்து அவ்வப்போது பேச வேண்டியிருந்தது.

பிஷப் உர்பினா ஆன்மாக்களைக் காப்பாற்றும் பணியில், குறிப்பாகப் பண வசதியுடைய மேல்தட்டு விசுவாசிகளின் ஆன்மாக்களைக் காப்பாற்றுவதில் அயராது உழைத்தார். தெல் சோலார் குடும்பத்தின் ஆலோசகராகவும் இருந்தார். இசிட்ரோ தெல் சோலாரின் மரணத்திற்குப் பின் அவர்களின் குடும்பத்தில் மிக சக்திவாய்ந்தவரானார். தோன்யா லோரா, அவரது மகள்கள், மருமகன்கள், பேரக்குழந்தைகள், கொள்ளுப் பேரக்குழந்தைகள், யாராக இருந்தாலும் தங்களின் முடிவுகள் எல்லாவற்றிற்கும் அவரது ஞானத்தைச் சார்ந்திருந்தனர்.

“நான் அவரை முற்றிலும் வெறுப்பதால் அவரது பிடிலிருந்து தப்பித்தேன். நல்லவேளை, சிலியை விட்டுத் தொலைதூரத்தில் பல வருடங்கள் வாழ்ந்ததால், அந்தக் கெட்ட மனிதரை நான் பார்க்கவில்லை. ஃபெலிபேவும் தப்பித்தான். அவன் புத்திசாலி, இங்கிலாந்தில் தனது வாழ்நாளில் பாதியைக் கழிக்கிறான்.”

“எப்படி இருக்கிறான்?”

“அயேந்தேவின் மூன்று வருட அரசாங்கத்தை, அது சுருக்கமாக முடிந்துவிடும் என்ற நம்பிக்கையில் பொறுத்துக் கொண்டான். ஆனால் அதற்குப் பின் வந்த மிலிட்டரி அரசின் மனநிலையை அவனால் பொறுத்துக்கொள்ள முடியவில்லை. இந்த அரசாங்கம் பல வருடம் நிலைத்திருக்கும் என்று ஊகித்தான். அவனுக்கு ஆங்கிலேய நாட்டின் மேல் இருக்கும் கவர்ச்சியைப் பற்றி உனக்குத் தான் தெரியுமே! சிலியின் பாசாங்குத்தனமான புனிதச் சூழலை அவன் அரவே வெறுக்கிறான். என் அம்மாவைப் பார்க்கவும், அப்பாவின் ஸ்தானத்திலிலிருந்து குடும்பப் பொருளாதாரத்தைக் கவனிக்கவும் அடிக்கடி வருவான்.”

“புயலையும் சூறாவளிகளையும் அளவிடும் உன்னுடைய இன்னொரு சகோதரன்?”

“அவன் ஹவாயில் குடியேறினான். எனது தந்தையின் மரணத்திற்குப் பின் பரம்பரைச் சொத்தில் தன்னுடைய பகுதியைப் பெறுவதற்காக ஒரு முறை மட்டுமே சிலிக்கு வந்தான். உன் மகன் மார்செலை இடுப்பிலேயே வைத்திருந்த லா ஹுவானாவை நினைவிருக்கிறதா? அவள் அப்படியேதான் இருக்கிறாள். அவளுக்கு என்ன வயது என்று யாருக்கும் தெரியாது. அவளுக்கேகூடத் தெரியாது என்று நினைக்கிறேன். ஆனால் இன்னும் எங்கள் வீட்டில்தான் இருக்கிறாள். என் அம்மாவிற்குத் தொண்ணூறு வயதிற்கு மேல் ஆகிறது. அவள் செய்யும் பைத்தியக்காரத்தனத்தை எல்லாம் பொறுத்துக் கொண்டு ஹுவானா அம்மாவைக் கவனித்துக்கொள்கிறாள். என் குடும்பத்தில் பல பைத்தியக்காரர்கள் இருக்கிறார்கள். சரி, எங்களைப் பற்றிப் பேசியது போதும். இப்போது உன்னைப் பற்றிச் சொல்.”

விக்டர் தனது வாழ்க்கையில் நடந்தவற்றை ஐந்து நிமிடங்களில் சுருக்கமாகக் கூறினான். சிறையில் அடைக்கப் பட்ட ஆண்டின் மோசமான இடர்ப்பாடுகளைப் பற்றி பேச அது சரியான தருணமில்லை என்பதால் மிகச் சுருக்கமாகக் குறிப்பிட்டான். ஓஃபெலியாவும் அவற்றைப் புறக்கணிக்கலாம் என அவனுக்குத் தோன்றியது. அவள் அவன் சொன்னதை வைத்து ஏதாவது ஊகித்தாளா எனத் தெரியவில்லை, அவளும் கேள்விகளைத் தவிர்த்தாள். “மத்தியாஸ் பழமைவாதியாக இருந்ததாலும், சோஷலிசத்தின் மூன்று ஆண்டுகளில் சிலியின் கடமையைக் கேள்வி கேட்காமல் ஒரு நல்ல இராஜதந்திரியாக சிலிக்குச் சேவை செய்தார். உலகின் மற்ற பகுதிகளில் கெட்ட

பெயரைக் கொண்டிருந்த இராணுவ அரசாங்கத்தைப் பிரதிநிதித்துவப்படுத்துவதற்கு அவர் வெட்கப்பட்டார். எனக்கு அரசியலில் ஆர்வம் இருந்ததில்லை, என்னுடைய ஆர்வமெல்லாம் கலைமீது மட்டுமே." சிலியில் மரங்களுக்கும் விலங்குகளுக்கும் மத்தியில், பத்திரிகைகளைப் படிக்காமல் அமைதியாக வாழ்ந்ததாகக் கூறினாள். சர்வாதிகாரம் இருந்தாலும் இல்லாவிட்டாலும் அவளுடைய வாழ்க்கை ஒரே மாதிரியாக இருந்தது என்றாள்.

வெறும் வாய்வார்த்தைக்காகத் தொடர்பில் இருக்க வேண்டும் என்றுக் கூறி விடைபெற்றனர். விக்டர் நிம்மதிப் பெருமூச்சுவிட்டான் நீண்ட காலம் வாழ்ந்தால், வட்டங்கள் மூட வாய்ப்புக் கிட்டும். ஒஃபெலியா தெல் சோலார் அந்தச் சிற்றுண்டிச்சாலையில், சாம்பலின் தடம் எதுவும் இல்லாமல், வட்டத்தை முழுமையாக மூடினாள். தீக்குழம்பு எப்போதோ அணைந்திருந்தது. தனக்கு அவளையும் அவளின் ஓவியங்களை யும் பிடிக்கவில்லை என்ற முடிவுக்கு விக்டர் வந்தான். அபூர்வமான அந்த நீலநிறக் கண்கள் மட்டுமே மறக்க முடியாதவை.

ரோஸர் வீட்டில் காத்திருந்தாள். அவன் முகத்தைப் பார்த்தவுடன் கடகடவெனச் சிரித்தாள். அவளுடைய கணவன் பல வருடச் சுமையை இறக்கி வைத்ததுபோல் இளமையாகத் தோன்றினான். விக்டர், தெல் சோலார் குடும்பத்தைப் பற்றிய செய்தியை அவளிடம் விரிவாகச் சொன்னான். முடிவில், ஒஃபெலியா காய்ந்து வாடிப்போன கார்டேனியா பூவைப் போல் இருப்பதாகக் கூறினான். ஒருவேளை, இந்த ஏமாற்றம் தனக்குத் தேவையானது என்று ரோஸர் திட்டமிட்டு, அதனால் அவனைக் கண்காட்சிக்கு அழைத்துச் சென்று தனது பழைய காதலியுடன் தனிமையில் விட்டுச் சென்றாளோ என்ற எண்ணம் அவனுக்கு எழுந்தது. அப்படியான பட்சத்தில் அவள் ஆபத்தான சூதாட்டத்தில் ஈடுபட்டதாகத் தோன்றியது. ஒருவேளை ஒஃபெலியா மேல் அவனுக்கு மீண்டும் காதல் வந்திருந்தால் எப்படிச் சமாளித்திருப்பாள்? அது சாத்திய மில்லை என்று ரோஸருக்குத் தெரியும். அதனால் அவள் சிறிதும் கவலைப்படவில்லை. "பிரச்சனை என்னவென்றால், ரோஸர் என்மீது அலாதியான நம்பிக்கை வைத்திருக்கிறாள், நானோ ரோஸர் என்னைவிட்டு வேறொருவருடன் போய்விடுவாளோ என்ற பயத்திலிருக்கிறேன்." என்று விக்டர் நினைத்தான்.

12

1983-1991

நான் இப்போது வாழும் நாடு மிகவும் மென்மையானது,
இலையுதிர் கால திராட்சையின் தோல்போல...

பாப்லோ நெருடா,

"நாடு", தரிசு நிலம்

எல் யுனிவர்சால் செய்தித்தாளில், சிலியிலிருந்து நாடுகடத்தப்பட்ட ஆயிரத்து எண்ணூறு பேர் அந்நாட்டிற்குத் திரும்பலாம் என்ற செய்தி ஒரு ஞாயிற்றுக்கிழமை வெளிவந்தது. விக்டர் தல்மாவும் ரோஸரும் செய்தித்தாளை முன் அட்டையிலிருந்து பின் அட்டைவரை படித்த ஒரே நாள் அதுவாகத் தானிருக்கும். சிலி தூதரகத்திற்குச் சென்ற ரோஸர், ஜன்னலில் ஒட்டியிருந்த பட்டியலில் விக்டர் தல்மாவின் பெயரைக் கண்டுபிடித்தாள். அவளது காலடியில் பூமி பிளந்ததைப் போலிருந்தது. அவர்கள் ஒன்பது வருடங்களாக இந்தத் தருணத்திற்காகக் காத்திருந்தார்கள், ஆனால் அந்தத் தருணம் நிகழ்ந்தபோது, மகிழ்ச்சியில் திளைக்காமல் குழப்பத்தில் ஆழ்ந்தனர். சர்வாதிகார அடக்குமுறையிலிருந்து தப்பிக்க அவர்கள் விட்டுச் சென்ற நாட்டிற்குத் திரும்புவதற்காக மார்செல் உட்பட தங்களின் வாழ்க்கையைத் தடம்புரள செய்ய வேண்டுமே என்ற அயர்ச்சியும் அதற்குக் காரணம். சிலியில் எதுவும் மாறவில்லை என்ற நிலையில் எதற்காகத் திரும்ப வேண்டும் என்று அவள் யோசித்தாள். ஆனால் அன்றிரவு விக்டர், அவர்கள் விரைவில் திரும்பவில்லை என்றால்,

இசபெல் அயேந்தே

சிலிக்குத் திரும்பவே முடியாமல் போகலாம் என்றான். "நாம் பல முறை வாழ்க்கையைப் புதிதாக ஆரம்பித்துள்ளோம், ரோஸர். இன்னொரு முறையும் ஆரம்பிக்கலாம். எனக்கு அறுபத்தொன்பது வயதாகிறது, நான் சிலியில் இறக்க விரும்புகிறேன்." நெரூடாவின் வசனங்களை நினைவுகூர்ந்தான்: "நான் நேசித்ததும், நேசிப்பதும் தொலை தூரத்தில் / இருக்கும் போது, எப்படி வாழ்வது?" மார்செல் தனது தந்தையின் கருத்தை ஆமோதித்தது மட்டுமல்லாமல், நாட்டு நிலவரத்தைத் தெரிந்துகொள்ள ஒரு வாரத்தில் சான்டியாகோவிற்குச் சென்றான். மேலோட்டமாக நாடு நவீனமாகவும் செழிப்பாகவும் தோன்றினாலும், நடந்த சேதத்தைக் காண மேல்பரப்பைச் சற்றுக் கீறினால் போதும் என்று அவர்களிடம் அங்கிருந்தே தொலைபேசியில் சொன்னான். சிலியில் பெருமளவில் சமத்துவமின்மை நிலவியது. முக்கால்வாசி செல்வம் இருபது குடும்பங்களின் கைகளில் இருந்தது. நடுத்தர வர்க்கம் கடன் வாங்கிப் பிழைத்தது; பலர் வறுமையிலும், வெகு சிலர் செல்வச் செழிப்பிலும் வாழ்ந்தனர். வானளாவிய கண்ணாடிக் கட்டிடங்களும் சுவர்களுக்குப் பின்னால் மாளிகைகளும் சொகுசாக இருக்கும் அதே பகுதியில் சேரிகளில் மக்கள் அவதிப்பட்டனர். ஒரு சிலருக்கு நல்வாழ்வும் பாதுகாப்பும் இருந்தாலும், பொதுமக்கள் வேலையின்மையாலும் அடக்கு முறையாலும் வாழ்வாதாரமின்றித் தவித்தார்கள். முந்தைய ஆண்டுகளில் சிலிய மக்கள் பார்த்த பொருளாதார அதிசய மானது மூலதனத்திற்கு அளித்த முழுமையான சுதந்திரத்தாலும் அடிப்படை உரிமைகளைத் தொழிலாளர்களிடமிருந்து பறித்ததாலும் ஏற்பட்ட தற்காலிக வளர்ச்சி. அந்தக் குமிழி உடைந்துவிட்டது. நிலைமை மாறுவதற்கான நேரம் இது என்று மார்செல் சொன்னான். அதோடு மட்டுமல்லாமல், மக்களின் மத்தியில் பயம் குறைந்துள்ளதாகவும், அரசாங்கத்திற்கு எதிராக பாரிய போராட்டங்கள் நடப்பதாகவும், சர்வாதிகாரம் தன் எடையைத் தாங்காமல் கவிழக்கூடும் என்று தான் நம்புவதாகவும் கூறினான்; மொத்தத்தில் திரும்புவதற்கான சரியான நேரம் இது.

மார்செல் சிலியில் காலடி வைத்தவுடன், அவன் புதிய பட்டதாரியாகப் பணிபுரிந்த அதே காப்பர் கார்ப்பரேஷனில் அவனுக்கு வேலை வழங்கினார்கள். அவனுடைய அரசியல் கொள்கைகளைப் பற்றிக் கேட்கவில்லை; அமெரிக்காவில் அவன் பெற்ற முனைவர் பட்டத்தையும் அவனது தொழில் அனுபவத்தையும் மட்டுமே கருத்தில் கொண்டார்கள். "நான் இந்த வேலைக்குத் தலையாட்டிவிட்டு இங்கேயே இருக்கப் போகிறேன். நான் சிலி நாட்டைச் சேர்ந்தவன்" என்று தனது தொலைபேசி உரையாடலை முடித்தான். விக்டரும் ரோஸரும்

தாங்கள் அனுபவித்த அனைத்துத் துன்பங்களையும் மறந்தார்கள். தாங்களும் சிலியைச் சேர்ந்தவர்களே என்ற எண்ணம் மேலோங்கியது. எந்தச் சந்தர்ப்பத்திலும் அவர்கள் தங்கள் மகனிடமிருந்து பிரிந்திருக்கப்போவதில்லை என்பதால், மூன்று மாதங்களுக்குள் தல்மாவ் குடும்பம் தங்கள் உடைமைகளை மூட்டை கட்டிக்கொண்டு நண்பர்களிடமும் சக ஊழியர்களிடமும் விடைபெற்றது. வாலென்டின் சான்செஸ், ரோஸரிடம் அவள் விக்டரைப் போல் கறுப்புப் பட்டியலிலோ பாதுகாப்புப் படையின் சந்தேகப் பார்வையிலோ இருந்ததில்லை என்பதால் அவள் தலை நிமிர்ந்து வெற்றியுடன் திரும்ப வேண்டும் என்று கூறி ஊக்கமூட்டினார். பூங்காக்கள், தேவாலயங்கள், உயர்நிலைப் பள்ளிகள் ஆகிய பொது இடங்களில் இலவச இசை நிகழ்ச்சிகளை நடத்துவதற்காக ரோஸர் ஆதிகாலத்து இசை ஆர்கெஸ்ட்ராவுடன் கராகாஸுக்குத் திரும்ப வேண்டும் என்றும் வாலென்டின் கூறினார். இலவச இசைக்கு எங்கிருந்து நிதி கிடைக்கும் என்ற ரோஸரின் கேள்விக்கு வெனிசுலா சிலிய மக்களுக்குக் கொடுக்கும் அன்பளிப்பு என்று பதிலளித்தார். வெனிசுலாவில் கலாச்சார விஷயங்களுக்கு ஒதுக்கப்படும் நிதி அதிகம், சிலி அரசு அதை வேண்டாமென மறுக்கத் துணியாது; அப்படிச் செய்தால் சர்வதேச அளவில் அவமதிப்பாக இருக்கும், அதனால் சிலி இந்த இசைப் பரிமாற்றத்தை ஏற்றுக்கொள்ளும் என்றார். வாலென்டின் சொன்னபடியே நடந்தது.

ரோஸரைவிட விக்டருக்கு சிலிக்குத் திரும்புவது மிகவும் கடினமாக இருந்தது. கராகாஸ் மருத்துவமனையில் தனது பதவியை ராஜினாமா செய்துவிட்டு, பொருளாதார பாதுகாப்பை இழந்து, நாடுகடத்தப்பட்டவர்களை அவநம்பிக்கையுடன் பார்க்கும் நிச்சயமற்ற பொருளாதார வாழ்க்கைக்குத் தயாரானான். நாட்டை விட்டு வெளியேறியவர்கள் நாட்டின் உள்ளே இருந்து சர்வாதிகாரத்தை எதிர்த்துப் போராடாமல் வெளியேறிய கோழைகள் என்று இடது சாரிகளும், மார்க்சிஸ்டுகளாகவும் பயங்கரவாதிகளாகவும் இருந்ததால்தான் வெளியேற்றப்பட்டனர் என்று வலது சாரிகளும் மாறிமாறிக் குற்றம் சாட்டினர்.

கிட்டத்தட்ட முப்பது வருடங்கள் தான் பணிபுரிந்த சான் ஹுவான் தெ தியோஸ் மருத்துவமனைக்கு விக்டர் சென்ற போது, அவரைக் கட்டிப்பிடித்தும் கண்ணீர் வடித்தும் செவிலியர்களும் சில மருத்துவர்களும் வரவேற்றனர். சர்வாதிகார அரசாங்கம் முற்போக்குச் சிந்தனை கொண்ட நூற்றுக்கணக்கான மருத்துவர்களைப் பணிநீக்கம் செய்திருந்தது,

கைது செய்திருந்தது, கொலை செய்திருந்தது. மருத்துவமனையின் இயக்குநர், ஒரு இராணுவ வீரர். விக்டரைத் தனிப்பட்ட முறையில் வாழ்த்தி, தனது அலுவலகத்திற்கு அழைத்தார்.

"நீங்கள் தளபதி ஒசோரியோவின் உயிரைக் காப்பாற்றி னீர்கள் என்று எனக்குத் தெரியும். உங்கள் சூழ்நிலையில் நீங்கள் செய்தது தன்னலமற்ற, பாராட்டுக்குரிய செயல்" என்றார்.

"நான் வதை முகாமில் கைதியாக இருந்தபோது நடந்ததைச் சொல்கிறீர்களா? நான் ஒரு மருத்துவர். சூழ்நிலைகள் எதுவாக இருந்தாலும், நோயாளி யாராக இருந்தாலும் கவனிக்க வேண்டியது என் கடமை. தளபதி எப்படி இருக்கிறார்?"

"நீண்ட காலத்திற்கு முன்பே ஓய்வுபெற்றார். நலமாக உள்ளார்."

"நான் இந்த மருத்துவமனையில் பல வருடங்கள் பணிபுரிந்தேன், மீண்டும் வேலையில் சேர விரும்புகிறேன்" என்று விக்டர் கூறினான்.

"எனக்குப் புரிகிறது, ஆனால் நீங்கள் உங்கள் வயதை நினைவில் கொள்ள வேண்டும்..."

"எனக்கு இன்னும் எழுபது வயது ஆகவில்லை. இரண்டு வாரங்களுக்கு முன்புவரை நான் கராகாஸில் வர்காஸ் மருத்துவமனையில் இருதயவியல் துறைக்குத் தலைமை தாங்கினேன்."

"நீங்கள் அரசியல் கைதியாகவும், நாடுகடத்தப்பட்டவ ராகவும் இருப்பதால், உங்களை எந்தப் பொது மருத்துவமனை யிலும் பணியில் அமர்த்துவது சாத்தியமில்லை என்பதை வருத்தத்துடன் தெரிவிக்கிறேன்; உங்களை அதிகாரப்பூர்வ மாகப் பணியிலிருந்து இடைநீக்கம் செய்துள்ளனர்."

"அதாவது, நான் சிலியில் வேலை செய்ய முடியாது?"

"மன்னிக்கவும். இது என் முடிவு இல்லை. தனியார் கிளினிக்குகளில் வாய்ப்புத் தேடுங்கள், கிடைக்கும்" என்று இயக்குநர் உறுதியான கைகுலுக்கலுடன் விடைபெற்றார்.

இராணுவ அரசாங்கம் பொதுச் சேவைகளைத் தனியார் கைகளுக்கு மாற்றியிருந்தது; ஆரோக்கியம் மக்களின் உரிமை அல்ல; வாங்கி விற்கும் வியாபாரம். நுகர்பொருள். மின்சாரம் முதல் விமான நிறுவனங்கள்வரை எதையெல்லாம் தனியார் மயமாக்க முடியுமோ அவை அனைத்தையும் அரசாங்கம் தனியார்மயமாக்கியது. அந்த ஆண்டுகளில், மிக நேர்த்தியான

வசதிகளையும் வளங்களையும் கொண்ட தனியார் மருத்துவ மனைகள் பணம் செலுத்தக்கூடியவர்களுக்குச் சேவை செய்வதற்காகப் பெருகின. பல ஆண்டுகள் பணியில் இல்லாத போதும், விக்டரின் தொழில்முறை கௌரவம் நிலைத்திருந்த தால், அவருக்கு உடனடியாக சாண்டியாகோவின் மிக பிரபலமான மருத்துவமனை ஒன்றில் பொது மருத்துவமனையில் சம்பாதித்திருக்கக் கூடியதைவிட அதிக சம்பளத்துடன் வேலை கிடைத்தது. ஃபெலிபே தெல் சோலார் சிலிக்கு அடிக்கடி வரும் பயணங்களில், ஒரு முறை விக்டரைப் பார்க்கச் சென்றான். அவர்கள் கடைசியாகச் சந்தித்து நீண்ட நாட்களாகிவிட்டன. இருவரும் நெருங்கிய நண்பர்களாகவோ, இருவருக்கும் பொதுவான சமூக வட்டத்திலோ இருந்ததில்லை, ஆனால் அவர்கள் ஒருவரையொருவர் உண்மையான பாசத்துடன் தழுவிக்கொண்டனர்.

“நீ திரும்பி வந்துவிட்டாய் என்று கேள்விப்பட்டேன், விக்டர். கேட்க மிகவும் மகிழ்ச்சியாக இருந்தது. இந்த நாட்டிற்கு உன்னைப் போன்ற மதிப்புமிக்க மனிதர்கள் தேவை.”

“நீயும் சிலிக்குத் திரும்பிவிட்டாயா?”

“இங்கு யாருக்கும் நான் தேவையில்லை. நான் லண்டனில் வசிக்கிறேன். உனக்குத் தெரியாது?”

“தெரியும். பார்க்கவும் ஒரு ஆங்கிலேயப் பிரபுவைப் போல் இருக்கிறாய்.”

“குடும்பத்தின் காரணமாக நான் அடிக்கடி வர வேண்டும், என் குடும்பத்தில் யாரையும் எனக்குப் பிடிக்கவில்லை, என்னை வளர்த்த ஹுவானாவைத் தவிர. ஆனால் என்ன செய்வது, நம்மால் நம் உறவினர்களைத் தேர்ந்தெடுக்க முடியாதே!”

தோட்டத்தில் ஒரு நவீன நீரூற்றுக்கு எதிரில் போட்டிருந்த பெஞ்சில் இருவரும் அமர்ந்தனர். நீரூற்றிலிருந்து திமிங்கலம் மூச்சுவிடுவதைப் போல் தண்ணீர் சிறிது சிறிதாக வெளியேறியது. லோரா தெல் சோலார் சக்கர நாற்காலியில் வளைய வருவதாகவும், முதுமையின் காரணமாக ஏற்படும் மறதி நோயால் அவதிப்படுவதாகவும், ஃபெலிபேவின் சகோதரிகள் தாங்க முடியாத பெண்களாகி விட்டதாகவும், ஒஃபெலியா கிராமப்புறத்தில் தன்னைப் பூட்டிக்கொண்டு, யாரும் வாங்காத ஓவியங்களை வரைவதாகவும் ஃபெலிபேவின் மூலம் விக்டர் அறிந்தான்.

“இந்த ஆண்டுகளில் என் மைத்துனர்களுக்கு அதிர்ஷ்டம் அடித்தது, நன்றாகச் சம்பாதித்திருக்கிறார்கள் விக்டர். என்

தந்தை அவர்களை வெறுத்தார். என் சகோதரிகள் நன்றாக உடையணிந்த முட்டாள்களைத் திருமணம் செய்துகொண்டார்கள் என்று திட்டுவார். இப்போது தன் மருமகன்களைப் பார்க்க முடிந்தால், அவர் தனது முகத்தை எங்கே கொண்டு போவார் என்று தெரியவில்லை". ஃபெலிபே சிரித்தான்.

"இது வணிகத்திற்கும் வணிகர்களுக்குமான சொர்க்கம்" என்று விக்டர் ஆமோதித்தான்.

"அமைப்பும் சட்டமும் அனுமதித்தால் பணம் சம்பாதிப்பதில் தவறில்லை. விக்டர், நீ எப்படி இருக்கிறாய்?"

"இங்கே என்ன நடந்தது என்பதைப் புரிந்துகொள்ள முயற்சி செய்துகொண்டிருக்கிறேன். சிலியை அடையாளம் காண முடியவில்லை."

"இது மிகவும் சிறந்த மாற்றம் என்பதை நீ ஒப்புக்கொள்ள வேண்டும். இராணுவ அரசு அயேந்தேவின் குழப்பத்திலிருந்தும் மார்க்சிச சர்வாதிகாரத்திலிருந்தும் நாட்டைக் காப்பாற்றியது."

"கற்பனையான இடதுசாரி சர்வாதிகாரத்தைத் தடுக்க, ஒரு அசைக்க முடியாத வலதுசாரி சர்வாதிகாரம் திணிக்கப் பட்டது ஃபெலிபே."

"பார், விக்டர், அந்தக் கருத்துக்களை நீ உன்னிடம் வைத்துக்கொள். வெளியே சொல்லாதே, யாருக்கும் பிடிக்காது. ஆனால் நாம் நல்ல நிலையில் இருக்கிறோம், சிலி இப்போது வளமான நாடு என்பதை உன்னால் மறுக்க முடியாது."

"ஆனால் அதற்கான விலை என்ன? நீ வெளிநாட்டில் வசிக்கிறாய், இங்கே யாரும் வெளிப்படையாகப் பேசாத கொடுமைகளைப் பற்றி உனக்குத் தெரியும்."

"மனித உரிமைகளைப் பற்றி என்னிடம் பேசாதே, எனக்குப் பொறுமை இல்லை விக்டர்..." ஃபெலிபே குறுக்கிட்டான். "அவை மிருகத்தனமான சில வீரர்கள் தங்கள் அதிகாரத்தைத் துஷ்பிரயோகம் செய்ததால் ஏற்பட்ட கொடுமைகள். ஒரு சில விதிவிலக்குகளுக்காக யாரும் அரசாங்க வாரியத்தைக் குற்றம் சாட்ட முடியாது, அதிலும் ஜனாதிபதி பினோஷேவைக் குறை சொல்லவே முடியாது. முக்கியமான விஷயம் என்னவென்றால், இப்போது சிலி அமைதியாக இருக்கிறது. நம்மிடம் குறைபாடற்ற பொருளாதாரம் இருக்கிறது. சிலி எப்போதுமே சோம்பேறிகளின் நாடாக இருந்தது. இனி இங்கே மக்கள் உழைத்து முன்னேற முயற்சி செய்ய வேண்டும். தடையற்ற சந்தை அமைப்பு போட்டியைத் தூண்டி, செல்வத்தைச் சேகரிக்க மக்களை ஊக்குவிக்கும்."

"இது தடையற்ற சந்தை அல்ல, ஃபெலிபே. தொழிலாளர்களை அடிபணியவைத்து அவர்களின் அடிப்படை உரிமைகள் பறிக்கப்பட்டுள்ளன. ஜனநாயகத்தில் இந்த முறையை அமல்படுத்த முடியும் என்று நினைக்கிறாயா?"

"இது சர்வாதிகாரத்தால் பாதுகாக்கப்பட்ட ஜனநாயகம்."

"நிறைய மாறிவிட்டாய் ஃபெலிபே."

"ஏன் அப்படி சொல்கிறாய்?"

"திறந்த மனதுடன், பாரம்பரியத்தைக் கேள்வி கேட்கும் சுயநலத்துடன் எல்லாவற்றையும் விமர்சனம் செய்யும், அனைவரையும் எதிர்க்கும், சற்றுக் கிண்டலுடன் புத்திசாலித்தனமான இளைஞனாக நீ இருந்ததாக ஞாபகம்."

"நான் சில விஷயங்களில் இன்னும் அப்படியேதான் இருக்கிறேன், விக்டர். ஆனால் வயதாக வயதாக ஏதாவது ஒன்றைப் பிடித்துக்கொள்ள வேண்டும். அப்படிப் பார்த்தால் நான் எப்போதும் முடியாட்சியின் பக்கம்தான் இருந்திருக்கிறேன்" என்று ஃபெலிபே சிரித்தான். "எது எப்படியோ, நண்பனே, உன் கருத்துக்களை இடமறிந்து பேசு."

"நான் கவனமாக இருக்கிறேன், ஃபெலிபே, ஆனால் நண்பர்களிடம் கவனமாக இருக்க வேண்டியதில்லை."

ೞ

மருத்துவத்தை வணிகமாக மேற்கொள்வதில் ஏற்பட்ட சங்கடத்தை ஈடுகட்டுவதற்காக விக்டர் சாண்டியாகோவின் வறுமை நிறைந்த ஆபத்தான நகரப் பகுதி ஒன்றில் மருத்துவ முகாமிட்டுத் தன்னார்வலராகப் பணியாற்றினான். அரை நூற்றாண்டுக்கு முன்பு கிராமப்புறங்களிலிருந்த மக்களும், வெடியுப்புச் சுரங்கத்தில் வேலைசெய்தவர்களும் அந்தப் பகுதிக்குக் குடியேறினார்கள். பின் அந்தப் பகுதியும் வளர்ந்தது. விக்டர் சேவை செய்த இடத்தில் சுமார் ஆறாயிரம் பேர் கூட்டுப் புழுக்களைப் போல் வாழ்ந்தனர். அங்கே சாமான்ய மக்கள் அனுபவித்த அடக்குமுறையையும் உணர்ந்த அதிருப்தியையும் கோபத்தையும் விக்டரால் கண்கூடாகக் காண முடிந்தது. அவருடைய நோயாளிகள் அட்டையாலும் மரத் தக்கைகளாலும் தாங்களாகவே கட்டிக்கொண்ட குடிசைகளில் தண்ணீர், மின்சாரம், கழிவறைகள் போன்ற அடிப்படை வசதிகள்கூட இல்லை. குப்பை, தெருநாய், எலி, ஈ ஆகியவற்றின் மத்தியில் கோடைகாலத்தின் தூசியையும், குளிர்காலத்துச் சேற்றையும் பொறுத்துக்கொண்டிருந்தனர். நிரந்தர வேலையில்லை;

தினக்கூலி வேலைசெய்து, குப்பையைக் கிளறி, அதிலிருந்த பிளாஸ்டிக், கண்ணாடி, காகிதங்களை எடுத்து விற்பனைசெய்து, பொருட்களைக் கடத்தியோ திருடியோ பிழைத்தனர். இந்தச் சேரிப்பகுதிகளை ஒழிக்க அரசு திட்டங்கள் வகுத்திருந்தது. ஆனால் தீர்வுகளை அமல்படுத்தத் தாமதமானதால், நகரத்தை அசிங்கப்படுத்திய அந்தப் பகுதியை மறைத்துச் சுவரெழுப்பியது.

“மிகவும் ஆச்சரியமான விஷயம் அங்கிருக்கும் பெண்கள்” என்று விக்டர் ரோஸரிடம் கூறினான். “உறுதியானவர்கள், நீண்ட அவதிக்குள்ளானவர்கள். ஆனால் ஆண்களைவிடப் போராடும் குணமுடையவர்கள். தங்கள் குழந்தைகளுக்கும் தங்களின் சுற்றத்தில் இருப்பவர்களுக்கும் தாய்மார்கள். ஆண்களால் கைவிடப்பட்டாலும் இவர்கள் தங்கள் குழந்தை களைக் கைவிடவில்லை. ஆண்களின் குடிப்பழக்கத்தையும், வன்முறையையும் தாங்கினாலும் வளைந்து கொடுப்பதில்லை.”

“குறைந்தபட்ச உதவியாவது அவர்களுக்குக் கிடைக்கிறதா?”

“ஆம், தேவாலயங்கள், குறிப்பாக இவாஞ்ஜலிஸ்ட்டுகள், தொண்டு நிறுவனங்கள், தன்னார்வலர்களிடமிருந்து உதவி கிடைக்கிறது. ஆனால் பசியுடன் தூங்கப்போகும் குழந்தைகளை நினைத்தால் கவலையாக இருக்கிறது, ரோஸர். அவர்கள் கட்டுப்பாடின்றி வளர்கிறார்கள், முடிந்தபோது பள்ளிக்குச் செல்கிறார்கள், படிப்பை முடிப்பதில்லை. தப்பான சகவாசம், போதைப்பொருள், தெருக்கள் ஆகியவை தவிர வேறு எந்த வழியும் இல்லாமல் இளமைப் பருவத்தை அடைகிறார்கள்.”

“எனக்கு உன்னைத் தெரியும் விக்டர். நீ வேறு எங்கு இருப்பதைவிடவும் அங்கு மகிழ்ச்சியாக இருக்கிறாய்” என்று அவள் சொன்னாள்.

அது உண்மைதான். மூன்று நாட்கள் அந்தச் சமூகத்தில் இரண்டு செவிலியர்களுடனும் பிற இலட்சிய மருத்துவர்களுடன் ஷிஃப்ட் அடிப்படையில் சேவை செய்த பிறகு, விக்டர் தனது இளமையின் உற்சாகத்தை மீட்டெடுத்தான். கனத்த இதயத்துடனும் சோகக் கதைகளின் பாரத்துடனும் சோர்வாக வீடு திரும்புவான். ஆனால் மறுநாள் மருத்துவ முகாமுக்குத் திரும்புவதற்குப் பொறுமையின்றிக் காத்திருப்பான். உள்நாட்டுப் போரின்போது அவன் வாழ்க்கையில் இருந்த தெளிவான நோக்கத்தைச் சந்தேகத்திற்கு இடமின்றி இந்தச் சமூகப் பணி நினைவூட்டியது.

“மக்கள் தங்களை எவ்வாறு ஒழுங்கமைக்கிறார்கள் என்பதை நீ பார்த்தால்தான் நம்புவாய் ரோஸர். திறந்தவெளி அடுப்புகளில் பெரிய அண்டாக்களில் யாரால் என்ன

முடிகிறதோ அதைத் தங்கள் பங்காக அளித்து, உணவைச் சமைத்து, எல்லோருக்கும் வழங்குவதே என் யோசனை. அனைவருக்கும் போதவில்லையென்றாலும் பரவாயில்லை, சூடான, சத்தான உணவு எல்லோருக்கும் கொஞ்சமாவது கிடைக்கும்."

"உன் சம்பளம் எங்கே போகிறது என்று இப்போது எனக்குப் புரிகிறது."

"உணவு மட்டுமல்ல ரோஸர், அத்தியாவசியப் பொருட்களும் அங்கு இல்லை."

போர் ஆயுதங்களுடன் சோதனை நடத்தும் காவல் துறையினரின் தலையீட்டைத் தவிர்க்கக் குடியிருப்பாளர்கள் ஒழுங்கைப் பேணினார்கள் என்று விக்டர் விளக்கினான். சொந்தமாக ஒரு கூரையும் குடியேறுவதற்கு நிலமும் வேண்டும் என்பது அவர்களின் அசாத்தியக் கனவு. முன்பு அவர்கள் வெற்று நிலத்தை ஆக்கிரமித்து அங்கிருந்து வெளியேற மறுத்தனர். இந்த வகையான "ஆக்கிரமிப்பை"ச் சிலர் தொடங்கினார்கள். விரைவில் பலரும் தங்கள் குழந்தைகளை முதுகில் சுமந்து கொண்டு, தங்களின் நாய்கள் பின்தொடர, தங்கள் பொருட்களைத் தள்ளுவண்டியிலும் தோள்பைகளிலும் ஊர்வலம்போல் திருட்டுத்தனமாக எடுத்துவந்தார்கள். கையில் கிடைத்த அட்டை, போர்வைகள், ஆகியவற்றை வைத்துக் கூரையைக் கட்டினார்கள். அதிகாரிகள் இந்த ஆக்கிரமிப்பைக் கண்டுபிடிக்கும்போது ஆயிரக்கணக்கான மக்கள் அங்கே குடியேறித் தங்களைத் தற்காத்துக்கொள்ள தயாராக இருந்தார்கள். ஆனால் இப்போதிருந்த காலகட்டத்தில், சட்ட அமலாக்கப் பிரிவினர் டாங்கிகளுடன் வந்து யோசிக்காமல் எல்லோரையும் சுடுவார்கள்.

"போராட்டம் அல்லது ஆக்கிரமிப்பு என்ற வார்த்தைகளை உச்சரித்தால் போதும், இந்த முகாமிலிருந்து யாரை வேண்டு மென்றாலும் இராணுவம் பிடித்துச்செல்லும். காணாமல் போனவரின் சடலத்தை முகாமின் வாசலில் மற்றவர்களை எச்சரிக்கும் வகையில் இராணுவ அரசு போட்டுவிடும். நாற்பதுக்கும் மேற்பட்ட தோட்டாக்களால் கொல்லப்பட்ட பாடகர் விக்டர் ஹாராவின் உடலை அவர்கள் அங்கு வீசியதாக என்னிடம் சொன்னார்கள்."

முகாம் அலுவலகத்தில் அவசரநிலை சிகிச்சைகளை விக்டரே அளித்தான்: தீக்காயங்கள், எலும்பு முறிவுகள், கத்திகளாலும் பாட்டில்களாலும் ஏற்பட்ட காயங்கள், குடும்ப வன்முறை ஆகிய எதுவும் பெரிய சவாலாக இல்லை. விக்டர்

அங்கே மருத்துவப் பணியாற்றியது குடியிருப்பில் பாதுகாப்பு உணர்வைக் கொடுத்தது. தீவிரமான கேஸ்களை அருகிலுள்ள மருத்துவமனைக்கு அனுப்பினான். ஆம்புலன்ஸ் இல்லாததால், அடிப்பட்டவர்களைப் பலமுறை தனது காரில் அழைத்துச் சென்றான். முகாமிருந்த பகுதிக்கு வாகனத்தில் போவது விவேகமல்ல; வாகனம் திருடுபோகும் எனப் பலரும் எச்சரித்தனர். பாரசீகச் சந்தையில் உதிரிபாகங்களை விற்க முடியும் என்றனர். ஆனால் அமேசான் மக்களின் வலிமையும் தைரியமும் கொண்ட தலைவிகளில் ஒருத்தி, ஒரு இளம் பாட்டி, குடியிருப்பாளர்களை, குறிப்பாக வழிதவறிச் சென்ற வாலிபர்களை, "மருத்துவரின் காரை முதலில் தொடுபவர்கள் மிகவும் மோசமான தண்டனையை அனுபவிப்பார்கள்" என்று எச்சரித்திருந்தாள். அதுவே போதுமானதாக இருந்தது. விக்டருக்கு எந்த பிரச்சினையும் வரவில்லை.

விக்டரும் ரோஸரும் அவர்களின் சேமிப்பின் உதவியுடனும் ரோஸரின் சம்பாத்தியத்தையும் கொண்டு வாழ்க்கையை நடத்தினார்கள். மருத்துவமனையில் சம்பாதித்ததைக் கொண்டு முகாமிற்குத் தேவையான பொருட்களை வாங்குவதற்குச் செலவிட்டான் விக்டர். அவன் மிகவும் திருப்தியாக இருப்பதை ரோஸர் கண்டாள். தானும் முகாமில் சேவைசெய்ய முடிவு செய்தாள். அவள் வாலென்டின் சான்செஸ் அளித்த கணிசமான நிதியுதவிக் காசோலையைப் பயன்படுத்தி இசைக்கருவிகளை வாங்கினாள். விக்டர் முகாமிற்குச் சென்ற நாட்களில் அவளும் அங்கே இசை கற்பிக்கச் சென்றாள். முகாமில் அவர்களின் சேவைப் பணியானது உடலுறவின்போது ஏற்படும் நெருக்கத்தை விடவும் அதிகமான நெருக்கத்தை இருவருக்கும் அளித்தது. இது அவர்களை ஒன்றிணைத்தது. அவள் வாலென்டினுக்கு அடிக்கடி அறிக்கைகளையும் புகைப்படங்களையும் தவறாமல் அனுப்பினாள். "ஒரு வருடத்தில், குழந்தைகள் பாடகர் குழுவும் இளைஞர் இசைக்குழுவும் தயாராகிவிடும். நீயே நேரில் வந்து பார்க்க வேண்டும். இப்போதைக்கு எங்களுக்கு ரெக்கார்டிங் கருவிகளும் வெளிப்புற கச்சேரிகளுக்கு ஸ்பீக்கர்களும் தேவை" என்று விக்டரிடம் கூறினாள்.

❧

ஓஃபெலியா தெல் சோலாரின் கிராமப்புற வாழ்க்கை விக்டரைக் கவர்ந்திருந்தது; ரோஸரை நகரத்திற்கு வெளியே குடியேற சம்மதிக்கவைத்தான். சாண்டியாகோ நகரத்திற்குள் போக்குவரத்து பெரும்தொல்லையாக இருந்தது; மக்கள் எப்போதும் சாலைகளில் அவசரத்திலும் பொறுமையின்றியும்

இருந்தனர். காலை வேளை நச்சுப் புகைமூட்டத்துடன் விடிந்தது. அவர்கள் தேடிய வீட்டைக் கண்டுபிடித்தார்கள். கல்லையும் மரத்தையும் கொண்டு கட்டிய திடமான வீடு அது. கட்டிடக் கலைஞர் நினைத்ததைப் போல் வைக்கோலால் மறைத்த கூரை அந்த வீட்டைக் கிராமப்புறத்தில் ஒன்றவைத்தது. முப்பது வருடங்களுக்கு முன் அதைக் கட்டியபோது அந்த வீட்டிற்கு செல்லும் சாலை ஒற்றையடிப் பாதையாக பாறைகளுக்கு இடையில் வளைந்து நெளிந்து சென்றிருக்கும்; ஆனால் தலைநகரம் மலைத்தொடரின் அடிவாரத்தை நோக்கி வளர்ந்தது. அவர்கள் வீட்டை வாங்கிய காலகட்டத்தில் அதன் நிலங்களையும் பழத்தோட்டங்களையும் முனிசிபாலிடி நகரத்துடன் இணைந்திருந்தது. பொதுப் போக்குவரத்தும் அஞ்சல் வசதியும் அங்கு இன்னும் வந்திருக்கவில்லை.

விக்டரும் ரோஸரும் இயற்கையின் ஆழ்ந்த அமைதியில் தூங்கி, பறவைகளின் குரலுக்கு எழுந்தனர். தினமும் காலை ஐந்து மணிக்கு எழுந்து வேலைக்குச் சென்று, இருட்டியபின் வீடு திரும்பினார்கள். ஆனாலும், அவர்களின் வீடு அவர்களுக்கு எந்தச் சிரமத்தையும் சமாளிக்க முடியும் என்ற தைரியத்தைத் தந்தது. பகலில் வீட்டில் ஆளில்லாததால், முதல் இரண்டு ஆண்டுகளில் பதினோரு முறை வீட்டினுள் திருடர்கள் புகுந்து, தோட்டக் குழாய், கோழிகள், சமையல் பாத்திரங்கள், பேட்டரி ரேடியோ, அலாரம் கடிகாரம் போன்ற சிறிய சாமான்களைத் திருடினார்கள். இதற்குக் கோபப்படுவதால் என்ன பயன் என்று விக்டர் காவல் துறையில் புகார் கொடுக்கவில்லை. திருடர்கள் தொலைக்காட்சியை இரண்டு முறை திருடிச் சென்ற பின், வீட்டில் தொலைக்காட்சி பார்ப்பதற்கு நேரமில்லை, அதனால் அது தேவையில்லை என்று முடிவு செய்தார்கள். திருடர்கள் கண்ணாடியை உடைத்து வீட்டினுள்ளே புகுவதைத் தடுப்பதற்காக, கதவைத் திறந்து வைத்துவிடலாமா என்று அவர்கள் பேசுவதைக் கேட்ட மார்செல், முனிசிபாலிடி தெருக்களிலிருந்து காப்பாற்றிய இரண்டு நாய்களை அவர்களிடம் கொடுத்தான். நாய்கள் பெரிதாகக் குலைத்துத் திருடர்களைக் கடிக்க முயற்சித்ததால் பிரச்சினை தீர்ந்தது.

சேரியில் வாழும் விக்டரின் நோயாளிகளுடன் ஒப்பிடும் போது மார்செலுடன் பணிபுரிந்தவர்கள் நல்ல நிலையில் இருந்ததால், விக்டர் அவர்களை மேட்டுக்குடி என்று அழைத்தான். மார்செலுக்குத் தன்னுடைய எல்லா நண்பர்களையும் இப்படிப் பொதுமைப்படுத்துவது சரியென்று தோன்றவில்லை. அதே சமயம் தனது பெற்றோருடன் முடிவில்லா வாக்குவாதத்தில் ஈடுபட பொறுமையின்றி,

"வயதானவர்களே! நீங்கள் இருவரும் பழைய பஞ்சாங்கம். எழுபதுகளில் மாட்டிக் கொண்டிருக்கும் நீங்கள் நாகரிகத்திற்கு வர வேண்டும்" என்று கூறுவான். தினமும் அவர்களைத் தொலைபேசியில் அழைப்பான். ஞாயிற்றுக்கிழமைகளில் விக்டர் சமைக்கும் பார்பிக்யூ ஏற்பாட்டைப் பார்வையிடத் தவறாமல் வருவான். அவன் ஒவ்வொரு வாரமும் வெவ்வேறு பெண்களை அழைத்துவந்தாலும் அவர்கள் எல்லோரும் ஒரே பாணியில், சோர்வான தோற்றமுடைய, ஒல்லியான, உயரமான, நீண்ட நேரான கூந்தலுடைய, சைவ உணவு உண்ணும் பெண்களாக இருந்தார்கள். அவனுக்கு முதலில் காதலிக்கச் சொல்லித் தந்த, உடலில் சூடான இரத்தம் ஓடிய ஜமைக்கா பெண்ணைப் போல் இல்லாமல் முற்றிலும் மாறுபட்டிருந்தார்கள். விக்டரால் முந்தைய ஞாயிற்றுக்கிழமையன்று வந்த பெண்ணையும் அடுத்த ஞாயிற்றுக்கிழமையன்று வந்தவளையும் அடையாளம்காண முடியவில்லை. அவன் ஒருத்தியின் பெயரைத் தெரிந்து கொள்வதற்கு முன்பே மார்செல் இன்னொருத்தியுடன் வருவான். அகதிகளின் கதையையும் தொண்டுப் பணியைப் பற்றியும் பேச வேண்டாமென விக்டரின் காதில் மார்செல் முணுமுணுப்பான், "நான் சற்று முன்பு தான் அவளைச் சந்தித்தேன், அவளின் அரசியல் சாய்வு எந்தப் பக்கம் என்று இன்னும் உறுதியாகத் தெரியவில்லை" என்பான். "இதோ பார் மார்செல். அவள் ஒரு மாயக்குமிழியில் வாழ்கிறாள், கடந்த காலத்தைப் பற்றியோ இப்போது என்ன நடக்கிறது என்றோ தெரியாது. இந்தத் தலைமுறைக்கு இலட்சியவாதம் என்றால் என்னவென்று தெரியாது" என்று விக்டர் பதிலளிப்பான். ரோஸர் விருந்தாளியின் கவனத்தைத் திசைதிருப்ப முயலும்போது அவர்கள் சாமான் அறையில் சத்தமின்றி வாதிடுவார்கள்.

பின்னர், அவர்கள் சமரசம் ஆன பின், மார்செல் இரத்தம் கசியும் ஸ்டீக்கைச் சுடுவான். நேரான முடியுடைய பெண்ணிற்காக விக்டர் கீரையை வேகவைப்பான். பக்கத்து வீட்டு மெச்சே தனது கணவர் ராமிரோவுடன் அடிக்கடி தங்கள் தோட்டத்தில் பறித்த ஒரு கூடை காய்கறிகளையும் வீட்டில் தயாரித்த ஜாம் ஜாடிகளையும் கொண்டுவருவாள். ரோஸர் விக்டரிடம், ஆரோக்கியமாக இருந்த ராமிரோ எந்த நேரத்திலும் இறக்கக்கூடும் என்று சொன்னாள். உண்மையில் அது அப்படியே நடந்தது. குடிபோதையில் ஒருவன் ஓட்டிய கார் அவர் மேல் மோதி விபத்தில் இறந்தார். விக்டர் தனது மனைவியிடம், "எப்படி உனக்குத் தெரியும்?" என்று கேட்டபோது, மரணம் ராமிரோவைக் குறிவைத்தது அவரின் கண்களில் தெரிந்தது என்று பதிலளித்தாள். "நான் இறந்ததும் நீ மெச்சேவைத் திருமணம் செய்துகொள், என்ன, புரிந்ததா?" என்று ரோஸர்

ராமிரோவின் இறுதிச் சடங்கில் விக்டரிடம் கூறினாள். ரோஸர் தன்னைவிட நீண்ட காலம் வாழ்வாள் என்று உறுதியாக நம்பிய விக்டர் தலையசைத்தார்.

விக்டரும் ரோஸரும் மருத்துவ முகாமில் தன்னார்வலர்களாக மூன்று ஆண்டுகள் பணிபுரிந்தார்கள். குடியிருப்பு மக்களின் நம்பிக்கையை இருவரும் பெற்றிருந்த நேரம், அரசாங்கம் இந்தக் குடும்பங்களை நடுத்தர மக்களின் இருப்பிடங்களிலிருந்து வெளியேற்றி வெகு தொலைவில் இருந்த தலைநகரின் புறநகருக்குச் செல்ல உத்தரவிட்டது. தெளிவாக வரையறைக்கப்பட்ட சமூகப் பிரிவுகளைக் கொண்ட உலக நகரங்களில் ஒன்றான சாண்டியாகோவில் மேல்தட்டு மக்களின் பார்வையில் படும்படி ஏழைகள் வசிக்கக் கூடாதென்ற எண்ணத்தினால் இந்த வெளியேற்றம் நடைபெற்றது. போலீசைத் தொடர்ந்து ஆயுதம் ஏந்தி வந்த இராணுவம், மக்களைப் பல பிரிவுகளாக வரிசைப்படுத்தி, மோட்டார் சைக்கிள்களில் சீருடை அணிந்தவர்களின் துணையுடன் இராணுவ லாரிகளில் ஏற்றி, வெவ்வேறு தற்காலிகக் கிராமங்களில், புழுதி பறக்கும் வீதிகளில் ஒரே மாதிரியாகக் கட்டியிருந்த வீடுகள் இருந்த பகுதிகளுக்கு அழைத்துச்சென்றனர். பதினைந்தாயிரத்திற்கும் மேற்பட்டவர்களை நகரத்தின் மற்ற குடிமக்களுக்குத் தெரியாதபடி இடம் மாற்றினார்கள். ஒவ்வொரு குடும்பத்திற்கும் மரப்பலகைகளால் ஆன அடிப்படை வீடு ஒதுக்கப்பட்டது. ஒரு அறை, குளியலறை, சமையலறை ஆகியவை இருந்த வீடு அவர்கள் முன்பிருந்த குடிசையைவிட நன்றாகயிருந்தாலும், ஒரே அடியில் அவர்கள் சமூகத்திலிருந்து காணாமல்போனார்கள். அவர்களின் நட்பு வட்டமும் சமூகத்தின் அரவணைப்பும் அழிக்கப்பட்டன. மக்கள் பிளவுபட்டு, வேரோடு பிடுங்கப்பட்டு, தனிமைப்படுத்தப்பட்டனர். ஒவ்வொருவரும் தன்னைத் தானே கவனித்துக்கொள்ள வேண்டும் என்ற நிலை ஏற்பட்டது.

குடியமர்வு மிக விரைவாகவும் துல்லியமாகவும் நடந்தது. மறுநாள் விக்டரும் ரோஸரும் வழக்கம்போல் வேலைக்குச் சென்றபோது, அடுக்குமாடிக் கட்டடம் கட்டுவதற்காக முகாம் இருந்த நிலத்தை புல்டோசர்கள் துப்புரவு செய்வதைக் கண்டனர். இடம்பெயர்ந்த மக்களின் சில குழுக்களைக் கண்டுபிடிக்க அவர்களுக்கு ஒரு வாரம் ஆனது. ஆனால் அன்று மாலை, பாதுகாப்பு முகவர்கள் விக்டரையும் ரோஸரையும் கண்காணிப்பதாகவும், அவர்கள் இடம்பெயர்ந்த மக்களைத் தொடர்புகொண்டால் விளைவு விபரீதமாக இருக்கும் என்றும் எச்சரித்தார்கள். விக்டருக்கு இது பலத்த அடியாக இருந்தது. மருத்துவமனையின் மிகவும் சிக்கலான வழக்குகளுக்கு அவன்

இன்னும் பொறுப்பாளராக இருந்தான். அவனுக்கு ஓய்வுபெறும் எண்ணம் இல்லை. ஆனால் அவன் விரும்பிய எந்த அறுவை சிகிச்சையாலும், சம்பாதித்த பணத்தாலும் முகாம் நோயாளி களின் வாயிலாகத் தனக்குக் கிடைத்த மனத்திருப்தியை ஈடுசெய்ய முடியவில்லை.

ೞ

1987ஆம் ஆண்டு, மக்களின் எழுச்சியாலும் வெளிநாட்டில் ஏற்பட்ட அவப்பெயரின் அழுத்தத்தாலும், பதினான்கு ஆண்டுகளாக நடைமுறையில் இருந்த ஊரடங்கு உத்தரவையும், ஊடகத்தின் மீது திணிக்கப்பட்டிருந்த தணிக்கையையும் சர்வாதிகாரம் முடிவுக்குக் கொண்டுவந்தது. அரசியல் கட்சிகளை அங்கீகரித்தது, நாடுகடத்தப்பட்டவர்கள் திரும்பிவர அனுமதி கொடுத்தது. எதிர்க்கட்சிகள் சுதந்திரமாகத் தேர்தல்கள் நடக்க வேண்டும் எனக் கோரியபோது, பினோசே இன்னும் எட்டு ஆண்டுகள் ஆட்சியில் நீடிக்கலாமா வேண்டாமா என்பதை முடிவு செய்ய அரசாங்கம் பொது வாக்கெடுப்பை அறிவித்தது. அரசியலில் ஈடுபடாவிட்டாலும், அதன் மோசமான விளைவுகளை அனுபவித்த விக்டர், ஆபத்தை ஏற்படுத்தக்கூடிய முயற்சியில் வெளிப்படையாக ஈடுபட வேண்டிய நேரம் வந்துவிட்டது என்று கருதினான். வாக்கெடுப்பில் இராணுவ அரசாங்கத்தைத் தோற்கடிக்க நாட்டை அணிதிரட்டுவதற்கான கடினமான பணியை ஏற்றுக்கொண்ட எதிர்க்கட்சியில் சேர்ந்தான். முன்பு எச்சரித்த அதே பாதுகாப்பு முகவர்கள் அவரது வீட்டிற்கு வந்தபோது, அவர்களை முரட்டுத்தனமாக வெளியேற்றினான். கைவிலங்கிடப்பட்டு, தலையையும் முகத்தையும் மூடி எங்கோ அழைத்துச் செல்வதற்குப் பதிலாக, அவர்கள் பொய்யாக மிரட்டிவிட்டுச் சென்றனர். "அவர்கள் திரும்பி வரப் போகிறார்கள்" என்று ரோஸர் கோபமாகக் கூறினாள். ஆனால் அப்படி நடக்காமல் நாட்களும் வாரங்களும் கடந்தன. நான்கு ஆண்டுகளுக்கு முன்பு மார்செல் கூறியதைப் போல, சிலியின் அரசியல் நிலை மாறப்போகிறது என்பதற்கான சமிக்ஞையை அது அவர்களுக்கு வழங்கியது. சர்வாதிகாரத்தை இவ்வளவு காலமாகத் தட்டிக்கேட்க ஆளில்லாத நிலை மாற ஆரம்பித்தது.

உலகெங்கிலுமுள்ள பத்திரிகைகளின் சர்வதேசப் பார்வையின் கீழ் மிகவும் ஆச்சரியமான அமைதியுடன் இந்த வாக்கெடுப்பு நடந்தது. எல்லோரும் – சக்கர நாற்காலியில் இருக்கும் முதியவர்கள், பிரசவ நேரத்தில் இருந்த பெண்கள், ஸ்ட்ரெச்சரில் இருந்த நோயாளிகள் – வாக்களிக்கும் வாய்ப்பைப்

பயன்படுத்திக்கொண்டார்கள். தேர்தல் நடந்த நாளின் முடிவில், அதிகாரத்தில் இருந்தவர்களின் மிகவும் சாதுரியமான சூழ்ச்சிகளைக் கேலி செய்யும் விதமாக, சர்வாதிகாரம் அதன் சொந்த நிலத்தில், அதன் சொந்தச் சட்டங்களால் தோற்கடிக்கப் பட்டது. அன்றிரவு, மாற்ற முடியாத முடிவுகளை எதிர்கொண்ட பினோசே, முழு அதிகாரத்தின் ஆணவத்தாலும், பல வருடங்கள் தப்பித்த தண்டனையின்மையாலும் பொய்யான யதார்த்தத்தை நம்பி, ஜனாதிபதி நாற்காலியில் தன்னை நிலைநிறுத்துவதற்கு மற்றொரு ஆட்சிக் கவிழ்ப்பைத் திட்டமிட்டான். ஆனால் இதற்கு முன்பு அவனை ஆதரித்த அமெரிக்க உளவுத் துறை முகவர்களும் அவனால் தேர்ந்தெடுக்கப்பட்ட தளபதிகளும், இந்த முறை அவனுக்கு ஆதரவு தரவில்லை. தோல்வியை ஒப்புக்கொள்ளப் பிடிவாதமாக மறுத்து, கடைசியில் வேறு வழியின்றித் தோல்வியை ஒப்புக்கொண்டான். சில மாதங் களுக்குப் பிறகு நிபந்தனைக்குட்பட்ட ஜனநாயகத்திற்கான மாற்றத்தைத் தொடங்கத் தனது பதவியை ஒரு சாமானியக் குடிமகனிடம் ஒப்படைத்தான். ஆனால் அவன் ஆயுதப் படைகளைத் தனது இரும்புப் பிடியில் வைத்திருந்தான், அதேபோல் நாட்டையும் தன் வசம் வைத்திருந்தான். இராணுவப் புரட்சி நடந்து பதினேழு ஆண்டுகள் கடந்துவிட்டன.

நாடு ஜனநாயகத்திற்குத் திரும்பியவுடன் விக்டர் தல்மாவ், சான் ஹுவான் தெ தியோஸ் மருத்துவமனையில் பிரத்தியேக மாகத் தன்னை அர்ப்பணித்துக்கொள்வதற்காகத் தனியார் மருத்துவமனையை விட்டு வெளியேறினான். கைதாவதற்கு முன்பு வகித்த அதே பதவியில் மீண்டும் சேர்ந்தான். பல்கலைக் கழகத்தில் விக்டரின் மாணவனான புதிய இயக்குநர், தனது பேராசிரியர் ஓய்வுபெற்றுத் தனது முதுமையை அனுபவிக்கும் வயதை அடைந்துவிட்டதை விக்டரிடம் குறிப்பிடுவதைச் சமயோசிதமாகத் தவிர்த்தான். விக்டர், ஏப்ரல் மாதத்தின் ஒரு திங்கட்கிழமையன்று, தனது வெள்ளைக் கோட்டை அணிந்து, தான் நாற்பது வருடங்களாகப் பயன்படுத்திய தேய்ந்துபோன ப்ரீஃப்கேஸுடன் மருத்துவமனைக்குள் நுழைந்தபோது ஹாலில் ஐம்பது பேர் – மருத்துவர்கள், செவிலியர்கள், மற்றும் நிர்வாகப் பணியாளர்கள் – பலூன்களுடனும் ஒரு பெரிய கேக்குடனும் தனக்காகக் காத்திருப்பதைப் பார்த்துத் திக்குமுக்காடிப் போனான். அவர்களால் முன்பு கொடுக்க முடியாத வரவேற்பை அன்று கொடுத்தார்கள்.

பல வருடங்களாக அழாத தன் கண்களில் நீர் தளும்பியதை உணர்ந்த, விக்டர், 'எனக்கு வயதாகிறது' என்று நினைத்தான்.

அரசாங்கத்தின் கவனத்தை ஈர்க்காத வண்ணம், மருத்துவமனைக்குத் திரும்பிய நாடுகடத்தப்பட்ட சிலரை ஆரவாரமில்லாமல் வேலையில் சேர்த்துக்கொண்டனர். இராணுவத்தைத் தூண்டக் கூடாது என்பது தேசிய அளவில் உரக்கச் சொல்லாத சட்டமாக இருந்தது. சமீபத்திய கடந்த காலத்தில் நடந்தவற்றை மறந்துவிட்டதாகப் பாசாங்கு செய்ய வேண்டியிருந்தது. ஆனால் டாக்டர் தல்மாவின் வேலையேற்பை அவரது சக ஊழியர்களால் கொண்டாடாமல் இருக்க முடியவில்லை. விக்டரின் கண்ணியமும் திறமையும், தனக்குக் கீழே பணிபுரிபவர்களின் மேல் அவனுக்கு இருந்த அன்பும் சக ஊழியர்களின் மனதில் அழுத்தமான முத்திரையை ஏற்படுத்தியிருந்தது. அவனது கருத்தியல் எதிரிகள்கூட அவனை மதித்தார்கள். சால்வதோர் அயேந்தே உடனான நட்பை அறிந்த அண்டை வீட்டாரின் அதிருப்தியால் மட்டுமே விக்டர் சிறைக்குச் சென்றான், நாடுகடத்தப்பட்டான். விக்டரை விரைவில் மருத்துவப் பள்ளியில் கற்பிக்க அழைத்தார்கள். சுகாதார அமைச்சகத்தில் துணைச் செயலாளராகப் பதவியேற்க அழைத்தார்கள். முதல் வாய்ப்பை ஏற்றுக்கொண்டான், இரண்டாவதை நிராகரித்தான். ஏனெனில், பதவி ஏற்றால், எந்தக் கட்சி ஆட்சி செய்கிறதோ அந்தக் கட்சிக்கு நிபந்தனை யற்ற ஆதரவு தர வேண்டியிருக்கும்; தான் ஒரு அரசியல் விலங்கு அல்ல என்றும், தன்னால் ஒருபோதும் அப்படி மாறவும் முடியாது என்றும் விக்டர் கருதினான்.

விக்டர் இருபது வயது குறைந்ததைப் போல உணர்ந்தான். உற்சாகமாக நடந்தான். சிலியில் அவமானத்திற்கும் புறக்கணிப்புக்கும் ஆளான அவன், பல ஆண்டுகளாக வெளிநாட்டவனாக வாழ்ந்தான். அவன் அதிர்ஷ்டம் ஒரே நாளில் மாறியது. இப்போது இதயவியல் துறையின் இயக்குநர் பேராசிரியர் தல்மாவ். தனது அறுவைசிகிச்சைக் கத்திக் கொண்டு யாரும் முயற்சி செய்யாத சாதனைகளை நிகழ்த்தும் நாட்டின் மிகவும் பெருமைமிக்க நிபுணர், சொற்பொழிவாளர். எதிரிகள்கூடத் தன்னிடம் ஆலோசனைக்கு வந்ததை ஆச்சரியத்துடன் ஏற்றுக்கொண்டான். ஒருமுறை ஒரு இராணுவ உயரதிகாரியும், இன்னொரு முறை சர்வாதிகாரத்தின் அரசியல் வியூகவாதி ஒருவரும் தங்கள் உயிரைக் காப்பாற்ற வேண்டி அவரிடம் ஆலோசனைக்குப் பம்மியபடி வந்தனர்; ரோஸர் சொன்னதுபோல் அச்சத்திற்கு அவமானம் கிடையாது.

இது விக்டரின் நேரம். அவன் தனது தொழில் வாழ்க்கையின் உச்சத்தில் இருந்தான். தன் வளர்ச்சி, சிலியின் மாற்றத்தை மர்மமான முறையில் பிரதிபலிப்பதாக நினைத்தான்.

நிழல்கள் பின்வாங்கின, நாட்டில் சுதந்திரத்தின் அறிகுறிகள் தெரிந்தன. அதன் நீட்சியாக விக்டரும் அற்புதமான விடியலை அனுபவித்தான். தன்னை முழுமையாக வேலையில் ஈடுபடுத்திக் கொண்டான். முதல்முறையாகத் தனது வாழ்க்கையில் தன்மேல் கவனம் இருக்க வேண்டுமென விரும்பி, வந்த வாய்ப்புகளைத் திறம்படப் பயன்படுத்தினான். “கவனமாக இரு விக்டர், வெற்றியின் போதையில் இருக்கிறாய். வாழ்க்கை நேர்க்கோடல்ல என்பதை நினைவில் வைத்துக்கொள்” என்று ரோஸர் எச்சரித்தாள். விக்டரின் தற்பெருமை அளவுக்கதிகமாக இருப்பதாக நினைத்தாள். அவனது செருக்கான தொனி, அதிகாரம், தன்னைப் பற்றிப் பேசும் போக்கு, இதுவரை கண்டிராத, அவளிடம்கூட வெளிப்படுத்தாத, அவனுடைய திட்டவட்டமான கருத்துக்கள், அவசரம், பொறுமையின்மை, ஆகியவற்றை அவள் கவலையுடன் பார்த்துக்கொண்டிருந்தாள். தன்னிடம் பேசும்போதுகூட மாறிப்போன விக்டரின் நடத்தையை அவள் சுட்டிக்காட்டினாள். தனக்கு நிறைய பொறுப்புகள் இருப்பதாகவும், தனது சொந்த வீட்டில் சுற்றிவளைத்துப் பேச முடியாது என்றும் விக்டர் பதிலளித்தான்.

பேராசிரியர்களின் கேன்டீனில் விக்டர், இளம் மாணவர்களால் சூழப்பட்டு மதிய உணவருந்துவதை ரோஸர் பார்த்தாள். அவனின் சீடர்கள் அவன் பேசுவதை மரியாதையுடன் கவனிப்பதையும், அதை விக்டர் பெருமையாக அனுபவித்துக்கொண்டிருப்பதையும் கவனித்தாள். குறிப்பாகச் சிறுமிகள் விக்டரின் சாதாரணமான கருத்துகளைப் பாராட்டியதில் விக்டர் பூரித்துப் போனான். ரோஸருக்கு விக்டரை அக்குவேறு ஆணிவேறாகத் தெரியும். அதனால், அவளுக்கு விக்டரின் இந்தப் புதிய நடத்தை ஆச்சரியத்தையும் தன் கணவனின் மீது பரிதாபத்தையும் ஏற்படுத்தியது. வயோதிகரையும் முகஸ்துதி மயக்கும். விக்டரின் மனநிலையைக் குலைக்கப்போவது அவள்தான் என்று அவள் நினைத்துப் பார்க்கவில்லை.

பதின்மூன்று மாதங்களுக்குப் பிறகு, மறைந்திருக்கும் நோய் ஒன்று மெதுவாகத் தன்னை உள்ளிருந்து அழிக்கிறது என்ற சந்தேகம் ரோஸருக்கு எழுந்தது. வயதின் தொல்லைகளாகவோ கற்பனையின் அறிகுறிகளாகவோ இருக்கக்கூடும் என்று அவள் தன் உள்ளுணர்வைப் புறம் தள்ளினாள். விக்டரும் எந்த அறிகுறியையும் சந்தேகிக்கவில்லை. விக்டர் தனது வெற்றிகளில் மிகவும் பிஸியாக இருந்தான். அவன் அவளுடனான உறவிற்கு நேரத்தை ஒதுக்கவில்லை, இருப்பினும் அவர்கள் ஒன்றாக இருந்தபோது அவன் அவளுடைய சிறந்த நண்பனாகவும்,

எழுபத்து மூன்று வயதில் அவளை அழகாக உணரவைத்த காதலனாகவும் இருந்தான். அவனுக்கும் அவளை உள்ளும் புறமும் தெரியும். அவளது எடை இழப்பும், தோலின் மஞ்சள் நிறமும் குமட்டலும் விக்டரைக் கவலையடையச் செய்யவில்லை என்றால், அது முக்கியமில்லாத ஒன்றுதான். ஏதோவொரு தயக்கத்தாலும், தான் குறை கூறுவதாக விக்டருக்குத் தோன்றக் கூடாது என்ற உணர்வாலும் அவளின் மருத்துவ ஆலோசனை தள்ளிப்போனது. ஒரு மாதம் கடந்த பின், முன்பிருந்த அசௌகரியம் கூடுதலாகியதையும், அடிக்கடி காய்ச்சலும் நடுக்கமும் ஏற்படுவதையும் கவனித்தாள். ரோஸர் மருத்துவரைக் கலந்தாலோசிக்க முடிவுசெய்து, விக்டரின் சக ஊழியர்களில் ஒருவரைப் பார்க்கச் சென்றாள். சில நாட்களுக்குப் பிறகு, சோதனை முடிவுகளைப் பெற்றபோது, அவள் புற்றுநோயின் கடைநிலையில் இருக்கிறாளென்ற மோசமான செய்தி கிடைத்தது. விக்டரின் காதில் விழுந்து, செய்தியைப் புரிந்துகொண்டு பதிலளிக்க அவனிடம் இரண்டு முறை சொல்ல வேண்டியிருந்தது.

நோயைப் பற்றி அறிந்த பிறகு, அவர்கள் வாழ்க்கையைத் தலைகீழாக மாற்றி, ஒன்றாக இருப்பதற்குக் கிடைத்திருக்கும் சொற்ப நேரத்தை நீடிக்கச்செய்ய விரும்பினார்கள். விக்டரின் மார்பில் விழுந்த கத்தி போன்ற செய்தி, அவன் மூழ்கியிருந்த மாயையைச் சிதைத்தது. அண்டத்தில் பறந்துகொண்டிருந்தவனை அதல பாதாளத்தில் தள்ளியது. மருத்துவமனையிலிருந்து காலவரையற்ற விடுப்பு எடுத்தான். ரோஸருக்குத் தன்னை முழுமையாக அர்ப்பணிக்கும் வகையில் கல்லூரி வகுப்புகள் எடுப்பதையும் நிறுத்தினான். “நம்மால் முடிந்தவரை, நல்லபடியாக நேரத்தைக் கடத்துவோம், விக்டர். புற்றுநோய்க்கு எதிரான போரில் நாம் தோற்கலாம், ஆனால் வெற்றிகளையும் பார்க்க முயற்சிப்போம்” என்று ரோஸர் அவரைத் தேற்றினாள். விக்டர் அவளைத் தேனிலவைப் போன்ற ஒரு சுற்றுலாவிற்கு அழைத்துச் சென்றான். காடுகள், அருவிகள், மலைகள், மூன்று எரிமலைகளின் பனி மூடிய சிகரங்களைப் பிரதிபலிக்கும் மரகதக் கண்ணாடிப் போலிருந்த ஏரியைக் காண சிலியின் தென்பகுதிக்குப் பயணம் செய்தார்கள். அந்த அற்புதமான நிலப்பரப்பில், இயற்கையின் முழுமையான நிசப்தத்தில், ஒரு பழமையான கேபினில், எல்லாவற்றிலிருந்தும் தொலைவில், அவர்கள் தங்கள் கடந்த காலத்தின் ஒவ்வொரு கட்டத்தையும் – அவள் கிய்யேமைக் காதலித்த இளம் பெண்ணாக இருந்த காலத்திலிருந்து, உலகின் மிக அழகான பெண்ணாகத் தோன்றும் விக்டரின் மனைவியாக இருப்பதுவரை – நினைவுகூர்ந்தார்கள். என்னவோ அந்தப் பனிக்கட்டியின் தூய்மையான நீர் அவளை

உள்ளேயும் வெளியேயும் சுத்தம்செய்து ஆரோக்கியமாக மாற்றிவிடும் என்பது போல, தான் அந்த ஏரியில் நீந்த வேண்டும் என்று வற்புறுத்தினாள். காடுகளில் நடக்க வேண்டும் என விரும்பினாள். ஆனால் அவள் நினைத்த தூரம்வரை நடக்க முடியவில்லை. எவ்வளவு முடிகிறதோ அவ்வளவு நடந்தார்கள். மெதுவாக நடந்தார்கள். அவள் தன் கணவனின் கையைப் பிடித்துக்கொண்டு, மற்றொரு கையில் ஒரு ஊன்றுகோலுடன் நடந்தாள். தினமும் எடை குறைந்தது.

விக்டர் தனது வாழ்க்கையில் துன்பத்தையும் மரணத்தையும் எதிர்த்துப் போராடினான். மரணத்தின்போது நோயாளியை உலுக்கும் எரிமலை உணர்ச்சிகளை அவன் நன்கு அறிந்திருந்தான். அதையேதான் அவன் கல்லூரியில் மாணவர்களுக்குக் கற்றுக் கொடுத்தான்: தன் விதியை மறுப்பது, நோய் வந்துவிட்டதென்ற ஆத்திரம், விதியுடனும் தெய்வத்துடனும் பேரம் பேசுவது, விரக்தியில் மூழ்குவது, இறுதியாக, தவிர்க்க முடியாத விதியை ஏற்றுக்கொள்வது. ரோஸர் மேலே சொன்ன அனைத்து நிலைகளையும் தவிர்த்துவிட்டு, ஆரம்பம் முதலே வியக்க வைக்கும் அமைதியுடன் தனது முடிவை ஏற்றுக்கொண்டாள். மெச்சேயும் பிற நலம்விரும்பிகளும் பரிந்துரைத்த மாற்று சிகிச்சைகளையும் – ஹோமியோபதி, அமேசானிய மூலிகைகள், பிற விதமான சிகிச்சைகள், பேயோட்டுதல்கள் போன்றவற்றை – மேற்கொள்ள ரோஸர் மறுத்துவிட்டாள். “நான் இறக்கப் போகிறேன், அதனால் என்ன? எல்லோரும் ஒருநாள் இறக்கத்தானே வேண்டும்” என்று பதிலளித்தாள். இசையைக் கேட்பதற்கும், பியானோ வாசிப்பதற்கும், பூனையை மடியில் வைத்துக்கொண்டு கவிதை வாசிப்பதற்கும் அவள் உடல் ஒத்துழைத்த நேரங்களைப் பயன்படுத்திக் கொண்டாள். மெச்சே அவர்களுக்கு எகிப்துக் கடவுளைப் போன்ற தோற்றத்தில் இருந்த பூனையைக் கொடுத்திருந்தாள். ஆனால் அது தனிமையை விரும்பும் காட்டுப் பூனை. சில நேரங்களில் அது பல நாட்கள் வீட்டைவிட்டு ஓடிவிடும், திரும்பி வரும் போது இரத்தக்களரியான நிலையிலிருக்கும் எலியையோ பறவையையோ ரோஸருக்குக் கொண்டுவந்து அவளின் படுக்கையில் வைக்கும். ஏதோ மாறிவிட்டது என்று புரிந்து கொண்ட பூனை, ரோஸரைவிட்டுப் பிரியாமல் கூடவே இருந்தது.

முதலில் விக்டர், ரோஸர் ஏற்கெனவே எடுத்துக்கொண் டிருந்த சிகிச்சைகளிலும் மற்ற பரிசோதனை மருந்துகளிலும் ஆர்வமாக இருந்தான். எல்லா மருத்துவ ரிப்போர்ட்டுகளையும் படித்தான். ஒவ்வொரு மருந்தையும் ஆய்வுசெய்தான்.

புள்ளிவிவரங்களை மனப்பாடம் செய்து, நம்பிக்கை தராத மருந்தையும் சிகிச்சையையும் நிராகரித்தான். எது நம்பிக்கை தந்ததோ அதைக் கெட்டியாகப் பிடித்துக்கொண்டான். எஸ்தாஸியோன் தெல் நோர்தேவில், வாழ விரும்பியதால் மரணத்தின் வாசற்படியிலிருந்து திரும்பிவந்த இளம் சிப்பாய் லாஸரஸை நினைவுகூர்ந்தான். ரோஸரின் மனதிலும் நோயெதிர்ப்பு மண்டலத்திலும் வாழ வேண்டும் என்ற உவகையை எப்படியாவது ஏற்படுத்தினால், அவளால் புற்றுநோயை வெல்ல முடியும் என்று நம்பினான். இதுபோன்ற சம்பவங்கள் நடந்துள்ளன. அற்புதங்கள் நிகழ்ந்துள்ளன. "நீ வலிமையானவள் ரோஸர், நீ இதுவரை நோயால் வாடியதே இல்லை. உன் உடல் இரும்பால் ஆனது, நீ நிச்சயம் குணமடைவாய், இந்த நோய் ஆபத்தானது அல்ல" என்று ஒரு மந்திரம்போல மீண்டும் மீண்டும் சொன்னான்.

ஆனால், ரோஸருக்கு விக்டரின் நம்பிக்கை மேல் நம்பிக்கை ஏற்படவில்லை. ஒரு டாக்டராக விக்டர் தனது நோயாளிகளின் மனதில் இப்படிப்பட்ட அடிப்படையற்ற நம்பிக்கையை ஊக்கப்படுத்தியிருக்க மாட்டான். ரோஸர் தன்னால் முடிந்தவரை விக்டரின் போக்கை நல்ல மனநிலையுடன் ஏற்றுக்கொண்டாள். விக்டரின் நிம்மதிக்காக மட்டுமே கீமோதெரபிக்கும் கதிர்வீச்சுக்கும் ஒப்புக்கொண்டாள். அவை நாளுக்கு நாள் வேதனையான வாழ்க்கையை நீடிக்கவைப்பதை மட்டுமே செய்தன. தனது வாழ்க்கையின் ஆதாரமான சகிக்கும்தன்மையைக் கடைப்பிடித்து, மருந்தின் பயங்கரத்தை முகம் கோணாமல் சகித்துக்கொண்டாள். அவளுடைய முடி உதிர்ந்தது, அவளுடைய கண் இமைகள்கூட உதிர்ந்தன. நாளுக்கு நாள் மிகவும் பலவீனமாகவும் ஒல்லியாகவும் மாறினாள். விக்டரால் அவளை எந்த முயற்சியும் இல்லாமல் தனது கைகளில் தூக்கிக்கொள்ள முடிந்தது. அவளைப் படுக்கையிலிருந்து நாற்காலிக்குத் தூக்கிச் சென்றான். குளியலறைக்குத் தூக்கிச் சென்றான். காற்று வாங்க வெளியே தோட்டத்திற்குத் தூக்கிச் சென்றான். அங்கே அவள் ஃபுச்சியா புதரில் தேன்சிட்டுகளும் முயல்களும் அவர்களது வயதான நாய்களை வம்புக்கு இழுப்பதை மணிக்கணக்கில் பார்த்துக்கொண்டிருப்பாள். பசி தெரியாமல் போனபோதும், சமையல் புத்தகங்களைப் படித்து விக்டர் அவளுக்காகச் சமைத்த உணவை இரண்டு வாயாவது விழுங்க முயன்றாள். கடைசியில், முன்னொரு காலத்தில் ஞாயிற்றுக்கிழமைகளில் கார்மே பாட்டி மார்செலுக்குச் செய்த க்ரெம் ப்ரூலேவை மட்டுமே அவளால் விழுங்க முடிந்தது. "நான் போன பிறகு, மரியாதை நிமித்தமாக ஒரிரு நாட்கள் அழுதுவிட்டு, பாவம்

மார்செலுக்கு ஆறுதல் கூறி, நீ மருத்துவமனைக்கும் வகுப்புகளுக்கும் திரும்ப வேண்டும். ஆனால் கொஞ்சம் பணிவாக இரு, விக்டர். உன் தலைகனத்தைத் தாங்க முடிய வில்லை" என்று ரோஸர் ஒருமுறை கூறினாள்.

கல்லும் ஓலையுமாக இருந்த வீடுதான் இறுதிவரை அவர்களின் சரணாலயமாக இருந்தது. அவர்கள் ஆறு வருடங்கள் மகிழ்ச்சியாக வாழ்ந்தார்கள். ஆனால் இரவும் பகலும் ஒவ்வொரு நிமிடமும் விலைமதிப்பற்றதாக இருந்ததைப் புரிந்துகொண்டு ஒன்றாக இருந்த நேரத்தை முழுமையாக அனுபவித்தார்கள். வீட்டை வாங்கும் போதே அது மோசமான நிலையில்தான் இருந்தது. பழுதுபார்ப்பதைக் காலவரையின்றி ஒத்திவைத்தார்கள். இளஞ்சிவப்பு ஓடுகளையும், துருப்பிடித்தக் குழாய்களையும், அவிழ்ந்து தளர்ந்திருந்த ஜன்னல் மற்றும் கதவின் ஆணிகளையும் மாற்ற வேண்டும். குளியலறையை மறுவடிவமைக்க வேண்டும், சரியாக மூடித் திறக்க முடியாத கதவுகளைச் சரிசெய்ய வேண்டும்; எலிகள் கூடு கட்டிய கூரையில் பாதி அழுகிய வைக்கோலை அகற்றி, சிலந்தி வலைகள், பாசி, அந்துப்பூச்சி, தூசி ஆகியவற்றை நன்கு சுத்தம்செய்ய வேண்டும். அவர்கள் அதையெல்லாம் கண்டுகொள்ளவில்லை. வீடு அவர்களை அரவணைத்தது. பயனற்ற கவனச்சிதறல்கள், மற்றவர்களின் ஆர்வம், பரிதாபம் ஆகியவற்றிலிருந்து அவர்களைப் பாதுகாத்தது.

அடிக்கடி அவர்களைப் பார்க்க வந்தது மார்செல் மட்டுமே. சந்தையிலிருந்து பைகளுடன் நாய்கள், பூனை, கிளிக்கு உணவு கொண்டுவருவான். உற்சாகமாக "ஹலோ, ஹேண்ட்சம்!" என்று அவனைக் கிளி வரவேற்கும். அவனது அம்மாவுக்குப் பிடித்த இசைப்பதிவுகளும், பொழுதுபோக வீடியோக்களும், விக்டரும் ரோஸரும் படித்திராத செய்தித்தாள்களும் பத்திரிகைகளும் அந்தப் பைகளில் இருக்கும். வெளி உலகச் செய்திகள் இருவரையும் சோர்வாக்கியதால் செய்திகளைத் தெரிந்துகொள்ளாமல் இருந்தனர். மார்செல் தொந்தரவு செய்யாமல் இருக்க முயன்றான். சத்தம் வராதபடி வாசலில் காலணிகளைக் கழற்றுவான். ஆனால் தனது இருத்தலாலும் போலி மகிழ்ச்சியாலும் வீட்டை நிரப்பினான். ஒருநாள் அவன் வரவில்லை என்றாலும் அவனை நினைத்து ஏங்கினார்கள். அவர்களுடன் இருந்தபோது அவர்களுக்குத் தலை சுற்றும் அளவுக்குப் பேசுவான். பக்கத்து வீட்டு மெச்சேயும் அமைதி யாக வந்து வராந்தாவில் உணவை வைத்துவிட்டு, ஏதாவது தேவையா எனக் கேட்டுவிட்டு உடனே திரும்பிவிடுவாள். தல்மாவ் குடும்பத்திடம் இருந்த ஒரே மதிப்புமிக்க விஷயம் நேரம் என்று மெச்சேவுக்கும் தெரிந்திருந்தது.

வராந்தாவில் பிரம்பு நாற்காலியில் அருகருகே அமர்ந்து, மடியில் பூனை, காலடியில் நாய்கள், மாலை வெய்யிலினால் தங்க நிறத்தில் ஜொலித்த மலைகள், நீல வானம் ஆகியவற்றைக் கொண்ட ரம்மியமான நேரத்தில் ரோஸர் தனது கணவனிடம் கெஞ்சிய நாள் வந்தது. "எனக்கு மிகவும் சோர்வாக இருக்கிறது, விக்டர். என்னை என் போக்கில் விட்டுவிடு. என்னை எக்காரணம் கொண்டும் ஆஸ்பத்திரிக்கு அழைத்துப் போகாதே. உன் கையைப் பிடித்துக்கொண்டு நம் படுக்கையிலேயே சாக விரும்புகிறேன். விக்டர்" என்றாள். விக்டருக்குத் தோல்வியை ஒப்புக்கொள்வதைத் தவிர வேறு வழியில்லை. தனது கையறுநிலையை ஏற்றுக்கொள்ள வேண்டியிருந்தது. அவனால் அவளைக் காப்பாற்ற முடியவில்லை, அவள் இல்லாமல் இருப்பதை நினைத்துப்பார்க்கவும் முடியவில்லை. அவர்கள் ஒன்றாக இருந்த அரை நூற்றாண்டுக் காலம் கண் இமைக்கும் நேரத்தில் மறைந்ததுபோலிருந்தது. நாட்களும் வருடங்களும் எங்கே போயின? அவள் இல்லாத எதிர்காலம், கெட்ட கனவு களில் தோன்றிய கதவுகளோ ஜன்னல்களோ இல்லாத ஒரு பெரிய வெற்று அறை. தான் போரிலிருந்து ஓடுவதைப் போலவும், இரத்தத்திலிருந்தும் கிழிந்த உடல்களிலிருந்தும் தப்பிப்பதைப் போலவும் விக்டர் கனவு கண்டான். இரவு முழுவதும் ஓடி ஓடி திடீரென்று அந்தக் காற்று புக முடியாத அறையில் தனக்குத் தானே பகைவன் போல் மற்ற எல்லாவற்றிலிருந்தும் பாதுகாப்பாக இருப்பதாக நினைத்தான். தன்னை வயோதிகத்தால் அசைக்க முடியாது என்று முந்திய மாதங்களில் நம்பிய உற்சாகமும் ஆற்றலும் அவனது எலும்புகளிலிருந்து வடிந்துபோனது. பக்கத்திலிருந்த பெண்ணுக்கும் சில நிமிடங்களில் வயதாகிவிட்டது. இப்போது தான் அவளைக் கைக்குழந்தையுடன் பார்த்தான். அவள் இல்லாத போதும் அவளை அந்த உருவத்திலேயே நினைவில் வைத்திருந்தான். காதல் இல்லாமல் தன்னைத் திருமணம் செய்துகொண்டு, பிற்காலத்தில் உலகத்திலிருந்த எல்லோரையும்விடத் தன்னை அதிகமாக நேசித்தவள். தன்னுடைய துணை. விக்டர் அவளுடன் வாழத் தகுதியான அனைத்தையும் அனுபவித்தான். மரணத்தின் நெருக்கத்தை எதிர்கொண்ட இவர்களின் காதலின் தீவிரம் தீக்காயம்போல் தாங்க முடியாததாக மாறியது. அவளை உலுக்கி, "என்னைவிட்டுப் போகாதே, ஒருவரை யொருவர் நேசிக்க இன்னும் வருடங்கள் உள்ளன, ஒருநாள் கூடப் பிரியாமல் ஒன்றாக இருக்கலாம், தயவுசெய்து, தயவுசெய்து, ரோஸர், என்னைத் தனியாகத் தவிக்கவிடாதே" என்று கத்த வேண்டும் போலிருந்தது. தோட்டத்தில், அவளிடம் சொல்ல நினைத்தவற்றைச் சொன்னால், வரப்போகும்

மரணத்தைக் கவனிக்காமல் கண்மூடித்தனமாகத் தன்னைத் தானே ஏமாற்றிக்கொள்வதாக இருக்கும் என்பதால், தன் மனைவியின் பொருட்டுப் பொறுமைகாத்தான் விக்டர்.

குளிர்ந்த காற்று வீசியது. விக்டர் ரோஸரை இரண்டு போர்வைகளால் மூக்குவரை மூடிப் போர்த்தினான். துணிமூட்டையிலிருந்து ஒரு எலும்புக் கை நீண்டு, தனக்கிருந்த பலத்தைவிட அதிக வலிமையுடன் விக்டரின் கையைப் பற்றியது. "நான் இறப்பதைப் பற்றி பயப்படவில்லை, விக்டர். நான் மகிழ்ச்சியாக இருக்கிறேன், அடுத்தது என்ன என்பதை அறிய விரும்புகிறேன். நீயும் பயப்படாதே, இந்த வாழ்க்கையிலும் மற்றவைகளிலும் நான் எப்போதும் உன்னுடன் இருப்பேன். இது நமது கர்மா" என்றாள். விக்டர் ஒரு குழந்தையைப் போலத் துயரத்தில் அழத் தொடங்கினான். ரோஸர் அவன் கண்ணீர் வற்றும்வரை அழ விட்டாள். பல மாதங்களுக்கு முன்பு அவள் ஏற்றுக்கொண்ட அவளது நிலையை விக்டர் வேறு வழியின்றி ஒப்புக்கொண்டான். "இனி நான் உன்னைக் கஷ்டப்பட வைக்க மாட்டேன் ரோஸர்" என்று மட்டுமே விக்டரால் சொல்ல முடிந்தது. அவள் ஒவ்வொரு இரவும் செய்ததைப் போலவே அவன் கையின் வளைவில் தன் முகத்தைப் பதித்தாள். தன்னைத் தூக்கிக்கொண்டு போய் தூங்க வைக்கச் சொன்னாள். ஏற்கெனவே இருட்டாகிவிட்டது. விக்டர் மடியிலிருந்த பூனையை அகற்றி, ரோஸரை எழுப்பாதபடி கவனமாகத் தூக்கிக்கொண்டு படுக்கைக்கு அழைத்துச் சென்றான். வெறும் காற்றைத் தூக்கிக்கொண்டுபோவதைப் போலிருந்தது. நாய்கள் அவரைப் பின்தொடர்ந்தன.

13

இங்கே கதை முடிவடைகிறது
1994

இருப்பினும்,
என் கனவின் வேர்கள் இதோ இங்கிருக்கின்றன,
நாம் விரும்பும் மங்காத ஒளி இதுவே. . .

– பாப்லோ நெருடா

'வீடு திரும்புதல்' *பயணங்களும் வீடு திரும்புதல்களும்*

ரோஸர் இறந்து மூன்று ஆண்டுகள் ஆகின்றன. விக்டர் தல்மாவ், 1983ஆம் ஆண்டு சிலிக்குத் திரும்பியதிலிருந்து அவளுடன் வாழ்ந்த வீட்டில், தனது எண்பதாவது வயதை அடைந்தார். அந்தக் காலத்து வீடு, பரந்து விரிந்த கட்டடம். சிறுவயதிலிருந்தே தனிமையில் இருந்து பழகி யிருந்தாலும், விக்டருக்கு வயோதிகத்தின் தனிமை அவர் நினைத்ததைவிட அதிகமாகக் கனத்தது. விக்டர், ரோஸரின் பின்கதை தெரியாதவர்கள், அவர்களைச் சிறந்த கணவன் மனைவி என்று கூறுவார்கள். ரோஸர் இறந்த பின், அவள் விரும்பிய அளவுக்கு விரைவாக அவரால் அவளின் இல்லாமைக்குப் பழகிக்கொள்ள முடியவில்லை. "நான் இறந்ததும், விரைவில் திருமணம் செய்து கொள், உனக்கு வயதாகி, பைத்தியமாக இருக்கும் போது உன்னைக் கவனித்துக்கொள்ள யாராவது தேவைப்படுவார்கள். லா மெச்சே மோசமான தேர்வில்லை" அவள் ஆக்ஸிஜன் முகமூடியை

மூச்சுகளுக்கு இடையே எடுத்துவிட்டு இறுதிக் காலத்தில் உத்தரவிட்டாள். தன் தனிமையிலும், விக்டருக்கு அவர்கள் வாழ்ந்த வீட்டின் வெறுமை, மௌனம், ஒழுங்கீனம், மூடிய அறைகளின் வாசனை, குளிர், காற்றின் ஓட்டம் இவை எல்லாமே பிடித்திருந்தது. நாள் முழுவதும் காற்று சீற்றத்துடன் அடிக்கும், உறைபனியால் ஜன்னல்கள் இருண்டிருக்கும், நெருப்பிடத்திற்கு உயிர் கொடுத்து மழைக்காலத்திலும், பனி பொழியும் குளிர்காலத்திலும் வீட்டைச் சூடாக்குவது பெரும்பாடாக இருக்கும். அரை நூற்றாண்டுக்கும் மேல் திருமண பந்தத்தில் இருந்துவிட்டு, மனைவியில்லாமல் இருப்பது விக்டருக்கு விசித்திரமாகத் தோன்றியது. சில சமயம் ரோஸர் தன் பக்கத்தில் இல்லாதது, உடலில் வலியாக வடிவெடுத்து அவரை வாட்டியது. தனக்கு வயதாகிவிட்டது என்று அவர் ஒப்புக்கொள்ள விரும்ப வில்லை. வயோதிகம் என்பது ஒரு மனிதனுக்குத் தெரிந்திருந்த யதார்த்தத்திலிருந்து விலகிய பிறழ்வு. அவனது உடல் மாறி, சூழ்நிலைகள் மாறி, உடலின் கட்டுப்பாட்டை இழந்து, மற்றவர்களின் தயவைச் சார்ந்து இருக்கச்செய்யும். ஆனால் விக்டர் அந்த நிலையை அடைவதற்குள் இறந்துவிட வேண்டும் என்று நினைத்தார். கண்ணியமாகவும் விரைவாகவும் இறப்பது எவ்வளவு கடினம் என்பதுதான் பிரச்சினையே. இதயம் ஆரோக்கியமாக இருந்ததால் அவருக்கு மாரடைப்பு வர வாய்ப்பில்லை. அவரது மருத்துவர் வருடத்திற்கு ஒருமுறை அவரைப் பரிசோதித்துவிட்டு இதைத்தான் திரும்பத் திரும்பச் சொன்னார். தனது மருத்துவர் சொல்வதைக் கேட்கும்போ தெல்லாம் விக்டருக்கு லாசரஸ் என்ற இளம் சிப்பாயின் தெளிவான முகம் நினைவுக்கு வரும். தனது எதிர்காலத்தைப் பற்றிய பயத்தை அவர் மார்செலுடன் பகிர்ந்துகொள்ளவில்லை. அதை அப்புறம் பார்த்துக்கொள்ளலாம் என முடிவு செய்திருந்தார்.

"உனக்கு எதுவும் நடக்கலாம் அப்பா. நான் பயணம் செய்யும்போது நீ விழுந்தாலோ அல்லது உனக்கு வலிப்பு ஏற்பட்டாலோ, பல நாட்கள் உதவியின்றித் தவிப்பாய். அப்போது என்ன செய்வாய்?"

"நிம்மதியாகச் சாவேன், மார்செல்! யாரும் வந்து என் கடைசி நிமிடங்களைப் பாழாக்கவில்லை என்ற மகிழ்ச்சியுடன் இறப்பேன். விலங்குகளைப் பற்றிக் கவலைப்படாதே. பல நாட்களுக்குத் தேவையான உணவும் தண்ணீரும் வைத்து விடுகிறேன்."

"நீ நோய்வாய்ப்பட்டால் உன்னை யார் கவனித்துக் கொள்வார்கள்?"

"அது உன் அம்மாவுக்குக் கவலையாக இருந்தது. பார்ப்போம். எனக்கு வயதாகிவிட்டது, ஆனால் அவ்வளவு வயதாகவில்லை. என்னைவிட உனக்குத்தான் பிரச்சினைகள் அதிகம்."

உண்மைதான். ஐம்பத்தைந்து வயதில், மார்செல் ஏற்கெனவே மூட்டு மாற்று அறுவை சிகிச்சை செய்திருந்தான். பல விலா எலும்புகளையும், கழுத்து எலும்பையும் இரண்டு முறை உடைத்துக்கொண்டான். "அதிகப்படியான உடற்பயிற்சியால் இது உனக்கு நிகழ்கிறது. உடம்புமேல் அக்கறை இருப்பது நல்லதுதான், ஆனால் யாரும் துரத்தாமல் ஓடுவதும், சைக்கிளில் கண்டம் கண்டமாகச் சுற்றுவதும் தேவையில்லாத வேலை. திருமணம் செய்துகொண்டால், சைக்கிள் மிதிக்கும் நேரமும் உபாதைகளும் குறையும். திருமணம் பெண்களுக்கு இடையூறென்றாலும், ஆண்களுக்கு மிகவும் அவசியமானது" என்று விக்டர் அவனிடம் கூறினார். இருப்பினும், திருமணம் செய்துகொள்வது பற்றி அவர் மார்செலுக்கு அளித்த ஆலோசனையைத் தன் சொந்த வாழ்வில் பின்பற்ற விரும்பவில்லை. அவர் உடல்நிலை குறித்துக் கவலைப்படவில்லை. உடலும் மனமும் விடுக்கும் எச்சரிக்கை சமிக்ஞைகளைப் புறக்கணித்து எப்போதும் சுறுசுறுப்பாக இருப்பதே ஆரோக்கியம் என்ற கோட்பாட்டை அவர் பின்பற்றினார். வாழ்க்கையில் ஒரு நோக்கம் இருக்க வேண்டும் என்று தனக்குத் தானே சொல்லிக்கொண்டார்.

வயதாவதால் பலவீனம் ஏற்படுவது இயல்பு, தவிர்க்க முடியாதது. அவருடைய எலும்புகளும் பற்களைப் போல் மஞ்சளாக இருக்கும். உறுப்புகளின் திறன் குறைந்திருக்கும். மூளையில் நியூரான்கள் மெல்ல மெல்ல இறந்துபோகும். ஆனால் இந்த நாடகமெல்லாம் நம் கண்களுக்கு முன்னால் நடப்பதில்லை. வெளிப்புறத்திலிருந்து பார்த்தால் ஒருவரின் உருவம் மோசமாக இல்லாமல், பற்கள் அனைத்தும் வாயில் இருக்கும்போது, கல்லீரல் எப்படி இருந்தால் என்ன? தனது தோலில் தன்னிச்சையாகத் தோன்றிய திட்டுகளைப் புறக்கணிக்க முயன்ற விக்டரால் மறுக்க முடியாத உண்மை என்னவென்றால், அவருக்கு நாய்களுடன் மலையில் ஏறவும், சட்டையில் பொத்தான் போடவும் முடியவில்லை. கண்களில் சோர்வும், காது கேளாமையும், கைகளின் நடுக்கமும் இருந்ததால் அறுவை சிகிச்சை செய்வதிலிருந்து ஓய்வுபெற்றார். ஆனால் சும்மா இருக்க முடியவில்லை. சான் ஹுவான் தெ தியோஸ் மருத்துவமனையில் நோயாளிகளுக்குத் தொடர்ந்து சிகிச்சை அளித்தார். பல்கலைக்கழகத்தில் கற்பித்தார். இவற்றிற்கு அவர்

எதையும் தயார் செய்ய வேண்டியதில்லை; அவரது அறுபது வருட அனுபவம் – போரின் கடினமான மாதங்கள் உட்பட – பாடம் எடுக்கவும் மருந்து எழுதித் தருவதற்கும் போதுமானதாக இருந்தது. அவரது தோள்கள் உறுதியாக இருந்தன. அவரது உடல் உறுதியாக இருந்தது. இன்னும் தலையில் முடி இருந்தது. நொண்டுதலைச் சரிக்கட்ட ஈட்டியைப் போல நிமிர்ந்து நின்றதால், விக்டருக்கு முழங்கால்களையும் இடுப்பையும் வளைப்பது கடினமாக இருந்தது.

தாய்க் கோழிபோல் தன்னைப் பற்றிக் கவலைப்படும் தன் மகனுக்கு மேலும் இடையூறு ஏற்படுத்தக் கூடாது என்பதற்காக விக்டர் தான் தனியாக அவதிப்படுவதை உரக்க வெளிப்படுத்தாமல் கவனமாக இருந்தார். விக்டரைப் பொறுத்தவரை, மரணம் ஈடுசெய்ய முடியாத பிரிவினை அல்ல. அவர் தனது மனைவி, இறந்தவர்களின் ஆத்மாக்கள் செல்லும் விண்வெளியில் முன்னோக்கிப் பயணிப்பதாகக் கற்பனை செய்தார். அச்சம் இன்றி, ஆர்வத்துடன் ரோஸரைப் பின்தொடர்வதற்காக அவர் காத்திருந்தார். அங்கு அவரது சகோதரன் கிய்யேம், அவரது பெற்றோர், ஹோர்தி மோலினே ஆகியோரும் முன்பு இறந்த பல நண்பர்களும் இருப்பார்கள். அவரைப் போன்ற விஞ்ஞானப் பின்னணி கொண்ட ஒரு பகுத்தறிவுவாத அஞ்ஞானவாதிக்கு, இந்தக் கோட்பாடு அடிப்படைக் குறைபாடுகளைக் கொண்டிருந்தாலும், இந்த நம்பிக்கை ஆறுதல் அளித்தது. தன்னிடமிருந்து விக்டர் தப்புவது அவ்வளவு எளிதல்ல, இந்த வாழ்க்கையிலும் வரப்போகும் மற்ற வாழ்க்கையிலும் ஒன்றாகவே இருப்பார்கள் என்று பலமுறை நகைச்சுவையாக ரோஸர் விக்டரை அச்சுறுத்தியிருக்கிறாள். அவர்களுக்கிடையே இருந்த நிபந்தனையற்ற பாச உறவை விளக்குவது அவ்வளவு எளிதல்ல. ஒருவேளை கடந்த பிறவிகளில் அவர்கள் கணவன் மனைவியாக இல்லாமல், தாய் மகனாகவோ அல்லது உடன்பிறந்தவர்களாகவோ இருந்திருக்கலாம் என்றும் அவள் கூறுவாள். ஒரே நபருடன் எல்லையற்ற பிறவிகள் எடுப்பது விக்டரைப் பதற்றத்திற்கு உள்ளாக்கிய யோசனையாக இருந்தாலும், பிறவியெடுப்பது தவிர்க்க முடியாதது என்றால், யாருடனோ வாழ்வதைவிட ரோஸருடன் வாழ்வது எவ்வளவோ மேல் என்று நினைத்தார். எது எப்படியோ, அந்தச் சாத்தியக்கூறு ஒரு கவித்துவமான கற்பனை. விதியிலும் மறுபிறவியிலும் அவருக்கு நம்பிக்கை இல்லை. விதியைத் தொலைக்காட்சி நெடுந்தொடரில் வருவதுபோன்ற தந்திரமாகக் கருதினார். மறுபிறவி கணித ரீதியாகச் சாத்தியமற்றது. அவரது மனைவி, திபெத் போன்ற தொலைதூர இடங்களில் நம்பிக்கையுடன் கடைப்பிடிக்கும் ஆன்மீக நடைமுறைகளால்

ஈர்க்கப்பட்டு, கணிதத்தால் யதார்த்தத்தின் பல பரிமாணங்களை விளக்க முடியாது என்று கூறுவாள். ஆனால் விக்டருக்கு அது ஒரு பசப்பாகவே தோன்றியது.

மறுமணம் என்னும் சொல் அவரை அச்சுறுத்தியது; வீட்டுவிலங்குகளின் துணையே அவருக்குப் போதுமானதாக இருந்தது. அவர் தனக்குத் தானே பேசுபவரில்லை, தன் நாய்கள், கிளி, பூனையுடன்தான் உரையாடினார். இந்த உரையாடலில் வீட்டுக்கோழிகளைக் கணக்கில் எடுத்துக்கொள்ள முடியாது. அவை தங்களின் இஷ்டத்திற்கு வரும், போகும். முட்டைகளை மறைத்துவைக்கும். அவற்றுக்குப் பெயரும் இல்லை. இரவு வீடு திரும்பியதும், விக்டர் அன்றைய தினத்தில் நடந்த அனைத்து விவரங்களையும் தனது வீட்டு விலங்குகளிடம் விவரிப்பார். அரிதாக அவர் உணர்ச்சிவசப்பட்ட சந்தர்ப்பங்களில், அவர் கண்ணை மூடிக்கொண்டு வீட்டிலிருந்த பொருட்களையும் தோட்டத்தின் தாவரங்களையும் விலங்கினங்களையும் நினைவுகூரும்போது அவரின் வீட்டுவிலங்குகள் அவர் முகத்தைப் பார்த்துக்கொண்டிருக்கும். மற்ற முதியவர்கள் செய்தித்தாளில் புதிர்களுக்கு விடைகண்டுப்பிடிப்பதுபோல, நினைவாற்றலையும் கவனத்தையும் பலப்படுத்த அவர் இவ்வாறாகப் பட்டியலிடுவது ஒருவித பயிற்சியாகும்.

நீண்ட மாலை வேளைகளில், நினைவுப் பாதையில் காலாற நடக்க நேரம் கிடைத்தபோது, விக்டர் தனது சொற்பக் காதல்களை மனதில் ஓட்டுவார். முதலில், 1936ஆம் ஆண்டு அவர் சந்தித்த எலிசபெத் எய்டென்பென்ஸின் முகம் நினைவில் தோன்றும்.தூய வெள்ளையில் இனிமையான ஒரு பாதாம் கேக்கைப் போல். அந்த நேரத்தில், எல்லாப் போர்களும் முடிந்த பிறகு, இடிபாடுகளும் துப்பாக்கிக் குண்டுகளும் தரையில் விழுந்த பிறகு, அவளைத் தேடிப் பிடிப்பேன் என்று அவர் தனக்குத் தானே உறுதியளித்துக்கொண்டிருந்தார். ஆனால் அவர் நினத்தபடி நடக்கவில்லை. போர்கள் முடிவடைந்தபோது அவர் தொலைவில், திருமணமாகி ஒரு மகனுடன் இருந்தார். அவர் வெகு காலத்திற்குப் பின், ஆர்வத்தால் உந்தப்பட்டு அவளைத் தேடினார். எலிசபெத், தனது வீரத்தைப் பற்றிய கதைகள் தன் காதில் விழாத தூரத்தில் இருந்த ஒரு ஆஸ்திரிய நகரத்தில், தன் தோட்டத்துச் செடிகளுக்குத் தண்ணீர் ஊற்றி, சாதாரணப் பெண்மணியாக வசித்துவந்தாள். அவள் எங்கு வசிக்கிறாள் என்பதைக் கண்டுபிடித்தபோது, விக்டர் அவளுக்கு ஒரு கடிதம் அனுப்பினார். அதற்கு அவள் பதிலளிக்கவில்லை. இப்போது அவர் தனியாக இருக்கிறார். ஒருவேளை அவளுக்கு மீண்டும் எழுத வேண்டிய நேரம் இதுவோ? ஆபத்து இல்லாத முயற்சி.

இருவரும் மீண்டும் சந்திக்க வழி இல்லை. ஆஸ்திரியாவுக்கும் சிலிக்கும் நடுவே பல்லாயிரக்கணக்கான மைல்கள் உள்ளன. ஒஃபெலியா தெல் சோலார், அவரது இரண்டாவது காதல். அவரைக் குறுகிய காலத்திற்குப் பைத்தியமாக்கியவள். அவளைப் பற்றி அவர் யோசிக்க விரும்பவில்லை. அவளுக்குப் பின் சில காதல்கள் இருந்தன. காதல் என்று சொல்வதைவிட, தீப்பொறிகளாகத் தோன்றிய உணர்ச்சிகள். தாங்க முடியாத நினைவுகளின் புதைகுழியில் முழுகாமல் தன்னைத் தற்காத்துக் கொள்வதற்காக, அந்தச் சிறிய நினைவுகளுக்கும் பெரிய அர்த்தங்கள் கொடுத்தார். தன் மனதிற்கு முக்கியமானவள் ரோஸர் மட்டுமே.

விக்டர், தனது எண்பதாவது பிறந்த நாளன்று, தனது இளமைப் பருவத்தின் சிறந்த தருணங்களின் ஞாபகமாக அர்ரோஸ் நெக்ரோ என்ற பாரம்பரிய கேடலான் உணவைத் தயாரித்து தன் விலங்குகளுடன் பகிர்ந்துகொண்டார். அவருடைய அம்மா கார்மேவுக்குக் கற்பித்தலில் இருந்த ஈடுபாடு சமையலில் இல்லை. வாரம் முழுவதும் ஆசிரியையாக இருந்துவிட்டு, ஞாயிற்றுக்கிழமைகளிலும் விடுமுறை நாட்களிலும் சமையலறைக்குள் நேரத்தை வீணடிக்கப் பிடிக்காது. அவள் கோதிக் குவாட்டர்[1]ரிலிருந்த தேவாலயத்திற்கு எதிரே சர்தானா[2] நடனமாடச் சென்றுவிடுவாள். அதன் பின் தனது நண்பர்களுடன் சிவப்பு ஒயின் அருந்த மதுவிடுதிக்குச் செல்வாள். விக்டர், தனது சகோதரன் கிய்யேமுடனும் தந்தையுடனும் தினமும் இரவு தக்காளியுடன் ரொட்டி, மத்தி மீன், பால் கலந்த காப்பி சாப்பிடுவர். ஆனால் அவ்வப்போது கார்மே தனக்குத் தெரிந்த ஒரே உணவான அர்ரோஸ் நெக்ரோவைத் திடீரென்று உற்சாகமாகச் செய்து குடும்பத்தை ஆச்சரியப்படுத்துவாள். கொண்டாட்டம் என்று சொன்னவுடன் விக்டரின் மனதில் தோன்றும் உணவு அவரின் அம்மா செய்த அர்ரோஸ் நெக்ரோவாகத்தான் இருக்கும்.

அந்த உணர்வுபூர்வமான நினைவைப் பாதுகாக்கும் வகையில், விக்டர் தனது பிறந்தநாளுக்கு முந்தைய நாள் சென்ட்ரல் சந்தைக்குச் சென்று அரிசிக்கான ஃபூமெட்டையும் ஸ்க்விட் மீனையும் வாங்கிவந்தார். "சாகும்வரை கேடலான்" என்று ரோஸர் கிண்டல் செய்வாள். அவள் பண்டிகை சமையல் செய்ய உதவ மாட்டாள், ஆனால் பக்கத்து அறையில் விக்டருக்குப் பிடித்த பியானோ இசைக்கோவையை

1. Gothic Quarter – பார்சிலோனா நகரத்தில் கோதிக் கட்டட பாணியில் வடிவமைக்கப்பட்ட ஒரு முக்கியமான பகுதி.
2. ஸ்பானிய நடனம்.

வாசிப்பாள். சமையலறை ஸ்டூலில் அமர்ந்து நெருடாவின் கவிதைகளை – கடலைப் பற்றிய பாடல்களில் ஒன்றான "சிலியின் புயல் நிறைந்த கடலில் காங்கர், இளஞ்சிவப்பு இறைச்சியுடன் பனி ஈல்..." – உரக்கப் படிப்பாள். விக்டர் அவளிடம் தான் சமைப்பதில் அரச சபையில் பரிமாறப்படும் காங்கர் இல்லை என்றும், சாதாரண மீனின் தலையையும் வாலையும் போட்டுப் பாட்டாளிகளின் சூப் செய்வதாகவும் மீண்டும் மீண்டும் சொன்னாலும் அவள் காதில் அது விழாது. பியானோவை வாசிக்கவில்லை அல்லது கவிதை படிக்கவில்லை என்றால், விக்டர் வெங்காயத்தையும், மிளகாயையும் ஆலிவ் எண்ணெயில் வறுத்து, உரித்த ஸ்க்விட், பூண்டு, நறுக்கிய தக்காளி, அரிசி ஆகியவற்றைச் சூடான குழம்பில், கணவாய் மீனின் கருநிற மையையும், பிரிஞ்சி இலையையும் சேர்த்துக் கொதிக்க வைக்கும்போது, அவர்களின் தாய்மொழி மறந்துவிடக் கூடாது என்பதற்காக கேடலான் மொழியில் கிசுகிசுக்களைச் சொல்வாள்.

அரிசி ஒரு பயேல்லா பாத்திரத்தில் கொதித்தது. வாரம் முழுவதும் இதையே இரவு உணவாகச் சாப்பிட வேண்டியிருந்தாலும் பரவாயில்லை என்று பரிந்துரைக்கப்பட்ட அளவைவிட மூன்று மடங்காகச் செய்தார். அர்ரோஸ் நெக்ரோவின் தனித்துவமான நறுமணம் வீட்டையும் அவரது ஆன்மாவையும் ஆக்கிரமித்தது. இப்போது எல்லா இடங்களிலும் கிடைத்த ஸ்பெயினின் நெத்திலியையும் ஆலிவையும் தட்டில் வைத்து விக்டர் காத்திருந்தார். மார்செல் அவரை வம்புக்கு இழுப்பதற்காகச் சொல்வதுபோல், வெளிநாட்டு உணவுப் பொருட்கள் சிலியில் கிடைப்பது முதலாளித்துவத்தின் நன்மைகளில் ஒன்று. விக்டர் தேசியத் தயாரிப்புகளை வாங்குவதற்கே முன்னுரிமை அளித்தார்; உள்ளூர்த் தொழில் துறையை ஆதரிப்பது நாட்டை ஆதரிப்பதைப் போல் என்று சொன்னாலும், ஸ்பானிஷ் ஆலிவ், நெத்திலி போன்ற விஷயங்களில் அவரது இலட்சியவாதம் பலவீனமாகிவிடும். இரவு உணவு தயாரானவுடன் ரோஸருடன் டோஸ்ட் செய்ய ஒரு பாட்டில் ரோஸ் ஒயின் குளிர்சாதனப் பெட்டியில் இருந்தது. அவர் கைத்தறித் துணியை மேசை மேல் விரித்து, அதை அலங்கரிக்க அரை டஜன் ரோஜாக்களை வைத்து, மெழுகுவர்த்திகளை ஏற்றினார். பொறுமையில்லாத ரோஸர் எப்போதோ பாட்டிலைத் திறந்திருப்பாள், ஆனால் அவளுடைய தற்போதைய இறந்த நிலையில் அவள் காத்திருக்க வேண்டியிருந்தது. ஃப்ரிட்ஜில் ஒரு கேட்டலான் கஸ்டர்டும்

இருந்தது. அவருக்கு இனிப்புகள் பிடிக்காது. நாய்களிடம் கொடுத்துவிடுவார். டெலிஃபோன் மணி அவரைத் திடுக்கிடச் செய்தது.

"பிறந்தநாள் வாழ்த்துகள் அப்பா. என்ன செய்து கொண்டிருக்கிறாய்?"

"நினைவுகளில் மூழ்கி வருந்துகிறேன்."

"எதைப்பற்றி?"

"நான் செய்யாமல் தவறவிட்ட தப்புகளுக்காக."

"வேறென்ன செய்கிறாய்?"

"சமைக்கிறேன். நீ எங்கே இருக்கிறாய் மார்செல்?"

"ஒரு கான்ஃபெரென்ஸிற்காக பெரு நாட்டிற்கு வந்தேன்."

"இன்னொரு கான்ஃபெரென்ஸா? நீ அதில் நிறைய நேரம் செலவிடுகிறாய்."

"வழக்கமானதைச் சமைக்கிறாயா?"

"ஆம். பார்சிலோனா வீட்டைப் போல் மணக்கிறது."

"மெச்சேவை விருந்திற்கு அழைத்தாயா?"

"ம்ம்."

மெச்சே... வசீகரமான பக்கத்து வீட்டுக்காரி மெச்சே... தன் மகன் தன்மீது திணிக்க முயலும் மெச்சே! அவரது தனிமைக்குத் தீர்வு மெச்சே என்று நினைக்கிறான் மார்செல். அந்தப் பெண்ணின் கலகலப்பும் மகிழ்ச்சியான தன்மையும் தன்னை ஈர்ப்பதாக விக்டர் ஒப்புக்கொண்டார். ஆனால் அவள் முன் டைனோசார்போல வயதானவராகத் தன்னை உணர்ந்தார். மெச்சேவின் திறந்த, நேர்மையான அணுகுமுறை, அழகான பெண்களின் வாளிப்பான சிறப்பங்களைச் செதுக்கும் திறன், அவளது காய்கறித் தோட்டம் ஆகியவை அவளை எப்போதும் இளமையாக வைத்திருக்கும். ஆனால் விக்டர், தன்னை இன்னும் தனிமைபடுத்திக்கொள்வதால் அவர் வேகமாக முதுமை அடைவார். மார்செல் தனது தாயை அபரிமிதமாக நேசித்தான், அவன் இன்னும் அவளை நினைத்து ரகசியமாகக் கண்ணீர் சிந்துகிறான் என்ற சந்தேகம் விக்டருக்கு இருந்தது. அதே சமயம், தன் அம்மா அருகில் இல்லாததால் தனது தந்தை பைத்தியக்காரனாகிவிடுவார் என்று மார்செல் உறுதியாக நம்பினான். அவனைத் திசைதிருப்புவதற்காக விக்டர், தனது இளமைப் பருவத்திலிருந்த ஒரு செவிலியரைத்

தொடர்புகொள்ளப் போவதாகக் குறிப்பிட்டார், ஆனால் மார்செலுக்கு ஒன்று தோன்றிவிட்டால், அதை விட மாட்டான். மெச்சே முந்நூறு மீட்டர் தொலைவில் வசித்துவந்தாள். அவர்களுக்கிடையே நெட்டிலிங்க மரங்களின் வரிசைகளால் பிரிக்கப்பட்ட நிலம் மட்டுமே இருந்தது. விக்டர் அவளைத் தனது அண்டை வீட்டாராக மட்டுமே கருதினார். விக்டர் யாரிடமும் பேச்சுக் கொடுப்பதில்லை; ஏனென்றால் அவரைப் பலர் கம்யூனிஸ்ட் என்று நிந்தித்தார்கள். நாடுகடத்தப்பட்டதற்காகவும், ஏழைகளுக்கான மருத்துவமனையில் வேலை செய்ததற்காகவும் அவரைக் குற்றவாளிபோல் நடத்தினார்கள். அதனால் அவர் மற்றவர்களின் சகவாசத்தை ஒரு கொள்கையாகத் தவிர்த்தார். சக ஊழியர்களுடனும் நோயாளிகளுடனும் போதுமான அளவு சுமூகமான உறவிருப்பது போதுமென்றிருந்தார். ஆனால் அவரால் மெச்சேவைத் தவிர்க்க முடியவில்லை. மார்செல் அவளைத் தன் தந்தைக்குச் சரியான ஜோடி என்று கூறினான். வயதானவள், விதவை, குழந்தைகளும் பேரக்குழந்தைகளும் இருக்கிறார்கள். மார்செல் அறிந்தவரை அவளுக்கு எந்தவித தீயப்பழக்கமும் இல்லை. விக்டரைவிட எட்டு வயது இளையவள், கலையாற்றல் உடைய மகிழ்ச்சியான பெண்மணி; அதுமட்டுமல்லாமல், அவளுக்கு விலங்குகளின் மேல் பிரியமும் இருந்தது.

“எனக்கு வாக்குக் கொடுத்தாயே, அப்பா! அந்தப் பெண்ணுக்கு நீ பல கைமாறுகள் செய்ய வேண்டியிருக்கிறது.”

“பூனை தானாகவே இங்கே ஓடி வந்தது, அதைத் தேடி இங்கே வருவதற்குப் பதிலாக இங்கேயே இருக்கட்டுமென்று என்னிடம் கொடுத்துவிட்டாள். ஒரு சாதாரணப் பெண் என்னைப் போன்ற முடவன், தனிமை விரும்பி, மோசமான ஆடை அணியும் முதியவனை ஏன் கவனிப்பாளென்று நீ நினைக்கிறாய்? எனக்குப் புரியவில்லை. அவ்வளவு மோசமான நிலையில் இருக்கிறாளென்றால், நான் ஏன் அவளிடம் அகப்பட வேண்டும்?”

“விளையாடாதே, அப்பா!”

குறைகளே இல்லாத அந்தப் பெண்ணுக்கு பிஸ்கட் செய்யவும் தெரியும், தக்காளிகளைப் பயிரிட்டு வளர்க்கவும் தெரியும். தான் பயிரிட்டு விளைந்த தக்காளிகளை ஒரு கூடையில் கொண்டுவந்து விக்டர் வீட்டின் நுழைவாயிலில் ஒரு கொக்கியில் மாட்டிவிட்டுச் சென்றுவிடுவாள். அவர் அதற்கு நன்றி தெரிவிக்க மறந்தபோதும் அவள் மனம் கோணியதில்லை. அந்தப் பெண்ணின் முடிவில்லா உற்சாகத்தைக் கண்டு விக்டர்

சந்தேகித்தார். குளிர் சீமை சுரைக்காய் சூப், பீச், இலவங்கத்தில் சமைத்த சிக்கன் என்று விசித்திரமான உணவுகளைக் கொண்டு தருவாள். விக்டர் இதையெல்லாம் லஞ்சத்தின் வடிவமாகப் பார்த்தார். அவரது மனதில் உதித்த குறைந்தபட்ச விவேகம் அவளைத் தொலைவில் வைத்திருக்க அறிவுறுத்துகிறது; விக்டர் தனது முதுமைக் காலத்தை நிம்மதியுடனும் அமைதியாகவும் கழிக்கத் திட்டமிட்டார்.

"உன் பிறந்தநாளன்று உன்னைத் தனியாக விட்டதற்கு மன்னித்துவிடு அப்பா."

"தனியாக எங்கே இருக்கிறேன்? உன் அம்மா இருக்கிறாளே!"

தொலைபேசியின் மற்றொரு முனையில் நீண்ட மௌனம், விக்டரைத் தெளிவுபடுத்தும்படி கட்டாயப்படுத்தியது. அவர் சுய நினைவுடன் தெளிவாக இருப்பதாகவும், இறந்தவருடன் இரவு உணவு உண்ணுவது கிறிஸ்துமஸ் நள்ளிரவில் கூட்டுப் பிரார்த்தனைக்குச் செல்வது போன்ற வருடாந்தர உருவகச் சடங்கு என்றும் விளக்கினார். பேய்களுடனோ ஆவிகளுடனோ இல்லை, சில நினைவுகளுடன், பல தசாப்தங்களாகத் தன்னுடன் வாழ்ந்த ஒரு நல்ல மனைவிக்கு ஒரு டோஸ்ட், ஒரு நிமிட நினைவஞ்சலி.

"குட் நைட், முதியவரே! குளிர் அதிகமாக இருக்குமே, சீக்கிரம் தூங்கச் செல்லுங்கள்!"

"நீ விடியற்காலையில் தூங்கப் போ, மகனே! இரவு பார்ட்டியைத் தவறவிடாதே!"

மாலை ஏழு மணி, இருட்டிவிட்டது, குளிர்கால வெப்பநிலை கனிசமாகக் குறைந்திருந்தது. பார்சிலோனாவில் யாரும் ஒன்பது மணிக்கு முன் இரவு உணவிற்கு அர்ரோஸ் நெக்ரோவைச் சாப்பிட மாட்டார்கள். சிலியிலும் இந்த வழக்கம் தொடர்ந்தது. வயதானவர்கள் மட்டுமே ஏழு மணிக்கு இரவு உணவு சாப்பிடுவார்கள். விக்டர் தனது உடலின் வடிவத்தைத் தனக்குப் பிடித்த நாற்காலியின் சட்டத்தில் பொருத்திக் காத்திருக்கத் தயாரானார். நெருப்பிடத்தில் எரியும் பைன் மரக்கட்டைகளின் நறுமணத்தை உள்ளிழுத்து, உணவின் இன்பத்தை எதிர்பார்த்து, அவர் அந்தச் சமயத்தில் படித்துக் கொண்டிருந்த புத்தகத்துடன், ஐஸ் இல்லாமல், வேறு எதுவும் கலந்திராத சிறிய கிளாஸ் பிஸ்கோவை அருந்தியபடி – தனிமை குடிப்பழக்கத்திற்கு வழிவகுக்கும் என்பதால், இந்த ஒரே ஒரு மதுபானத்தை நாளின் முடிவில் பருகத் தனக்கு அனுமதி அளித்திருந்தார் – பயேல்லா கடாயில் தயாராகிக்கொண்டிருந்த

உணவைச் சரியான நேரத்தில் உண்ண ஆர்வத்துடன் காத்திருந்தார்.

இரவு ஓய்வெடுக்கும் முன், அப்பகுதியைச் சுற்றித் திரிய வெளியே சென்ற நாய்கள், திடீரென அவரை அச்சுறுத்தும் வகையில் குரைத்தன. ஏதாவது சிறிய விலங்கைப் பார்த்து குலைக்கின்றனவென்று விக்டர் நினைத்தார். ஆனால் தோட்டத்தில் ஒரு வாகனம் நுழையும் சத்தம் கேட்டது, அய்யோ, லா மெச்சே வருகிறாள் போலிருக்கிறதே! அவரால் விளக்குகளை அணைத்துவிட்டுத் தூங்குவதுபோல் நடிக்கவும் முடியாத நிலை. பொதுவாக நாய்கள் அளவற்ற உற்சாகத்தில் அவளை வரவேற்க ஓடி வரும். அன்று ஏன் குரைத்தன எனத் தெரியவில்லை. வறுத்த பன்றி அல்லது அவளது கலைப் படைப்புகளில் ஏதேனும் ஒரு பயங்கரமான பரிசை உள்ளே எடுத்துச் செல்ல உதவி தேவைப்பட்டாலொழிய, மெச்சே சத்தமில்லாமல் வந்து போவாள். மெச்சே வாளிப்பான நிர்வாண அழகிகளின் சிற்பங்களைச் செதுக்கித் தனக்கென ஒரு பெயரைச் சம்பாதித்திருந்தாள். விக்டர் அவளது சிற்பங்களைத் தனது வீட்டின் மூலைகளிலும், ஒன்றை அலுவலகத்திலும் வைத்திருந்தார். அது நோயாளிகளை ஆச்சரியப்படுத்தவும் முதல் சந்திப்பின் பதற்றத்தைத் தணிக்கவும் உதவியது.

முணுமுணுத்தபடி சிறிது முயற்சியுடன் எழுந்து நின்று ஜன்னலை நெருங்கினார். இடதுகாலின் நொண்டுதலால் முதுகு வலுவிழந்திருந்தது, வலது காலில் அதிக எடை போட வேண்டியதாயிற்று. அவரது முதுகுத்தண்டில் வைக்கப் பட்டிருந்த நான்கு திருகுகளும், நல்ல தோரணையைப் பேணுவதற்கான அவரது அசைக்க முடியாத உறுதியும் நடப்பதில் தோன்றிய சிக்கலுக்கு ஓரளவு தீர்வளித்தன. விக்டர் மறுமணம் செய்துகொள்ளாமல் இருப்பதற்கு இன்னொரு காரணமும் உண்டு. தனது தனிப்பட்ட அசௌகரியங்களைச் சாட்சிகள் யாரும் இல்லாமல் தனக்குத்தானே பேசுவதற்கும், சபிப்பதற்கும், புகார் செய்வதற்கும் கிடைத்த சுதந்திரத்தை இழக்க அவர் விரும்பவில்லை. வீண் ஜம்பம். அவரது மனைவியும் மகனும் அடிக்கடி அவரைக் குற்றம் சாட்டிய குணம் இது. ஆனால் மற்றவர்கள் முன் தான் நல்ல உடல்நலத்துடன் இருப்பதைப் போல் காட்டிக்கொள்வது வீண் ஜம்பத்திற்காக அல்ல. மாறாக, தனது நலிவடைந்த உடல்நிலையை மற்றவரிடமிருந்து மறைக்கும் தந்திரம். நிமிர்ந்து நடந்து களைப்பை மறைப்பது மட்டும் போதாது; வயதின் பல அறிகுறிகளிலிருந்தும் பேராசை, அவநம்பிக்கை, கோபம், மனக்கசப்பு, தினசரி ஷேவிங் செய்வதை நிறுத்துவது, ஓரே

கதையை மீண்டும் மீண்டும் சொல்வது, தன்னைப் பற்றியே பேசுவது, நோய் பற்றியும் பணத்தைப் பற்றியும் அலசி ஆராய்வது போன்ற கெட்ட பழக்கங்கள் ஏற்படாமல் கவனமாக இருந்தார்.

நுழைவாயிலில் இருந்த இரண்டு தெருவிளக்குகளின் மஞ்சள் வெளிச்சத்தில் ஒரு டிரக் தன் வீட்டு வாசலில் நின்றதைக் கண்டார். இரண்டாவது முறை ஹார்ன் சத்தம் கேட்டதும், ஓட்டுநர் நாய்களுக்குப் பயப்படுகிறார் என்று அறிந்து, வாசலில் நின்று விசில் அடித்து நாய்களை அழைத்தார். நாய்கள் தயக்கத்துடன் அவருக்குக் கீழ்ப்படிந்தன, பற்களைக் கடித்து உறுமின.

“யார் அது?”, விக்டர் கத்தினார்.

“உங்கள் மகள். தயவுசெய்து நாய்களைப் பிடித்துக் கொள்ளுங்கள், டாக்டர் தல்மாவ்.”

விக்டரின் அழைப்பிற்காகக் காத்திராமல் அந்தப் பெண் வீட்டின் உள்ளே நுழைந்தாள். நாய்கள் மேலிருந்த பயத்துடன் அவரைக் கடந்து விரைந்தாள். இரண்டு பெரிய நாய்களும் அவளுக்கு மிக அருகில் சென்று மோப்பம் பிடித்தன, எப்போதும் கோபமாக இருக்கும் சிறிய நாய், உறுமுவதை நிறுத்தவில்லை. விக்டர், ஆச்சரியத்துடன் அவளைப் பின்தொடர்ந்தார். சிறிதும் யோசிக்காமல் அவளது கோட்டைக் கழற்றி ஹால்வேயில் உள்ள பெஞ்சில் வைக்க உதவினார். அவள் ஈரமான விலங்கு போலத் தன் உடலைச் சிலுப்பினாள்; வெளியே பெய்து கொண்டிருந்த மழையைப் பற்றி முணுமுணுத்துவிட்டு, சற்றே தயக்கத்துடன் கையை நீட்டினாள்.

“மாலை வணக்கம், டாக்டர், நான் இங்க்ரிட் ஷ்னேக். உள்ளே வரலாமா?”

“வீட்டின் உள்ளேதான் இருக்கிறாய்.”

கூடத்து விளக்குகளின் மோசமான வெளிச்சத்தில் விக்டர் தன் வீட்டினுள் நுழைந்த பெண்ணை அவதானித்தார். பழைய ஜீன்ஸ், ஆண்களின் பூட்ஸ், வெள்ளை டர்டில்னெக் ஸ்வெட்டர் அணிந்திருந்தாள். நகைகள் போட்டிருக்கவில்லை, ஒப்பனையும் செய்திருக்கவில்லை. அவர் முதலில் அனுமானித்ததுப் போல், அவள் இளம் பெண் அல்ல; கண்களில் சுருக்கங்கள் தென்பட்ட ஒரு பெண்மணி. அவளின் மெலிந்த உடலும் நீண்ட முடியும் விரைவான அசைவுகளும் அவளை இளம்பெண் என நினைக்கவைத்தன. அவளது முக ஜாடை அவருக்கு யாரையோ நினைவுபடுத்தியது.

"உங்களிடம் சொல்லாமல் திடீரென்று இப்படி வந்ததற்கு மன்னிக்கவும். நான் தொலைவில் தெற்கில் வசிக்கிறேன். இங்கே வரும் வழியில் தொலைந்துவிட்டேன். சாண்டியாகோவின் தெருக்கள் எனக்கு அவ்வளவாகப் பழக்கமில்லை. நான் இவ்வளவு தாமதமாக இங்கு வருவேன் என்று நினைக்கவில்லை."

"சரி. நான் உனக்கு என்ன செய்ய வேண்டும்?"

"ம்ம்ம், அது என்ன சுவையான வாசனை?"

விக்டர் தல்மாவ் இரவில் வந்து அழைப்பின்றி தனது வீட்டிற்குள் நுழையத் துணிந்த அந்நியரை வெளியேற்றத் தயாரானார், ஆனால் ஆர்வம் அவரது எரிச்சலைக் குறைத்தது.

"ஸ்க்விட்டும் அர்ரோஸ் நெக்ரோவும்."

"நீங்கள் டேபிள் செட் செய்திருப்பது தெரிகிறது. உங்கள் உணவு நேரத்தில் நான் குறுக்கிடுகிறேன் என்று நினைக்கிறேன். நாளை திரும்பி வருகிறேன். நீங்கள் இருப்பீர்கள் இல்லையா?"

"உன் பெயர் என்ன என்று சொன்னாய்?"

"இங்க்ரிட் ஷ்னேக். உங்களுக்கு என்னைத் தெரியாது, ஆனால் உங்களைப் பற்றி எனக்கு நிறைய தெரியும். கொஞ்ச நாளாகத் தேடிக்கொண்டிருக்கிறேன்."

"உனக்கு ரோஸ் ஒயின் பிடிக்குமா?"

"எனக்கு எல்லா நிற ஒயினும் பிடிக்கும். உங்கள் உணவை என்னுடன் பகிர்ந்துகொள்ள முடியுமா? காலை உணவுக்குப் பின் நான் எதுவும் சாப்பிடவில்லை. இருவருக்கும் போதுமான அளவு இருக்கிறதா?"

"இந்த ஊருக்கே போதுமான அளவு இருக்கிறது. தயாராகி விட்டது. சேரில் உட்கார். இவ்வளவு அழகான பெண் ஏன் என்னைத் தேடுகிறாள் என்று சொல்."

"நான் ஏற்கெனவே சொன்னேனே, நான் உங்கள் மகள். நான் ஒரு சிறுமி அல்ல, எனக்கு ஐம்பத்திரண்டு வயது, நன்றாக வாழ்ந்திருக்கிறேன்."

"எனக்கு ஒரே மகன்தான் இருக்கிறான், அவன் பெயர் மார்செல்." விக்டர் அவளைத் தடுத்தார்.

"என்னை நம்புங்கள் டாக்டர், நான் உங்களைத் தொந்தரவு செய்ய வரவில்லை. உங்களைச் சந்திக்க விரும்பினேன்."

"வசதியாக உட்கார்ந்துகொள், இங்க்ரிட். நீண்ட உரையாடலாக இருக்கும் என்று நினைக்கிறேன்."

கடலின் நீண்ட இதழ்

"எனக்கு நிறைய கேள்விகள் உள்ளன. நாம் உங்கள் வாழ்க்கையிலிருந்து தொடங்கினால் பரவாயில்லையா? நீங்கள் விரும்பினால் என்னுடையதைப் பிறகு சொல்கிறேன்..."

ஸ

அடுத்த நாள், விக்டர் விடியற்காலையில் மார்செலைத் தொலைபேசியில் அழைத்தார்: "திடீரென்று நம் குடும்பம் பெருகிவிட்டது மகனே. உனக்கு ஒரு சகோதரி, ஒரு மைத்துனர், மூன்று மருமகன்கள் இருக்கிறார்கள். உன் சகோதரி, நியாயமாக அவள் உன் சகோதரி இல்லை என்றாலும், அவள் பெயர் இங்க்ரிட். என்னுடன் இரண்டு நாட்கள் தங்கப்போகிறாள். நாங்கள் பேச வேண்டியது நிறைய இருக்கிறது."

அவர் மார்சலுடன் பேசிக்கொண்டிருக்கும்போது, முந்தைய நாள் அவரது வீட்டிற்குள் நுழைந்த பெண், அறையில் இருந்த பழைய சோபாவில், போர்வைகளைப் போர்த்தியபடி தூங்கிக்கொண்டிருந்தாள். தூக்கமின்மையால் அவதிப்பட்ட விக்டருக்கு, ஒரு இரவு தூங்காதது பெரிய வித்தியாசத்தை ஏற்படுத்தவில்லை. அன்று காலை, ரோஸர் இறந்ததிலிருந்து மிகவும் விழிப்புடன் இருப்பதாக உணர்ந்தார். ஆனால் அவரது விருந்தினர், பத்து மணிநேரம் விக்டரின் கதையைக் கேட்டும், தனது கதையைச் சொல்லிவிட்டும் களைத்துப்போயிருந்தாள். அவளுடைய அம்மா ஒஃபெலியா தெல் சோலார் என்றும், தனக்குத் தெரிந்தவரை விக்டர் அவளுடைய தந்தை என்றும் சொன்னாள். அதைக் கண்டுபிடிக்கவே பல மாதங்களாகிய தென்றும், ஒரு கிழவியின் குற்றவுணர்ச்சியால் மட்டுமே அவளுக்குத் தன் பிறப்பைப் பற்றித் தெரிந்ததென்றும் கூறினாள்.

விக்டரும் ஒஃபெலியாவும் காதலித்த நேரத்தில் அவள் கர்ப்பமாகியதை அரை நூற்றாண்டுக்குப் பின் விக்டர் அறிந்து கொண்டார். அதனால்தான் அவள் தன் வாழ்விலிருந்து மறைந்தாள், அதனால்தான் அவளது மோகம் மனக்கசப்பாக மாறியது, நியாயமான விளக்கம் இல்லாமல் அவரிடமிருந்து அவள் பிரிந்தாள். "ஒரு தவறான முடிவினால் அவள் பிரச்சினையில் சிக்கிக்கொண்டதாகவும், எதிர்காலம் பாழாகி விட்டதாக வருந்தியதாகவும் நான் நினைக்கிறேன். அவள் எனக்குக் கொடுத்த விளக்கமும் அதுதான்" என்று விக்டரிடம் சொல்லி, தான் பிறந்த விவரங்களை இங்க்ரிட்ச் சொல்லத் தொடங்கினாள்.

ஒஃபெலியாவின் ஒத்துழைப்பு இல்லாததால் தந்தை விசென்தே உர்பினா தத்தெடுப்பு விஷயத்தைத் தனது கைகளில்

எடுத்துக்கொண்டார். விசென்தேவின் திட்டத்தை அறிந்தவள் லோரார தெல் சோலார் மட்டுமே. கடவுள் பக்தியினாலும் அவசியத்தாலும் சொல்லப்பட்ட இந்தப் பொய், பாவமன்னிப்பில் மன்னிக்கப்பட்டு பரலோகத்தில் அங்கீகரிக்கப்பட்ட ஒரு பொய். ஓரிண்டா நரானோ என்ற மருத்துவச்சி, பாதிரியாரின் கட்டளைகளை நிறைவேற்று வதற்கும், பிரசவத்திற்கு முன்பும் பின்பும் ஒஃபெலியாவை அரை மயக்க நிலையில் வைத்திருப்பதற்கும் உதவினாள். அதற்குப் பிறகு போதைப்பொருள் கொடுத்து ஒஃபெலியா தன்வசம் இழந்த நேரம் பார்த்து லோராவின் உதவிடன், கான்வென்ட்டில் யாரும் கேள்விகள் கேட்பதற்கு முன் குழந்தையைத் திருடுவதற்கும் பொறுப்பாக இருந்தாள். பல நாட்களுக்குப் பிறகு ஒஃபெலியா மயக்க நிலையிலிருந்து வெளிவந்தபோது, அவள் ஒரு ஆண் குழந்தையைப் பெற்றெடுத்தாள் என்றும், பிறந்த சில நிமிடங்களில் அது இறந்துவிட்டது என்றும் அவளுக்கு விளக்கமளித்தார்கள்.

“ஆனால் பிறந்தது ஒரு பெண் குழந்தை. அது நான்தான்” என இங்க்ரிட் விக்டரிடம் கூறினாள்.

ஒஃபெலியா நடந்ததைப் பற்றிச் சந்தேகப்பட்டுத் தன்னுடைய மகளைக் கண்டுபிடிப்பதைத் தடுப்பதற்காக ஒஃபெலியாவின் அம்மா முன்னெச்சரிக்கையாக, பிறந்தது ஆண் என்று சொன்னாள். மோசமான தந்திரங்களால் தன் மகளை ஏமாற்ற முன்வந்த தொன்யா லோரா, விசென்தேவின் மீதிச் சதித்திட்டத்திற்கும் உடந்தையாகி, சிறிய வெற்றுச் சவப்பெட்டியைக் கல்லறையில் புதைத்துவைத்து, அதற்கு ஒரு சிலுவையை வைத்த கேலிக்கூத்தையும் பணிவுடன் ஏற்றுக்கொண்டாள். இதெல்லாம் அவள் செய்த தவறுகள் இல்லை. அவளைவிடப் புத்திசாலியான, மோசமான, கடவுளின் தூதுவரான பாதிரியார் உர்பினாவின் பாவச்செயல்.

அதற்குப் பின் வந்த ஆண்டுகளில், நல்ல திருமணம், ஆரோக்கியமான, நல்ல நடத்தை கொண்ட, தகாத உறவில் பிறக்காத இரண்டு குழந்தைகள், அமைதியான வாழ்க்கை என்றிருந்த ஒஃபெலியாவைப் பார்த்த தோன்யா லோரா, தனது மனசாட்சியைக் குடைந்துகொண்டிருந்த சந்தேகங்களை மனதிலிருந்து களைந்தாள். அந்தப் பெண்குழந்தையை சிலியின் தெற்குப் பகுதியில் வாழ்ந்த ஒரு கத்தோலிக்க குடும்பத்தைச் சேர்ந்த, தனக்கு நன்கு அறிந்த தம்பதி தத்தெடுத்தனர் என்று பாதிரியார் அவளிடம் தெரியப்படுத்தினார். பின்னர், லோரா அவரிடம் மேலும் விவரங்கள் கேட்கத் துணிந்தபோது, அவளின் பேத்தி இறந்துவிட்டதாகக் கருத வேண்டும் என்றும், கடவுள்

அவளை வேறு பெற்றோருக்குக் கொடுத்துவிட்டார் என்றும், ஒஃபெலியாவின் இரத்தம் குழந்தையின் உடலில் பாய்ந்தாலும் அவள் தெல் சோலார் குடும்பத்தைச் சேர்ந்தவள் அல்ல என்றும் நினைவூட்டினார். சிறுமியைத் தத்தெடுத்த தம்பதி ஜெர்மன் வம்சாவளியைச் சேர்ந்தவர்கள். உயரமான, திடமான, வெளிர் நீல நிறக் கண்களும் பொன்னிறமாகவும் இருப்பவர்கள். அவர்கள் சாண்டியாகோவிலிருந்து எண்ணூறு கிலோமீட்டர் தொலைவில் மரங்கள் நிறைந்த, மழை அதிகம் பொழியும் அழகான நதி ஓடிய நகரத்தில் வாழ்ந்தனர் (ஆனால் இங்கிரிட்டின் பாட்டிக்கு இது தெரியாது). ஷ்னேக் தம்பதி குழந்தை பிறக்கும் நம்பிக்கையை இழந்தபோது பாதிரியார் அவர்களுக்குப் புதிதாகப் பிறந்த பெண் குழந்தையைக் கொடுத்தார். ஒரு வருடம் கழித்து திருமதி ஷ்னேக் கர்ப்பமானாள். அடுத்த வருடங்களில் அவர்களுக்கு ஜெர்மன் தோற்றம் கொண்ட இரண்டு குழந்தைகள் பிறந்தனர். மூவரில் இங்க்ரிட், குட்டையாகவும், கருமையான முடியுடனும் கறுப்பு நிறக் கண்களுடன், மரபணுப் பிழைபோலத் தனித்து நின்றாள். "நான் சிறு வயதிலிருந்தே வித்தியாசமாக உணர்ந்தேன். ஆனால் என் பெற்றோர் என்னை விட்டுக்கொடுக்கவில்லை. நான் தத்தெடுக்கப்பட்டதாக என்னிடம் சொல்லவுமில்லை. முழுக் குடும்பத்திற்கும் ஏற்கெனவே தெரியும். ஆனால் நான் தத்தெடுப்பு விஷயத்தைக் குறிப்பிட்டால், இப்போதுகூட என் அம்மா அழத் தொடங்கிவிடுவாள்" என்று இங்க்ரிட் விக்டரிடம் சொல்லி முடித்தாள்.

சோபாவில் அவள் உறங்கிக்கொண்டிருப்பதைப் பார்த்த விக்டருக்கு அவள் சில மணிநேரங்களுக்கு முன்பு அவர் பேசிய பெண்ணாகத் தெரியவில்லை. ஆழ்ந்த உறக்கத்தி லிருப்பவள் இளமைக் கால ஒஃபெலியாவைப் போல் இருந்தாள். மென்மையான முகம், குழந்தைத்தனமான கன்னக்குழி, புருவங்களின் வளைவு, நெற்றியின் நடுவில் வந்து விழுந்த முடிக்கற்றை, கோடையில் தங்க நிறத்தில் ஜொலித்த உடல். தன் அம்மாவை நகல் எடுத்தது போலவே இருக்கும் அவளுக்கு, அம்மாவின் நீல நிறக் கண்கள் மட்டுமே இல்லை. அவள் விக்டரின் வீட்டிற்கு வந்தபோது அவள் யாரையோ நினைவுபடுத்தினாள். ஆனால் ஒஃபெலியாவுடனான உருவ ஒற்றுமை அப்போது விக்டருக்குத் தெரியவில்லை. அவள் அமைதியாகத் தூங்கிக்கொண்டிருந்த நேரத்தில் அவர்களின் உருவ ஒற்றுமையைக் காண முடிந்தது. அதேபோல் குண வேறுபாடுகளையும் அறிய முடிந்தது. இங்க்ரிட்டிடம் அவர் நேசித்த இளம் ஒஃபெலியாவின் மேலோட்டமான நாணம் இல்லை; இங்க்ரிட் தீவிரமான, பொறுப்புணர்ச்சியுடைய,

முறைசார்ந்த பெண். மாகாணத்தைச் சேர்ந்தவள், பழமை வாதமும் மதமும் கலந்த சூழலில் வளர்ந்தவள். அவளது வாழ்க்கை ஏற்றத்தாழ்வுகள் இல்லாததாக இருந்திருக்க வேண்டும், தன் பிறப்பைப் பற்றி அறிந்து தன் தந்தையைத் தேடும் தருணம்வரை. இங்க்ரிட் தன்னிடமிருந்த வெளிப்புற அம்சங்களில் – அவரது உயரம், மெலிந்த உடல், அவரது மூக்கு, கடினமான முடி, அவரது இறுக்கமான வெளிப்பாடு, அவரது தனிமை விரும்பும் இயல்பு ஆகியவை – எதையும் பெறவில்லை என விக்டர் நினைத்தார். அவள் மென்மையாக வும் தாய்மையுடைய பெண்ணாகவும் இருக்க வேண்டும் என்று நினைத்தார்.

ரோஸருடன் தனக்கு ஒரு மகள் இருந்தால் எப்படி இருந்திருப்பாள் என்று கற்பனை செய்ய முயன்று, ஏன் இல்லை என்று விக்டர் வருந்தினார். ஆரம்ப நாட்களில் அவர்கள் உண்மையான திருமணத்தில் இல்லை என்று கருதினார்கள். வசதிக்காகத் தற்காலிகமான ஒப்பந்தத்தில் ஒன்றாக இருந்தார்கள். அவர்கள் மற்றவர்களைவிட நல்ல கணவன் மனைவியின் புரிதலுடன் இருப்பதை உணர்ந்தபோது இருபது ஆண்டுகள் கடந்துவிட்டன; குழந்தைகளைப் பற்றிச் சிந்திக்க மிகவும் தாமதமாகிவிட்டது. இங்க்ரிட்டைத் தன் குடும்பத்தில் ஒருத்தியாக நினைத்துப் பழகுவதற்குச் சிறிது காலம் எடுக்கும் என நினைத்தார். ஏனென்றால் முந்தைய இரவுவரை அவரது ஒரே குடும்பம் மார்செல் மட்டுமே. அவரைப் போலவே ஓஃபெலியா தெல் சோலாருக்கும் ஆச்சரியமாக இருந்திருக்கும்; முதுமையில் அவளுக்கும் எதிர்பாராத விதமாக ஒரு மகள் கிடைத்தாள். அதற்கெல்லாம் மகுடம்போல், இங்க்ரிட் அவர்களுக்கு மூன்று பேரக்குழந்தைகளையும் கொடுத்தாள்.

இங்க்ரிட்டின் கணவனும் அவளின் வளர்ப்புப் பெற்றோர்களைப் போல ஜெர்மன் வம்சாவளியைச் சேர்ந்தவன். தெற்கு மாகாணங்களில் உள்ள பலரைப் போலவே பத்தொன்பதாம் நூற்றாண்டில் ஜெர்மானியர்களின் காலனியாகிய சிலியில் தேர்ந்தெடுக்கப்பட்ட குடியேற்றச் சட்டத்தின் கீழ் குடியேறியவன். சண்டித்தனம்பிடித்த சிலியர் களிடையே ஒழுக்கத்தையும் பணி மனப்பான்மையையும் ஊக்குவிப்பதற்காகத் தூய இன வெள்ளையர்களான ஜெர்மனியர்களைக் கொண்டு அப்பிரதேசத்தை ஆக்கிரமிப்ப தென முடிவானபோது இந்தக் குடியேற்றச் சட்டம் அமலுக்கு வந்தது. இங்க்ரிட் விக்டருக்குக் காட்டிய அவளது குழந்தை களின் புகைப்படங்களில், ஒரு இளைஞனும் வால்கைரி[3]

---

3. பழங்காலத்து நார்ஸ் நாட்டு வீராங்கனை.

அம்சங்களுடன் இரண்டு சிறுமிகளும் இருந்தனர். அவர்களை விக்டரால் தனது சந்ததியினர் என்று அடையாளம் காண முடியவில்லை.

"இங்க்ரிட்டின் மகன் திருமணமானவன், அவனது மனைவி கர்ப்பமாக இருக்கிறாள். நான் விரைவில் பெரிய தாத்தா ஆகப் போகிறேன்" என்று அவர் மார்செலிடம் தொலைபேசியில் கூறினார்.

"நான் இங்க்ரிட்டின் குழந்தைகளுக்கு மாமா. பிறக்கப் போகும் அந்தக் குழந்தைக்கு நான் என்ன ஆக வேண்டும்?"

"மாமா தாத்தா என்று நினைக்கிறேன்."

"அய்யோ! எனக்கு அவ்வளவு வயதாகவில்லை! இந்தச் சமயத்தில் அவியாவைப் பற்றி நினைக்காமல் இருக்க முடியவில்லை. நான் அவளுக்குப் பேரக்குழந்தைகளைக் கொடுக்க வேண்டும் என்று அவள் விரும்பினாள். உனக்கு நினைவிருக்கிறதா? பாவம், கிழவி! அவளுக்கு ஏற்கெனவே பேரப்பிள்ளைகள் இருந்ததை அறியாமல் இறந்துவிட்டாள். ஒரு பேத்தியும் மூன்று கொள்ளுப் பேரக்குழந்தைகளும்!"

"அவர்கள் வேறொரு இனத்தைச் சேர்ந்தவர்கள், மார்செல். அனைவரும் ஜெர்மன், வலதுசாரிகள், பினோஷே ஆதரவாளர்கள். அவர்கள் முன் நாம் யோசித்துப் பேச வேண்டியிருக்கும்."

"அப்பா, முக்கியமான விஷயம் என்னவென்றால், இப்போது நாம் அனைவரும் ஒரே குடும்பம். அரசியலுக்காக நாம் சண்டையிடப்போவதில்லைதானே!"

"நான் இப்போது இங்க்ரிட்டுடனும் பேரக்குழந்தைகளுடனும் அடிக்கடி தொடர்பில் இருக்க வேண்டும். என்மீது திடீரென ஆப்பிளைப் போல் விழுந்திருக்கிறார்கள். என்ன ஒரு சிக்கல்! நான் முன்பு நிம்மதியாகவும் தனியாகவும் அமைதியாகவும் இருந்தேன்!"

"முட்டாள்தனமாகப் பேசாதே அப்பா. என் சொந்தத் தங்கையாக இல்லாதபோதும் அவளைச் சந்திக்கும் ஆர்வத்தை என்னால் அடக்க முடியவில்லை."

குடும்பம் மீண்டும் ஒன்றிணைந்தால், ஒஃபெலியாவைச் சந்திப்பது தவிர்க்க முடியாதது. இந்த யோசனை விக்டருக்கு மோசமாகத் தோன்றவில்லை. நீண்ட காலத்திற்கு முன்பே அவளின் மேலிருந்த ஏக்கம் தீர்ந்துவிட்டது, அவர் அவளை மீண்டும் பார்க்க நேர்ந்தால் பதினொரு ஆண்டுகளுக்கு

முன்பு கராகாஸ் கண்காட்சியில் அவளைச் சந்தித்தபோது ஏற்பட்ட மோசமான அபிப்பிராயத்தைச் சரி செய்ய முடியும். அவருக்கு ஸ்பெயினில் இருந்ததைவிட வலுவான உறவுகள் சிலியில் அவளால் தான் கிடைத்ததென்று அவளிடம் நன்றி சொல்லத் தனக்கு வாய்ப்புக் கிடைக்கும் என எதிர்பார்த்தார். வின்னிபெக்கிலிருந்து ஸ்பானியர்களின் குடியேற்றத்தை உறுதியுடன் எதிர்த்த தெல் சோலார் குடும்பத்துடன் இவ்வாறு ஒரு தொடர்புள்ளதை அவர் முரண்பாடாகக் கண்டார். ஒஃபெலியா விக்டருக்கு அளித்த மகத்தான பரிசு, அவரது எதிர்காலத்தைத் திறந்தது. இனி அவர் யாரும் இல்லாத முதியவர் அல்ல. மார்செலை ஸ்பெயினைச் சேர்ந்த சொந்தமாக விக்டர் பார்த்ததால், அவனைக் கணக்கில் கொள்ளாமல், அவருக்குப் பல சிலிய சந்ததியினர் இருந்தனர். விக்டர் நினைத்ததைவிட ஒஃபெலியா அவரது வாழ்க்கையில் மிக முக்கியமானவளாக மாறிவிட்டாள். அவள் மிகவும் சிக்கலானவள். அவரால் அவளைப் புரிந்துகொள்ள முடியாவிட்டாலும், அவர் ஊகித்ததைவிட அதிகமாக வேதனையான வாழ்க்கையை வாழ்ந்தவள். அவளது விசித்திரமான ஓவியங்களைப் பற்றி ஒரு கணம் நினைத்துப்பார்த்தார். திருமணத்தின் பாதுகாப்பிற்காகவும், சமூகத்தில் தனது இடத்திற்காகவும், சமூகம் எதிர்பார்த்த ஒரு வாழ்க்கையைத் தேர்ந்தெடுத்ததன் மூலம், ஒஃபெலியா தன் தேவைகளை ஓரங்கட்டி, தன் சுயத்திலிருந்து தன்னை அகதியாக்கிக்கொண்டாள். முதுமையிலும் தனிமையிலும் தன் சுயத்தை ஓரளவு மீட்டிருக்க வாய்ப்பிருக்கிறது. ஆனால் பின்னர் அவள் தனது கணவன் மத்தியாஸ் எய்ஸாகுர்ரேவைப் பற்றி விக்டரிடம் சொன்னதை நினைவுகூர்ந்தார், அவள் தேர்ந்தெடுத்த வாழ்க்கை கையறு நிலையில் எடுத்த முடிவோ, சோம்பேறித்தனத்தாலோ அல்லது அற்பத்தனத்தாலோ அல்ல, மாறாக ஒரு சிறப்பான அன்பின் காரணமாக என்று அவர் நிம்மதியடைந்தார்.

ஒரு வருடத்திற்கு முன்பு, இங்க்ரிட் ஷ்னேக் தனது தாய் என்று அறிமுகப்படுத்திக்கொண்ட ஒரு அந்நியரிடமிருந்து ஒரு கடிதத்தைப் பெற்றாள். அது அவளை ஆச்சரியத்தில் ஆழ்த்தவில்லை. அவள் எப்போதும் தனது குடும்பத்தில் உள்ள மற்றவர்களிடமிருந்து வித்தியாசமான உடல் அம்சங்கள் கொண்டவளாக உணர்ந்தாள். முதலில் இங்க்ரிட் தனது வளர்ப்புப் பெற்றோரை அணுகினாள். அவர்கள் இறுதியில் உண்மையை ஒப்புக்கொண்டனர். பின்னர், ஒஃபெலியாவும் ஃபெலிபே தெல் சோலாரும் துக்கம் அனுசரித்துக்கொண்டிருந்த

ஒரு சிறிய வயதான பெண்மணி ஹுவானாவுடன் இங்க்ரிட்டைச் சந்திக்க வந்தனர். இங்க்ரிட் ஒஃபெலியா இழந்த மகள் என்பதில் சந்தேகமே இல்லாமல் நிரூபணமாயிற்று; அப்படி ஒரு உருவ ஒற்றுமை. அப்போதிருந்து, ஒஃபெலியா தனது மகளை மூன்று முறை பார்க்கப் போனாள். இங்க்ரிட் தனக்கிருப்பது ஒரே ஒரு தாய், அவள் ஹெல்கா ஷ்னேக் என்று கருதியதால், ஒஃபெலியாவைத் தொலைதூர உறவினரைப் போல் மரியாதையுடன் நடத்தினாள்; விரல்களுக்கு நகப்பூச்சு போட்டு, புகார் செய்யும் பழக்கத்துடன் வந்த அந்நியமான ஒரு பெண்மணியைத் தன் தாயாக அவளால் ஏற்றுக்கொள்ள முடியவில்லை. இங்க்ரிட்டால் அவர்கள் இருவரின் உடல் ஒற்றுமையை மறுக்க முடியவில்லை. அதனால் தங்களின் குறைபாடுகளிலும் ஒற்றுமை இருக்குமோ என்றும், தானும் முதுமையில் ஒஃபெலியாவைப் போல தன்னலத்தில் மட்டுமே ஆர்வமுள்ளவளாக மாறிவிடுவாளோ என்றும் அஞ்சினாள். தான் பிறந்த கதையைக் கொஞ்சம் கொஞ்சமாகத் தெரிந்து கொண்டாள். மூன்றாவது சந்திப்பில்தான் அவளது தந்தையின் பெயரைக் கண்டுபிடிக்க முடிந்தது.

ஒஃபெலியா தனது கடந்த காலத்தைத் தலைமுழுகி விட்டிருந்தாள். தந்தை உர்பினாவின் கட்டளைக்குக் கீழ்ப்படிந்து, தன் வாழ்க்கையில் அதைப் பற்றி ஒருபோதும் பேசியதில்லை. அவளது இளமைக்காலம், ஞாபகத்தின் பனிமூட்டத்தில் மறைய ஆரம்பித்தது. கிராமப்புறக் கல்லறையில் கிடக்கும் இறந்த ஆண் குழந்தையை மறந்தே போய்விட்டாள். தன் கணவனை அடக்கம் செய்யும் நேரம் வந்தபோது அவள் அந்தக் குழந்தையை நினைவு கூர்ந்தாள். ஒருநாள் அந்தக் குழந்தை சாண்டியாகோவின் கத்தோலிக்கக் கல்லறையில் தங்களுடன் ஓய்வெடுக்க வேண்டும் என்று அவர்கள் திருமணம் செய்துகொண்டபோது ஒன்றாக எடுத்த முடிவை நிறைவேற்ற விரும்பினாள். குழந்தையின் மிச்சங்களை நகர்த்துவதற்கான வாய்ப்பாக அது இருந்திருக்கும். ஆனால் அவளுடைய சகோதரர் ஃபெலிபே அப்படிச் செய்வது சரியில்லை, அவள் தன் குழந்தைகளுக்கும் தன் கணவனின் மற்ற குடும்பத்தாருக்கும் விளக்கங்களைச் சொல்ல வேண்டியிருக்கும் என்பதால் வேண்டாம் என்றார். அவளுக்கும் அது தேவையில்லாத பிரச்சினை என்று தோன்றியதால், கல்லறையில் காலியாக இருந்த சவப்பெட்டியை யாரும் தொந்தரவு செய்யவில்லை.

லோரா தெல் சோலாரின் உடல்நிலை மோசமாகிய காலத்தில், பல ஆண்டுகளாகத் தனியாக வசித்துவந்திருந்த ஒஃபெலியா, ஓவியம் வரைவதற்காகத் தன் கிராமத்து வீட்டில்

குடியேறியிருந்தாள். அவளது மூத்த மகன் பிரேசிலில் ஒரு அணையைக் கட்டிக்கொண்டிருந்தான். அவளது மகள் பியூனஸ் அயர்ஸ் நகரத்தில் ஒரு அருங்காட்சியகத்தில் பணிபுரிந்துகொண்டிருந்தாள். தோன்யா லோரா, நூறு வயதை எட்டியிருந்தாள். முதுமையின் காரணமாகப் பயமும் மயக்கமும் அதிகமாகியிருந்தன. ஹுவானாவின் கண்டிப்பான கண்காணிப்பின் கீழ் இரண்டு அர்ப்பணிப்புள்ள ஊழியர்கள் லோராவை மாறி மாறி இரவும் பகலும் கவனித்துவந்தனர். ஹுவானாவுக்கும் கிட்டத்தட்ட லோராவின் வயது என்றாலும், லோராவைவிடப் பதினைந்து வயது இளமையாகத் தோன்றினாள். நினைவு தெரிந்த நாளிலிருந்து அந்தப் பெண் தெல் சோலார் குடும்பத்திற்குச் சேவை செய்துவந்தாள். தோன்யா லோராவுக்குத் தேவைப்படும்வரை தொடர்ந்து அங்கே பணிபுரிவாள் என்ற எண்ணம் ஹுவானவிற்கு இருந்தது. கடைசி மூச்சுவரை லோராவைக் கவனித்துக்கொள்வதுதான் அவளின் கடமை. இலவம்பஞ்சு தலையணைகள், எம்ப்ராய்டரி செய்யப்பட்ட கைத்தறிப் படுக்கை உறைகளுக்கு இடையே, பிரான்சிலிருந்து இறக்குமதி செய்யப்பட்ட பட்டினால் ஆன இரவு ஆடை அணிந்து, செலவைப் பற்றிக் கவலைப்படாமல் கணவர் வாங்கிய ஆடம்பரப் பொருட்களால் அலங்கரிக்கப் பட்ட அறையில் லோரா படுத்த படுக்கையாக இருந்தாள்.

இசிட்ரோ தெல் சோலாருடனான தோன்யா லோராவின் திருமணம் இரும்புக் கவசமாக அவளை அழுத்தியதால், அவரின் மரணத்திற்குப் பிறகு கவசத்தைக் கழற்றி வைத்துவிட்டுத் தனது முதுமையில் தான் விரும்பியதைச் செய்வதென முடிவு செய்தாள். முதுமையின் இயலாமையும் மறதியும் அவளை ஆட்கொள்ளும்வரை அவள் தனது பேபி லியோனார்டோவின் ஆவியுடன் ஆன்மீக அமர்வுகளின் வழியாகத் தொடர்ந்து தொடர்பில் இருந்தாள். மறதி மெதுவாக அவளின் மூளையை ஆட்கொண்டது. தான் தன் வீட்டில் எங்கிருக்கிறோம் என்பது தெரியாமல்போனது, தன்னுடைய பிம்பத்தைக் குளியலறைக் கண்ணாடியில் பார்க்க நேர்ந்தால், யாரிந்தக் கோரமான கிழவி, எதற்காகத் தினமும் தொந்தரவு செய்யவருகிறாள் எனக் கூச்சலிடுவாள். கீல்வாதம் அவளது கால்களையும் பாதங்களையும் நோயுறச் செய்ததால் அவளால் எழுந்திருக்க முடியவில்லை. தன் அறையில் அடைந்து கிடந்த லோரா, விழித்திருந்த நேரங்களில் அழுவதும் மற்ற நேரத்தில் ஆழ்ந்து உறங்குவதுமாகச் சில சமயம் நினைவு தப்பி, விவரிக்க முடியாத வேதனையுடனும் பயத்துடனும் பேபியைக் கூப்பிடுவாள். மன அழுத்தத்தைக் குறைக்க மருத்துவர் மருந்துகள் கொடுத்ததும் வீண் முயற்சியாகவே போனது. அவளது கடைசி நாட்களில்

அவளைப் பார்க்க வந்த முழுக் குடும்பமும், நீண்ட காலத்திற்கு முன்பு இழந்த தனது இளைய மகன் லியோனார்டோவின் நினைவில் அவதிப்படுகிறாள் என்று நம்பியது.

தனது தந்தையின் மரணத்திற்குப் பிறகு குடும்பத் தலைவனான ஃபெலிபே தெல் சோலார், வணிகப் பொறுப்பேற்கவும், செலவுகளைப் பார்த்துக்கொள்ளவும், கடன்களை அடைக்கவும், லண்டனிலிருந்து வந்திருந்தான். அவன் தனது உடல் உபாதைகளைப் பற்றி அதிகமாகக் குறை சொன்னாலும், சாத்தானுடன் ஒப்பந்தம் செய்ததைப் போல் இன்னும் இளமையாகத் தோன்றினான். அவனுக்கு உடலில் ஆயிரம் பிரச்சினைகள் இருந்தன. ஒவ்வொரு வாரமும் புதிதாக ஒன்றைக் கண்டுபிடித்தான். அவனது தலைமுடிகூட வலித்தது. ஆனால் வாழ்க்கையில் நிகழக்கூடிய பல அநீதிகளில் ஏதோ ஒன்றின் காரணமாக, அவை எதுவும் மற்றவர்களுக்குப் புலப்படவில்லை. ஆங்கில திரைப்படத்திலிருந்து நேராக வந்திறங்கிய ஒரு பிரபுவைப் போல் உடையணிந்து, கழுத்துப் பட்டியைப் போட்டு எரிச்சலான முக பாவத்துடன் தென்பட்டான். தன்னுடைய நல்ல தோற்றத்திற்கு லண்டனின் மூடுபனியும், ஸ்காட்ச் விஸ்கியும், தனது ஸ்மோகிங் குழாயி லிருந்த டச்சுப் புகையிலையும் காரணம் என்று ஃபெலிபே கூறினான். மார் தெல் பிளாட்டா தெருவில் இருந்த வீட்டை விற்பதற்கான ஆவணங்களைத் தனது பெட்டியில் கொண்டு வந்தான். வீட்டை விற்க அவன் தனது தாய் இறக்கும்வரை காத்திருக்க வேண்டியிருந்தது. தோன்யா லோரா, தோல் மூடிய எலும்புக்கூடாக மாறி, மருந்தினாலோ பிரார்த்தனையினாலோ அமைதி காணாமல், உயிர்க்காற்று வெளியேறும்வரை பேபியைத் தொடர்ந்து அழைத்தார். ஹுவானா லோராவின் வாயையும் கண்களையும் மூடிவிட்டு, ஹேயில் மேரி சொல்லி, ஆழ்ந்த சோர்வுடன் விலகிச் சென்றாள். மறுநாள் காலை ஒன்பது மணியளவில், மலர் மாலைகள், மெழுகுவர்த்திகள், துணிகள், கருப்பு ரிப்பன்கள் ஆகியவற்றால் அலங்கரிக்கப்பட்ட சவப்பெட்டியைப் பிரதான மண்டபத்தில் வைத்திருந்தார்கள். சவ அடக்க நிறுவனம் இறுதிச்சடங்கிற்காக வீட்டைத் தயார் செய்துகொண்டிருந்தபோது ஃபெலிபே தனது கூடப்பிறந்தவர்களுக்குச் சொத்து விற்பனையைப் பற்றித் தெரிவிக்கச் சென்றான். பின்னர் அவன் ஹுவானாவை நூலகத்திற்கு அழைத்தான்.

“ஒரு அடுக்குமாடிக் கட்டடம் கட்ட இந்த வீட்டை இடிக்கப்போகிறார்கள். ஆனால் உனக்கு ஒரு குறையுமில்லாமல் பார்த்துக்கொள்கிறேன், ஹுவானா. நீ எப்படி, எங்கு வாழ வேண்டுமென்று விரும்புகிறாய், சொல்.”

"நான் உனக்கு என்ன சொல்வது ஃபெலிபே? எனக்குக் குடும்பமோ நண்பர்களோ இல்லை. நான் ஒரு தொல்லை. என்னை நீ ஹோமில் சேர்க்கப்போகிறாய் இல்லையா?"

"நல்ல முதியோர் இல்லங்கள் சில உள்ளன ஹுவானா. ஆனால் உனக்கு விருப்பமில்லை என்றால் நான் செய்ய மாட்டேன். நீ ஒஃபெலியாவுடனோ அல்லது எனது மற்ற சகோதரிகளுடனோ வாழ விரும்புகிறாயா?"

"நான் ஒரு வருடத்தில் இறந்துவிடுவேன். எங்கே என்பதைப் பற்றி எனக்குக் கவலையில்லை. சாவு எனக்கு ஓய்வைக் கொடுக்கும்."

"பாவம், என் அம்மா அப்படி நினைக்கவில்லை..."

"தோன்யா லோரா நிறைய குற்ற உணர்ச்சியால் அவதிப்பட்டாள், அதனால்தான் அவள் இறக்க பயந்தாள்."

"அடக் கடவுளே! என் அம்மாவுக்கு என்ன குற்ற உணர்ச்சி ஹுவானா?"

"அதனால்தான் அவள் எப்போதும் அழுதுகொண் டிருந்தாள்."

"அம்மாவுக்கு மறதி ஏற்பட்டு, லியோனார்டோவைத் தேடிக்கொண்டிருந்தாள்" என்று ஃபெலிபே கூறினார்.

"லியோனார்டோவா?"

"ஆம், பேபி!

"இல்லை, ஃபெலிபே! அவளின் நினைவில் லியோனார்டோ இல்லை. அவள் ஒஃபெலியாவின் குழந்தைக்காக அழுதாள்."

"புரியவில்லை, ஹுவானா."

"ஒஃபெலியா தன் திருமணத்திற்கு முன் கர்ப்பமாக இருந்தது உனக்கு நினைவிருக்கிறதா? உர்பினா கூறியதுபோல் குழந்தை இறக்கவில்லை."

"நான் கல்லறையைப் பார்த்தேனே!"

"கல்லறையில் இருப்பது காலியான சவப்பெட்டி. பிறந்தது ஒரு பெண் குழந்தை. அந்த மருத்துவச்சி, அவள் பெயர் நினைவில் இல்லை, அவள் குழந்தையை எடுத்துச் சென்றாள். தோன்யா லோரா என்னிடம் சொன்னது இதுதான். அதனால் தான் தினமும் அழுதாள். அவள் பாதிரியார் உர்பினாவின் பேச்சைக்கேட்டு ஒஃபெலியாவின் மகளை அவள் வாழ்விலிருந்து

பறித்த குற்றவுணர்ச்சி, அந்த வஞ்சம், அவளின் வாழ்நாள் முழுவதையும் அரித்து அழுகச்செய்தது."

ஃபெலிபேவின் நெஞ்சை உலுக்கிய இந்தக் கதையைத் தன் தாயின் கற்பனைக்கதை என்றோ ஹுவானாவின் முதுமையின் அபத்தமென்றோ நிராகரிப்பதே சரியென்றும், அது உண்மையாக இருந்தாலும், ஒஃபெலியாவிடம் இதைச் சொல்வது தேவையில்லாமல் அவளைத் துன்புறுத்தும் செயலாக இருக்கும் எனவும் ஃபெலிபே தனக்குத் தானே சொல்லிக்கொண்டாள். ஆனால் ஹுவானா, தோன்யா லோராவிடம் ஒரு சத்தியம் செய்திருப்பதாகக் கூறினாள். அதன்படி, அந்தப் பெண் குழந்தையைக் கண்டுபிடித்து, இறந்த தோன்யா லோராவுக்குப் பிராயச்சித்தம் தேடி, அவளின் பாவக்கடனைத் தீர்த்து, அவளைச் சொர்க்கத்திற்கு அனுப்ப வேண்டும் என ஃபெலிபேவிடம் விவரித்தாள். இறப்பவர்களுக்குக் கொடுத்த வாக்குறுதிகள் புனிதமானவை. ஹுவானாவை அமைதிப்படுத்த வேறு வழியில்லை என்பதை ஃபெலிபே புரிந்துகொண்டான். ஒஃபெலியாவும் மற்ற குடும்பத்தினரும் இதைக் கண்டுபிடிப்பதற்கு முன்னர் நிலைமையைக் கட்டுக்குள் கொண்டுவர வேண்டும். இந்த விவகாரத்தைப் பற்றி விசாரித்துத் தகவல் தருவதாக ஹுவானாவிடம் உறுதியளித்தான். "பாதிரியாரிடம் ஆரம்பிக்கலாம், ஃபெலிபே. நான் உன்னுடன் வருகிறேன்." அவனால் வேண்டாமென்று சொல்ல முடியவில்லை. அவர்களின் எண்பது வருட நட்பின் விளைவாக அவனது நோக்கங்களை அவளால் துல்லியமாகப் படிக்க முடியும் என்பதால் அவள் சொல்படி செயல்பட்டான்.

விசென்தே உர்பினா தனது தேவாலயப் பணிகளிலிருந்து ஓய்வுபெற்று, வயதான பாதிரியார்களுக்காகக் கன்னியாஸ்திரிகள் நடத்திய இல்லத்தில் வசித்துவந்தார். அவரைக் கண்டுபிடித்து நேரில் காண்பது எளிதாக இருந்தது. தனது பழைய அன்பர்களை நன்றாக நினைவில் வைத்திருந்தார். குறிப்பாக தெல் சோலார் குடும்பத்தை அன்புடன் நினைவுகூர்ந்தார். அவருக்குக் குடல் அறுவை சிகிச்சை நடக்கும் நேரத்தில் தோன்யா லோரா இறந்ததால் தன்னால் தனிப்பட்ட முறையில் அவளின் இறுதிச் சடங்குகளைச் செய்ய முடியாமல் போனதற்காக ஃபெலிபேவிடமும் ஹுவானாவிடமும் வருத்தம் தெரிவித்தார். ஃபெலிபே, சுற்றி வளைத்துப் பேசாமல், ஹுவானா தன்னிடம் சொன்னதை உர்பினாவிடம் சொன்னான். தன் வழக்கறிஞர் தோரணையுடன் உர்பினாவை நீண்ட விசாரணைக்கு உள்ளாக்கி உண்மையை எப்படியாவது

ஒப்புக்கொள்ளச் செய்ய வேண்டும் என நினைத்தான். ஆனால் அதற்குத் தேவையின்றி, உர்பினாவே பல தகவல்களைக் கொடுத்தார்.

"நான் உங்கள் குடும்பத்திற்கு எது நல்லதோ அதையே செய்தேன். வளர்ப்புப் பெற்றோரைத் தேர்ந்தெடுப்பதில் நான் மிகவும் கவனமாக இருந்தேன். அவர்கள் அனைவரும் கத்தோலிக்கர்கள்" என்று உர்பினா கூறினார்.

"ஒஃபெலியாவைப் போல் பலர் இருந்தனர் என்று சொல்கிறீர்களா?"

"ஒஃபெலியாவைப் போன்ற பல பெண்கள் இருந்தனர், ஆனால் அவர்களில் யாரும் அவளைப் போலப் பிடிவாதமாக இல்லை. எல்லோருமே தங்கள் பாவத்தின் சின்னத்தை அகற்ற ஒப்புக்கொண்டனர். அவர்களால் வேறு என்ன செய்ய முடியும்?"

"அதாவது, புதிதாகப் பிறந்த குழந்தையைத் திருட நீங்கள் அவர்களை ஏமாற்ற வேண்டி இருக்கவில்லை."

"என்னை அவமதிக்க அனுமதிக்க மாட்டேன், ஃபெலிபே! அவர்கள் நல்ல குடும்பத்தைச் சேர்ந்த பெண்கள். அவர்களைப் பாதுகாப்பதும் அவதூறுகளைத் தவிர்ப்பதும் எனது கடமையாக இருந்தது."

"கண்டிக்கத்தக்க விஷயம் என்னவென்றால், திருச்சபையின் பாதுகாப்புடன் நீங்கள் ஒரு குற்றத்தை, இல்லை, பல குற்றங்களைச் செய்திருக்கிறீர்கள். இதற்கு உங்களுக்குச் சிறை தண்டனையே சரியானது. உங்கள் தீயசெயல்களுக்கான விளைவுகளைச் சந்திக்க உங்களுக்கு ஆயுசு போதாது. ஆனால் நீங்கள் ஒஃபெலியாவின் பெண்குழந்தையை யாருக்குக் கொடுத்தீர்கள் என்று சொல்லுங்கள். நான் கண்டுபிடிக்காமல் விட மாட்டேன்."

விசெந்தே உர்பினா தாயிடமிருந்து பிரித்த குழந்தைகளைப் பற்றிய தகவல்களையோ, அவர்களை வாங்கிக்கொண்ட தம்பதிகளின் பெயர்களையோ பதிவுசெய்திருக்கவில்லை. அவர் ஒருவரே இதைக் கையாண்டார்; மருத்துவச்சி ஓரிண்டா நரானோ பிறப்புகளில் மட்டுமே கலந்துகொண்டாள், அவளும் நீண்ட காலத்திற்கு முன்பே இறந்துவிட்டாள். சிலியின் தெற்குப் பகுதியில் வசித்த சில ஜெர்மனியர்களிடம் குழந்தையைக் கொடுத்ததாக தோன்யா லோரா ஒருமுறை கூறியதை நினைவில் வைத்திருந்த ஹுவானா நான்குச்சேயோ, அதை அவர்களிடமும் சொன்னாள். இந்தத் தகவலை பாதிரியார்

உர்பினா மறந்தாலும், குழந்தையின் பாட்டி அதை மறக்க வில்லை என்றாள்.

“ஜெர்மானியர்கள் என்றா சொன்னீர்கள்? அவர்கள் வால்டிவியாவைச் சேர்ந்தவர்களாக இருக்க வேண்டும்” என பிஷப் முணுமுணுத்தார்.

அவர்களின் பெயர் நினைவில் இல்லை. ஆனால் அந்தக் குழந்தை ஒரு கண்ணியமான வீட்டில் எந்தக் குறையுமில்லாமல் மகிழ்ச்சியாக இருக்கிறாள் என்று உர்பினா உறுதியாகச் சொன்னார். அவர்கள் வசதியானவர்கள் என்று உர்பினா கூறியதும், பணம் ஒரு கையிலிருந்து மற்றொன்றிற்கு மாறி யிருக்கிறது என்று ஃபெலிபே ஊகித்தான். சுருக்கமாகச் சொன்னால், பிஷப் குழந்தைகளை விற்றார். இது விளங்கிய வுடன் ஃபெலிபே மேலும் கேள்விகளைக் கேட்காமல் விசென்தே உர்பினாவின் உதவியுடன் தேவாலயம் பெற்ற நன்கொடைகளைக் கண்டுபிடிப்பதில் கவனம் செலுத்த முடிவுசெய்தான். கத்தோலிக்கத் தேவாலயத்தின் கணக்குகள் உளவு வேலைக்குக் கிடைப்பது கடினமாக இருக்கும், ஆனால் சாத்தியமற்றதாக இருக்காது. சரியான நபரை நியமித்தால் பணத்தின் தடயத்தைக் கண்டுபிடிக்க முடியும். உலகம் முழுவதும் பயணம் செய்தாலும் பணம் ஏதாவது ஒரு தடயத்தை எங்காவது விட்டிருக்கும் என ஃபெலிபே கருதினான். அவன் ஊகம் உண்மையாயிற்று.

எட்டு மாதக் காத்திருப்பிற்குப் பின் அவன் தேடிய தகவல் கிடைத்தது. இதற்கிடையில் அவன் லண்டனில் இருந்தான். தொலைதூரத்திலிருந்து அஞ்சல் அட்டைகளில் ஹுவானா அவரின் கடமையை நினைவுபடுத்தி, இலக்கணப் பிழைகளும் எழுத்துப் பிழைகளும் மிகுந்த இரண்டு வரிக் கடிதங்களால் அவரைத் துன்புறுத்தினாள். ஃபெலிபே இந்தப் பிரச்சினையைத் தீர்க்கும் வரை விஷயத்தை ரகசியமாக வைத்திருப்பதாக உறுதியளித்ததால், வயதான ஹுவானா யாருடைய உதவியுமின்றிக் கடிதங்களைத் தானே எழுதி ரகசியமாக அனுப்பினாள். அவள் பொறுமையாக இருக்க வேண்டும் என்று ஃபெலிபே அவளிடம் திரும்பத் திரும்பச் சொன்னான், ஆனால் தான் இந்த உலகில் இருக்கப்போகும் நாட்கள் பொறுமைக்கு இடம் கொடுக்க வேண்டுமே என்ற கவலை அவளுக்கு! இறப்பதற்கு முன் தொலைந்த பெண்ணைக் கண்டுபிடித்து தோன்யா லோராவுக்குச் செய்துகொடுத்த சத்தியத்தை நிறைவேற்ற வேண்டும். ஒஃபெலியாவின் வீட்டில் இருந்த ஹுவானாவிடம் ஃபெலிபே, அவளுடைய மரணத்தின்

சரியான தேதி எப்படித் தெரியும் என்று கேட்டார். அதற்கு அவள் சமையலறை காலண்டரில் சிவப்பு வட்டத்தால் குறிக்கப்பட்டிருப்பதாகப் பதிலளித்தாள். தன் வாழ்வில் முதல் முறையாக வேறெந்த வேலையும் இல்லாமல் தனது இறுதிச் சடங்கிற்குத் தயாராகிக்கொண்டிருந்தாள்.

1942ஆம் ஆண்டு பிஷப் விசென்தே உர்பினாவுக்குக் கிடைத்த நன்கொடைகளின் அறிக்கை டிசம்பர் மாதத்தில் ஒரு வெள்ளிக்கிழமையன்று ஃபெலிபேவின் கைகளில் மின்னஞ்சலாக வந்தது. அதில் வால்டர், ஹெல்கா ஷ்னேக் என்பவர்களின் பெயர்கள் அவரின் கவனத்தை ஈர்த்தது. ஷ்னேக் தம்பதி லாபகரமான மரச்சாமான் தொழிற்சாலையின் உரிமையாளர்கள் என ஃபெலிபேவின் விசாரிப்புகள் தெரிவித்தன. பல தெற்கு நகரங்களில் கிளைகளும் இருந்த செழிப்பான தொழிலை அவர்களின் மகன்களும் மருமகன்களும் நிர்வகித்தனர். உர்பினா சொன்னது போலவே, அது ஒரு பணக்காரக் குடும்பம். மீண்டும் சிலிக்குப் பயணம் செய்து ஒஃபெலியாவை எதிர்கொள்ள ஃபெலிபே தயாரானான்.

ஃபெலிபே தனது சகோதரியைச் சந்திக்கச் சென்றபோது, அவள் டர்பெண்டைன் நெடியுடன், ஒட்டடை படிந்த, வெப்பமில்லாத உறைந்த பட்டறையில், கந்தலான தொளதொள உடையில், அழுக்கான வெள்ளைத் தலைமுடியுடன், முதுகுவலிக்கான கார்செட் அணிந்து பெயிண்ட் கலந்து கொண்டிருந்தாள். ஹுவானா, குளிருக்கான கோட், கையுறைகள், கம்பளி தொப்பி அணிந்து ஒரு மூலையில் அமர்ந்திருந்தாள். “உன்னைப் பார்த்தால், சாகக் கிடப்பவள் போல் இல்லையே” என்று ஃபெலிபே ஹுவானாவை நெற்றியில் முத்தமிட்டான். தனது சகோதரியிடம் அவளுக்கு ஒரு மகள் இருக்கும் விஷயத்தைச் சொல்ல மிகவும் இரக்கமுள்ள வார்த்தைகளைக் கவனமாகத் தேர்ந்தெடுத்தான். ஆனால் அது தேவையில்லாமல் போனது. ஒஃபெலியா சிறிதும் ஆர்வமில்லாமல், ஃபெலிபே தெரியாத ஒருவரைப் பற்றிக் கிசுகிசு சொல்வதைப் போலப் பதிலளித்தாள். “நீ அவளைச் சந்திக்க விரும்புவாய் என்று நினைக்கிறேன்” என்று ஃபெலிபே கூறினான். ஒரு சுவரோவியத்தைத் தொடங்க இருப்பதால், சிறிது காத்திருக்க வேண்டும் என்று ஒஃபெலியா பதிலளித்தாள். ஹுவானா தலையசைத்து, “அப்படியானால் நான் மட்டும் போவேன். என் கண்களால் அந்தப் பெண்ணைப் பார்த்தால் தான் நான் நிம்மதியாக இறக்க முடியும்” என்றாள். மூவரும் செல்வதாக முடிவானது.

ஹுவானா, இங்க்ரிட்டைப் பார்த்த ஒரே சந்திப்பில் அவளின் வேட்கை முடிவடைந்தது உறுதியானது. அன்றிரவு இரண்டு பிரார்த்தனைகளுக்கு இடையில் தோன்யா லோராவைத் தொடர்புகொண்டு, அவளது பேத்தியைக் கண்டுபிடித்ததையும் அவளுடைய பாவசெயலுக்குப் பரிகாரம் செய்ததையும் அவளிடம் கூறி, இப்போது அவளால் பரலோகத்திற்கு நிம்மதியாகச் செல்ல முடியும் என விளக்கினாள். இன்னும் இருபத்தி நான்கு நாட்கள் அவள் உயிருடன் இருக்கப்போவதாக ஹுவானாவின் காலண்டர் காட்டியது. தெல் சோலார் குடும்பத்தைச் சேர்ந்த தனது அன்புக்குரியவர்கள், புனிதர்களின் படங்கள் மாட்டியிருந்த தனது படுக்கையறையில் சாகும்வரை பட்டினி இருப்பதாக ஹுவானா முடிவு செய்தாள். அதற்குப் பின் அவள் உணவோ நீரோ உட்கொள்ளவில்லை. உலர்ந்த வாயைச் சிறிய ஐஸ்கட்டியால் ஈரப்படுத்தியதோடு சரி. அவள் எதிர்பார்த்ததைவிடப் பல நாட்களுக்கு முன்பே கவலையோ வலியோ இல்லாமல் உயிர் நீத்தாள். "ஏன் இவ்வளவு அவசரம்" என்று அனாதையான ஃபெலிபே பெரும் துயரத்தில் அரற்றினான். அறையின் மூலையில் ஹுவானா தனக்காக வாங்கி வைத்திருந்த சாதாரண பைன் சவப்பெட்டியைத் தூக்கி எறிந்தான். அவளுக்குப் பெரிய திருப்பலி சேவையளித்து, தெல் சோலார் கல்லறையில் வெண்கல வேலைப்பாடு செய்யப்பட்ட வால்நட் மரத்தால் ஆன சவப்பெட்டியில் அவளைப் புதைத்தான்.

༺

புயல் மூன்று நாட்களுக்குப் பின் தணிந்தது. குளிர்காலத்துச் சூரியன் எட்டிப் பார்த்தான். காவலாளிகளைப் போல விக்டர் தல்மாவின் வீட்டைப் பாதுகாத்த பாப்லர் மரங்கள் மழையில் நனைந்து சுத்தமாகக் காட்சியளித்தன. மலைத்தொடர் மேல் படர்ந்த பனி, தெளிவான வானத்தின் ஊதா நிறத்தைப் பிரதிபலித்தது. இரண்டு பெரிய நாய்களும் வீட்டினுள்ளே அடைந்திருந்த சோம்பலிலிருந்து விடுபட்டு, ஈரமான தோட்டத்தில் முகர்ந்து பார்த்து, இஷ்டம் போல் சேற்றில் சுற்றின. விக்டரின் வயதான சிறிய நாய் மட்டும் நெருப்பிடத்தை விட்டு விலகாமல் படுத்திருந்தது.

புயல் ஓயும்வரை இங்க்ரிட் ஷ்னேக் விக்டரின் வீட்டில் இருந்தாள். தென் மாகாணத்தில் புயலும் மழையும் அவளுக்குப் பழகியிருந்தது, ஆனால் அவள் அங்கே தங்கியதன் நோக்கம் புயலுக்கு ஒதுங்குவதற்காக இல்லை. அவர்கள் இருவரும்

ஒருவரையொருவர் தெரிந்துகொள்ளும் சந்தர்ப்பத்திற்காக. மாதக்கணக்கில் கவனமாகத் திட்டமிட்டு, தன் கணவனும் பிள்ளைகளும் தன்னுடன் வர வேண்டாமெனத் தடுத்தது இந்த ஒரு சந்தர்ப்பத்திற்காகவே!

"நானாகச் செய்ய வேண்டிய சந்திப்பு இது என்று உங்களுக்குப் புரிகிறது, இல்லையா? உங்களை அணுகுவது எனக்கு மிகவும் கடினமாக இருந்தது. நான் தனியாகப் பயணம் செய்வது இதுவே முதல்முறை. நீங்கள் நான் சொல்லவந்த செய்தியை எப்படி எடுத்துக்கொள்வீர்கள் என்று எனக்குத் தெரியவில்லை" என்று அவள் விக்டரிடம் கூறினாள். அவளது தாயின் நிராகரிப்பைப் போலல்லாமல், தொலைத்த ஐம்பது வருட கால–நேர–இடைவெளியைப் பொருட்படுத்தாமல் விக்டரும் அவளும் எளிதில் நண்பர்களானார்கள். அவளுடைய அன்புத்தந்தையான வால்டர் ஷ்னேக்குடன் விக்டரை அவளால் என்றைக்கும் ஒப்பிட முடியாது, அவளைப் பொருத்தவரை வால்டர் மட்டுமே அவளின் தந்தை. "அவர் மிகவும் வயதானவர் விக்டர். அவர் இறக்கும் தறுவாயில் இருக்கிறார்" என்ற அவளின் குரல் துயரத்தில் தோய்ந்திருந்தது.

கித்தார் வாசிப்பதில் இருவருக்கும் ஆர்வம் இருந்ததாகவும், இருவரும் இசையில் நிம்மதியைத் தேடுவதாகவும் தத்தமது விருப்புவெறுப்புகளைப் பகிர்ந்துக்கொண்டனர். இருவரும் ஒரே கால்பந்து அணியின் ரசிகர்கள். இருவரும் துப்பறியும் நாவல்களை விரும்பிப் படித்தார்கள். நெரூடாவின் பல வரிகளை மனப்பாடமாகத் தெரிந்துவைத்திருந்தனர் – அவள் காதலைப் பற்றிய வரிகளையும், விக்டர் இரத்தத்தைப் பற்றிய வரிகளையும். இவை மட்டுமின்றி அவர்களுக்கிடையே இன்னொரு விவரமும் பொதுவானதாக இருந்தது: இருவரும் மனச்சோர்வின் கோரப் பிடியில் எளிதாகச் சிக்கினார்கள். அவர் வேலையில் தன் மனச்சோர்வை மறந்தார். அவள் மருந்துகளாலும் தன் குடும்பத்தின் மாறாத அன்பிலும் பாதுகாப்பிலும் தஞ்சமடைந்தாள். விக்டர் தன் மகள் ஒஃபெலியாவின் கலை உணர்வையோ நீலக் கண்களையோ பெறாமல் தன் மனச்சோர்வைப் பெற்றதற்காக வருந்தினார். "நான் மனச்சோர்வடைந்தால், அன்பு மட்டுமே எனக்கு ஆறுதல் தருகிறது" என்று இங்க்ரிட் அவரிடம் கூறினாள்.

அவளுக்கு ஒரு குறையும் இல்லை. அவள் பெற்றோருக்குப் பிடித்த மகள், அவளுடைய இளைய உடன்பிறப்புகள்கூட அவளைச் செல்லமாகக் கவனித்துக்கொண்டார்கள். அவள் தேன் நிறமுள்ள அன்பான உறுதியான ஆடவனை மணந்தாள்.

அவள் கணவன் அவளை ஒரு கையால் தூக்கக்கூடிய சக்தி வாய்ந்தவன். அவள் மேல் மாறாத அமைதியான அன்பைப் பொழிபவன். இதைக் கேட்ட விக்டர், ஒரு எதிரியைப் போலத் தன்னைப் பின்தொடர்ந்த மனச்சோர்விலிருந்து ரோஸரின் அன்பு தன்னைத் தற்காத்துக்கொள்ள உதவியது என்றும், தன்னை மோசமான நினைவுகளின் சுமையிலிருந்து பாதுகாத்தது என்றும் கூறினார். ரோஸர் இல்லாமல் தொலைந்த மனிதனைப் போல் உணர்ந்தார். அவரது உயிர்த்தீ அணைந்து, அதன் இடத்தில் மூன்று ஆண்டுகளாக அவர் சுமந்து கொண்டிருந்த சோகத்தின் சாம்பல் மட்டுமே எஞ்சியிருந்தது என்று உடைந்த குரலில் அவர் இங்கிரிட்டிடம் கூறியது அவருக்கே வியப்பாக இருந்தது. ஏனென்றால் அவர் தனது இதயத்தில் இருந்த இந்த வலியை, தன் ஆன்மா சுருங்குவது போல் உணர்ந்ததை மார்செலிடம்கூடக் குறிப்பிட்டதில்லை.

விக்டர் முதுமையின் ஆழத்தில், அதன் கனிம அமைதியில், தனது விதவைத் தன்மையின் தனிமையில் வாழ்ந்தார். இருந்த ஒரு சில நண்பர்களின் நட்பையும் விட்டுவிட்டதால், செஸ் விளையாடவோ, கிடார் வாசிக்கவோ நண்பர்கள் அவரைத் தேடி வருவதில்லை. கடந்த சில வருடங்களில் தான் நடத்திய ஞாயிறுக்கிழமை பார்பிக்யூகளையும் நிறுத்திவிட்டார். அவர் தொடர்ந்து பணியாற்றியதால், நோயாளிகளுடனும் மாணவர்களுடனும் தொடர்பில் இருப்பது கட்டாயமான காரியமாக இருந்தது. ஆனால் அவர்களுடன் கழித்த நேரங்களில், ஒரு திரையில் அவர்களைப் பார்ப்பதுபோல் அவர் வேறொரு பரிமாணத்திலிருந்து தன் பணிகளைப் புரிந்தார். விக்டர் வெனிசுலாவில் வாழ்ந்த ஆண்டுகளில், தன் குணத்தின் தீவிரத்தன்மையை இழந்துவிட்டதாக நினைத்திருந்தார். ஆனால் தனது இளமைப் பருவத்தில் அவர் எதிர்கொண்ட துன்பத்தால், வன்முறையால் உலகில் நிலைத்திருந்த தீமைக்காக வருந்தும் தன்மையை அவரால் கட்டுப்படுத்த முடியவில்லை. இத்தனை பேரிடருடன் ஒப்பிடுகையில் மகிழ்ச்சி என்ற உணர்வு அவருக்கு அருவருப்பைத் தந்தது. பசுமையான கதகதப்பான வெனிசுலாவில், ரோஸரின் காதலில், சோகத்தைப் போர்க் கவசம்போல் அணியத் துடித்த தன் குணத்தை அவர் வென்றார். அது கண்ணியத்தின் உடையல்ல; மாறாக, வாழ்க்கையை அவமதிப்பதாகும் என ரோஸர் அவரிடம் அடிக்கடி சொன்னாள். ஆனால் அதே தீவிரத்தன்மை இங்கே சிலியில் ஒரு பழிவாங்கலுடன் அவரிடம் திரும்பியது; ரோஸர் இல்லாத வாழ்க்கையின் உயிர்த்தீயை அது உறிஞ்சிக்கொண்டிருந்தது. அவர் மார்செலுடனும் தனது விலங்குகளுடனும் மட்டுமே தொடர்பில் இருந்தார்.

"சோகம் என் எதிரி. அது என்னைக் கொஞ்சம் கொஞ்சமாக வீழ்த்திக்கொண்டிருக்கிறது இங்க்ரிட். இதே வேகத்தில் போனால், நான் வரும் ஆண்டுகளில் எல்லாம் துறந்த ஏகாங்கியாக மாறிவிடுவேன்."

"அது உயிருடன் இருக்கும்போதே இறப்பதுபோல், விக்டர். என்னை மாதிரி செய்யுங்கள். அந்த எதிரியிடமிருந்து உங்களைத் தற்காத்துக்கொள்வதற்காகக் காத்திருக்காதீர்கள். அதை நேருக்கு நேர் சந்தியுங்கள். தெரபியில் இதைக் கற்றுக் கொள்ள எனக்குப் பல ஆண்டுகள் ஆனது."

"இங்கிரிட், உன் சோகத்திற்கு என்ன காரணங்கள் இருக்க முடியும்?"

"என் கணவரும் இதைத்தான் என்னிடம் கேட்கிறார். தெரியவில்லை, விக்டர். காரணங்கள் எதுவும் தேவையில்லை என்று நினைக்கிறேன், இது ஒரு குணாதிசயம்."

"குணத்தை மாற்றுவது மிகவும் கடினம். என் விஷயத்தில் மிகவும் தாமதமாகிவிட்டது. நான் என்னை ஏற்றுக்கொள் வதைத் தவிர வேறு வழியில்லை. எனக்கு எண்பது வயது. நீ வந்த நாளன்று என் எண்பதாவது பிறந்த நாள். நான் நினைவுகளின் துணையுடன் வாழ வேண்டிய வயதில் இருக்கிறேன், இங்க்ரிட். வாழ்க்கையில் நான் செய்தவற்றைக் கணக்கெடுக்க வேண்டிய காலம் இது" என்று அவர் பதிலளித்தார்.

"நான் உங்கள் விஷயத்தில் மூக்கை நுழைக்கவில்லை என்று உங்களுக்குத் தோன்றினால் உங்கள் வாழ்க்கையின் கணக்கெடுப்பில் என்ன என்ன இருக்கிறது என்று சொல்ல முடியுமா?"

"என் வாழ்க்கை தொடர்ச்சியான பயணங்களாகவே இருந்தது. இந்தப் பூமியில் ஒரு இடத்திலிருந்து இன்னொரு இடத்திற்குச் வந்திருக்கிறேன். எனக்கு ஆழமான வேர்கள் இருந்ததை அறியாத அந்நியனாக இருந்தேன்... என் ஆன்மாவும் நீண்ட பயணத்தை மேற்கொண்டது. ஆனால் இந்த நொடியில் இந்த யோசனைகள் பயனற்றதாகத் தோன்றுகிறது; நான் அவற்றை முன்பே செய்திருக்க வேண்டும்."

"விக்டர், இளமையில் யாரும் தங்கள் வாழ்க்கையைப் பின்னோக்கிப் பார்ப்பதில்லை. பெரும்பாலானவர்கள் என்றுமே செய்வதில்லை. தொண்ணூறுகளில் இருக்கும் என் பெற்றோர் கூட இப்படி யோசிப்பார்களா என்றால் இல்லை என்று தான் சொல்வேன். அவர்கள் ஒவ்வொரு நாளும் மகிழ்ச்சியாக வாழ்கிறார்கள்."

"முதுமையில் இதுபோன்ற யோசனைகள் ஒரு சாபக்கேடு, இங்க்ரிட். இனி யோசித்து வாழ்க்கையைச் சரிசெய்ய நேரமில்லாதபோது, யோசிப்பதால் பலன் எதுவும் இல்லை."

"உங்களால் கடந்த காலத்தை மாற்ற முடியாது. ஆனால் மோசமான நினைவுகளை அகற்றலாம்."

"பார், இங்க்ரிட், நம் வாழ்க்கையைப் புரட்டிபோடும் மிக முக்கியமான நிகழ்வுகள், விதியை நிர்ணயிக்கும் நிகழ்வுகள், நம் கட்டுப்பாட்டிலிருந்து முற்றிலும் தப்பித்துவிடும். என்னைப் பொறுத்தவரையில், எனது இளமைப் பருவத்தில் நடந்த ஸ்பெயினின் உள்நாட்டுப் போரும், பின்னர் இராணுவப் புரட்சியும், வதைமுகாமின் கொடுமையும் அகதியாக வெளியேறியதும் எனது வாழ்க்கையைக் குறிக்கும் நிகழ்வுகளாகப் பார்க்கிறேன். இவற்றில் எதையும் நான் தேர்வு செய்யவில்லை; எல்லாமே எனக்கு நடந்தவை."

"ஆனால் நீங்கள் தேர்ந்தெடுத்த மற்ற விஷயங்கள் இருக்கும், அல்லவா? உதாரணமாக, மருத்துவம்."

"உண்மைதான், மருத்துவம் எனக்கு அளவில்லாத திருப்தியைக் கொடுத்தது. நான் எதற்காக மிகவும் நன்றியுள்ளவனாக இருக்கிறேன் தெரியுமா? எனக்குக் கிடைத்த அன்பு. எல்லாவற்றையும்விட அன்பு மட்டுமே என்மேல் உண்மையான தாக்கத்தை உண்டாக்கியது. ரோஸர் எனக்குக் கிடைத்தது பைத்தியக்காரத்தனமான அதிர்ஷ்டத்தால். அவள் எப்போதும் என் வாழ்க்கையின் காதலாக இருப்பாள். அவளால் எனக்கு மார்செல் கிடைத்தான். தந்தையாக இருக்கும் பாக்கியமும் எனக்கு இன்றியமையாத ஒரு மகிழ்ச்சி. மார்செல் இல்லாமல் அது நடந்திருக்கவே நடந்திருக்காது. தகப்பனாக வாழ்ந்த வாழ்க்கை மனித நிலைமேல் எனக்கிருந்த அவநம்பிக்கையைப் போக்கியது. நான் மிகவும் கொடுமையைப் பார்த்திருக்கிறேன், இங்க்ரிட். ஆண்கள் எவ்வளவு கொடூரமானவர்கள் என்று எனக்குத் தெரியும். நான் உன் அம்மாவை மிகவும் நேசித்தேன். இருப்பினும் அது நீண்ட காலம் நீடிக்கவில்லை."

"ஏன்? என்ன நடந்தது?"

"அது நடந்தது வேறொரு காலகட்டத்தில். இந்த அரை நூற்றாண்டில் சிலியும் உலகமும் நிறைய மாறிவிட்டன. ஒஃபெலியாவும் நானும் பொருளாதாரப் பாகுபாட்டாலும் சமூக வரைமுறைகளாலும் பிரிக்கப்பட்டோம்."

"நீங்கள் ஒருவரையொருவர் மிகவும் நேசித்திருந்தால், ரிஸ்க் எடுத்திருக்க வேண்டும்..."

“ஒரு வெப்பமான நாட்டிற்கு ஓடிப்போய், பனை மரங்களின் கீழ் எங்கள் காதலை வாழவைக்க வேண்டும் என்று அவள் ஒரு கட்டத்தில் என்னிடம் தன் ஆசையைப் பகிர்ந்து கொண்டாள். யோசித்துப்பார்! ஓஃபெலியா உணர்ச்சியின் வசத்தில் முடிவெடுப்பவள். சாகச மனப்பான்மை கொண்டவள். ஆனால் நான் அந்தக் காலகட்டத்தில் ரோஸரை மணந்திருந்தேன். என்னால் ஓஃபெலியாவிற்கு எதையும் வழங்க முடியவில்லை. அவள் என்னுடன் வந்திருந்தால் ஒரு வாரத்திற்குள் வருத்தப்படுவாள் என்று எனக்குத் தெரியும். நான் எடுத்தது கோழைத்தனமான முடிவா? நானே பலமுறை கேட்டுக்கொண்டிருக்கிறேன். நானும் ஓஃபெலியா விஷயத்தில் யோசிக்காமல் நடந்துகொண்டேன். ஓஃபெலியாவுடனான உறவின் பின்விளைவுகளைப் பற்றி நான் யோசிக்கவில்லை. அவளை மிகவும் காயப்படுத்தினேன். அவள் கர்ப்பமாக இருந்ததோ, அவள் ஒரு மகளைப் பெற்றெடுத்ததோ எனக்குத் தெரியாது, அந்தக் குழந்தை உயிருடன் இருக்கிறாள் என்பது அவளுக்குத் தெரியாது. தெரிந்திருந்தால் கதை வேறுவிதமாக இருந்திருக்கும். ஆனால் கடந்த காலத்தைக் கிளறிவிடுவதால் நமக்கு எந்தப் பயனும் இல்லை, இங்க்ரிட். எது எப்படியோ, நீ அன்பின் காரணமாகப் பிறந்தவள், அதை ஒருபோதும் சந்தேகிக்காதே.”

“எண்பது வயது சரியான வயது, விக்டர். நீங்கள் ஏற்கெனவே உங்கள் கடமைகளை நிறைவேற்றிவிட்டீர்கள். நீங்கள் என்ன வேண்டுமானாலும் செய்யலாம்.”

“என்ன சொல்கிறாய், மகளே?”, விக்டர் சிரித்தார்.

“உதாரணமாக, நீங்கள் இன்னொரு சாகசப் பயணத்தில் செல்லலாம். நான் ஆப்பிரிக்காவுக்கு சஃபாரி செல்லப் பல ஆண்டுகளாகக் கனவு கண்டுகொண்டிருக்கிறேன். ஒருநாள், நான் என் கணவரை ஒப்புக்கொள்ளவைப்பேன். நாங்கள் கண்டிப்பாகச் செல்வோம். நீங்கள் மீண்டும் காதலில் விழலாம். இழக்க எதுவும் இல்லை. வேடிக்கையாக இருக்கும், இல்லையா?”

ரோஸர் தன் இறுதித் தருணங்களில் சொன்னதை நினைவு கூர்ந்தார் விக்டர். மனிதர்கள் கூட்டமாக வாழும் உயிரினங்கள், தனிமையில் இருக்கத் தெரியாதவர்கள், கொடுக்கவும் பெறவும் மட்டுமே தெரிந்தவர்கள் என நினைவுபடுத்திக்கொண்டார். அதனால்தான் அவள் இறந்ததும் அவர் தனிமையாக இருக்கக் கூடாதென்றும் திருமணம் செய்துகொள்ள வேண்டும் என்றும் பிடிவாதம் பிடித்தாள். அவருக்காக ஒரு காதலியைக்கூடத் தேர்ந்தெடுத்தாள். பூனையை

அவர்களுக்கு அன்பளிப்பாகக் கொடுத்த நல்ல மனதுள்ள பக்கத்து வீட்டுக்காரி; தன் தோட்டத்திலிருந்து தக்காளியையும் மூலிகைகளையும் கொண்டுவந்தவள். வாளிப்பான அழகிகளைச் செதுக்கிய சின்னஞ்சிறு பெண்மணியை அவர் திடீரென மென்மையுடன் நினைத்துக்கொண்டார். அவரின் மகள் சென்றவுடன், மெச்சேவுக்குத் தான் சமைத்த அர்ரோஸ் நெக்ரோவையும் க்ரெம் ப்ரூலேவையும் தர வேண்டும் என்று முடிவு செய்தார். புதிய பயணங்கள் மேற்கொள்ள வேண்டும் என அவருக்குத் தோன்றியது. அத்துடன் இந்தக் கதை முடிந்தது.

நன்றி

நான் சிறுவயதில் என் தாத்தாவின் வீட்டில் இருந்தபோது, நம்பிக்கையின் கப்பலான வின்னிபெக்கைப் பற்றி முதன்முதலில் கேள்விப் பட்டேன். வெகு காலத்திற்குப் பிறகு, வெனிசுலாவில் விக்டர் பேயுடனான உரையாடலில், நாங்கள் இருவரும் நாடுகடத்தப்பட்ட நிலையில், அந்தப் பெயரை மீண்டும் கேட்டேன். அந்த நேரத்தில் நான் எழுத்தாளரில்லை, நானும் ஒரு எழுத்தாளராக மாறுவேன் என்று கற்பனைகூடச் செய்ததில்லை, ஆனால் அந்தக் கப்பலின் கதையும் அதில் இருந்த அகதிகளின் மனச்சுமைகளும் என் நினைவில் நிலைத்து நின்றன. நாற்பது வருடங்களுக்குப் பிறகு, இப்போதுதான் என்னால் அந்தக் கதையைச் சொல்ல முடிந்தது.

இது ஒரு நாவல். ஆனால் மக்களும் வரலாற்று நிகழ்வுகளும் உண்மையானவை. கதாபாத்திரங்கள் கற்பனையானவை, ஆனால் எனக்குத் தெரிந்தவர்களை அடிப்படையாகக் கொண்டவை. ஒவ்வொருபுத்தகத்திற்கும் நான் எப்போதும் செய்யும் முழுமையான ஆராய்ச்சியை இந்தப் புத்தகத்திற்குச் செய்தபோது, எனக்கு நிறைய விஷயங்கள் கிடைத்ததால், கதைக்குத் தேவையான கற்பனை மிகக் குறைவாகவே தேவைப்பட்டது. இந்தப் புத்தகம் எனக்கு ஆணையிட்டதுபோல் தன்னைத்தானே எழுதிக்கொண்டது. எனவே, இவர்களுக்கெல்லாம் நான் எனது மனமார்ந்த நன்றியைத் தெரிவித்துக்கொள்கிறேன்:

103 வயதில் இறந்த விக்டர் பே, நாடுகடத்தப்பட்ட டாக்டர் ஆர்துரோ ஜிரோன், வரலாற்று விவரங்களைச் செம்மைப் படுத்துவதற்காக நான் விரிவான கடிதப் போக்குவரத்துப் பணிகளை மேற்கொண்டபோது பொறுமையாகப் பதிலளித்த நண்பர்கள்.

பாப்லோ நெரூடா – ஸ்பானிஷ் அகதிகளை சிலிக்கு அழைத்துவந்ததற்காக. இவர் எப்போதும் என்னுடன் தனது கவிதைகளின் மூலமாக வாழும் கவிஞர்.

நிக்கோலஸ் ஃப்ரியாஸ் – இந்த நாவலின் திருத்தப்படாத முதற்பிரதியை முழுமையாகப் படித்த என் மகன்.

ஹுவான் அயேந்தே – கையெழுத்துப் பிரதியைப் பக்கம் பக்கமாகப் பலமுறை சரிசெய்து, 1936முதல் 1994வரை இந்தக் கதையின் காலகட்டம் தொடர்பான ஆராய்ச்சியில் உதவிய என் சகோதரன்.

யோஹன்னா காஸ்டியோ, நூரியா டே – எனது பதிப்பாசிரியர்கள்.

சாரா ஹில்லெஷெய்ம் – என் விசுவாசமான ஆராய்ச்சியாளர்.

லூயிஸ் மிகேல் பலோமரேஸ், குளோரியா குட்டியர்ரெஸ், மாரிபெல் லூக் – எனது முகவர்கள்.

அல்போன்சோ பொலாடோ – ஓய்வு பெற்றதால், என்னை இன்னும் கடினமாக உழைக்கக் கட்டாயப்படுத்தி, பாசத்துடன் என் கையெழுத்துப் பிரதிகளைக் கவனமாக மதிப்பாய்வு செய்த நண்பர்.

ஹோர்கே மன்சானிலா – நாற்பது ஆண்டுகள் ஆங்கில மொழியில் வாழ்ந்ததன் பலனாக ஸ்பானிய மொழியில் நான் செய்யும் மோசமான தவறுகளைத் திருத்தும் இரக்கமற்ற (அவரைப் பொறுத்தவரை, அழகான) வாசகர்.

ஆடம் ஹோட்ச்சைல்ட் – 'ஸ்பெயின் இன் மை ஹார்ட்' என்ற அசாதாரணப் புத்தகத்தை எழுதியவர்;

இவர்களைத் தவிர, எனது வரலாற்று ஆராய்ச்சியில் எனக்கு உதவிய பிற எழுத்தாளர்கள்.